காலரா காலத்தில் காதல்

காலரா காலத்தில் காதல்

மா. அண்ணாதுரை (பி. 1968)
மொழிபெயர்ப்பாளர்

1969இல் சேலம் மாவட்டம் ஆத்தூரை அடுத்துள்ள தென்னங்குடிபாளையம் என்ற சிற்றூரில் டி.ஆர். மாரியப்பா-செல்லம்மாள் இணையருக்கு மகனாகப் பிறந்தார். ஏழாம் வகுப்பு படித்துக்கொண்டிருந்த காலத்தில் ஏற்பட்ட நூலகப் பழக்கமும் இலக்கியங்களின் அறிமுகமும் அவருடைய வாழ்க்கையின் முக்கியமான திருப்பங்களாக அமைந்தன. பள்ளிப் படிப்பை முடித்த பிறகு, இடைநிலை ஆசிரியர் பயிற்சிபெற்ற அவர் சுமார் எட்டாண்டுகள் தமிழக அரசின் தொடக்க, நடுநிலைப் பள்ளிகளில் பணியாற்றினார். அந்தக் காலகட்டத்தில் பொருளாதாரத்தில் முதுகலைப் பட்டம்வரை அஞ்சல்வழியில் பயின்ற அவர், 1995ஆம் ஆண்டு சிவில் சர்வீஸ் தேர்வில் வெற்றிபெற்று இந்தியத் தகவல் பணியில் சேர்ந்தார். தில்லியில் பணியாற்றிய காலகட்டத்தில் இந்தி, ஃபிரெஞ்ச், ஸ்பானிஷ் மொழிகளைக் கற்றார். தற்போது சென்னையில் பணியாற்றிவருகிறார்.

காப்ரியேல் கார்சியா மார்க்கேஸ்

காலரா காலத்தில் காதல்

ஸ்பானிஷிலிருந்து தமிழில்
மா. அண்ணாதுரை

காலச்சுவடு பதிப்பகம்

அன்பார்ந்த வாசகருக்கு,

வணக்கம்.

காலச்சுவடு நூலை வாங்கியமைக்கு நன்றி.

நூலின் உள்ளடக்கம், உருவாக்கம், அட்டைப்படம் இன்ன பிற அம்சங்கள் பற்றிய உங்கள் கருத்துகளையும் ஆலோசனைகளையும் காலச்சுவடு வரவேற்கிறது. தகவல், எழுத்து, வாக்கியப் பிழைகள் தென்பட்டால் கட்டாயம் தெரிவித்து உதவுங்கள். நூல் தயாரிப்பில் கடும் குறைபாடு இருப்பின் மாற்றுப் பிரதி உங்களுக்குக் கிடைக்கக் காலச்சுவடு ஏற்பாடு செய்யும்.

மின்னஞ்சல்: **publisher@kalachuvadu.com**

காலச்சுவடு நாகர்கோவில் அலுவலகத்துக்குக் கடிதம் அனுப்பலாம்.

தங்கள்
எஸ்.ஆர். சுந்தரம் (கண்ணன்)
பதிப்பாளர் – நிர்வாக இயக்குநர்

© GABRIEL GARCÍA MÁRQUEZ (EL AMOR EN LOS TIEMPOS DEL CÓLERA, ©1985) and Heirs of GABRIEL GARCÍA MÁRQUEZ.

காலரா காலத்தில் காதல் ❖ நாவல் ❖ ஆசிரியர்: காப்ரியேல் கார்சியா மார்க்கேஸ் ❖ ஸ்பானிஷிலிருந்து தமிழில்: மா. அண்ணாதுரை ❖ மொழிபெயர்ப்புரிமை: மா. அண்ணாதுரை ❖ முதல் பதிப்பு: மே 2024 ❖ வெளியீடு: காலச்சுவடு பப்ளிகேஷன்ஸ் (பி) லிட்., 669, கே.பி. சாலை, நாகர்கோவில் 629001

காலச்சுவடு பதிப்பக வெளியீடு: 1285

kaalaraa kaalattil kaatal ❖ Novel ❖ Author: Gabriel Garcia Marquez ❖ Tamil Translated from Spanish by: M. Annadurai ❖ Translation © M. Annadurai ❖ Language: Tamil ❖ First Edition: May 2024 ❖ Size: Demy 1 x 8 ❖ Paper: 18.6 kg maplitho ❖ Pages: 472

Published by Kalachuvadu Publications Pvt. Ltd., 669, K.P. Road, Nagercoil 629001, India ❖ Phone: 91-4652-278525 ❖ e-mail: publications@kalachuvadu.com ❖ Printed at Mani Offset, Chennai 600077

ISBN: 978-93-6110-586-9

05/2024/S.No.1285 kcp 5105, 18.6 (1) 9ss

மெர்சிடிஸுக்கு

நான் உதிர்க்கப்போகும் வார்த்தைகள்
இப்போது தங்களுக்கே சொந்தமான
முடிசூடிய தேவதையைப் பெற்றுள்ளன.

                        லியோனார்டோ தீயாஸ்

1

அதைத் தவிர்த்துவிட முடியாது: கசப்பான பாதாமின் வாசனை ஒருதலைக் காதலின் விதியைத்தான் அவருக்கு எப்போதும் நினைவு படுத்தும். அவரைப் பொறுத்தவரை பல ஆண்டு களுக்கு முன்பே அவசர கவனிப்புக்கான தேவையை இழந்துவிட்ட ஒரு நோயாளியைக் கவனிக்க அவசரமாக வந்திருந்த டாக்டர் குவெனல் உர்பினோ இருண்டுகிடந்த வீட்டுக்குள் நுழைந்தபோதே அந்த வாசனையை உணர்ந்தார். போரில் ஊனமுற்ற வரும் குழந்தைகளின் புகைப்படக்காரரும் சதுரங்க ஆட்டத்தில் மிகவும் பரிவான அவரது எதிராளியு மான ஆண்டீலிய அகதி ஜெரேமியா த சேந்த்–ஆமொர், தங்க சயனைடுப் புகையால் நினைவின் வேதனைகளிலிருந்து தப்பித்துப் போயிருந்தார்.

நஞ்சை ஆவியாக்கப் பயன்படுத்திய தட்டம் இருந்த நாற்காலிக்குப் பக்கத்தில், வழக்கமாக அவர் உறங்கும் மடக்குக் கட்டிலில் போர்வையால் மூடிவைக்கப்பட்டிருந்த அவரது சடலத்தைக் கண்டார். கட்டிலின் காலில் கட்டப்பட்டுத் தரையில், பனிவெள்ளை நிற மார்பு கொண்ட கறுப்பு கிரேட்–டேன் நாயின் விரிந்த உடலும் அதன் பக்கத்தில் ஊன்றுகோல்களும் கிடந்தன. படுக்கையறையாகவும் புகைப்படக் கூடமாகவும் ஒரே நேரத்தில் பயன்பட்ட மூச்சுமுட்ட அடைத்துக் கிடந்த அறை, திறந்திருந்த ஜன்னலின் விடியல் வெளிச்சத்தால் மெதுவாக பிரகாசமடையத் தொடங்கியது. என்றாலும், மரணத்தின் அதிகாரத்தை உடனடியாகத் தெரிந்து கொள்ள அதுவே போதுமானதாக இருந்தது. மற்ற ஜன்னல்களும் அதைப்போன்ற சந்துபொந்துகளும் கறுப்பு அட்டைகளால் மூடப்பட்டும் கந்தல் துணிகளால் அடைக்கப்பட்டும் இருந்தமை, அந்த அறையின் கொடூரத்தின் அடர்த்தியைக்

சுவட்டியது. பெயர் எழுதப்படாத பாட்டில்களும் குடுவைகளும் அடைத்துக்கிடந்த மேஜையும் சிவப்புத்தாள் சுற்றிய ஒரு சாதாரண பல்பிற்குக் கீழே இரண்டு நசுங்கிய ஈயத்தட்டங்களும் கிடந்தன. படம் கழுவும் திரவத்திற்கான மூன்றாவது தட்டம்தான் சடலத்திற்குப் பக்கத்தில் கிடந்தது. உடைந்த மரச்சாமான்களும் கண்ணாடித் தட்டுகளில் புகைப்படச் சுருள் குவியல்களும் பழைய இதழ்களும் நாளேடுகளும் நாலா பக்கமும் கிடந்தன என்றாலும், அவை அனைத்தும் திறமையான ஒரு கரத்தால் புழுதியிடமிருந்து பாதுகாக்கப்பட்டிருந்தன. ஜன்னலிலிருந்து வீசிய காற்று அறைச்சூழலைத் சுத்தப்படுத்தியிருந்தாலும், கசப்பு பாதாமின் அதிர்ஷ்டம் இல்லாத காதல்களின் சூடான நெருப்பில் அதை அடையாளம் காணத் தெரிந்த ஒருவருக்காக அது இன்னமும் அங்கே இருந்தது. தெய்வத்தின் கிருபையால் உயிரை விடுவதற்கு அது பொருத்தமான இடமல்ல என்று ஊகிக்கும் ஆர்வம் இல்லாமல், டாக்டர் குவெனல் உர்பினோ பலமுறை நினைத்திருக்கிறார். ஆனால் ஒருவேளை அதன் ஒழுங்கீனம் தெய்வக் கருணையின் கமுக்கமானதொரு தீர்மானத்திற்குக் கட்டுப்பட்டதாக இருக்கலாமென்னும் அனுமானத்திற்கு அவர் காலப்போக்கில் வந்துவிட்டிருந்தார்.

நகராட்சி மருத்துவமனையில் தடயவியல் பயிற்சி பெற்றுவந்த மிகவும் இளையவரான மருத்துவ மாணவரோடு போலீஸ் கமிஷனர் முன்னால் வந்தார். டாக்டர் உர்பினோ வந்துகொண்டிருந்த நேரத்தில் சடலத்தை மூடிவைத்ததும், அறையில் காற்றோட்டத்தை ஏற்படுத்தியதும் அவர்கள்தான். ஜெரேமியா த சேந்த்–ஆமொரோடு அவருக்கிருந்த நட்பின் ஆழத்தை அறியாதவர்கள் ஒருவருமில்லை என்பதால், இந்த முறை மரியாதையைவிட அதிகமாகத் துக்கத்தைக் கொண்டிருந்த பயபக்தியோடு இருவரும் அவரை வணங்கினார்கள். அன்றாடப் பொது மருத்துவ வகுப்பைத் தொடங்குவதற்கு முன்பு, மாணவர்கள் ஒவ்வொருவரோடும் வழக்கமாகச் செய்வதைப் போல, அந்தப் புகழ்பெற்ற ஆசிரியர் அவர்கள் இருவரோடும் கைகுலுக்கினார். பிறகு சடலத்தை மூடியிருந்த போர்வையின் ஓரத்தை, ஒரு பூவைப் பிடிப்பதைப் போல ஆள்காட்டி விரலாலும் பெருவிரலாலும் பிடித்து, மதச்சடங்கின் நிதானத்தோடு அங்குலம் அங்குலமாகத் திறந்தார். ஜெரேமியா த சேந்த்–ஆமொர் முழு நிர்வாணமாகவும் திறந்த கண்களோடும் நீலம்பாரித்த உடலோடும் விறைத்து முறுக்கிக்கொண்டும் முந்தைய இரவைவிட ஐம்பது வயது முதிர்ந்தவரைப் போலவும் கிடந்தார். அவர் தெளிவான கண்களையும் மஞ்சள்பூத்த தாடியையும் தலைமுடியையும் கோணி ஊசியால் தைக்கப்பட்ட பழைய வடு குறுக்கே பாய்ந்த வயிற்றையும் கொண்டிருந்தார்.

ஊன்றுகோல்களைப் பயன்படுத்திய அவரது உடலும் கைகளும் துடுப்புக் கப்பல் அடிமையின் திரட்சியைக் கொண்டிருந்தன. ஆனால் சக்தியற்ற அவரது கால்கள் அநாதையின் கால்களைப் போலத்தோன்றின. மரணத்திற்கு எதிரான தனது பல ஆண்டுகாலப் பயனற்ற போராட்டத்தில் மிகச்சில சமயங்களில் வலித்ததைப் போன்ற இதயத்தோடு ஒருகணம் அவரைப் பார்த்தார் டாக்டர் குவெனல் உர்பினோ. "அடிமுட்டாள். ஏற்கெனவே போய்ச் சேர்ந்துவிட்டான்" என்றார்.

போர்வையால் உடலை மறுபடியும் மூடிய டாக்டர் உர்பினோ தனது கல்வியின் கண்ணியத்தை மீட்டுக்கொண்டார். முறையான மூன்று நாள் விழாவோடு எண்பதாவது பிறந்தநாளை முந்தைய ஆண்டு கொண்டாடியிருந்த அவர், நன்றியுரையில் ஓய்வுபெறும் சபலத்தை மீண்டும் ஒருமுறை அடக்கிக்கொண்டார். "நான் இறக்கும்போது ஓய்வெடுக்கப் போதுமான நேரம் கிடைக்கும், ஆனால் அந்த நிகழ்வு எனது திட்டங்களில் இன்னும் இடம்பெறவில்லை" என்று சொல்லிவிட்டார். வலது காதில் கேட்பது படிப்படியாகக் குறைந்துகொண்டே வந்தாலும் நடையின் தடுமாற்றத்தை மறைத்துக்கொள்ள வெள்ளிப்பூண் போட்ட கைத்தடியின் மேல் சாய்ந்துகொண்டாலும், தங்கக் கடிகாரச் சங்கிலி குறுக்கே ஓடிய அங்கியோடு முழு லினென் உடையை இளமைக்கால மிடுக்கோடு அணிவதைத் தொடர்ந்தார். கிளிஞ்சல் நிறக் குறுந்தாடியும் நடுவில் நேர் வகிடெடுத்துப் படிய வாரப்பட்ட அதே நிறத் தலை முடியும் அவரது குணத்தின் உண்மையான வெளிப்பாடுகளாக இருந்தன. படிப்படியாகக் கவலையை அதிகரித்த ஞாபகமறதியைத் தன்னால் முடிந்தவரை ஈடுகட்ட, துண்டுக் காகிதங்களில் அவசரமாகக் கிறுக்கிய குறிப்புகள், மருத்துவக் கருவிகளும் மருந்துப் பாட்டில்களும் கலவையான மற்ற பல பொருட்களும் மருத்துவப் பையில் கலந்து கிடந்ததைப் போலவே, அவரது பாக்கெட்டுகளில் குழம்பிக் கிடந்தன. நகரத்தின் மிகப்பழைய மருத்துவராகவும் அறிவாளி யாகவும் இருந்ததோடு மிக நேர்த்தியான மனிதராகவும் அவர் இருந்தார். இருந்தாலும், அதிகத் தம்பட்டமான அவருடைய அறிவாற்றலும் தனது பெயரின் அதிகாரத்தை அவர் பயன்படுத்திக் கொண்ட நேர்மையற்ற முறையும் கிடைத்திருக்க வேண்டியதை விடக் குறைவான நேசத்தையே அவருக்கு பெற்றுத் தந்தன.

கமிஷனருக்கும் பயிற்சி மருத்துவருக்கும் டாக்டர் வழங்கிய அறிவுரைகள் துல்லியமாகவும் விரைவாகவும் இருந்தன. பிரேதப் பரிசோதனை செய்யத் தேவையில்லை. ஏதோவொரு புகைப்பட அமிலத்தால் தட்டத்தில் தூண்டப்பட்ட சயனைடுப் புகைதான் மரணத்திற்குக் காரணம் என்பதைத் தீர்மானிக்க

ஊன்றிக் கவனிக்கும் ஆர்வத்தை டாக்டர் உர்பினோவால் கட்டுப்படுத்திக்கொள்ள முடியவில்லை. ஜெரேமியா த சேந்த்–ஆமொர் வாரத்தின் ஒவ்வொரு நாள் மாலையிலும் குறைந்தது மூன்று வெவ்வேறு எதிராளிகளோடு விளையாடுவார் என்பதால் அது முந்தைய இரவின் ஆட்டம்தான் என்பது அவருக்குத் தெரியும். ஆனால் அவர் எப்போதும் ஆட்டத்தின் இறுதிவரை சென்று, பலகையையும் காய்களையும் பெட்டியில் வைத்து, பெட்டியை மேஜையின் இழுப்பறையில் வைத்துவிடுவார். எப்போதும் வெள்ளைக் காய்களுடன் விளையாடும் அவர், இந்த முறை இன்னும் நான்கே நகர்வுகளில் இரக்கமில்லாமல் தோற்கடிக்கப்படவிருந்தார் என்பது தெளிவாகத் தெரிந்தது. இது ஒரு குற்றச்செயலாக இருக்குமானால், ஒரு நல்ல துப்பு இங்குதான் இருக்கும். இப்படிப்பட்ட அபாரமான பொறியை உருவாக்கும் திறமையுள்ள ஒருவரை மட்டும்தான் எனக்குத் தெரியும்" என்று நினைத்துக்கொண்டார். கடைசிச் சொட்டு ரத்தம் உள்ளவரை போராடிப் பழகிய அந்த அடங்காத வீரன், தனது வாழ்க்கையின் கடைசி யுத்தத்தை முடிக்காமல் விட்டது ஏன் என்பதைப் பிறகு கண்டுபிடிக்காவிட்டால் அவரால் உயிர்வாழ முடியாது.

இரவுக் காவலர் காலை ஆறுமணிக்குக் கடைசிச் சுற்றில் இருந்தபோது, தெருக்கதவில் குத்தப்பட்டிருந்த கடிதத்தைப் பார்த்தார். *தட்டாமல் உள்ளே வந்து காவல்துறைக்குத் தகவல் தெரிவிக்கவும்* என்று எழுதியிருந்தது. சற்று நேரத்தில் பயிற்சி மருத்துவரோடு போலீஸ் கமிஷனர் அங்கு வந்துசேர்ந்தார். சந்தேகத்திற்கு இடமில்லாத கசப்பு பாதாம் வாசனைக்கு எதிரான ஆதாரத்தைத் தேடி இருவரும் வீட்டைச் சோதனை யிட்டார்கள். ஆனால் முடிவடையாத ஆட்டத்தை ஆராய டாக்டர் குவெனல் உர்பினோ செலவிட்ட சில நிமிடங்களில், அவரது பெயர் எழுதப்பட்ட கடித உறை ஒன்றை மேசையிலிருந்த தாள்களுக்கிடையிலிருந்து கமிஷனர் கண்டுபிடித்தார். ஏராளமான மெழுகைக் கொண்டு முத்திரையிடப்பட்டிருந்ததால் கடிதத்தை எடுக்க உறையைக் கிழிக்க வேண்டியிருந்தது. அதிக வெளிச்சம் கிடைப்பதற்காக ஜன்னலின் கறுப்புத் திரையை விலக்கிய மருத்துவர், படிக்க வசதியான கையெழுத்தில் இரண்டு பக்கங்களிலும் எழுதப்பட்டிருந்த பதினோரு தாள்களின்மீது விரைவான முதல் பார்வையை வீசினார். முதல் பத்தியைப் படிக்கத் தொடங்கியபோதே பெந்தகோஸ்தே திருவிருந்து தவறிப்போனதைப் புரிந்துகொண்டார். தவறவிட்ட இழையை மீண்டும் பிடிக்கப் பல பக்கங்களில் திரும்பிச்சென்று பதற்றமான மூச்சோடு படித்த அவர், முடித்தபோது வெகு தொலைவிலிருந்து, நீண்டகாலத்திற்குப் பிறகு திரும்பியதைப்

போலத் தோன்றினார். விரக்தியை மறைத்துக்கொள்ள அவர் செய்த முயற்சிகளையும் தாண்டி அது வெளிப்படையாகத் தெரிந்தது: அவரது உதடுகளில் சடலத்தின் நீலநிறம் இருந்தது. கடிதத்தை மறுபடியும் மடித்து, கோட்டுப் பாக்கெட்டில் பத்திரப்படுத்தியபோது விரல்களின் நடுக்கத்தை அவரால் கட்டுப்படுத்திக்கொள்ள முடியவில்லை. கமிஷனரைப் பற்றியும் இளம் மருத்துவரைப் பற்றியும் அப்போது நினைத்துக்கொண்ட அவர், துக்கத்தின் மூடுபனியிலிருந்து அவர்களைப் பார்த்துப் புன்னகைத்தார்.

“குறிப்பாக ஒன்றுமில்லை. அவரது இறுதிக் குறிப்புகள்தான்” என்றார்.

சரியாகப் பதிக்கப்படாத தரையோட்டை அகற்றச் சொல்லி உத்தரவிட்ட இடத்தில் பணப்பெட்டியைத் திறப்பதற்கான ரகசிய எண்கள் எழுதப்பட்ட, பயன்படுத்தி நைந்துபோன குட்டிக் கணக்குப் புத்தகத்தைக் கண்டெடுத்ததால், அவர் சொன்னது பாதியளவுதான் உண்மை என்றாலும் அதை அவர்கள் முழுமையாக நம்பினார்கள். எதிர்பார்த்த அளவுக்கு இல்லை என்றாலும், இறுதிச் சடங்குச் செலவுகளுக்கும் மற்ற சில்லறைக் கடமைகளை நிறைவேற்றவும் தேவையான அளவுக்குப் பணம் இருந்தது. சுவிசேஷ நற்செய்திக்கு முன்பாகப் பேராலயத்திற்குச் போய்ச்சேர முடியாது என்பதை டாக்டர் உர்பினோ அப்போது உணர்ந்துகொண்டார்.

“விவரம் தெரிந்த நாளிலிருந்து ஞாயிற்றுக்கிழமைத் திருப்பலியைத் தவறவிடுவது இது மூன்றாவது முறை. ஆனால் தேவனுக்குப் புரியும்” என்றார்.

ஆகவே கடிதத்தின் ரகசியங்களை மனைவியோடு பகிர்ந்துகொள்ள வேண்டுமென்ற தவிப்பு தாங்கிக்கொள்ள முடியாததாக இருந்தாலும் அனைத்துக் கடமைகளையும் முடிக்க மேலும் சில நிமிடங்கள் செலவிட விரும்பினார். ஏமாற்றத்தின் சுமையால் அவர் அழுத்தப்பட்டிருப்பது மிகவும் வெளிப்படையாகத் தெரிந்த பிறகும்கூட, நகரத்தில் வசித்த கரீபிய அகதிகள் தங்களில் மிகவும் மரியாதைக்குரியவராகவும் சுறுசுறுப்பானவராகவும் தீவிரமானவராகவும் நடந்துகொண்ட அந்த மனிதருக்கு இறுதி மரியாதை செலுத்த விரும்பக்கூடும் என்பதால் அவர்களுக்குத் தகவல் தெரிவிக்க முடிவுசெய்தார். புகழ்பெற்ற தொழில் வல்லுநர்கள் முதல் பெயர் தெரியாத கூலிகள் வரையிலான அவரது சதுரங்கக் கூட்டாளிகளுக்கும், அதிக நெருக்கம் இல்லாவிட்டாலும் ஒருவேளை இறுதிச் சடங்கில் கலந்துகொள்ளக்கூடும் என்பதால் மற்ற நண்பர்களுக்கும் தகவல்

தெரிவிப்பார். மரணத்திற்குப் பிந்தைய கடிதத்தைப் படிப்பதற்கு முன்பு ஈமச்சடங்கில் முதல் ஆளாக இருக்க வேண்டும் என்று தீர்மானித்திருந்தார். ஆனால் அதைப் படித்த பிறகு அவர் எதிலும் உறுதியாக இல்லை. எப்படி இருந்தாலும் தன்னுடைய பாவங்களுக்கு வருத்தப்பட்ட கடைசி நிமிடம் ஜெரேமியா த சேந்த்–ஆமொருக்கு வாய்த்திருக்கலாம் என்பதால், பாரிஜாத மலர்வளையத்தை அனுப்பிவைக்கவிருந்தார். கடுமையான கோடை மாதங்களில் பொருத்தமான நேரமாக இருந்த மாலை ஐந்து மணிக்கு உடலடக்கம் நடைபெறும். தேவைப்பட்டால் மருத்துவத் துறையில் வெள்ளி விழாவை ஆடம்பரமான மதிய விருந்தோடு அந்த நாளில் கொண்டாடும் அவரது நேசத்திற்குரிய மாணவர் டாக்டர் லாசிடெஸ் ஒலிவெய்யாவின் பண்ணை வீட்டில்தான் பன்னிரண்டு மணிமுதல் இருப்பார்.

தொடக்ககாலப் போராட்டங்களின் புயலடித்த ஆண்டு களைக் கடந்த பிறகு, பின்பற்ற எளிமையானதொரு அன்றாட வேலைத்திட்டத்தைக் கொண்டிருந்த டாக்டர் குவெனல் உர்பினோ, மாகாணத்தில் இணையற்ற மரியாதையையும் கௌரவத்தையும் பெற்றார். முதல் சேவல்களோடு எழுந்துவிடும் அவர், அந்த நேரத்திலிருந்தே ரகசிய மருந்துகளை எடுத்துக் கொள்ளத் தொடங்குவார்: உற்சாகம் எழும்ப பொட்டாசியம் ப்ரோமைடு, மழைக்கால எலும்பு வலிக்கு சாலிசிலேட்டு, தலைச்சுற்றலுக்கு எர்கோஸ்டரோல் சொட்டுமருந்து, நல்ல தூக்கத்திற்கு பெல்லாடோனா. மருத்துவராகவும் பேராசிரிய ராகவும் விளங்கிய தனது நெடிய வாழ்க்கையில் முதுமையின் துன்பங்களுக்குத் தற்காலிக நிவாரணங்களைப் பரிந்துரைப்பதற்கு எதிராகவே அவர் எப்போதும் இருந்திருப்பதால், ஒவ்வொரு மணிநேரத்திற்கும் ஏதாவதொன்றை எப்போதும் மறைவாகவே எடுத்துக்கொள்வார்: தனது வலிகளைவிட அடுத்தவர் வலிகளைப் பொறுத்துக்கொள்வது அவருக்கு எளிதாக இருந்தது. அத்தனை மருந்துகளின் கலவையைப் பற்றிய அச்சத்தைப் போக்கிக் கொள்ள, யாரும் பார்க்காத நேரத்தில் அவர் ஆழமாக முகர்ந்து கொள்ளச் சிறிய கற்பூரப் பொதியைச் சட்டைப்பையில் எப்போதும் கொண்டுசென்றார்.

மரணத்திற்கு முந்தைய நாள்வரை, சரியாகக் காலை எட்டு மணிக்குத் திங்கட்கிழமை முதல் சனிக்கிழமைவரை மருத்துவக் கல்லூரியில் அவர் அன்றாடம் போதித்த பொது மருத்துவ வகுப்பிற்குத் தயாரித்துக்கொண்டு, தனது படிப்பறையில் ஒரு மணிநேரம் இருப்பார். ஃபிரெஞ்ச் இலக்கியத்தைப் படித்த அளவுக்கு அத்தனைக் கவனத்தோடு ஸ்பானிஷ் இலக்கியத்தைப் படித்ததில்லை என்றாலும், அவரது பாரிஸ்

நகரப் புத்தகக் கடைக்காரர் தபாலில் அனுப்பிவைத்த, அல்லது பார்சலோனாவின் உள்ளூர்ப் புத்தகக் கடைக்காரர் தருவித்துக் கொடுத்த நவீன படைப்புகளின் ஆர்வமுள்ள வாசகராகவும் இருந்தார். எப்படி இருந்தாலும் அவற்றைப் பகல் தூக்கத்திற்குப் பிறகு ஒரு மணிநேரமும் இரவு தூங்குவதற்கு முன்பும் படிப்பாரே தவிர, காலை நேரத்தில் ஒருபோதும் படித்ததில்லை. வாசிப்பை முடித்த பிறகு குளியலறையில், திறந்திருந்த ஜன்னல் முன்பாக, புதுக்காற்று வீசும் இடமான சேவல்கூவும் திசையைப் பார்த்துப் பதினைந்து நிமிட மூச்சுப் பயிற்சி செய்வார். பிறகு குளித்து விட்டு, அசல் ஃபாரினா கெகென்யூபர்[1] திரவிய வாசனை அடர்ந்த சூழலில் தாடியை ஒழுங்குபடுத்தி, மீசைக்கு மெழுகு பூசி, மேலங்கியோடும் நெகிழ்வான தொப்பியோடும், வெள்ளைச் சணல் உடையும் ஆட்டுத்தோல் காலணியும் அணிந்துகொள்வார். எண்பத்தொரு வயதிலும், காலராப் பெருந்தொற்றுக்குப் பிறகு, பாரிசிலிருந்து திரும்பிய காலத்தின் எளிமையான வழக்கங்களையும் கொண்டாட்ட மனநிலையையும் அவர் தக்கவைத்துக் கொண்டார். உலோக நிறம் பெற்றதைத் தவிர, நடு வகிடு எடுத்துப் படிய வாரப்பட்ட தலைமுடியும் இளமைக் காலத்தில் இருந்ததைப் போலவே இருந்தது. தனிப்பட்ட பத்தியத்தோடுதான் என்றாலும், காலை உணவைக் குடும்பத்தோடு உண்டார். வயிறு கெடாமலிருக்க மாசிப்பத்திரிப்பூக் கஷாயம், இதயநோயைத் தடுக்க ரொட்டித் துண்டோடு ஒவ்வொன்றாகக் கவனமாக மென்று தின்ற ஒரு கட்டிப் பூண்டின் உரித்த பற்கள். வகுப்பிற்குப் பிறகு அவருக்குத் தனது குடிமைச் சமூக முன்னெடுப்புகளோடு அல்லது கத்தோலிக்கப் போராளிகளோடு அல்லது கலை, சமூக ஆக்கங்களோடு தொடர்புடைய பணி இல்லாமல் இருப்பது அரிது.

மதிய உணவை அனேகமாக எப்போதும் வீட்டிலேயே சாப்பிட்ட அவர், மாமரத்தடியில் பாடிக்கொண்டிருக்கும் வேலைக்காரப் பெண்களின் பாடல்களைக் கனவில் கேட்டுக்கொண்டும் அழுகிப்போகச் சாபம் பெற்ற தேவதையைப் போல வெக்கையான பிற்பகலில் வீட்டின் சூழலில் சிறகடித்த புகையைக் கக்கிய வளைகுடாவின் எண்ணெய் எந்திரங்களும் எழுப்பிய உறுமல்களையும் தெருவின் கூச்சல்களையும் கேட்டுக்கொண்டும் முற்றத்து மாடியில் உட்கார்ந்தபடி பத்துநிமிடப் பகல் தூக்கம் போடுவார். பிறகு அண்மையில் வெளியான நூல்களை, குறிப்பாக நாவல்களையும் வரலாற்று ஆய்வுகளையும் ஒரு மணிநேரம் படிக்கும் அவர், சில வருடங்களாகவே உள்ளூர் மக்களின் கவனத்தை ஈர்த்த வளர்ப்புக் கிளிக்கு ஃபிரெஞ்ச் மொழியும் பாட்டும் சொல்லிக்கொடுப்பார். பெரிய குவளையில்

1. உலகின் மிகப் பழைய வாசனைத் திரவிய நிறுவனம்.

பனிக்கட்டி சேர்த்த எலுமிச்சைச் சாறைக் குடித்த பிறகு, நான்கு மணிவாக்கில் நோயாளிகளைப் பார்க்கப் புறப்படுவார். முதுமையை அடைந்துவிட்ட நிலையிலும் நோயாளிகளைத் தன் இடத்திற்கு வரவழைத்துப் பார்க்க மறுத்த அவர், எந்தப் பகுதிக்கும் போய்வரக்கூடிய அளவுக்கு நகரம் மிகவும் பண்பட்டதாக இருந்ததால், வழக்கமாகச் செய்ததைப்போல, அவரவர் வீடுகளுக்கே சென்று கவனித்துவந்தார்.

ஐரோப்பாவிலிருந்து முதல்முறையாகத் திரும்பியதிலிருந்து இரண்டு தங்கச் செவலைக் குதிரைகள் பூட்டிய குடும்பத்தின் கூண்டுவண்டியில் போய்வந்தார். ஆனால் அதைப் பராமரிக்க முடியாமல் போன பிறகு ஒற்றைக் குதிரை விக்டோரியா வண்டிக்கு மாறிக்கொண்டார். உலகிலிருந்து குதிரை வண்டிகள் மறைந்துபோகத் தொடங்கிய பிறகும், நகரத்தில் எஞ்சியிருந்த ஒருசிலவும் சுற்றுலாப் பயணிகள் சவாரி செய்யவும் இறுதிச் சடங்குகளுக்கு மலர் வளையங்களைக் கொண்டுசெல்லவும் மட்டுமே அவை பயன்பட்ட காலத்திலும், புதுமைக்கு எதிரான ஒருவித வெறுப்போடு அதைத் தொடர்ந்து பயன்படுத்திவந்தார். ஓய்வுபெற மறுத்தாலும், கைவிடப்பட்ட நோயாளிகளைக் கவனிக்க மட்டுமே தன்னை அழைக்கிறார்கள் என்பதை உணர்ந்திருந்தார். ஆனால் அதுவும் ஒருவிதமான சிறப்புத் துறைதான் என்று கருதினார். ஒரு நோயாளியைப் பீடித்திருப்பது என்ன என்பதை நோயாளியின் தோற்றத்தைக் கொண்டே தெரிந்துகொள்ளும் திறமை அவருக்கு இருந்தது, காப்புரிமை பெற்ற மருந்துகளைப் பற்றிய அவரது அவநம்பிக்கை படிப்படியாக அதிகரித்துக்கொண்டே வந்தது. அறுவைச் சிகிச்சை கொச்சைப்படுத்தப்படுவதை அதிர்ச்சியோடு பார்த்தார். "மருத்துவத்தின் தோல்விக்குக் கத்திதான் மிகப்பெரிய சான்று" என்பார். கறாரான பார்வையில், எல்லா மருந்துகளும் நஞ்சுதான்; எழுபது சதவீத அன்றாட உணவுப் பொருள்கள் மரணத்தைத் துரிதப்படுத்துபவை என்றும் அவர் கருதினார். "எப்படி இருந்தாலும், நமக்குத் தெரிந்த ஒரு சில மருந்துகளும் சில மருத்துவர்களுக்கு மட்டுமே தெரியும்" என்று அவர் வகுப்பறையில் சொல்வது வழக்கம். வாலிப உற்சாகங்களிலிருந்து விதிவசமான மனிதநேயம் என்று தானே வரையறுத்துக்கொண்ட இடத்திற்கு அவர் நகர்ந்திருந்தார். "அவரவர் மரணத்திற்கு அவரவரே அதிபதி. நேரம் வரும்போது, நம்மால் செய்ய முடிவதெல்லாம், பயமோ வலியோ இல்லாமல் மரணத்தைத் தழுவ உதவுவது மட்டுமே என்பார்." ஆனால் உள்ளூர் மருத்துவப் பழங்கதைகளின் அங்கமாகிவிட்ட இப்படிப்பட்ட தீவிரக் கருத்துக்களையும் தாண்டி, மருத்துவக் கண் என்று அந்தக் காலத்தில் அழைக்கப்பட்ட அவரது திறமையை அங்கீகரித்ததால், அவரது முன்னாள்

மாணவர்கள் வளர்ந்து வல்லுநர்களாக நிலைபெற்றுவிட்ட பிறகும்கூட அவரிடம் தொடர்ந்து ஆலோசனை பெற்றுவந்தார்கள். எப்படி இருந்தாலும், அதிகச் செலவுபிடிக்கும் பிரத்தியேகமான மருத்துவராகத்தான் அவர் எப்போதும் இருந்தார். அவரது நோயாளிகள் ஆட்சியாளர்கள் வசித்த மாவட்டத்தின் பாரம்பரிய மாளிகைகளில் குவிந்திருந்தனர்.

மாலைநேரச் சுற்றின்போது ஏதாவது அவசரமெனில் அவருக்கான தகவலை எங்கே அனுப்புவது என்று அவரது மனைவிக்குத் தெரியுமளவுக்கு, மிகவும் முறையான அன்றாட வேலைத்திட்டத்தை வைத்திருந்தார். இளமைக் காலத்திலிருந்தே, வீடு திரும்பும் வழியில் திருச்சபைக் காப்பிக் கடையில் தங்கிச்செல்லும் வழக்கம் கொண்ட அவர், தனது மாமனாரின் கூட்டாளிகளோடும், கரீபிய அகதிகள் சிலரோடும் அங்குதான் தன் சதுரங்க ஆட்டத்தை முழுமைப்படுத்திக்கொண்டார். ஆனால் புதிய நூற்றாண்டின் தொடக்கத்திலிருந்து திருச்சபைக் காப்பிக் கடைக்குத் திரும்பாத அவர், சமுதாய மன்றத்தின் ஆதரவோடு தேசியப் போட்டிகளை நடத்த முனைந்தார். அந்தக் காலக்கட்டத்தில்தான், ஏற்கெனவே செயலிழந்த முழங்கால்களோடும் அதுவரை குழந்தைகள் புகைப்படக்காரராக உருவெடுக்காத ஜெரேமியா த சேந்த்–ஆமொர் வந்துசேர்ந்தார். பலகையில் பிஷப்பை நகர்த்தத் தெரிந்த ஒவ்வொருவருக்கும் அவர் யாரென்று மூன்று மாதங்களுக்குள் தெரிந்துவிட்டது; ஏனென்றால் ஒரு ஆட்டத்தில்கூட அவரை யாரும் தோற்கடிக்க முடியவில்லை. சதுரங்கம் அவருக்கு அடங்காத வேட்கையாக மாறி, அதைத் திருப்திப்படுத்தும் எதிராளிகள் அதிகம் இல்லையென்று ஆகியிருந்த தருணத்தில், டாக்டர் குவெனல் உர்பினோவுக்கு அது ஒரு அதிசயமான சந்திப்பாக இருந்தது.

ஜெரேமியா த சேந்த்–ஆமொர் நம்மிடையே இன்று இருப்பதைப் போல இருப்பதற்கு அவர்தான் காரணம். அவர் யாரென்றோ, என்ன செய்தாரென்றோ, எந்தப் பெருமையற்ற போரிலிருந்து ஊனமுற்றுக் கையறுநிலையில் வந்தாரென்றோ கண்டுபிடிக்கக்கூடச் சிரமப்படாமல், டாக்டர் உர்பினோ அவரது நிபந்தனையற்ற பாதுகாவலராகவும் அனைத்திலும் அவரது பிணையதாரராகவும் மாறினார். அவர் புகைப்படக் கூடத்தை அமைக்கத் தனது சொந்தப் பணத்தையும் கடனாகக் கொடுத்தார். மெக்னீசிய மின்னல் ஒளியால் திடுக்கிட்ட முதல் குழந்தையின் புகைப்படத்தை எடுத்த நாளிலிருந்து அந்தப் பணத்தை ஒழுங்கு தவறாமல் திருப்பிக் கொடுத்தார் ஜெரேமியா த சேந்த்–ஆமொர்.

எல்லாமே சதுரங்க ஆட்டத்திற்காகத்தான். தொடக்கத்தில் இரவு உணவிற்குப் பிறகு, ஏழு மணிக்கு, எதிராளியின்

குறிப்பிடத்தக்க திறமையால் டாக்டருக்குக் கிடைத்த நியாயமான பலன்களோடு விளையாடினார்கள். ஆனால் படிப்படியாகப் பலன் குறைந்து இருவரும் சமநிலையை அடைந்தார்கள். பிறகு முதல் திரைப்பட முற்றத்தை தோன் கலிலியோ தாகோந்தே திறந்தபோது, ஜெரேமியா த சேந்த்–ஆமொர் மிகவும் நேரம் தவறாத வாடிக்கையாளர்களில் ஒருவரானார். முதல் காட்சிகள் திரையிடப்பட்ட நாட்கள்போக எஞ்சிய இரவுகளில் மட்டும் என்பதாகச் சதுரங்க ஆட்டங்கள் குறைந்துபோயின. அப்போது மருத்துவரும் அவரும் சேர்ந்து சினிமாவுக்குப் போகுமளவுக்கு நெருங்கிய நண்பர்களானார்கள். ஆனால் டாக்டரின் மனைவி ஒருபோதும் அவர்களுடன் சென்றதில்லை. சிரமமான கதைகளின் போக்கைப் பின்பற்றும் பொறுமை அவளுக்கு இல்லை என்பதாலும், ஜெரேமியா த சேந்த்–ஆமொர் யாருக்கும் நல்ல துணை அல்ல என்று வெறும் உள்ளுணர்வால் அவளுக்குத் தோன்றியதாலும் அவள் அவர்களுடன் செல்லவில்லை.

டாக்டரின் ஞாயிற்றுக்கிழமைகள் மாறுபட்டவையாக இருந்தன. பேராலயத்தில் முக்கியத் திருப்பலியில் கலந்துகொண்டு வீடு திரும்பிய பிறகு, உள்முற்றத்து மாடியில் ஓய்வெடுத்துக் கொண்டும் படித்துக்கொண்டும் இருப்பார். மிகவும் அவசரமாக இல்லையென்றால், ஓய்வுக்காக ஒதுக்கப்பட்ட புனித நாளில் நோயாளிகளைப் பார்க்க அவர் வெளியில் செல்வதில்லை. பல வருடங்களாகவே மிகக் கட்டாயமில்லாத எந்தச் சமூகப் பொறுப்பையும் அவர் ஏற்றுக்கொண்டதில்லை. அந்த பெந்தகோஸ்தே தினத்தில் ஒரு அபூர்வமான தற்செயலாக, இரண்டு அரிய நிகழ்வுகள் நடந்தன: ஒரு நண்பரின் மரணமும், ஒரு புகழ்பெற்ற மாணவரின் வெள்ளிவிழாவும். எப்படி இருந்தாலும், ஜெரேமியா த சேந்த்–ஆமொரின் இறப்புக்குச் சான்றளித்த பிறகு திட்டமிட்டபடி நேராக வீடு திரும்பாமல், தன் ஆர்வம் இழுத்துச் சென்ற திக்கில் சென்றார்.

வண்டியில் ஏறியதும், மரணத்திற்குப் பிந்தைய கடிதத்தை அவசரமாக மீண்டும் படித்த அவர், அடிமைகளின் பழைய குடியிருப்புப் பகுதியில் அறிமுகமில்லாத ஒரு முகவரிக்கு அழைத்துச்செல்ல வண்டிக்காரருக்கு உத்தரவிட்டார். அவர் தவறாகச் சொல்லிவிடவில்லை என்பதை வண்டிக்காரர் உறுதிப்படுத்திக்கொள்ள வேண்டிய அளவுக்கு அந்த முடிவு அவரது வழக்கத்திற்கு மாறானது. அதில் தவறு ஏதும் இல்லை: முகவரி தெளிவாகத்தான் இருந்தது. அதை எழுதியவருக்கு அதை நன்றாக அறிந்திருப்பதற்கான போதுமான காரணம் இருந்தது. அப்போது கடிதத்தின் முதல் பக்கத்திற்குத் திரும்பிய டாக்டர் உர்பினோ அவை மரணத்தின் விளிம்பிலிருந்த ஒருவரின்

உளறல்கள் அல்ல என்று ஏற்றுக்கொள்ள முடிந்திருந்தால், அந்த வயதிலும்கூட அவரது வாழ்க்கையை மாற்றியிருக்கக்கூடிய விரும்பத்தகாத உண்மைகளின் வெள்ளத்தில் மறுபடியும் மூழ்கினார்.

அதிகாலையிலிருந்தே வானத்தின் இயல்பு குலையத் தொடங்கியிருந்தது. மேகமூட்டத்தோடு குளிர்ச்சியாக இருந்தாலும் மதியத்திற்கு முன்பு மழைவரும் வாய்ப்பு இல்லை. குறுக்கு வழியைக் கண்டுபிடிக்க முயன்ற வண்டிக்காரர் காலனிய நகரத்தின் கல்பாவிய தெருக்களில் நுழைந்தார். பெந்தகோஸ்தே வழிபாட்டிலிருந்து திரும்பிய பள்ளிகளும் மதச்சபைகளும் ஏற்படுத்திய சந்தடியில் குதிரை மிரண்டுவிடாமலிருக்க அடிக்கடி வண்டியை நிறுத்த வேண்டியிருந்தது. காகித மாலைகளும் இசையும் பூக்களும் மஸ்லின் முந்தானைகளோடும் வண்ணக் குடைகளோடும் பால்கனிகளிலிருந்து கொண்டாட்டத்தை வேடிக்கை பார்த்த பெண்களும் தெருக்களை நிறைத்திருந்தார்கள். ஆப்பிரிக்கப் பனைமரங்களுக்கும் புதிய விளக்குப் பந்துகளுக்கும் மத்தியில் கொஞ்சம்கூடத் தனித்துத் தெரியாத லிபரேட்டர் சிலை இருந்த தேவாலயச் சதுக்கத்தில், திருப்பலியிலிருந்து வெளிவந்த வாகனங்களின் நெரிசல் ஏற்பட்டிருந்தது. போற்றத்தக்க, இரைச்சலான திருச்சபைக் காப்பிக் கடையில் உட்கார இடம் கிடைக்கவில்லை. டாக்டர் உர்பினோவின் வண்டிதான் அங்கிருந்த ஒரே குதிரை வண்டி. தோல்மூடாக்கின் பளபளப்பு எப்போதும் பராமரிக்கப்பட்டதாலும், உப்பு அரித்துவிடாமலிருக்க வெண்கலத்தாலான அலங்கார வேலைப்பாடுகள், வியன்னாவின் ஒப்பெரா திருவிழா இரவைப் போன்ற தங்கநிறக் கடையாணிகள், சிவப்பு வண்ணம் பூசப்பட்ட சக்கரங்கள், குறுக்குச் சட்டங்கள் ஆகியவற்றைக் கொண்டிருந்ததாலும் நகரத்தில் எஞ்சியிருந்த மிகச்சில வண்டிகளில் அது தனித்துத் தெரிந்தது. தவிர, மிகவும் பகட்டான குடும்பங்கள்கூட வண்டிக்காரர் தூய்மையான சட்டையணிந்தால் போதுமென்று திருப்தியடைந்தபோது, தனது வண்டிக்காரர் வெளுத்த வெல்வெட் சீருடையும் சர்க்கஸ் மாஸ்ட்டரின் தொப்பியும் அணிய வேண்டுமென்று அவர் வலியுறுத்தினார். அது காலப் பொருத்தமற்றதாக இருந்ததோடு கரீபியக் கோடை வெயிலில் கருணையற்றதாகவும் இருந்தது.

அந்த நகரத்தின் மீது அவருக்கிருந்த கிட்டத்தட்ட வெறித்தனமான காதலையும் மற்ற யாரையும்விட அதை நன்றாகத் தெரிந்துவைத்திருந்ததையும் தாண்டி, அடிமைகளின் பழைய குடியிருப்பின் சந்தடியில் தயக்கமில்லாமல் நுழைய அந்த ஞாயிற்றுக்கிழமை கிடைத்ததைப் போன்றதொரு காரணம் டாக்டர் உர்பினோவுக்கு மிகச்சில சமயங்களில் மட்டுமே

வாய்த்திருக்கிறது. வழியைக் கண்டுபிடிக்க வண்டிக்காரர் பலமுறை வண்டியைத் திருப்பவும் விசாரிக்கவும் வேண்டியிருந்தது. சதுப்பு நிலத்தின் துக்கத்தின் அண்மையையும், அதன் கொடூர மௌனத்தையும், உறக்கமற்ற பல விடியல்களில் முற்றத்து மல்லிகை வாசனையோடு கலந்து படுக்கையறைவரை எழுந்த அதன் ஈரம் சுமந்த நாற்றங்களையும் அடையாளம் கண்டு கொண்ட டாக்டர் உர்பினோ, தனது வாழ்க்கையோடு எந்தவிதத் தொடர்புமில்லாத நேற்றைய காற்றைப் போல அது கடந்து போவதை உணர்ந்தார். ஆனாலும், பின்வாங்கும் கடலால் அடித்துவரப்பட்ட கசாப்புக் கடைக் கழிவுகளுக்காகப் பருந்துகள் சண்டையிட்டுக்கொண்டிருந்த தெருக்களின் சேற்றில் வண்டி குலுங்கத் தொடங்கியபோது, பழைய நினைவின் ஏக்கத்தால் அவ்வப்போது உயர்வானதாகக் கற்பனை செய்யப்பட்ட அந்தக் கொள்ளை நோய் தாங்க முடியாத யதார்த்தமாக மாறியது. செங்கற்களால் கட்டப்பட்ட வைஸ்ராய் நகரத்தின் வீடுகளைப் போல் இல்லாமல், அங்கிருந்தவை சாயம்போன மரங்களையும் தகரக் கூரைகளையும் கொண்டு கட்டப்பட்டிருந்தன. ஸ்பானியர்களிடமிருந்து பாரம்பரியச் சொத்தாகப் பெறப்பட்ட திறந்தவெளிச் சாக்கடைகளின் பெருக்கு நுழைந்துவிடாமலிருக்க, அவற்றில் பெரும்பாலானவை தூண்களின்மேல் அமைந்திருந்தன. அனைத்தும் பாழடைந்த, பரிதாபகரமான தோற்றத்தைக் கொண்டிருந்தாலும், ஏழைகளின் பெந்தகோஸ்தேவின் தெய்வமோ விதியோ இல்லாத கொண்டாட்ட இசையின் இடிமுழக்கம் மட்டமான உணவகங்களிலிருந்து வெளிவந்துகொண்டிருந்தது. கடைசியாக முகவரியைக் கண்டுபிடித்தபோது, வண்டிக்காரரின் நாடகத்தனமான உடையைக் கேலிசெய்த நிர்வாணமாகத் திரிந்த சிறுவர்களின் கும்பல் பின்தொடர்ந்து வந்தது, அவர்களை அவர் சவுக்கால் விரட்ட வேண்டியிருந்தது. ஒரு அந்தரங்கமான பயணத்திற்குத் தயாராக இருந்த டாக்டர் உர்பினோ, தனது வயதின் அப்பாவித்தனத்தைவிட ஆபத்தானது எதுவுமில்லை என்பதை மிகவும் தாமதமாகப் புரிந்துகொண்டார்.

இலக்கமில்லாத வீட்டின் வெளிப்புறத்தில், சரிகைத் திரைச் சீலையோடு இருந்த ஜன்னலையும் ஏதோவொரு பழைய தேவாலயத்திலிருந்து இறக்கப்பட்ட கதவையும் தவிர, வசதிக் குறைவான அதன் அண்டை வீடுகளிலிருந்து வேறுபடுத்திக் காட்ட எதுவுமில்லை. கதவில் பொருத்தப்பட்டிருந்த வளையத்தைத் தட்டிய வண்டிக்காரர், சரியான முகவரிதான் என்பதை உறுதிப்படுத்திக்கொண்ட பிறகுதான் வண்டியிலிருந்து இறங்க மருத்துவருக்கு உதவினார். கதவு சத்தமில்லாமல் திறந்து கொண்டது. இருண்ட உட்புறத்தில், காதில் சிவப்பு ரோஜாவோடு முழுக் கறுப்பு உடையணிந்த நடுத்தர வயதுப் பெண் ஒருத்தி

இருந்தாள். அவள் வயதையும் – நாற்பதுக்குக் குறையாமல் இருக்கலாம் – மீறி, கொடூரமான தங்கக் கண்களோடும், இரும்புப் பஞ்சாலான தலைக்கவசத்தைப்போல மண்டையின் வடிவத்தில் சீவப்பட்டிருந்த தலைமுடியோடும் ஆணவக்கார முலாட்டா[2]வாக அவள் இருந்தாள். புகைப்படப் பட்டறையில் சதுரங்க ஆட்டங் களின் குழப்பங்களுக்கு மத்தியில் அவர் பலமுறை அவளைப் பார்த்திருக்கிறார். ஏதோவொரு சமயம் காய்ச்சலுக்கு அவளுக்குக் கொய்னா மருந்தைப் பரிந்துரை செய்திருக்கிறார் என்றாலும், டாக்டர் உர்பினோவுக்கு அவளை அடையாளம் தெரியவில்லை. அவளை நோக்கிக் கையை நீட்டினார். வாழ்த்துவதைவிட உள்ளே வர உதவுவதற்காகத் தன்னுடைய கைகளுக்கிடையில் அவரது கையைப் பிடித்துக்கொண்டாள். அறையில் பூங்காவின் வனப்பும் கண்ணுக்குத் தெரியாத முணுமுணுப்பும் நிலவின, ஒவ்வொன்றும் அதனதன் இடத்திலிருந்த அறைக்கலன்களும் அலங்காரப் பொருட்களும் நெருக்கி வைக்கப்பட்டிருந்தன. டாக்டர் உர்பினோ மோண்ட்மார்த்ர தெரு இலக்கம் எண் 26இல், கடந்த நூற்றாண்டின் ஒரு இலையுதிர்காலத் திங்கட்கிழமையன்று பார்த்த, பாரிஸ் நகரப் புராதனப் பொருட்களுக்கான கடையைக் கசப்புணர்வு இல்லாமல் நினைத்துக்கொண்டார். அவருக்கு எதிரில் அமர்ந்துகொண்ட அந்தப் பெண், கடினமான காட்டலான்[3] மொழியில் பேசினாள்.

"இது உங்கள் வீடு டாக்டர்" என்றாள். "இவ்வளவு சீக்கிரம் உங்களை எதிர்பார்க்கவில்லை."

டாக்டர் உர்பினோ காட்டிக்கொடுக்கப்பட்டதாக உணர்ந்தார். அவளை ஆழமாக உற்றுப் பார்த்தார். அவளது துக்கத்தின் தீவிரத்தை, வேதனையின் கண்ணியத்தை உற்றுப் பார்த்தார். ஜெரேமியா த சேந்த்–ஆமொரின் மரணத்திற்குப் பிந்தைய கடிதத்தில் சொல்லப்பட்டிருந்த, நியாயப்படுத்தப் பட்டிருந்த அனைத்தைப் பற்றியும் அவரைவிட அதிகமாகவே அவளுக்குத் தெரிந்திருந்ததால், அது ஒரு தேவையற்ற பயணம் என்பதை அப்போது புரிந்துகொண்டார். அப்படித்தான் இருந்தது. ராஜாங்க ரகசியங்கள்கூட அனைவரும் அறிந்தவையாக இருந்த அந்தச் சோம்பலான மாகாணத் தலைநகரில் யாருக்கும் தெரியாமல், காதலைப் போலவே பெருமளவுக்குத் தோன்றிய பயபக்தியோடும், பணிவான மென்மையோடும் கிட்டத்தட்ட இருபது ஆண்டுகளாக ஜெரேமியா த சேந்த்–ஆமொரோடு சேர்ந்திருந்ததைப் போலவே, மரணத்திற்குச் சில மணிநேரம்

---

2. கறுப்பு வெள்ளை கலப்புத் தம்பதிகளுக்குப் பிறந்த பெண்.
3. ஸ்பெயின் நாட்டின் கிழக்கு, வடகிழக்குப் பகுதியில் பேசப்படும் வட்டார மொழி.

முன்புவரை அவள் அவரோடுதான் இருந்திருக்கிறாள். அவளது பிறப்பிடமும், அவர் தப்பி ஓடிவந்து ஆரம்பக் காலத்தைக் கழித்த இடமுமான போர்ட்–ஓ–பிரின்சின் பாதசாரிகளுக் கான ஓய்வகத்தில் அவர்கள் சந்தித்துக்கொண்டனர். ஒரு வருடத்திற்குப் பிறகு குறுகிய பயணமாக இந்த இடத்திற்கு அவரைப் பின்தொடர்ந்து வந்தாள். இருவரும் ஒப்பந்தம் செய்து கொள்ளவில்லை என்றாலும் நிரந்தரமாகத் தங்கிவிடத்தான் வந்திருக்கிறாள் என்பது இருவருக்குமே தெரிந்திருந்தது. வாரத்திற்கு ஒருமுறை புகைப்படக் கூடத்தின் சுத்தத்தையும் ஒழுங்கையும் பராமரிக்கும் பொறுப்பை அவள் ஏற்றுக் கொண்டாள் என்றாலும், கெட்ட புத்தி கொண்ட அண்டை வீட்டார்கூட அந்தத் தோற்றத்தை உண்மை என்று நினைக்க வில்லை; ஏனென்றால் ஜெரேமியா த சேந்த்–ஆமொரின் ஊனம் அவருடைய நடையை மட்டும் பாதிக்கவில்லை என்று மொத்த உலகமும் நம்பியதைப் போலவே அவர்களும் நம்பினார்கள். உறுதி செய்யப்பட்ட மருத்துவக் காரணங்களுக் காகத் தானும் அதை நம்பிய டாக்டர் உர்பினோ, கடிதத்தில் அவரே வெளிப்படுத்தியிருக்காவிட்டால் ஜெரேமியா த சேந்த்–ஆமொரின் வாழ்க்கையிலும் ஒரு பெண் இருந்தாள் என்பதை நம்பியிருக்க மாட்டார். எப்படி இருந்தாலும், தன்னலத்தில் மூழ்கிக் கிடந்த சமுதாயத்தின் பாரபட்சங்களின் எல்லையில், கடந்தகாலச் சுமைகள் இல்லாத, சுதந்திரமான, பருவ வயதைக் கடந்த இருவர், சமுதாயத்தால் ஏற்றுக்கொள்ளப்படாத காதலின் வாய்ப்பைத் தேர்ந்தெடுத்தனர் என்பதை அவரால் புரிந்துகொள்ள முடியவில்லை. “அது அவர் விருப்பம்” என்று அவள் விளக்கம் கொடுத்தாள். அதற்கும் மேலாக, ஒருபோதும் முற்றிலும் தன்னுடையவனாக ஆகிவிட முடியாத ஆண்மகனோடு பகிர்ந்துகொண்ட கள்ளத்தனமான வாழ்க்கையையும் அதில் கிடைத்த மகிழ்ச்சியின் திடீர் வெடிப்பையும் அவர்கள் பலமுறை அனுபவித்ததும், விரும்பத்தகாத நிலையாக அவளுக்குத் தோன்றவில்லை. அதற்கு மாறாக, ஒருவேளை அது முன்மாதிரியாக இருக்கக்கூடும் என்பதை வாழ்க்கை அவளுக்குக் காட்டியது.

பதினேழாம் நூற்றாண்டுக் கன்னிமடம் ஒன்றின் இடிபாடு களில் திறந்தவெளித் திரையரங்கை அந்த ஊரில் குடியேறிய இத்தாலியர் தோன் கலிலியோ தாகோந்தே நிறுவியதிலிருந்து, குறைந்தது மாதம் இரண்டு முறையாவது சென்றதைப் போல, அவரவர் கணக்கிலும் தனித்தனி இருக்கைகளிலும், முந்தைய இரவும் சினிமாவுக்குச் சென்றிருந்தார்கள். முந்தைய ஆண்டு பிரபலமாக இருந்ததும், போரின் காட்டுமிராண்டித்தனத்தால் நொறுங்கிய இதயத்தோடு டாக்டர் உர்பினோ படித்ததுமான ‘ஆல் கொயட் ஆன் த வெஸ்டர்ன் ஃப்ரண்ட்’ (மேற்கு எல்லையில்

முழுமையான அமைதி) என்ற நாவலை அடிப்படையாகக் கொண்ட திரைப்படத்தைப் பார்த்தார்கள். பிறகு புகைப்படக் கூடத்தில் சந்தித்தார்கள். தன்னை மறந்தும் ஏக்கதோடும் அவர் இருந்ததைக் கண்ட அவள், காயம்பட்டவர்கள் சேற்றில் செத்து மடிந்த மிருகத்தனமான காட்சிகளால்தான் அவர் அப்படி இருப்பதாக நினைத்தாள். அவரது கவனத்தைத் திருப்பச் சதுரங்கம் விளையாட அழைத்தாள். அவளைத் திருப்திப்படுத்த அவரும் ஏற்றுக்கொண்டார். வழக்கம்போலவே வெள்ளைக் காய்களுடன் ஆடினார். இன்னும் நான்கு நகர்வுகளில் தான் தோற்றுவிடப்போகிறோம் என்பதை அவளுக்கு முன்பே கண்டு பிடிக்கும்வரை கவனமில்லாமல் ஆடிய அவர், கௌரவத்தை இழந்து சரணடைந்தார். தான் நினைத்ததைப் போல, கடைசி ஆட்டத்தின் எதிராளி ஜெனரல் ஜெரோனிமோ அர்கோத்தே அல்ல; அவள்தான் என்பதை அப்போது உணர்ந்துகொண்டார் டாக்டர் உர்பினோ. வியப்பில் முணுமுணுத்தார்:

“அற்புதமான ஆட்டம்!”

மரணத்தின் மூடுபனியில் ஏற்கெனவே தொலைந்து போய்விட்ட ஜெரேமியா த சேந்த்–ஆமொர் ஆர்வமில்லாமல் காய்களை நகர்த்தியதுதான் காரணமே தவிர, தன்னுடைய திறமையல்ல என்று அவள் வலியுறுத்தினாள். பொது நடனங்களின் இசை ஏற்கெனவே முடிவுக்கு வந்துவிட்டதால், பதினொன்றேகால் மணிவாக்கில், ஆட்டத்தைப் பாதியில் நிறுத்தியபோது, தன்னைத் தனியாக இருக்கவிடுமாறு அவர் கேட்டுக்கொண்டார். அறிவியலாக அல்லாமல், சிந்தனையின் உரையாடலாகப் புரிந்து கொண்ட சதுரங்க ஆட்டத்தின் போதைதான் இருவருக்கும் இடையிலிருந்த ஒரே பிணைப்பு என்பதைத் தாண்டி, அவரே சொல்லிக்கொள்ள விரும்புவதைப்போல, இதயப்பூர்வமான நண்பராக இருந்ததோடு, தனக்குத் தெரிந்த மனிதர்களிலேயே மிகவும் மதிக்கத்தக்கவராகவும் கருதிய டாக்டர் குவெனல் உர்பினோவுக்குக் கடிதம் எழுத விரும்பினார். அப்போது ஜெரேமியா த சேந்த்–ஆமொர் துன்பத்தின் முடிவுக்கு வந்து விட்டார் என்பதையும், கடிதம் எழுதுவதற்கு மட்டுமே அவருக்கு நேரம் எஞ்சியிருக்கிறது என்பதையும் அவள் அறிந்து கொண்டாள். மருத்துவரால் அதை நம்பவே முடியவில்லை.

“ஆக, அது உனக்குத் தெரிந்திருந்தது!” என்று கூச்சலிட்டார்.

அவளுக்குத் தெரிந்திருந்தது மட்டுமல்ல, இன்பத்தைக் கண்டடைய அவருக்கு உதவிய அதே அளவு காதலோடு துன்பத்தைத் தாங்கிக்கொள்ளவும் அவருக்குத் தான் உதவியதை அவள் ஒப்புக்கொண்டாள். ஏனென்றால் அவரது கடைசிப் பதினோரு மாதங்கள் குரூரமான வேதனையோடுதான் கழிந்தன.

“அவரைக் கண்டித்திருக்க வேண்டியது உன் கடமை” என்றார் டாக்டர்.

“என்னால் அதைச் செய்திருக்க முடியாது” என்றாள் அவள், அதிர்ச்சியடைந்தவளாக. “நான் அவரை மிகவும் நேசித்தேன்.”

அனைத்தையும் கேட்டுவிட்டதாக நினைத்த டாக்டர் உர்பினோ, அத்தனை சுலபமான முறையில் சொல்லப்பட்ட அதற்கு இணையானதொன்றை ஒருபோதும் கேட்டதில்லை. அவளது அந்தக் கணத்தின் தோற்றத்திலேயே அவளைத் தனது நினைவில் பதித்துக்கொள்ள, ஐம்புலன்களையும் குவித்து நேராக அவளைப் பார்த்தார். பாம்புக் கண்களோடும் காதோர ரோஜாப் பூவோடும் கறுப்பு ஆடைக்குள் அச்சமில்லாமல், நதிச்சிலையைப் போல அவள் தோன்றினாள். வெகுகாலத்திற்கு முன்பு, காதல் செய்த பிறகு இருவரும் நிர்வாணமாகக் கிடந்த ஹைத்தியின் தனிமைக் கடற்கரையில், ஜெரேமியா த சேந்த்–ஆமொர் பெருமூச்சு விட்டார்: “நான் ஒருபோதும் கிழவனாக மாட்டேன்.” காலத்தின் அழிவுகளுக்கு எதிராக இடம்கொடுக்காமல் போராடும் துணிச்சலான நோக்கம் என்று அவள் அதைப் புரிந்துகொண்டாள். ஆனால் அவர் இன்னும் வெளிப்படையாக இருந்தார்: அறுபது வயதில் வாழ்க்கையை முடித்துக்கொள்வது என்ற மாற்ற முடியாத உறுதியைக் கொண்டிருந்தார்.

அந்த வருடம் ஜனவரி மாதம் இருபத்து மூன்றாம் தேதி, அறுபது வயது நிறைவடைந்துவிட்டது. பரிசுத்த ஆவியின் வழிபாட்டிற்காக நேர்ந்துவிடப்பட்ட நகரத்தின் முக்கியத் திருவிழாவான பெந்தகோஸ்தேவிற்கு முந்தைய நாளைத் தன் கடைசி நாளாக அவர் தீர்மானித்திருந்தார். முந்தைய இரவைப் பற்றி முன்கூட்டியே அவளுக்குத் தெரியாத விவரங்கள் எதுவுமில்லை. அவராலோ அவளாலோ தடுத்து நிறுத்த முடியாத நாட்களின் கட்டுக்கடங்காத பெருவெள்ளத்தில் சேர்ந்தே அவதிப்பட்டுக்கொண்டும் அதைப்பற்றி அடிக்கடி பேசிக்கொண்டும் இருந்தார்கள். ஜெரேமியா த சேந்த்–ஆமொர் அளவு கடந்த ஆசையோடு வாழ்க்கையைக் காதலித்தார். கடலையும் காதலையும் காதலித்தார். நாயையும் அவளையும் காதலித்தார். நாள் நெருங்க நெருங்க மரணம் தவிர்க்க முடியாத விதியே தவிர, தன்னுடைய சொந்த முடிவல்ல என்பதைப் போல விரக்தியில் மூழ்கினார்.

“நேற்றிரவு தனியாக விட்டபோது அவர் ஏற்கெனவே இந்த உலகத்தில் இல்லை” என்றாள்.

நாயைக் கொண்டுசெல்ல விரும்பினாள் என்றாலும் ஊன்றுகோல்களுக்குப் பக்கத்தில் உறங்கிக்கொண்டிருந்த

அதைப் பார்த்த அவர், விரல் நுனிகளால் வருடிக்கொடுத்தார். "மன்னிக்க வேண்டும், மிஸ்டர் உட்ரோ வில்சன் என்னோடு வருகிறார்" என்றார். அவர் எழுதிக் கொண்டிருந்தபோது, அதைக் கட்டில் காலில் கட்டிவிடுமாறு அவளைக் கேட்டுக்கொண்டார். தப்பித்துச் செல்லட்டும் என்று போலி முடிச்சால் அதைக் கட்டினாள். அவரது நாயின் குளிர்ச்சியான கண்களில் காதலனை நினைவுபடுத்திக்கொள்ளும் ஆசை அவள் செயலை நியாயப்படுத்தியது. அது ஒன்றுதான் அவளது விசுவாசமற்ற செயலாக இருந்தது. ஆனாலும் நாய் தப்பித்துச் செல்லவில்லை என்று டாக்டர் உர்பினோ குறுக்கிட்டுச் சொன்னார். "அப்படி யானால் அது விரும்பவில்லை" என்றாள். அவளுக்கு மகிழ்ச்சியாக இருந்தது. ஏனென்றால் முந்தைய இரவில் ஏற்கெனவே தொடங்கியிருந்த கடிதத்தைப் பாதியில் நிறுத்திவிட்டுக் கடைசி முறையாக அவளைப் பார்த்தபோது அவர் கேட்டுக்கொண்டதைப் போலவே மறைந்த காதலனை நினைத்துக்கொண்டிருக்க விரும்பினாள்.

"ஒரு ரோஜாவோடு என்னை நினைத்துக்கொள்" என்றார்.

நள்ளிரவுக்குப் பிறகு வீட்டுற்கு வந்துசேர்ந்தாள். நீளமானது, கடினமானது என்று அவளுக்குத் தெரிந்திருந்த கடிதத்தை எழுதிமுடிக்க அவகாசம் கொடுப்பதற்காக ஒரு சிகரெட்டின் அடிக்கட்டையால் அடுத்ததைப் பற்றவைத்துப் புகைத்தபடி, உடை மாற்றாமல் கட்டிலில் சாய்ந்தாள். மூன்று மணிக்கு முன்பு, நாய்கள் ஊளையிடத் தொடங்கியபோது, காப்பிக்கு அடுப்பில் தண்ணீர் வைத்துவிட்டு, உடலை முழுவதும் மூடிய துக்க உடை அணிந்துகொண்டு, முற்றத்தில் அதிகாலையின் முதல் ரோஜாவைப் பறித்தாள். மீட்க வழியற்ற அந்தப் பெண்ணின் நினைவை எந்த அளவுக்கு நிராகரிக்கப்போகிறோம் என்பதை முன்னரே உணர்ந்துகொண்ட டாக்டர் உர்பினோ, அதற்கான காரணம் தனக்குத் தெரியுமென்று நினைத்தார். கொள்கைகளே இல்லாத ஒருவரால்தான் வலியோடு இந்த அளவுக்கு இணக்கமாக இருக்க முடியும்.

அந்தச் சந்திப்பு முடியும்வரை அவளை நிராகரிப்பதற்கு மேலும் பல காரணங்களை அவள் கொடுத்துக்கொண்டிருந்தாள். கடிதத்தின் ஒரு பத்தியில் அதற்கு நேர்மாறாக இருந்ததாக டாக்டர் உர்பினோ கருதினாலும், காதலனுக்கு வாக்குக் கொடுத்துவிட்டதால், இறுதிச் சடங்கிற்குப் போக மாட்டாள். ஒருதுளிக் கண்ணீரும் சிந்த மாட்டாள், நினைவின் லார்வாப் புழுக் குழம்பில்[4] வெந்து எஞ்சிய காலத்தை வீணடிக்க மாட்டாள்,

4. லார்வாப் புழுக் குழம்புகளும் சூப்புகளும் இன்னும்கூடப் பல நாடுகளில் வழக்கத்தில் உள்ளன.

அந்தப் பகுதியைச் சேர்ந்த விதவைகளிடம் எதிர்பார்க்கப் பட்டதைப் போல அவள் நான்கு சுவர்களுக்குள் தனது சவத்துணியைத் தானே தைத்துக்கொள்வதில் உயிரோடு புதைந்து போக மாட்டாள். கடிதத்தில் குறிப்பிட்டிருந்தபடி, அதிலிருந்த அனைத்துப் பொருட்களோடும் அப்போதிலிருந்து அவளுடையதாகிவிட்ட ஜெரேமியா த சேந்த்-ஆமொரின் வீட்டை விற்றுவிட நினைத்த அவள், தான் மகிழ்ச்சியோடு இருந்துவந்த அந்தப் பாவப்பட்ட மனிதர்களின் மரணப் பொறிக்குள் எந்த முறைப்பாடுகளுமின்றி வழக்கம்போல வாழ்ந்துகொண்டிருப்பாள்.

"பாவப்பட்ட மனிதர்களின் மரணப் பொறி" என்ற அந்த வாசகம் வீடு திரும்பும் வழியில் டாக்டர் குவெனல் உர்பினோவைத் துரத்தியது. அது பொருத்தமற்ற வர்ணனை அல்ல. ஏனென்றால், வாடிய புன்னை மரங்களுக்கும், அழுகிய சதுப்பு நிலங்களுக்கும் மத்தியில் மெதுவாக வயதானதைத் தவிர, நான்குநூற்றாண்டுகளில் எதுவுமே நடக்காத, பூக்கள் துருப்பிடித்த, உப்பு சிதைவடைந்த, அவரது இரவுநேரப் பயங்கரங்களின், பருவ வயதுத் தனிமை இன்பங்களின் சூடான, வறண்ட அதே நகரம், அவருடைய நகரம், காலத்தின் விளிம்பில் மாறாமல் உறைந்திருந்தது. குளிர்காலத்தில் கழிவறைகளை நிரம்பி வழியச் செய்த திடீர்க் கனமழைகள் தெருக்களைக் குமட்டும் புதைசேறாக மாற்றிவிடும். கோடைக்காலத்தில், வீடுகளின் கூரைகளைப் பிய்த்தெறிந்து, குழந்தைகளை வானத்தில் தூக்கிச்சென்ற வெறித்தனமான காற்றால் அடித்துவரப்பட்ட, வெந்து சிவந்த சுண்ணாம்புத் துகள் போன்ற கண்ணுக்குத் தெரியாத புழுதி, கற்பனையின் மிகவும் பாதுகாப்பான இடுக்குகளிலும் நுழைந்து விடும். சனிக்கிழமைகளில், சதுப்புநிலக் கரைகளில் தகரத்தை யும் அட்டைகளையும்கொண்டு கட்டப்பட்ட குடிசைகளை, உண்ணவும் குடிக்கவும் பயன்படுத்தும் பண்ட பாத்திரங்களோடும் வீட்டு விலங்குகளோடும், ஆவேசத்தில் வீசி எறிந்துவிட்டுக் கிளம்பும் ஏழை முலாட்டாப் பெண்கள், காலனியப் பகுதியின் பாறைகள் நிறைந்த கடற்கரையைத் தங்கள் ஆவேசமான கொண்டாட்டத்தால் ஆக்கிரமித்துக்கொள்வார்கள். அவர்களில் மிகவும் வயதானவர்களுக்கு மத்தியில், பழுக்கக் காய்ச்சிய இரும்பால் மார்பில் இடப்பட்ட அடிமைகளின் ராஜாங்க முத்திரையை ஏந்தியிருந்த சிலர் சில ஆண்டுகளுக்கு முன்புவரை இருந்தார்கள். வாரக்கடைசியில் தாறுமாறாக ஆடினார்கள், வீட்டில் வடித்த சாராயத்தை வரம்பின்றிக் குடித்தார்கள், முந்திரிப் புதர்களுக்கு நடுவில் கட்டுப்பாடில்லாமல் கூடிக் கலந்தார்கள். ஞாயிற்றுக்கிழமை நள்ளிரவில், ஒருவரையொருவர் தாக்கிக்கொண்ட ரத்தக்களரிச் சண்டைகளில் தங்கள்

காப்ரியேல் கார்சியா மார்க்கேஸ்

ஃபாண்டாங்கோ[5] நடனங்களைத் தாங்களே கலைத்தார்கள். அதே மூர்க்கத்தனமான களியாட்டக் கூட்டம்தான், வாரத்தின் மற்ற நாட்களில், விற்கவும் வாங்கவும் வாய்ப்புள்ள அனைத்தையும் கொண்ட சிறிய கடைகளோடு, பழைய குடியிருப்பின் சந்துகளிலும் சதுக்கங்களிலும் ஊடுருவி, வறுத்த மீன் நாற்றமடித்த மனிதச் சந்தையின் ஆவேசத்தை மரித்துப்போன நகரத்திற்கு ஊட்டியது. புதியதொரு வாழ்க்கை.

ஸ்பானிஷ் ஆதிக்கத்திலிருந்து பெற்ற விடுதலையும், அதன்பிறகு அடிமைமுறை ஒழிப்பும், டாக்டர் குவெனல் உர்பினோ பிறந்து வளர்ந்த கௌரவமான வீழ்ச்சி நிலையைத் துரிதப்படுத்தியது. அந்தக் காலத்துப் பெரிய குடும்பங்கள் தங்கள் பாழடைந்த கோட்டைகளின் அமைதியில் முடங்கிக் கிடந்தன. போர்களின் அதிர்ச்சிகளிலும் கடற்கொள்ளையர்கள் வந்து இறங்கியபோதும் மிகவும் பயனுள்ளதாக இருந்த கல்பாவிய தெருக்களின் திருப்பங்களில், நன்கு பராமரிக்கப்பட்ட மாளிகைகளிலும் பால்கனிகளிலிருந்து தொங்கிய களைகள், கற்களும் சுண்ணாம்பும் கொண்டு கட்டப்பட்ட சுவர்களில் விரிசல்களை ஏற்படுத்தியிருந்தன. பிற்பகல் இரண்டு மணிவாக்கில் குட்டித் தூக்கத்தின் மங்கிய ஒளியில் அழுதுவடிந்த பியானோ பயிற்சி வகுப்புகள் மட்டும்தான் அங்கு வாழ்க்கையின் ஒரே அடையாளமாக இருந்தன. உட்புறத்தில், சாம்பிராணிப் புகை செறிந்த குளிர்ச்சியான படுக்கையறைகளில் வெட்கக்கேடான தொற்றுநோயிடமிருந்து பாதுகாத்துக்கொள்வதைப் போலப் பெண்கள் வெயிலிடமிருந்து தங்களைப் பாதுகாத்துக் கொண்டார்கள். அதிகாலைத் திருப்பலியிலும் அவர்கள் முக்காட்டால் முகத்தை மூடிக்கொண்டார்கள். குறைந்தபட்சம் அபசகுனங்களால் தடைப்பட்ட அவர்களது காதல் விவகாரங்கள் நீண்டதாகவும் சிரமமானதாகவும் இருந்தன. வாழ்க்கையே அவர்களுக்கு முடிவற்றதாகத் தோன்றியது. அந்திவேளையில், மாற்றத்தின் கொடிய தருணத்தில், ரத்த வெறிகொண்ட கொசுக்களின் புயலொன்று சதுப்பு நிலத்திலிருந்து எழுந்தது. வெவெதுப்பான வருத்தமான மனித மலத்தின் மெல்லிய துர்நாற்றம் ஆன்மாவின் அடியாழத்தில் மரணத்தின் நிச்சயத் தன்மை குறித்த நினைவைக் கிளறியது.

பாரிஸ் நகரத்தின் மனச்சோர்வுகளில் இளம் குவெனல் உர்பினோ உயர்வானதாகக் கருதிய காலனிய நகரத்தின் வாழ்க்கை இப்போது நினைவின் கானல்நீராக இருந்தது. பதினெட்டாம் நூற்றாண்டில் அதன் வணிகம், எல்லாவற்றுக்கும் மேலாக

5. Fandango: ஆணும் பெண்ணும் நெருக்கமாகச் சேர்ந்தாடும் வேகமான ஸ்பானிஷ் நடனம்.

அமெரிக்கக் கண்டத்தில் ஆப்பிரிக்க அடிமைகளின் ஆகப்பெரிய சந்தையாக இருந்த நன்றி மறந்த சலுகையால், கரீபியாவிலேயே மிகவும் செழிப்பானதாக இருந்தது. நூற்றாண்டுக்கால மழைப்பொழிவு யதார்த்த உணர்வைக் குலைத்த உறைந்துகிடந்த தொலைதூரத் தலைநகரத்திலிருந்து ஆட்சிபுரிய விரும்பாமல், உலகப் பெருங்கடலின் எதிரில், இங்கிருந்து ஆட்சிபுரிய விரும்பிய கிரனாடாவின் புதிய அரசின் வைஸ்ராய்களின் வழக்கமான குடியிருப்பாகவும் அது இருந்தது. பொடோசியிலிருந்தும், கிட்டோவிலிருந்தும், வெராக்ரூசிலிருந்தும் பொக்கிஷங்களை ஏற்றிவந்த போர்க்கப்பல்கள் வருடத்தில் பலமுறை வளைகுடாவில் திரண்டன. அப்போது நகரம் மகிமையின் உச்சத்தில் திளைத்தது. 1708ஆம் ஆண்டு ஜூன் மாதம் எட்டாம் தேதி வெள்ளிக்கிழமை மாலை நான்கு மணிக்கு, அந்தக் காலத்தின் ஐம்பதாயிரம் கோடி பீசோ மதிப்புடைய அரிய நவரத்தினக் கற்களையும் உலோகங்களையும் ஏற்றிக்கொண்டு காடிஸ் நகருக்குப் புறப்பட்ட சான் ஹோசே போர்க்கப்பல் துறைமுக நுழைவாயில் முன்பு ஆங்கிலேயப் படைப்பிரிவால் மூழ்கடிக்கப்பட்டது. இரண்டு நெடிய நூற்றாண்டுகளுக்குப் பிறகும் அது இன்னமும் மீட்கப் படாமல் கிடக்கிறது. கட்டளைத் தளத்தில் பாதியில் மிதந்து கொண்டிருந்த தளபதியின் உடலும் பவளப் பாறைகளுக்கு அடியில் விழுந்து கிடக்கும் அந்தப் புதையலும் நினைவுகளில் மூழ்கிக்கிடந்த நகரத்தின் அடையாளச் சின்னங்களாக வரலாற்றாசிரியர்களால் குறிப்பிடப்படுகின்றன.

வளைகுடாவின் மற்றொரு புறத்தில், லா மாங்கா குடியிருப்புப் பகுதியில் டாக்டர் உர்பினோவின் வீடு, வேறொரு காலத்தில் இருந்தது. வளைகுடாவின் கப்பல் உடைசல்களையும் நாற்றமடிக்கும் குளத்தையும் பார்த்திருந்த வெளிப்புற மொட்டைமாடியில் டோரிக் தூண்களின் தாழ்வாரத்தோடு, ஒற்றைத் தளத்தில், விசாலமாகவும் குளிர்ச்சியாகவும் அது இருந்தது. நுழைவு வாயிலிலிருந்து சமையல்கட்டுவரை, கறுப்பு வெள்ளைச் சதுரங்க ஓடுகளால் தரை மூடப்பட்டிருந்தது. அந்த நூற்றாண்டின் தொடக்கத்தில் புதுப்பணக்காரர்களின் அந்தக் குடியிருப்பை உருவாக்கிய காட்டலோனியக் கட்டிடக் கலை நிபுணர்களின் பொதுவான பலவீனம் அது என்பதை நினைவில் கொள்ளாமல், டாக்டர் உர்பினோவைப் பீடித்திருந்த வேட்கை அதற்குக் காரணமாக அடிக்கடி சொல்லப்பட்டது. தெருவைப் பார்த்த ஆறு பெரிய ஜன்னல்களோடு, வரவேற்பறை வீடு முழுவதையும் போலவே மிக உயரமான விதானத்தோடு விசாலமாக இருந்தது. வெண்கலக் காட்டில் ஃபான்களின்[6]

6. கிரேக்க, ரோமானியப் புராணங்களில் இடம்பெறும் ஆட்டின் கொம்பும் கால்களும் வாலும் கொண்ட மனிதன்.

ஊதுகுழலுக்கு மயங்கிய கன்னிப் பெண்கள், கிளைவிட்ட கொடிகள், பழக்கொத்துகள் ஆகியவற்றின் சித்திரம் தீட்டப்பட்ட மிகப்பெரிய கண்ணாடிக் கதவால் உணவு அறையிலிருந்து அது தடுக்கப்பட்டிருந்தது. உயிருள்ள காவலாளியைப் போன்ற இருப்புக் கொண்ட ஊசல் கடிகாரம் உள்ளிட்ட, வரவேற்பறையின் அறைக்கலன்கள் அனைத்தும் பத்தொன்பதாம் நூற்றாண்டுக் கடைசியின் அசலான ஆங்கிலேயப் படைப்புகளாக இருந்தன. தொங்கவிடப்பட்டிருந்த சர விளக்குகள் கண்ணீர்த் துளிகள் போன்ற படிகக் கற்களால் ஆனவை. நாலாப் பக்கங்களிலும் செவ்ரசின்[7] பூச்சாடிகளும் குவளைகளும் பளிங்கினாலான புறச்சமயக் குட்டிச் சிலைகளும் இருந்தன. ஆனால் பிரம்பு நாற்காலிகளும் வியன்னாவின் ஆடும் நாற்காலிகளும் உள்ளூர்க் கைவினைஞர்கள் தோலால் செய்த கால்மனைகளும் கலந்து கிடந்த வீட்டின் மற்றப் பகுதிகளில் அந்த ஐரோப்பிய ஒத்திசைவு காணாமல் போனது. படுக்கையறைகளில் கட்டில்களோடு, பட்டு நூலால் கோத்திக் எழுத்துகளில் பொறிக்கப்பட்ட உரிமையாளரின் பெயரும் ஓரங்களில் வண்ணக் குஞ்சங்களும் கொண்ட, சான் ஹாசிந்தோவின்[8] அற்புதமான ஊஞ்சல் படுக்கைகளும் இருந்தன. உணவு அறையின் பக்கத்தில், தொடக்கத்தில் விருந்துகளுக்காக வடிவமைக்கப்பட்ட இடம், புகழ்பெற்ற இசைக்கலைஞர்கள் வருகை தந்தபோது அந்தரங்கக் கச்சேரிகளை நடத்தும் சிறிய இசையரங்கமாகப் பயன்பட்டு வந்தது. அறைச்சூழலின் அமைதியைக் கூட்ட பாரிசில் நடைபெற்ற உலகக் கண்காட்சியிலிருந்து வாங்கிவரப்பட்ட துருக்கிக் கம்பளங்களால் தரையோடுகள் மூடப்படிருந்தன. நன்றாக அடுக்கி வைக்கப்பட்டிருந்த இசைத்தட்டு அலமாரியின் பக்கத்தில் அண்மையில் புதிதாக வந்திருந்த ஒலிப்பெட்டி இருந்தது. பல ஆண்டுகளாகவே டாக்டர் உர்பினோ வாசிக்காத பியானோ, மணிலாப் போர்வையால் மூடப்பட்டு மூலையில் வைக்கப்பட்டிருந்தது. நடைமுறை வாழ்வில் அழுத்தமாக வேரூன்றிய ஒரு பெண்ணின் நல்லுணர்வும் அக்கறையும் வீடு முழுவதும் விரவியிருந்ததை அறிய முடிந்தது.

எனினும் முதுமை அவரைக் கொண்டுபோகும்வரை டாக்டர் உர்பினோவின் புகலிடமாக இருந்த நூலகத்தின் நுட்பமான தனித்துவத்தை வீட்டின் வேறெந்த இடமும் வெளிப்படுத்தவில்லை. அங்கு தனது தந்தையின் வாதுமை மேஜையையும் பஞ்சு பொதித்த தோல் நாற்காலிகளையும் சுற்றி, ஜன்னல்கள் வரையிலும்கூடக் கண்ணாடி அலமாரிகளால்

7. பாரிஸுக்குப் பக்கத்தில் உள்ள பீங்கான் பொருட்களுக்குப் பெயர்பெற்ற நகரம்.

8. கொலம்பியா நாட்டின் ஒரு நகரம்.

சுவர்களை மூடச்செய்த அவர், கன்றுக்குட்டியின் தோலால் ஒரேமாதிரியாக அட்டையிட்டு, முதுகில் தனது பெயரின் முதலெழுத்துக்களைத் தங்க நிறத்தில் பொறித்த மூவாயிரம் புத்தகங்களைக் கிட்டத்தட்டக் கிறுக்குத்தனமான வரிசையில் அடுக்கிவைத்தார். துறைமுகத்தின் இரைச்சல்களும் துர்நாற்றங் களும் நிறைந்திருந்த வீட்டின் மற்ற இடங்களுக்கு மாறாக, நூலகம் எப்போதும் குருமடத்தின் தனிமையையும் வாசனையை யும் கொண்டிருந்தது. இல்லாத குளிர்ச்சியைக் கொண்டுவரக் கதவுகளையும் ஜன்னல்களையும் திறந்துவைக்கும் கரீபிய மூடநம்பிக்கையில் பிறந்து வளர்ந்த டாக்டர் உர்பினோவும் அவரது மனைவியும் தொடக்கத்தில் அவற்றை அடைத்து வைத்திருந்தது இதயத்தை அழுத்துவதாக உணர்ந்தார்கள். ஆனால் தெருவின் அனல்காற்று நுழையாமலிருக்க ஆகஸ்ட் மாதத்தின் சோம்பலான பிற்பகலில் வீடுகளை மூடிவைத்திருப்பதும், இரவு நேரத் தென்றலுக்கு அவற்றை முழுவதும் திறந்து வைத்திருப்பது மான, வெப்பத்திற்கு எதிரான ரோமானிய முறையின் சிறப்பைக் கடைசியில் ஏற்றுக்கொண்டார்கள். அப்போதிலிருந்து அவர்கள் வீடுதான் லா மாங்காவின் கடுமையான வெயிலில் மிகவும் குளிர்ச்சியானதாக இருந்தது. படுக்கையறைகளின் நிழலில் பகல் தூக்கம் போடுவதும், நியூ ஆர்லியான்சிலிருந்து வரும் கனமான சாம்பல் நிறச் சரக்குக் கப்பல்களையும் வளைகுடாவின் தேங்கிய குப்பைகளை இசையின் பாதையோடு சுத்தப்படுத்தியபடி ஏற்றிவைத்த விளக்குகளோடு அந்தியில் செல்லும் மரத்துடுப்பு நதிப்படகுகளையும் பார்த்துக்கொண்டிருக்க மாலையில் தாழ்வாரத்தில் உட்கார்ந்திருப்பதும் பேரின்பமானது. பசித்திருந்த ஓநாய்களைப் போல நுழைய இடைவெளி தேடி வீட்டின் சுற்றுப்புறத்தைச் சுற்றிவந்து இரவைக் கழித்த வாடைக் காற்று கூரைகளைப் பிய்த்தெறிந்த டிசம்பர் தொடங்கி மார்ச் மாதம் வரையிலான காலத்திலும் அது மிகவும் பாதுகாப்பானதாக இருந்தது. அப்படிப்பட்ட அடித்தளங்களில் வேரூன்றிய திருமணம் மகிழ்ச்சியற்றதாக இருக்கவும் ஏதாவதொரு காரணம் இருக்குமென்று யாரும் எப்போதும் நினைத்ததேயில்லை.

எப்படி இருந்தாலும், பெந்தகோஸ்தே திருப்பலியைத் தவறவிடவைத்தது மட்டுமின்றி, ஏற்கெனவே எல்லாம் முடிந்துவிட்டதாகத் தோன்றிய வயதில் அதை மாற்றவும் அச்சுறுத்திய இரண்டு பயணங்களால் நிலைகுலைந்திருந்த டாக்டர் உர்பினோ, அன்று காலை பத்து மணிக்குத் தன் வீட்டிற்குத் திரும்பியபோது அப்படி நினைக்கவில்லை. டாக்டர் லாசிடெஸ் ஒலிவெய்யாவின் மதிய விருந்திற்கான நேரம்வரை ஒரு நாய்த்தூக்கம் போட விரும்பினார். ஆனால் இறக்கைகளைக்

கத்தரிக்கக் கூண்டிலிருந்து வெளியிலெடுத்தபோது மாமரத்தின் உச்சிக்கிளைக்குப் பறந்துபோன கிளியைப் பிடிக்க முயற்சித்த வேலைக்காரர்களின் கூச்சல்கள் அவர் காதில் விழுந்தன. பேசும்படி கேட்கும்போது பேசாமல் எதிர்பாராத தருணங்களில் மட்டும் பேசும், இறக்கைகள் வெட்டப்பட்ட, வெறிபிடித்த கிளி அது. பிறகு பேசும்போது மனிதப் பிறவிகளிடம் பொதுவாகத் தென்படாத அறிவோடும் தெளிவோடும் பேசும். டாக்டர் உர்பினோ அதைத் தனிப்பட்ட முறையில் பயிற்றுவித்தார் என்பது, குடும்பத்தில் யாருக்கும் எப்போதும் கிடைக்காத, சிறுவர்களாக இருந்தபோது குழந்தைகளுக்குக்கூடக் கிடைக்காத, சலுகைகளை அதற்குப் பெற்றுத்தந்தது.

அந்தக் கிளி இருபது வருடங்களுக்கும் மேலாக அந்த வீட்டில் இருந்துவந்தது. அதற்கு முன்பு எத்தனை காலம் அது வாழ்ந்திருந்தது என்பது யாருக்கும் தெரியாது. பகல் தூக்கத்திற்குப் பிறகு எல்லா மாலை நேரங்களிலும், வீட்டின் மிகவும் குளிர்ச்சியான இடமான முற்றத்து மாடியில் கிளியோடு உட்கார்ந்து டாக்டர் உர்பினோ, ஒரு கல்விமானைப் போல அது ஃபிரெஞ்ச் மொழியில் பேசக் கற்றுக்கொள்ளும்வரை, தனது கற்பிக்கும் வேட்கையின் நுட்பமான வளங்களைத் தருவித்துக்கொண்டார். பிறகு தன்னுடைய விருப்பத்தின் பேரில் திருப்பலியின் துணைப்பகுதிகளையும், புனித மத்தேயுவின் நற்செய்தியிலிருந்து தேர்ந்தெடுக்கப்பட்ட சில வசனங்களையும் லத்தீன் மொழியில் சொல்லிக்கொடுத்த அவர், நான்கு கணிதச் செயல்பாடுகளின் அடிப்படைப் புரிதலைப் புகுத்தும் முயற்சியில் வெற்றி பெறவில்லை. தனது கடைசி ஐரோப்பியப் பயணமொன்றில், தனக்குப் பிடித்த பாரம்பரிய இசைக்கலைஞர்களின் இசைத் தட்டுகளோடு, பிரபலமாக இருந்த இசைத் தட்டுகளையும், முதல்முறையாக வெளிவந்திருந்த குழாய் ஒலிபெருக்கியையும் கொண்டுவந்தார். தினசரி ஒரு முறையோ இரு முறையோ பல மாதங்களுக்கு, கடந்த நூற்றாண்டில் ஃபிரெஞ்சை மகிழ்வித்த யிவெத் கில்பெர்ட், அரிஸ்டைட் ப்ருவான் ஆகியோரின் பாடல்களை மனப்பாடமாகக் கற்றுக்கொள்ளும்வரை கிளியைக் கேட்க வைத்தார். கில்பெர்ட்டின் பாடல்களாக இருந்தால் பெண்ணின் குரலிலும், ப்ருவானின் பாடல்களாக இருந்தால் அழுத்தமான குரலிலும் அவற்றைப் பாடிய கிளி, அது ஃபிரெஞ்ச் மொழியில் பாடியபோது வேலைக்காரப் பெண்களின் துடுக்குத்தனமான கெக்கொலியின் தத்ரூபமான எதிரொலியோடு நிறைவுசெய்தது. உட்புறப் பகுதிகளிலிருந்து ஆற்றுப் படகுகளில் வந்த முக்கியமான பார்வையாளர்கள் சில சமயங்களில் அதைப் பார்க்க அனுமதி கேட்குமளவுக்கு அதன் திறமையின் புகழ் வெகுதூரம் பரவியிருந்தது. அந்தக் காலத்தில்

நியூ ஆர்லியன்சிலிருந்து வாழைப்பழப் படகுகளில் பயணம்செய்த சில ஆங்கிலேயச் சுற்றுலாப் பயணிகள் ஒருசமயம் எந்த விலைக்கும் அதை வாங்கிவிட முயன்றார்கள். எனினும், அதன் பெருமையின் உண்மைத்தன்மையைச் சோதித்துப் பார்க்கக் குடியரசுத் தலைவர் தோன் மார்கோ ஃபிடல் சுவாரெஸ் தனது முழு அமைச்சரவைப் பரிவாரங்களோடு வீட்டிற்கு வந்திருந்த அன்றுதான் அதன் புகழ் உச்சத்தை எட்டியது. ஆகஸ்ட் மாதத்தின் பிரகாசமான வானத்தின் கீழ் மூன்று நாள் அலுவல்ரீதியான பயணத்தில் கழற்றப்படாத முழுக்கோட்டுகளாலும் தொப்பிகளாலும் மூச்சுத் திணறி, பிற்பகல் மூன்று மணிவாக்கில் அவர்கள் வந்துசேர்ந்தார்கள். மனைவியின் அறிவார்ந்த எச்சரிக்கைகளுக்கு மாறாக அந்தச் சோதனையில் பிடிவாதமாக இருந்த டாக்டர் உர்பினோவின் கெஞ்சல்களையும் மிரட்டல்களையும், பலருக்கு மத்தியில் அவருக்கு நேர்ந்த அவமானத்தையும் பொருட்படுத்தாமல், விரக்தியோடு கழிந்த அந்த இரண்டு மணிநேரமும் கிளி ஒரு வார்த்தைகூடப் பேச மறுத்துவிட்டதால்[9], வந்ததைப் போலவே மிகுந்த ஆர்வத்தோடு அவர்கள் திரும்பிப்போக வேண்டியிருந்தது.

அத்தகைய வரலாற்றுப் புகழ்பெற்ற ஆணவத்திற்குப் பிறகும் கிளி தனது சலுகைகளைத் தக்கவைத்துக்கொண்டது என்ற உண்மையே அதன் புனிதமான இருப்புக்குக் கடைசிச் சான்றாக இருந்தது. நிரந்தரமாகத் தொலைந்துவிட்டதாக நம்பப்பட்ட மூன்று அல்லது நான்கு வருடங்களுக்குப் பிறகு சமையலறையில் மறுபடியும் தோன்றிய மண்ணாமையைத் தவிர வேறெந்த விலங்கும் வீட்டிற்குள் அனுமதிக்கப்படவில்லை. ஆனால் அது எங்கே இருக்கிறது என்று ஒருபோதும் உறுதியாகத் தெரியாததால், அதிர்ஷ்டத்திற்கான தாயத்தாகத்தான் அதை வைத்திருந்தார்களே தவிர, உயிருள்ள விலங்காக வைத்திருக்கவில்லை. தனக்கு விலங்குகள்மேல் இருந்த வெறுப்பை ஒப்புக்கொள்ள மறுத்த டாக்டர் உர்பினோ, மற்றவர்களை நம்பவைத்த பலவிதமான அறிவியல் கதைகளோடும் தத்துவச் சாக்குப்போக்குகளோடும் அதை மறைத்துக்கொண்டார். ஆனால் அவரது மனைவியை நம்பவைக்க முடியவில்லை. விலங்குகளை அளவு கடந்து நேசிப்பவர்கள் மனிதர்களுக்கு மோசமான கொடுமைகளைச் செய்ய வல்லவர்கள் என்றார். நாய்கள் அடிமைத்தனமானவையே தவிர விசுவாசமானவை அல்ல என்றும், பூனைகள் சந்தர்ப்பவாதிகள், துரோகிகள் என்றும், மயில்கள் மரணத்தின் கட்டியக்காரர்கள் என்றும், மக்காவ் கிளிகள் அலங்காரமான

9. ஸ்பானிஷ் வழக்கில்: இந்தக் கொக்கு என்னுடையது இல்லை என்றுகூடச் சொல்ல மறுத்துவிட்டது.

எரிச்சல்கள் என்பதற்கு மேல் ஒன்றுமில்லை என்றும், முயல்கள் பேராசையைத் தூண்டுபவை என்றும், குரங்குகள் காமக் காய்ச்சலைப் பரப்புபவை என்றும், கிறிஸ்துவை மூன்று முறை மறுதலிக்கத் துணைபோனதால் சேவல்கள் சபிக்கப்பட்டவை என்றும் சொன்னார்.

அதற்கு மாறாக, இப்போது எழுபத்திரண்டு வயதான, அந்தக்கால மான் நடையை ஏற்கெனவே இழந்துவிட்ட அவரது மனைவி ஃபெர்மினா தாஸா, வெப்பமண்டலப் பூக்களையும், வீட்டு விலங்குகளையும் வெறித்தனமாக ஆராதிப்பவராக இருந்தார். திருமணத்தின் தொடக்கத்தில் விவேகம் அறிவுறுத்தியதைவிட அதிகமான விலங்குகளை வீட்டில் வைத்துக்கொள்ளப் புதுக்காதலின் மோகத்தைப் பயன்படுத்திக்கொண்டிருந்தார். ஒன்பது குட்டிகளை ஈனுவதற்கு எடுத்துக்கொண்ட நேரத்தைவிட வேகமாக மேலும் பத்துக் குட்டிகளைக் கருத்தரித்ததால் மெஸ்ஸலினா[10] என்ற தனது பெயருக்குப் பெருமைசேர்த்த பெட்டைநாயின் தயவுக்காகத் தங்களுக்குள் சண்டையிட்டுக்கொண்ட, ரோமானியப் பேரரசர்களின் பெயர்களைத் தாங்கிய மூன்று டால்மேஷியன்கள்தான் முதலில் வந்தவை. கழுகின் உருவத்தையும் ஃபாரோக்களின் வழக்கங்களையும் கொண்ட அபிசீனியப் பூனைகளும், மாறுகண் கொண்ட சயாமியப் பூனைகளும், பேய்களின் நிழலைப் போலப் படுக்கையறைகளில் உலாவிக்கொண்டு, தங்கள் காதல் சச்சரவுகளால் இரவுகளை அதிரவைத்த ஆரஞ்சுக் கண் கொண்ட பெர்சிய அரண்மனைப் பூனைகளும் அடுத்ததாக வந்தன. பேராயர் ஒப்துலியோ இ ரெய்யின் கலங்கிய முகமும், அவரது கண்களின் அதே நேர்மையும் அவரது கைகளின் பேசும் திறனும் கொண்டதாக இருந்ததால் ஒருவிதமான இரக்க உணர்வைத் தூண்டிய அமேசான் குரங்கு ஒன்று, சில ஆண்டுகளாகவே முற்றத்து மாமரத்தில் இடுப்புச் சங்கிலியால் கட்டிவைக்கப்பட்டிருந்தது. ஆனால் ஃபெர்மினா தாஸா அதை விடுவித்தது அதனால் அல்ல, பெண்களைக் கௌரவிக்கும் விதமாகச் சுயஇன்பத்தில் ஈடுபட்ட அதன் கெட்ட பழக்கத்தால்தான்.

நடைபாதைக் கூண்டுகளில் பலவகையான கோத்தமாலா குருவிகளும், சகுனக் கோட்டான்களும், நெட்டை மஞ்சள்கால் உப்பங்கழி நாரைகளும், பூந்தொட்டிகளிலிருந்த அந்தூரியச் செடிகளைத் தின்பதற்கு ஜன்னலில் எட்டிப்பார்த்த மான்குட்டியும்

10. ரோமப் பேரரசர் க்ளோடியசின் மூன்றாவது மனைவி. திருப்தியடையாத காம உணர்வு கொண்டவராகக் கருதப்படுபவர்.

இருந்தன. கடைசி உள்நாட்டுப் போருக்குச் சிலகாலம் முன்பு, போப்பாண்டவர் வருகைதருவதற்கான வாய்ப்பைப் பற்றி முதல்முறையாகப் பேச்சு எழுந்தபோது கோத்தமாலாவிலிருந்து கொண்டுவரப்பட்ட சுவர்க்கப் பறவை, மதகுருவின் பயண அறிவிப்பு சதிகாரத் தாராளவாதிகளை அச்சுறுத்த அரசு பரப்பிய பொய் என்பது தெரியவந்தபோது, பறவை வந்துசேருவதற்கு ஆகிய நேரத்தைக் காட்டிலும் விரைவாகத் தனது சொந்த மண்ணிற்குத் திரும்பிப் போனது. தந்தை வீட்டில் சிறுமியாக இருந்தபோது ஃபெர்மினா தாஸா வளர்த்ததைப் போன்ற வாசனைக் காகங்களைத் திருமணத்திற்குப் பிறகும் வளர்க்க விரும்பியதால், குரோசாவோ கடத்தல்காரர்களின் பாய்மரப் படகிலிருந்து ஆறு வாசனைக் காகங்கள் கூண்டோடு மறுபடியும் வாங்கப்பட்டன. ஆனால் பிணத்திற்குப் போட்ட மாலையின் நாற்றத்தால் வீட்டை நிரப்பிய அவற்றின் ஓயாத சிறகடிப்பை ஒருவராலும் தாங்கிக்கொள்ள முடியவில்லை. பன்னிரண்டு அடி நீளமிருந்த அனகொண்டாவும் கொண்டுவரப்பட்டது. மழைக்கால மாதங்களில் வீட்டிற்குள் படையெடுத்த பலவகையான விஷப்பூச்சிகளையும் வௌவால்களையும் பல்லிகளையும் தனது கொடூரமான மூச்சால் அச்சுறுத்தும் என்ற விருப்பத்தை அது நிறைவேற்றினாலும், அதன் தூக்கமற்ற வேட்டைக்காரப் பெருமூச்சுகள் படுக்கையறைகளின் இருட்டைக் குலைத்தன. தனது தொழில் சார்ந்த கடமைகளில் அப்போது அதிகமாக ஈடுபட்டிருந்த, தனது சமூகப் பண்பாட்டு ஊக்குவிப்புகளில் மிகவும் ஆழ்ந்திருந்த டாக்டர் உர்பினோவுக்கு, அருவருக்கத்தக்க அத்தனை விலங்குகளுக்கு மத்தியில், தன் மனைவிதான் கரீபியச் சுற்றுவட்டாரத்திலேயே மிகவும் அழகானவள் என்பதோடு மிகவும் மகிழ்ச்சியானவளும்கூட என்று நினைத்துக்கொள்வதே போதுமானதாக இருந்தது. ஆனால் சோர்வடையச்செய்த ஒரு நாளின் முடிவில், மழைக்கால மாலைப் பொழுதில், அவரை யதார்த்தத்திற்குக் கொண்டுவந்த பேரழிவை வீட்டில் எதிர்கொண்டார். வரவேற்பறையிலிருந்து கண்ணுக்கெட்டிய தூரம்வரை, ரத்தச் சதுப்பில் செத்து மிதந்த விலங்குகளின் நீண்ட வரிசை தெரிந்தது. என்ன செய்வதென்று தெரியாமல் நாற்காலிகளின் மேல் ஏறிநின்ற வேலைக்காரப் பெண்கள் படுகொலையின் பீதியிலிருந்து இன்னும் விடுபடவில்லை.

நடந்தது என்னவென்றால், ரேபிஸ் நோயின் திடீர்த் தாக்குதலால் வெறிபிடித்த ஜெர்மன் மாஸ்டிஃப் வகை நாய் ஒன்று, பக்கத்து வீட்டுத் தோட்டக்காரன் அதை எதிர்கொண்டு கத்தியால் வெட்டிப்போடும் துணிச்சலைப் பெறும்வரை, தனது வழியில் எதிர்ப்பட்ட அனைத்துவிதமான விலங்குகளையும் கடித்துக் குதறியது. எத்தனை விலங்குகளைக் கடித்தது என்றோ

அதன் பச்சை எச்சில் நுரையால் எத்தனை விலங்குகளுக்குத் தொற்றை ஏற்படுத்தியது என்றோ தெரியாததால், பிழைத்திருந்த விலங்குகள் அனைத்தையும் கொன்று தொலைதூர வயலில் எரித்துவிட உத்தரவிட்ட டாக்டர் உர்பினோ, ஆழமாகக் கிருமிநீக்கம் செய்து வீட்டைச் சுத்தப்படுத்தும்படி மிசரிகோர்டியா மருத்துவமனையின் பணியாளர்களைக் கேட்டுக்கொண்டார். மொராக்கோ ஆமையை யாருக்கும் நினைவில்லை என்பதால் அது மட்டும் அதிர்ஷ்டவசமாகத் தப்பித்துக்கொண்டது.

வீடு விஷயத்தில் கணவனின் கருத்தை முதல்முறையாக ஏற்றுக்கொண்ட ஃபெர்மினா தாஸா, வெகுகாலத்திற்கு விலங்குகளைப் பற்றிய பேச்சையே எடுக்காமல் கவனமாக இருந்தாள். கூடத்தின் சுவர்களில் சட்டமிட்டுத் தொங்கவிட்ட லின்னேயுவின் இயற்கை வரலாறு புத்தகத்தின் வண்ணப் படங்களோடு திருப்தியடைந்த அவள், ஒருநாள் காலையில் குளியலறை ஜன்னலை உடைத்த திருடர்கள், ஐந்து தலைமுறைகளாகப் பயன்படுத்திவந்த பாரம்பரிய வெள்ளிப் பாத்திரங்களைத் தூக்கிக்கொண்டு போகாமல் இருந்திருந்தால், வீட்டில் விலங்கை மறுபடியும் பார்க்கும் நம்பிக்கையை இழந்தே போயிருப்பாள். ஜன்னல் வளையங்களில் இரட்டைப் பூட்டுப் போட்டு, இரும்புக் கம்பிகளால் கதவுகளை உள்ளிருந்து பலப்படுத்தி, விலையுயர்ந்த பொருட்களைக் கல்லாப்பெட்டியில் வைத்துப் பூட்டிய டாக்டர் உர்பினோ, தலையணைக்கு அடியில் துப்பாக்கியோடு தூங்கும் போர்க்கால வழக்கத்தையும் காலங்கடந்து கைக்கொண்டார். ஆனால் திருடர்கள் ஒட்டுத்துணிகூட இல்லாமல் உருவிக்கொண்டு போவதாக இருந்தாலும், தடுப்பூசி போட்டதோ போடாததோ, கட்டிப்போட்டதோ அவிழ்த்துவிட்டதோ, மூர்க்கமான நாயை வாங்குவதை மட்டும் எதிர்த்தார்.

“பேசாத எதுவும் வீட்டில் நுழையக் கூடாது” என்றார்.

மீண்டுமொரு நாயை வாங்குவதில் பிடிவாதமாக இருந்த மனைவியின் தந்திரங்களுக்கு முற்றுப்புள்ளி வைக்க அவர் அதைச் சொன்னார், அவசரமான அந்தப் பொதுப்படுத்தல்தான் தனது உயிரை வாங்கப்போகிறது என்று நினைத்துக்கூடப் பார்க்காமல். காலப்போக்கில் முரட்டுக் குணம் நுணுக்கமடைந்து வந்த ஃபெர்மினா தாஸா, கணவர் வாய்தவறிச் சொன்ன வார்த்தைகளைக் கெட்டியாகப் பிடித்துக்கொண்டாள்: கொள்ளை நடந்த பல மாதங்களுக்குப் பிறகு குராசாவோ பாய்மரக் கப்பலுக்கு மறுபடியும் திரும்பிய அவள், மாலுமிகளின் வசவுகளை மட்டும் பேசத் தெரிந்திருந்தாலும், அவற்றை அத்தனை அசலான மனிதக் குரலில் பேசியதால் அதன் அதிகப்படியான விலையான

பன்னிரண்டு செண்டோவாக்களுக்கு நல்ல பெறுமானமுள்ள ராயல் பரமரிபோ[11] கிளியை வாங்கினாள்.

கற்பூரக் குளிகையாலும் பேசவைக்க முடியாத அலையாத்திக் கிளிகளிடமிருந்து அதை வேறுபடுத்திக் காட்டும் வகையில், மஞ்சள் தலையோடும் கறுப்பு நாக்கோடும், தோன்றியதைவிட மிக லேசான, நல்ல வகைக் கிளி அது. சரியான ஏமாளியான டாக்டர் உர்பினோ, மனைவியின் சாதுரியத்திற்குத் தலைவணங்கினார். வேலைக்காரப் பெண்களால் தூண்டப்பட்ட கிளி அடைந்த முன்னேற்றத்தின் அழகு அவருக்கே வியப்பாக இருந்தது. மழைபொழிந்த மாலை நேரங்களில், நனைந்த சிறகுகளின் மகிழ்ச்சியால் அது நாக்கைத் தளர்த்தியபோது, வீட்டில் கற்றிருக்க முடியாத முன்னொரு காலத்தின் வாசகங்களைப் பேசியதால், அது தோற்றமளித்ததைக் காட்டிலும் மிகவும் வயதானதாக இருக்கலாம் என்று நினைக்கவும் இடம் கொடுத்தது. மேற்கூரைக் கண்ணாடி வழியாகத் திருடர்கள் மீண்டும் உள்ளே நுழைய முயன்ற இரவில் டாக்டரின் கடைசித் தயக்கமும் சரிந்தது. உண்மையாக இருந்திருந்தாலும் அத்தனை நம்பத் தகுந்ததாக இருக்க முடியாத அளவுக்கு மாஸ்டிஃப் நாயைப் போலக் குரைத்து அவர்களைப் பயமுறுத்திய கிளி, திருடர்கள் திருடர்கள் திருடர்கள் என்றும் கத்தியது. வீட்டில் கற்றுக்கொள்ளாத இரண்டு பாதுகாப்புக் கவசங்கள் அவை. அப்போதிலிருந்து அதன் பொறுப்பைத் தானே எடுத்துக்கொண்ட டாக்டர் உர்பினோ, மாமரத்தடியில் தண்ணீருக்கு ஒரு பாத்திரமும் பழுத்த வாழைப்பழத்திற்கு இன்னொன்றும் கொண்ட தொங்கலையும், கூடுதலாக விளையாட ஒரு ஊஞ்சலையும் அமைக்க உத்தரவிட்டார். இரவுகள் உறைந்து, வாடைக்காற்றால் திறந்தவெளி வாழ முடியாததாக மாறிய டிசம்பர் மாதம்முதல் மார்ச் மாதம்வரை, அதன் நாள்பட்ட சுரப்பி வீக்கம் மனிதர்களின் சுவாசத்திற்கு ஆபத்தாக இருக்குமென்ற டாக்டர் உர்பினோவின் சந்தேகத்தையும் தாண்டி, படுக்கையறையில் தூங்கவைக்கப் போர்வையால் மூடப்பட்ட கூண்டில் கொண்டு செல்லப்பட்டது. பல ஆண்டுகளாகவே சிறகுகளை வெட்டிவிட்டு, வளைந்த கால்களோடு வயதான குதிரைவீரனின் நடையில் தன் விருப்பத்திற்குச் சுற்றிக்கொண்டிருக்க அது விடப்பட்டிருந்தது. ஆனால் ஒருநாள் சமையலறைக் குறுக்குச் சட்டத்தில் சாகச விளையாட்டுகளைச் செய்யத் தொடங்கிய கிளி, தப்பிக்க முடிந்தவர்கள் தப்பித்துக்கொள்ளுங்கள் என்ற கடற்படைக் கூச்சலைப் போட்டபடி சான் கோச்சோ[12] பாத்திரத்தில்

11. சூரினாம் நாட்டின் தலைநகரம்.

12. இறைச்சியையும் வாழைப்பழம், கிழங்குகள் போன்ற மாவுச் சத்துமிக்க தாவரங்களையும் சேர்த்துத் தயாரிக்கப்படும் சூப்.

குதித்தது. நல்லவேளையாக, வெந்தும், சிறகுகள் இல்லாமலும் என்றாலும் சமையல்காரரா உயிரோடு அதைக் கரண்டியால் எடுக்கமுடிந்தது. அப்போதிலிருந்து, அடைத்து வைக்கப்பட்ட கிளிகள் கற்றுக்கொண்டதை மறந்துவிடும் என்ற கொச்சையான நம்பிக்கைக்கு மாறாகப் பகலிலும்கூட அதைக் கூண்டில் அடைத்துவைத்தார்கள். முற்றத்து மாடியில் டாக்டர் உர்பினோ வின் வகுப்புகளுக்காக மாலை நான்கு மணிக் குளிர்ச்சியில் மட்டும்தான் வெளியில் எடுத்தார்கள். அதன் சிறகுகள் மிக நீளமாக இருந்ததை உரிய நேரத்தில் ஒருவரும் கவனிக்கவில்லை. அன்று காலையில் அவற்றை வெட்டிவிட இருந்தபோதுதான் அது தப்பித்து மாமரத்தின் உச்சிக்குச் சென்றுவிட்டது.

மூன்று மணிநேரமாக அதைப் பிடிக்க முடியவில்லை. வேலைக்காரப் பெண்கள் அக்கம்பக்கத்திலிருந்த மற்றவர்களின் உதவியோடு அதை இறங்கவைக்க எல்லா விதமான தந்திரங்களை யும் செய்துபார்த்தார்கள். என்றாலும், கவலையில்லாத நான்கு குடிகாரர்களின் உயிரை வாங்கிய பயங்கரமான கூச்சலான, 'லிபரல் கட்சி வாழ்க, ங்கோத்தா... லிபரல் கட்சி வாழ்க' என்று உயிர்போகச் சிரித்தபடி கத்திக்கொண்டு, தனது இடத்தில் பிடிவாதமாக அது உட்கார்ந்திருந்தது. இலைகளுக்கு நடுவில் அதைத் தெளிவாகப் பார்க்க முடியாத டாக்டர் உர்பினோ, ஸ்பானிஷ் மொழியிலும், ஃபிரெஞ்ச் மொழியிலும், லத்தீன் மொழியிலும்கூட அதைச் சமாதானப்படுத்த முயன்றார். அதே மொழிகளில், அதே அழுத்தத்தோடும் குரலின் அதே பாவத்தோடும் அவருக்குப் பதிலளித்தாலும், உச்சியிலிருந்து அது நகரவில்லை. சுலபமாக அதை யாராலும் எட்டிவிட முடியாது என்று நம்பிய டாக்டர் உர்பினோ, தனது அண்மைக்காலச் சமூக விளையாட்டுப் பொம்மையாக விளங்கிய தீயணைப்பு வீரர்களின் உதவியை நாட உத்தரவிட்டார்.

உண்மையிலேயே சிலகாலம் முன்புவரை, கொத்தனார் ஏணிகளையும் முடிந்த இடங்களிலிருந்தெல்லாம் கொண்டு வரப்பட்ட தண்ணீர் வாளிகளையும் கொண்டு தன்னார்வலர்கள் தீயை அணைத்துவந்தார்கள். அந்த வழிமுறைகள் தீயைவிட அதிகச் சேதாரத்தை ஏற்படுத்தும் அளவுக்குத் தாறுமாறாக இருந்தன. ஆனால் கடந்த ஆண்டிலிருந்து, குவெனல் உர்பினோவைக் கௌரவத் தலைவராகக் கொண்ட சமூக முன்னேற்றச் சங்கத்தால் ஊக்குவிக்கப்பட்ட ஒரு கூட்டு முயற்சியால் பயிற்சிபெற்ற தீயணைப்பு வீரர்களின் படையும், சைரனும் மணியும் பொருத்தப்பட்ட தண்ணீர் வண்டியும், இரண்டு உயரழுத்தக் குழாய்களும் நடைமுறைக்கு வந்தன. எச்சரிக்கை செய்து தேவாலய மணிகள் ஒலித்துக்கொண்டிருக்கும்போது

குழந்தைகள் தீயணைப்பதைப் பார்க்கப் போக வேண்டும் என்பதற்காகப் பள்ளிகளில் வகுப்புகளைப் பாதியில் நிறுத்தி விடும் அளவுக்கு அது பிரபலமாக இருந்தது. தொடக்கத்தில் அதை மட்டும்தான் செய்தார்கள். ஆனால் ஹாம்பர்க் நகரத்தில் மூன்று நாள் பனிப்பொழிவிற்குப் பிறகு பாதாள அறையில் உறைந்து கிடந்த சிறுவனைத் தீயணைப்பு வீரர்கள் மீட்டதைப் பார்த்ததாக டாக்டர் உர்பினோ நகராட்சி அலுவலர்களிடம் தெரிவித்தார். நேப்பிள்ஸ் நகரத்தின் குறுகலான தெரு ஒன்றில், இறந்தவரின் உடலைக் குடும்பத்தினர் தெருவுக்குக் கொண்டுவர முடியாத அளவுக்குக் கட்டிடத்தின் படிக்கட்டுகள் மிகவும் கோணலாக இருந்ததால், பத்தாவது மாடியின் பால்கனியிலிருந்து சவப்பெட்டியில் வைத்திருந்த உடலைத் தீயணைப்பு வீரர்கள் இறக்கியதையும் அவர் பார்த்திருக்கிறார். அப்படித்தான் பூட்டை உடைப்பது, நச்சுப் பாம்புகளைக் கொல்வது போன்ற மற்ற அவசரச் சேவைகளில் ஈடுபடவும் உள்ளூர்த் தீயணைப்பு வீரர்கள் பயிற்சி பெற்றார்கள். சிறிய விபத்துகளில் முதலுதவி செய்வதற்கான சிறப்புப் பயிற்சியை மருத்துவப் பள்ளி அவர் களுக்கு வழங்கியது. அதனால்தான், ஒரு கனவானைப் போல அத்தனை தகுதிகளோடு புகழ்பெற்றிருந்த கிளியை மரத்திலிருந்து இறக்க அவர்களிடம் உதவி கேட்பது வினோதமான செயலாக அவருக்குத் தோன்றவில்லை. “எனக்காக என்று சொல்லுங்கள்” என்றார் டாக்டர் உர்பினோ. பிறகு விருந்து நிகழ்ச்சிக்கு உடையணிந்துகொள்வதற்காகப் படுக்கையறைக்குச் சென்றார். உண்மை என்னவென்றால், ஜெரேமியா த சேந்த்–ஆமொரின் கடிதத்தால் நிலைகுலைந்திருந்த அந்தக் கணத்தில், கிளியின் விதியைப் பற்றி அவர் கவலைப்படவில்லை.

இடுப்புப் பட்டையுடன் பெரிய, தளர்வான பட்டுச்சட்டை அணிந்திருந்த ஃபெர்மினா தாஸா, அத்தனை துஷ்பிரயோகங் களுக்கு வயது இப்போது இடங்கொடுக்காது என்பதால் மிகவும் புனிதமான சந்தர்ப்பங்களில் மட்டுமே பயன்படுத்தும் குதிகால் உயர்ந்த வெல்வெட்டுக் காலணிகளையும், சமமற்ற ஆறு பெரிய ஆரங்களைக் கொண்ட அசல் முத்துமாலையையும் அணிந்திருந்தாள். அந்த நவநாகரிகமான ஆடை வணங்கத்தக்க பாட்டிக்குப் போதுமானதாகத் தெரியவில்லை என்றாலும், இப்போதும்கூட மெலிந்தும், நேராகவும், பெரிய எலும்புகளைக் கொண்டதாகவும் இருந்த அவளது உடலுக்கும், முதுமையின் மருவற்ற நெகிழ்ச்சியான அவளது கைகளுக்கும், கன்னத்தின் உயரத்தில் குறுக்காக வெட்டப்பட்ட அவளது நீலவண்ணக் கூந்தலுக்கும் அது மிகவும் பொருத்தமாக இருந்தது. அவளது திருமணப் புகைப்படத்தில் இருந்தவற்றுள் தெளிவான பாதாங்கொட்டைக் கண்களும் உடன்பிறந்த இறுமாப்பும்தான்

இப்போதும் அவளிடம் எஞ்சியிருந்தன என்றாலும், வயதால் இழந்தவற்றை அவள் குணத்தால் அடைந்தாள்; விடாமுயற்சியால் ஈடுசெய்தாள். இரும்புக் கோர்செட்டுகளும்[13] இறுக்கிக் கட்டிய இடுப்புப் பெல்ட்டுகளும் பின்னழகைப் பெரிதாக்கிக் காட்டிய சட்டகத்திற்குமான காலங்கள் கடந்துவிட்டன. அவள் நன்றாக இருப்பதாக உணர்ந்தாள். சுதந்திரம் பெற்ற உடல்கள், விருப்பப்படி சுவாசித்துக்கொண்டும், தங்களை உள்ளபடியே காட்டிக்கொண்டும் இருந்தன; எழுபத்திரண்டு வயதிலும்கூட.

கருநீலப் பட்டு அலங்காரத்தோடு மணிவடிவத் தொப்பியை அணிந்து, மெதுவாகச் சுற்றிய மின்விசிறியின் கீழ் ஒப்பனை மேசை முன்பு உட்கார்ந்திருந்த அவளைக் கண்டார் டாக்டர் உர்பினோ. சிவப்புப் புள்ளியிட்ட கொசுவலையால் பாதுகாக்கப்பட்ட ஆங்கிலேயக் கட்டிலோடும் மழையின் அறிகுறியால் திகைத்த சில்வண்டுகளின் இரைச்சல் கேட்ட முற்றத்து மரங்களைப் பார்த்துத் திறந்த இரண்டு ஜன்னல்களோடும் படுக்கையறை விசாலமாகவும் பிரகாசமாகவும் இருந்தது. தேனிலவுப் பயணத்திலிருந்து திரும்பியதிலிருந்து, நேரத்திற்கும் சந்தர்ப்பத்திற்கும் ஏற்றபடி தனது கணவனின் ஆடைகளைத் தேர்ந்தெடுத்த ஃபெர்மினா தாஸா, குளியலறையிலிருந்து அவர் வெளிவரும்போது தயாராக இருப்பதற்காக முந்தைய நாள் இரவிலேயே நாற்காலிமீது அவற்றை அடுக்கி வைத்துவிடுவாள். உடுத்திக்கொள்ள அவருக்கு உதவத் தொடங்கியதும் இறுதியில் அவருக்கு உடுத்திவிடத் தொடங்கியதும் எப்போதிலிருந்து என்பது அவளுக்கு நினைவில் இல்லை. தொடக்கத்தில் காதலால்தான் அதைச் செய்தோம் என்பது நினைவிருந்தது என்றாலும், தனியாக அவரால் உடுத்திக்கொள்ள முடியாமல் போனதால், சுமார் ஐந்து வருடங்களுக்கு முன்பிருந்து எல்லா வகையிலும் அவள் அதைச் செய்ய வேண்டியிருந்தது. திருமணப் பொன்விழாவைக் கொண்டாடி முடித்திருந்த அவர்கள், ஒருகணம்கூட ஒருவரில்லாமல் ஒருவர் உயிர்வாழவும், ஒருவரைப் பற்றி ஒருவர் நினைக்காமல் இருக்கவும் முடியாதவர்கள் ஆனார்கள். முதுமை மோசமடைந்துவந்த நேரத்தில் அது மேலும் மேலும் அதிகரித்தது. ஒருவரையொருவர் சார்ந்திருந்த அந்த நிலை, காதலின் அடிப்படையிலானதா அல்லது வசதியின் அடிப்படையிலானதா என்று அவராலோ அவளாலோ சொல்ல முடியவில்லை. தொடக்கத்திலிருந்தே இருவரும் பதிலைப் புறக்கணிக்க விரும்பியதால் இதயத்தில் கைவைத்து அந்தக் கேள்வியை அவர்கள் ஒருபோதும் கேட்டுக்கொண்டதில்லை. தனது

---

13. வயிற்றை இறுக்கி, இடையை விரித்துக் காட்ட அணியும் இரும்பாலான உள்ளாடைகள்.

கணவனின் நடையின் தடுமாற்றத்தையும் அவரது மனநிலைக் கோளாறுகளையும் அவரது நினைவின் இடைவெளிகளையும் தூங்கும்போது தேம்பும் அண்மைக்கால வழக்கத்தையும் கொஞ்சம் கொஞ்சமாகக் கண்டுகொண்டிருந்தாள் என்றாலும், அவற்றைக் குழந்தைப் பருவத்திற்கு மகிழ்ச்சியாகத் திரும்புவதாகப் பார்த்தாளே தவிர, இறுதிச் சிதைவின் சந்தேகத்திற்கு இடமில்லாத அறிகுறிகளாக அடையாளம் காணவில்லை. எனவே, வயதான குழந்தையாக அவரை நடத்தினாளே தவிர, கடினமான முதியவராக நடந்தவில்லை. பரிதாப உணர்ச்சியிலிருந்து அவர்களைக் காப்பாற்றிக்கொண்டதால் அந்த ஏமாற்றுச் செயலும் இருவருக்கும் சாதகமானதாகவே இருந்தது.

அன்றாடக் குட்டித் துன்பங்களைக் கடப்பதைவிடத் திருமண வாழ்க்கையின் மிகப்பெரிய பேரழிவுகளைக் கடப்பது சுலபமானது என்பதை உரிய நேரத்தில் தெரிந்துகொண்டிருந்தால் இருவருக்கும் வாழ்க்கை வேறுவிதமாக இருந்திருக்கும். ஆனால் இருவரும் ஒன்றாகச் சேர்ந்து கற்றுக்கொண்டது ஏதாவது இருக்குமானால், அது இனி எதற்கும் உதவாது என்றான பிறகுதான் ஞானம் பிறக்கிறது என்பதுதான். பல ஆண்டுகளாகவே தனது கணவரின் கொண்டாட்டமான விடியல்களைக் கசப்பான இதயத்தோடு பொறுத்துக்கொண்டிருந்தாள் ஃபெர்மினா தாஸா. கெட்ட சகுனங்கள் நிறைந்த புதிய காலைப்பொழுதின் தலைவிதியைத் தவிர்ப்பதற்காகத் தூக்கத்தின் கடைசி இழைகளில் அவள் ஒட்டிக் கொண்டிருக்கும்போது, புதிதாகப் பிறந்த குழந்தையின் அப்பாவித்தனத்தோடு அவர் கண்விழிப்பார். ஒவ்வொரு புதியநாளும் அவர் வென்றெடுத்த இன்னொரு நாள். சேவலோடு அவர் விழித்தெழுவதை அவள் கேட்டுக்கொண்டிருப்பாள். அவளும் விழித்துக்கொள்ளட்டும் என்பதற்காகத் தேவையோ காரணமோ இல்லாமல் வேண்டுமென்றே செய்வதாகத் தோன்றிய செருமல்தான் அவரது இருப்பின் முதல் அடையாளம். கட்டிலுக்குப் பக்கத்தில் இருக்க வேண்டிய செருப்புகளை இருட்டில் தேடும்போது, தன்னைக் கவலைப்பட வைப்பதற்காக மட்டுமே அவர் முணுமுணுப்பதைக் கேட்டுக்கொண்டிருப்பாள். இருட்டில் துழாவியபடி அவர் குளியலறைவரை போவதைக் கேட்டுக்கொண்டிருப்பாள். படிப்பறையில் ஒரு மணிநேரம் செலவிட்ட பிறகு, அவள் மறுபடியும் தூங்கும்போது, இப்போதும் விளக்கைப்போடாமல் உடைமாற்ற அவர் திரும்புவதைக் கேட்டுக்கொண்டிருப்பாள். ஏதோவொரு சமயம் வரவேற்பறை விளையாட்டில், அவர் தன்னைத் தானே எப்படி வரையறுத்துக்கொள்வார் என்று கேட்டபோது, "இருட்டில் உடையணியும் மனிதன் நான்" என்றார்.

தூங்குவது போன்ற பாசாங்கில் அவள் விழித்திருந்ததைப் போலவே, தவிர்ப்பது போன்ற பாசாங்கில் அவர் வேண்டுமென்றே சத்தம் செய்வதையும், அதில் எதுவும் தவிர்க்க முடியாததல்ல என்பதையும் தெரிந்தே கேட்டுக்கொண்டிருப்பாள். அவரது நோக்கங்கள் தெளிவானவை: பதற்றமான அந்த நிமிடங்களில் அவளுக்கு அவர் தேவைப்பட்டதுபோல, உயிர்ப்போடும் தெளிவோடும் அவருக்கு அவள் ஒருபோதும் தேவைப்பட்டதில்லை என்று அவர் உணர்த்த விரும்பினார்.

அழகிய வளைவுகள் கொண்ட உடலுடன் நெற்றியில் கையை வைத்துக்கொண்டு, நடனக் கோலத்தில் தூங்குவதற்கு அவளைவிடச் சிறந்தவர்கள் ஒருவருமில்லை, ஆனால் தூங்காத போதே தூங்குவதாக நம்பும் அவளது இன்ப உணர்ச்சியை யாரேனும் குலைத்துவிட்டால் அவளைவிட மூர்க்கத்தனமாகக் கோபப்படவும் ஒருவருமில்லை. தான் செய்யப்போகும் சிறிய சத்தத்திற்காகக் காத்திருக்கிறாள் என்பதும், அதிகாலை ஐந்து மணிக்கு எழுப்பிய குற்றத்தைச் சுமத்த ஒருவர் கிடைத்ததற்காக நன்றியும் தெரிவிப்பாள் என்பதும் டாக்டர் உர்பினோவுக்குத் தெரியும். வழக்கமான இடத்தில் செருப்பைக் காணாமல் இருட்டில் துழாவ வேண்டியிருந்த சில சமயங்களில், தூக்கத்திற்கிடையில் பேசும் குரலில் திடீரென்று சொல்வாள்: “நேற்றிரவு குளியலறையில் விட்டீங்க.” அதையடுத்து முழுமையாக விழித்துக்கொண்ட குரலில் ஆத்திரத்துடன், “தூங்கவே முடியாது என்பதுதான் இந்த வீட்டின் மோசமான சாபக்கேடு” என்பாள்.

பிறகு அன்றைய தினத்தின் முதல் வெற்றியால் மகிழ்ச்சியடைந்தவளாகப் படுக்கையில் புரண்டு கொஞ்சம்கூடத் தன்மீதே இரக்கமில்லாமல் விளக்கைப் போடுவாள். இருவரும் வழக்கமாக ஆடும் புராதனமான, வக்கிரமான விளையாட்டுதான் என்றாலும், அதுவே ஆறுதல் தருவதாகவும் இருந்தது. இல்லறக் காதலின் ஆபத்தான இன்பங்களில் ஒன்று அது. ஆனால் அப்படிப்பட்ட அற்பமானதொரு விளையாட்டால்தான், என்றோ ஒருநாள் குளியலறையில் சோப்பு இல்லை என்பதால், அவர்கள் ஒன்றாக வாழ்ந்த முதல் முப்பது வருட வாழ்க்கை கிட்டத்தட்ட முடிவுக்கு வந்தது.

வழக்கமான எளிமையோடுதான் அது தொடங்கியது. அவளுடைய உதவி இல்லாமல் அவர் குளித்துக்கொண்டிருந்த காலம்; படுக்கையறைக்குத் திரும்பிய டாக்டர் குவெனல் உர்பினோ, விளக்கைப் போடாமல் உடுத்திக்கொள்ளத் தொடங்கினார். வழக்கம்போலவே அவள் மூடிய கண்களோடும் மெலிதான மூச்சோடும் புனித நடனத்தின் முத்திரையில்

கையைத் தலைமேல் வைத்தபடி, ஒரு தாயின் வயிற்றில் இருப்பதைப் போன்ற கதகதப்பான நிலையில் அவள் இருந்தாள். வழக்கம் போலப் பாதித் தூக்கத்தில் இருந்தாள். அது அவருக்கும் தெரியும். இருட்டில் ஆடைகள் எழுப்பிய நெடுநேர மொடமொடப்புச் சத்தத்திற்குப் பிறகு, டாக்டர் உர்பினோ தனக்குத் தானே சொல்லிகொண்டார்:

“கிட்டத்தட்ட ஒரு வாரமாகவே சோப்பு இல்லாமல் குளித்துக்கொண்டிருக்கிறேன்.”

அப்போது முழுவதுமாக விழித்துக்கொண்டுவிட்ட அவளுக்கு, குளியலறையில் சோப்பை வைக்க மறந்துவிட்டது நினைவுக்கு வந்ததால் கடும் கோபத்துக்கு உள்ளானாள். மூன்று நாட்களுக்கு முன்பு தூவாலைக் குழாயில் ஏற்கெனவே குளிக்கத் தொடங்கிய பிறகு, சோப்பு இல்லாததைக் கவனித்த அவள், பிறகு அதை வைத்துவிட நினைத்தாள், ஆனால் அடுத்த நாள்வரை அதை மறந்துவிட்டாள். மூன்றாவது நாளும் அதேதான் நடந்தது. அவளது தவறை மிகைப்படுத்த அவர் சொன்னதைப் போல ஒருவாரம் கடந்துவிடவில்லை என்றாலும், மன்னிக்க முடியாத மூன்று நாட்கள் கடந்திருந்தன. தவறு கண்டுபிடிக்கப்பட்ட கோபம் அவளைப் பைத்தியமாக்கியது. வழக்கம்போலத் தற்காப்புத் தாக்குதலில் ஈடுபட்டாள்:

“நானும் தினசரி குளித்துக்கொண்டுதான் இருக்கிறேன்” என்று தன்னை மறந்து கத்தினாள். “சோப்பு இருக்கத்தானே செய்தது.”

அவளது போர்முறைகளைப் பற்றி அவர் அதிகமாகவே தெரிந்து வைத்திருந்தாலும், இந்த முறை அவற்றைத் தாங்கிக் கொள்ள முடியவில்லை. ஏதேதோ தொழில்சார்ந்த சாக்குப் போக்குகளோடு மிசரிகோர்டியா மருத்துவமனையின் பயிற்சி மருத்துவர்களுக்கான அறையில் வசிக்கச் சென்ற அவர், வீடுகளுக்குச் சென்று நோயாளிகளைப் பார்க்கும்முன்பு அந்தி நேரத்தில் உடை மாற்ற மட்டுமே வீட்டிற்கு வந்தார். அவர் வரும் சத்தம் கேட்கும்போது ஏதோ செய்துகொண்டிருக்கும் பாவனையில் சமையலறைக்குப் போய்விடும் அவள், தெருவில் குதிரைகளின் குளம்படிச் சத்தம் கேட்கும்வரை அங்கேயே இருப்பாள். அடுத்து வந்த மூன்று மாதங்களில் பிணக்கைத் தீர்க்க முயன்ற ஒவ்வொரு முறையும் அவர்களுடைய முயற்சிகள் அதை மேலும் கிளறிவிடுவதில்தான் போய் முடிந்தன. குளியலறையில் சோப்பு இல்லாததை அவள் ஒப்புக் கொள்ளாதவரை அவர் திரும்பிவரத் தயாராக இல்லை. தன்னைக் கொடுமைப்படுத்துவதற்காக வேண்டுமென்றே

பொய் சொன்னதை அவர் ஒப்புக்கொள்ளாதவரை அவரை வரவேற்க அவளும் தயாராக இல்லை.

அந்தச் சம்பவம் மற்ற பல கொந்தளிப்பான விடியல்களில் மற்றப் பல அற்பமான சண்டைகளைத் தூண்ட அவர்களுக்கு வாய்ப்பளித்தது. சில மனக்கசப்புகள் மேலும் சில மனக்கசப்பு களைக் கிளறிவிட்டன, பழைய வடுக்களை மீண்டும் திறந்து புதிய காயங்களாக மாற்றின. இத்தனை காலத் தாம்பத்தியச் சண்டையில் வெறுப்பை வளர்த்துக்கொண்டதைத் தவிர வேறெதையும் செய்யவில்லை என்ற வெறுக்கத்தக்க சான்றைக் கண்டு இருவரும் அதிர்ச்சியடைந்தனர். குளியலறை சோப்புப் புரையில் சோப்பு இருந்ததா இல்லையா என்பதை இறுதி நடுவராக இருந்து தெய்வமே முடிவுசெய்யட்டும் என்பதற்காக, தேவைப்படுமானால் பேராயர் முன்னிலையில், வெளிப்படை யான ஒப்புதல் வாக்குமூலத்திற்கு இருவரும் கீழ்ப்படியலாம் என்ற யோசனையை அவர் முன்வைத்தார். அப்போது, தன் சுய கட்டுப்பாடுகளையெல்லாம் இழந்து அவள் வெடித்துச் சீறினாள்:

"பேராயர் நாசமாய்ப் போகட்டும்!"

நகரத்தின் அடித்தளங்களை அசைத்த அந்த அவமதிப்பு எளிதில் மறுக்க முடியாத அவதூறுகளுக்குக் காரணமாக இருந்தது. ஆப்பெரா பாடலின் சாயலோடு பொதுமக்களின் பேச்சில் நிலைத்துவிட்டது: "பேராயர் நாசமாய்ப் போகட்டும்!" எல்லை கடந்துவிட்டதை உணர்ந்த அவள், கணவரிடமிருந்து எதிர்பார்த்த எதிர்வினைக்காகக் காத்திருந்தாள். அரசு அலுவலகங்களுக்கு வாடகைக்கு விடப்பட்டிருந்தாலும் இன்னமும் தன்னுடையதாக இருந்த தனது தந்தையின் பழைய வீட்டில் தனியாக இருக்கப்போவதாக மிரட்டினாள். அது வெற்று மிரட்டல் அல்லது சமூக அவதூறைப் பற்றிக் கவலைப்படாமல் உண்மையாகவே போய்விட விரும்பினாள் என்பதை உரிய நேரத்தில் கணவரும் புரிந்துகொண்டார். துணிச்சல் இல்லாததால் அவர் பணிந்துபோனார். விருப்பு வெறுப்புகளைத் தாண்டி, குளியலறையில் சோப்பு இருந்தது என்று ஒப்புக்கொள்ளும் வகையில் இல்லை என்றாலும், அதே வீட்டில் பேச்சுவார்த்தை இல்லாமல் தனித்தனி அறைகளில் வாழ்வதற்கு ஒப்புக்கொண்டார். அவர்கள் பேசிக்கொள்ளவில்லை என்பதைக் குழந்தைகள் உணராத வகையில், மேசையின் ஒரு பக்கத்திலிருந்து செய்திகளை அவர்கள் வழியாகவே மறுபக்கத்திற்கு அனுப்பிக்கொண்டு மிகத் திறமையாகச் சூழ்நிலையைச் சமாளித்தபடி சாப்பிட்டார்கள்.

படிப்பறையில் குளிக்கும் வசதி இல்லாததால் வகுப்புக்குத் தயாரான பிறகுதான் அவர் குளியலறையில் நுழைந்தார்

என்பதாலும், மனைவியை எழுப்பாமலிருக்க உண்மையாகவே முயற்சிசெய்தார் என்பதாலும் அந்த ஏற்பாடு காலைச் சச்சரவுகளைத் தீர்த்துவைத்தது. பலமுறை ஒரே சமயத்தில் வந்து சேர்ந்த அவர்கள் தூங்குவதற்கு முன்பு பல் தேய்க்க முறை வைத்துக்கொண்டார்கள். நான்கு மாதங்களுக்குப் பிறகு, அவள் குளியலறைக்குச் சென்றிருந்தபோது படிப்பதற்காக வழக்கம்போல இரட்டைப் படுக்கை கொண்ட கட்டிலில் படுத்த அவர் உறங்கிவிட்டார். அவர் எழுந்து போகட்டும் என்பதற்காக மிகுந்த அலட்சியத்தோடு அவளும் பக்கத்தில் விழுந்து படுத்துக்கொண்டாள். நிச்சயமாக அவர் பாதி விழித்துக்கொண்டார் என்றாலும், எழுந்து போவதற்குப் பதிலாக விளக்கை அணைத்துவிட்டு நன்றாகப் படுத்துக்கொண்டார். படிப்பறைக்குப் போக வேண்டும் என்று நினைவூட்ட அவர் தோள்களைப் பிடித்துக் குலுக்கினாள் தன்னுடைய தாத்தா பாட்டியின் இறகுப் படுக்கையில் அத்தனை சுகத்தை மறுபடியும் உணர்ந்த அவர் சரணடைய முடிவு செய்தார்:

“நான் இங்கேயே இருக்கிறேனே. ஆமாம் சோப்பு இருந்தது” என்றார்.

ஏற்கெனவே முதுமையின் விளிம்பில் இருந்த அவர்கள் அந்தச் சம்பவத்தை நினைத்துப் பார்த்தபோது, ஒன்றாக வாழ்ந்த அரை நூற்றாண்டுக்கால வாழ்க்கையின் மிகத்தீவிரமான சண்டை அதுதான். தங்கள் பொறுப்புகளையும் துறந்துவிட்டு வாழ்க்கையை வேறுவிதமாகத் தொடங்க இருவரையும் தூண்டியதும் அதுதான் என்ற வியப்பூட்டும் உண்மையை இருவராலும் நம்பவே முடியவில்லை. முற்றிலும் ஆறாத காயங்கள் நேற்றைய காயங்களாக மாறி மறுபடியும் ரத்தம் வடியும் என்பதால், ஏற்கெனவே வயதாகி அமைதி அடைந்துவிட்ட பிறகும்கூட அவற்றைத் தூண்டிவிடக் கூடாது என்பதில் கவனமாக இருந்தார்கள்.

ஒரு ஆண் சிறுநீர் கழிக்கும் சத்தத்தை அவர் சிறுநீர் கழித்தபோதுதான் முதல்முறையாகக் கேட்டாள் ஃபெர்மினா தாஸா. ஃபிரான்ஸுக்கு அவர்களை ஏற்றிச்சென்ற கப்பலின் தடுப்பறையில் முதலிரவன்று, கடல் பயணத்தால் தலைச்சுற்றலில் படுத்திருந்தபோது அதைக் கேட்டாள். அவள் எதிர்பார்த்து அஞ்சிய அழிவின் பயங்கரத்தை அதிகரிக்கும் அளவுக்கு, அவரது குதிரை அருவிச் சத்தம் மிகவும் சக்தி வாய்ந்ததாகவும் மிகவும் அதிகாரம் கொண்டதாகவும் அவளுக்குத் தோன்றியது. கழிவறையைப் பயன்படுத்தியபோதெல்லாம் இருக்கையின் ஓரத்தை ஈரமாக்கிவிடுகிறார் என்பதைச் சகித்துக்கொள்ளவே முடியாததால், காலம் அந்த அருவியை வலுவிழக்கச் செய்தபோது

அந்த ஞாபகம் அடிக்கடி அவளுக்கு நினைவுக்கு வந்தது. அவள் வலியுறுத்திச் சொன்னதைப்போல, அந்த விபத்து அன்றாடம் மீண்டும் மீண்டும் நடந்துகொண்டிருப்பது இயற்கையின் காரணமாகத்தானே தவிர தன்னுடைய கவனக்குறைவால் அல்ல என்பதைப் புரிந்துகொள்ள விரும்பும் யாரும் சுலபத்தில் புரிந்துகொள்ளக்கூடிய விளக்கங்களைச் சொல்லி அவளைச் சமாதானப்படுத்த முயன்றார் டாக்டர் உர்பினோ. பள்ளியில் பாட்டில்களைக் குறிவைத்து நிரப்பும் போட்டியில் வெற்றி பெறுமளவுக்கு அவரது இளமைக்கால அருவி நேராகவும் நுட்பமானதாகவும் இருந்தது என்றாலும் முதுமையின் தாக்கத்தால் அதன் வீரியம் குறைந்ததோடு மட்டுமில்லாமல் கிளைத்தும் சாய்ந்தும் போனது. அதை நேராக்க அவர் எடுத்த பல்வேறு முயற்சிகளையும் தாண்டி, கடைசியில் கட்டுப்படுத்த முடியாத அருவியாக மாறியது. "ஆண்களைப் பற்றி ஒன்றும் தெரியாத ஒருவன்தான் கழிவறையைக் கண்டுபிடித்திருக்க வேண்டும்" என்பார். பணிவைவிடவும் அவமானமாகவே அமைந்துவிட்ட தன்னுடைய ஒரு அன்றாடச் செயலால் குடும்பத்தின் அமைதிக்குப் பங்களித்தார்; பயன்படுத்திய ஒவ்வொரு முறையும் இருக்கையின் ஓரத்தைக் கழிவறைத் தாள்களால் துடைத்துவிட்டார். அவளுக்கும் அது தெரிந்திருந் தாலும், குளியலறையில் அம்மோனியா வாயுவின் சுவடு அதிகமாகத் தெரியாதவரை ஒன்றும் சொல்லாமலிருக்கும் அவள், பிறகு குற்றத்தைக் கண்டுபிடித்ததைப் போல அறிவிப்பாள்: "முயல் பண்ணையைப் போல நாறுகிறது." முதுமையின் அந்திக் காலத்தில், அதே உடல் உபாதைதான் டாக்டர் உர்பினோவைக் கடைசித் தீர்வைக் காணத் தூண்டியது: அவளைப் போலவே அவரும் உட்கார்ந்து சிறுநீர் கழித்தார். அது அவரைக் கௌரவ மான நிலையில் இருக்கவிட்டதோடு கழிவறை இருக்கையின் சுத்தத்தையும் பேணியது.

தன்னுடைய பெரும்பாலான வேலைகளைத் தானாகவே செய்துகொள்ள முடியாத நிலைக்கு அப்போது வந்துவிட்ட அவரை, உயிருக்கே உலைவைத்துவிடும் குளியலறை வழுக்கல் தூவாலைக் குழாயிடம் எச்சரிக்கையாக இருக்க வைத்தது. நவீனமான அந்த வீட்டில், பழைய நகரத்தின் மாளிகைகளில் வழக்கமாகப் பயன்படுத்தப்படும் சிங்கக்கால் அலுமினியக் குளியல் தொட்டி இல்லை. சுகாதாரக் காரணங்களுக்காக அதை அவர் அகற்றச் செய்திருந்தார். ஒவ்வொரு மாதமும் கடைசி வெள்ளிக்கிழமைகளில் மட்டும் குளித்த, அதுவும் உடம்பி லிருந்து அகற்ற முயன்ற அதே அழுக்கால் அசுத்தமடைந்த நீரில் குளித்த ஐரோப்பியர்களின் பல்வேறு குப்பைகளில்

ஒன்றுதான் குளியல் தொட்டி. அதனால் கெட்டியான குயாகான்[14] மரத்தாலான பெரிய தொட்டியை அளவெடுத்துச் செய்ய உத்தரவிட்டார். புதிதாகப் பிறந்த குழந்தைகளுக்குச் செய்யப்படும் சடங்குகளோடு ஃபெர்மினா தாஸா கணவனை அதில் குளிப்பாட்டினாள். துத்தி இலைகளையும் ஆரஞ்சுத் தோல்களை யும் போட்டுக் கொதிக்கவைத்துக் கலந்த தண்ணீரில், ஒரு மணிநேரத்திற்கும் மேலாக நீடித்தது குளியல். சில சமயங்களில் வாசனைத் தண்ணீரிலேயே தூங்கிவிடும் அளவுக்கு மயக்கமான அமைதியை அது அவருக்குக் கொடுத்தது. ஃபெர்மினா தாஸா அவரைக் குளிப்பாட்டிய பிறகு உடுத்திக்கொள்ள அவருக்கு உதவுவாள். விரல்களுக்கிடையில் டால்கம் பவுடர் போட்டுவிடுவாள். தடிப்புகளில் கொக்கோ வெண்ணெய் தடவுவாள். குழந்தைகளுக்கு டயபர் அணிவிப்பதைப்போல அத்தனை காதலோடு உள்ளாடைகளை அணிவிப்பாள். காலுறையிலிருந்து புஷ்பராகக் கல் பதித்த அலங்காரக் கழுத்துப்பட்டி ஊசிவரை, ஒவ்வொன்றாகப் போட்டுவிடுவாள். அவருடைய குழந்தைகள் பறித்துக்கொண்ட குழந்தைப் பருவத்தை அவர் மறுபடியும் அடைந்ததால், தாம்பத்திய விடியல்கள் அமைதியடைந்தன. அவளுக்கும் வயதாகிவிட்டதால் தன் பங்கிற்கு அவளும் குடும்பத்தின் நேர அட்டவணையோடு பொருந்திப்போனாள். படிப்படியாகத் தூக்கம் குறைந்தது. எழுபது வயது நிறைவடைவற்குள் கணவனுக்கு முன்பே எழுந்து கொள்ளத் தொடங்கினாள்.

பெந்தகோஸ்தே ஞாயிறன்று, ஜெரேமியா த சேந்த்–ஆமொரின் உடலைப் பார்க்கப் போர்வையை விலக்கியபோது, மருத்துவராகவும் விசுவாசியாகவும் மிகத் தெளிவான தனது பயணங்களில் அதுவரை அவருக்கு மறுக்கப்பட்டுவந்த ஏதோ ஒன்றின் வெளிப்பாடு டாக்டர் உர்பினோவுக்குத் தோன்றியது. மரணத்தோடு அத்தனை ஆண்டுக் காலப் பரிச்சயத்திற்குப் பிறகு, உள்ளும் புறமும் மேலும் கீழும் அதைக் கையாண்ட பிறகு, அந்த அளவுக்கு அதனோடு போராடிய பிறகு, அப்போதுதான் முதல்முறையாக அதை ஏறெடுத்துப் பார்க்கத் துணிந்ததைப் போல இருந்தது; அதுவும் அவரைப் பார்த்துக்கொண்டிருந்தது. அது மரணத்தைப் பற்றிய அச்சம் அல்ல. கெட்ட கனவால் திடுக்கிட்டு எழுந்து, அவர் எப்போதும் உணர்ந்ததைப் போல, மரணம் நிரந்தரமான சாத்தியம் மட்டுமல்ல; உடனடியான யதார்த்தமும்கூட என்பதை அறிந்துகொண்ட இரவிலிருந்து, அவரது நிழலின் நிழலாக, அவரோடு உடன்வாழ்ந்த அச்சம்

14. Guayacán: ஆங்கிலத்தில் lignum vitae (tree of life) என்று அழைக்கப்படும் மேற்கிந்தியத் தீவுகளின் புதர்ச்செடி வகையைச் சேர்ந்த தாவரம்.

பல ஆண்டுகளாகவே அவருக்குள் இருந்துவருகிறது. அதற்கு மாறாக அன்று அவர் கண்டது, அதுவரை கற்பனையின் நிச்சயமாக இருந்ததைத் தவிர வேறெதுவாகவும் இல்லாத ஒன்றின் பௌதீக இருப்பு. தனது தெய்வீகத் தன்மையை அறிந்து கொள்ளாத துறவியாக அவர் எப்போதும் கருதிவந்த ஜெரேமியா த சேந்த்–ஆமொர்தான், அந்த மாபெரும் வெளிப்பாட்டிற்கான தெய்வக் கருணையின் கருவியாக இருந்தாரென்பது அவருக்கு மகிழ்ச்சியைக் கொடுத்தது. ஆனால் கடிதம் அவரது உண்மை யான அடையாளத்தையும், கொடூரமான கடந்த காலத்தை யும், நினைத்துப் பார்க்க முடியாத வஞ்சக சக்தியையும் வெளிப்படுத்தியபோது, தனது வாழ்க்கையில் உறுதியான, மாற்ற முடியாத ஏதோவொன்று நடந்துவிட்டதை அவர் உணர்ந்தார்.

அவரது துக்க மனநிலை தன்னையும் தொற்றிக்கொள்ள ஃபெர்மினா தாஸா அனுமதிக்கவில்லை. சட்டையின் நீண்ட வரிசைப் பொத்தான்களைப் போட்டுக்கொள்ளவும், பேண்ட்டுக்குள் கால்களை நுழைக்கவும் அவள் உதவியபோது நிச்சயமாக அவர் அப்படித்தான் செய்ய முயன்றார். ஆனால் ஃபெர்மினா தாஸாவை ஈர்ப்பது, அதிலும் அவள் விரும்பாத மனிதரின் மரணத்தால் ஈர்ப்பது சுலபமானதல்ல என்பதால், அதில் அவரால் வெற்றிபெற முடியவில்லை. ஜெரேமியா த சேந்த் – ஆமொர் எப்போதும் அவள் பார்த்திருக்காத ஊன்றுகோல்களைப் பயன்படுத்தியவர் என்பதும், பல மேற்கிந்தியத் தீவுகளில் ஒன்றில் நடைபெற்ற பல கிளர்ச்சி களில் ஒன்றில் ஆயுதப் படையின் துப்பாக்கிச் சூட்டிலிருந்து தப்பிவந்தவர் என்பதும் தேவை ஏற்பட்டதால் குழந்தைகளைப் புகைப்படம் எடுப்பவராக மாறினார் என்பதும் மாகாணத்தின் மிக வேண்டப்பட்ட மனிதர்களுள் ஒருவராக உருவானார் என்பதும் டொர்ரேமோலினோஸ் என்று அவள் நினைத்துக் கொண்டிருந்த ஆனால் உண்மையில் கப்பாப்ளாங்கா என்று அழைக்கப்பட்ட ஒருவரை அவர் சதுரங்கப் போட்டியில் தோற்கடித்தார் என்பதும் மட்டுமே அவளுக்குத் தெரியும்.

“கொடூரமான குற்றத்திற்காக நிரந்தரமாகச் சங்கிலியில் கட்டிவைக்க வேண்டும் என்ற தண்டனைபெற்ற, கயானாவி லிருந்து தப்பியோடிய கைதி. அவர் மனித மாமிசத்தைக்கூடத் தின்றிருக்கிறார் என்பதை நினைத்துப்பார்” என்றார் டாக்டர் உர்பினோ.

தன்னோடு கல்லறைக்குக் கொண்டுபோக விரும்பிய ரகசியங்களின் கடிதத்தை அவளிடம் கொடுத்தார். ஆனால் அவள் அதைப் படிக்காமல் மடித்த தாள்களை ஒப்பனை மேசையில் வைத்து இழுப்பறையைப் பூட்டினாள். தனது கணவரின் ஆழம்

காண முடியாத வியக்கும் திறமைக்கும் காலப்போக்கில் அதிகச் சிக்கலாகிக்கொண்டிருந்த அவரது மிகையான கருத்துகளுக்கும் பொதுத்தளத்திலிருந்த அவரது பிம்பத்தோடு பொருந்தாத குறுகிய பார்வைகளுக்கும் அவள் பழக்கப்பட்டிருந்தாள். ஆனால் இந்த முறை அவர் எல்லை கடந்திருந்தார். தனது கணவர் ஜெரேமியா த சேந்த் – ஆமொரைப் போற்றியது, அகதியின் முதுகுப்பையைத் தவிர மாற்றுத்துணிகூட இல்லாமல் வந்ததிலிருந்து அவர் எப்படி இருக்கத் தொடங்கினார் என்பதற்காகத் தானே தவிர, அதற்கு முன்பு அவர் எப்படி இருந்தார் என்பதற்காக அல்ல என்பதை அறிந்திருந்த அவளுக்கு, அவரது அடையாளம் தாமதமாகத் தெரியவந்த விதம் தன் கணவருக்கு அதிர்ச்சி தந்தது ஏனென்று புரியவில்லை. அவர் உள்ளிட்ட அவரது வகுப்பைச் சேர்ந்த ஆண்களுக்குப் பெண்ணை ரகசியமாக வைத்திருப்பது பரம்பரை வழக்கமாக இருக்கலாமென்றால், அவர் வைத்திருந்தது மட்டும் தன் கணவருக்கு அருவருப்பாகத் தோன்றியது ஏனென்றும் அவளுக்குப் புரியவில்லை. மேலும், செத்துப்போகும் முடிவை நிறைவேற்ற அவருக்கு உதவியிருக்கிறாள் என்பது இதயத்தை நொறுக்கும் காதலின் சான்றாகத்தான் அவளுக்குத் தோன்றியது. “அவருக்கு இருந்ததுபோன்ற தீவிரமான காரணங்களுக்காக நீங்களும் அதைச் செய்ய முடிவெடுத்தால், அவள் செய்ததைச் செய்வது தான் எனது கடமை” என்றாள். அரை நூற்றாண்டுக் காலமாக எரிச்சலூட்டிய எளிமையான தவறான புரிதலை மறுபடியும் எதிர்கொண்டிருப்பதை உணர்ந்தார் டாக்டர் உர்பினோ.

“உனக்கு ஒன்றும் புரியாது. இத்தனை காலமாக அவர் நம்மையெல்லாம் ஏமாற்றிவைத்திருந்ததுதான் என்னை வெறுப்படையச் செய்கிறதே தவிர, அவர் என்னவாக இருந்தாரென்பதோ, என்ன செய்தாரென்பதோ அல்ல” என்றார்.

சுலபமாகத் திரண்ட கண்ணீரில் அவரது விழிகள் நனையத் தொடங்கின. ஆனால் அதைக் கவனிக்காததைப்போல அவள் நடித்தாள்.

“சரியாகத்தான் செய்திருக்கிறார்” என்று பதிலளித்தாள். “உண்மையைச் சொல்லியிருந்தால், நீங்களோ, அந்த அப்பாவிப் பெண்ணோ, இந்த நகரத்திலிருக்கும் யாருமோ, இந்த அளவுக்கு அவரை விரும்பியிருக்க மாட்டீர்கள்.”

அங்கியின் பொத்தான் துளையில் சங்கிலிக் கடிகாரத்தைக் கோர்த்துவிட்டாள். கழுத்துப்பட்டியின் முடிச்சைச் சரிசெய்து அதில் புஷ்பராக ஊசியைப் பொருத்தினாள். அதற்குப் பிறகு கண்ணீரைத் துடைத்துவிட்டு, கண்ணீரால் நனைந்த தாடியை ஃப்ளோரிடா வாசனைத் திரவத்தில் நனைத்த கைக்குட்டையால்

சுத்தப்படுத்திய அவள், மக்னோலியா மலரைப் போல விரிந்த முனைகளுடன், அதை அவரது சட்டைப் பாக்கெட்டில் வைத்துவிட்டாள். ஊசல் கடிகாரத்தின் பதினோரு மணிச் சத்தம் வீட்டின் உட்புறத்தில் எதிரொலித்தது.

"சீக்கிரம்" என்றாள், கையைப் பிடித்து அவரைத் தூக்கிவிட்டபடி. "போய்ச்சேரத் தாமதமாகிவிடும்."

வெள்ளிவிழா விருந்து அந்த வருடத்தின் முக்கியமான சமூக நிகழ்வாக இருக்க வேண்டும் என்பதற்காக, டாக்டர் லாசிடெஸ் ஒலிவெய்யாவின் மனைவி அமிந்தா தெசாம்ப்சும் நல்ல திறமைசாலிகளான அவர்களது ஏழு மகள்களும் அனைத்தையும் திட்டமிட்டிருந்தார்கள். புனரமைத்தலின் கெட்ட காற்றைப் போல அங்கு வீசி, நான்கிற்கும் அதிகமான பதினேழாம் நூற்றாண்டு நினைவுச் சின்னங்களை வெனீசியப் பேராலயங்களாக மாற்றிய ஃப்ளாரென்ஸ்[15] நகரக் கட்டிடக் கலைஞர் ஒருவரால் சிதைக்கப்பட்ட பழைய தங்கச்சாலைதான் வரலாற்றுச் சிறப்புமிக்க மாவட்டத்தின் மையத்திலிருந்த அந்தக் குடும்பத்தின் இல்லம். உண்பதற்கும் வரவேற்பதற்கும் விசாலமான காற்றோட்டமுள்ள இரண்டு வரவேற்பறைகளும் ஆறு படுக்கையறைகளும் கொண்டதாக இருந்தாலும், நகரத்தின் விருந்தினர்களுக்கும் தொலைவிலிருந்து வரும் முக்கிய விருந்தினர்களுக்கும் போதுமானதாக இல்லை. மையத்தில் ஒலித்த கல்லால் செய்த நீரூற்று, அந்தியில் வீட்டை மணக்கவைத்த சூரியகாந்தித் தொட்டிகள் ஆகியவற்றோடு முற்றம் மடாலயத்தைப் போல இருந்தது என்றாலும், அத்தனை பெரிய பெயர் கொண்ட குடும்பங்களுக்கு வளைவுகளிலிருந்த இடம் போதுமானதாக இருக்காது. அதனால் புதர்முற்றமும், மிகப்பெரிய இந்தியப் புன்னைமரங்களும், அமைதியான நதியில் ஆம்பல் மலர்களும் கொண்ட, தேசிய நெடுஞ்சாலையில் வாகனத்தில் பத்து நிமிட தூரத்திலிருந்த குடும்பப் பண்ணை வீட்டில் விருந்தளிக்க முடிவுசெய்யப்பட்டது. திருமதி ஒலிவெய்யாவின் வழிகாட்டுதலில், தோன் சான்சோ விடுதிப் பணியாளர்கள் நிழலில்லாத இடங்களில் வண்ணத் துணிப் பந்தல்களை அமைத்தார்கள். கௌரவ விருந்தினர் மேசைகளில் அன்றைய ரோஜாப்பூக் கொத்துகளோடும், அனைத்து மேசைகளிலும் கைத்தறித் துணிகளோடும், புன்னை மரங்களின்கீழ் நூற்று இருபத்திரண்டு இடங்களுக்கான சிறிய மேசைகளோடு ஒரு செவ்வகத்தை அமைத்தார்கள்.

15. மத்திய இத்தாலியில் உள்ள ஒரு நகரம். மறுமலர்ச்சியின் பிறப்பிடமாகவும், கலை, கலாச்சாரம், அரசியல், பொருளாதாரம், வணிகம் ஆகியவற்றின் முக்கிய மையமாகவும் அறியப்படுவது.

தேசிய ஜோடி ஆட்டங்களோடும்[16] எதிராட்டங்களோடும்[17] குறைக்கப்பட்ட சுருக்கமான நிகழ்ச்சியை நடத்தும் காற்றிசைக் கருவிகளின் குழுவுக்காகவும், விருந்திற்குத் தலைமை வகித்த தனது கணவரின் வணங்கத்தக்க ஆசிரியருக்காகத் திருமதி ஒலிவெய்யாவின் அறிவிக்கப்படாத பரிசாக ஏற்பாடு செய்யப் பட்டிருந்த நுண்கலைப் பள்ளியின் நரம்பிசை நால்வர்[18] குழுவுக்காகவும், ஒரு மேடையும் அமைத்தார்கள். பட்டம் பெற்ற ஆண்டுக் கணக்கோடு அன்றைய தினம் மிகச் சரியாகப் பொருந்தவில்லை என்றாலும், கொண்டாட்ட உணர்வைப் பெருக்குவதற்காக பெந்தகோஸ்தே ஞாயிற்றுக்கிழமை தேர்ந்தெடுக்கப்பட்டது.

நேரமில்லாததால் தவிர்க்கக் கூடாத எதையும் செய்யாமல் விட்டுவிடக் கூடாது என்ற அச்சத்தால், தயாரிப்பு வேலைகள் மூன்று மாதங்களுக்கு முன்பிருந்தே தொடங்கப்பட்டன. பருமனுக்காகவும் சுவைக்காகவும் மட்டுமில்லாமல் காலனிய காலத்தில் வண்டல் மண்ணைக் கிளறிக்கொண்டிருந்த கோழிகளின் கூற்குடலில் சுத்தமான தங்கத் துணுக்குகள் கிடைத்ததாலும் கடற்கரைப் பகுதி முழுவதும் புகழ்பெற்றிருந்த சியேநகா த ஓரோ[19] கோழிகள் உயிரோடு கொண்டுவரப்பட்டன. தனது மகள்களில் சிலரும் வேலைக்காரர்களும் புடைசூழ, நேரில் சென்ற திருமதி ஒலிவெய்யா கணவரின் தகுதிகளுக்கு மரியாதை செய்யும் வகையில் எல்லாப் பகுதிகளிலிருந்தும் மிகச் சிறப்பான பொருட்களைத் தேர்ந்தெடுக்க அட்லாண்டிக் கடலின் மறுபுறத்திலிருந்து வந்த சொகுசுக் கப்பல்களில் ஏறினாள். தாமதமாக மழை பொழியத் தொடங்கிய ஆண்டின் ஜூன் மாத ஞாயிற்றுக்கிழமையில் விருந்து நடைபெறுகிறது என்பதைத் தவிர, மற்றவை அனைத்தையும் அவள் சரியாகத் திட்டமிட்டிருந்தாள். அன்று காலையில் பெரிய திருப்பலிக் காக வெளியில் சென்றபோதுதான் அப்படிப்பட்ட ஆபத்து இருப்பதை உணர்ந்தாள். காற்றின் ஈரப்பதத்தால் திடுக்கிட்ட அவள், கடலின் அடிவானம் பார்வைக்கு எட்டாமல் இருப்பதையும், வானம் அடர்ந்து கீழிறங்கி இருப்பதையும் கண்டாள். அப்படிப்பட்ட அச்சுறுத்தும் அறிகுறிகளையும் தாண்டி, திருப்பலியில் சந்தித்த வானிலை மைய இயக்குநர்,

---

16. Waltz: இணையர்கள் நெருக்கமாகப் பிடித்தபடி சுழன்றாடும் நடனம்.

17. Contradance: இணையர்கள் ஒருவரை ஒருவர் முகம் பார்த்தபடி ஆடும் நடனம்.

18. String Quartet: 18ஆம் நூற்றாண்டிலிருந்து அரங்க இசையாகப் புகழ்பெற்ற, இரண்டு வயலின்கள், ஒரு வியோலம், ஒரு செல்லோ என நான்கு கருவிகளைக் கொண்ட கச்சேரி.

19. Cienaga de Oro: தங்க உப்பங்கழி என்ற பெயர்கொண்ட நகரம்.

எது வேண்டுமென்றாலும் நடக்க வாய்ப்பிருக்கும் நகரத்தின் வரலாற்றில், மிகக் கடுமையான குளிர்காலத்தில்கூடப் பெந்தகோஸ்தே நாளில் மழை பெய்ததே இல்லை என்பதை அவளுக்கு நினைவூட்டினார். இருந்தாலும், திறந்த வெளியில் பசியைத் தூண்டும் சிற்றுண்டிகளைப் பெரும்பாலான விருந்தினர்கள் சாப்பிடத் தொடங்கிய பிறகு, மணி பன்னிரண்டு அடித்தபோது, ஒற்றை இடிமுழக்கம் பூமியை நடுங்கவைத்தது. மோசமான கடல் காற்று மேசைகளைக் கலைத்துப்போட்டு, பந்தல்களை வானத்திற்குத் தூக்கிச்சென்றது. பேரழிவுப் பெருமழையில் வானம் சரிந்தது.

புயலின் குழப்பத்தில் வழியில் சந்தித்த கடைசி விருந்தினர்களோடு டாக்டர் உர்பினோ சிரமப்பட்டு வந்து சேர்ந்தார். அவர்களைப் போலவே காரிலிருந்து வீடுவரை, சேறாகிக் கிடந்த முற்றத்தின் வழியாகக் கற்களின்மேல் தாவித்தாவிப் போக விரும்பினார் என்றாலும், கடைசியில் மஞ்சள்நிறப் பந்தலின்கீழ் டான் சான்சோ பணியாளர்கள் அவரைத் தோளில் தூக்கிச்செல்லும் அவமானத்தை ஏற்க வேண்டியிருந்தது. வீட்டின் உட்புறத்தில் படுக்கையறை வரையிலும்கூட, முடிந்த அளவுக்குச் சிறப்பாகத் தனித்தனி மேசைகள் மறுபடியும் அமைக்கப்பட்டன. குடி முழுகிப் போய்விட்டதைப் போன்ற தங்களது உணர்வை மறைத்துக்கொள்ள விருந்தினர்கள் முயலவில்லை. காற்றால் சாய்வாக விழுந்த மழை உள்ளே நுழைவதைத் தடுக்க ஜன்னல்களை மூடிவைக்க வேண்டியிருந்ததால், வீட்டில் கப்பல் கொதிகலனைப் போல வெப்பம் நிலவியது. முற்றத்தில் மேசையின் ஒவ்வொரு இடத்திலும் விருந்தினர்களின் பெயரோடு அட்டைகள் வைக்கப்பட்டிருந்தன. வழக்கப்படி ஆண்களுக்கு ஒரு பக்கமும் பெண்களுக்கு இன்னொரு பக்கமும் என்று திட்டமிடப்பட்டிருந்தது. ஆனால் வீட்டிற்குள் பெயர் தாங்கிய அட்டைகள் கலந்து கிடந்தன. நமது சமூக மூடநம்பிக்கைகளுக்கு எதிராகக் குறைந்தது இந்த ஒருமுறையாவது தடுக்க முடியாத ஒழுக்கக்கேட்டில் ஈடுபட அவரவர் முடிந்த இடத்தில் உட்கார்ந்துகொண்டார்கள். நனைந்த தலையோடும் சேறு தெறித்த அற்புதமான உடையோடும், பேரழிவுக்கு மத்தியில் ஒரே நேரத்தில் எல்லா இடங்களிலும் இருப்பதுபோலத் தோன்றிய அமிந்தா த ஒலிவெய்யா, துன்பத்திற்கு மகிழ்ச்சி தராமல் இருக்கத் தனது கணவனிடம் கற்றுக்கொண்ட, வெல்ல முடியாத புன்னகையோடு அவமானத்தைத் தாங்கிக் கொண்டாள். நடுவில் டாக்டர் குவெனல் உர்பினோவோடும் வலது பக்கத்தில் பேராயர் ஒப்துலியோ இ ரெய்–யோடும், ஒரே அச்சில் வார்க்கப்பட்டதைப் போலிருந்த அவளது மகள்களின் உதவியோடு, கௌரவ விருந்தினருக்கான மேசையின்

இடங்களைத் தக்கவைத்துக் கொள்வதில் முடிந்த அளவுக்கு வெற்றி பெற்றிருந்தாள். சாப்பிடும்போதே தூங்கிவிடுவார், இல்லையென்றால் மடியில் சூப்பைக் கொட்டிக்கொள்வார் என்ற அச்சத்தில், வழக்கமாகச் செய்வதுபோல, கணவரின் பக்கத்தில் உட்கார்ந்துகொண்டாள் ஃபெர்மினா தாஸா. துல்லியமாக நோயைக் கணிக்கும் அவரது திறமையோடு எந்தத் தொடர்புமில்லாத கொண்டாட்ட மனநிலையோடு, நன்கு பராமரிக்கப்பட்ட, பெண்மைச் சாயல் கொண்ட, ஐம்பதுகளிலிருந்த டாக்டர் லாசிடெஸ் ஒலிவெய்யா அவளுக்கு எதிரிலிருந்த இடத்தில் அமர்ந்துகொண்டார். பக்கத்தில் உட்கார வைத்துக்கொள்ள ஆளுநர் கையைப் பிடித்து அழைத்துவந்த முந்தைய ஆண்டின் அழகுராணி, மாகாண, நகராட்சி அலுவலர்கள் ஆகியோர் எஞ்சிய இடங்களை நிரப்பினார்கள். சிறப்பு உடையணிய வேண்டுமென்று அழைப்பிதழில் வலியுறுத்தும் வழக்கம், அதிலும் பண்ணை வீட்டு விருந்திற்கு வலியுறுத்தும் வழக்கம் இல்லை என்றாலும் விலைமதிப்பற்ற கல்பதித்த நகைகளோடு இரவு விருந்துக்கான உடைகளைப் பெண்கள் அணிந்திருந்தார்கள். ஆண்களில் பெரும்பாலானோர் கறுப்புக் கழுத்துப்பட்டியோடு அடர்வண்ண உடைகளில் இருந்தார்கள், சிலர் நீண்ட அங்கியில் இருந்தார்கள். டாக்டர் உர்பினோவைப் போன்ற நாகரிக உலகத்தைச் சேர்ந்த சிலர் மட்டுமே அன்றாட உடைகளை அணிந்திருந்தார்கள். ஒவ்வொரு இருக்கையிலும் தங்கநிறச் சித்திரங்களோடு ஃபிரெஞ்ச் மொழியில் அச்சிடப்பட்ட உணவுப் பட்டியல் வைக்கப்பட்டிருந்தது.

பயங்கர வெப்பத்தால் திகிலடைந்த திருமதி ஒலிவெய்யா, சாப்பிட வசதியாக அங்கிகளைக் கழற்றும்படி வேண்டிக்கொண்டு வீட்டைச் சுற்றிவந்தாள். ஆனால் முதலாவதாக அதைச் செய்ய ஒருவரும் முன்வரவில்லை. ஒருவகையில் அது வரலாற்று முக்கியத்துவம் வாய்ந்த விருந்து என்பதைப் பேராயர் டாக்டர் உர்பினோவிடம் சுட்டிக்காட்டினார். சுதந்திரம் பெற்றதிலிருந்து நாட்டை ரத்தம் சிந்தவைத்துக்கொண்டிருந்த உள்நாட்டுப் போரின் இரு தரப்பினரும் காயங்கள் ஆறி வெறுப்புகள் தணிந்து, முதல்முறையாக ஒரே மேசையில் அங்குதான் உட்கார்ந்திருந்தார்கள். பழமைவாதிகளின் நாற்பத்தைந்து ஆண்டுக்கால ஆதிக்கத்திற்குப் பிறகு, தங்கள் கட்சியின் அதிபரைத் தேர்ந்தெடுப்பதில் வெற்றிபெற்றிருந்த தாராளவாதிகளின், குறிப்பாக இளைஞர்களின், உற்சாகத்தோடு அந்தச் சிந்தனை ஒத்துப்போனது. டாக்டர் உர்பினோ அதை ஒப்புக்கொள்ள வில்லை. மோசமாக உடையணிவது ஒன்றைத் தவிர, தாராளவாத அதிபருக்கும் பழமைவாத அதிபருக்குமிடையே எந்த வேறுபாடும் இருப்பதாக அவருக்குத் தோன்றவில்லை. இருந்தாலும்,

பேராயருக்கு மறுப்புத் தெரிவிக்க அவர் விரும்பவில்லை. அந்த விருந்தில் பரம்பரைத் தகுதிகளால்தான் இடம்பெற்றிருக் கிறார்களே தவிர, சிந்தனையால் யாரும் இடம்பெறவில்லை என்றும், அரசியலின் ஆபத்துகளுக்கும் போரின் கொடூரங் களுக்கும் மேலாகப் பரம்பரைத் தகுதிதான் எப்போதும் இருந்து வருகிறது என்றும் சுட்டிக்காட்ட விரும்பினாலும் அவரிடம் மறுத்துப் பேச விரும்பவில்லை. அந்தக் கோணத்தில் பார்த்தால், நிச்சயமாக யாரும் விடுபடவில்லை.

தொடங்கியதைப் போலவே கனமழை திடீரென்று நின்று போனது. மேகங்களில்லாத வானத்தில் வெயில் உடனடியாகக் கொளுத்தத் தொடங்கினாலும், சில மரங்களை வேரோடு சாய்த்துவிடுமளவுக்குப் புயல்காற்று கடுமையாக வீசியிருந்தது. நிரம்பி வழிந்த குளம் முற்றத்தைப் புதைசேறாக மாற்றிவிட்டது. மிகப்பெரிய பேரழிவு நடந்திருந்தது சமையலறையில்தான். வீட்டின் பின்புறத்தில் திறந்த வெளியில் செங்கற்களைக் கொண்டு விறகு அடுப்புகள் அமைக்கப்பட்டிருந்தன. மழையிடமிருந்து பாத்திரங்களைக் காப்பாற்றக்கூடச் சமையல்காரர்களுக்கு நேரம் போதவில்லை. வெள்ளத்தில் மூழ்கிய அடுப்பங்கரையை மீட்பதிலும், பின்பக்கக் கூடத்தில் புதிதாக அடுப்புகளை அமைப்பதிலும் முக்கியமான நேரம் வீணானது. ஆனாலும் பிற்பகல் ஒரு மணிக்கு நெருக்கடி முடிவுக்கு வந்துவிட்டது. உணவுக்குப் பிந்தைய இனிப்பு மட்டும்தான் வந்துசேரவில்லை. சாண்டா கிளாரா கன்னியாஸ்திரிகளிடம் ஒப்படைக்கப்பட்ட பொறுப்பு அது. பதினோரு மணிக்குள் அனுப்பிவைப்பதாக அவர்கள் உறுதியளித்திருந்தார்கள். தேசிய நெடுஞ்சாலையை ஒட்டிய ஓடையில், கடுமையற்ற குளிர்காலத்தில்கூட ஏற்படுவது போன்ற வெள்ளப் பெருக்கு ஏற்பட்டிருக்கலாம் என்ற அச்சம் தோன்றியது. அப்படியானால் இன்னும் இரண்டு மணிநேரத்திற்கு இனிப்பு வந்துசேர வாய்ப்பில்லை. மழை நின்றதும் ஜன்னல்கள் திறக்கப்பட்டன. புயலின் கந்தகத்தால் சுத்தமடைந்த காற்றால் வீடு குளிர்ந்தது. பிறகு தாழ்வாரத்தின் மாடியில் நிகழ்ச்சியை நடத்த வால்ட்ஸ் இசைக்குழுவுக்கு உத்தரவிடப்பட்டது என்றாலும், பித்தளை வாத்தியங்களின் அதிர்வு வீட்டில் கத்திப் பேச வேண்டிய கட்டாயத்தை ஏற்படுத்தியதால், பதற்றத்தை அதிகரிக்க மட்டும்தான் அது பயன்பட்டது. கண்ணீரின் எல்லையில் புன்னகைத்தபடி காத்திருந்து களைத்துப்போன அமிந்தா த ஒலிவெய்யா உணவைப் பரிமாற உத்தரவிட்டாள்.

மொஸார்ட்டின் 'லா சேஸ்' பாடலின் தொடக்கக் குறிப்புகளுக்குக் கிடைத்த முழுமையான அமைதிக்கு நடுவில்

நுண்கலைப் பள்ளியின் இசைக்குழு கச்சேரியைத் தொடங்கியது. சத்தமும் குழப்பமும் படிப்படியாக அதிகரித்த குரல்களையும், ஆவி பறக்கும் பாத்திரங்களோடு மேசைகளுக்கிடையில் நுழைய முடியாமல் நுழைந்த டான் சான்ச்சோவின் கறுப்புப் பணியாளர்களின் தொந்தரவுகளையும் கடந்து, நிகழ்ச்சியின் இறுதிவரை இசைக்கான பாதையைத் திறந்துவைத்திருந்தார் டாக்டர் உர்பினோ. அடுத்த நகர்வை முடிவுசெய்யச் சதுரங்க ஆட்டத்தின் ஒவ்வொரு நகர்வையும் தாளில் குறித்து வைத்துக் கொள்ள வேண்டிய அளவுக்கு ஆண்டாண்டுக் காலமாக அவரது நினைவாற்றல் குறைந்துகொண்டேவந்தது. இருந்தாலும், தோன் ஜியோவன்னியின்[20] இசைக் குறிப்புகளைப் படித்துக்கொண்டே ட்டான்ஹவுசரைக்[21] கேட்டுக்கொண்டுமிருந்த, அவரது ஆஸ்திரியக் காலத்தின் மிகப்பெரிய நண்பரான ஜெர்மானிய இசைக்குழுவின் அமைப்பாளர் ஒருவரின் தலைசிறந்த உச்சநிலையை எட்ட முடியாவிட்டாலும்கூட, கச்சேரியின் இழையைத் தவறவிடாமல் தீவிரமான உரையாடலிலும் ஈடுபடுவது இன்னமும் அவருக்குச் சாத்தியமாகத்தான் இருந்தது.

நிகழ்ச்சியின் இரண்டாவது துணுக்கான ச்சூபெர்ட்டின் ‘மரணமும் நடன மங்கையும்’ எளிய நாடகத்தனத்தோடு அரங்கேற்றப்பட்டதாக அவருக்குத் தோன்றியது. கரண்டிகள் தட்டுகளில் ஏற்படுத்திய புதிய சத்தங்களின் ஊடாக, நிகழ்ச்சியைச் சிரமப்பட்டுக் கேட்டுக்கொண்டிருந்தபோது, தலைதாழ்த்தி அவரை வணங்கிய இளைஞனின் சிவந்த முகத்தைக் கண்கொட்டாமல் பார்த்தார். சந்தேகத்திற்கு இடமில்லாமல் அவனை எங்கேயோ பார்த்திருக்கிறார் என்றாலும் எங்கே என்பது நினைவுக்கு வரவில்லை. அந்தக் கால மெல்லிசையோடு அல்லது எல்லாவற்றுக்கும் மேலாக நன்றாகத் தெரிந்த மனிதர்களின் பெயர்களோடு அந்த அனுபவம் அவருக்கு அடிக்கடி ஏற்பட்டது. ஒருநாள் இரவு, விடியும்வரை அதைப் பொறுத்துக்கொண்டிருப்பதைவிடச் செத்துப்போவதே மேல் என்று நினைக்கும் அளவுக்கு மிகவும் பயங்கரமான வேதனையை அவருக்குக் கொடுத்தது. அப்படிப்பட்ட நிலையைத் தற்போது அவர் அடைய இருந்தபோது, கருணையுள்ள ஒரு மின்னல் கீற்று நினைவை ஒளிரவைத்தது: அந்தச் சிறுவன் கடந்த ஆண்டு அவரது மாணவனாக இருந்தவன். அவனை அங்கு, பிரத்யேகமாகத் தேர்ந்தெடுக்கப்பட்டவர்களின் ராஜ்ஜியத்தில், பார்த்தது அவருக்கு வியப்பாக இருந்தது. ஆனால் அவன் சுகாதாரத் துறை அமைச்சரின் மகன் என்பதையும், தடயவியல் மருத்துவத்தில்

---

20. Don Giovanni: லொரென்ஸோ த போந்தே என்ற இத்தாலியர் 1787இல் எழுதிய ஆபரா.

21. Tannhaüser: ரிச்சர்ட் வேக்னர் என்ற ஜெர்மானியர் 1845இல் எழுதிய ஆபரா.

ஆய்வுக் கட்டுரை எழுத வந்திருக்கிறான் என்பதையும் டாக்டர் ஒலிவெய்யா அவருக்கு நினைவூட்டினார். மகிழ்ச்சியான கையசைப்போடு அவனுக்கு வாழ்த்துத் தெரிவித்தார் டாக்டர் உர்பினோ. எழுந்து நின்ற இளம் மருத்துவன் பயபக்தியோடு அவருக்குப் பதில் வணக்கம் செய்தான். ஆனால் அன்று காலை ஜெரேமியா த சேந்த்–ஆமொாரின் வீட்டில் அவரோடு இருந்த பயிற்சி மருத்துவர் அவன்தான் என்பதை அப்போதோ அதற்குப் பிறகு எப்போதுமோ அவர் உணரவே இல்லை.

முதுமைக்கு எதிரான மேலுமொரு வெற்றியால் நிம்மதி யடைந்த டாக்டர் உர்பினோ, அடையாளம் தெரியாத நிகழ்ச்சி யின் கடைசிப் பாடலின் தெளிவான, நெகிழ்ச்சியான வரிகளில் தன்னை மறந்தார். ஐரோப்பிய இசைபற்றிய செய்திகளுக்கு அவர் எப்போதும் அதிகக் கவனம் செலுத்தியதையும் தாண்டி அவரது பெயரைக்கூடக் கேட்டிருக்காத காப்ரியேல் ஃபோரேவின்[22] இசைக்கோர்வைக்காக எழுதப்பட்ட நால்வர் நரம்பிசைப் பாடல் என்று அவரிடம் சொன்னார், ஃபிரான்ஸிலிருந்து அண்மையில் திரும்பியிருந்த குழுவின் இளம் செல்லோ கலைஞர். வழக்கம்போல அவரையே கவனித்துக்கொண்டிருந்தாள் என்றாலும், குறிப்பாகப் பொது இடத்தில் அவர் தனக்குள் மூழ்கிக்கிடப்பதைப் பார்த்தபோது சாப்பிடுவதை நிறுத்திய ஃபெர்மினா தாஸா, தனது நனவுலகக் கையை அவரது கையின்மேல் வைத்தாள். “அதைப் பற்றியே நினைத்துக்கொண்டிருக்க வேண்டாம்” என்றாள். பரவசத்தின் மறுகரையிலிருந்து அவளைப் பார்த்துப் புன்னகைத்தார் டாக்டர் உர்பினோ. அதன் பிறகுதான் அவள் எதற்காக அஞ்சினாள் என்று மறுபடியும் யோசிக்கத் தொடங்கினார். உருவப் படங்களிலிருந்த குழந்தைகளின் குற்றம் சாட்டும் பார்வையின் கீழ், போலியான ராணுவச் சீருடையோடும், நகல் பதக்கங்களோடும் அந்தச் சமயத்தில் சவப்பெட்டியில் காட்சிக்கு வைக்கப்பட்டிருந்த ஜெரேமியா த சேந்த்–ஆமொரை நினைத்துக்கொண்டார். தற்கொலையைப் பற்றித் தகவல் தெரிவிக்க பேராயரின்பக்கம் திரும்பினார், ஆனால் அது ஏற்கெனவே அவருக்குத் தெரிந்திருந்தது. புனித மண்ணில் புதைப்பதற்குக் கரீபிய அகதிகளின் பெயரில் கர்னல் ஜெரோனிமோ அர்கோத்தேவிடமிருந்து பெறப்பட்ட விண்ணப்பம் உள்ளிட்டவை குறித்துப் பெரிய திருப்பலிக்குப் பிறகு விரிவாகப் பேசப்பட்டது. “அந்த விண்ணப்பமே மரியாதைக் குறைவாகத்தான் எனக்குத் தோன்றியது” என்றார்.

22. Gabriel Urbain Fauré (1845–1924): புகழ்பெற்ற ஃபிரான்ஸின் இசையமைப்பாளர், ஆசிரியர்.

பிறகு, மனிதாபிமானம் மிகுந்த குரலில், தற்கொலைக்கான காரணம் தெரிந்ததா என்று கேட்டார். "முதுமையச்சம்[23]" என அந்தக் கணத்தில் தான் கண்டுபிடித்ததாக நினைத்துக் கொண்ட சரியான சொல்லால் அவருக்குப் பதிலளித்தார் டாக்டர் உர்பினோ. மிகவும் நெருக்கமான விருந்தினர்களைக் கவனித்துக்கொண்டிருந்த டாக்டர் ஒலிவெய்யா, தனது ஆசிரியரின் உரையாடலை வழிமொழிவதற்காக ஒரு கணம் அவர்களிடமிருந்து விலகினார். "காதலுக்காக அல்லாத தற்கொலையை இந்தக் காலத்திலும் எதிர்கொள்வது வெட்கக்கேடு" என்றார். பிடித்தமான சீடரின் சிந்தனைகளில் தனது சிந்தனைகளை அடையாளம் கண்டுகொண்ட டாக்டர் உர்பினோ வியப்படையவில்லை.

"தங்க சயனைடால் என்பது அதைவிட மோசம்" என்றார்.

அப்படிச் சொன்னபோதுதான், கடிதத்தின் கசப்பை மீறிய இரக்கம் மறுபடியும் நிலவுவதை உணர்ந்த அவர், அதற்கு இசையின் அதிசயத்திற்கு நன்றி சொன்னாரே தவிர தனது மனைவிக்கு நன்றி சொல்லவில்லை. பிறகு சதுரங்க ஆட்டத்தின் நீண்ட மாலைப்பொழுதுகளில் அறிந்துகொண்ட பாமரத் துறவியைப் பற்றிப் பேராயரிடம் எடுத்துச் சொன்னார், தனது கலையைக் குழந்தைகளின் மகிழ்சிக்காக அவர் அர்ப்பணித்ததைப் பற்றியும், உலக விஷயங்கள் அனைத்தின் மீதும் அவருக்கிருந்த அரிய புலமையைப் பற்றியும், ஆடம்பரமில்லாத அவரது வழக்கங்களைப் பற்றியும் சொன்ன அவர், தனது கடந்த காலத்திலிருந்து உடனடியாகவும் முழுமையாகவும் விடுபட்ட ஜெரேமிய த சேந்த்–ஆமொரின் ஆன்மசுத்தியால் தானே வியப்படைந்ததாகவும் கூறினார். உருவப்படங்களுக்கு வெளியில் ஒருவேளை மகிழ்ச்சியாக இருக்க வாய்ப்பில்லாத தலைமுறை யின் உருவங்களைப் பாதுகாக்கப் புகைப்படத் தகடுகளின் தொகுப்பை வாங்குவதால் கிடைக்கும் நன்மைகளைப் பற்றியும் பிறகு அவர் மேயரிடம் பேசினார். பண்பட்ட, தீவிரமான கத்தோலிக்கர் ஒருவர் தற்கொலையின் புனிதத்தைப் பற்றிச் சிந்திக்கத் துணிந்துவிட்டார் என்பதால் அதிர்ச்சி அடைந்திருந்தாலும், புகைப்படத் தகடுகளின் காப்பக முயற்சி யோடு பேராயர் உடன்பட்டார். அவற்றை விற்கப்போவது யார் என்று தெரிந்துகொள்ள மேயர் விரும்பினார். ரகசியத்தின் நெருப்பால் நாக்கைச் சுட்டுக்கொண்டார் என்றாலும் காப்பகத்தின் ரகசிய வாரிசைக் காட்டிக்கொடுக்காமல் அதைத் தாங்கிக்கொண்டார் டாக்டர் உர்பினோ. "அதை நான் பார்த்துக்கொள்கிறேன்" என்றார். ஐந்து மணிநேரத்திற்கு முன்பு

---

23. Gerontophobia: முதுமை அடைவதைப் பற்றிய அதீதமான, தீராத அச்சம்.

அவர் நிராகரித்த பெண்ணிடம் தனக்கு இருந்த விசுவாசத்தால் மீட்சி அடைந்துவிட்டதாக அவர் உணர்ந்தார். அதைக் கவனித்த ஃபெர்மினா தாஸா, இறுதிச் சடங்கில் கலந்துகொள்வேன் என்று தாழ்ந்த குரலில் அவரை உறுதியளிக்கவைத்தாள். ஆசுவாசமடைந்த அவர், நிச்சயமாக அதைச் செய்வேன் என்றார்.

உரைகள் சுருக்கமாகவும் எளிமையாகவும் இருந்தன. நிகழ்ச்சி நிரலில் திட்டமிடாத பிரபலமான ராகத்துடன் தொடங்கியது காற்றிசைக் குழு. யாராவது ஆட விரும்பலாம் என்பதால் டான் சான்ச்சோ விடுதிப் பணியாளர்கள் முற்றத்தை உலர்த்தி முடிக்கக் காத்திருந்த விருந்தினர்கள் மொட்டை மாடியில் உலாவிக்கொண்டிருந்தார்கள். கடைசிச் சுற்றில் டாக்டர் உர்பினோ அரைக் கோப்பை பிராந்தியை ஒரே மூச்சில் குடித்ததைக் கொண்டாடிய கௌரவ மேசை விருந்தினர்கள் மட்டும்தான் வரவேற்பறையில் இருந்தார்கள். மிகச் சிறப்பான உணவுக்குத் துணையாக ஒரு கோப்பை உயர்ரக மது[24] என்பதைத் தவிர, அவர் ஏற்கெனவே இன்னொரு கோப்பை மதுவைக் குடித்திருந்தது யாருக்கும் நினைவிலில்லை. ஆனால் அந்த மாலைப்பொழுதில் அவரது இதயம் அதைத்தான் அவரிடம் கேட்டது. அவரது பலவீனத்துக்கு நல்ல பலனும் கிடைத்தது. மிகப்பல வருடங்களுக்குப் பிறகு அவருக்கு மீண்டும் பாடத் தோன்றியது. அவரோடு சேர்ந்துகொள்ள முன்வந்த செல்லோ இளைஞனின் வற்புறுத்தலால் கண்டிப்பாகப் பாடியும் இருப்பார். முற்றத்துச் சேற்றைத் திடீரென்று கடந்து வந்த புதிய கார் ஒன்று, தனது ஹார்ன் சத்தத்தால் பண்ணையிலிருந்த வாத்துக்களைக் கலவரப்படுத்திக்கொண்டும், இசைக் கலைஞர் களின் மீது சேற்றை வாரி இறைத்துக்கொண்டும் தாழ்வாரத்தின் முன்னால் வந்து நிற்காமல் இருந்திருந்தால். டாக்டர் மார்க்கோ அவுரேலியோ உர்பினோ தாஸாவும் அவரது மனைவியும், சரிகைத் துணியால் மூடியிருந்த தாம்பாளங்களைக் கைக்கு ஒன்றாக ஏந்திக்கொண்டு கண்ணீர்முட்டச் சிரித்தபடி இறங்கினார்கள். கூடுதல் இருக்கைகளிலும், ஓட்டுநருக்குப் பக்கத்தில் தரையிலும்கூட அவற்றைப் போன்ற தாம்பாளங்கள் வைக்கப்பட்டிருந்தன. தாமதமாக வந்துசேர்ந்த இனிப்புதான் அது. நட்புரீதியான கேலிக் கைத்தட்டல்களும் விசில்களும் ஓய்ந்த பிறகு, புயலுக்கு முன்பே இனிப்பைக் கொண்டுபோக உதவுமாறு க்ளாரா சகோதரிகள் கேட்டுக்கொண்டதாகவும், ஆனால் தனது பெற்றோரின் வீடு தீப்பற்றி எரிந்துகொண்டிருப்ப தாகக் கேள்விப்பட்டதால் நெடுஞ்சாலையிலிருந்து திரும்பிச் சென்றதாகவும் அக்கறையோடு விளக்கிக்கொண்டிருந்தார்

24. திராட்சை மது (wine) வகைகளில் மிக உயர்ந்ததாகக் கருதப்படும் க்ராண்ட் க்ரூ (Grand cru).

டாக்டர் உர்பினோ தாஸா. தன்னுடைய மகன் கதையைச் சொல்லி முடிக்கக் காத்திருக்காமல் அதிர்ச்சியடைந்தார் டாக்டர் குவெனல் உர்பினோ. ஆனால் கிளியைப் பிடிக்கத் தீயணைப்பு வீரர்களை அழைக்க உத்தரவிட்டது அவர்தான் என்பதை உரிய நேரத்தில் அவரது மனைவி நினைவூட்டினாள். ஜொலித்துக் கொண்டிருந்த அமிந்தா த ஒலிவெய்யா, ஏற்கெனவே அவர்கள் காப்பி சாப்பிட்டுவிட்டார்கள் என்றாலும், மொட்டை மாடியில் இனிப்பைப் பறிமாற முடிவுசெய்தாள். ஆனால் இறுதிச் சடங்கிற்கு முன்பு புனிதமான பகல் தூக்கத்திற்கு நேரமில்லை என்பதால், டாக்டர் குவெனல் உர்பினோவும் அவரது மனைவியும் அதை சுவைத்துக்கூடப் பார்க்காமல் புறப்பட்டனர்.

வீட்டிற்குத் திரும்பியபோது தீயணைப்பு வீரர்கள் தீயைவிடக் கடுமையான சேதத்தை ஏற்படுத்தியிருந்ததைக் கண்டதால், தூங்கினாலும் அது சுருக்கமான, மோசமான தூக்கமாக இருந்தது. கிளியைப் பயமுறுத்தும் முயற்சியில் உயரமூத்தக் குழாய்களால் மரத்தை மொட்டை அடித்திருந்தார்கள். தவறாகப் பீய்ச்சப்பட்ட தண்ணீர் பிரதான படுக்கையறை ஜன்னல்கள் வழியாகப் புகுந்து மரச்சாமான்களுக்கும் சுவரில் தொங்கிய அடையாளம் தெரியாத முன்னோர்களின் உருவப்படங்களுக்கும் ஈடுசெய்ய முடியாத இழப்பை ஏற்படுத்தியிருந்தது. தீயணைப்பு வண்டியின் சத்தத்தைக் கேட்டதும் தீவிபத்து என்று நினைத்து அக்கம்பக்கத்தில் இருந்தவர்கள் திரண்டுவிட்டார்கள். மோசமான அசம்பாவிதம் நடக்காததற்குக் காரணம் ஞாயிற்றுக்கிழமையில் பள்ளிகள் மூடியிருந்ததுதான். ஏணிகளை வைத்தும் கிளியை எட்ட முடியாது என்பதை உணர்ந்தபோது, தீயணைப்பு வீரர்கள் மரத்தின் கிளைகளைக் கத்தியால் வெட்டத் தொடங்கினார்கள். சரியான நேரத்தில் டாக்டர் உர்பினோ தாஸா வந்ததால் அடியோடு வெட்டுவது தடுக்கப்பட்டது. மரத்தை வெட்ட அனுமதிப்பதாக இருந்தால் மாலை ஐந்து மணிக்குப் பிறகு திரும்பி வருவதாகச் சொல்லிவிட்டுப் போன தீயணைப்பு வீரர்கள், வழியில் உட்புற மாடியையும் வரவேற்பறையையும் சேறாக்கியதோடு, ஃபெர்மினா தாஸாவுக்குப் பிடித்தமான துருக்கிக் கம்பளத்தையும் கிழித்துவிட்டார்கள். கிளி அண்டை வீட்டு முற்றங்களுக்குத் தப்பித்துப்போக இந்தக் குழப்பத்தைப் பயன்படுத்திக்கொண்டது என்பதே பொதுவான கருத்தாக இருந்ததால், தேவையில்லாத கூடுதல் சேதாரங்கள் ஏற்பட்டிருந்தன. உண்மையில் டாக்டர் உர்பினோ இலைகளுக்கிடையில் கிளியைத் தேடிக்கொண்டிருந்தார் என்றாலும், பாட்டுக்கும் விசிலுக்கும்கூட எந்த மொழியிலும் பதிலில்லை என்பதால் அது தொலைந்துவிட்டதாக நினைத்து கிட்டத்தட்ட மூன்று மணிக்குத் தூங்கப் போனார். முன்னதாக, வெதுவெதுப்பான

தண்ணீர்விட்டான்[25] கொடியால் சுத்திகரிக்கப்பட்ட சிறுநீரின் ரகசியத் தோட்ட வாசனையின் உடனடி இன்பத்தை அனுபவித்தார்.

துக்கம் அவரை எழுப்பிவிட்டது. அது நண்பரின் சடலத்திற்கு முன்னால் காலையில் அவர் உணர்ந்த துக்கமல்ல; பகல் தூக்கத் திற்குப் பிறகு அவரது ஆன்மாவை நிரப்பிய, கடைசி அந்திப் பொழுதுகளில் வாழ்ந்துகொண்டிருப்பதற்கான தெய்வீக அறிவிப்பாக விளங்கிக்கொண்ட, கண்ணுக்குத் தெரியாத பனிமூட்டம். ஐம்பது வயதுவரை தனது உள்ளுறுப்புகளின் அளவு, எடை, நிலைமை ஆகியவற்றைப் பற்றிய உணர்வு அவருக்கு இருந்ததில்லை. அன்றாடப் பகல் தூக்கத்திற்குப் பிறகு கண்ணை மூடிப் படுத்திருந்தபோது, கொஞ்சம் கொஞ்சமாக, காற்றுக்கும் எட்டாத கணையத்தையும், மர்மமான கல்லீரலையும் உறக்கமில்லாத இதயத்தின் வடிவம் வரையிலும் ஒவ்வொன்றாகத் தனக்குள் உணர்ந்தபடி இருந்த அவர், மிகவும் வயதானவர்கள்கூடத் தன்னைவிட இளையவர்களாகவே இருப்பதையும் தனது தலைமுறையைச் சேர்ந்த குழுவின் பழைய உருவப்படங்களில் இன்னும் உயிரோடு இருக்கும் ஒற்றை மனிதராகத் தான் இருப்பதையும் கண்டார். மறதியின் முதல் தடங்களை அவர் உணர்ந்தபோது, மருத்துவக் கல்லூரி யில் தனது ஆசிரியர் ஒருவர் சொன்ன உபாயத்தை நாடினார்: "நினைவாற்றல் இல்லாதவன் அதைத் தாளில் உருவாக்கிக் கொள்கிறான்." இருந்தாலும், நினைவூட்டுவதற்காகப் பாக்கெட்டு களில் வைத்த குறிப்புகள் சொல்லவருவதை மறந்துவிடுவது, அணிந்திருந்த கண்ணாடியைத் தேடி வீட்டைச் சுற்றிவருவது, கதவைப் பூட்டிய பிறகு மறுபடியும் சாவியைத் திருப்புவது, வாதத்தின் அடிப்படையை அல்லது பாத்திரங்களுக்கு இடையிலான உறவை மறந்துவிடுவதால் வாசிப்பின் இழையைத் தவறவிடுவது போன்ற தீவிரமான நிலையை அவர் அடைந்து விட்டதால், அந்தத் தீர்வும் தற்காலிக மாயையாகத்தான் இருந்தது. ஆனால் அவரை மிகவும் கவலைப்படவைத்தது, தனது பகுத்தறியும் திறன்மீது அவருக்கிருந்த அவநம்பிக்கைதான். கொஞ்சம் கொஞ்சமாக, தவிர்க்க முடியாததொரு பெரிய விபத்தில் இழந்ததைப் போல, சீர்தூக்கிச் செயல்படும் உணர்வை இழந்துகொண்டிருப்பதை அவர் உணர்ந்தார்.

அறிவியல் அடிப்படை இல்லை என்றாலும் அனுபவத்தால் மட்டுமே பெரும்பாலான கொடிய நோய்கள் தனக்கேயுரிய நாற்றத்தைக் கொண்டிருக்கின்றன என்றும், ஆனால் முதுமையைப்

---

25. Asparagus.

போன்ற மிகவும் தனித்துவமான நாற்றம் கொண்டது எதுவுமில்லை என்றும் டாக்டர் உர்பினோ உணர்ந்திருந்தார். உடற்கூறு பரிசோதனை மேசையில் பிளந்து வைக்கப்பட்டிருந்த சடலங்களில் அவர் அதை உணர்ந்திருக்கிறார். வயதை நன்றாக மறைத்துக்கொண்ட நோயாளிகளிடமும் அதை உணர்ந்திருக்கிறார். தனது உடையின் வியர்வையிலும், தூங்கிக் கொண்டிருக்கும் தனது மனைவியின் தடையற்ற சுவாசத்திலும் உணர்ந்திருக்கிறார். அடிப்படையில் அவர் இருந்ததைப் போலப் பழமைவாதக் கிறிஸ்தவராக இல்லாமல் இருந்திருந்தால், ஒருவேளை முதுமை என்பது உரிய நேரத்தில் தடுக்கப்பட வேண்டிய அநாகரிகமான நிலை என்பதில் ஜெரேமியா த சேந்த்–ஆமொரோடு ஒத்துப்போகும் இடத்தில் இருந்திருப்பார். கட்டிலில் நல்ல ஆண்மகனாக இருந்த அவரைப் போன்ற ஒருவருக்குக்கூட ஒரே ஆறுதல் பாலியல் அமைதிதான்: உடல்பசியின் மெதுவான, புனிதமான அழிவு. தூக்கத்தின்போது லேசாகப் புரண்டு படுத்தாலே வலியில்லாமல் அறுந்துவிடும் மெல்லிய இழைகளால் தான் இந்த உலகத்தோடு பிணைக்கப்பட்டிருப்பதை உணர்ந்துகொள்ளப் போதுமான தெளிவோடு எண்பத்தொரு வயதிலும் இருந்த அவர், அவற்றைக் காப்பாற்றத் தன்னால் முடிந்ததைச் செய்துகொண்டிருந்தார் என்றால், அது மரணத்தின் இருட்டில் தெய்வத்தைப் பார்க்க முடியாமல் போய்விடும் அச்சத்தால்தான்.

தீயணைப்பு வீரர்களால் சேதப்படுத்தப்பட்ட படுக்கையறையை மீட்டமைப்பதில் ஈடுபட்டிருந்த ஃபெர்மினா தாஸா, நான்கு மணிக்கு முன்பு, துருவிய பனிக்கட்டிகளோடு அன்றாட எலுமிச்சைச் சாற்றுக் குவளையைக் கணவருக்குக் கொண்டுவரச் சொன்னாள். இறுதிச் சடங்கிற்குப் போக உடைமாற்றிக்கொள்ளவும் அவருக்கு நினைவூட்டினாள். அந்த மாலைப் பொழுதில் டாக்டர் உர்பினோ கைக்கெட்டும் தூரத்தில் இரண்டு புத்தங்களை வைத்திருந்தார்: அலெக்ஸிஸ் கேரலின் 'மனிதனின் மறுபக்கம்[26]', ஆக்செல் முந்த்தேயின் 'சான் மிகேலின் கதை[27]'. இரண்டாவது புத்தகம் இன்னும் திறக்கப்படாமல் இருந்தது. சமையல்காரி டிக்னோ பர்தோவிடம் படுக்கையறையில் மறந்து வைத்துவிட்ட தாள் வெட்டும் பளிங்குக் கத்தியைக் கொண்டுவரச் சொன்னார். ஆனால் அவள் அதைக் கொண்டு வந்தபோது கடித உறையால் அடையாளம் வைத்திருந்த பக்கத்திலிருந்து 'மனிதனின் மறுபக்க'த்தை ஏற்கெனவே படித்துக்கொண்டிருந்தார்: அதை முடிக்க மிகச்சில பக்கங்களே

26. Man, the Unknown by Alexis Carrel

27. The Story of San Michele by Axel Munthe

இருந்தன. கடைசிச் சுற்றில் குடித்த அரைக் குவளை பிராந்தியால் ஏற்பட்ட பொட்டுத் தலைவலியின் நெளிவுகளின் ஊடாக வழி திறந்துகொண்டு, மெதுவாகப் படித்துக்கொண்டிருந்தார். வாசிப்பின் இடைவெளிகளில் ஒருமிடறு பழச்சாறைக் குடித்தார் அல்லது பனிக்கட்டித் துண்டை மென்றபடி நிதானித்தார். காலுறைகளும் கழுத்துப்பட்டி இல்லாத சட்டையும் இடுப்பி லிருந்து பக்கவாட்டில் தொங்கிய பச்சைக் கோடிட்ட மீள்ப்பட்டைகளும் உடுத்தியிருந்த அவருக்கு, இறுதிச் சடங்கிற்கு உடை மாற்ற வேண்டும் என்ற யோசனையே எரிச்சலூட்டுவதாக இருந்தது. உடனடியாகப் படிப்பதை நிறுத்திய அவர், புத்தகங்களை ஒன்றின்மேல் ஒன்றாக அடுக்கி வைத்துவிட்டு, முற்றத்துச் சதுப்பு நிலத்தின் வாழைக் கன்றுகளை யும் மொட்டையடிக்கப்பட்ட மாமரத்தையும் மழைக்குப் பிறகு பறக்கும் எறும்புகளையும் நிரந்தரமாகக் கடந்துபோய்விட்ட மற்றுமொரு மாலைப்பொழுதின் கணநேர அழகையும் துக்கத்தின் ஊடாகக் கவனமாகப் பார்த்தபடி பிரம்பு நாற்காலி யில் மிகமெதுவாக ஆடத் தொடங்கினார். மனிதப் பிறவியைப் போலவே நேசித்த பரமரிபோ கிளியை ஒருகாலத்தில் தான் வைத்திருந்ததையே மறந்துவிட்ட நேரத்தில், திடீரென்று அது பேசியது. “ராஜ கிளி” என்ற குரல் கிட்டத்தட்ட அவருக்குப் பக்கத்தில், மிக நெருக்கத்தில் கேட்டது, பிறகு மாமரத்தின் மிகத் தாழ்வான கிளையில் அதைப் பார்த்தார்.

“மானங்கெட்டவனே” என்று கத்தினார்.

அதே குரலில் கிளியும் பதிலளித்தது:

“அதைவிட மானங்கெட்டவன் நீங்கள்தான் டாக்டர்.”

அதை அச்சுறுத்திவிடக் கூடாது என்பதற்காக மிகுந்த கவனத்தோடு காலணிகளை அணிந்துகொண்டு, அதன்மீதிருந்த பார்வையை அகற்றாமல் பேசிக்கொண்டே மீள்ப்பட்டைகளில் கைகளை நுழைத்து, மாடியின் மூன்று படிக்கட்டுகளில் தடுமாறி விழுந்துவிடாமல் இருக்கக் கைத்தடியால் தரையைத் துழாவியபடி இன்னமும் சேறாகவே கிடந்த முற்றத்தில் இறங்கினார். கிளி அங்கேயே இருந்தது. வழக்கமாக அது செய்வதைப் போல, வெள்ளிக் கைப்பிடியில் உட்கார்ந்துகொள்ள அவர் கைத்தடியை நீட்டுமளவுக்கு மிகவும் தாழ்வான இடத்தில் இருந்தாலும், கிளி அதைத் தவிர்த்தது. தீயணைப்பு வீரர்கள் வருவதற்கு முன்பிருந்தே வீட்டு ஏணி சாய்த்து வைக்கப்பட்டிருந்த, கொஞ்சம் அதிக உயரம்தான் என்றாலும் சுலபத்தில் எட்டக்கூடிய உயரத்தி லிருந்த பக்கத்துக் கிளைக்குத் தாவிக்கொண்டது. உயரத்தைக் கணித்த டாக்டர் உர்பினோ, இரண்டு படிகள் ஏறினால்

பிடித்துவிடலாம் என்று நினைத்தார். முரட்டுப் பறவையின் கவனத்தைத் திசைதிருப்ப இணக்கமானதொரு பாடலைப் பாடிக்கொண்டே முதல்படியில் ஏறினார். இசையில்லாமல் வார்த்தைகளைத் திருப்பிச் சொன்ன கிளி, கிளையில் பக்கவாட்டு நடையில் விலகிச் சென்றது. இரண்டு கைகளாலும் ஏணியைப் பிடித்தபடி சிரமமில்லாமல் இரண்டாவது படியில் அவர் ஏறினார். இடத்தை மாற்றிக்கொள்ளாமல் கிளி முழுப்பாடலையும் மறுபடியும் பாடத் தொடங்கியது. கிளையின் உயரத்தைத் தவறாகக் கணித்துவிட்டதால், மூன்றாவது படியிலும், அதையடுத்து நான்காவது படியிலும் ஏறிய அவர், இடதுகையால் ஏணியை இறுக்கமாகப் பிடித்தபடி, வலதுகையால் கிளியைப் பிடிக்க முயன்றார். இறுதிச் சடங்கிற்குத் தாமதம் செய்கிறார் என்று அவரை எச்சரிக்க வந்த வயதான வேலைக்காரி டிக்னா பர்தோ, ஏணியில் ஏறிக்கொண்டிருந்த மனிதரின் முதுகைப் பார்த்தாள். அவர் உடலில் இருந்த எலாஸ்டிக் பட்டையின் பச்சைக் கோடுகள் இல்லாதிருந்திருந்தால் அது யாரென்பதை அவளால் நம்பியிருக்க முடியாது.

“அய்யோ கடவுளே! செத்திடப் போறீங்க!” என்று கூச்சலிட்டாள்.

வெற்றிப் பெருமூச்சோடு கிளியின் கழுத்தைப் பிடித்தார் டாக்டர் உர்பினோ: அவ்வளவுதான். ஆனால் அவரது காலுக்கடியில் ஏணி நழுவியதால் அந்தரத்தில் ஒருகணம் தொங்கிய அவர், உடனடியாக அதை விடுவித்தார். திருவிருந்து இல்லாமலும், எதற்காகவும் வருத்தம் தெரிவிக்கவோ யாரிடமிருந்தும் விடைபெறவோ நேரமில்லாமலும், பெந்தகோஸ்த்தே ஞாயிறன்று மாலை நான்கு மணி ஏழு நிமிடத்திற்கு இறந்துவிட்டதை அப்போது அவர் உணர்ந்துகொண்டார்.

டிக்னோ பார்தோவின் திகில் பிடித்த அலறலும் வீட்டு வேலைக்காரப் பெண்களும் அதையடுத்து அக்கம்பக்கத்தில் இருந்தவர்களும் எழுப்பிய கூச்சலும் கேட்டபோது, ஃபெர்மினா தாஸா இரவு உணவுக்காக சூப்பை ருசித்துக்கொண்டு சமையலறையில் இருந்தாள். ருசிக்கரண்டியைப் போட்டுவிட்டு மாமரத்தடியில் என்ன நடந்தது என்று தெரியாமல் பைத்தியக்காரியைப் போலக் கத்திக்கொண்டு, தனது வயதின் வெல்ல முடியாத பாரத்தோடு அவள் ஓட முயன்றாள். ஏற்கெனவே வாழ்க்கை முடிந்துவிட்டாலும், அவளுக்கு வந்துசேர அவகாசம் கிடைப்பதற்காக மரணத்தின் இறுதி அடியை இன்னுமொரு கடைசி நிமிடத்திற்குத் தாங்கிக்கொண்டு, சேற்றில் மல்லாந்து கிடந்த கணவனைப் பார்த்தபோது அவளது இதயம் வெடித்துச் சிதறியது. அவள் இல்லாமல்

மரணமடைகிறோமே என்ற மறுபடியும் இனி எப்போதும் அனுபவிக்க வாய்ப்பில்லாத வலியால் கண்ணீரினூடாக அவளை அடையாளம் கண்டுகொண்டார். ஒன்றாக வாழ்ந்த அரை நூற்றாண்டுக்கால வாழ்க்கையில் அவள் எப்போதும் கண்டிருக்காத, மிகவும் சோகமான, மிகவும் நன்றியுள்ள, மிகவும் ஒளிவீசிய கண்களோடு, கடைசி முறையாக அவளைப் பார்த்தார். கடைசி மூச்சோடு அவரால் அவளிடம் சொல்ல முடிந்தது:

"உன்னை எந்த அளவுக்கு நேசித்தேன் என்பது தெய்வத்திற்கு மட்டும்தான் தெரியும்."

அது மறக்க முடியாத மரணமாக இருந்தது, அதற்குக் காரணம் இல்லாமல் இல்லை. ஃபிரான்ஸ் நாட்டில் சிறப்புப் படிப்பை முடித்த கையோடு, மாகாணத்தைப் பாதித்த கடைசிக் காலரா பெருந்தொற்றை, புதுமையான, கடுமையான முறைகளால் உரிய நேரத்தில் விரட்டியதற்காக டாக்டர் குவெனல் உர்பினோ நாட்டில் பிரபலமடைந்தார். அவர் ஐரோப்பாவில் இருந்தபோது, முந்தைய காலரா பெருந்தொற்று, தானும் மிகவும் மதிக்கப்பட்ட மருத்துவராக விளங்கிய அவரது தந்தை உள்ளிட்ட நான்கில் ஒருபங்கு நகர்ப்புற மக்களின் மரணத்தை மூன்றே மாதங்களில் ஏற்படுத்தியிருந்தது. தனது அண்மைக் காலப் பெருமையோடும் தந்தைவழிக் குடும்பச் சொத்தின் கணிசமான பங்களிப்போடும் கரீபிய மாகாணங்களிலேயே முதலானதாகவும் பலகாலம்வரை மாற்று இல்லாததாகவும் விளங்கிய மருத்துவச் சங்கத்தை நிறுவிய டாக்டர் உர்பினோ, அதன் வாழ்நாள் தலைவராகவும் இருந்தார். முதல் நீர்வழி அமைப்பு, முதல் கழிவுநீர் அமைப்பு, லாஸ் அனிமாஸ் வளைகுடாவின் அழுகல்களைச் சுத்தப்படுத்துவதைச் சாத்தியமாக்கிய உள்ளரங்கப் பொதுச்சந்தை ஆகியவற்றை உருவாக்கப் பாடுபட்டார். வரலாற்றுக் கழகம், மொழியியல் கழகம் ஆகியவற்றின் தலைவராகவும் இருந்தார். தேவாலயத்திற்கு அவர் ஆற்றிய தொண்டுகளுக்காக ஜெருசலேத்தின் லத்தீன் கத்தோலிக்க குருபீடம் அவரைப் "புனிதக் கல்லறையின் வீரப் பெருந்தகை[28]" ஆக்கியது, ஃபிரான்ஸ் அரசு, தளபதிக்கு இணையான 'கௌரவப் படைத்தலைவர்' பட்டத்தை வழங்கியது. நகரத்திலிருந்த அத்தனை சமூக, மதச் சபைகளின், குறிப்பாக அரசியல் ஆர்வமற்ற செல்வாக்குமிக்க குடிமக்களால் தொடங்கப் பட்ட, அந்தக் காலகட்டத்திற்கு மிகவும் துணிச்சலான முற்போக்கு யோசனைகளோடு, அரசுகளுக்கும் உள்ளூர் வணிக

28. Knight of the Order of the Holy Sepulcher

நிறுவனங்களுக்கும் அழுத்தம் கொடுத்த தேசபக்திக் குழுவின் தீவிர ஆர்வலராகவும் இருந்தார். விமான அஞ்சல் அறிவார்ந்த சாத்தியமாகக் கருதப்படுவதற்கு வெகுகாலத்திற்கு முன்பே, தொடக்கப் பயணத்தில் சான் குவான் த லா சியேனகாவரை கடிதம் கொண்டுசென்ற காற்றுப் பலூன் முயற்சி அவற்றுள் மறக்க முடியாத ஒன்று. நுண்கலைப்பள்ளி இப்போதும் இயங்கிவரும் அதே வீட்டில் அதைத் தோற்றுவித்த, கலைகளின் மையமும் அவருடைய யோசனைதான். ஏப்ரல் மாதக் கவிதைத் திருவிழாவைப் பலகாலமாகவே அவர் ஆதரித்துவந்தார்.

குறைந்தது நூறாண்டுக் காலமாகச் சாத்தியமற்றதாகத் தோன்றியவற்றை அவர் சாதித்துக் காட்டினார்: காலனியக் காலத்தில் சண்டைக் கோழிகளின் பண்ணையாகவும் காட்சிக் கூடமாகவும் மாற்றப்பட்டிருந்த நாடக அரங்கத்தைச் சீரமைத்துப் புதுப்பித்தார். பெரிய நோக்கத்திற்குப் பொருத்தமானது என்று பலராலும் கருதப்பட்ட பலதரப்பட்ட அணிதிரட்டலில், விதிவிலக்கு இல்லாமல் நகரத்தின் அனைத்துப் பிரிவு மக்களை யும் உள்ளடக்கிய கண்கவர் சமூக இயக்கத்தின் உச்சமாக அது இருந்தது. அதோடு, நாற்காலிகளோ விளக்குகளோ இல்லாதபோதே புதிய நாடக அரங்கம் திறக்கப்பட்டது. உட்காருவதற்கும் இடைவேளைகளில் வெளிச்சத்திற்கும் தேவையானவற்றை ரசிகர்களே கொண்டுவர வேண்டியிருந்தது. ஐரோப்பாவின் பிரம்மாண்டமான முதல்காட்சியின் வழக்கங்கள் கடைப்பிடிக்கப்பட்டன. கரீபியக் கோடையில் நீண்ட அங்கிகளையும் கம்பளிக் கோட்டுகளையும் காட்டிக்கொள்ளப் பெண்கள் அதைப் பயன்படுத்திக்கொண்டார்கள். ஆனால் அதிகாலைத் திருப்பலிக்கான நேரம்வரை நீண்ட சில முடிவற்ற நிகழ்ச்சிகளைத் தாங்கிக்கொள்ளத் தேவைப்பட்ட அத்தனை தின்பண்டங்களையும் நாற்காலிகளையும் விளக்குகளையும் கொண்டுவர வேலைக்காரர்கள் நுழைவதையும் அனுமதிக்க வேண்டியிருந்தது. கச்சேரியில் வீணையை அதன் புதுமையாகக் கொண்டிருந்த, கால்விரலில் விலைமதிப்பற்ற கல்பதித்த மெட்டி யோடு வெறுங்காலுடன் நின்று பாடிய உச்சக் குரல் துருக்கிப் பாடகியின் பரிசுத்தமான குரலையும் நாடகத் திறமையையும் மறக்க முடியாத பெருமைகளாகக் கொண்டிருந்த, ஃபிரெஞ்ச் ஆபரா கம்பெனியோடு அந்தப் பருவம் தொடங்கியது. ஏராளமான பனையெண்ணெய் விளக்குகளின் புகையால் முதல் காட்சியின் முடிவில் மேடையைக்கூடப் பார்க்க முடிய வில்லை. பாடகர்கள் குரலை இழந்தார்கள் என்றாலும், நகரத்தின் வரலாற்றாசிரியர்கள் அப்படிப்பட்ட அற்பத்தனமான தடைகளை நினைவிலிருந்து அகற்றுவதிலும் நினைவுகூரத் தக்கவற்றைப் பெரிதுபடுத்துவதிலும் மிகவும் கவனமாக இருந்தார்கள்.

நகரத்தின் கொஞ்சமும் எதிர்பாராத பகுதிகள்வரை ஆபரா காய்ச்சல் மாசுபடுத்தியதாலும், ஐசோல்தாக்களையும் ஓதெல்லாக்களையும் ஐதாக்களையும் சிக்ஃப்ராய்டுகளையும் கொண்ட முழுத்தலைமுறையை உருவாக்கியதாலும், டாக்டர் உர்பினோவின் முயற்சிகளிலேயே சந்தேகத்திற்கு இடமில்லாமல் மிகவும் தோற்றக்கூடியதாக இருந்தது அதுதான். இருந்தாலும், இடைவேளைகளில் சுத்தமான தடிகளோடு இத்தாலியப்[29] பாரம்பரிய ரசிகர்களும், வக்னேரியப்[30] பாரம்பரிய ரசிகர்களும் மோதிக்கொள்வதைப் பார்க்க வேண்டுமென்ற டாக்டர் உர்பினோ விரும்பக்கூடிய உச்சத்தை அது எட்டவில்லை.

நிபந்தனைகள் இல்லாமல் அடிக்கடி அவருக்குக் கிடைத்த அதிகாரப் பதவிகளை ஏற்றுக்கொள்ளாத டாக்டர் குவெனல் உர்பினோ, அரசியல் பதவிகளில் ஏறிக்கொள்ளத் தொழிலின் கௌரவத்தைப் பயன்படுத்தும் மருத்துவர்களைக் கடுமையாக விமர்சிப்பவராக இருந்தார். அவர் தாராளவாதியாகவே தன்னை எப்போதும் கருதிக்கொண்டாலும், தேர்தல்களில் அந்தக் கட்சியின் வேட்பாளர்களுக்கே வாக்களித்தாலும் அது பெரிதும் வழக்கத்தால்தானே தவிர கொள்கையால் அல்ல. ஒருவேளை பேராயரின் வாகனம் போகும்போது தெருவில் மண்டியிட்ட பெரிய குடும்பங்களின் கடைசி உறுப்பினராகவும் அவர்தான் இருந்திருப்பார். நாட்டின் நன்மைக்காகத் தாராளவாதிகளுக்கும் பழமைவாதிகளுக்கும் இடையில் உறுதியான நல்லிணக்கத்திற்குப் பங்களித்த இயற்கையான அகிம்சாவாதி என்று அவர் தன்னை வரையறுத்துக்கொண்டார். இருந்தாலும், தங்களவர் என்று யாரும் அவரை எடுத்துக்கொள்ள முடியாத அளவுக்கு அவரது பொதுநடத்தை தன்னிச்சையானதாக இருந்தது: தாராள வாதிகள் அவரை கோத்திக்[31] குகைவாசியாகக் கருதினார்கள். பழமைவாதிகள் மேசனாக[32] இருப்பது ஒன்றுதான் குறை என்றார்கள். மேசன்கள் திருப்பீடத்தின்[33] சேவையில் பதுங்கியிருந்த

---

29. ஆபராவின் தாயகமான இத்தாலியில் தோன்றிய, மோனோடி (monody) எனப்படும் தனிக் குரலை மையமாகக் கொண்ட, மேட்டுக்குடியினருக்கான இசைப் பாரம்பரியம்.

30. வில்லெம் ரிச்சர்ட் வாக்னர் (Wilhelm Richard Wagner) என்ற ஜெர்மானியர் தொடங்கிய கவிதை, காட்சி, நாடகக் கலைகளை இசையோடு ஒருங்கிணைத்த ஆபரா பாரம்பரியம். பொதுமக்களுக்கான, எளிதான நாட்டுப் புற மெட்டுகளில் பாடப்படுவது.

31. கிபி முதல் நூற்றாண்டில் கிழக்கு ஜெர்மனியில் குடியேறிய ஆதிக்குடியினர்; முரட்டுத்தனத்திற்குப் பெயர் பெற்றவர்கள்.

32. ரகசியச் சடங்குகளை நடத்தும், உறுப்பினர்கள் ஒருவரை ஒருவர் அடையாளம் கண்டுகொள்ளச் சங்கேத மொழியைப் பயன்படுத்தும், சர்வதேசப் பரஸ்பர உதவி, நட்பு அமைப்பு.

33. வாட்டிகன்: ரோம் நகரில் உள்ள கத்தோலிக்கத் திருச்சபை.

மதகுரு என்று சொல்லி அதை மறுத்தார்கள். ரத்தக்களரியில் அதிகம் இறங்காத அவரது விமர்சகர்கள், முடிவற்ற உள்நாட்டுச் சண்டையில் நாடு ரத்தம் சிந்திக்கொண்டிருந்தபோது கவிதைத் திருவிழாக்களின் சுவையில் பரவசமடைந்த மேட்டுக்குடிப் பிரபு என்பதற்கு மேல் அவர் ஒன்றுமில்லை என்று கருதினார்கள்.

அவரது இரண்டு செயல்கள் மட்டுமே அந்தப் பிம்பத்தோடு பொருந்தாதவையாக இருந்தன. முதலாவது, ஒரு நூற்றாண்டு காலத்திற்கும் மேலாகக் குடும்பத்தின் மாளிகையாக இருந்துவந்த கசால்துரோ பிரபுக்களின் புராதன அரண்மனைக்குப் பதிலாகப் புதுப் பணக்காரர்களின் மாவட்டத்தில் புதிய வீட்டிற்குக் குடியேறியது. இரண்டாவது, தனித்துவத்தாலும் குணத்தாலும் தங்களைவிட ஏழு மடங்கு சிறந்தவள் என்பதைப் பெரிய குடும்பப் பெயரைக் கொண்ட பெண்கள் கட்டாயமாக ஒப்புக்கொள்ளும் வரை, அவர்களது ரகசியக் கிண்டலுக்கு ஆளான, குடும்பப் பெயரோ செல்வமோ இல்லாத கீழ்த்தட்டைச் சேர்ந்த நகரத்து அழகி ஒருத்தியோடு அவர் செய்துகொண்ட திருமணம். இவற்றையும் இவைபோன்ற தனது பொதுப்பிம்பத்தின் இதர ஓட்டைகளையும் டாக்டர் உர்பினோ நன்றாக உணர்ந்தே இருந்தார். அழிந்துவரும் குடும்பப் பெயரின் கடைசிக் கதாநாயகனாக இருப்பதைப் பற்றியும் அவரைவிட அதிகம் உணர்ந்தவர்கள் யாருமில்லை. அவரது குழந்தைகள் எந்தத் துடிப்புமில்லாத, ஒரு பரம்பரையின் கடைசி இரண்டு முனைகளாக இருந்தார்கள். அவரைப் போலவும், ஒவ்வொரு தலைமுறையின் தலைமகன்களைப் போலவும் மருத்துவராக இருந்த அவரது மகன் மார்க்கோ அவுரேலியோ ஐம்பது வயதைக் கடந்த பிறகும் குறிப்பிடும்படி எதையும் செய்யவில்லை, ஒரு மகனைக்கூடப் பெற்றுத்தரவில்லை. நியூ ஆர்லியான்சின் வங்கிப் பணியாளர் ஒருவரைத் திருமணம் செய்துகொண்ட அவரது ஒரே மகள் ஓஃபேலியா, ஆண் குழந்தை இல்லாமல் மூன்று பெண்களோடு பருவத்தைக் கடந்துவிட்டாள். இருந்தாலும், வரலாற்றின் ஊற்றில் தனது ரத்தம் தடைப்படுவது அவருக்குக் கொடுத்த வலியையும் தாண்டி, தனது மரணத்தைவிட டாக்டர் உர்பினோவை அதிகம் கவலைப்படவைத்தது, அவரில்லாமல் ஃபெர்மினா தாஸா வாழவிருக்கும் விதவை வாழ்க்கைதான்.

எப்படி இருந்தாலும், அவரது குடும்பத்தினரிடையே பேரதிர்ச்சியாக இருந்த துயரம், அந்தப் பிரபலத்தின் புகழையாவது தெரிந்துகொள்ளும் மாயையில் தெருவில் திரண்ட சாதாரண மக்களையும் தொற்றிக்கொண்டதால் பாதிப்பை ஏற்படுத்தியது. மூன்றுநாள் துக்கம் பிரகடனம் செய்யப்பட்டது; அரசு நிறுவனங்களில் கொடிகள் அரைக்கம்பத்தில் பறக்கவிடப்பட்டன; குடும்பக்

கல்லறையில் நிலவறை அடைக்கப்படும்வரை அனைத்துத் தேவாலய மணிகளும் இடைவிடாமல் ஒலித்துக்கொண்டிருந்தன. இயல்பான உயரத்தில் இடுப்பளவுச் சிலைக்கு அச்சாகப் பயன்படுத்த, நுண்கலைப் பள்ளியின் குழு ஒன்று சடலத்தின் முகத்தை நகலெடுத்தது. ஆனால் கடைசித் தருணத்தில் அச்சத்தில் உறைந்த முகத்தின் தத்ரூபக் காட்சி சரியானதாகத் தோன்றாததால் அந்தத் திட்டம் கைவிடப்பட்டது. ஐரோப்பாவிற்குச் செல்லும் வழியில் யதேச்சையாக அங்கு வந்த பிரபல ஓவியர் ஒருவர், பரிதாபகரமான யதார்த்தத்தோடு மிகப்பெரிய பதாகையை வரைந்தார். அதில் மரணமடைந்த தருணத்தில் கிளியைப் பிடிக்க நீட்டிய கரத்தோடு ஏணியில் ஏறிய டாக்டர் உர்பினோ சித்தரிக்கப்பட்டிருந்தார். படத்தில் பச்சைக் கோடு போட்ட பட்டையும் காலர் இல்லாத சட்டையும் அணியாமல், காலராக் கால அச்சகப் பிரதியில் இருந்த கறுப்பு முழுக்கோட்டும் காளான் தொப்பியும் அணிந்திருந்தார் என்பது மட்டும்தான் அவரது கதையின் அப்பட்டமான உண்மைக்கு மாறாக இருந்தது. அந்தப் படத்தை யாரும் பார்க்காமல் இருந்துவிடக் கூடாது என்பதற்காக, துக்கத்திற்குப் பிறகு சில மாதங்களுக்கு மொத்த நகரமும் அணிவகுத்த வெளிநாட்டுப் பொருட்களின் கடையான எல் ஆலம்ப்ரே த ஓரோவின்[34] விசாலமான அரங்கில் காட்சிக்கு வைக்கப்பட்டது. பிறகு புகழ்பெற்ற தேசபக்தரின் நினைவுக்கு அஞ்சலி செலுத்துவதில் நம்பிக்கை கொண்ட அனைத்து அரசு, தனியார் நிறுவனங்களின் சுவர்களிலும் இடம்பெற்ற அது, கடைசியாக இரண்டாவது இறுதிச் சடங்கோடு நுண்கலைப் பள்ளியில் தொங்கவிடப்பட்டது. பல ஆண்டுகளுக்குப் பிறகு, வெறுக்கத்தக்க காலகட்டத்தின், அழகியலின் அடையாளமாகப் பல்கலைக்கழக வளாகத்தில் எரிப்பதற்காக அதன் ஓவியக்கலை மாணவர்களே அங்கிருந்து அதை அகற்றினார்கள்.

விதவையான முதல் கணத்திலிருந்தே, அவளது கணவர் அஞ்சியதைப்போல ஃபெர்மினா தாஸா அத்தனை நாதியற்றவளாக இருக்கவில்லை என்பது தெரிந்தது. எந்த நோக்கத்திற்காகவும் கணவரின் உடலைப் பயன்படுத்த அனுமதிப்பதில்லை என்ற தீர்மானத்தில் அவள் பிடிவாதமாக இருந்தாள். மாகாண அரசின் சட்டமன்ற அறையில் உடலைப் பார்வைக்கு வைக்க உத்தரவிட்ட குடியரசுத் தலைவரின் கௌரவத் தந்திக்கும் அதே கதிதான். பேராயரே நேரில் வந்து கேட்டுக்கொண்டதைப் போல, பேராலயத்தில் திருவிழிப்புச் சடங்கை வைத்துக்கொள்ளவும் அதே அமைதியோடு எதிர்ப்புத் தெரிவித்த அவள், இறுதிச் சடங்குத் திருப்பலியின்போது மட்டும் உடலை அங்கு வைக்க

34. தங்கக் கம்பி.

ஒப்புக்கொண்டாள். விதவிதமான பல்வேறு கோரிக்கைகளால் திகைத்துப்போன தனது மகனின் தலையீட்டிற்குப் பிறகும், அவரவர் விருப்பப்படி எப்படி வேண்டுமென்றாலும் அழுது கொள்ளலாம் என்ற சுதந்திரத்தோடு, பலகாரங்களோடும் மலைக்காப்பியோடும் திருவிழிப்பு வீட்டில்தான் நடைபெறும், இறந்தவர்கள் குடும்பத்தினரைத் தவிர வேறு யாருக்கும் உரியவர்களல்ல என்பதுபோன்ற பட்டிக்காட்டுக் கருத்தில் ஃபெர்மினா தாஸா உறுதியாக இருந்தாள். பாரம்பரியமாக நடத்தப்படும் ஒன்பது நாள் திருவிழிப்பும் கிடையாது. உடல் அடக்கத்திற்குப் பிறகு அடைக்கப்பட்ட கதவு, நெருங்கிய நண்பர்களின் வருகைக்காக அல்லாமல் மறுபடியும் திறக்கப்பட வில்லை.

வீடு மரணத்தின் ஆட்சியின் கீழ் இருந்தது. விலையுயர்ந்த பொருட்கள் அனைத்தும் பாதுகாப்பாக வைக்கப்பட்டிருந்தன. நிர்வாணமான சுவர்களில் அகற்றப்பட்ட ஓவியங்களின் சுவடு களைத் தவிர வேறெதுவும் இல்லை. சொந்த நாற்காலிகளும் அண்டை வீடுகளிலிருந்து இரவல்பெற்ற நாற்காலிகளும் வரவேற்பறையிலிருந்து படுக்கையறைவரை சுவரோரம் போடப்பட்டிருந்தன. வெள்ளைப் போர்வையின் கீழ் தனது மூலையில் கிடந்த பியானோவைத் தவிர, பெரிய அறைகலன்கள் அகற்றப்பட்டதால் காலியாக கிடந்த இடங்கள் பெரிதாகத் தோன்றின, குரல்கள் பூதாகரமாக எதிரொலித்தன. புனிதக் கல்லறை மாவீரர்களின் கறுப்புத் தொப்பி, போர்வாள் ஆகியவற்றோடும், முகத்தில் உறைந்திருந்த கடைசித் திகிலோடும், குவெனல் உர்பினோ த லா காய்யேவாக[35] இருந்தவர் படிப்பறை யின் நடுவில், தந்தையின் மேசையில், சவப்பெட்டி இல்லாமல் கிடந்தார். அவருக்குப் பக்கத்தில் முழுமையான துக்கத்தில் நடுங்கிக்கொண்டிருந்தாலும், மிகுந்த சுய கட்டுப்பாட்டோடு, நாடகத்தனம் இல்லாமல் இரங்கல்களை ஏற்றுக்கொண்ட ஃபெர்மினா தாஸா, கைக்குட்டையோடு தாழ்வாரத்திலிருந்து கணவனுக்கு விடைகொடுத்த அடுத்தநாள் காலை பதினோரு மணிவரை கொஞ்சம்கூட நகராமல் இருந்தாள்.

முற்றத்தில் திக்னா பார்தோவின் அலறலைக் கேட்ட திலிருந்தும், சேற்றில் வேதனைப்பட்ட வாழ்க்கையின் மூத்தவரைப் பார்த்ததிலிருந்தும், அந்தக் கட்டுப்பாட்டை மீண்டும் பெறுவது அவளுக்குச் சுலபமானதாக இருக்கவில்லை. கண்களை அவர் திறந்து வைத்திருந்ததாலும், கண்பாவைகள் அவள் எப்போதும் பார்த்திருக்காத பளபளப்போடு மின்னியதாலும் நம்பிக்கைதான் அவளது முதல் எதிர்வினையாக இருந்தது.

35. 'தெருவின்' என்ற பொருள்படும் (de la Calle) என்ற குடும்பப் பெயர்.

இருவரது சந்தேகங்களுக்கும் மேலாக, அவரை எந்த அளவுக்குத் தான் நேசித்தோம் என்பதைத் தெரிந்துகொள்ளாமல் அவர் போய்விடக் கூடாது என்பதற்காகக் குறைந்தது ஒரு கண நேரத்தையாவது கொடுக்க வேண்டுமென்று அவள் இறைவனிடம் வேண்டிக்கொண்டாள். கடந்த காலத்தில் தவறாகச் செய்த ஒவ்வொன்றையும் மறுபடியும் சரியாகச் செய்யவும் பேசிக்கொள்ளாமல் இருந்துவிட்ட எல்லாவற்றை யும் பேசிக்கொள்ளவும் அவரோடு வாழ்க்கையை மறுபடியும் முதலிலிருந்து தொடங்க வேண்டும் என்ற தவிர்க்க முடியாத ஏக்கத்தை உணர்ந்தாள். ஆனால் மரணத்தின் பிடிவாதத்திடம் சரணடைய வேண்டியிருந்தது. உலகத்திற்கு எதிரான, தனக்கே எதிரான, கண்மூடித்தனமான கோபத்தில் அவளுடைய துயரம் வெடித்துச் சிதறியது. அது தனது தனிமையைத் தனியாக எதிர்கொள்ளும் துணிச்சலையும் கட்டுப்பாட்டையும் அவளுக்குக் கொடுத்தது. அப்போதிலிருந்து அவளுக்கு ஓய்வே இல்லையென்றாலும், துயரத்தை வெளிக்காட்டும் எந்தவொரு அசைவைப் பற்றியும் கவனமாக இருந்தாள். ஞாயிற்றுக்கிழமை இரவு பதினோரு மணிக்குச் செப்புக் கைப்பிடிகளோடும் பஞ்சு பொதிந்த பட்டுத்துணி உறைகளோடும், கப்பலின் மெழுகு வாசனை இன்னும் போகாத ஆயரின் சவப்பெட்டி கொண்டுவரப்பட்ட கணம்தான்—தன்னிச்சையாக நடந்ததாக இருந்தாலும் – ஒருவகையான பரிதாபத்தின் ஒற்றைக் கணமாக இருந்தது. தாங்க முடியாத வெப்பத்தில் ஏராளமான பூக்களின் நீராவி வீட்டில் நிறைந்திருந்ததாலும் தனது தந்தையின் கழுத்தில் நீலநிறத்தின் முதல் நிழல்களைப் பார்த்ததாகக் கருதியதாலும் டாக்டர் உர்பினோ தாஸா அதை உடனடியாக மூடிவிட உத்தரவிட்டார். அமைதியின் நடுவில் கவனத்தைத் திருப்பிய குரலொன்று ஒலித்தது: "அந்த வயதில் உயிரோடு இருக்கும் போதே சிலர் பாதி அழுகிவிடுகிறார்கள்." சவப்பெட்டியை மூடுவதற்கு முன்பாகத் திருமண மோதிரத்தைக் கழற்றிய ஃபெர்மினா தாஸா அதைச் செத்துப்போன கணவருக்கு அணிவித்தாள். பிறகு, பொது இடங்களில் அவரது கவனம் சிதறி இருப்பதைக் கண்டபோது வழக்கமாகச் செய்வதைப் போலத் தனது கையால் அவரது கையை மூடிக்கொண்டாள்.

"மிக விரைவில் சந்திப்போம்" என்றாள்.

முக்கியமான மனிதர்களின் கூட்டத்திற்கு மத்தியில் கண்ணில் படாமலிருந்த ஃப்ளோரென்டினோ அரிஸா, பக்கவாட்டில் குத்தும் வலியை உணர்ந்தார். அந்த இரவின் அவசரங்களில் அவரைவிட அதிகமாகப் பயன்படுபவர்களோ, துணையாக இருப்பவர்களோ யாருமில்லை என்றாலும், முதல்

இரங்கல்களின் சந்தடியில் ஃபெர்மினா தாஸாவுக்கு அவரை அடையாளம் தெரியவில்லை. காப்பிக்குப் பற்றாக்குறை இருக்கக் கூடாது என்பதற்காக நிரம்பி வழிந்த சமையலறைகளில் ஒழுங்கைக் கொண்டுவந்தது அவர்தான். அண்டைவீட்டு நாற்காலிகள் போதுமானதாக இல்லாதபோது கூடுதலாகக் கொண்டுவந்ததும், வீட்டில் மேலுமொரு மலர்வளையத்தை வைக்கக்கூட இடமில்லாதபோது, எஞ்சியவற்றை முற்றத்தில் வைக்க உத்தரவிட்டதும் அவர்தான். வெள்ளிவிழாவின் உச்சத்தில் கெட்ட செய்தியைக் கேள்விப்பட்டு, மாமரத்தடியில் வட்டமாக உட்கார்ந்து விருந்தைத் தொடர முண்டியடித்துக் கொண்டு ஓடிவந்த டாக்டர் லாசிடெஸ் ஒலிவெய்யாவின் விருந்தினர்களுக்குப் பிராந்திக்குப் பற்றாக்குறை வராமல் பார்த்துக்கொண்டதும் அவர்தான். நிமிர்த்திய தலையோடும் விரித்த இறக்கைகளோடும் நள்ளிரவில் சமையலறையில் தப்பியோடிய கிளியின் தோற்றம் தவறுக்கு வருந்துவதாகத் தோன்றியதால் வீட்டில் மயக்கமான நடுக்கத்தை ஏற்படுத்திய போது சரியான நேரத்தில் அவருக்கு மட்டுமே எதிர்வினை ஆற்றத் தெரிந்திருந்தது. அதன் முட்டாள்தனமான கோஷங்களில் ஒன்றைப்போடுவதற்கான அவகாசம் கொடுக்காமல் கிளியின் கழுத்தைப் பிடித்த ஃப்ளோரென்டினோ அரிஸா, அதைக் கூண்டில் அடைத்துத் தொழுவத்திற்குக் கொண்டுசென்றார். அடுத்தவர் விஷயத்தில் தலையிடுவதாக யாருக்கும் நினைக்கத் தோன்றாமல், அதற்கு மாறாக வீட்டின் கெட்ட நேரத்தில் விலை மதிப்பில்லாத உதவியாக மட்டுமே தோன்றுமளவுக்கு, அத்தனை விவேகத்தோடும் அவ்வளவு செயல்திறனோடும் அனைத்தையும் அவர் செய்தார்.

தோற்றத்திற்கு ஏற்றபடிதான் அவர் இருந்தார்; உதவிகர மான, பொறுப்பான முதியவராக. ஒடிசலான, விரைப்பான தேகமும் முடியில்லாத மாநிறத் தோலும் வெள்ளி நிற உலோகச் சட்டகத்தில் வட்ட வடிவக் கண்ணாடிகளுக்குப் பின்னாலிருந்த சுறுசுறுப்பான கண்களும் காலத்திற்குப் பொருந்தாத காதல் ததும்பும் மெழுகுபூசிய மீசையும் கொண்டவ ராக இருந்தார். முழுமையான வழுக்கைக்குக் கடைசித் தீர்வாக மின்னும் மண்டையின் நடுவில் பசைபோட்டு ஒட்டி, மேல்நோக்கிச் சீவியிருந்த, காதோரம் எஞ்சிய கடைசிக் கிருதாக்களையும் கொண்டிருந்தார். அவரது இயல்பான இரக்க குணமும் பொறுமையான வழக்கங்களும் உடனடியாகக் கவர்ந்தன என்றாலும், அவை திருமணமாகாத மனிதரின் சந்தேகத்திற்குரிய நற்குணங்களாகவும் இருந்தன. கடந்த மார்ச் மாதம் நிறைவடைந்த எழுபத்தாறு வயது தெரியாமலிருக்க ஏராளமான பணத்தையும் மன உறுதியையும் திறமையையும்

செலவிட்ட அவர், தனது ஆன்மாவின் தனிமையில், இந்த உலகத்தில் யாரும் எப்போதும் காதலித்ததைவிட நீண்ட காலம் மௌனத்தில் தான் காதலித்துவருவதாக நம்பினார்.

சட்டையோடு கறுப்புக் கோட்டு, செல்லுலாய்ட் காலர், பட்டுத் துணியால் தைக்கப்பட்ட வில்வடிவக் கழுத்துப்பட்டி, கம்பளித் தொப்பி, கைத்தடியாகவும் பயன்பட்ட கறுப்புக்குடை: ஜூன் மாதத்தின் நரகக் கோடையாக இருந்தாலும் வழக்கமாக உடுத்துவதைப் போலத்தான், டாக்டர் உர்பினோவின் மரணச் செய்தி திடீரென்று எட்டிய இரவிலும் உடுத்தியிருந்தார் ஃப்ளோரென்டினோ அரிஸா. ஆனால் விடியத் தொடங்கியபோது இரண்டு மணிநேரத்திற்குத் திருவிழிப்பிலிருந்து காணாமல்போன அவர், நன்றாக மழித்துக்கொண்டும் ஒப்பனைத் திரவிய வாசனையோடும் முதல் கதிரொளியோடு மலர்ச்சியாகத் திரும்பிவந்தார். புனித வாரச்[36] சேவைகளுக்கும் இறுதிச் சடங்கு களுக்கும் மட்டுமே அணியும் நீண்ட கறுப்புக் கோட்டும் கழுத்துப் பட்டிக்குப் பதிலாக நாடகக் கலைஞர்கள் அணிவதைப் போன்ற நாடாவோடு கூடிய இறக்கைக் காலரும் கறுப்புத் தொப்பியும் அணிந்திருந்தார். வழக்கம் காரணமாக மட்டு மல்லாமல், பன்னிரண்டு மணிக்கு முன்பு மழை வரும் என்று உறுதியாக நம்பியதாலும் இந்த முறை குடையைக் கொண்டுவந்த அவர், முடியுமென்றால் உடலடக்கத்தை முன்கூட்டியே வைத்துக்கொள்ளலாம் என்று டாக்டர் உர்பினோ தாஸாவுக்குத் தெரிவித்தார். ஃப்ளோரென்டினோ அரிஸா கடலோடிக் குடும்பத்தைச் சேர்ந்தவர். கரீபிய நதிக்கப்பல் கம்பெனியின் தலைவராகவும் இருந்தார் என்பதால், அவருக்கு வானிலைக் கணிப்புகள் தெரியுமென்று கருத இடமிருந்ததால், நிச்சயமாக அப்படித்தான் செய்ய நினைத்தார்கள். ஆனால் பதினோரு மணிக்கு ஏற்கெனவே ஒப்புக்கொண்ட அரசு, ராணுவ அதிகாரிகளையும் பொதுத்துறை, தனியார் நிறுவனங்களையும் ராணுவ, நுண்கலைப் பள்ளிகளின் இசைக் குழுக்களையும் பள்ளிகள், மதச் சகோதரத்துவ நிறுவனங்களையும் உரிய நேரத்தில் ஒன்றுதிரட்ட முடியாததால், வரலாற்று நிகழ்வாகத் திட்டமிடப்பட்டிருந்த இறுதிச் சடங்கு கடுமையான மழையால் கைவிடப்பட்டது. இடுகாட்டுச் சுவர்மீது கிளை பரப்பிய காலனிய இலவம் பஞ்சு மரத்தால் பாதுகாக்கப்பட்ட குடும்பத்தின் கல்லறைவரை சேற்றில் உழன்றபடி சென்று சேர்ந்தவர்கள் ஒருசிலர் மட்டுமே. அதே கிளையின் அடியில், ஆனால் தற்கொலைகளுக்காக ஒதுக்கப்பட்ட வெளிப்புற

---

36. புனித வாரம்: இயேசு கிறிஸ்து சிலுவையில் அறையப்பட்டதிலிருந்து, உயிர்த்தெழுந்தது வரையிலான நிகழ்வுகளை நினைவு கூர்வதற்கான வாரம்.

இடத்தில் ஜெரேமியா த சேந்த்–ஆமொரை, அவரது விருப்பப்படி அவரது நாயோடு சேர்த்து, கரீபிய அகதிகள் புதைத்திருந்தார்கள்.

இறுதிச் சடங்கின் இறுதிவரை உடனிருந்த சிலரில் ஃப்ளோரென்டினோ அரிஸாவும் ஒருவர். உள்ளாடைகள்வரை நனைந்துவிட்ட அவர், அத்தனை வருடகால நுணுக்கமான அக்கறைக்கும் அதிகப்படியான முன்னெச்சரிக்கைக்கும் பிறகு, நிமோனியா தொற்றிக்கொள்ளுமோ என்ற அச்சத்தால் பயந்தபடி வீடு வந்துசேர்ந்தார். ஒரு மடக்கு பிராந்தியோடு சூடான எலுமிச்சை பானத்தைத் தயாரித்த அவர், இரண்டு ஆஸ்பிரின் மாத்திரைகளோடு அதைக் குடித்துவிட்டு, உடல் நல்ல வெப்பநிலைக்குத் திரும்பும்வரை, படுக்கையில் கம்பளிப் போர்வையைச் சுற்றிக்கொண்டு ஏராளமாக வியர்த்துக் கொட்டினார். திருவிழிப்பிற்குத் திரும்பியபோது முழுமையான உற்சாகத்தை அவர் உணர்ந்தார். துடைக்கப்பட்டு வரவேற்கத் தயாராக இருந்த வீட்டின் பொறுப்பை மீண்டும் ஏற்றுக்கொண்ட ஃபெர்மினா தாஸா, சட்டகத்தில் துக்கத்தைக் குறிக்கும் கறுப்புப் பட்டையோடு, வண்ணக்கோலால் வரையப்பட்ட இறந்த கணவரின் உருவப்படத்தை நூலகத்தின் பலிபீடத்தில் வைத்திருந்தாள். எட்டு மணிவாக்கில் ஏராளமான மக்கள் கூடியிருந்தார்கள். முந்தைய இரவைப் போலவே வெப்பமும் மிகக்கடுமையாக இருந்தது. ஆனால் ஜெபமாலைக்குப் பிறகு, ஞாயிற்றுக்கிழமை மாலையிலிருந்து முதல்முறையாக விதவை ஓய்வெடுப்பதற்காக விரைவாக மற்றவர்கள் வெளியேற வேண்டுமென்ற கோரிக்கையை யாரோ ஒருவர் பரப்பிவிட்டார்.

சடங்கு மேஜைக்குப் பக்கத்தில் பெரும்பாலானோருக்கு விடைகொடுத்த ஃபெர்மினா தாஸா, வழக்கமாகச் செய்ததைப் போலத் தெருக்கதவைத் தானே அடைப்பதற்காக நெருங்கிய நண்பர்களின் கடைசிக் குழுவோடு வாசல்வரை சென்றாள். கடைசி மூச்சோடு அதைச் செய்யவிருந்தபோது, வெறிச்சோடிக் கிடந்த வரவேற்பறையின் மையத்தில் துக்க உடையணிந்து நின்ற ஃப்ளோரென்டினோ அரிஸாவைப் பார்த்தாள். அவரைத் தனது வாழ்க்கையிலிருந்து துடைத்துப் பல வருடங்கள் ஆகி விட்டதாலும் மறதியால் சுத்திகரிக்கப்பட்ட மனதோடு அவரை முதல்முறையாகப் பார்த்ததாலும் அவள் மகிழ்ச்சியடைந்தாள். ஆனால் அவரது வருகைக்கு நன்றி தெரிவிப்பதற்கு முன்பே, அவர் நடுக்கத்தோடும் கண்ணியத்தோடும் தொப்பியை எடுத்து இதயத்தில் வைத்துக்கொண்டார், அவரது வாழ்க்கையின் ஆதாரமாக இருந்துவந்த சீழ்க்கட்டி வெடித்தது.

“ஃபெர்மினா, எனது நித்தியக் காதலையும் நிரந்தர விசுவாசத்தையும் மீண்டும் ஒருமுறை சத்தியம் செய்துகொடுக்க,

இந்தச் சந்தர்ப்பத்திற்காக அரை நூற்றாண்டுக் காலத்திற்கும் மேலாகக் காத்திருந்தேன்" என்றார்.

அந்தக் கணத்தில் ஃப்ளோரென்டினோ அரிஸா பரிசுத்த ஆவியின் கிருபைக்கு ஆட்பட்டிருக்கிறார் என்று நினைக்கக் காரணங்கள் இல்லாதிருந்தால், ஃபெர்மினா தாஸா பைத்தியக்காரனின் முன்னால் நிற்பதாகத்தான் நினைத்திருப்பாள். தனது கணவரின் உடல் கல்லறையில் இன்னமும் சூடு குறையாமல் இருக்கும்போதே வீட்டின் புனிதத்தைக் கெடுத்ததற்கு அவரைச் சபிக்க வேண்டும் என்பதுதான் அவளது முதல் உந்துதலாக இருந்தது. ஆனால் கோபத்தின் கண்ணியம் அதைத் தடுத்தது. "போய்விடு. உன் வாழ்க்கையில் மிச்சமிருக்கும் காலத்தில் உன் முகத்தைக்கூடக் காட்டிவிடாதே" என்றாள். மூடத் தொடங்கியிருந்த தெருக்கதவை மறுபடியும் முழுவதுமாகத் திறந்தபடி, "அதிக காலம் இருக்க மாட்டாய்" என்று முடித்தாள்.

தனிமையான தெருவில் காலடிச் சத்தம் தேய்ந்து மறைவதைக் கேட்ட பிறகு, குறுக்குக் கம்பிகளோடும் பூட்டுகளோடும், மிகவும் மெதுவாகக் கதவைச்சாத்திய அவள், தன் தலைவிதியைத் தனிமையில் எதிர்கொண்டாள். பதினெட்டு வயதைக்கூடத் தாண்டாதபோது தானே ஏற்படுத்திக்கொண்ட, மரணம்வரை தன்னைத் துரத்தப்போகும் நாடகத்தின் எடையையும் அளவையும் அந்தக் கணம்வரை அவள் எப்போதும் முழுமையாக உணர்ந்ததில்லை. பேரழிவு நடந்த பிற்பகலுக்குப் பிறகு, முதல்முறையாகச் சாட்சிகள் இல்லாமல் அழுதாள், அது மட்டும்தான் அழுவதற்கு அவளுக்குக் கிடைத்த ஒரே வழியாக இருந்தது. கணவரின் மறைவுக்காக அழுதாள். தனது தனிமைக்காகவும் கோபத்திற்காகவும் அழுதாள். கன்னித்தன்மையை இழந்த காலத்திலிருந்து அந்தக் கட்டிலில் தனியாகத் தூங்கியதில்லை என்பதால், காலியாகக் கிடந்த படுக்கையறையில் நுழைந்தபோது தனக்காகவும் அழுதாள். கணவருடைய பொருட்கள் ஒவ்வொன்றும் அழுகையைத் தூண்டின: குஞ்சம்வைத்த செருப்புகள், தலையணைக்கு அடியில் கிடந்த பைஜாமா, ஒப்பனைக் கண்ணாடியில் அவரில்லாத இடம், அவளது தோலில் இருந்த அவரது தனிப்பட்ட வாசனை. தெளிவற்ற ஒரு யோசனை அவளை நடுங்கவைத்தது: "நாம் நேசிக்கும் ஒருவர் செத்துபோக நேர்ந்தால், அவர் தனது பொருட்கள் அனைத்தையும் கொண்டுபோய்விட வேண்டும்." படுக்கைக்குச் செல்ல அவள் யாருடைய உதவியையும் நாடவில்லை, தூங்கும்முன்பு எதையும் சாப்பிடவும் விரும்பவில்லை. துக்கத்தில் மூழ்கிய அவள், அன்றிரவு தூங்கும்போதே மரணத்தை அனுப்ப வேண்டுமென்று தெய்வத்திடம் வேண்டிக்

கொண்டாள். அந்த மாயையுடன், வெறுங்காலோடு ஆனால் உடையணிந்தபடியே படுத்துக்கொண்ட அவள், உடனடியாகத் தூங்கிவிட்டாள். தன்னையறியாமல் தூங்கினாள் என்றாலும், தான் இன்னும் உயிரோடு இருப்பதையும், படுக்கையின் பாதியிடம் காலியாகக் கிடப்பதையும், வழக்கம்போல அவள் படுக்கையின் இடது பக்கத்தில் படுத்துக் கிடப்பதையும், ஆனால் இன்னொரு பக்கத்தில் இன்னொரு உடலின் எதிர்ச்சுமை இல்லாதிருப்பதையும் கனவில் அறிந்துகொண்டாள். யோசித்துக்கொண்டே தூங்கியவள், இனிமேல் இப்படித் தூங்க முடியாது என்று நினைத்துக்கொண்டாள், தூக்கத்தில் விசும்பத் தொடங்கினாள். சேவல்கள் கூவி முடித்து வெகுநேரம் கழித்து அவர் இல்லாத காலைப்பொழுதின் வெறுக்கத்தக்க கதிரவன் அவளை எழுப்பும்வரை, தனது ஓரத்தில் புரண்டுகூடப் படுக்காமல் விசும்பிக்கொண்டே தூங்கினாள். தூக்கத்தில் விசும்பியபடி செத்துப் போகாமல் அதிக நேரம் தூங்கிவிட்டதையும், விசும்பிக்கொண்டே தூங்கியபோது செத்துப்போன கணவனைவிட ஃப்ளோரென்டினோ அரிஸாவைப் பற்றியே அதிகமாக நினைத்துக்கொண்டிருந்ததையும் அப்போது உணர்ந்தாள்.

2

அதற்கு மாறாக, நீண்ட, முரண்பாடுகள் நிறைந்த காதல் ஊடாட்டங்களுக்குப் பிறகு முறையீட்டுக்கு இடமில்லாமல் ஃபெர்மினா தாஸா தன்னை நிராகரித்த பிறகு, ஃப்ளோரென்டினோ அரிஸா ஒரு கணம்கூட அவளைப் பற்றிச் சிந்திக்காமல் இருந்ததில்லை. அப்போதிலிருந்து ஐம்பத்தொரு வருடங்கள், ஒன்பது மாதங்கள், நான்கு நாட்கள் கடந்துவிட்டன. அவளைப் பற்றி நினைத்துக்கொள்ள ஏதாவது நடக்காமல் ஒருநாளும் கடந்ததில்லை என்பதால், நிலவறைச் சுவரில் அன்றாடக் கோடு கிழித்துக் கடந்துபோன நாட்களைக் கணக்கு வைத்திருக்கத் தேவை ஏற்படவில்லை. அவளைப் பிரிந்தபோது இருபத்திரண்டு வயது ஆகியிருந்த ஃப்ளோரென்டினோ அரிஸா, ஜன்னல்கள் தெருவில் வாடகைக்கு எடுத்த பாதி வீட்டில் சிறு வயதிலிருந்தே பொத்தான் கடை வைத்திருந்ததோடு, பழைய சட்டைகளையும் கந்தல்களையும் பிரித்துப் பஞ்சாக்கிப் போரில் காயம்பட்டவர்களுக்கு விற்கும் தொழிலையும் செய்துவந்த தன்னுடைய தாய் ட்ரான்சிட்டோ அரிஸாவோடு தனியாக வசித்து வந்தார். கரீபிய நதிப் போக்குவரத்து நிறுவனத்தைத் தோற்றுவித்து, அதனால் மக்தலேனா ஆற்றில் நீராவிக் கப்பல் போக்குவரத்திற்குப் புதிய உத்வேகம் கொடுத்த மூன்று சகோதரர்களில் மூத்தவரான பிரபல கப்பல் அதிபர் தோன் பியோ கிந்தோ லோய்சா வுடன் ஏற்பட்ட தற்காலிக உறவில் அவளுக்குப் பிறந்த ஒரே மகன் ஃப்ளோரென்டினோ அரிஸா.

மகனுக்குப் பத்து வயதானபோது தோன் பியோ கிந்தோ லோய்ஸா இறந்துவிட்டார். அவனது செலவுகளை எப்போதும் ரகசியமாகவே கவனித்துக்கொண்டார் என்றாலும், சட்டத்தின் முன்னிலையில் அவனைத் தன் மகனாக அங்கீகரிக்கவு மில்லை, அவனது எதிர்காலத்தின் பாதுகாப்பை உறுதிப்படுத்தவுமில்லை என்பதால், அவனுடைய

தந்தை குறித்த உண்மை பொதுத்தளத்தில் எப்போதும் இருந்தாலும், ஃப்ளோரென்டினோ அரிஸா தாயின் குடும்பப் பெயரோடு மட்டுமே இருந்தான். தந்தையின் மரணத்திற்குப் பிறகு ஃப்ளோரென்டினோ அரிஸா பள்ளிக்கூடத்தைத் துறந்து, சாக்குப் பைகளைத் திறப்பது, கடிதங்களை ஒழுங்குபடுத்துவது, அனுப்பிய நாட்டின் கொடியை அலுவலக வாசலில் ஏற்றி வைத்துக் கடிதம் வந்திருப்பதை மக்களுக்குத் தெரிவிப்பது போன்ற பொறுப்புகளைக் கொடுத்த தபால் அலுவலகத்தின் பயிற்சியாளர் வேலையில் சேர்ந்தான்.

அவனது அறிவாற்றல், தேவாலயத்தின் முக்கியத் திருவிழாக்களில் ஆர்கன் வாசித்ததோடு இசை வகுப்புகளையும் வீட்டில் நடத்திவந்த குடியேறிய ஜெர்மானியரான தந்திச் சேவகர் லோடோரியோ துகுத்தின் கவனத்தை ஈர்த்தது. மோர்ஸ் குறியீட்டையும் தந்தி அமைப்பின் இயக்கத்தையும் அவனுக்குக் கற்றுக்கொடுத்தார். தேர்ச்சிபெற்ற கலைஞனைப் போலக் காதால் கேட்டதை வாசித்துக்கொண்டிருக்க ஃப்ளோரென்டினோ அரிஸாவுக்கு வயலினின் தொடக்கப் பாடங்களே போதுமானதாக இருந்தது. பதினெட்டு வயதில் ஃபெர்மினா தாஸாவை அவன் சந்தித்தபோது, நவீன இசைக்கு நன்றாக ஆடக்கூடியவனாகவும் உணர்ச்சிமயமான கவிதைகளை மனப்பாடமாக ஒப்புவிக்கக்கூடியவனாகவும் இருந்த அவன், தனது சமூகச் சூழலில் அனைவராலும் தேடப்படக்கூடியவனாகவும் வயலின் செரெனேடு[1]களைக் காதலிகளின் வீடுகளில் இசைக்க அழைத்துக்கொண்டு போக நண்பர்களுக்கு எப்போதும் கிடைக்கக்கூடியவனாகவும் இருந்தான். அவனது நாதியற்ற தோற்றத்தை மிகைப்படுத்திக் காட்டிய கிட்டப்பார்வைக் கண்ணாடியோடும் வாசனைத் தைலத்தால் படியவைத்த கறுப்புத்[2] தலைமுடியோடும் அப்போதிலிருந்தே அவன் எலும்பும் தோலுமாக இருந்தான். பார்வைக் குறைபாட்டோடு, வாழ்நாள் முழுவதும் எனிமா எடுக்க வேண்டிய கட்டாயத்தைக் கொடுத்த நாள்பட்ட மலச்சிக்கலாலும் அவன் அவதிப்பட்டான். மறைந்த தந்தையிடமிருந்து கிடைத்த மதகுருவின் தனித்துவமான நீண்ட அங்கி ஒன்று மட்டும்தான் அவனிடம் இருந்தது என்றாலும், ஒவ்வொரு ஞாயிற்றுக்கிழமையும் புதிதாகத் தோன்றுமளவுக்கு ட்ரான்சிட்டோ அரிஸா அதை நன்றாகப் பராமரித்தாள். அவனது கேவலமான தோற்றத்தையும் ஒதுங்கி இருக்கும் குணத்தையும் மோசமான ஆடைகளையும் தாண்டி, அவனது குழுவிலிருந்த சிறுமிகள் அவனோடு தங்கி விளையாட ரகசியக் குலுக்கல் நடத்தினார்கள். ஃபெர்மினா

1. காதலியின் வீட்டு ஜன்னலுக்கு அடியில் இரவில் பாடும் காதல் பாட்டு.
2. நாவலில் இந்தியத் தலைமுடி என்று குறிப்பிடப்பட்டுள்ளது.

தாஸாவைச் சந்தித்து, தனது அப்பாவித்தனம் முடிவுக்குவந்த நாள்வரை, அவனும் அவர்களோடு தங்கி விளையாடினான்.

லொரென்ஸோ தாஸா என்று அழைக்கப்பட்ட, தெரிந்த முகவரி இல்லாத ஒருவருக்குத் தந்தியைக் கொண்டுசெல்லும் பொறுப்பை லோடாரியோ துகுத் அவனிடம் கொடுத்த மாலைப்பொழுதில்தான் முதல்முறையாக அவன் அவளைப் பார்த்தான். சுவிஷேசப் பூங்காவில் வறண்டு கிடந்த கல்லாலான நீரூற்றோடும் களை மண்டிய பூத்தொட்டிகளோடும் குருமடம் போலிருந்த உள்முற்றம் கொண்ட, பாதி இடிந்த, மிகப்பழைய வீடுகளில் ஒன்றில் லொரென்ஸோ தாஸாவைக் கண்டான். வீடு தீவிரமான புனரமைப்பின் கீழ் இருந்ததால், மிச்சமிருந்த சுண்ணாம்புக்கும் அடுக்கி வைத்திருந்த சிமெண்ட் மூட்டைகளுக்கும் நடுவில் கொத்தனார் சாமான்களும் இன்னும் திறக்கப்படாத நகரும் பெட்டிகளும் இருந்த நடைபாதை வளைவுகளின் கீழ், வெறுங்காலில் நடந்த வேலைக்காரியைப் பின்தொடர்ந்து சென்றபோது, ஃப்ளோரென்டினோ அரிஸா மனித அரவம் எதையும் உணரவில்லை. முற்றத்தின் பின்புறத்தில் மீசையோடு சேர்ந்திருந்த சுருட்டைக் கிருதா வைத்திருந்த மிகவும் பருத்த மனிதர் மேசையின் முன்னால் உட்கார்ந்தபடி தூங்கிக்கொண்டிருந்த தற்காலிக அலுவலகம் இருந்தது. உண்மையில், லொரென்ஸோ தாஸா என்ற பெயர் கொண்டவர் அவர்தான். நகரத்திற்கு வந்து இரண்டு வருடங்கள்கூட ஆகவில்லை என்பதாலும் அவருக்கு நண்பர்கள் அதிகமில்லை என்பதாலும் அதிகம் அறியப்படாதவராக அவர் இருந்தார்.

கெட்ட கனவின் தொடர்ச்சியோ என்பதைப் போலத் தந்தியை அவர் வாங்கிக்கொண்டார். ஒருவித அலுவலக ரீதியான அனுதாபத்தோடு கலங்கிய கண்களைக் கவனித்த ஃப்ளோரென்டினோ அரிஸா, இன்னமும் தந்திகளை மரணத்தோடு தொடர்புபடுத்தாமல் நினைத்துப்பார்க்க முடியாத எத்தனையோ முகவரிகளில் எத்தனையோமுறை பார்த்திருக்கும் ஆழ்ந்த அச்சத்துடன் தந்தியின் முத்திரையை உடைக்க முயற்சித்த விரல்களின் நடுக்கத்தைக் கவனித்தான். தந்தியைப் படித்த பிறகு தனது நிலைக்குத் திரும்பிய அவர் பெருமூச்சு விட்டார்: “நல்ல செய்திதான்.” கெட்ட செய்தியாக இருந்திருந்தால் கொடுத்திருக்க மாட்டேன் என்பதைப் புரியவைக்கும் நிம்மதிப் புன்னகையோடு, கொடுக்க வேண்டிய ஐந்து ரியால்களை ஃப்ளோரென்டினோ அரிஸாவிடம் கொடுத்தார். பிறகு, தந்திக்காரனோடு கைகுலுக்கும் வழக்கமில்லாத அவர் கைகுலுக்கலோடு அவனுக்கு விடைகொடுத்தார். வழிகாட்டுவதற்கு என்பதைவிட அவனைக் கண்காணிப்பதற்காக வேலைக்காரி தெருக்கதவுவரை

உடன் வந்தாள். வளைவுகளின் நடைபாதையில் அதே பயணத்தை எதிர்த்திசையில் செய்தார்கள் என்றாலும், முற்றத்தின் அமைதி, பாடத்தைத் திரும்பச் சொன்ன பெண்ணின் குரலால் நிறைந்திருந்ததால் வீட்டில் வேறு யாரோ இருக்கிறார்கள் என்பதை இந்தமுறை ஃப்ளோரென்டினோ அரிஸா தெரிந்துகொண்டான். தையலறையின் முன்பாகக் கடந்து செல்லும்போது, ஒரு வளர்ந்த பெண்ணும் ஒரு சிறுமியும் மிக நெருக்கமாக இரண்டு நாற்காலி களில் உட்கார்ந்திருப்பதையும் அந்தப் பெண் மடியில் திறந்து வைத்திருந்த அதே புத்தகத்தை இருவரும் படிப்பதையும் ஜன்னல் வழியாகப் பார்த்தான். அது ஒரு அரிய காட்சியாக அவனுக்குத் தோன்றியது: மகள் தாய்க்குப் படிக்கச் சொல்லிக் கொடுத்தாள். மகளாகவே வளர்த்துவந்தாள் என்றாலும் அந்தப் பெண் சிறுமியின் தாய் அல்ல, அத்தைதான் என்பதால், அவனுடைய மதிப்பீடு ஓரளவு மட்டுமே தவறானது. பாடம் தடைப்படவில்லை என்றாலும், ஜன்னலைக் கடந்து போவது யார் என்று பார்க்க அந்தச் சிறுமி தலையை உயர்த்தினாள். அரை நூற்றாண்டுக் காலத்திற்குப் பிறகு இன்னமும் முடிவடையாத காதல் பிரளயத்தின் தொடக்கமாக இருந்தது அந்தத் தற்செயலான பார்வைதான்.

லொரென்ஸோ தாஸாவைப் பற்றி ஃப்ளோரென்டினோ அரிஸாவால் உறுதிப்படுத்திக்கொள்ள முடிந்ததெல்லாம், காலராத் தொற்றுக்குப் பிறகு தனது ஒரே மகளோடும் திருமணமாகாத சகோதரியோடும் சான் குவான் த லா சியேநகா[3] நகரத்திலிருந்து வந்தவர் என்பது மட்டும்தான். வசதியான வீட்டிற்குத் தேவையான அனைத்தையும் கொண்டுவந்ததால், கப்பலிலிருந்து அவர் இறங்கியதைப் பார்த்த யாருக்கும் நிரந்தர மாகத் தங்கிவிடத்தான் வந்திருக்கிறார் என்பதில் சந்தேகம் வந்திருக்காது. மகள் குழந்தையாக இருந்தபோதே அவருடைய மனைவி இறந்துவிட்டாள். நாற்பது வயதான எஸ்கோலாஸ்டிகா என்ற பெயர் கொண்ட சகோதரி, தெருவில் போகும்போது சான்ஃப்ரான்சிஸ்கோ அங்கியையும்[4] வீட்டில் இருக்கும்போது இடுப்புக் கயிற்றையும் மட்டுமே அணியும் மதக்கட்டளையை நிறைவேற்றிக்கொண்டிருந்தாள். பதின்மூன்று வயதான சிறுமி, மறைந்த தனது தாயாரின் பெயராலேயே ஃபெர்மினா என்று அழைக்கப்பட்டாள்.

தெரிந்த வேலை என்று எதுவும் இல்லாமல் வசதியாக வாழ்ந்தார் என்பதாலும், சுவிசேஷ சங்கப் பூங்கா வீட்டை இருநூறு பீசோ ரொக்கத் தங்கம் கொடுத்து வாங்கி, அதைப் போலக்

---

3. காயலின் சான் குவான் என்று பொருள்படும்.

4. 1209ஆம் ஆண்டு இத்தாலியில் தோற்றுவிக்கப்பட்ட ஃப்ரான்சிஸ்கன் (கத்தோலிக்கத்) திருச்சபைத் துறவிகள் அணியும் நீளமான அங்கி.

குறைந்தது இரண்டு மடங்கு செலவு செய்து அதைப் புனரமைத்தார் என்பதாலும், லொரென்ஸோ தாஸா வசதி படைத்தவராகக் கருதப்பட்டார். இருநூறு ஆண்டுகளாக உயர்வகுப்புப் பெண்களுக்குப் பணிவான, திறமையான மனைவிகளாக இருக்கும் கலையையும் நுட்பத்தையும் கற்றுக்கொடுத்த ஆசீர்வதிக்கப்பட்ட கன்னியின் பிரசெண்டேசன் கான்வென்டில் அவரது மகள் படித்துக்கொண்டிருந்தாள். காலனியக் காலத்திலும் குடியரசின் தொடக்கக் காலத்திலும் பெரிய அந்தஸ்துக் கொண்ட குடும்பங்களின் வாரிசுப் பெண்களை மட்டுமே அந்த நிறுவனம் ஏற்றுக்கொண்டது. ஆனால் சுதந்திரத்தால் பாழான பழைய குடும்பங்கள் புதிய காலத்தின் நிதர்சனங்களுக்கு அடிபணிய வேண்டியிருந்ததால், பட்டயங்களைப் பற்றிக் கவலைப்படாமல் சட்டபூர்வமான கத்தோலிக்கத் திருமணத்தில் பிறந்திருக்க வேண்டும் என்ற அவசியமான நிபந்தனையோடு, பணம் கட்ட முடிந்த அனைவருக்கும் பள்ளி தனது கதவுகளைத் திறந்து விட்டது. எப்படி இருந்தாலும், அதிகச் செலவுபிடிக்கும் பள்ளியாகவே அது இருந்தது. ஃபெர்மினா தாஸா அங்கு படித்துக் கொண்டிருக்கிறாள் என்ற ஒன்று மட்டுமே அந்தக் குடும்பத்தின் சமூக அந்தஸ்தைக் காட்டுவதாக இல்லாவிட்டாலும், அதன் பொருளாதார அந்தஸ்தைக் காட்டுவதாக இருந்தது. அந்தப் பாதாங்கொட்டைக் கண்ணழகி தனது கனவுகளுக்கு எட்டும் தூரத்தில்தான் இருக்கிறாள் என்பதைக் காட்டிய அந்தச் செய்திகள் ஃப்ளோரென்டினோ அரிஸாவை ஊக்கப்படுத்தின. இருந்தாலும், அவளது தந்தையின் கடுமையான ஆட்சி தீர்க்க முடியாத குறையாக விரைவிலேயே வெளிப்பட்டது. குழுக்களாகவோ, வயதான வேலைக்காரியுடனோ பள்ளிக்குச் சென்ற மற்ற மாணவிகளைப் போல இல்லாமல், ஃபெர்மினா தாஸா திருமணமாகாத அத்தையுடன்தான் எப்போதும் போனாள். எந்தக் கவனச் சிதறலுக்கும் இடமில்லை என்பதை அவளது நடத்தை காட்டியது.

அப்படிப்பட்ட அப்பாவித்தனமான வழியில்தான் ஃப்ளோரென்டினோ அரிஸா தனியொரு வேட்டைக்காரனின் ரகசிய வாழ்க்கையைத் தொடங்கினான். காலை ஏழு மணியிலிருந்து பூங்காவின் மறைவான இருக்கையில் தனியாக உட்கார்ந்துகொள்ளும் அவன், நீலவண்ணக் கோடுபோட்ட பள்ளிச் சீருடையோடும் முழங்கால்வரை நீண்ட காலுறைகளோடும் குறுக்கு நாடா வைத்த ஆண்களுக்கான காலணிகளோடும் முதுகில் இடுப்புவரை தொங்கிய குஞ்சம்வைத்த தடித்த ஒற்றைச் சடையோடும் அசாத்தியமான அந்தப் பெண் கடந்து போவதைப் பார்க்கும்வரை, பாதாம் மரத்தடி நிழலில் கவிதைப் புத்தகத்தைப் படிப்பதைப் போல நடித்துக்

கொண்டிருப்பான். நிமிர்ந்த தலையோடும் நேர்கொண்ட பார்வையோடும் விரைவான நடையோடும் கூர்த்த மூக்கோடும் மார்பின் குறுக்காகக் கைகளால் அணைத்த புத்தகப் பையோடும் புவியீர்ப்பு விசையால் பாதிக்கப்படாத தோற்றத்தை அவளுக்குக் கொடுத்த மான் நடையில் இயல்பான ஆணவத்தோடு அவள் நடந்து போவாள். அவளை நெருங்க அவளுக்குச் சிறிய இடைவெளிகூடத் தராமல், புனித ஃப்ரான்சிஸ்கோ இடுப்புக் கயிறோடும் பழுப்பு அங்கியோடும் அத்தை அவளுக்குப் பக்கத்தில் சிரமப்பட்டு நடந்து வருவாள். தினசரி நான்கு முறையும், பெரிய திருப்பலிக்குப் போகும்போது ஞாயிற்றுக்கிழமைகளில் ஒரு முறையும் அவர்கள் போவதையும் வருவதையும் பார்த்துக்கொண்டிருந்த ஃப்ளோரென்டினோ அரிஸாவுக்கு, அந்தச் சிறுமியைப் பார்ப்பதே போதுமென்று இருந்தது. கொஞ்சம் கொஞ்சமாக அவளை லட்சியப் பெண்ணாக உருவகித்துக் கொண்டும், சாத்தியமில்லாத குணங்களையும் கற்பனையான உணர்ச்சிகளையும் அவள்மீது சாற்றிக்கொண்டும் இருந்த அவன், இரண்டு வாரங்களின் முடிவில் அவளைத் தவிர வேறு எதைப் பற்றியும் சிந்திக்கவில்லை. அதனால் எழுத்தரின் நேர்த்தியான கையெழுத்தில் இரண்டு பக்கங்களிலும் எழுதிய எளிமையான குறிப்பை அவளுக்கு அனுப்ப முடிவுசெய்தான். ஆனால் அவளிடம் எப்படிக் கொடுப்பது என்று யோசித்தபடி பல நாட்களாக அதைச் சட்டைப்பையில் வைத்திருந்தான். அதைப் பற்றி யோசித்துக் கொண்டிருந்தபோது, பூங்காவில் காத்திருந்த சமயங்களில் பலமுறை படித்ததால் மனப்பாடமாகிவிட்ட புத்தகங்களால் தூண்டப்பட்டுப் படுக்கப் போகும் முன்பு மேலும் பல பக்கங்களை எழுதியதால், அசல் கடிதம் பாராட்டுகளின் அகராதியாக மாறியது.

கடிதத்தைக் கொடுக்கும் வழியைத் தேடி பிரசெண்டேஷன் பள்ளி மாணவிகள் சிலரைச் சந்திக்க முயன்றான். ஆனால் அவர்கள் அவனுடைய உலகத்திலிருந்து வெகுதூரத்தில் இருந்தார்கள். தவிரவும், பலமுறை சுற்றிவந்த பிறகு தனது நோக்கங்களைப் பிறர் அறியச் செய்வது அவனுக்கு விவேகமானதாகத் தோன்றவில்லை. இருந்தாலும், அடுத்து வந்த சிலநாட்களில் சனிக்கிழமை நடனத்திற்கு ஃபெர்மினா தாஸா அழைக்கப்பட்டதையும், “நடக்க வேண்டிய நேரத்தில் அது அது நடக்கும்” என்ற முடிவான ஒற்றை வாக்கியத்தோடு அவள் தந்தை அனுமதிக்க மறுத்ததையும் தெரிந்துகொண்டான். தாளின் இருபுறமும் எழுதப்பட்ட அந்தக் கடிதம் அறுபது பக்கங்களைத் தாண்டியபோது ஃப்ளோரென்டினோ அரிஸா ரகசியத்தின் அழுத்தத்தைத் தாங்கிக்கொள்ள முடியாதவனாக ஆகியிருந்தான். சில ரகசியங்களைப் பகிர்ந்துகொண்ட ஒரே

நபரான தனது தாயிடம் தயங்காமல் மனம் திறந்தான். காதல் விவகாரங்களில் மகனின் நேர்மையால் கண்ணீர் சிந்தும் அளவுக்கு உணர்ச்சிவசப்பட்ட ட்ரான்சிட்டோ அரிஸா, தனது அறிவின் மூலம் அவனுக்கு வழிகாட்ட முயன்றாள். அவனைப் போலவே அவளுடைய இதயமும் பிஞ்சாகத்தான் இருக்கும் என்று கருதிய ட்ரான்சிட்டோ அரிஸா, அவனுடைய கனவுகளின் சிறுமியை அச்சுறுத்த மட்டுமே பயன்படும் கவிதைப் பொட்டலத்தைக் கொடுக்க வேண்டாமென்று அவனை ஒப்புக்கொள்ள வைப்பதில் தொடங்கினாள். அவனுடைய அறிவிப்பு அவளைத் திடுக்கிடச் செய்யாமல் இருக்கவும் சிந்திக்க நேரம் கொடுக்கவும் ஏற்ற வகையில் தன் விருப்பத்தை அவள் புரிந்துகொள்ள வைப்பதுதான் முதல் படி என்றாள்.

“ஆனால் எல்லாவற்றுக்கும் மேலாக, முதலில் வெற்றி கொள்ள வேண்டியது அவளையல்ல, அவளது அத்தையை” என்றாள்.

சந்தேகமில்லாமல் இரண்டுமே அறிவார்ந்த ஆலோசனைகள் தான் என்றாலும் காலம் கடந்தவை. உண்மையில், அத்தைக்கு நடத்திக்கொண்டிருந்த பாடத்திலிருந்து ஃபெர்மினா தாஸா ஒரு கணம் விலகிய அன்று, தாழ்வாரத்தைக் கடந்து போவது யாரென்று பார்க்கத் தலையை நிமிர்த்தியபோது, தனது ஆதரவற்ற தோற்றத்தால் அவளைக் கவர்ந்திருந்தான் ஃப்ளோரென்டினோ அரிஸா. இரவு உணவின்போது, தந்தியைப் பற்றிப் பேசிக் கொண்டிருந்தார் தந்தை. அப்படித்தான் ஃப்ளோரென்டினோ அரிஸா எதற்காக வீட்டிற்கு வந்தான் என்பதையும், அவனது தொழில் என்ன என்பதையும் அவள் தெரிந்துகொண்டாள். தந்தியின் கண்டுபிடிப்பு மந்திரத்தோடு தொடர்புகொண்டது என அந்தக் காலத்தில் பலருக்கும் தோன்றியதைப் போலவே அவளுக்கும் தோன்றியதால், அந்தச் செய்திகள் அவளது ஆர்வத்தைத் தூண்டின. அதனால், பூங்காவின் மரத்தடியில் படித்துக்கொண்டிருந்த ஃப்ளோரென்டினோ அரிஸாவை முதல்முறையாகப் பார்த்தபோதே அவள் அடையாளம் கண்டுகொண்டாள். இருந்தாலும் பல வாரங்களாக அவன் அங்குதான் இருக்கிறான் என்பதை அத்தை சொல்லாதவரை அது அவளுக்கு எந்தக் கவலையையும் கொடுக்கவில்லை. பிறகு, ஞாயிற்றுக்கிழமைகளில் திருப்பலியிலிருந்து வெளியில் வரும் இடத்திலும் அவனைப் பார்த்ததால், அத்தனைச் சந்திப்புகளும் தற்செயலானதாக இருக்க முடியாது என்ற முடிவுக்கு வந்தாள் அத்தை. “அவன் இந்த அளவுக்குச் சிரமப்படுவது எனக்காக இருக்காது” என்றாள். தனது கடுமையான நடத்தையையும் தவம்செய்யும் வழக்கத்தையும் தாண்டி, இணக்கமாக இருப்பதை யும் வாழ்க்கைக்கான உள்ளுணர்வையும் நற்குணங்களாகக்

கொண்டிருந்த அத்தை எக்கோஸ்லாஸ்டிகாவுக்கு, மருமகள்மீது ஒருவன் ஆர்வம் கொண்டிருக்கிறான் என்ற எண்ணமே கட்டுப் படுத்த முடியாத உணர்ச்சிகளைத் தூண்டியது. இருந்தாலும், காதலைப் பற்றிய சாதாரண ஆர்வம்கூட இல்லாமல் இன்னமும் பாதுகாப்பாக இருந்த ஃபெர்மினா தாஸாவிடம், நோய்வாய்ப்பட்டிருப்பதாக அவளுக்குத் தோன்றியதால் தன்மீது கொஞ்சம் பரிதாப உணர்ச்சியை மட்டும்தான் ஃப்ளோரென்டினோ அரிஸாவால் ஏற்படுத்த முடிந்தது. ஆனாலும், ஒரு ஆணின் உண்மையான இயல்பைத் தெரிந்து கொள்ள நீண்ட காலம் வாழ்ந்திருக்க வேண்டுமென்று சொன்ன அத்தை, அவர்கள் கடந்து போவதைப் பார்ப்பதற்காகப் பூங்காவில் உட்கார்ந்திருந்த அவனுக்குக் காதல் நோயாகத்தான் இருக்க வேண்டும் என்று உறுதியாக நம்பினாள்.

காதலற்ற திருமணத்தின் ஒற்றைப் பெண் குழந்தையின் புரிதலுக்கும் பாசத்துக்கும் அடைக்கலமாக இருந்தாள் அத்தை எஸ்கோலாஸ்டிகா. தாய் இறந்ததிலிருந்து அவளை வளர்த்துவந்த அத்தை, லொரென்ஸோ தாஸாவுடனான தனது உறவில், அத்தை என்பதைவிட ஒரு தோழியாகவே அதிகம் நடந்துகொண்டாள். அதனால், ஃப்ளோரென்டினோ அரிஸாவின் வருகை, அலுத்துப்போன நேரங்களில் மகிழ்ச்சியாக இருக்க அவர்கள் கண்டுபிடித்த நெருக்கமான பல பொழுதுபோக்குகளில் மேலும் ஒன்றாகத்தான் இருந்தது. தினசரி நான்குமுறை சுவிஷேசப் பூங்காவைக் கடந்தபோது மரத்தடியில் படிப்பதைப் போல நடித்துக்கொண்டு, வெப்பத்தையும் பொருட்படுத்தாமல் கிட்டத்தட்ட வழக்கமாகவே கறுப்பு உடையணிந்த, கூச்ச சுபாவம் கொண்ட, குட்டியாகவும் எலும்பும் தோலுமாகவும் இருந்த காவலாளியைச் சட்டென்ற பார்வையில் தேட இருவரும் விரைவார்கள். அவனைப் பார்க்காமல் பூங்காவைக் கடந்த, அவனது வாழ்க்கையோடு தொடர்பில்லாத விரைப்பான இரண்டு பெண்களை, தலையை உயர்த்தி அவன் பார்ப்பதற்கு முன்பே முதலில் அவனைப் பார்த்தவள் சிரிப்பை அடக்கிக்கொண்டு சொல்வாள். “அதோ அங்கே இருக்கிறான்.”

“பாவம். நான் உன்னோடு இருப்பதால் அவன் நெருங்கிவரத் துணியவில்லை, ஆனால் அவனது நோக்கம் தீவிரமானதாக இருந்தால் ஒருநாள் அதைச் செய்வான். அப்போது உனக்கு ஒரு கடிதம் கொடுப்பான்” என்றாள் அத்தை.

அனைத்து விதமான எதிர்ப்புகளையும் ஊகித்து, தடை செய்யப்பட்ட காதல்களின் தவிர்க்க முடியாத சொத்தான, சைகைளால் பேசிக்கொள்வதை அத்தை அவளுக்குக் கற்றுக் கொடுத்தாள். எதிர்பாராத, கிட்டத்தட்ட குழந்தைத்தனமான

அந்தக் குறும்புகள் ஃபெர்மினா தாஸாவிடம் புதுவிதமான ஆர்வத்தைத் தூண்டின என்றாலும், அது வெகுதூரம் போகுமென்று பல மாதங்கள்வரை அவளுக்குத் தோன்றவில்லை. எந்தக் கணத்தில் கேளிக்கை கவலையாக மாறியது, அவனைப் பார்க்கும் அவசரத்தில் ரத்தம் நுரைக்கத் தொடங்கியது என்று அவளுக்குத் தெரியவில்லை. ஒருநாள் இரவு கட்டிலின் கால்மாட்டில் அவன் இருட்டிலிருந்து தன்னையே பார்த்துக்கொண்டிருந்ததைப் பார்த்த அவள் திடுக்கிட்டு எழுந்தாள். பிறகு, அத்தையின் கணிப்புகள் நிறைவேற வேண்டுமென்று முழுமனதோடு விரும்பினாள். அந்தக் கடிதம் என்ன சொல்கிறது என்பதைத் தெரிந்துகொள்ள மட்டுமாவது அதைக் கொடுக்கும் துணிச்சலை அவனுக்குத் தர வேண்டுமென்று பிரார்த்தனைகளில் கடவுளிடம் வேண்டிக்கொண்டாள்.

ஆனால் அவளது வேண்டுதல்கள் கவனிக்கப்படவில்லை. அதற்கு மாறாக நடந்தது. ஃப்ளோரென்டினோ அரிஸா தனது தாயிடம் வாக்குமூலம் கொடுத்து, எழுபது பக்கப் பாராட்டுரைகளைக் கொடுப்பதை அவள் தடுத்த காலகட்டத்தில் அது நடந்ததால், அந்த வருடத்தின் எஞ்சிய காலம் முழுவதும் ஃபெர்மினா தாஸா காத்துக்கொண்டிருந்தாள். டிசம்பர் மாத விடுமுறை நெருங்கிக்கொண்டிருந்த நேரத்தில், பள்ளிக்குப் போகாத மூன்று மாதங்களுக்கு அவனைப் பார்க்கவும், அவன் அவளைப் பார்க்கவும் என்ன செய்வது என்று அமைதியிழந்து யோசித்ததால் அவளது கவலை விரக்தியாக மாறியது. நள்ளிரவுத் திருப்பலியின் கூட்ட நெரிசலுக்கு மத்தியில் அவன் தன்னையே பார்த்துக்கொண்டிருக்கிறான் என்ற உள்ளுணர்வு அவளை நடுங்கவைத்த கிறிஸ்துமஸ் இரவிலும் அவளது சந்தேகங்கள் தீரவில்லை. அந்தக் கவலை அவளது இதயத்தைப் பதறவைத்தது. தந்தைக்கும் அத்தைக்கும் நடுவில் உட்கார்ந்திருந்ததால் அவள் தலையைத் திருப்பத் துணியவில்லை. தனது மனக்கிளர்ச்சியை அவர்கள் கவனிக்காமல் இருக்க அவள் தன்னைக் கட்டுப்படுத்திக்கொள்ள வேண்டியிருந்தது. ஆனால் மையப்பாதை வழியாகக் கோயிலை விட்டு வெளியில் வரும்போது தவிர்க்க முடியாத ஒரு சக்தி தோளுக்கு மேல் பார்க்க அவளைக் கட்டாயப்படுத்தியது. வெளியேறும் சந்தடியின் குழப்பத்தில் மிகவும் தெளிவாகவும் மிகவும் நெருக்கமாகவும் அவனை உணர்ந்தாள். அப்போது தனது கண்களுக்கு இரண்டடி தூரத்தில் உறைந்த அவனது கண்களையும் கொந்தளிப்பான முகத்தையும் காதலின் அச்சத்தால் கல்லாகிப்போன உதடுகளையும் பார்த்தாள். தனது துணிச்சலால் நிலைகுலைந்த அவள், விழுந்துவிடாமலிருக்க அத்தை எஸ்கோலாஸ்டிகாவின் கையைப் பிடித்துக்கொண்டாள். சரிகைக் கையுறையின் வழியாகக்

குளிர்ந்த வியர்வையை உணர்ந்த அத்தை, நிபந்தனையற்ற இணக்கத்தின் கண்ணுக்குப் புலப்படாத சமிக்ஞையோடு அவளைத் தேற்றினாள். வாணவேடிக்கைகளின் சத்தங்களுக்கும் நாட்டு மேளங்களின் சத்தங்களுக்கும் வாயில்களின் வண்ண விளக்குகளுக்கும் அமைதிக்கு ஏங்கும் கூட்டத்தின் அழுகைக்கும் நடுவில், கண்ணீரினூடாகத் திருவிழாவைப் பார்த்துக் கொண்டும் அன்றிரவு அவதரித்தது தேவனல்ல தானேதான் என்ற மாயத்தோற்றத்தால் திகைப்படைந்தும் தூக்கத்தில் நடப்பவனைப் போல விடியும்வரை திரிந்துகொண்டிருந்தான் ஃப்ளோரென்டினோ அரிஸா.

அடுத்த வாரத்தில் மயக்கம் அதிகரித்தது. பகல் தூக்க நேரத்தில் எதிர்பார்ப்புகள் இல்லாமல் ஃபெர்மினா தாஸாவின் வீட்டை அவன் கடந்தபோது, வாசலின் பாதாம் மரத்தடியில் அத்தையும் அவளும் உட்கார்ந்திருந்ததைப் பார்த்தான். அது தையலறையில் முதல்நாள் மாலையில் பார்த்த காட்சியின் திறந்தவெளி மறுபதிப்பாக இருந்தது: சிறுமி அத்தைக்குப் பாடம் நடத்திக்கொண்டிருந்தாள். தோளிலிருந்து சரிந்த ஏராளமான மடிப்புக்கொண்ட பெப்லோ[5] போன்ற நூலாடை அணிந்திருந்ததாலும் முடிசூடிய தெய்வத்தின் தோற்றத்தைக் கொடுத்த கார்டேனியா மாலையைத் தலையில் சூடியிருந்த தாலும் பள்ளிச் சீருடை அணியாத ஃபெர்மினா தாஸா மாறியிருந்தாள். கட்டாயம் பார்வையில் படுமிடத்தில் பூங்காவில் உட்கார்ந்துகொண்ட ஃப்ளோரென்டினோ அரிஸா, தன்மீது ஒரு அனுதாபப் பார்வையைக்கூட வீசாத மாயக் கன்னியின் மீது பதித்த பார்வையோடும் திறந்துவைத்த புத்தகத்தோடும் காத்துக்கொண்டிருந்தானே தவிர, படித்துக்கொண்டிருப்பதான பாவனையில் புகலிடம் தேடவில்லை.

பாதாம் மரத்தடியில் நடந்த பாடம், வீட்டின் முடிவடை யாத பராமரிப்பு வேலைகளால் ஏற்பட்ட தற்காலிக மாற்றமாக இருக்கக்கூடும் என்றுதான் முதலில் நினைத்தான். ஆனால் மூன்றுமாத விடுமுறையில் தினசரி அதே நேரத்தில், தனது பார்வையில்படும் இடத்தில் ஃபெர்மினா தாஸா இருக்கப்போகிறாள் என்பதை அடுத்து வந்த நாட்களில் புரிந்துகொண்டான். அந்த உறுதிப்பாடு அவனுக்குப் புதிய நம்பிக்கையைக் கொடுத்தது. பார்க்கப்படும் உணர்வு இல்லாவிட்டாலும் விருப்பத்தின் அல்லது மறுப்பின் எந்தவித அடையாளமும் தெரியாவிட்டாலும் அவளது அலட்சியத்திலிருந்த தனித்துவமான பிரகாசம் அவனைத் தொடர ஊக்குவித்தது.

---

5. பண்டைக் காலத்தில் கிரேக்கப் பெண்கள் அணிந்த சேலையைப் போன்ற உடை.

ஜனவரி மாதக் கடைசியில் ஒரு மாலை நேரத்தில், பாதாம் மரத்தித்தின் பழுத்த இலைகளின் பாதைக்கு நடுவில், செய்து கொண்டிருந்த வேலையை நாற்காலியில் வைத்த அத்தை, திடீரென்று வாசலில் மருமகளைத் தனியாக இருக்கவிட்டாள். ஏற்பாடு செய்யப்பட்ட வாய்ப்புதான் அது என்ற சிந்தனையற்ற அனுமானத்தால் ஊக்கமடைந்த ஃப்ளோரென்டினோ அரிஸா, தெருவைக் கடந்துசென்று, அவளது மூச்சின் இடைவெளிகளையும் வாழ்நாள் முழுதும் அவளோடு அடையாளம் காணவிருக்கும் பூவின் வாசனையையும் உணருமளவுக்கு மிகவும் நெருக்க மாக, ஃபெர்மினா தாஸாவின் முன்னால் நின்றான். அதே காரணத்திற்காக அரை நூற்றாண்டுக் காலத்திற்குப் பிறகு மட்டுமே திரும்பப்போகும் நிமிர்ந்த தலையோடும் உறுதியோடும் அவளோடு பேசினான்:

“ஒரு கடிதத்தைப் பெற்றுக்கொள் என்று மட்டுமே உன்னிடம் கேட்கிறேன்” என்றான்.

அது ஃபெர்மினா தாஸா அவனிடமிருந்து எதிர்பார்த்த குரல் அல்ல: அவனது மந்த குணத்தோடு எந்தவிதத் தொடர்பு மில்லாத அதிகாரத்தோடும் கூர்மையாகவும் அது இருந்தது. பூத்தையலிலிருந்து பார்வையை விலக்காமல் அவனுக்குப் பதிலளித்தாள்: “தந்தையின் அனுமதி இல்லாமல் அதை நான் வாங்கிக்கொள்ள முடியாது.” தனது வாழ்நாளில் மறக்க முடியாத அந்தக் குரலின் முணுமுணுப்பின் வாஞ்சையில் நடுங்கிப் போனான் ஃப்ளோரென்டினோ அரிஸா. ஆனாலும் உறுதியாக நின்ற அவன், உடனடியாகப் பதிலளித்தான்: “இதைப் பிடி.” பிறகு வேண்டுகோளால் அந்த உத்தரவுக்கு இனிமை சேர்த்தான்: “இது வாழ்வா சாவா என்ற பிரச்சினை.” ஃபெர்மினா தாஸா அவனைப் பார்க்கவுமில்லை, தையல் வேலையை நிறுத்தவு மில்லை என்றாலும், மொத்த உலகமும் நுழைந்துவிடும் அளவுக்குக் கதவைப் பாதி திறந்துவைத்தது அவளது முடிவு.

“தினமும் மாலையில் திரும்பிவா. நான் இருக்கையை மாற்றிக் கொள்ளும்வரை காத்திரு” என்றாள்.

பூங்காவின் இருக்கையிலிருந்து வழக்கமாகப் பார்க்கும் அதே காட்சியைச் சிறிய மாற்றத்தோடு அடுத்த வாரம் திங்கட்கிழமை மறுபடியும் பார்க்கும்வரை, அவள் சொல்லவந்தது ஃப்ளோரென்டினோ அரிஸாவுக்குப் புரியவில்லை. அத்தை எஸ்கோலாஸ்டிகா வீட்டிற்குள் நுழைந்தபோது, ஃபெர்மினா தாஸா எழுந்து பக்கத்து நாற்காலியில் உட்கார்ந்துகொண்டாள். கோட்டுத் துளையில் செருகியிருந்த வெள்ளைக் கமேலியா மலரோடு சாலையைக் கடந்துசென்று அவள் முன்னால் நின்றான்

ஃப்ளோரென்டினோ அரிஸா. "இது எனது வாழ்க்கையின் மிகப்பெரிய தருணம்" என்றான். ஒரு வட்டப் பார்வையால் சுற்றுப்புறத்தை நோட்டம்விட்ட ஃபெர்மினா தாஸா, வறட்சியின் சோம்பலில் வெறிச்சோடிக் கிடந்த தெருக்களையும் காற்றால் அடித்துவரப்பட்ட சருகுகளின் சூறாவளியையும் பார்த்தாளே தவிர, அவனை நோக்கித் தலையை உயர்த்தவில்லை.

"அதைக் கொடு" என்றாள்.

பலமுறை படித்ததால் மனப்பாடமாக ஒப்பிக்கக்கூடியதாக இருந்த எழுபது பக்கக் கடிதத்தை அப்போது அவளுக்குக் கொடுக்கத்தான் ஃப்ளோரென்டினோ அரிஸா நினைத்திருந்தான். என்றாலும், பிறகு அவசியமான, அனைத்துச் சோதனைகளிலும் அவனது விசுவாசத்தையும் நிரந்தரக் காதலையும் மட்டுமே உறுதியளித்த நிதானமான, வெளிப்படையான அரைப்பக்கக் கடிதத்தைக் கொடுக்க முடிவெடுத்திருந்தான். அங்கியின் உட்புறப் பாக்கெட்டிலிருந்து கடிதத்தை வெளியிலெடுத்த அவன், இன்னமும் அவனைப் பார்க்கத் துணியாத, கலங்கிய பூத்தையல் கண்களின் முன்னால் அதை நீட்டினான். அச்சத்தில் உறைந்த கரத்தில் நடுங்கிக்கொண்டிருந்த நீலநிறக் கடித உறையை அவள் பார்த்தாள். அவனது விரல்களின் நடுக்கத்தைத் தானும் கவனித்துவிட்டதை அவளால் ஒப்புக்கொள்ள முடியாததால், அவன் கடிதத்தைப் போட வசதியாகப் பூத்தையல் சட்டகத்தை உயர்த்தினாள். அப்போது அது நடந்தது: பாதாம் மரத்தின் இலைகளுக்கிடையில் உட்கார்ந்திருந்த பறவையொன்று உடலைக் குலுக்கியது. அதன் எச்சம் சரியாகச் சட்டகத்தில் விழுந்தது. சட்டகத்தை விலக்கிய ஃபெர்மினா தாஸா, நடந்ததை அவன் உணராமலிருக்க நாற்காலிக்குப் பின்னால் அதை மறைத்து வைத்துவிட்டு, தகித்த முகத்தோடு முதல்முறையாக அவனை நேராகப் பார்த்தாள். கையில் கடிதத்தோடு உணர்ச்சியற்றவனாக நின்றுகொண்டிருந்த ஃப்ளோரென்டினோ அரிஸா, "நல்ல அதிர்ஷ்டம்" என்றான். தனது முதல் புன்னகையோடு அதை ஆமோதித்த அவள், கடிதத்தைக் கிட்டத்தட்டப் பிடுங்கி, மடித்துச் சட்டையில் மறைத்துக்கொண்டாள். அவன் பொத்தான் துளையில் செருகியிருந்த கமேலியா மலரை அப்போது அவளிடம் கொடுத்தான். அவள் அதை ஏற்றுக்கொள்ள மறுத்தாள். "அது நிச்சயதார்த்தப் பூ" என்றாள். பிறகு நேரம் முடிந்துவிட்டதை உணர்ந்த அவள், தனது நிதானத்தை மீட்டுக்கொண்டாள்.

"இப்போது நீ போகலாம். நான் சொல்லும்வரை திரும்பி வர வேண்டாம்" என்றாள்.

ஃப்ளோரென்டினோ அரிஸா முதல்முறையாக அவளைப் பார்த்தபோது, பேச்சை இழந்து, பசியை இழந்து, உறங்காமல்

படுக்கையில் புரண்டு புரண்டு படுத்துக்கொண்டு இரவைக் கழித்ததால், அவன் சொல்வதற்கு முன்பே அவனது தாயார் கண்டுபிடித்துவிட்டார். ஆனால் முதல் கடிதத்திற்குப் பதிலை எதிர்பார்த்துக் காத்திருக்கத் தொடங்கியபோது, வயிற்றுப்போக்குடனும் பச்சை வாந்தியோடும் அவனது பதற்றம் சிக்கலானது. திக்குத்திசை மறந்தான். திடீரென்று மயக்கமடைந்தான். அவனது நிலைமை காலரா நோயின் பாதிப்புகளைப் போலத் தோன்றியதே தவிர, காதல் நோயின் பாதிப்புகளைப் போலத் தோன்றாததால் அவனது தாய் அச்சமடைந்தாள். ட்ரான்சிட்டோ அரிஸா ரகசியக் காதலியாக இருந்த காலத்திலிருந்தே அவளது நம்பிக்கைக்குப் பாத்திரமான மூத்த ஹோமியோபதி மருத்துவரான ஃப்ளோரென்டினோ அரிஸாவின் ஞானத்தந்தையும் பலவீனமான நாடித்துடிப்பும் கரடுமுரடான சுவாசமும் சாகக் கிடப்பவனின் வெளுத்த வியர்வையும் கொண்டிருந்த நோயாளியின் நிலைமையால் முதல் பார்வையில் கவலையடைந்தார். ஆனால் அவனுக்குக் காய்ச்சலும் இல்லை, எந்தப் பக்கமும் வலியும் இல்லை என்பதைப் பரிசோதனை அவருக்கு உணர்த்தியது. உடனடியாகச் செத்துவிட வேண்டும் என்ற உணர்வு மட்டும்தான் அவனிடம் உறுதியாக இருந்தது. முதலில் அவனிடமும், பிறகு அவனது தாயிடமும் நடத்திய தந்திரமான விசாரணையே, காலராவின் அறிகுறிகள்தான் காதலின் அறிகுறிகளும் என்பதை மீண்டும் ஒருமுறை உறுதிப்படுத்திக்கொள்ள அவருக்குப் போதுமானதாக இருந்தது. நரம்புகளை மகிழ்விக்க ஆற்றுப்பாலைப் பூவின் கஷாயத்தைக் கொடுக்கச் சொன்ன அவர், ஆறுதலைத் தேட இடமாற்றத்தையும் பரிந்துரைத்தார். ஆனால் ஃப்ளோரென்டினோ அரிஸா ஏங்கியது அதற்கு நேர் மாறான ஒன்றை. தியாகத்தில் திளைக்கவே அவன் விரும்பினான்.

வறுமையால் அழிக்கப்பட்ட மகிழ்ச்சிக்கான உள்ளுணர்வு கொண்ட சுதந்திரக் குவாத்தரோனாவான[6] ட்ரான்சிட்டோ அரிஸா, மகனின் துன்பத்தைத் தனது துன்பம்போல அனுபவித்தாள். அவன் மயக்கமடைந்தபோது கஷாயம் குடிக்கவைத்தாள், குளிரை விரட்டக் கம்பளியைப் போர்த்திவிட்டாள். ஆனால் துன்பத்தில் இன்பம் காணவும் அவனை ஊக்குவித்தாள்.

"இந்த விஷயங்கள் எல்லாம் வாழ்நாள் முழுவதும் நீடிக்காது என்பதால் பட முடிந்ததை எல்லாம் இப்போதே பட்டுவிடு. இளைஞனாக இருக்கும் இந்த நேரத்தைப் பயன்படுத்திக்கொள்" என்றாள்.

---

6. தாத்தா – பாட்டிகள் நால்வரில் மூவர் ஐரோப்பியர், ஒருவர் ஆப்பிரிக்கர் அல்லது ஆஸ்திரேலியர் வழிவந்த பெண்.

நிச்சயமாக அஞ்சல் முகமையில் அப்படி நினைக்கவில்லை. மெத்தனத்திற்குத் தன்னை அர்ப்பணித்துக்கொண்ட ஃப்ளோரென்டினோ அரிஸா, கடிதத்தின் வருகையை அறிவிக்கும் கொடிகளைக் குழப்பிக்கொள்ளுமளவுக்கு மிகவும் கவனமில்லாமல் திரிந்துகொண்டிருந்தான். ஒரு புதன்கிழமையன்று லிவர்பூலிலின் கடிதங்களோடு லெய்லேண்ட் கம்பெனியின் கப்பல் வந்தபோது ஜெர்மன் நாட்டுக் கொடியை ஏற்றினான். இன்னொரு நாள் புனித நஸேரின் கடிதங்களோடு கடல் கடந்த அட்லாண்டிக் கம்பெனி யின் கப்பல் வந்தபோது அமெரிக்க ஒன்றியத்தின் கொடியைப் பறக்கவிட்டான். அவனைத் தந்தி அலுவலக வேலையில் வைத்துக்கொண்டு தேவாலய இசைக்குழுவில் வயலின் வாசிக்க லோட்டாரியோ துகுத் அழைத்துச் சென்றதால்தான் வேலையை இழக்கவில்லை என்னும் அளவுக்கு, அந்தக் காதல் குழப்பங்கள் கடிதங்களைப் பிரித்துத் தருவதில் அத்தனை இடையூறுகளையும் பொதுமக்களிடமிருந்து அத்தனை எதிர்ப்புகளையும் ஏற்படுத்தின. தாத்தாவும் பேரனுமாக இருக்குமளவுக்கு அவர்களிடையே இருந்த வயது இடைவெளியால் புரிந்துகொள்ள முடியாத கூட்டணியாக இருந்தாலும், தேங்காய் சாதத்தோடு வறுத்த மீன் சாப்பிட சோஷியல் கிளப்பின் ஆடம்பர விருந்துகளிலிருந்து தப்பிச்சென்ற நவநாகரிக உடையணிந்த கனவான்கள்முதல் பிச்சைக்காரக் குடிகாரர்கள்வரை, வகுப்பு பேதமில்லாமல், இரவில் வெளியில் வந்த அனைவரும் சென்றுசேர்ந்த துறைமுகத்தின் ஹோட்டல்களில் பழகியதைப் போலவே அலுவலகத்தி லும் அவர்கள் நன்றாகப் பழகினார்கள். தந்தியின் கடைசிச் சுற்றுக்குப் பிறகு ஹோட்டலுக்குச் செல்லும் வழக்கம்கொண்ட லோடாரியோ துகுத், ஆண்டீலிய பாய்மரக் கப்பல்களின் பைத்தியக்காரக் குழுவினரோடு துருத்தி வாசித்துக்கொண்டும் ஜமாய்க்கா மதுவைக் குடித்துக்கொண்டும் பலமுறை விழித்தெழுவார். பருத்த உடலோடும் தங்கநிறத் தாடியோடும் ஆமைக் கழுத்தோடும் இரவில் வெளியில் செல்ல அணிந்த குரங்குக் குல்லாயோடும் இருந்த அவர் புனித நிகோலசைப் போலத் தோற்றமளிக்க உத்திராட்ச மாலை ஒன்று மட்டும்தான் இல்லை. மாலுமிகளுக்கான நடைபாதை ஹோட்டலில் அவசரக் காதலை விற்ற இரவுப் பறவைகள் என்று அவர் அழைத்த பெண்களில் ஒருத்தியோடு வாரம் ஒரு முறையாவது மாலைப்பொழுதைக் கழிப்பார். ஃப்ளோரென்டினோ அரிஸாவைச் சந்தித்தபோது அவர் செய்த முதல் காரியம், ஒருவகைப் பெருந்தன்மையான மகிழ்ச்சியோடு தனது சொர்க்கத்தின் ரகசியங்களை அவனுக்கு அறிமுகப்படுத்தியதுதான். பொருத்தமானது என்று அவருக்குத் தோன்றிய அழகுப் பறவைகளை அவனுக்காகத் தேர்ந்தெடுத்து, விலையையும் முறையையும் அவர்களோடு விவாதித்தார். சேவைக்கு முன்பணமாகத் தனது காசைக் கொடுக்கவும்

முன்வந்தார். ஆனால் ஃப்ளோரென்டினோ அரிஸா அதை ஏற்றுக்கொள்ளவில்லை: இதுவரை தன் தூய்மையை இழக்காத அவன், காதலுக்காக அன்றி வேறு எதற்காகவும் அதை இழப்பதில்லை என்று முடிவெடுத்திருந்தான்.

காலனிய அரண்மனையாக இருந்த அந்த ஹோட்டலின் பெரிய அரங்கங்களும் பளிங்கு அறைகளும் செய்யவும் செய்வதைப் பார்க்கவும் வாடகைக்கு விடப்பட்ட தடுப்பறைகளாக ஊசித்துளை கொண்ட அட்டைகளால் பிரிக்கப்பட்டிருந்தன. பக்கத்து அறையை எட்டிப் பார்ப்பது என்ற யோசனையே ஃப்ளோரென்டினோ அரிஸாவுக்குப் பயங்கரமாக இருக்கு மளவுக்கு, பின்னல் ஊசிகளால் கண் தோண்டப்பட்ட உளவாளியைப் பற்றியும் உளவு பார்த்தது தன் மனைவியைத்தான் என்று தெரிந்துகொண்ட இன்னொருவனைப் பற்றியும் உணர்ச்சி களை வெளியேற்ற நடைபாதை முகவர்களோடு காய்கறி வியாபாரிகள் வேடத்தில் நுழைந்த பாரம்பரியக் கனவான்களைப் பற்றியும் பார்த்தவர்களுக்கும் பார்க்கப்பட்டவர்களுக்கும் இடையில் ஏற்பட்ட எதிர்பாராத மற்ற பல சந்திப்புகளைப் பற்றியும் பேசிக்கொண்டார்கள். அதனால் பார்ப்பதும் பார்க்கப் படுவதும் ஐரோப்பிய இளவரசர்களின் சுவை நேர்த்திகள் என்று லொடாரியோ துகுத்தால் அவனை ஏற்கவைக்க முடியவில்லை.

அவரது உடல்பருமன் ஏற்படுத்திய ஊகத்திற்கு மாறாக, ரோஜா மொட்டைப் போன்ற தேவதைக் குழந்தையின் பம்பரம்தான் லோடாரியா துகுத்திடம் இருந்தது. என்றாலும், மிகவும் அடிபட்ட பறவைகள் அவரோடு தூங்கும் வாய்ப்புக் காகத் தங்களுக்குள் சண்டையிட்டுக்கொண்டதாலும், கழுத்து அறுபடுவது போன்ற கதறல்களால் அரண்மனையின் அடித்தளத்தை அதிரவைத்து, அங்கிருந்த பேய்களை அச்சத்தில் நடுங்க வைத்ததாலும், அது ஒரு அதிர்ஷ்டவசமான குறைபாடாகத்தான் இருக்க வேண்டும். பெண்களின் கபச் சுரப்பியை[7] எரியவைத்த பாம்பு விஷத்தால் செய்த களிம்பைப் பயன்படுத்துவதாகச் சொல்லப்பட்டாலும், தெய்வம் கொடுத்ததைத் தவிர வேறெந்த வளமும் தன்னிடம் இல்லையென்று அவர் சத்தியம் செய்தார். கண்ணீர் மல்கச் சிரித்துக்கொண்டே சொன்னார்: “அது பரிசுத்தமான காதல்.” காரணத்தோடுதான் ஒருவேளை அப்படிச் சொல்லியிருப்பார் என்பதைப் புரிந்துகொள்ள ஃப்ளோரென்டினோ அரிஸா பல வருடங்களைக் கடக்க வேண்டியிருந்தது. உணர்வுகளைப் பற்றிய கல்வியில் அவன் மிகவும் முன்னேறியிருந்த காலத்தில், ஒரே

---

7. Turkish saddle என்றும் அழைக்கப்படும் பிட்யூட்டரி சுரப்பி, உடல் சமநிலையை ஒழுங்குபடுத்தும் ஹார்மோன்களைச் சுரப்பது.

நேரத்தில் மூன்று பெண்களைச் சுரண்டி அரசனைப் போல வாழ்ந்த ஒருவனைச் சந்தித்தபோது அவனால் அதை ஒப்புக் கொள்ள முடிந்தது. விடியற்காலையில் அவனிடம் கணக்குக் கொடுத்த மூன்று பெண்களும், தங்களுடைய சொற்ப வசூலை மன்னிக்கக் கோரி அவனது கால்களில் விழுந்து அவமானப்படு வார்கள். அதிகப் பணம் கொண்டுவந்தவளோடு அவன் படுத்துக்கொள்ள வேண்டும் என்ற ஒரே திருப்திக்காகத்தான் அவர்கள் ஏங்கினார்கள். அச்சம் மட்டும்தான் இப்படிப்பட்ட இழிவைத் தூண்டும் என்று ஃப்ளோரென்டினோ அரிஸா நினைத்திருந்தான். ஆனால் அந்த மூன்று பெண்களில் ஒருத்தி அதற்கு மாறான உண்மையோடு வியக்கவைத்தாள்.

“இந்த விஷயங்களை எல்லாம் காதலுக்காக மட்டும்தான் செய்ய முடியும்” என்றாள்.

அந்த ஹோட்டலின் மிகவும் மதிக்கத்தக்க வாடிக்கை யாளர்களில் ஒருவராக லோடாரியோ துகுத் விளங்கியதற்கு அவரது தனிப்பட்ட வசீகரம் காரணமாக இருந்த அளவுக்குப் பெண்பித்தனாக அவருடைய திறமைகள் காரணமாக இருக்க வில்லை. மிகவும் அமைதியாகவும் மழுப்பலாகவும் இருந்த ஃப்ளோரென்டினோ அரிஸாவும் உரிமையாளரின் நன்மதிப்பைப் பெற்றான். மிகவும் கடினமான தோல்விகளின் காலகட்டத்தில், கண்ணீர் சிந்தவைக்கும் துண்டுப் பிரசுரங்களையும் வசனங்களை யும் படித்துக்கொண்டிருக்க மூச்சு முட்டும் தடுப்பறைகளில் அவன் அடைந்துகொள்வான். பகல் தூக்கத்தின் மந்தமான நேரத்தில் பால்கனிகளில் கருங்குருவிக் கூடுகளையும் முத்தத்தின் சத்தங்களையும் சிறகடிப்புகளையும் அவனது கனவுகள் விட்டுவைத்தன. வெப்பம் தணிந்தபோது, அந்தி வேளையில் அவசரமான காதலில் அன்றாட வேலைகளின் சுமையை இறக்கிவைக்க வந்த ஆண்களின் உரையாடல்களைக் கேட்காமல் இருக்க முடியாது. பக்கத்து அறைகளில் கேட்டுவிடக் கூடாது என்ற அக்கறைகூட இல்லாமல், முக்கியமான வாடிக்கையாளர் களும் உள்ளூர் அதிகாரிகளும் தற்காலிகக் காதலிகளோடு பகிர்ந்துகொண்ட துரோகங்களும் ராஜாங்க ரகசியங்களும்கூட ஃப்ளோரென்டினோ அரிஸாவுக்கு அப்படித்தான் தெரியவந்தன. சோட்டாவென்டோவிற்கு வடக்கே நான்கு கடல் மைல் தொலைவில், ஐயாயிரம் கோடி பீசோவுக்கும் அதிகமான மதிப்புடைய சுத்தத் தங்கமும் அரியவகைக் கற்களும் ஏற்றப்பட்ட ஸ்பானிஷ் பாய்மரக் கப்பல், பதினாறாம் நூற்றாண்டிலிருந்து மூழ்கிக் கிடப்பது அப்படித்தான் அவனுக்குத் தெரியவந்தது. அந்தக் கதை அவனை வியப்பில் ஆழ்த்தினாலும், ஃபெர்மினா தாஸா தங்கத் தொட்டியில் குளிப்பதற்காக மூழ்கிக் கிடக்கும் அந்தப் புதையலை மீட்க வேண்டும் என்ற ஆசையைக் காதல்

பித்தம் தூண்டும்வரை, பல மாதங்களுக்கு அதைப்பற்றி அவன் மறுபடியும் சிந்திக்கவில்லை.

கவிதையின் ரசவாதத்தால் லட்சிய வடிவமாக்கப்பட்ட அந்தப் பெண் உண்மையில் எப்படியிருந்தாள் என்பதைப் பல வருடங்களுக்குப் பிறகு நினைத்துப்பார்க்க முயன்றபோது, அந்தக் காலக்கட்டத்தின் மனதை நொறுக்கிய மாலைப் பொழுதுகளிலிருந்து அவளைப் பிரித்துப் பார்க்க முடியவில்லை. முதல் கடிதத்திற்குப் பதிலை எதிர்பார்த்துக் காத்திருந்த பதற்றமான நாட்களில், மறைந்திருந்து அவளை நோட்டம் விட்டபோதும், வருடத்தின் எந்தப் பருவத்திலும் ஏப்ரல் மாதமாகவே இருந்த பாதாம் மரத்தின் ஆரஞ்சுப் பூக்களின் மழையில் மதியம் இரண்டு மணியின் எதிரொளியில் அவள் உருமாறியிருப்பதைக் கண்டான். இசைக்குழுவின் சிறப்பு மாடத்திலிருந்து, பாடல்களின் தென்றலில் அவளுடைய மேலாடை அசைவதைப் பார்ப்பதற்காகத்தான் லோடாரியோ துகுத்தோடு வயலின் வாசிக்க அவன் ஆர்வமாக இருந்தான். ஆனால் அவனுடைய ஆன்மாவின் நிலைமைக்கு மிகவும் சாந்தமானதாகத் தோன்றிய பக்திப் பாடல்களுக்குக் காதல் மெட்டுக்களால் துடிப்பைக் கூட்ட முயன்றதால், அவனது மயக்கமே அவனுடைய மகிழ்ச்சியைக் கெடுத்ததோடு குழுவிலிருந்து அவனுக்கு விடைகொடுக்க வேண்டிய கட்டாயத்தையும் லோடாரியோ துகுத்துக்கு ஏற்படுத்தியது. முற்றத்துப் பூந்தொட்டிகளில் ட்ரான்சிட்டோ அரிஸா வளர்த்துவந்த கார்டேனியா மலர்களைத் தின்றுபார்க்கும் ஆசைக்கு அடிபணிந்ததும், அந்த வகையில் ஃபெர்மினா தாஸாவின் சுவையைத் தெரிந்துகொண்டதும் அந்தக் காலகட்டத்தில்தான். ஹாம்பெர்க் அமெரிக்க வழித்தடத்தின் மாலுமிகள் கடத்தல் பொருளாக விற்பனைசெய்த ஒரு லிட்டர் வாசனைத் திரவியப் பாட்டிலைத் தாயின் பெட்டியிலிருந்து தற்செயலாகக் கண்டெடுத்ததும், காதலித்த பெண்ணின் மற்ற சுவைகளையும் அறிந்துகொள்ள அதைச் சுவைத்துப் பார்க்கும் ஆசையைக் கட்டுப்படுத்திக்கொள்ள முடியாமல்போனதும் அந்தக் காலகட்டத்தில்தான். தொடக்கத்தில் துறைமுக விடுதி களிலும், பிறகு வீடில்லாத காதலர்கள் ஆறுதல் காதலில் ஈடுபட்ட படகுத் துறையிலிருந்து கடலில் இறங்கியும், தொண்டையைப் புண்ணாக்கிய மிடறுகளால் ஃபெர்மினா தாஸாவின் போதை தலைக்கேற, பாட்டிலிலிருந்து விடியும்வரை குடித்துக்கொண்டே இருந்தான். நூலிழையில் ஊசலாடிய ஆன்மாவோடு காலை ஆறு மணிவரையிலும் அவனுக்காகக் காத்திருந்த ட்ரான்சிட்டோ அரிஸா, அதிகம் மறைந்துகொள்ளச் சாத்தியமற்ற இடங்களில் எல்லாம் அவனைத் தேடினாள். நண்பகலுக்குச் சற்றுப் பிறகு, கடலில் மூழ்கியவர்கள் கரை ஒதுங்கும் விரிகுடாவின்

ஒரு மூலையில் வாசனைத் திரவியக் குட்டையில் உழன்று கொண்டிருந்த அவனைக் கண்டுபிடித்தாள்.

கடிதத்தின் பதிலுக்காகக் காத்திருந்த கையறு நிலையில் உடல் தேறிவந்த காலகட்டத்தை அவனைக் கண்டிப்பதற்கு அவள் பயன்படுத்திக்கொண்டாள். காதல் ராஜ்ஜியத்தில் பலவீனமானவர்கள் ஒருபோதும் நுழைய முடியாது என்றும் அது ஒரு இரக்கமற்ற குட்டி சாம்ராஜ்ஜியம் என்றும் வாழ்க்கையை எதிர்கொள்ளப் பெண்கள் மிக விரும்பும் பாதுகாப்பைக் கொடுப்பதால் உறுதியான நெஞ்சம் படைத்த ஆண்களிடம் மட்டும்தான் பெண்கள் தங்களை ஒப்படைத்துக்கொள்வார்கள் என்றும் அவனுக்கு நினைவூட்டினாள். ஒருவேளை, தேவைக்கு அதிகமாகவே ஃப்ளோரென்டினோ அரிஸா பாடத்தைக் கற்றிருக்கலாம். கறுப்பு உடையோடும் வளையாத தொப்பியோடும் செல்லுலாய்டு காலரில் கழுத்துப் பட்டியோடும் பொத்தான் கடையிலிருந்து வெளிவந்த அவனைப் பார்த்தபோது, தாய்மையை விஞ்சிய மயக்கத்தில், பெருமித உணர்ச்சியை ட்ரான்சிட்டோ அரிஸாவால் மறைத்துக்கொள்ள முடியவில்லை. இறுதிச் சடங்கிற்கா போகிறாய் என்று கிண்டலாக அவனைக் கேட்டாள். எரிச்சலடைந்த காதுகளோடு "கிட்டத்தட்ட அதேதான்" என்று பதிலளித்தான். அச்சத்தின் காரணமாக அவனால் சுவாசிக்கக்கூட முடியவில்லை என்பதை அவள் உணர்ந்துகொண்டாள். ஆனால் அவனுடைய உறுதி அசைக்க முடியாததாக இருந்தது. கடைசி எச்சரிக்கைகளையும் ஆசீர்வாதங்களையும் வழங்கிய அவள், சத்தமாகச் சிரித்துக்கொண்டே வெற்றியைச் சேர்ந்து கொண்டாட இன்னுமொரு பாட்டில் கொலோன் தருவதாக உறுதியளித்தாள்.

ஒரு மாதத்திற்கு முன்பு கடிதத்தைக் கொடுத்ததிலிருந்து, பூங்காவிற்குத் திரும்பி வருவதில்லை என்ற சத்தியத்தைப் பலமுறை அவன் மீறியிருக்கிறான் என்றாலும், அவள் பார்வையில் படாமலிருக்க மிகவும் கவனமாக இருந்தான். எல்லாம் சீராகப் போய்க்கொண்டிருந்தன. மதியம் இரண்டுமணி வாக்கில் நகரம் பகல் தூக்கத்திலிருந்து விழித்தபோது மரத்தடிப் பாடம் முடிந்துவிட்டது, ஃபெர்மினா தாஸா வெப்பம் தணியும்வரை அத்தையோடு பூத்தையல் செய்துகொண்டிருந்தாள். அத்தை வீட்டிற்குள் போகும்வரை காத்திருக்காத ஃப்ளோரென்டினோ அரிஸா, முழங்கால் பலவீனத்தைச் சமாளிக்க ராணுவ நடையில் தெருவைக் கடந்தான். ஆனால் ஃபெர்மினா தாஸாவை நோக்கிப் போகாமல் நேராக அத்தையை நோக்கிச் சென்றான்.

"தயவுசெய்து ஒரு நிமிடம் அவளோடு என்னைத் தனியாக இருக்கவிடுங்கள். அவளிடம் முக்கியமான ஒன்றைச் சொல்ல வேண்டும்" என்றான்.

“என்ன துணிச்சல் உனக்கு! அவளைப் பற்றி நான் கேட்கக் கூடாதது எதுவும் இல்லை” என்றாள் அத்தை.

“அப்படியென்றால் நான் அதைச் சொல்லப்போவதில்லை. ஆனால் நடக்கப்போவதற்கு நீங்கள்தான் பொறுப்பு. எச்சரிக்கி றேன்” என்றான்.

லட்சியக் காதலனிடம் அத்தை எதிர்பார்த்த முறை இதுவல்ல என்றாலும், பரிசுத்த ஆவியின் தூண்டுதலால்தான் ஃப்ளோரென்டினோ அரிஸா அப்படிப் பேசுகிறான் என்ற அதீதமான எண்ணம் முதல்முறையாக அவளுக்குத் தோன்றிய தால், பயந்து எழுந்துகொண்டாள். வாசலில் பாதாம் மரத்தடியில் இளம் வயதினர் இருவரையும் தனியாக விட்டுவிட்டு, ஊசியை மாற்ற வீட்டிற்குள் சென்றுவிட்டாள்.

உண்மையில், குளிர்காலத் தகைவிலான் குருவியைப் போலத் தனது வாழ்க்கையில் தோன்றிய பூடகமான அந்தக் காதலனைப் பற்றி ஃபெர்மினா தாஸாவுக்கு அதிகமாகத் தெரியாது. கடிதத்தில் கையெழுத்து இல்லாமல் இருந்திருந்தால் அவனுடைய பெயர்கூட அவளுக்குத் தெரிந்திருக்காது. பொறுப்பானவளாகவும் கடினமான உழைப்பாளியாகவும் இருந்தாலும், ஒரேயொரு இளமைக் காலத் தவறின் நெருப்பின் களங்கத்தால் பரிகாரம் இல்லாமல் முத்திரை குத்தப்பட்ட பெண்ணின் தகப்பனில்லாத மகன் அவன் என்பதைப் பிறகுதான் தெரிந்துகொண்டாள். தான் நினைத்ததைப் போல அவன் தந்திச் சேவகன் அல்ல, நம்பிக்கைக்குரிய எதிர்காலத்தோடு நல்ல தகுதியுள்ள உதவியாளர் என்பதும் அவளுக்குத் தெரியவந்தது. அவளைப் பார்ப்பதற்கான சாக்காகத்தான் தன் தந்தைக்குத் தந்தியைக் கொண்டுவந்தான் என்று அவள் நினைத்தாள். அந்த அனுமானம் அவளை அசைத்துவிட்டது. இசைக்குழுவில் ஒருவனாக அவன் இருந்ததும் அவளுக்குத் தெரியவந்தது. திருப்பலி சமயத்தில் அதை உறுதிப்படுத்திக்கொள்ளத் தலையை உயர்த்தத் துணிந்ததில்லை என்றாலும், மற்ற கருவிகளெல்லாம் எல்லோருக்குமாக வாசிக்கப்படும்போது வயலின் மட்டும் தனக்காக வாசிக்கப்படுகிறது என்ற தெய்வீக வெளிப்பாடு ஒரு ஞாயிற்றுக்கிழமையன்று அவளுக்குத் தோன்றியது. அவன், தானாக அவள் தேர்ந்தெடுத்திருக்கக்கூடிய வகையைச் சேர்ந்தவன் அல்ல. தெருவில் கண்டெடுத்ததுபோன்ற அவனுடைய கண்ணாடியும் மதகுரு உடையும் மர்மமான திறமைகளும் கட்டுப்படுத்த முடியாத ஆர்வத்தை அவளிடம் எழுப்பினாலும், அந்த ஆர்வம்தான் காதலின் பல பொறிகளில் ஒன்று என்பதை அவள் கற்பனைகூடச் செய்யவில்லை.

கடிதத்தை ஏற்றுக்கொண்டது ஏனென்று அவளுக்கே விளங்கவில்லை. அவள் தன்னையே குற்றம்சாட்டிக்கொள்ளவில்லை என்றாலும், பதில் தர வேண்டுமென்ற அழுத்தத்தை அதிகரித்த கடமையுணர்ச்சி அவளது வாழ்க்கைக்குத் தொந்தரவாக மாறியது. அவளது தந்தையின் ஒவ்வொரு வார்த்தையும், ஒவ்வொரு தற்செயலான பார்வையும், மிகச் சாதாரணமான அசைவுகளும், அவளது ரகசியத்தைக் கண்டுபிடிக்கும் பொறிகளைக் கொண்டிருப்பதாக அவளுக்குத் தோன்றியது. கவனக்குறைவு காட்டிக்கொடுத்துவிடும் என்ற அச்சத்தில் மேசையில் பேசுவதையே தவிர்த்துவிடும் அளவுக்கு அவள் எச்சரிக்கையாக இருந்தாள். அவளுடைய அடக்கிவைத்த கவலையைத் தன்னுடைய கவலையைப் போலப் பகிர்ந்துகொண்ட அத்தை எஸ்கோலாஸ்டிகாவிடமிருந்தும் அவள் நழுவிக்கொண்டாள். தேவையில்லாமல் எந்த நேரத்திலும் குளியலறையில் அடைந்துகொண்டாள். சொன்னதைவிடக் கூடுதலாகச் எதையோ சொல்லிவிடப் போகின்றன என்ற நம்பிக்கையில், கடிதத்தின் ஐம்பத்தெட்டு வார்த்தைகள், முன்னூற்றுப் பதினான்கு எழுத்துகளில் ஏதாவதொன்றில் மறைந்திருக்கும் மந்திரச் சூத்திரத்தை, ரகசியக் குறியீட்டைக் கண்டுபிடிக்கும் முயற்சியில் அதை மீண்டும் மீண்டும் படித்தாள். ஆனால் வெறிபிடித்த இதயத்தோடு குளியலறையில் அடைந்துகொள்ள ஓடி, விரிவான கடிதத்தையும் காதல் காய்ச்சலையும் எதிர்கொள்ளும் மாயையில் உறையைக் கிழித்தபோது, அவளை அச்சுறுத்திய ஒற்றை வாசனைத் தாளை மட்டுமே எதிர்கொண்ட முதல் வாசிப்பில் புரிந்துகொண்டதைவிடக் கூடுதலாக அவளுக்கு எதுவும் கிடைக்கவில்லை.

பதில் தரக் கடமைப்பட்டிருப்பதாகத் தொடக்கத்தில் அவள் நினைக்கவில்லை என்றாலும், அதைக் கடந்துபோக முடியாத வகையில் கடிதம் மிகவும் வெளிப்படையாக இருந்தது. இத்தனைக்கும் நடுவில், சந்தேகப் புயலில், தான் அனுமதிக்க விரும்பியதைவிட அதிகமான ஆர்வத்தோடும் அடிக்கடியும் ஃப்ளோரென்டினோ அரிஸாவைப் பற்றி நினைப்பது அவளுக்கே வியப்பாக இருந்தது. பதிலை யோசித்துக்கொண்டிருக்கும்போது திரும்பி வர வேண்டாமென்று கேட்டுக்கொண்டது தானேதான் என்ற நினைவில்லாமல், வழக்கமான நேரத்தில் அவன் பூங்காவில் இல்லாதது ஏனென்று கவலையோடு யோசித்தாள். அப்படியெல்லாம் ஒருவரைப் பற்றி நினைக்க முடியுமென்று கற்பனைகூடச் செய்ய முடியாத அளவுக்கு அவனைப் பற்றியே நினைத்துக்கொண்டும், இல்லாத இடத்தில் அவனது இருப்பை உணர்ந்துகொண்டும், இருக்க முடியாத இடத்தில்

அவனை விரும்பிக்கொண்டும், தூங்கும்போது இருட்டில் அவன் தன்னையே பார்க்கும் திடமான உணர்வோடு திடுக்கிட்டு எழுந்துகொண்டும் இருந்தாள். அதனால், பூங்காவின் மஞ்சள் இலைகளின் பாதையில் அவனது உறுதியான காலடிச் சத்தத்தை உணர்ந்த மாலைப்பொழுதில், அது தனது கற்பனையின் மற்றுமொரு தந்திரமாக இருக்காது என்று நம்புவது அவளுக்குச் சிரமமாக இருந்தது. ஆனால் அவனது மந்த குணத்திற்குத் தொடர்பே இல்லாத அதிகாரத்தோடு பதில் தரச் சொல்லி அவன் கேட்டபோது, திகிலைச் சமாளித்துக்கொண்டு அவள், உண்மையைச் சொல்லி நழுவ முயன்றாள்: என்ன பதில் சொல்வது என்று தெரியவில்லை.

இருந்தாலும், ஃப்ளோரென்டினோ அரிஸா படுகுழியைத் தாண்டி வந்திருப்பது இப்படி ஓட்டைச் சாக்கு சொல்லி விரட்டப்படுவதற்கல்ல "கடிதத்தைப் பெற்றுக்கொண்டால் பதில்தராமல் இருப்பது நாகரிகமல்ல" என்றான்.

அதுவே அந்தக் குழப்பமான பாதையின் முடிவாக இருந்தது. சுய கட்டுப்பாட்டை இழக்காத ஃபெர்மினா தாஸா தாமதத்திற்கு மன்னிப்புக் கோரினாள். விடுமுறைக் காலம் முடிவதற்குள் பதில் தருவதாக வாக்குக்கொடுத்தாள். அவன் அதை ஏற்றுக்கொண்டான். பள்ளிகள் திறப்பதற்கு மூன்று நாட்களுக்கு முன்பு, பிப்ரவரி மாதக் கடைசி வெள்ளிக்கிழமை, பியத்ராஸ் த மோலர் நகரத்திற்குத் தந்தியனுப்ப எவ்வளவு செலவாகும் என்று கேட்கத் தந்தி அலுவலகத்திற்குச் சென்றாள் அத்தை எஸ்கோலாஸ்டிகா. தந்தி சேவை பட்டியலில் இல்லாத ஊர் அது. ஃப்ளோரெண்டினோ அரிஸாவை இதற்கு முன்னால் பார்த்ததே இல்லை என்பதைப் போல அவனிடம் வேலை வாங்கிய அவள், வெளியேறும்போது தங்க நிற அலங்கார உருவங்கள் பொறித்த துணி உறை வைக்கப்பட்டிருந்த உடும்புத் தோல் அட்டையிட்ட வழிபாட்டுப் புத்தகத்தை மறந்துவிட்ட பாவனையில் மேசைமீது வைத்துவிட்டுப் போனாள். பேரின்பத்தால் தடுமாறிய ஃப்ளோரென்டினோ அரிஸா, மிச்சமிருந்த மாலைப்பொழுதை ரோஜாக்களைத் தின்று கொண்டும் கடிதத்தைப் படித்துக்கொண்டும் மறுபடியும் ஒவ்வொரு எழுத்தாகப் பார்த்துக்கொண்டும் மேலும் மேலும் அதைப் படித்தபோது மேலும் மேலும் ரோஜாக்களைத் தின்றுகொண்டும் கழித்தான். நள்ளிரவில் அதைப் பலமுறை படித்ததோடு, அதே அளவுக்கு ரோஜாக்களையும் தின்று விட்டதால் அவனது தாய் விளக்கெண்ணெய் மருந்தைக் குடிக்கவைக்கக் கன்றுக் குட்டியைப்போல அவனைப் பிடித்துக் கொள்ள வேண்டியிருந்தது.

உலுக்கியெடுத்த மோகத்தின் ஆண்டாக அது இருந்தது. ஒருவரைப் பற்றி ஒருவர் நினைத்துக்கொண்டிருப்பதையும், ஒருவரோடு ஒருவர் கனவு காண்பதையும், பதிலளித்த அதே கவலையோடு கடிதங்களுக்காகக் காத்திருப்பதையும் தவிர, வாழ்க்கையில் அவனுக்கோ அவளுக்கோ வேறெதுவும் இல்லை. அந்த மயக்கத்தின் வசந்த காலத்திலோ, அதற்கு அடுத்த ஆண்டிலோ, நேரடியாகப் பேசிக்கொள்ளும் வாய்ப்பு அவர்களுக்குக் கிடைக்கவில்லை. அதற்கும் மேலாக, முதல்முறையாகப் பார்த்ததிலிருந்து அரை நூற்றாண்டுக் காலத்திற்குப் பிறகு தனது உறுதியை அவன் மறுபடியும் அவளிடம் வலியுறுத்தியது வரையிலும், தனியாகச் சந்தித்துக் கொள்ளவோ, தங்கள் காதலைப் பற்றிப் பேசிக்கொள்ளவோ அவர்களுக்கு வாய்ப்பே கிடைக்கவில்லை. ஆனால் முதல் மூன்று மாதங்களில் ஒருவருக்கொருவர் எழுதிக்கொள்ளாமல் ஒரு நாள்கூடக் கடந்ததில்லை. அத்தை எஸ்கோலாஸ்டிகா தான் பற்றவைக்க உதவிய நெருப்பின் வெறித்தனத்தால் தானே அஞ்சு மளவுக்கு, ஒரு காலகட்டத்தில் தினசரி இரண்டு முறைகூட எழுதிக்கொண்டார்கள்.

தனது தலைவிதிக்கு எதிராகப் பழிவாங்கும் தீவிரத்தோடு அவள் தந்தி அலுவலகத்திற்குக் கொண்டுசென்ற முதல் கடிதத்திற்குப் பிறகு, தற்செயலாகத் தோன்றிய தெருமுனைச் சந்திப்புகளில் கிட்டத்தட்ட அன்றாடத் தகவல் பறிமாற்றத்தை அனுமதித்தாலும், எந்த அளவுக்குச் சாதாரணமாகவும் சுருக்கமாகவும் இருந்தாலும் பேசிக்கொள்வதை ஆதரிக்கும் துணிச்சல் அவளுக்கு இல்லை. இருந்தாலும், முதலில் தோன்றியதைப் போல மருமகள் இளமைக் காற்றின் தயவில் இல்லை என்பதையும் அந்தக் காதல் தீயில் தனது வாழ்க்கைக்கும் அச்சுறுத்தல் இருக்கிறது என்பதையும் மூன்று மாதங்கள் முடியும் நிலையில் அவள் புரிந்து கொண்டாள். உண்மையில், சகோதரனின் கருணையைத் தவிர வாழ வேறு வழியில்லாத எஸ்கோலாஸ்டிகா தாஸா, அவரது நம்பிக்கையை இப்படிக் கேலி செய்வதை அவரது கொடூரமான குணம் மன்னிக்காது என்பதை அறிந்தே இருந்தாள். ஆனால் இறுதி முடிவு எடுக்க வேண்டிய தருணத்தில், சிறு வயதில் தனக்கு நேர்ந்த ஈடுசெய்ய முடியாத துயரத்தைத் தனது மருமகளுக்குச் செய்ய அவளுக்கு மனம் வரவில்லை. அப்பாவி என்ற தோற்றத்தைக் கொடுத்த உத்தியைப் பயன்படுத்திக்கொள்ள அவளை அனுமதித்தாள். அது சுலபமான வழியாக இருந்தது. வீட்டுக்கும் பள்ளிக்கும் நடுவில் அன்றாடம் சென்றுவரும் வழியில் ஒரு மறைவான இடத்தில் கடிதத்தை வைத்துவிடுவாள் ஃபெர்மினா தாஸா. அதே கடிதத்தில் எந்த இடத்தில் பதிலை எதிர்பார்த்துக் காத்திருப்பேன் என்பதை ஃப்ளோரென்டினோ அரிஸாவுக்குச் சுட்டிக் காட்டிவிடுவாள். ஃப்ளோரென்டினோ

அரிஸாவும் அதையே செய்தான். அந்த வகையில்தான், அத்தை எஸ்கோலாஸ்டிகாவின் மனசாட்சியின் முரண்பாடுகள் தேவாலய ஞானஸ்நானங்களுக்கும் மரப்பொந்துகளுக்கும் பாழடைந்த காலனியக் கோட்டைகளின் விரிசல்களுக்கும் வருடம் முழுவதும் இடம்பெயர்ந்துகொண்டிருந்தன. சில சமயங்களில் கடிதங்கள் மழையில் நனைந்தும் சேற்றில் அழுக்காகியும் துன்பத்தில் துவண்டும் கிடைத்தன. பல்வேறு காரணங்களால் சில கடிதங்கள் தொலைந்தும் போயின என்றாலும், தொடர்பைப் புதுப்பித்துக் கொள்ளும் வழியை அவர்கள் தவறாமல் கண்டுபிடித்துக் கொண்டார்கள்.

பொத்தான் கடையின் பின்புறத்தில் பனையெண்ணெய் விளக்குப் புகையால் நஞ்சேற்றிய நிலையிலும் சிறிதும் இரக்கமின்றி எல்லா இரவுகளிலும் எழுதிக்கொண்டிருந்தான் ஃப்ளோரென்டினோ அரிஸா. பொது நூலகம் பதிப்பித்த தனக்குப் பிடித்தமான கவிஞர்களைப் பின்பற்ற முயற்சித்த அளவுக்கு மிக நீளமாகவும் பைத்தியக்காரத்தனமாகவும் மாறிக்கொண்டிருந்த கடிதங்கள், அந்தக் காலகட்டத்தில் ஏற்கெனவே எண்பது தொகுதிகளை எட்டியிருந்தன. அத்தனை ஆர்வத்தோடு வேதனையை அனுபவிக்குமாறு கூறிய அவன் தாயே அவனுடைய உடல்நிலையைப் பற்றிக் கவலைப்படத் தொடங்கினாள். இப்படித் தன்னையே அழித்துக்கொள்ளும் நிலையில் யாரையும் சந்தித்ததாக அவளுக்கு நினைவு இல்லாததால், முதல் சேவலின் கூவலைக் கேட்டபோது படுக்கையறையிலிருந்து அவனைப் பார்த்துக் கத்தினாள்: "மூளை கெட்டுவிடப்போகிறது. இத்தனை சிரமத்திற்குத் தகுதியானவள் ஒருத்தியும் இல்லை." ஆனால் அவன் அதைக் கண்டுகொள்ளவில்லை. பள்ளிக்குப் போகும் வழியில் ஃபெர்மினா தாஸாவுக்குக் கிடைக்க வேண்டும் என்பதற்காக, உத்தேசித்திருந்த மறைவிடத்தில் கடிதத்தை வைத்த பிறகு, காதலில் சிலுப்பிக்கொண்ட தலைமுடியோடு சில நேரங்களில் தூக்கமில்லாமல் அலுவலகத்திற்குப் போனான். ஃபெர்மினா தாஸா, அதற்கு மாறாக, தந்தையின் கண்காணிப்புக்கும் கன்னியாஸ்திரிகளின் கொடூர வேட்டைக்கும் பணிந்து, குளியலறையில் கதவைச் சாத்திக்கொண்டோ, வகுப்பறையில் குறிப்பெடுப்பதுபோல நடித்துக்கொண்டோ அவளால் குறிப்பேட்டுத் தாளின் பாதியைக்கூடத் தாண்ட முடிவதில்லை. ஆனால் அவசரங்களாலும் அதிர்ச்சிகளாலும் மட்டுமின்றித் தனது குணத்தாலும், உணர்ச்சிகரமான தடுமாற்றங்களைத் தவிர்த்த அவளது கடிதங்கள், ஒரு பயண வழிகாட்டிப் புத்தகத்தின் பயனுள்ள நடையில், அன்றாட வாழ்க்கைச் சம்பவங்களைச் சொல்வதாக இருந்தன. ஒவ்வொரு வரியிலும் ஃப்ளோரென்டினோ அரிஸா தன்னையே எரித்துக்கொண்டிருந்தபோது, அவளது

கடிதங்களோ கவனத்தைத் திசைதிருப்புவதாகவும் கையைச் சுட்டுக்கொள்ளாமல் நெருப்பைப் பராமரிக்கும் நோக்கம் கொண்டவையாகயும் இருந்தன. தனது பைத்தியக்காரத்தனத்தை அவளுக்கும் தொற்றவைக்கும் ஆர்வத்தில், கமேலியாப் பூவிதழ்களில் ஊசிமுனையால் தீட்டிய குட்டிக் கவிதைகளை அவளுக்கு அவன் அனுப்பிவைத்தான். கடிதத்திற்குள் தனது தலைமுடிக் கற்றையை வைத்து அனுப்பும் துணிச்சலும் அவனுக்குத்தான் இருந்ததே தவிர அவளுக்கு இல்லை என்றாலும், அவன் ஏங்கிய பதிலான ஃபெர்மினா தாஸாவின் பின்னலின் முழுக்கற்றை அவனுக்குக் கிடைக்கவே இல்லை. அகராதியில் உலர்த்திய இலைக் காம்புகளையும், பட்டாம்பூச்சிச் சிறகுகளை யும் மந்திரப் பறவைகளின் தோகைகளையும் அப்போதிருந்து அனுப்பத் தொடங்கியிருந்ததால், குறைந்தபட்சம் ஒரு அடியையாவது அவளும் எடுத்துவைத்தாள். அந்தக் காலத்தில் அவளுடைய வயதுப் பள்ளி மாணவிகளுக்கு எட்டாத விலையில் ரகசியமாக விற்கப்பட்ட பொருள்களில் ஒன்றான, புனித பீட்டர் க்ளாவர்[8] அங்கியின் ஒரு சதுர சென்டிமீட்டர் துணியைப் பிறந்தநாள் பரிசாக அவனுக்குக் கொடுத்தாள். எந்த விதமான முன்னறிவிப்பும் இல்லாமல், ஒருநாள் இரவு ஒற்றை வயலினில் செரெனேட்[9] வாசிக்கப்படுவதைக் கேட்டு அதிர்ச்சியடைந்து எழுந்தாள் ஃபெர்மினா தாஸா. மூலிகை இதழ்களுக்காகவும், கடிதம் எழுதுவதற்காகக் கணிதப் பாடத்திடமிருந்து களவாடப்பட்ட நேரத்திற்காகவும் இயற்கை அறிவியலைவிட அவனைப் பற்றியே அதிகம் சிந்தித்துக்கொண்டிருந்ததால் தேர்வுகளைப் பார்த்து அச்சப்பட்டதற்காகவும் நன்றி சொல்லும் விதமாக ஒவ்வொரு ஸ்வரமும் இருந்தது என்ற நுட்பமான புரிதல் அவளை நடுங்கவைத்தது. ஆனாலும் அப்படிப்பட்ட அடாவடித்தனம் செய்யும் ஆற்றல் ஃப்ளோரென்டினோ அரிஸாவுக்கு இருக்குமென்று அவள் நம்பத் துணியவில்லை.

மறுநாள் காலை உணவின்போது லொரென்ஸோ தாஸாவால் ஆர்வத்தைக் கட்டுப்படுத்திக்கொள்ள முடியவில்லை. முதலாவ தாக, செரெனேட் மொழியில் ஒற்றைத் துணுக்கு எதைக் குறிக்கிறது என்பது அவருக்குத் தெரியவில்லை. இரண்டாவதாக, கவனத்தோடு கேட்டாலும் எந்த வீட்டைப் பார்த்து அது இசைக்கப்பட்டது என்பதையும் உறுதிப்படுத்திக்கொள்ள

8. காத்தலோனியாவில் 1580இல் பிறந்த ஜேசு சபைப் பாதிரியாரான அவர் மூன்று லட்சம் அடிமைகளுக்கு நேரடியாகவே ஞானஸ்நானம் செய்துவைத்ததாகவும், ஆண்டுக்கு ஐயாயிரம் அடிமைகளின் வாக்குமூலத்தைக் கேட்டதாகவும் சொல்லப்படுகிறது.

9. தனது காதலியை அவளது ஜன்னலுக்கு வெளியில் இருந்து வாழ்த்திப் பாடும் பாடல்: இத்தாலிய மரபில் தோன்றியது.

முடியவில்லை. மருமகளுக்கு மூச்சைத் திருப்பிக்கொடுத்த அமைதியோடு, ஒற்றை வயலின் வாசித்தவன் பூங்காவின் மறுபுறத்தில் இருந்ததைப் படுக்கையறையின் திரைச்சீலை வழியாகப் பார்த்ததாகச் சொன்ன அத்தை எஸ்கோலாஸ்டிகா, எப்படி இருந்தாலும் ஒற்றைத் துணுக்குப் பிரிவின் அறிவிப்புதான் என்றாள். அன்றைய தினத்தின் கடிதத்தில், செரனேடை இசைத்தது தான்தான் என்பதை உறுதிப்படுத்திய ஃப்ளோரென்டினோ அரிஸா, அந்தப் பாடலைத் தானே எழுதியதாகவும், தனது இதயத்தில் ஃபெர்மினா தாஸாவுக்கு வைத்திருந்த பெயரான “முடிசூடிய தெய்வம்” என்ற பெயரை அதற்கு வைத்திருப்பதாகவும் உறுதிப்படுத்தினான். அதைப் பூங்காவில் அவன் மறுபடியும் வாசிக்கவில்லை என்றாலும், படுக்கையறையில் அதிர்ச்சியடையாமல் அவள் அதைக் கேட்கட்டுமென்று தேர்ந்தெடுக்கப்பட்ட இடங்களில், நிலவு காய்ந்த இரவுகளில் வழக்கமாக இசைத்துவந்தான். அவனுடைய இசை இயற்கைக்கு அப்பாற்பட்ட அதிர்வுகளை எட்டிய, கழுகுகள் தூங்கிய, வெயிலிலும் மழையிலும் கேட்பாரற்றுக் கிடந்த ஏழைகளின் கல்லறை அவனுக்குப் பிடித்தமான இடங்களில் ஒன்றாக இருந்தது. பிறகு காற்றின் திசையைத் தெரிந்துகொள்ளவும் கற்றுக்கொண்ட அவன், அதனால் தனது குரல் எட்ட வேண்டிய இடத்தை எட்டும் என்பதில் உறுதியாக இருந்தான்.

அந்த வருட ஆகஸ்ட் மாதத்தில், அரை நூற்றாண்டுக் காலத்திற்கும் அதிகமாக நாட்டை நாசப்படுத்திய உள்நாட்டுப் போர்களில் புதிதாக முளைத்த ஒன்று பரவக்கூடும் என்ற அச்சம் எழுந்தது. கரீபியக் கடலோர மாகாணங்களில் மாலை ஆறு மணிக்கு ராணுவச் சட்டத்தையும் ஊரடங்குச் சட்டத்தையும் அரசு அமல்படுத்தியது. சில கலவரங்கள் ஏற்கெனவே நடந்திருந் தாலும், ராணுவம் அனைத்துவிதமான அத்துமீறல்களையும் செய்திருந்தாலும், உலகத்தின் நிலைமை புரியாத அளவுக்கு மிகவும் குழம்பிக் கிடந்தான் ஃப்ளோரென்டினோ அரிஸா. காதல் சீண்டல்களால் அவன் இறந்தவர்களின் புனிதத்தைக் கெடுத்துக்கொண்டிருந்த ஒருநாள் காலையில், ராணுவ ரோந்து அவனை வியப்பில் ஆழ்த்தியது. அண்டைக் கடல் பகுதியில் சுற்றிக்கொண்டிருந்த தாராளவாதிகளின் கப்பல்களுக்கு இசை வழியாகச் செய்திகளை அனுப்பிய உளவாளி என்று குற்றம்சாட்டப்பட்ட அவன், உடனடியாகக் கொல்லப் படாமல் தப்பித்தது அதிசயம்தான்.

“உளவாளியா, அப்படியென்றால்? நானொரு அப்பாவிக் காதலன்; அவ்வளவுதான்” என்றான் ஃப்ளோரென்டினோ அரிஸா.

உள்ளூர்ப் படைமுகாமின் நிலவறையில் கணுக்கால் சங்கிலியால் கட்டப்பட்டு மூன்று நாட்கள் கிடந்தான் என்றாலும், விடுவிக்கப்பட்டபோது சுருக்கமான சிறைவாசத்தால் ஏமாற்றப்பட்டதாக உணர்ந்தான். அதுபோன்ற பல போர்கள் நினைவைக் குழப்பிய வயதான காலத்தில்கூட, நகரத்தில் ஒருவேளை நாட்டிலேயேகூடக் காதலுக்காக ஐந்து பவுண்டு இரும்பை இழுத்துக்கொண்டு திரிந்தது தான் மட்டுமே என்று நினைத்துக்கொள்வான்.

வெறித்தனமான இரண்டு வருடக் கடிதப் போக்குவரத்து நிறைவடையவிருந்தபோது, ஒரு பத்திக் கடிதத்தில் ஃப்ளோரென்டினோ அரிஸா ஃபெர்மினா தாஸாவிடம் திருமண யோசனையை முன்மொழிந்தான். அதற்கு முந்தைய ஆறு மாதங்களில் வெள்ளைக் கமேலியாப் பூக்களைப் பலமுறை அவளுக்கு அனுப்பியிருக்கிறான். ஆனால் நிச்சயதார்த்தம் செய்து கொள்ளும் அளவுக்குத் தீவிரமாக இல்லாவிட்டாலும், கடிதம் எழுதத் தயாராக இருப்பதை அவன் சந்தேகிக்கக் கூடாது என்பதற்காக, அடுத்த கடிதத்தோடு அவள் அவற்றைத் திருப்பி அனுப்பிவிடுவாள். உண்மை என்னவென்றால், கமேலியாப் பூக்கள் வருவதையும் போவதையும் காதலர்களின் வழக்கமான விளையாட்டாகத்தான் அவள் கருதினாளே தவிர, தனது பாதையை முடிவுசெய்வதற்கான நிகழ்வாக அவள் ஒருபோதும் கருதியதில்லை. முதல்முறையாக முறையான திருமணக் கோரிக்கை வந்தபோது மரணத்தின் நகங்களால் கிழிக்கப்பட்டதைப் போல உணர்ந்தாள். பீதியடைந்த அவள், இருபது வயதில் தனது விதியைத் தீர்மானிக்கும் கட்டாயம் ஏற்பட்டபோது இல்லாத தெளிவோடும் உறுதியோடும் அவளுக்கு ஆலோசனை வழங்கிய அத்தை எஸ்கோலாஸ்டிகாவிடம் தெரிவித்தாள்.

“அச்சத்தால் நீ செத்துக்கொண்டிருக்கிறாய் என்றாலும், பின்னால் நீ வருத்தப்படுவாய் என்றாலும், எப்படி இருந்தாலும் வேண்டாமென்று சொல்லிவிட்டால் வாழ்நாள் முழுவதும் வருத்தப்படப்போகிறாய் என்பதால், சரி என்று சொல்லிவிடு” என்றாள்.

மிகவும் குழம்பியிருந்த ஃபெர்மினா தாஸா அதைப் பற்றிச் சிந்திக்க அவகாசம் கேட்டாள். முதலில் ஒரு மாதமும், பிறகு இன்னொன்றும், பிறகு இன்னொன்றும் கேட்டாள். பதிலில்லாமல் நான்கு மாதங்கள் கடந்த பிறகு மறுபடியும் வெள்ளைக் கமேலியா மலரைப் பெற்றாள். ஆனால் முந்தைய சந்தர்ப்பங்களைப் போல உறைக்குள் மலரை மட்டும் அனுப்பாமல், இதுதான் கடைசி என்ற உறுதியான அறிவிப்பும் அனுப்பப்பட்டிருந்தது: இப்போது இல்லையென்றால் எப்போதும் இல்லை. அதன்

பிறகு, அன்றைய மாலையிலேயே, பள்ளிக்கூட நோட்டுப் புத்தகத்தின் ஓரத்தில் கிழிக்கப்பட்ட காகிதத் துண்டில் ஒற்றை வரியில் பென்சிலால் எழுதப்பட்ட பதிலோடு கடித உறை கிடைத்தபோதுதான், மரணத்தின் முகத்தை நேருக்கு நேராகக் கண்டான் ஃப்ளோரென்டினோ அரிஸா: *நல்லது. கத்திரிக்காயைச் சாப்பிடவைக்க மாட்டேன் என்று சத்தியம் செய்துகொடுத்தால், உங்களை நான் திருமணம் செய்துகொள்கிறேன்.*

அந்தப் பதிலை ஃப்ளோரென்டினோ அரிஸா எதிர்பார்க்கவில்லை என்றாலும், அவனது தாய் எதிர்பார்த்தாள். திருமணம் செய்துகொள்வதைப் பற்றி ஆறு மாதத்திற்கு முன்பு அவன் அவளிடம் பேசியபோதே, அதுவரை மேலும் இரண்டு குடும்பங்களோடு பகிர்ந்துகொண்ட வீட்டை முழுவதுமாக வாடகைக்கு எடுப்பதற்கான பேச்சுவார்த்தையைத் தொடங்கிவிட்டாள் ட்ரான்சிட்டோ அரிஸா. ஸ்பானிஷ் முடியாட்சியின் கீழ் புகையிலைக் கிடங்காக இருந்த, இரண்டு மாடிகளைக் கொண்ட பதினேழாம் நூற்றாண்டுக் கட்டிடம் அது. நொடிந்துபோன அதன் உரிமையாளர்கள் பராமரிக்க வருமானம் இல்லாததால் அதைப் பகுதி பகுதியாக வாடகைக்கு விட வேண்டியிருந்தது. கடை இருந்துவந்த தெருவைப் பார்த்த ஒரு பகுதியும், தொழிற்சாலை இருந்துவந்த கல்பதித்த உள்முற்றத்தின் பின்புறத்தில் இன்னொரு பகுதியும், துணிகளைத் துவைக்கவும் காயப்போடவும் தற்போதைய வாடகைதாரர்கள் பொதுவாகப் பயன்படுத்திய மிகப்பெரிய குதிரை லாயமும் அந்த வீட்டில் இருந்தன. மிகவும் சிறியதாக இருந்தாலும் அதிகம் பயனுள்ளதாகவும், நன்கு பராமரிக்கப்பட்டதாகவும் இருந்த முதல் பகுதியை ட்ரான்சிட்டோ அரிஸா எடுத்துக்கொண்டாள். தெருவைப் பார்த்த கதவோடு இருந்த பழைய விற்பனைக் கூடத்தில் பொத்தான் கடை இருந்தது. அதற்குப் பக்கத்தில் மேற்கூரைச் சாளரத்தைத் தவிர அதிகக் காற்றோட்டமில்லாத பழைய கிடங்கில் ட்ரான்சிட்டோ அரிஸா தூங்கினாள். மரத் தடுப்பால் பிரிக்கப்பட்ட பாதி அறையில் பொருட்கள் வைக்கப்பட்டிருந்தன. சாப்பிடவும் எழுதவும் பயன்பட்ட நான்கு நாற்காலிகளும் மேசையும் அங்குதான் இருந்தன. விடியும்வரை எழுதிக்கொண்டிருக்காத நாட்களில் ஃப்ளோரென்டினோ அரிஸா தொங்குப் படுக்கையை அங்குதான் தொங்கவிட்டான். அந்த இடம் இருவருக்குப் போதுமானதாக இருந்தாலும், மேலும் ஒருவருக்குப் போதாது. குறைந்தது, ஏழு பட்டயம் பெற்ற குடும்பங்களே தூக்கத்தில் மாளிகையின் மேற்கூரை இடிந்து விழும் அச்சத்தில் படுத்திருந்தபோது இடிந்து கிடந்த வீட்டைப் புதியதுபோல ஆக்கிவிட்ட தந்தையின், ஆசீர்வதிக்கப்பட்ட கன்னியின் பிரசண்டேசன் பள்ளியில் படித்த செல்வ மகளுக்குக்

கட்டாயம் போதுமானதாக இருக்காது. அதனால் வீட்டை ஐந்து வருடங்களுக்கு நல்லமுறையில் பராமரிப்பதற்கு ஈடாக, உள்முற்றத்து அரங்கையும் எடுத்துக்கொள்ள ட்ரான்சிட்டோ அரிஸா ஏற்பாடு செய்துகொண்டாள்.

அதற்கான ஆதாரம் அவளிடம் இருந்தது. தனது நடுத்தர வாழ்க்கையை எட்டுவதற்குப் போதுமானதாக இருந்த பொத்தான் கடையிலிருந்தும் ரத்தப் பஞ்சிலிருந்தும் கிடைத்த வருமானத்தைத் தவிர, அவளது நாவடக்கத்திற்கு நன்றிக்கடனாக அதிக வட்டியை ஏற்றுக்கொண்ட சங்கடமுற்ற புதிய ஏழை வாடிக்கையாளர்களுக்குக் கடன் கொடுத்தும் சேமிப்பைப் பெருக்கிக்கொண்டாள். சேடிப் பெண்களோ, சங்கடப்படுத்தும் வேலைக்காரர்களோ இல்லாமல், ராணியின் தோரணையோடு பொத்தான் கடை வாசலில் வண்டியில் வந்திறங்கும் மேலிடத்துப் பெண்கள், டச்சு நாட்டுச் சரிகைக் கைப்பிடிகளையும், ஆணிகளையும் வாங்குவதைப் போல நடித்துக்கொண்டு, இரண்டு விசும்பல்களுக்கிடையே தங்களது இழந்த சொர்க்கத்தின் கடைசி ஆபரணங்களை அடகுவைத்தார்கள். அவள் செய்த உதவியைவிடக் காட்டிய மரியாதைக்குப் பெரும்பாலோனோர் மிகவும் நன்றி உள்ளவர்களாக இருக்குமளவுக்குப் பாரம்பரியத்திற்கு அதிக முக்கியத்துவம் கொடுத்து அவர்களைச் சிக்கலிலிருந்து மீட்டாள் ட்ரான்சிட்டோ அரிஸா. பத்தாண்டுகளுக்குள் பலமுறை மீட்கப்பட்டு, கண்ணீரோடு மீண்டும் அடகுவைக்கப் பட்ட நகைகளை, தன்னுடையதைப் போல அவள் தெரிந்து வைத்திருந்தாள். திருமணம் செய்துகொள்ளும் முடிவை மகன் எடுத்தபோது முத்திரைத் தங்கமாக மாற்றப்பட்டிருந்த வருமானம், கட்டிலுக்கடியில் மண்கலயத்தில் புதைத்து வைக்கப்பட்டிருந்தது. பிறகு கணக்குப் பார்த்தபோது ஐந்து வருடங்களுக்கு அடுத்தவர் வீட்டைப் பராமரித்து நிறுத்துவதோடு, அதே தந்திரத்தோடும் கொஞ்சம் கூடுதலான அதிர்ஷ்டத்தோடும், அவள் பெற்றுக் கொள்ள விரும்பிய பன்னிரண்டு பேரக் குழந்தைகளுக்காக, இறப்பதற்கு முன்பு அந்த வீட்டை வாங்கிவிடவும் முடியும் என்பதைத் தெரிந்துகொண்டாள். ஃப்ளோரென்டினோ அரிஸா இடைக்கால அடிப்படையில் தந்திப் பிரிவின் தலைமை உதவியாளராக நியமிக்கப்பட்டான். அடுத்த ஆண்டிற்குத் திட்டமிடப்பட்டிருந்த, தந்தி மற்றும் காந்தவியல் கல்லூரிக்குத் தலைவராகச் செல்லும்போது, அவனை அலுவலகத்தின் தலைவராக ஆக்கிவிட்டுச் செல்ல வேண்டுமென்று லோடேரியோ துகுத் விரும்பினார்.

ஆக, திருமணத்தின் நடைமுறை சார்ந்த பக்கம் தீர்மானிக்கப்பட்டுவிட்டது. இருந்தாலும், இறுதியான

இரண்டு நிபந்தனைகள் விவேகமானவை என்று கருதினாள் ட்ரான்சிட்டோ அரிஸா. முதலாவதாக, லொரென்ஸோ தாஸாவின் உச்சரிப்பு அவரது பிறப்பிடம்பற்றி எந்தவிதமான ஐயத்தையும் எழுப்பவில்லை என்றாலும், அவருடைய அடையாளத்தைப் பற்றியும் வாழ்வாதாரத்தைப் பற்றியும் ஒருவருக்கும் உறுதியாகத் தெரியாததால், அவர் உண்மையில் யார் என்பதை உறுதிப்படுத்திக்கொள்வது. இரண்டாவதாக, தனிப்பட்ட குணங்களால் காதலர்கள் ஒருவரையொருவர் நன்றாகத் தெரிந்துகொள்ள நிச்சயதார்த்தக் காலத்தை நீட்டிப்பது, பாசத்தில் இருவரும் மிகவும் உறுதியாக இருப்பதை உணரும்வரை கடுமையான கட்டுப்பாட்டைக் கடைப்பிடிப்பது. போர் முடியும்வரை காத்திருக்கலாம் என்று அவள் பரிந்துரைத்தாள். தனது தாய் சொன்ன காரணங்களுக்காகவும் அதேயளவுக்குத் தனது பூடகமான குணத்தாலும் முழுமையான ரகசியத்திற்கு ஒப்புக்கொண்ட ஃப்ளோரென்டினோ அரிஸா, திருமணத்தைத் தாமதிக்கவும் ஒப்புக்கொண்டான் என்றாலும், அரை நூற்றாண்டுக் காலத்திற்கும் அதிகமான சுதந்திர வாழ்க்கையில் ஒரு நாள்கூட உள்நாட்டில் அமைதி நிலவவில்லை என்பதால், அந்த முடிவு அவனுக்குச் சாத்தியமற்றதாகத் தோன்றியது.

“காத்துக்கொண்டிருப்பதிலேயே வயதாகிவிடும்” என்றான்.

தற்செயலாக அந்த உரையாடலில் கலந்துகொண்ட அவனது ஹோமியோபதி வளர்ப்புத் தந்தை, போர்கள் சிரமமாக இருக்குமென்று கருதவில்லை. அது அரசால் வளர்க்கப்படும் காலாட்படை வீரர்களுக்கு எதிராக நிலச்சுவான்தார்களால் மாடுகளைப் போல வளர்க்கப்படும் ஏழைகளின் சச்சரவுகள் என்பதற்குமேல் ஒன்றுமில்லை என்று நினைத்தார்.

“மலையகத்தில்தான் சண்டை நடக்கிறது. நான் நானாக இருக்கத் தொடங்கிய காலத்திலிருந்து, நகரங்களில் சட்டங்களால்தான் நம்மைக் கொல்வார்களே தவிர துப்பாக்கிக் குண்டுகளால் அல்ல” என்றார்.

எப்படி இருந்தாலும், அடுத்த வாரக் கடிதங்களில் நிச்சயதார்த்தக் காலத்தின் விவரங்கள் முடிவு செய்யப்பட்டன. அத்தை எஸ்கோலாஸ்டிகாவின் ஆலோசனைப்படி இரண்டாண்டுக் கால இடைவெளியையும் முழுமையான ரகசியத்தையும் ஏற்றுக்கொண்ட ஃபெர்மினா தாஸா, இடை நிலைக் கல்வியை முடிக்கும்போது கிறிஸ்துமஸ் விடுமுறையில் ஃப்ளோரென்டினோ அரிஸாவைக் கைப்பிடிக்கலாம் என்று ஆலோசனை வழங்கினாள். தந்தையை ஏற்கவைக்க முடிந்த அளவுக்குத் திருமணத்தை முறைப்படுத்தும் வழி அதற்குரிய

நேரத்தில் முடிவு செய்யப்படும். இத்தனைக்கும் இடையில், அதே அளவு ஆவேசத்தோடும் அதே அளவுக்கு அடிக்கடியும், ஆனால் முந்தைய அதிர்ச்சிகள் இல்லாமல் ஒருவருக்கொருவர் எழுதிக்கொண்டிருந்தார்கள். ஏற்கெனவே தம்பதிகளாகத் தோன்றிய பழக்கப்பட்ட தொனியை நோக்கிக் கடிதங்கள் சென்றுகொண்டிருந்தன. அவர்களுடைய கனவுகளை எதுவும் கலைக்கவில்லை.

ஃப்ளோரென்டினோ அரிஸாவின் வாழ்க்கை மாறிவிட்டது. பரஸ்பரக் காதல் அவன் எப்போதும் அறிந்திருக்காத பாதுகாப்பையும் சக்தியையும் கொடுத்தது. தனக்கடுத்த இடத்திற்குத் தகுதி அடிப்படையில் சிரமமில்லாமல் லோடாரியா துகுத் நியமித்துக்கொள்ளும் அளவுக்கு, வேலையில் அவன் மிகவும் திறமைசாலியாக இருந்தான். தந்தி மற்றும் காந்தவியல் கல்லூரித் திட்டம் தற்காலிகமாகக் கைவிடப்பட்டது. துருத்தி வாசிக்கவும் மாலுமிகளோடு பீர் குடிக்கவும் அவருக்கு உண்மையிலேயே பிடித்திருந்த ஒரே விஷயமான துறைமுகத்திற்குப் போகத் தனது ஓய்வு நேரத்தை அர்ப்பணித்தார் அந்த ஜெர்மானியர். அவரது ஓய்வு நேரங்கள் முழுவதும் நடைபாதை ஹோட்டல்களில்தான் முடிந்தன. அந்த நிறுவனத்தின் முதலாளியாகவும் துறைமுகப் பறவைகளின் அதிபராகவும் ஆனதால்தான் இன்பத்திற்கான அந்த இடத்தில் லோடாரியோ துகுத் செல்வாக்குப் பெற்றிருந்தார் என்பதைத் தெரிந்துகொள்ள ஃப்ளோரென்டினோ அரிஸாவுக்குப் பல காலம் பிடித்தது. தனது பல வருடச் சேமிப்பைக் கொண்டு அதைக் கொஞ்சம் கொஞ்சமாக அவர் வாங்கியிருந்தார் என்றாலும், தூரிகைத் தலையோடும் மெலிந்த, குள்ளமான உருவத்தோடும் ஒற்றைக் கண்ணோடும் இருந்த, அத்தனை நல்ல மேலாளராக எப்படி இருக்க முடியும் என்று ஒருவருக்கும் புரியாத ஒருவர் அவருக்கு ஆதரவாக இருந்தார். ஆனால் அவர் அப்படித்தான் இருந்தார். அடிவயிற்றின் பிரச்சினையைத் தீர்த்துக்கொள்ள முடிவெடுக்கும்போது அதைச் செய்வதற்கு மட்டுமின்றி, அவனது காதல் கடிதங்களுக்கும் வாசிப்புகளுக்கும் கூட மிகவும் அமைதியான ஒரு இடம் வேண்டும் என்பதால், அவன் அவரிடம் கேட்காதபோதே அவனுக்கு ஹோட்டலில் நிரந்தரமான அறையொன்று இருப்பதாக மேலாளர் சொன்ன போது, குறைந்தபட்சம் ஃப்ளோரென்டினோ அரிஸாவுக்கு அப்படித்தான் தோன்றியது. அதனால் திருமணத்தை முறைப் படுத்த எஞ்சியிருந்த நீண்ட மாதங்கள் கடந்துகொண்டிருந்த போது, தனது வீட்டிலும் அலுவலகத்திலும் இருந்ததைவிட அதிக நேரம் அவன் அங்குதான் இருந்தான். உடை மாற்றச் சென்றபோது பார்த்ததைத் தவிர ட்ரான்சிட்டோ அரிஸா அவனைப் பார்க்காத காலங்களும் இருந்தன.

வாசிப்பு அவனுக்குத் திகட்டாத துணையாக மாறியது. அவனுக்கு வாசிக்கக் கற்றுக் கொடுத்த காலத்திலிருந்தே, நோர்டிக் எழுத்தாளர்களின் படக்கதைப் புத்தகங்களை வாங்கிக் கொடுத்தாள் அவனுடைய தாய். குழந்தைகளுக்கான கதைகளாக விற்கப்பட்டாலும் உண்மையில் அவை எந்த வயதிலும் படிப்பதற்கு மிகவும் கொடூரமான, வக்கிரமான புத்தகங்களாக இருந்தன. ஐந்து வயதிலேயே வகுப்புகளில் ஒப்புவித்ததைப் போலவே பள்ளியின் மாலை நேர நிகழ்ச்சிகளிலும் அவற்றை மனப்பாடமாக ஒப்பித்தான் ஃப்ளோரென்டினோ அரிஸா. ஆனாலும் புத்தகப் பரிச்சயம் அவனது அச்சத்தைப் போக்கவில்லை. மாறாக, அது மேலும் கூர்மையடைந்தது. அங்கிருந்து கவிதைக்கான பாதை ஒரு புகலிடமாக இருந்தது. எழுத்தர்களின் வாயிலின் பழைய புத்தகக் கடைகளில் ட்ரான்சிட்டோ அரிஸா வாங்கிய மக்கள் பதிப்பகத்தின் – ஹோமர் முதல் அற்பமான தகுதி கொண்ட உள்ளூர்க் கவிஞர்கள்வரை எல்லாமே இருந்த – அனைத்துத் தொகுதிகளையும், பருவமடைவதற்கு முன்பே கிடைத்த வரிசையில் படித்து முடித்தான். எந்தப் பாகுபாடும் காட்டவில்லை: விதியின் கட்டளை என்பதைப் போல, கிடைத்த தொகுதியைப் படித்தான். அத்தனை வருட வாசிப்பு, அவன் படித்த புத்தகங்களில் நல்லது எது, கெட்டது எது என்பதைத் தெரிந்துகொள்ளப் போதுமானதாக இல்லை. உரைநடைகளைவிடவும் கவிதைகளைப் பிடிக்கும் என்பதையும், கவிதைகளிலும் இரண்டாவது வாசிப்பிற்குப் பிறகு முயற்சி செய்யாமலேயே மனதில் சுலபமாக நின்ற காதல் கவிதைகளைத்தான் பிடிக்கும் என்பதையும் அவற்றிலும் எந்த அளவுக்கு ஓசை நயத்தோடும் இதயத்தை நொறுக்குபவையாகவும் இருக்கின்றனவோ அந்த அளவுக்குப் பிடிக்கும் என்பதையும் தெளிவாகத் தெரிந்துகொண்டான்.

ஃபெர்மினா தாஸாவுக்கு அவன் எழுதிய தொடக்கக்காலக் கடிதங்களில், ஸ்பானிஷ் காதல் இலக்கியங்களின் அரைவேக்காட்டுப் பத்திகள் அப்படியே தோன்றியதற்கான மூலாதாரம் அதுதான். மனத்தின் வலிகளைவிட உலக விஷயங்கள் அதிகமாகக் கவலைப்பட வைப்பதுவரை, அவன் அதைத் தொடர்ந்தான். அதற்குள்ளாகக் கண்ணீர்ப் பிரசுரங்களையும் தனது காலத்தின் அதைவிடக் கேவலமான உரைநடைகளையும் நோக்கி மேலும் ஒரு அடி முன்னேறியிருந்தான். சதுக்கங்களிலும் வாயில்களிலும் இரண்டணாவுக்கு விற்கப்பட்ட உள்ளூர்க் கவிஞர்களின் துண்டுப் பிரசுரங்களைப் படித்தபடி தாயோடு சேர்ந்து அழவும் கற்றுக்கொண்டான். ஆனால் அதே சமயத்தில், பொறுக்கி எடுத்த பொற்கால ஸ்பானிஷ் கவிதைகளை மனப்பாடமாக ஒப்பிக்கும் திறமையும் பெற்றிருந்தான். பொதுவாகத் தனது கையில் கிடைத்த அனைத்தையும், கிடைத்த

வரிசையிலேயே படித்தான். முதல் காதலின் கடினமான ஆண்டுகளுக்குப் பிறகு வெகுகாலம்வரை, அவன் ஏற்கெனவே இளமைக் காலத்தைக் கடந்துவிட்ட பிறகுகூட, இளைஞர்களின் களஞ்சியத்தில் இருபது தொகுதிகளையும் மொழிபெயர்க்கப்பட்ட கார்னியர் சகோதர்களின் செவ்வியல் நூற்பட்டியல் முழுவதையும் ப்ரோமெதியஸ் தொகுப்பில் டான் விசெந்தே ப்ளாஸ்கொ இபான்யேஸ் வெளியிட்ட எளிய படைப்புகளையும் முதல் பக்கத்திலிருந்து கடைசிப் பக்கம்வரை படித்துக்கொண்டிருந்தான்.

எப்படி இருந்தாலும், வெறித்தனமான கடிதங்களைப் படிப்பதிலும் எழுதுவதிலும் மட்டுமே முடிந்துவிடாத, நடைபாதை விடுதிகளில் கழிந்த இளமைக் காலம், காதலற்ற காதலின் ரகசியங்களையும் அவனுக்கு அறிமுகப்படுத்தியது. கதாநாயகர்களின் துரோகத்தால் தெரியவந்த நகரத்தின் ரகசியங்களைப் பற்றிக் கத்திப் பேசிய நிர்வாணப் பாவைகளின் அரண்மனையில், வேலையிலிருந்து திரும்பும் ஃப்ளோரென்டினோ அரிஸா எதிர்கொள்ளும் வகையில், அவனது தோழிகளான பறவைகள், மதியத்திற்குப் பிறகு தாய் தங்களைப் பெற்றெடுத்த கோலத்தில் எழும்போதுதான், அந்த இல்லத்தின் வாழ்க்கை தொடங்கும். கடந்த காலத்தின் தடயங்களைப் பலர் தங்கள் நிர்வாணத்தில் வெளிப்படுத்தினர்: வயிற்றில் குத்தப்பட்ட தழும்புகள், துப்பாக்கிக் குண்டின் நட்சத்திரங்கள், காதல் கத்திகள் உழுத பள்ளங்கள், கசாப்புக் கடைக்காரர்கள் போட்ட தையல்கள். இளமை வேகங்களின் அல்லது கவனக் குறைவு களின் துரதிர்ஷ்டக் கனிகளான பச்சிளங் குழந்தைகளைப் பகலில் அழைத்துவந்த சிலர், நிர்வாண சொர்க்கத்தில் தனித்து உணரக் கூடாது என்பதற்காக நுழைந்தவுடன் அவர்களது ஆடைகளைக் களைந்தார்கள். ஒவ்வொருவரும் தனக்கானதைச் சமைத்தார்கள். அவனை அழைத்தபோது ஒவ்வொன்றிலிருந்தும் சிறந்ததைத் தேர்ந்தெடுத்துக் கொண்டதால் ஃப்ளோரென்டினோ அரிஸாவைவிட நன்றாக உண்டவர்கள் யாருமில்லை. நிர்வாணப் பெண்கள் பாடியபடி குளியலறையை நோக்கி அணி வகுத்துக்கொண்டும், சோப்பு, பல்குச்சி, கத்தரிக்கோல் ஆகியவற்றைக் கடன்வாங்கி, ஒருவருக்கொருவர் முடி வெட்டி விட்டு, இரவல் வாங்கிய ஆடைகளை அணிந்துகொண்டும், இருண்ட கோமாளிகளைப் போல வண்ணம் தீட்டிக்கொண்டும் இருந்தபோது, அந்திப் பொழுதுவரை நீடித்த தினசரி விருந்தாக அது இருந்தது. இரவின் முதல் இரையை வேட்டையாடப் புறப்பட்டார்கள். அந்தக் கணத்திலிருந்து, வீட்டின் வாழ்க்கை முகமற்றதாக, மனிதத்தன்மை அற்றதாக மாறியது. பணம் தராமல் அதைப் பகிர்ந்துகொள்ள முடியாது.

ஃப்ளோரென்டினோ அரிஸா தனியாக உணராத இடம் அது ஒன்றுதான் என்பதால், ஃபெர்மினா தாஸாவைச் சந்தித்த பிறகு அவன் அதைவிட நன்றாக இருந்த இன்னொரு இடம் எதுவுமில்லை. அதற்கும் மேலாக, அவளோடு இருப்பதாக அவன் உணர்ந்த ஒரே இடமாகவும் அது மாறியது. ஒருவேளை அதே காரணங்களுக்காக, நிர்வாணப் பெண்கள் பக்திபூர்வமாக வணங்கிய, அவர்களின் இயல்பு வாழ்க்கையில் பங்கேற்காத, அழகான வெள்ளித் தலையோடு, நேர்த்தியாக இருந்த வயதான ஒரு பெண்ணும் அங்கு வசித்துவந்தார். இளமைக் காலத்தில் அவளை அங்கு அழைத்துவந்திருந்த முதிர்ச்சியடையாத காதலன் ஒருவன், கொஞ்சகாலம் அனுபவித்துவிட்டு அவளைக் கைவிட்டுவிட்டான். அந்தக் களங்கத்தையும் தாண்டி அவள் நல்ல முறையில் திருமணம் செய்துகொண்டாள். வயதான பிறகு அவள் தனியாக இருந்தபோது, தங்களோடு வாழ அழைத்துச் செல்லும் மகிழ்ச்சிக்காக இரண்டு மகன்களும் மூன்று மகள்களும் தங்களுக்குள் சண்டையிட்டுக்கொண்டபோதும், அந்த மென்மையான களியாட்ட விடுதியைத் தவிர வாழ்வதற்கேற்ற கண்ணியமான இடம் வேறொன்று இருப்பதாக அவளுக்குத் தோன்றவில்லை. அவளது நிரந்தரமான அறை மட்டுமே அவளுடைய வீடாக இருந்தது. சிற்றின்பத்தின் சொர்க்கத்தில் படிப்பால் ஆன்மாவைச் செறிவூட்டும் திறமையைக் கொண்டிருந்த தால், மொத்த உலகத்திற்கும் தெரிந்த முனிவராக வருவான் என்று அவளால் சொல்லப்பட்ட ஃப்ளோரென்டினோ அரிஸாவோடு அவள் நெருக்கமாக உணர்ந்தாள். சந்தையில் பொருட்களை வாங்கித்தந்து உதவுமளவுக்கு அவளை விரும்பத் தொடங்கிய ஃப்ளோரென்டினோ அரிஸா, சில மாலை நேரங்களை அவளோடு பேசிக் கழித்தான். ரகசியங்களை வெளிப்படுத்த வேண்டியிருக்காமல் அவனுடைய காதலின்மீது வெளிச்சம் பாய்ச்சியதால், அவள் காதலில் கரைகண்ட ஞானியாக இருப்பாள் அவன் என்று நினைத்துக்கொள்வான்.

ஃபெர்மினா தாஸாவின் காதலைத் தெரிந்துகொள்வதற்கு முன்பே கைக்கெட்டும் தூரத்திலிருந்த சபலங்களில் அவன் விழுந்துவிடவில்லை என்பதால், முறையாக நிச்சயித்த பிறகு அதைச்செய்யும் வாய்ப்பு மிகக் குறைவு. அதனால், இன்ப துன்பங்களைப் பகிர்ந்துகொண்டு அந்தப் பெண்களோடு ஃப்ளோரென்டினோ அரிஸா வாழ்ந்துவந்தாலும், மேற்கொண்டு செல்ல அவனுக்கோ அவர்களுக்கோ தோன்றியதே இல்லை. ஒரு எதிர்பாராத நிகழ்வு அவனது உறுதியின் தீவிரத்தை நிரூபித்தது. ஒருநாள் மாலை ஆறு மணிக்கு, இரவு வாடிக்கையாளர்களை வரவேற்கப் பெண்கள் உடையணிந்துகொண்டிருந்தபோது, தரையைச் சுத்தம்செய்யும் பொறுப்பிலிருந்த பெண் அவனுடைய

அறைக்குள் நுழைந்தாள். இளம்வயதுப் பெண்தான் என்றாலும் முதுமையடந்தும் பலவீனமாகவும் நிர்வாணத்தின் மகிமைக்கு நடுவில் உடையணிந்த தவசியைப்போலவும் அவள் தோன்றினாள். பார்க்கும் உணர்ச்சி இல்லாமல் அவன் தினமும் அவளைப் பார்த்துக்கொண்டிருப்பான். துடைப்பங்கள், குப்பைக் கூடை, பயன்படுத்திய ஆணுறைகளைத் தரையிலிருந்து பொறுக்கி யெடுக்கத் தனியாக ஒரு துணி ஆகியவற்றோடு, அறைகளின் வழியாக அவள் நடந்துகொண்டிருப்பாள். ஃப்ளோரென்டினோ அரிஸா படித்துக்கொண்டிருந்த அறைக்குள் வழக்கம்போல நுழைந்த அவள், வழக்கம்போலவே அவனைத் தொந்தரவு செய்யாத வகையில் அதீதமான கவனத்தோடு துடைத்தாள். திடீரென்று கட்டிலுக்குப் பக்கத்தில் சென்றாள். அவன் இதமான, மென்மையான கரத்தைத் தனது தொப்புளில் உணர்ந்தான். அது துழாவுவதை உணர்ந்தான். கண்டுகொண்டதை உணர்ந்தான். அவளது மூச்சு அறையை நிரப்பியபோது, அவனது பொத்தான் களைக் கழற்றியதை உணர்ந்தான். மேலும் தாங்கிக்கொள்ள முடியாதவரை படிப்பதைப்போல நடித்துக்கொண்டிருந்தவன், உடலை நகர்த்திக்கொள்ள வேண்டியிருந்தது.

துப்புரவுப் பணியை அவளுக்குக் கொடுத்தபோது விதிக்கப் பட்ட முதல் எச்சரிக்கையே வாடிக்கையாளர்களுடன் படுத்துக் கொள்ள நினைக்கக் கூடாது என்பதுதான் என்பதால், அவள் அச்சப்பட்டாள். அந்நியர்களுடன் படுத்துக்கொள்வதுதான் விபச்சாரமே தவிர, பணத்திற்காகப் படுத்துக்கொள்வது விபச்சாரமல்ல என்று நினைத்தவர்களில் அவளும் ஒருத்தி என்பதால், அதை அவளிடம் சொல்ல வேண்டியதில்லை. அவளுக்கு வெவ்வேறு கணவனுக்குப் பிறந்த இரண்டு மகன்கள் இருந்தார்கள். அதற்குக் காரணம் மூன்றாவது முறைக்கு மேல் திரும்பிவந்த யாரையும் அவளால் காதலிக்க முடியாததால்தானே தவிர, தற்காலிகக் காதல் விவகாரங்கள் அல்ல. அப்போதுவரை தன்னியல்பால் விரக்தியில்லாமல் காத்திருக்கத் தயாராக இருந்த, அவசரமில்லாத பெண்ணாக இருந்தாள் என்றாலும், அவளது நற்குணங்களைவிட அந்த வீட்டின் வாழ்க்கை மிகவும் வலிமையானதாக இருந்தது. மாலை ஆறு மணிக்கு வேலையில் நுழையும் அவள், நான்கு துடைப்பங்களோடு அறைகளைத் துடைத்துக்கொண்டும், ஆணுறைகளைச் சேகரித்துக்கொண்டும், படுக்கை விரிப்புகளை மாற்றிக்கொண்டும், அறை அறையாகச் செல்வதில் இரவைக் கழிப்பாள். காதலுக்குப் பிறகு ஆண்கள் விட்டுச்சென்ற பொருட்களின் எண்ணிக்கையைக் கற்பனை செய்வதுகூட எளிதானதல்ல. வாந்தியையும் கண்ணீரையும் விட்டுச் சென்றார்கள் என்றால் அது அவளுக்குப் புரிந்து கொள்ளக் கூடியதாக இருந்தது. ஆனால் அவர்கள் நெருக்கத்தின்

பல புதிர்களையும் விட்டுச்சென்றார்கள்: இரத்தக் குட்டைகள், மலத் திட்டுகள், கண்ணாடிக் கண்கள், தங்கக் கடிகாரங்கள், பொய்ப்பற்கள், தங்க முடிச்சுருள் கொண்ட சிறிய பேழைகள், காதல் கடிதங்கள், வணிகக் கடிதங்கள், இரங்கல் கடிதங்கள்; அனைத்து வகையான கடிதங்களும் இருந்தன. சிலர் தொலைத்த பொருட்களைத் தேடி வந்தார்கள் என்றாலும், பெரும்பாலானவை அங்கேயே கிடந்தன. உடனடியாகவோ தாமதமாகவோ அந்த அரண்மனை அவமானத்தில் வீழ்ந்த பிறகு, அதன் ஆயிரக்கணக் கான தனிப்பட்ட தொலைந்த பொருட்களோடு, காதல் அருங்காட்சியகமாக இருக்குமென்று நினைத்த லோடாரியோ துகுத் அவற்றை எடுத்துப் பாதுகாத்துவைத்தார்.

கடினமான, சம்பளம் குறைவான வேலையாக இருந்தாலும் அவள் அதைச் சிறப்பாகச் செய்தாள். அவளால் பொறுத்துக் கொள்ள முடியாததெல்லாம், அதிகாலையில் தெருவில் முதலில் எதிர்ப்பட்ட பிச்சைக்காரனுடனோ, அதிகப் பாசாங்குகளோ கேள்விகளோ இல்லாமல் அவளுக்கு உதவக்கூடிய மோசமான குடிகாரனுடனோ படுத்துக்கொள்ள வேண்டுமென்ற தாங்க முடியாத பதற்றத்தைத் ஏற்படுத்தும் அளவுக்கு, அத்தனை ஆவேசத்தோடும் அத்தனை வலியோடும் அவளது ரத்தத்தில் படிந்த கட்டில் சத்தங்களும் அழுகைகளும் புலம்பல்களும்தான். ஃப்ளோரென்டினோ அரிஸாவைப் போன்ற பெண் துணை இல்லாத, இளமையான, தூய்மையான ஆணின் தோற்றம், முதல் கணத்திலிருந்தே அவனும் தன்னைப் போன்ற காதல் அநாதைதான் என்று உணர்ந்ததால் அவன் வானத்திலிருந்து கிடைத்த பரிசாக அவளுக்குத் தோன்றினான். ஆனால் அவளது மன அழுத்தங்களை அவன் புரிந்துகொள்ளவில்லை. ஃபெர்மினா தாஸாவுக்காகப் பிரம்மச்சரியத்தைக் கடைபிடித்த அவனை, அந்த நோக்கத்திலிருந்து மாற்றக்கூடிய சக்தியோ காரணமோ உலகத்தில் இல்லை.

திருமணத்தை முறைப்படுத்தத் திட்டமிட்டிருந்த தேதிக்கு நான்கு மாதங்களுக்கு முன்பாக, காலை ஏழு மணிக்குத் தந்தி அலுவலகத்தில் தோன்றிய லொரென்ஸோ தாஸா அவனைப் பற்றிக் கேட்ட கட்டத்தில், அவனுடைய வாழ்க்கை அப்படித்தான் இருந்தது. அவன் இன்னும் வந்துசேரவில்லை என்பதால், மிகச் சிறந்த மாணிக்கக் கல் பதித்த தங்க மோதிரத்தை ஒரு விரலிலிருந்து கழற்றி இன்னொரு விரலில் மாட்டிக்கொண்டு காத்திருந்த அவர், நுழைவதைப் பார்த்தபோதே தந்திச் சேவகன் என்று அடையாளம் கண்டு அவனைக் கையால் பிடித்தார்.

“தம்பி என்னோடு வா! ஆணுக்கு ஆண், நீங்களும் நானும் ஐந்து நிமிடம் பேச வேண்டும்” என்றார்.

பிணத்தைப் போல வெளிறிப்போன ஃப்ளோரென்டினோ அரிஸா, அவர் இழுத்த திசையில் போனான். அவனை எச்சரிக்கும் வழியோ சந்தர்ப்பமோ ஃபெர்மினா தாஸாவுக்குக் கிடைக்காததால், அந்தச் சந்திப்பிற்கு அவன் தயாராக இருக்க வில்லை. நடந்தது என்னவென்றால், முந்தைய சனிக்கிழமை பிரபஞ்சத் தோற்றக் கோட்பாடு பற்றிய வகுப்பில், ஒரு பாம்பின் கமுக்கத்தோடு உள்ளே நுழைந்த பள்ளி மேலதிகாரி சகோதரி ஃப்ரான்கா த லா லூஸ், முதுகுக்குப் பின்னாலிருந்து மாணவிகளை உளவு பார்த்து, ஃபெர்மினா தாஸா நோட்டில் குறிப்பெடுப்பதைப் போல நடித்தபடி காதல் கடிதம் எழுதிக் கொண்டிருந்ததைக் கண்டுபிடித்தாள். பள்ளி விதிமுறைகளின்படி, அந்தத் தவறு பள்ளியிலிருந்து வெளியேற்றப்படுவதற்கான காரணமாகும். அவசரமாகத் திருத்தலத்திற்கு அழைக்கப்பட்ட லொரென்ஸோ தாஸா, தனது இரும்புக்கோட்டை ஒழுகும் இடத்தைக் கண்டுகொண்டார். உடன்பிறந்த நேர்மையோடு ஃபெர்மினா தாஸா கடிதம் எழுதிய குற்றத்தை ஒப்புக் கொண்டாலும், ரகசியக் காதலனின் அடையாளத்தைச் சொல்ல மறுத்துவிட்டாள். ஒழுங்கு நடவடிக்கைக் குழுவின் முன்பாகவும் சொல்ல மறுத்துவிட்டதால், வெளியேற்றும் உத்தரவை அந்தக் குழுவும் உறுதிப்படுத்தியது. இருந்தாலும், அதுவரை புக முடியாத சரணாலயமாக இருந்துவந்த அவளுடைய படுக்கையறையைச் சோதனையிட்ட தந்தை லொரென்ஸோ தாஸா, எந்த அளவுக்குக் காதலோடு எழுதப் பட்டதோ அதேயளவு காதலோடு மறைத்து வைக்கப்பட்டிருந்த மூன்று வருடக் கடிதங்களின் பொட்டலத்தைப் பெட்டியின் மறைவான உள்ளறையிலிருந்து கண்டெடுத்தார். கையெழுத்து சந்தேகத்திற்கு இடமற்றதாக இருந்தாலும், தந்தி அலுவலகத்தில் வேலை செய்பவன் என்பதையும், வயலின்மீது அவனுக்கிருந்த நாட்டத்தையும்தவிர, தனது ரகசியக் காதலனைப் பற்றி மகளுக்கு ஒன்றுமே தெரியாது என்பதை அப்போதும் சரி, அதற்குப் பிறகும் சரி லொரென்ஸோ தாஸாவால் நம்பவே முடியவில்லை.

தன்னுடைய சகோதரியின் உடந்தையோடுதான் அப்படிப் பட்ட சிக்கலான உறவு சாத்தியமாகியிருக்கும் என்று நம்பிய அவர், மன்னிப்புக் கேட்கவோ முறையீடு செய்யவோ வாய்ப்புக் கொடுக்காமல், அவளை சான் குவான் த சியேனகா பாய்மரக் கப்பலில் ஏற்றி அனுப்பிவிட்டார். மெலிந்தும், வெளிறியும், பழுப்பு அங்கிக்குள் காய்ச்சலால் புழுங்கியும் துறைமுகத்தில் அவள் விடைபெற்ற மாலைப் பொழுதை ஃபெர்மினா தாஸாவால் நினைவிலிருந்து அகற்றவே முடியவில்லை. வாழ்க்கையில் தனக்கென்று எஞ்சியிருந்த ஒரே பொருளான திருமணமாகாத பெண்ணின் பாயோடும், கைக்குட்டையில்

சுற்றிக் கையில் பிடித்திருந்த ஒரு மாதம் உயிர்வாழத் தேவையான பணத்தோடும், பூங்காவின் மழையில் அவள் மறைந்துபோவதைப் பார்த்துக்கொண்டிருந்தாள். ஃபெர்மினா தாஸா தன் தந்தையின் அதிகாரத்திலிருந்து விடுபட்டதும், தன் அத்தையை அறிந்திருக்க வாய்ப்பிருந்த அனைவரிடமும் விசாரித்தபடி, கரீபிய மாகாணங்கள் முழுவதும் அவளைத் தேடச்செய்தாள். கிட்டத்தட்ட முப்பது வருடங்களுக்குப் பிறகு பல ஆண்டுகளாக, பல கைகளைக் கடந்து வந்த கடிதத்தைப் பெறும்வரை, அவள் சென்ற பாதையைப் பற்றி எந்தச் செய்தியும் கிடைக்கவில்லை. அந்தக் கடிதத்தில் அக்வா த தியோஸ் தொழுநோய் இல்லத்தில் கிட்டத்தட்ட நூறு வயதுவரை அவள் வாழ்ந்து மறைந்ததாகத் தெரிவிக்கப்பட்டிருந்தது. நினைவில்கூட இல்லாத தாயோடு அவள் எப்போதும் அடையாளம் கண்ட அத்தை எஸ்கோலாஸ்டிகாவுக்கு அநியாயமாகக் கொடுக்கப் பட்ட தண்டனைக்கு எதிரான மகளின் மூர்க்கத்தனத்தை லொரென்ஸோ தாஸா எதிர்பார்க்கவில்லை. சாப்பிடாமலும் குடிக்காமலும் படுக்கையறையில் புகுந்து கதவைச் சாத்திக் கொண்டாள். முதலில் மிரட்டல்களாலும், பிறகு முழுமையாக மறைத்துக்கொள்ள முடியாத கெஞ்சல்களாலும் கடைசியில் கதவைத் திறக்கவைத்தபோது, மறுபடியும் பதினைந்து வயதிற்குத் திரும்ப வாய்ப்பில்லாத அடிபட்ட சிறுத்தையைக் கண்டார்.

பலவிதமான பாராட்டுகளால் அவளை ஈர்க்க முயன்றார். அவளுடைய வயதுக்குக் காதல் என்பது கானல்நீர் என்பதைப் புரியவைக்க முயன்றார். கடிதங்களைத் திருப்பித் தந்துவிட்டு மண்டியிட்டு மன்னிப்புக் கேட்கப் பள்ளிக்குத் திரும்புவதால் ஏற்படும் நன்மைகளைச் சொல்லிச் சமாதானப்படுத்த முயன்றார், தகுதியான மணமகனோடு மகிழ்ச்சியாக இருக்க உதவுவதில் நானே முதல் ஆளாக இருப்பேனென்று வாக்குக் கொடுத்தார். ஆனால் அவர் பிணத்தோடு பேசுவதைப் போலத்தான் இருந்தது. தோற்றுப்போன அவர், திங்கட்கிழமை மதிய உணவின்போது நிதானத்தை இழந்து, அதிர்ச்சியின் எல்லையில் அவதூறுகளோடும் முறையற்ற வார்த்தைகளோடும் மூச்சுத் திணறியபோது, நாடகத்தனம் இல்லாமல், ஆனால் அவரால் சவால்விடத் துணிய முடியாத அளவுக்குத் திகைத்த கண்களோடும் உறுதியான கரத்தோடும் மாமிசம் வெட்டும் கத்தியை எடுத்துக் கழுத்தில் வைத்துக்கொண்டாள். அப்படிப் பட்ட மோசமான தருணத்தில்தான் தனது வாழ்க்கையில் குறுக்கிட்ட, எப்போதும் பார்த்ததாகவே நினைவில்லாத, சபிக்கப்பட்ட புதியவனோடு ஆணுக்கு ஆண், ஐந்து நிமிடம் பேசுவது என்ற ஆபத்தைத் தேர்ந்தெடுத்தார். புறப்படும் முன்பு பழக்கத்தின் காரணமாகத் துப்பாக்கியை எடுத்துக்கொண்டார்

என்றாலும், கவனமாக அதைச் சட்டைக்கடியில் மறைத்து வைத்துக்கொண்டார்.

தேவாலயச் சதுக்கத்தின் வழியாகத் திருச்சபை காப்பிக்கடை வளைவுகளின் அரங்கம் வரையிலும் அவனைக் கையைப் பிடித்து அழைத்துச்சென்ற லாரென்சோ தாஸா, மாடியில் உட்காரச் சொன்னபோது ஃப்ளோரென்டினோ அரிஸாவுக்கு மூச்சே திரும்பவில்லை. அந்த நேரத்தில் மற்ற வாடிக்கையாளர்கள் யாரும் இல்லை. நாற்காலிகள் இன்னமும் பளிங்கு மேசையில் கவிழ்த்துப் போடப்பட்டிருந்த, உடைந்த, தூசு படிந்த ஜன்னல் களைக் கொண்ட பெரிய அறையின் தரையை ஒரு கறுப்பினப் பெண் துடைத்துக்கொண்டிருந்தாள். தமக்குத் தொடர்பில்லாத மற்ற நீண்டகாலப் போர்களைப் பற்றிக் கத்திப் பேசி விவாதித்தபடி, பொதுச்சந்தைக்கு வந்திருந்த ஆஸ்திரிய நாட்டவரோடு பீப்பாய் மதுவைக் குடித்துக்கொண்டும் விளையாடிக்கொண்டும் இருந்த லொரென்ஸோ தாஸாவை ஃப்ளோரென்டினோ அரிஸா அடிக்கடி அங்கு பார்த்திருக்கிறான். காதலின் கொடூரமான விதியை உணர்ந்திருந்த அவன், உடனடியாகவோ, தாமதமாகவோ இருவருடைய விதியிலும் நிரந்தரமாக எழுதப்பட்டிருப்பதால், மனித சக்தியால் தடுக்க முடியாத அவர்களுடைய சந்திப்பு எப்படி இருக்குமென்று வியந்திருக்கிறான். ஃபெர்மினா தாஸா தனது கடிதங்களில் தந்தையின் புயலைப் போன்ற குணத்தைப் பற்றி எச்சரித்திருந்ததால் மட்டுமில்லாமல், விளையாட்டு மேசையில் சத்தமாகச் சிரித்துக்கொண்டிருந்தபோதுகூட அவரது கண்கள் கோபமாகத் தெரிந்ததைத் தானே கவனித்திருக் கிறான் என்பதாலும், சமமற்ற சண்டையாகத்தான் அதை நினைத்திருந்தான். அவரது கேவலமான வயிறும் வெடிப்புப் பேச்சும் காட்டுப்பூனைக் கிருதாக்களும் மாணிக்கக் கல் மோதிரத்தால் மூச்சுத் திணறிய மோதிர விரலும் தழும்பேறிய கைகளும் என எல்லாமே முரட்டுத்தனத்திற்குச் சாட்சிகளாக இருந்தன. முதல்முறையாக அவரது நடையைப் பார்த்தபோதே ஃப்ளோரென்டினோ அரிஸா கவனித்த அவரிடமிருந்த கவர்ச்சியான ஒரே குணம், மகளைப் போலவே அவரும் மான் நடை கொண்டவர் என்பதுதான். இருந்தாலும், உட்காரச் சொல்லி அவர் நாற்காலியைச் சுட்டியபோது, தோற்றமளித்த அளவுக்குக் அவர் கடுமையானவராகத் தெரியவில்லை. ஒரு கோப்பை சோம்பு பானம்[10] குடிக்க அழைத்தபோதுதான் அவனுக்கு மூச்சு திரும்பியது. காலை எட்டு மணிக்கு அவன்

10. அனிஸெத் (anisette) அல்லது அனிஸ் (anis) என்று அழைக்கப்படும் சோம்பு அல்லது பெருஞ்சீரகத்திலிருந்து தயாரிக்கப்படும் மது; மத்திய தரைக்கடல் நாடுகளில் அதிகம் உற்பத்தி செய்யப்படுவது.

ஒருபோதும் குடித்ததில்லை என்றாலும், அவசரமாகத் தேவைப்பட்டதால் ஏற்றுக்கொண்டான்.

உண்மையில், லொரென்ஸோ தாஸா தனது காரணங்களைச் சொல்ல ஐந்து நிமிடத்திற்கு மேல் எடுத்துக்கொள்ளவில்லை, ஃப்ளோரென்டினோ அரிஸாவைக் குழப்பிவிடும் அளவுக்கு நிராயுதபாணியின் நேர்மையோடு பேசினார். மனைவி இறந்தபோது, மகளைப் பெரிய நிலைக்குக் கொண்டுவர வேண்டுமென்ற நோக்கத்தை அவர் வரித்துக்கொண்டார். எழுதவோ படிக்கவோ தெரியாத கோவேறு கழுதை வியாபாரிக்குப் பாதை நீண்டதாக, நிச்சயமற்றதாக இருந்தது. சான் குவான் த லா சியேனகா மாகாணத்தில் பரவியிருந்த திருடன் என்ற அவரது அவப்பெயர் அந்த அளவுக்கு நிரூபிக்கப்பட்டது அல்ல. கழுதைக்காரர்களின் சுருட்டைப் பற்றவைத்துக்கொண்ட அவர் அவனிடம் புலம்பினார்: "உடல் நலம் கெடுவதைவிட மோசமானது பெயர் கெடுவதுதான்." இருந்தாலும், வயல்வெளிகள் அழிக்கப்பட்டு, கிராமங்கள் சாம்பலில் விடிந்த போரின் மிகக் கசப்பான காலங்களிலும், தான் உழைத்த அளவுக்கு உறுதியோடு தனது கழுதைகள்கூட உழைத்ததில்லை என்பதுதான் தனது செல்வத்தின் உண்மையான ரகசியம் என்றார். தனது தலைவிதியின் திட்டங்கள் மகளுக்குத் தெரியாது என்றாலும், உற்சாகமான கூட்டாளியாக அவள் நடந்துகொண்டாள். தான் கற்றுக்கொண்ட உடனே தந்தைக்கும் படிக்கச் சொல்லிக் கொடுக்குமளவுக்கு அறிவார்ந்தவளாகவும் எதையும் முறையாகச் செய்பவளாகவும் இருந்தாள். பன்னிரண்டு வயதில், அத்தை எஸ்கோலாஸ்டிகாவின் துணையின்றி வீட்டை நடத்தத் தேவையான நடைமுறைத் தெளிவு அவளுக்கு இருந்தது. "அவள் ஒரு தங்கமான கழுதை" என்று பெருமூச்சுவிட்டார். எல்லாப் பாடங்களிலும் நூற்றுக்கு நூறு மதிப்பெண்களோடும், நிறைவு விழாவில் வாசிக்கப்பட்ட பாராட்டுரையோடும் பள்ளிக் கல்வியை அவள் நிறைவுசெய்தபோது, தனது கனவுகளுக்கு சான் குவான் சியெனகாவின் சூழல் மிகவும் குறுகியதாக இருப்பதைப் புரிந்துகொண்டார். பிறகு நிலங்களையும் விலங்குகளையும் விற்றுவிட்டு, புதிய உத்வேகத்தோடும் எழுபதாயிரம் பொற்காசுகளோடும் செல்லரித்துப்போன பெருமைகளோடு இடிபாடுகளில் கிடந்தாலும், புராதன முறையில் வளர்க்கப்பட்ட அழகான பெண் வெற்றிகரமான திருமணத்தால் மறுபிறவி எடுக்கும் வாய்ப்பை இன்னமும் கொண்டிருந்த இந்த நகரத்திற்குக் குடிபெயர்ந்தார். அந்தக் கடூரமான திட்டத்தில் எதிர்பாராத தடையாக இருந்தது ஃப்ளோரென்டினோ அரிஸாவின் தலையீடு. "அதனால் உன்னிடம் ஒரு கோரிக்கைக்காக வந்திருக்கிறேன்" என்றார்

லொரென்ஸோ தாஸா. சுருட்டு நுனியை சோம்பு பானத்தில் நனைத்து, புகை இல்லாமல் ஒருமுறை இழுத்தவர், சோகமான குரலுடன் முடித்தார்: "எங்கள் பாதையிலிருந்து விலகிக்கொள்."

சோம்பு பானத்தை உறிஞ்சியபடியே கேட்டுக்கொண்டிருந்த ஃப்ளோரென்டினோ அரிஸா, ஃபெர்மினா தாஸாவின் கடந்த காலத்தைப் பற்றிய புதிய தகவல்களில் மூழ்கிக் கிடந்ததால், பேச வேண்டியிருக்கும்போது என்ன பேசுவது என்றுகூட யோசிக்க வில்லை. ஆனால் என்ன சொன்னாலும் அது தனது தலைவிதியை மாற்றிவிடும் என்பதை உரிய நேரத்தில் உணர்ந்துகொண்டான்.

"நீங்கள் அவளிடம் பேசினீர்களா?" என்று கேட்டான்.

"அது உன் வேலை இல்லை" என்றார் லொரென்ஸோ தாஸா.

"அவள்தான் முடிவுசெய்ய வேண்டும் என்று எனக்குத் தோன்றுவதால்தான் கேட்கிறேன்" என்றான் ஃப்ளோரென்டினோ அரிஸா.

"அப்படியில்லை. இது ஆண்களின் விவகாரம், ஆண்களுக்கிடையில்தான் முடிவுசெய்ய வேண்டும்" என்றார் லொரென்ஸோ தாஸா.

தொனி மிரட்டலாக மாறியது, பக்கத்து மேசையிலிருந்த வாடிக்கையாளர் அவர்களைப் பார்க்கத் திரும்பினார். மிக மெல்லிய குரலில் ஆனால் தன்னுடைய சக்திக்கு மீறிய தீர்மானத்துடன் பேசினான் ஃப்ளோரென்டினோ அரிஸா.

"எப்படியானாலும், அவள் என்ன நினைக்கிறாள் என்று தெரியாமல் நான் எந்த பதிலும் தர முடியாது. அது துரோகமாகி விடும்" என்றான்.

சிவந்து ஈரமான இமைகளோடு இருக்கையில் சாய்ந்து கொண்டார் லொரென்ஸோ தாஸா. அவரது இடதுகண் குழிக்குள் சுழன்று வெளிப்புறமாகத் திரும்பிக்கொண்டது, குரலையும் தாழ்த்திக்கொண்டார்.

"உன்னைச் சுட வேண்டிய கட்டாயத்தை ஏற்படுத்தாதே" என்றார்.

குளிர்ந்த நுரையால் தன் மன அவயங்கள் நிரம்புவதை உணர்ந்த ஃப்ளோரென்டினோ அரிஸா தான் பரிசுத்த ஆவியால் ஒளிர்ந்துகொண்டிருப்பதாக உணர்ந்ததால், அவனது குரலில் நடுக்கமில்லை.

"சுடுங்கள்" என்றான், நெஞ்சில் கையை வைத்து. "காதலுக்காகச் சாவதைவிடப் பெருமை எதுவுமில்லை."

திருகிக்கொண்ட கண்ணால் அவனைப் பார்க்க லொரென்ஸோ தாஸா கிளியைப் போலப் பக்கவாட்டில் பார்க்க

வேண்டியிருந்தது. அந்த இரண்டு வார்த்தைகளை ஒவ்வொரு எழுத்தாக அவர் துப்பியதாகத் தோன்றியதே தவிர, உச்சரிக்க வில்லை: "தே – வ – டி – யா – ள் – ம – க – னே!"

அதே வாரத்தில், மறக்கடிக்கும் பயணத்திற்கு மகளை அழைத்துச் சென்றார். மென்றுகொண்டிருந்த புகையிலையோடு ஆத்திரமும் கலந்ததால் அழுக்கான மீசையோடு படுக்கையறையில் வெடித்ததைத் தவிர வேறெந்த விளக்கமும் தராமல் பெட்டியைக் கட்ட உத்தரவிட்டார். எங்கு போகிறோம் என்று அவள் கேட்டதற்கு, "செத்துப் போக" என்று பதில் சொன்னார். உண்மைக்கு மிகவும் நெருக்கமானதாகத் தோன்றிய அந்தப் பதிலால் அச்சமடைந்த அவள், கடந்த காலத்தின் துணிச்சலோடு அவரை எதிர்கொள்ள முயன்றாள், ஆனால் திடமான செம்புக் கொக்கி கொண்டிருந்த இடுப்புப் பெல்ட்டைக் கழற்றிய அவர், அதைக் கையில் சுற்றிக்கொண்டு மேசையில் ஓங்கி அறைந்தபோது, அது துப்பாக்கிச் சத்தம்போல வீட்டில் எதிரொலித்தது. தனது வலிமை எப்போது எந்த அளவுக்குச் செல்லுபடியாகும் என்பதை நன்றாகத் தெரிந்துவைத்திருந்த ஃபெர்மினா தாஸா, திரும்பி வரப்போவதில்லை என்பது உறுதியாகத் தெரிந்ததால், இரண்டு பாய்கள், ஒரு படுக்கை, ஒரு தொங்குப் படுக்கை, அவளது மொத்தத் துணிமணிகள் ஆகியவற்றை இரண்டு பெரிய பெட்டிகளில் கட்டினாள். உடை மாற்றிக்கொள்ளும் முன்பு, குளியலறையில் கதவைச் சாத்திக்கொண்டு, கழிவறைத் தாளிலிருந்து கிழித்த துண்டுக் காகிதத்தில் ஃப்ளோரென்டினோ அரிஸாவுக்குச் சுருக்கமான பிரியாவிடைக் கடிதத்தை எழுதினாள். பிறகு, கத்தரிக்கோலால் பின்னலைக் கழுத்துவரை முழுவதுமாக வெட்டியெடுத்து, தங்க நூலால் பூவேலைசெய்த வெல்வெட் பெட்டியில் சுருட்டிவைத்து, கடிதத்தோடு அவனுக்கு அனுப்பி வைத்தாள்.

அது ஒரு பைத்தியக்காரப் பயணமாக இருந்தது. நிர்வாணச் சூரியனால் மயக்கமடைந்தோ, அக்டோபர் மாதக் கிடைமட்ட மழையில் நனைந்துகொண்டோ, பாறைச் சரிவுகளின் உறைய வைக்கும் மூடுபனியால் கிட்டத்தட்ட வழக்கமாகவே ஏற்பட்ட மூச்சுத் திணறலோடு, சியரா நெவாடா மலை முகடுகளில் கோவேறு கழுதை முதுகில் ஆண்டியக் கழுதைக்காரர்களின் குழுவோடு சென்ற தொடக்கக் கட்டம் மட்டுமே பதினோரு நாட்கள் நீடித்தது. பயணத்தின் மூன்றாவது நாளன்று, குதிரைப் பூச்சிகளால் வெறிபிடித்த கழுதை ஒன்று, முதுகுச் சுமையோடு முழுக்கயிற்றையும் இழுத்துக்கொண்டு குன்றின் மேல் விழுந்தது. ஒரு மனிதனும் ஒன்றோடொன்று பிணைத்துக் கட்டப்பட்டிருந்த ஏழு விலங்குகளும் எழுப்பிய அலறல், பேரழிவு

நடந்து பல மணிநேரத்திற்குப் பிறகும் பள்ளத்தாக்குகளிலும் பாறைகளிலும் ஒலித்துக்கொண்டிருந்தது. அது ஆண்டாண்டு களாக ஃபெர்மினா தாஸாவின் நினைவில் எதிரொலித்துக் கொண்டிருந்தது. அவளது பெட்டிகள் கழுதைகளோடு போய்விட்டன என்றாலும், அச்சத்தால் எழுப்பிய அலறல் அடியாழத்தில் மறையும்வரை நீடித்த வீழ்ச்சியின் நூற்றண்டுக்காலக் கணத்தில், தனது கழுதையும் மற்றக் கழுதைகளோடு பிணைக்கப்படாத துரதிர்ஷ்டத்தைப் பற்றி நினைத்தாளே தவிர, பரிதாபகரமாக உயிரிழந்த கழுதைக்காரனைப் பற்றியோ உருக்குலைந்த அவனது விலங்குகளைப் பற்றியோ அவள் நினைக்கவில்லை.

அவள் சவாரி செய்தது அதுதான் முதல்முறை என்றாலும், இதற்குப் பிறகு ஃப்ளோரென்டினோ அரிஸாவைப் பார்க்கப் போவதுமில்லை, அவனது கடிதங்களின் ஆறுதல் கிடைக்கப் போவதுமில்லை என்பது உறுதியாகாமல் இருந்திருந்தால், பயணத்தின் அச்சமும் கணக்கில்லாத துன்பங்களும் அவளுக்கு அத்தனை கசப்பானதாகத் தோன்றியிருக்காது. பயணத்தின் தொடக்கத்திலிருந்தே தந்தையோடு அவள் மறுபடியும் பேச வில்லை. அவசியமான சமயங்களில்கூட அவளோடு பேசாத அளவுக்கு அவரும் குழம்பிப் போயிருந்தார், அல்லது கழுதைக்காரர்கள் வழியாகச் செய்திகளை அனுப்பினார். நல்ல அதிர்ஷ்டம் வாய்த்தபோது மட்டும்தான் அவள் சாப்பிட மறுத்த மலையக உணவுகளைப் பரிமாறிய நடைபாதை விடுதிகள் கிடைத்தன. மூத்திர நாற்றமும் வியர்வை நாற்றமும் வீசும் கறைபடிந்த நாடாக் கட்டில்களை வாடகைக்கு எடுத்தனர். இருந்தாலும், வந்தவர்கள் அனைவருக்கும் விடியும்வரை தங்கிக்கொள்ளும் உரிமையிருந்த, மரத்தூண் வரிசைகளையும் கசப்புப் பனை ஓலைகளையும் கொண்டு சாலையோரங்களில் கட்டப்பட்டிருந்த திறந்தவெளிச் சாவடிகளில், இந்தியப் பண்ணைகளில் இரவைக் கழிப்பதுதான் அதிகமாக நடந்தது. விலங்குகளைத் தூண்களில் கட்டிவிட்டுக் கிடைத்த இடங்களில் படுக்கையைத் தொங்கவிட்ட கமுக்கமான பயணிகளின் சலசலப்பை இருட்டில் உணர்ந்துகொண்டும் பயத்தால் வியர்த்துக்கொண்டும் இரவு முழுவதும் ஃபெர்மினா தாஸாவால் தூங்க முடிந்ததில்லை.

மாலை நேரத்தில், முதல் பயணிகள் வந்துசேரும்போது அந்த இடம் அமைதியாகவும் தெளிவாகவும் இருந்தாலும், வெவ்வேறு மட்டங்களில் தொங்கிய படுக்கைகளின் நெரிசலோடும் குத்துக்காலிட்டு உட்கார்ந்தபடி தூங்கிய அருவாகோஸ் மலையின மக்களோடும் கட்டிவைத்த ஆடுகளின் கோபத்தோடும்

ஃபாரோக்களின் மரப்பெட்டிகளில் அடைத்துவைத்த சண்டைக் கோழிகளின் சத்ததோடும் போர் அபாயத்தால் குரைக்காம லிருக்கப் பழக்கிய மலை நாய்களின் ஊமை மூச்சிரைப்போடும் விடிந்தபோது, அந்த இடம் ஒரு கண்காட்சி மைதானமாக மாறியிருந்தது. பாதி வாழ்க்கையை அந்தப் பகுதியின் வழியாக வியாபாரத்தில் கழித்த லொரென்ஸோ தாஸாவுக்கு அந்தத் துன்பங்கள் பரிச்சயமானவையாக இருந்தன. விடியற்காலையில் கிட்டத்தட்ட வழக்கமாகவே அவர் பழைய நண்பர்களைச் சந்தித்தார். ஆனால் மகளுக்கு அது தீராத வேதனையாக இருந்தது. ஏக்கத்தின் காரணமாகப் பசியை மறந்ததோடு, கெளுத்திமீன் கருவாட்டுச் சிப்பங்களின் துர்நாற்றமும் சேர்ந்துகொண்டு அவளுடைய உணவுப் பழக்கத்தைக் கெடுத்துவிட்டன. விரக்தியால் அவளுக்குப் பைத்தியம் பிடிக்கவில்லை என்றால் அது ஃப்ளோரென்டினோ அரிஸாவின் நினைவில் ஆறுதலைப் பெற்றதால்தான். அது மறக்கவைக்கும் நிலம்தான் என்பதில் அவளுக்கு எந்தச் சந்தேகமும் இல்லை.

போரைப் பற்றிய அச்சம் இன்னொரு மாறாத பயங்கரமாக இருந்தது. பயணத்தின் தொடக்கத்திலிருந்தே, குழுக்களாகச் சிதறிய ரோந்துப் படைகளை எதிர்கொள்ளும் ஆபத்து பற்றி விவாதம் எழுந்தது. அதற்குத் தகுந்தபடி நடந்துகொள்வதற்காக எந்தக் குழுவைச் சேர்ந்தவர்கள் என்பதைத் தெரிந்துகொள்ளும் உத்திகளைக் கழுதைக்காரர்கள் சொல்லிக்கொடுத்தார்கள். புதிதாகச் சேர்ந்தவர்களைக் கால்நடைகளைப் போலப் பிணைத்துக் கட்டி ஓட்டிச்சென்ற அதிகாரியின் தலைமையிலான குதிரைப் படையை எதிர்கொள்வதும் அடிக்கடி நடந்தது. தெரிந்த தொடர்புகள் எதுவுமற்ற ஒரு ரோந்துப் படை, குழுவிலிருந்து இரண்டு பயணிகளைக் கடத்திச்சென்று பண்ணையிலிருந்து அரைக்கல் தொலைவிலிருந்த கற்பூர மரத்தில் தொங்கவிட்ட இரவுவரை அப்படிப்பட்ட பயங்கரங்களில் மூழ்கிக் கிடந்த ஃபெர்மினா தாஸா, தன்னைச் சுற்றி நடந்த துன்பங்களைக் கண்டு மிகப் பிரம்மாண்டமாக அவளுக்குத் தோன்றிய துன்பத்தை மறந்துவிட்டாள். லொரென்ஸோ தாஸாவுக்கு அவர்களோடு எந்தத் தொடர்பும் இல்லை என்றாலும், அதே விதியைத் தானும் அனுபவிக்காததற்கு நன்றி செலுத்தும் விதமாக, அவர்களைக் கீழிறக்கிக் கிறிஸ்தவ முறையில் அடக்கம் செய்யவைத்தார். அதற்குக் காரணமில்லாமல் இல்லை. வயிற்றில் துப்பாக்கி முனையை வைத்து அழுத்தி அவரை எழுப்பியது அந்த ரவுடிக் கும்பல். முகத்தில் புகைக்கறுப்பு வண்ணம் பூசி, கந்தல் உடுத்தி யிருந்த அதன் தளபதி, விளக்கு வெளிச்சத்தில், தாராளவாதியா பழமைவாதியா என்று அவரைக் கேட்டான்.

"இதுவுமில்லை, அதுவுமில்லை. நானொரு ஸ்பானிஷ் குடிமகன்" என்றார் லொரென்ஸோ தாஸா. "என்ன அதிர்ஷ்டம்" என்று சொன்ன அந்தத் தளபதி, "அரசர் வாழ்க" என்று கையை உயர்த்தி முழங்கியபடி அவரிடமிருந்து விடைபெற்றான்.

இரண்டு நாட்களுக்குப் பிறகு, வள்ளேடுபார் என்ற மகிழ்ச்சியான நகரம் அமைந்திருந்த ஒளிமயமான சமவெளியில் இறங்கினார்கள். முற்றங்களில் சேவல் சண்டைகள் நடந்தன, தெருமுனைகளில் மேளதாளங்கள் முழங்கின, நல்லசாதிக் குதிரைகளில் வீரர்களும் வாணவேடிக்கைகளும் மணிகளுமாக இருந்தன. வாணவேடிக்கைக் கோட்டை ஒன்று தயாராகிக்கொண்டிருந்தது. ஃபெர்மினா தாஸா கொண்டாட்டங்களைக்கூடக் கவனிக்கவில்லை. மாகாணம் முழுவதிலுமிருந்து உயர்சாதிக் குதிரைகளில் ஏறிவந்த உறவுக்கார இளைஞர்களின் ஆரவாரமான படைக்குத் தலைமைதாங்கி ராஜபாட்டையில் வரவேற்று, வாணவேடிக்கை முழக்கங்களுக்கு நடுவில் நகரத் தெருக்களில் ஊர்வலமாக அவர்களை அழைத்துச் சென்ற அவளது தாய்மாமன் லிசீமாகோ சான்ச்சேசின் வீட்டில் தங்கினார்கள். பலமுறை புதுப்பிக்கப்பட்ட காலனியத் தேவாலயத்தை ஒட்டியிருந்த பெரிய சதுக்கத்தின் கட்டமைப்பில் இருந்த அந்த வீடு, விசாலமாகவும் நிழலாகவும் இருந்த அறைகளாலும் பழத்தோட்டத்திற்கு முன்னால் சூடான கரும்புச் சாற்றின் வாசம் வீசும் தாழ்வாரத்தாலும் பண்ணைத் தொழிற்சாலையைப் போலவே தோன்றியது.

தொழுவத்தில் அவர்கள் வந்து இறங்கியதும், தாங்க முடியாத வியர்வை நாற்றத்தால் ஃபெர்மினா தாஸாவைத் தொந்தரவு செய்த அடையாளம் தெரியாத உறவினர்கள் வரவேற்பறைகளை நிறைந்திருந்தார்கள். சேணத்தால் வெந்து புண்ணாகியும் தூக்கம் தொலைந்தும் வயிற்றுப்போக்கால் அவதிப்பட்டும் இனி இந்த உலகத்தில் யாரையும் விரும்பும் நிலையில் இல்லாத அவள், ஏங்கியதெல்லாம் அழுவதற்குத் தனிமையான, அமைதியான இடத்திற்காக மட்டும்தான். அதே அதிகாரத் திமிர் கொண்ட, அவளைவிட இரண்டு வயது மூத்தவளான மாமன் மகள் ஹில்டெப்ராண்டா சான்ச்சேஸ் மட்டும்தான் முதல்முறையாகப் பார்த்தபோதே அவளுடைய நிலைமையைப் புரிந்துகொண்டாள். அவளும் ஒரு பொறுப்பற்ற காதலில் வெந்துகொண்டிருந்தால் இவளைப் புரிந்துகொண்டாள். அவளோடு பகிர்ந்துகொள்ளத் தயார்செய்து வைக்கப்பட்டிருந்த படுக்கையறைக்கு அந்திசாயும் நேரத்தில் அழைத்துச் சென்றாள். பிட்டங்களில் எரியும் புண்ணோடு ஃபெர்மினா தாஸா எப்படி உயிரோடு இருக்கிறாள் என்பதை அவளால் புரிந்துகொள்ள முடியவில்லை.

பட்டாசுக் கோட்டையின் வெடிச்சத்தங்கள் வீட்டின் அடித்தளத்தையே நடுங்க வைத்தபோது, இரட்டையர்களோ என்று தோன்றுமளவுக்குத் தனது கணவரைப் போலவே தோன்றிய இனிமையான பெண்ணான அவளுடைய தாயாரின் உதவியோடு, உட்கார்ந்து குளிக்க இருக்கையை ஏற்பாடு செய்த அவள், ஆர்னிகா ஒத்தடத்தால் எரிச்சலையும் குறைத்தாள்.

விருந்தினர்கள் நள்ளிரவு வாக்கில் புறப்பட்டுவிட்டனர். பொதுவிருந்து பல நெருப்புத் துண்டங்களாகப் பிரிந்தது. தூங்குவதற்கு மடபோலம்[11] சட்டையை ஃபெர்மினா தாஸாவுக்கு இரவல் கொடுத்த மாமன் மகள் ஹில்டெப்ராண்டா, திடீரென்ற மகிழ்ச்சியின் தாக்குதலில் மூழ்கடித்த இறகுத் தலையணைகளும் மிருதுவான விரிப்புகளும் கொண்ட கட்டிலில் படுத்துக்கொள்ள அவளுக்கு உதவினாள். படுக்கையறையில் அவர்கள் ஒரு வழியாக தனியாக இருந்தபோது, கதவைத் தாழிட்ட பிறகு, தேசியத் தந்தித் துறையின் சின்னங்களோடு மெழுகால் முத்திரையிடப்பட்ட மணிலா உறையைப் படுக்கை விரிப்பின் அடியிலிருந்து எடுத்தாள். வெள்ளைக் கார்டேனியா மலரின் ஆழமான நறுமணத்தை ஃபெர்மினா தாஸாவின் இதயத்தின் நினைவில் மலர வைக்கவும், பிறகு மெழுகு முத்திரையைப் பல்லால் கடித்துக் காட்டுத்தனமான பதினோரு தந்திகளின் கண்ணீரின் சதுப்பு நிலத்தில் விடியும்வரை உழன்றுகொண்டிருக்கவும், மாமன் மகளின் குறும்புத்தனத்தில் மிளிர்ந்த முகபாவத்தைப் பார்த்ததே போதுமானதாக இருந்தது.

பிறகுதான் அவர் அதைத் தெரிந்துகொண்டார். பயணத்தைத் தொடங்கும் முன்பு, மைத்துனர் லிசீமாகோ சான்ச்சேஸுக்குத் தந்தி மூலம் தெரிவித்த தவறைச் செய்தார் லொரென்ஸோ தாஸா. அவரும் தன் பங்கிற்கு மாகாணத்தின் பல்வேறு நகரங்களிலும் கிராமங்களிலும் சிதறிக் கிடந்த பரந்த, சிக்கலான உறவு வட்டத்திற்கு அதை அனுப்பிவைத்தார். அதனால், முழுமையான பயணத் திட்டத்தைத் தெரிந்துகொண்டது மட்டுமில்லாமல், கபோ த லா வேலாவின் கடைசிப் பண்ணைவரை ஃபெர்மினா தாஸாவின் பாதையை இடைவிடாமல் பின்தொடரத் தந்திச் சேவகர்களின் பெரிய சகோதரத்துவத்தையும் ஃப்ளோரென்டினோ அரிஸா உருவாக்கிக்கொண்டான். மூன்று மாதங்கள் தங்கியிருந்த வள்ளேடுபாருக்கு அவள் வந்து சேர்ந்ததிலிருந்து, ஒன்றரை ஆண்டுகள் கழித்து, கடைசியாகத் தன்மகள் மறந்துவிட்டதை உண்மை என்று நினைத்து வீடு

11. ஆந்திராவின் மேற்கு கோதாவரி மாவட்டத்தில் நரசப்பூருக்கு அருகிலுள்ள மடபோலத்தில் தயாரிக்கப்படும் மென்மையான பருத்தி ஆடை. பதினேழாம் நூற்றாண்டில் கிழக்கிந்தியக் கம்பெனி அங்கு ஒரு தொழிற்சாலையை நடத்திவந்தது.

திரும்ப முடிவெடுத்த லொரென்ஸோ தாஸா ரியோஹச்சாவில் பயணத்தை நிறைவு செய்ததுவரை, அவளோடு நெருக்கமான தொடர்பைப் பராமரிக்க அவனுக்கு அது உதவியது. அத்தனை வருடங்களுக்குப் பிறகு தங்களது பழங்குடியின் தவறான அபிப்ராயங்களைக் கைவிட்டுவிட்டுத் திறந்த மனதோடு அவரைத் தங்களில் ஒருவராக ஏற்றுக்கொண்ட மாமியார்களின் முகஸ்துதிகளால் கவனம் சிதறிய அவரது கண்காணிப்பு எந்த அளவுக்குத் தளர்ந்திருந்தது என்பதை ஒருவேளை அவரேகூட உணராமல் இருந்திருக்கலாம். பயணம் தாமதமான நல்லிணக்கமாக இருந்தது, அது நோக்கமாக இல்லாவிட்டாலும்கூட. உண்மையில், நேர்மையானதாக இருக்க வாய்ப்பில்லை என்று தோன்றுமளவுக்குச் சுலபமான தாகத் தோன்றிய மலைக்கழுதை வியாபாரத்தோடு வழக்கமாக எல்லா இடங்களுக்கும் பயணம்செய்த, முரட்டுத்தனமான, வாயாடியான, பூர்வீகம் இல்லாத அகதியைத் திருமணம் செய்துகொள்ள, ஃபெர்மினா சான்ச்சேஸின் குடும்பம் எல்லா வகையிலும் எதிர்ப்பைத் தெரிவித்தது. அவர் விரும்பிய பெண், கௌரவ உணர்ச்சியால் பைத்தியமாகும் அளவுக்கு உணர்ச்சிவசப்படும் மென்மையான மனம் படைத்த ஆண்களையும் துணிச்சலான பெண்களையும் கொண்ட சிக்கலான பழங்குடி இனத்தைச் சேர்ந்த, அந்தப் பிராந்தியத்தின் ஒரு சராசரிக் குடும்பத்தின் செல்ல மகள் என்பதால் லொரென்ஸோ தாஸாவும் தீவிரமாக விளையாடினார். தடுக்கப்பட்ட காதலின் கண்மூடித்தனமான பிடிவாதத்தோடு தனது விருப்பத்தில் உறுதியாக இருந்தாள் ஃபெர்மினா சான்சேஸ். முன்கூட்டிய கவனக்குறைவைப் புனிதப் போர்வையால் மறைக்கத்தான் செய்கிறாளே தவிர காதலுக்காக அல்ல என்று தோன்றுமளவுக்கு, அத்தனை மர்மத்தோடும் அத்தனை அவசரத்தோடும், குடும்பத்தை மீறி அவரைத் திருமணம் செய்துகொண்டாள்.

இருபத்தைந்து ஆண்டுகளுக்குப் பிறகு, தனது சொந்தக் கதையின் மோசமான இரண்டாவது அரங்கேற்றம்தான் மகளின் காதல் விவகாரங்களில் தனது பிடிவாதம் என்பதை லொரென்ஸோ தாஸா உணரவில்லை. தனது திருமணத்தை எதிர்த்த மைத்துனர்கள் வருந்தியதைப் போலவே, அவர் தனக்கு நேர்ந்த அவமானத்திற்காக அவர்களிடம் வருந்தினார். இருந்தாலும், புலம்புவதில் அவர் வீணடித்துக்கொண்டிருந்த நேரத்தை அவரது மகள் காதல் விவகாரங்களுக்குப் பயன்படுத்திக் கொண்டாள். அப்படித்தான், தனது மைத்துனர்களின் செழிப்பான நிலங்களில் கோவேறு கழுதைகளை அடக்கிக்கொண்டும், இளங்காளைகளைக் காயடித்துக்கொண்டும் அவர் திரிந்து கொண்டிருந்தபோது, தன்னைவிட இருபது வயது மூத்த,

திருமணமாகிக் குழந்தைகளோடு இருந்த ஒருவன்மீது வைத்த, எதிர்காலமற்ற ஆசையைக் கள்ளத்தனமான பார்வைகளால் தீர்த்துக்கொண்ட, பேரழகும் நல்ல குணமும் கொண்ட ஹில்டெப்ராண்டா சான்ச்சேஸின் கட்டளைக்குக் கட்டுப்பட்ட மாமன் மகள்களின் மந்தையில், அவள் சுதந்திரமாகத் திரிந்து கொண்டிருந்தாள்.

வள்ளேடுபாரில் நீண்ட காலம் தங்கியிருந்த பிறகு பூத்துக் குலுங்கும் புல்வெளிகள், கனவுப் பள்ளத்தாக்குகள் வழியாக மலையடிவாரத்தில் பயணம் தொடர்ந்தது. முதல்முறை வந்தபோது வரவேற்கப்பட்டதைப் போலவே இசையோடும் பட்டாசுகளோடும் புதிதாகச் சேர்ந்த உறவினர்களோடும் காலம் தவறாத தந்திச் செய்திகளோடும் எல்லாக் கிராமங்களிலும் வரவேற்கப்பட்டார்கள். அந்த வளமான மாகாணத்தில் வாரத்தின் எல்லா நாட்களுமே பண்டிகைதான் என்பதைப் போல வாழ்ந்தார்களே தவிர, வள்ளேடுபாருக்குத் தான் வந்துசேர்ந்த மாலைப்பொழுதில் தனியாக ஒன்றும் நடக்கவில்லை என்பதை வெகு விரைவிலேயே ஃபெர்மினா தாஸா உணர்ந்துகொண்டாள். கிட்டத்தட்ட வழக்கமாக நடப்பதைப் போல, தந்தி வந்து சேர்வதற்கு முன்பே யாராவது வந்துவிடலாம் என்பதால், மூன்று கறித்துண்டுகளோடு அடுப்பில் கொதித்துக்கொண்டிருக்கும் பாத்திரமும் தொங்குப் படுக்கையும் எப்போதும் தயாராக இருக்கும் திறந்த கதவுகளைக் கொண்ட வீடுகள் என்பதால், விருந்தினர்கள் பசிகண்ட இடத்தில் உண்டார்கள், இரவுகண்ட இடத்தில் உறங்கினார்கள். ரத்த நாளங்கள் வழியாகத் தோற்ற மூலங்கள்வரை பாய்ந்த மகிழ்ச்சியின் துடிப்போடு வழி நடத்தியபடி, எஞ்சிய பயணத்தில் அவளோடு துணைக்கு வந்தாள் மாமன் மகள் ஹில்டெப்ராண்டா சான்சேஸ். நிதானத்தையும் வாழ்வதற்கான விருப்பத்தையும் மீட்டெடுத்த சுதந்திரக் காற்றால் நிரம்பிய இதயத்தோடு, ஃபெர்மினா தாஸா தன்னை உணர்ந்தாள். முதல்முறையாகத் தனக்குத்தானே அரசியாக உணர்ந்தாள், ஆதரவையும் பாதுகாப்பையும் உணர்ந்தாள். பழமை ஏக்கத்தின் விபரீதமான தெளிவோடு அண்மைக் காலத்தில் நடந்ததைப் போல நினைவில் உருப்பெற்றிருந்த அந்தப் பயணத்தைத் தன் இறுதிக் காலத்திலும் நினைவுகூர்ந்தாள்.

ஒருநாளிரவு அன்றாட நடைப் பயிற்சியிலிருந்து திரும்பிய போது, காதல் இல்லாமல் மட்டுமல்ல காதலுக்கு எதிராகவும்கூட மகிழ்ச்சியாக இருக்க முடியும் என்ற எண்ணம் தோன்றி அவளை அதிரவைத்தது. க்ளியோஃபோஸ் மொஸ்கோத்தேவின் அளவு கடந்த சொத்தின் ஒரே வாரிசோடு தனது மகளின் திருமணத்தை ஏற்பாடு செய்யலாம் என்ற யோசனையை

முன்வைத்த லொரென்ஸோ தாஸாவுடனான, தனது பெற்றோரின் உரையாடலைக் கேட்டு வியப்படைந்த அவளுடைய அத்தை மகள்களில் ஒருத்தி (அவளுக்குத் தெரிவித்திருந்ததால்), அந்தத் தோற்றம் அவளுக்கு அதிர்ச்சியளித்தது. ஃபெர்மினா தாஸாவுக்கு அவனைத் தெரியும். நேர்த்தியான, திறமையான, வைரங்களைப் பெருமூச்சு விடவைக்கும் கனவு போன்ற இமைகளைக் கொண்ட, திருப்பலி நகைகளைப் போலத் தோன்றிய மிக ஆடம்பரமான சேணங்களோடு, தனது அற்புதமான குதிரைகளில் சுழன்று சதுக்கங்களில் அவன் சாகசம் செய்ததைப் பார்த்திருக்கிறாள் என்றாலும், வறுமையிலும் மெலிந்தும் மடியில் கவிதைப் புத்தகத்தோடு பூங்காவின் பாதாம் மரத்தடியில் உட்கார்ந்திருந்த ஃப்ளோரென்டினோ அரிஸாவின் நினைவை அவனோடு ஒப்பிட்டுப் பார்த்தாள். அவளது இதயத்தில் சந்தேகத்தின் நிழல்கூட இல்லை.

அந்த நாட்களில், குறி சொல்லும் பெண்ணொருத்தின் கணிப்புகளால் வியப்படைந்த ஹில்டெப்ராண்டா சான்ச்சேஸ், அவளைச் சந்தித்த பிறகு மாயைகளில் பிதற்றியபடி சுற்றிக்கொண் டிருந்தாள். தன் தந்தையின் திட்டத்தால் பயந்துபோயிருந்த ஃபெர்மினா தாஸா தானும் அவளைப் பார்க்கச் சென்றாள். எதிர்காலத்தில் மகிழ்ச்சிகரமான நீண்டதொரு திருமண வாழ்க்கைக்கு எந்தவிதமான தடையும் இல்லை என்று சீட்டுகள் அவளுக்குச் சொல்லின. காதலித்தவனைத் தவிர வேறு ஒருவனொடு அப்படிப்பட்ட மங்களகரமான எதிர்காலம் இருக்க முடியும் என்று நினைக்காததால், அந்தக் கணிப்பு அவளுக்கு மூச்சைத் திரும்பக் கொடுத்தது. அந்த உறுதியால் மனநிறைவடைந்த அவள், பிறகு தனது வாழ்க்கையைத் தீர்மானிக்கும் பொறுப்பைத் தானே ஏற்றுக்கொண்டாள். அப்படித்தான் மாயையான நோக்கங்கள், விருப்பங்கள் ஆகியவற்றின் கச்சேரியாக இருந்த ஃப்ளோரென்டினோ அரிஸாவுடனான தந்திப் போக்குவரத்து முறையானதாகவும் இயல்பானதாகவும் முன்னெப்போதும் இல்லாத அளவுக்குத் தீவிரமானதாகவும் மாறின. மறுபடியும் சந்தித்ததும், எந்த இடமாக இருந்தாலும் எந்த நேரமாக இருந்தாலும், யாரையும் கலந்தாலோசிக்காமல் திருமணம் செய்துகொள்வது என்ற உறுதிக்குத் தங்கள் வாழ்க்கையை அர்ப்பணித்துக்கொண்டார்கள், வழிமுறைகளை வகுத்துக் கொண்டார்கள், தேதியை நிர்ணயித்துக் கொண்டார்கள். ஃபொன்சேகா நகரத்தில் பருவ வயதினருக்கான முதல் நடனத்தில் கலந்துகொள்ள அவளது தந்தை அனுமதித்த இரவில், தனது வருங்காலக் கணவனின் அனுமதியில்லாமல் அதை ஏற்றுக்கொள்வது கண்ணியமாகத் தோன்றாத அளவுக்கு, ஃபெர்மினா தாஸா அந்த முடிவைத் தீவிரமானதாகக் கருதினாள்.

அன்றிரவு, அவசரத் தந்தி வந்திருப்பதாக ஃப்ளோரென்டினோ அரிஸாவுக்குத் தெரிவிக்கப்பட்டபோது, லோட்டோரியோ துகுத்தோடு அவன் ஹோட்டலில் சீட்டாடிக்கொண்டிருந்தான்.

நடனத்தில் கலந்துகொள்ள ஃபெர்மினா தாஸா அனுமதி பெறுவதற்காக இடையிலிருந்த ஏழு நிலையங்களை இணைத்த ஃபொன்சேகா தந்தி ஆபரேட்டர்தான் அது. ஆனால் அனுமதியைப் பெற்ற பிறகும், வெறும் ஆமாம் என்ற பதிலோடு அவள் திருப்தி அடையவில்லை. இணைப்பின் மறுமுனையில் கருவியை இயக்கியது ஃப்ளோரென்டினோ அரிஸாதான் என்பதற்கான ஆதாரத்தைக் கேட்டாள். கர்வம் என்பதைக் காட்டிலும் அதிகமாகத் திகைப்படைந்த அவன், ஒரு அடையாளத் தொடரை உருவாக்கினான்: முடிசூடிய தேவியின் மேல் சத்தியம் செய்ததாகச் சொல்லுங்கள். கடவுச்சொல்லை அங்கீகரித்த ஃபெர்மினா தாஸா, திருப்பலிக்குச் செல்லத் தாமதம் ஆகாமலிருக்க அவசரமாக உடைமாற்ற வேண்டிய அளவுக்குக் காலை ஏழு மணிவரை பருவ வயதினருக்கான முதல் நடனத்தில் ஆடினாள். அந்தக் கட்டத்தில், தந்தை அவளிடமிருந்து எடுத்துக்கொண்டதைவிட அதிகமான கடிதங்களும் தந்திகளும் பெட்டியின் உள்ளறையில் இருந்தன, அவளும் திருமணமான பெண்ணைப் போல நடந்துகொள்ளக் கற்றுக்கொண்டாள். அவளது நடத்தையில் ஏற்பட்டிருந்த அந்த மாற்றங்களை, தூரமும் நேரமும் இளமைக் கற்பனைகளிலிருந்து அவளை மீட்டுவிட்டதற்கான அடையாளமாக லொரென்ஸோ தாஸா கருதினார், ஆனாலும் நிச்சயிக்கப்பட்ட திருமணத்தைப் பற்றி அவளிடம் பேசவில்லை. அத்தை எஸ்கோலாஸ்டிகா வெளியேற்றப்பட்டதிலிருந்து அவள் தந்தைக்கு விதித்திருந்த இயல்பான கட்டுப்பாடுகளுக்கு நடுவில் அவர்களுக்கிடையிலான தொடர்புகள் நீர்த்துவிட்டன. பாசத்தின் அடிப்படையில் நிறுவப்பட்டிருக்கிறது என்பதை யாரும் சந்தேகப்படாத அளவுக்குச் சேர்ந்து வாழ அது மிகவும் வசதியாக இருந்தது.

மூழ்கிக் கிடந்த கப்பலின் புதையலை அவளுக்காக மீட்டெடுப்பதில் உறுதியாக இருப்பதாக ஃப்ளோரென்டினோ அரிஸா கடிதத்தில் அவளிடம் சொல்ல முடிவெடுத்ததும் அந்தக் காலகட்டத்தில்தான். அது உண்மைதான், பார்பாஸ்கோவால்[12] மிதந்த மீன்களின் அளவால் கடல் அலுமினியத் தகடு பதித்ததைப் போலத் தோன்றிய வெளிச்சமானதொரு மாலைப் பொழுதில், உத்வேகத்தின் துடிப்பாக அது அவனுக்குத் தோன்றியது. படுகொலையால் வானத்தின் பறவைகளெல்லாம்

12. அமெரிக்கப் பழங்குடியின மக்கள் மீன்பிடிக்கப் பயன்படுத்தும் நச்சுத்தன்மை கொண்ட ஒரு வகைச் செடி.

கிளர்ந்தெழுந்தன. அந்தத் தடைசெய்யப்பட்ட அதிசயத்தின் பலன்களுக்காகப் பறவைகளோடு சண்டையிட வேண்டாமென்று மீனவர்கள் துடுப்புகளால் அவற்றை விரட்ட வேண்டியிருந்தது. மீன்களைத் தூங்க மட்டுமே வைத்த பார்பாஸ்கோவின் பயன்பாடு, காலனியக் காலத்திலிருந்தே சட்டத்தால் தடை செய்யப்பட்டிருந்தாலும், அதற்குப் பதிலாக டைனமைட் வரும்வரை கரீபிய மீனவர்கள் பட்டப்பகலிலேயே பயன்படுத்திய பொதுவான நடைமுறையாகத் தொடர்ந்து வந்தது. ஃபெர்மினா தாஸாவின் பயணம் தொடர்ந்தபோது, தூங்கும் மீன்களின் பெரிய வலைகளைப் படகுகளில் ஏற்றிக்கொண்டிருந்த மீனவர்களைப் படகுத் துறையிலிருந்து பார்த்துக்கொண்டிருப்பது ஃப்ளோரென்டினோ அரிஸாவின் பொழுதுபோக்குகளில் ஒன்றாக இருந்தது. அதே நேரத்தில், சுறா மீன்களைப் போல நீந்திய சிறுவர்களின் பட்டாளம், தண்ணீருக்கு அடியிலிருந்து எடுத்துக் கொடுக்க நாணயங்களை வீசுமாறு வேடிக்கை பார்த்தவர்களைக் கேட்டுக்கொண்டது. அட்லாண்டிக் கடலின் மறுபுறத்திலிருந்து கப்பல்கள் வருவதைக் கண்டதும் அதே நோக்கத்தோடு நீந்திச் சென்றதும் அதே பட்டாளம்தான். முக்குளிக்கும் கலையில் அவர்களது திறமையைப் பற்றி அமெரிக்காவிலும் ஐரோப்பாவிலும் ஏராளமான பயணக் குறிப்புகள் எழுதப்பட்டிருந்தன. காதலுக்கு முன்பே, தொடக்கத்திலிருந்தே ஃப்ளோரென்டினோ அரிஸாவுக்கு அவர்களைப் பற்றித் தெரியுமென்றாலும், கப்பலின் செல்வத்தை அவர்களால் வெளியில் கொண்டுவர முடியலாம் என்று அவனுக்குத் தோன்றியதில்லை. அன்றைய மாலையில்தான் அவனுக்கு அப்படித் தோன்றியது. அதற்கடுத்த ஞாயிற்றுக்கிழமைமுதல், கிட்டத்தட்ட ஒரு வருடம் கழித்து ஃபெர்மினா தாஸா திரும்பும்வரை, மயக்கத்தில் இருப்பதற்கு மேலும் ஒரு காரணம் அவனுக்குக் கிடைத்துவிட்டது.

பத்து நிமிடம் பேசுவதற்கு முன்பே, கடலுக்கடியில் ஆராய்ச்சி செய்வது என்ற யோசனையால் அவனைப் போலவே உற்சாகமடைந்தான் நீச்சல்காரச் சிறுவர்களில் ஒருவனான யூக்ளிடஸ். கடல் பயணத்திலும் முக்குளிப்பதிலும் அவனுக்கிருந்த ஆற்றல்களைப் பற்றி ஆழமாகத் தெரிந்துகொண்டானே தவிர, தனது முயற்சியின் உண்மையான நோக்கத்தை ஃப்ளோரென்டினோ அரிஸா அவனிடம் சொல்லவில்லை. காற்று இல்லாமல் இருபது மீட்டர் ஆழத்திற்கு மூழ்க முடியுமா என்று கேட்டதற்கு, யூக்ளிடஸ் ஆமாம் என்று பதிலளித்தான். மீன்பிடிப் படகில், புயலுக்கு நடுவில், உள்ளுணர்வைத் தவிர வேறு எந்த உபகரணமும் இல்லாமல் ஆழ்கடலுக்குத் தனியாகப் போக முடியுமா என்று கேட்டதற்கு, யூக்ளிடஸ் ஆமாம் என்றான். சோட்டாவென்டோ தீவுக்கூட்டத்தின் பெரிய தீவின்

வடமேற்கில் பதினாறு கடல்மைல் தொலைவில் குறிப்பிட்டதொரு இடத்தைக் கண்டுபிடிக்க முடியுமா என்று கேட்டதற்கு, யூக்ளிடஸ் ஆமாம் என்றான். நட்சத்திரங்களால் திசையறிந்து இரவில் பயணம் செய்ய முடியுமா என்று கேட்டதற்கு, யூக்ளிடஸ் ஆமாம் என்றான். மீன்பிடிக்க உதவுவதற்கு மீனவர்கள் கொடுத்த அதே தினக்கூலிக்கு அதைச் செய்யத் தயாரா என்று கேட்டதற்கு ஆமாம் என்ற யூக்ளிடஸ், ஞாயிற்றுக்கிழமைகளில் ஐந்து ரியால்கள் கூடுதல் கட்டணம் கேட்டான். சுறாக்களிடமிருந்து காப்பாற்றிக்கொள்ளத் தெரியுமா என்று கேட்டதற்கு, அவற்றை அச்சுறுத்த மந்திரங்கள் இருப்பதால் ஆமாம் என்றான் யூக்ளிடஸ். விசாரணை மாளிகையில் சித்திரவதைக் கருவிகளில் போட்டாலும் ரகசியத்தைக் காப்பாற்றுவாயா என்று கேட்டதற்கு, ஆமாம் என்று பதிலளித்ததான் யூக்ளிடஸ். எதற்குமே இல்லையென்று சொல்லவில்லை என்பதாலும், ஆமாம் என்பதை அத்தனை பொருத்தமாகச் சொல்லத் தெரிந்திருந்ததாலும், அவனைச் சந்தேகிக்க வழியே இல்லை. கடைசியாகச் செலவுக் கணக்கைப் பார்த்தான். படகு வாடகை, துடுப்பு வாடகை, ஆராய்ச்சியின் நோக்கத்தை யாரும் சந்தேகிக்கக் கூடாது என்பதற்காகத் தூண்டிலை வாடகைக்கு எடுப்பது. தின்பண்டங்கள், ஒரு குடம் நல்ல தண்ணீர், எண்ணெய் விளக்கு, ஒரு கட்டு மெழுகுவர்த்தி ஆகியவற்றோடு அவசரம் ஏற்பட்டால் உதவிக்கு அழைக்க ஒரு வேட்டைக்காரனின் ஊதுகுழலையும் அவசியம் எடுத்துக் கொண்டு போக வேண்டும்.

கப்பலின் சாளரம் வழியாகப் புகுந்து போவதற்காகவே படைக்கப்பட்டதைப் போன்ற விலாங்கு மீன் உடலோடு, சலிக்காமல் பேசிக்கொண்டிருந்த, வேகமான, தந்திரமான, பன்னிரண்டு வயதுச் சிறுவன் அவன். அசலான நிறத்தைக் கற்பனைகூடச் செய்ய முடியாத அளவுக்கு வெயில் அவனுடைய தோலைக் கருக்கியிருந்தது. அது அவனுடைய பெரிய மஞ்சள் வண்ணக் கண்களை மிகவும் பிரகாசமாகத் தோன்றச்செய்தது. அப்படிப்பட்ட சாகச முயற்சிக்கு அவன்தான் சரியான துணையென்று உடனடியாக முடிவெடுத்தான் ஃப்ளோரென்டினோ அரிஸா. அடுத்து வந்த ஞாயிற்றுக்கிழமை மேலும் தாமதமில்லாமல் வேலையைத் தொடங்கினார்கள்.

தேவையான பொருட்களோடும் சிறப்பான ஏற்பாடுகளோடும் விடியலிலேயே மீன்பிடித் துறைமுகத்திலிருந்து புறப்பட்டார்கள். வழக்கமாக அணியும் கோவணத்தோடு கிட்டத்தட்ட நிர்வாணமாக இருந்தான் யூக்ளிடஸ். நீண்ட அங்கியும், நிழலுக்குத் தொப்பியும், உயர்வகைக் காலணியும், கழுத்துப்பட்டியும் அணிந்து, தீவுகளுக்குப் போய்ச்சேரும்வரை

பொழுதுபோக்குவதற்காக ஒரு புத்தகத்தையும் கொண்டுவந்தான் ஃப்ளோரென்டினோ அரிஸா. முக்குளிப்பதைப் போலவே படகு செலுத்துவதிலும் யூக்ளிடஸ் மிகவும் திறமையானவன் என்பதையும், விரிகுடாவின் குப்பைகளைப் பற்றியும் கடலின் தன்மையைப் பற்றியும் அற்புதமான அறிவு பெற்றவன் என்பதையும் முதல் ஞாயிற்றுக்கிழமையிலேயே அவன் உணர்ந்து கொண்டான். ஸ்பானியர்கள் வளைகுடாவின் நுழைவாயிலை அடைத்திருந்த சங்கிலிக் கண்ணிகளின் எண்ணிக்கை, உடைசல்கள் ஒவ்வொன்றின் தோற்றம், மிதவைகள் ஒவ்வொன்றின் வயது, கப்பலின் மேல்தளங்கள் ஒவ்வொன்றும் துருப்பிடித்த கதை ஆகியவற்றை எதிர்பார்க்க முடியாத விவரங்களோடு அவனால் சொல்ல முடிந்தது. தனது பயணத்தின் நோக்கம் பற்றியும் தெரிந்திருக்குமோ என்ற அச்சத்தில் சில தந்திரமான கேள்விகளை அவனிடம் கேட்ட ஃப்ளோரென்டினோ அரிஸா, மூழ்கிய கப்பலைப் பற்றி யூக்ளிடஸுக்குக் கொஞ்சம்கூடச் சந்தேகம் இல்லை என்பதை உணர்ந்துகொண்டான்.

நடைபாதை ஹோட்டலில் புதையலின் கதையை முதல்முறையாகக் கேட்டதிலிருந்து, துடுப்புக் கப்பல்களின் இயல்புகளைப் பற்றி இயன்ற அளவுக்குத் தெரிந்துகொண்டான் ஃப்ளோரென்டினோ அரிஸா. பவளப்பாறைகளின் கீழ் சான் ஹோசே கப்பல்மட்டும் தனியாகக் கிடக்கவில்லை என்பதைத் தெரிந்துகொண்டான். உண்மையில், கண்டப் பகுதிக் கடற்படையின் முதன்மைக் கப்பலாகத் திகழ்ந்த அது, பனாமாவிலுள்ள போர்ட் பெல்லோவின் புகழ்பெற்ற கண்காட்சியில் திரட்டப்பட்ட பொக்கிஷத்தின் ஒரு பகுதியை ஏற்றிக்கொண்டு, 1708ஆம் ஆண்டு மே மாதத்திற்குப் பிறகு வந்துசேர்ந்தது; பெரு நாட்டிலிருந்தும் வெராக்ரூசிலிருந்தும் திரட்டிய முன்னூறு பெட்டி வெள்ளியும், காந்தாதோரா தீவில் சேகரிக்கப்பட்டு எண்ணப்பட்ட நூற்றுப்பத்து பெட்டி முத்துகளும் வந்து சேர்ந்தன. கப்பல் இங்கே தங்கியிருந்த நீண்ட மாதங்களில் இரவும் பகலும் புகழ்பெற்ற திருவிழாக்களாக இருந்த ஸ்பெயின் ராஜ்ஜியத்தை வறுமையிலிருந்து மீட்பதற்காக எஞ்சிய பொக்கிஷங்களும்; மூசோவிலிருந்தும், சோமோந்தோகோவிலிருந்தும் திரட்டப்பட்ட மரகதக் கற்களும் மூன்று கோடி தங்க நாணயங்களும் கொண்ட நூற்றுப் பதினாறு பெட்டிகளும் ஏற்றப்பட்டன.

பெரியதும் சிறியதுமான பன்னிரண்டுக்கும் குறையாத சரக்குக் கப்பல்களோடு ஒருங்கிணைக்கப்பட்ட கண்டப் பகுதியின் கடற்படை, மிகச் சிறப்பான ஆயுதங்களை ஏந்திய ஃபிரெஞ்சுப் படையின் பாதுகாப்போடு அந்தத் துறைமுகத்திலிருந்து

புறப்பட்டது. இருந்தாலும், வளைகுடாவிலிருந்து வெளியேறும் போது, சோட்டோவென்டோ தீவுக்கூட்டத்தில் அதை எதிர்பார்த்துக் காத்திருந்த தளபதி கார்லோஸ் வேஜரின் தலைமையிலான ஆங்கிலப் படையின் துல்லியமான பீரங்கித் தாக்குதலை எதிர்கொண்டு பயணத்தைத் தொடர முடிய வில்லை. ஆகவே, ஆங்கிலேயர்களின் குண்டுகளுக்குத் தப்பித்த கப்பல்கள் எத்தனை, பலியானவை எத்தனை என்பதற்கு உறுதியான சான்றுகள் எதுவுமில்லை என்றாலும், மூழ்கியது சான் ஹோசே கப்பல் மட்டுமே அல்ல என்பது உறுதி. தனது படையரணில் அசையாமலிருந்த தளபதியோடும் அவரது மொத்தக் குழுவினரோடும் முதலில் மூழ்கிய கப்பல்களில் கொடிமரம் ஏந்திய முதன்மைக் கப்பலும் இருந்தது என்பதிலும், அந்தக் கப்பல்தான் முக்கியமான சரக்குகளை ஏற்றிச்சென்றது என்பதிலும் சந்தேகத்திற்கு இடமில்லை.

அந்தக் காலகட்டத்தின் கடற்பயண அட்டவணைகளி லிருந்து பாய்மரக் கப்பல்களின் பாதையைத் தெரிந்துகொண்ட ஃப்ளோரென்டினோ அரிஸா, கப்பல் கவிழ்ந்த இடத்தை உறுதியாகத் தெரிந்துகொண்டதாக நம்பினான். போகா சிகாவின் இரண்டு கோட்டைகளுக்கு நடுவில் விரிகுடாவிலிருந்து வெளியேறினார்கள். நான்கு மணிநேரப் பயணத்திற்குப் பிறகு, அடியில் தூங்கிக்கொண்டிருந்த நண்டுகளைக் கையால் பிடித்துவிடக்கூடிய பவளப் பாறைகளைக் கொண்ட தீவுக்கூட்டத்தின் உட்புறக் குளத்தில் நுழைந்தார்கள். தண்ணீரில் ஃப்ளோரென்டினோ அரிஸா தனது பிம்பத்தைப் பார்க்குமளவுக்குக் கடல் மிகவும் தெளிவாகவும் அமைதியாகவும் இருந்தது. காற்று மிகவும் மென்மையாக வீசியது. கப்பல் கவிழ்ந்த இடம், பெரிய தீவிலிருந்து இரண்டு மணிநேரத் தொலைவில், உப்பங்கழியின் கடைசியில் இருந்தது.

இறுதிச் சடங்கு உடையில் கொளுத்தும் வெயிலில் அவதிப்பட்டுக்கொண்டிருந்த ஃப்ளோரென்டினோ அரிஸா, இருபது மீட்டர் ஆழத்திற்கு மூழ்கவும், அங்கு கிடைப்பது எதுவாக இருந்தாலும் கொண்டுவரவும் முயற்சி செய்யும்படி யூக்ளிடஸிடம் சொன்னான். அவன்மீது மோதாமல் நீந்திய நீலச்சுறாக்களுக்கு மத்தியில் அடிபட்ட சுறாவைப் போல அடியில் அவன் நீந்துவதைப் பார்க்குமளவுக்குத் தண்ணீர் மிகத் தெளிவாக இருந்தது. பிறகு பவளப் பாறையில் அவன் மறைவதைப் பார்த்தான். மூச்சுவிட அதற்கு மேலும் காற்று போதாது என்று நினைத்தபோது, அவனது முதுகுக்குப் பின்னாலிருந்து குரல் கேட்டது. இடுப்பளவு தண்ணீரில் கைகளை உயர்த்தியபடி கீழே நின்றிருந்தான் யூக்ளிடஸ். எப்போதும் வடக்கு நோக்கி, இன்னும் ஆழமான இடங்களைத் தேடி, சூடான ஆனைத்

திருக்கை, அச்சமூட்டும் கணவாய் மீன்கள், இருண்ட ரோஜாப் புதர்கள் ஆகியவற்றின் மீது அப்படித்தான் பயணித்தார்கள், நேரம் வீணடிக்கப்படுவதை யூக்ளிடஸ் புரிந்துகொள்ளும்வரை.

“எதைக் கண்டுபிடிக்க வேண்டுமென்று என்னிடம் சொல்லா விட்டால், அதை எப்படிக் கண்டுபிடிக்கப்போகிறேன் என்று தெரியவில்லை” என்றான்.

ஆனால் ஃப்ளோரென்டினோ அரிஸா அதை அவனிடம் சொல்லவில்லை. பிறகு பவளப் பாறைகளின் அடியில் உலகத்தின் கீழிருந்த இன்னொரு வானத்தைப் பார்க்க மட்டுமாவது ஆடைகளைக் களைந்துவிட்டுத் தன்னோடு மூழ்குமாறு அவனை அழைத்தான் யூக்ளிடஸ். ஆனால் ஜன்னலிலிருந்து பார்க்க மட்டுமே கடவுள் கடலைப் படைத்தார் என்று சொன்ன ஃப்ளோரென்டினோ அரிஸா, நீந்தக் கற்றுக்கொள்ளவே யில்லை. சற்று நேரத்தில் மாலைப்பொழுது மேகமூட்டமானது. காற்று குளிர்ச்சியாகவும் ஈரமாகவும் மாறியது. மிக விரைவாக இருண்டுவிட்டதால், துறைமுகத்தைக் கண்டுபிடிக்கக் கலங்கரை விளக்கத்தின் உதவி தேவைப்பட்டது. விரிகுடாவில் நுழைவதற்கு முன்பு, வேகவைத்த முட்டைக்கோஸ், மென்மையான பாயா ஆகியவற்றின் தடயத்தை விட்டுச்சென்ற, அட்லாண்டிக் கடலின் மறுபுறத்திலிருந்து வந்த மிகப்பெரிய வெண்மையான ஃபிரெஞ்சுக் கப்பல் அனைத்து விளக்குகளையும் எரியவிட்டபடி மிகஅருகில் கடந்துபோனதைக் கண்டார்கள்.

மூன்று ஞாயிற்றுக்கிழமைகளை அப்படி வீணடித்த அவர்கள், யூக்ளிடஸோடு தனது ரகசியத்தைப் பகிர்ந்துகொள்ள ஃப்ளோரென்டினோ அரிஸா முடிவெடுக்காமல் இருந்திருந்தால், அவை அனைத்தையும் இழந்துகொண்டே இருந்திருப்பார்கள். பிறகு தேடுதல் திட்டத்தை அவன் முற்றிலும் மாற்றியமைத்தான். ஃப்ளோரென்டினோ அரிஸா யூகித்திருந்த இடத்திலிருந்து கிழக்கில் இருபது கடல்மைல் தூரத்திற்கு அப்பாலிருந்த, பாய்மரக் கப்பல்களின் பழைய வழித்தடத்திற்குப் போகத் தொடங்கினார்கள். இரண்டு மாதங்களுக்கு முன்பாக, கடலில் மழைபெய்த ஒரு மாலைப்பொழுதில், யூக்ளிடஸ் அதிக நேரம் கடலில் மூழ்கியிருந்தான். ஃப்ளோரென்டினோ அரிஸாவால் துடுப்புப்போட்டு அவனை நெருங்க முடியாததால் தோணியை அடையக் கிட்டத்தட்ட அரை மணிநேரம் அவன் நீந்த வேண்டிய தூரத்திற்கு அது நகர்ந்து சென்றுவிட்டது. கடைசியாகப் படகில் அவன் ஏறியபோது, விடாமுயற்சியின் வெற்றியாகப் பெண்களின் இரண்டு நகைகளை வாயிலிருந்து எடுத்துக் காட்டினான்.

அப்போது அவன் சொன்ன கதை, அதைத் தனது கண்ணால் உறுதிப்படுத்திக்கொள்ள மட்டுமாவது முடிந்த அளவுக்கு மூழ்கிப்

பார்க்கவும், நீந்தக் கற்றுக்கொள்ளவும் ஃப்ளோரென்டினோ அரிஸா முடிவெடுக்கும் அளவுக்கு மிகவும் வசீகரமாக இருந்தது. அந்த இடத்தில் வெறும் பதினெட்டு மீட்டர் ஆழத்தில், எண்ணிக் கணக்கிட முடியாத அளவுக்குப் பழங்காலப் பாய்மரக் கப்பல்கள் பவளப் பாறைகளுக்கிடையே கிடப்பதாகவும், பார்வைக்கு எட்டாத தொலைவுக்கு அவை சிதறிக் கிடப்பதாகவும் கதை சொன்னான். மிகவும் ஆச்சரியமானது என்னவென்றால் விரிகுடாவில் மிதக்கும் கப்பல்களில் மூழ்கிக் கிடந்த கப்பல்களைப் போல அத்தனை சிறப்பானது எதுவும் இல்லையென்று கதை சொன்னான். மூழ்கிய அதே ஜூன் மாதம் ஒன்பதாம் தேதி சனிக்கிழமை காலை பதினொரு மணிச் சூரியனால் இன்னமும் அங்கே ஒளிர்ந்துகொண்டிருக்கும் வகையில், தனது இடத்தோடும் நேரத்தோடும் மூழ்கியதுபோலத் தோன்றியதால், மூழ்கிய கப்பல்கள் ஆழத்தில் தெரிவதாகவும், பல கப்பல்கள் அவற்றின் பாய்மரங்களோடு இன்னமும் அப்படியே கிடப்பதாகவும் கூறினான். பின்புறத்தில் பொன்னெழுத்துகளால் பெயர் பொறிக்கப்பட்டிருந்த சான் ஹோஸே பாய்மரக் கப்பல்தான் எளிதில் அடையாளம் கண்டுகொள்ளக்கூடியது என்றாலும், அதே சமயத்தில் ஆங்கிலேயர்களின் பீரங்கிகளால் அதிகம் சேதமடைந்ததும் அதுதான் என்று தனது சொந்தக் கற்பனையின் உந்துசக்தியில் மூச்சுத் திணறியபடி சொன்னான். பீரங்கித் துளைகள் வழியாகக் கைகளை நீட்டிக்கொண்டிருந்த, முன்னூறு வயதுக்கு மேலான திருக்கைக் கணவாய் ஒன்றைப் பார்த்ததாகவும், கப்பலை உடைக்காமல் வெளியில் எடுக்க முடியாத அளவுக்கு உணவு அறையில் அது மிகப் பெரியதாக வளர்ந்துவிட்டதாகவும் கதை சொன்னான். கோட்டை மீன்பண்ணையின் உட்புறப் பக்கவாட்டில் யுத்தச் சீருடையோடு மிதந்துகொண்டிருந்த தளபதியின் உடலைப் பார்த்ததாகவும்,நுரையீரலில் போதுமான அளவுக்குக் காற்று இல்லாத காரணத்தால் புதையல் இருந்த பாதாள அறைக்குள் நுழைய முடியவில்லை என்றும் சொன்னான். அதற்கான ஆதாரங்கள்: ஒரு மரகதக் காதணியும், உப்பு அரித்த அதன் சங்கிலியோடு புனிதக் கன்னியின் பதக்கமும்.

திரும்பி வருவதற்குச் சிறிது காலத்திற்கு முன்பு ஃபொன்சேகா நகரத்திற்கு அனுப்பிய கடிதத்தில்தான் ஃப்ளோரென்டினோ அரிஸா புதையலைப் பற்றி ஃபெர்மினா தாஸாவுக்கு முதல்முறையாகக் குறிப்பிட்டிருந்தான். மூழ்கிக் கிடந்த புதையலை மீட்டெடுக்கத் தன்னோடு சேர வேண்டுமென்று ஒரு ஜெர்மானிய முக்குளிப்பு நிறுவனத்தை இணங்கவைக்க நேரத்தையும் பணத்தையும் வீணடித்துக்கொண்டிருந்த லொரென்ஸோ தாஸா, அதைப் பற்றிப் பலமுறை பேசியதை அவள் கேட்டிருந்ததால், மூழ்கிய பாய்மரக் கப்பலின் கதை அவளுக்கு நன்றாகத்

தெரிந்திருந்தது. மூழ்கிய கப்பலின் கதை யாரோ ஒரு கொள்ளைக்கார ஆளுநரால் உருவாக்கப்பட்டது என்றும் அந்த வகையில் மகுடத்தின் செல்வத்தைக் கொள்ளையடித்ததை அதன் மூலம் மறைத்துவிட்டார் என்றும் வரலாற்றுக் கழக உறுப்பினர்கள் அவரை நம்ப வைத்திருக்காவிட்டால், அந்த முயற்சியில் அவர் தொடர்ந்திருப்பார். எப்படி இருந்தாலும், மனிதர்கள் யாராலும் எட்ட முடியாத இருநூறு மீட்டர் ஆழத்தில் கப்பல் கிடந்தது என்பதும், ஃப்ளோரென்டினோ அரிஸா சொன்னதைப் போல இருபது மீட்டர் ஆழத்தில் கிடக்கவில்லை என்பதும் ஃபெர்மினா தாஸாவுக்குத் தெரிந்திருந்தது. ஆனாலும் பாய்மரக் கப்பல் சாகசத்தை அவனது ஆகச்சிறந்த வெற்றிகளில் ஒன்றாகக் கொண்டாடுமளவுக்கு அவனது கவித்துவமான மிகைப்படுத்தலுக்கு அவள் பழகிப்போயிருந்தாள். இருந்தாலும், இன்னும் கூடுதலான மிகைப்படுத்தப்பட்ட விவரங்களோடு, காதல் வாக்குறுதிகளைப் போலவே அத்தனை ஆர்வத்தோடு எழுதப்பட்ட மற்ற கடிதங்களும் தொடர்ந்து வந்தபோது, மாயத்தோற்றங்களில் மயங்கிய தனது காதலன் புத்தியை இழந்துவிட்டான் என்று ஹில்டெப்ராண்டாவிடம் அவள் ஒப்புக்கொள்ள வேண்டியிருந்தது.

அந்த நாட்களில், யூக்ளிடஸ் தனது கட்டுக்கதையின் அத்தனை சான்றுகளையும் வெளிக்கொண்டுவந்துவிட்டதால், அவனுடைய பேச்சு பவளப் பாறைகளுக்கு நடுவில் சிதறிக் கிடந்த காதணிகளையும் மோதிரங்களையும் பற்றியதாக இல்லாமல், பாபிலோனியப் பொக்கிஷத்துடன் அடியில் கிடந்த ஐம்பது கப்பல்களை மீட்பதற்கு ஒரு பெரிய நிறுவனத்தில் முதலீடு செய்வதைப் பற்றியதாக மாறியது. அப்போது, உடனடியாகவோ தாமதமாகவோ நடக்க வேண்டியது நடந்தது, தனது முயற்சியை ஒரு நல்ல முடிவுக்குக் கொண்டுவரத் தன் தாயின் உதவியை நாடினான் ஃப்ளோரென்டினோ அரிஸா. தன் மகனின் அப்பாவித்தனத்தை யாரோ பயன்படுத்திக்கொள்கிறார்கள் என்பதைத் தெரிந்துகொள்ளக் கண்ணாடிக் கற்களை எதிர்வெளிச்சத்தில் பார்ப்பதும், நகைகளின் உலோகத்தைக் கடித்துப்பார்ப்பதும் அவளுக்குப் போதுமானதாக இருந்தது. தனது தொழிலில் ஏமாற்று வேலை எதுவும் இல்லையென்று ஃப்ளோரென்டினோ அரிஸாவிடம் யூக்ளிடஸ் மண்டியிட்டுச் சத்தியம்செய்தான், ஆனால் அடுத்த ஞாயிற்றுக்கிழமையோ, அதற்குப் பிறகு வேறெங்குமோ வேறெப்போதுமோ மீன்பிடித் துறைமுகத்தில் அவன் தலைகாட்டவேயில்லை.

கலங்கரை விளக்கத்தின் காதல் மட்டும்தான் ஃப்ளோரென்டினோ அரிஸாவுக்கு அந்தப் பேரழிவில் எஞ்சிய

புகலிடமாக இருந்தது. விரிகடலில் ஒரு புயல் அவர்களைத் திடீரென்று தாக்கிய இரவில் யூக்ளிடசின் தோணியில் அவன் அங்கு வந்தான். அப்போதிலிருந்து கலங்கரை விளக்கத்தின் காவலருக்குத் தெரிந்திருந்த நிலத்தைப் பற்றியும் நீரைப் பற்றியு மான எண்ணற்ற அதிசயங்களைப் பற்றிப் பேசிக்கொண் டிருக்க மாலை நேரங்களில் அங்கு செல்வதை வழக்கமாக்கிக் கொண்டான். உலகத்தின் எத்தனையோ மாற்றங்களைத் கடந்து நின்ற நட்பின் தொடக்கமாக அது இருந்தது. மின்சக்தி வருவதற்கு முன்பு, முதலில் ஏராளமான விறகுகளைக் கொண்டும், பிறகு எண்ணெய்க் கொப்பரைகளைக் கொண்டும் விளக்குக்குத் தீனிபோட ஃப்ளோரென்டினோ அரிஸா கற்றுக்கொண்டான். விளக்கை இயக்கவும் கண்ணாடிகளைக் கொண்டு அதைப் பெரிதாக்கவும் கற்றுக்கொண்டான். கலங்கரை விளக்கக் காப்பாளரால் இயக்க முடியாத சந்தர்ப்பங்களில், கோபுரத்தி லிருந்து கடலின் இரவுகளைக் கண்காணித்துக்கொண்டிருப்பான். அடிவானத்தில் விளக்கின் அளவைக் கொண்டும் குரலைக் கொண்டும் கப்பல்களை அடையாளம் காணவும், கலங்கரை விளக்கத்தின் பிரகாசத்தில் அவற்றிடமிருந்து ஏதோவொன்று அவனிடம் திரும்பிவருவதை உணரவும் கற்றுக்கொண்டான்.

பகலில், குறிப்பாக ஞாயிற்றுக்கிழமைகளில், அவனுடைய மகிழ்ச்சி வேறொன்றாக இருந்தது. பழைய நகரத்தின் பணக்காரர்கள் வசித்த வைஸ்ராய் மாவட்டத்தில், பெண்களின் கடற்கரை ஆண்களின் கடற்கரையிலிருந்து செங்கல் சுவரால் பிரிக்கப்பட்டிருந்தது; ஒன்று கலங்கரை விளக்கத்தின் இடப்புறமும் மற்றொன்று அதன் வலப்புறமுமாக. அதனால், ஒரு பீசோ கொடுத்துப் பெண்களின் கடற்கரையைப் பார்த்துக்கொண் டிருக்கத் தொலைநோக்கி ஒன்றை அமைத்தார் கலங்கரை விளக்கத்தின் காவல்காரர். கவனிக்கப்படுவது தெரியாமல், செருப்புகளோடும் தொப்பிகளோடும், கிட்டத்தட்டத் தெருவில் அணியும் ஆடைகளைப் போலவே உடலை மறைத்ததோடு கவர்ச்சியும் குறைவாக இருந்த, பெரிய பாவாடைக் குளியல் உடையில், மேட்டுக்குடிகளைச் சேர்ந்த இளம்பெண்கள் தங்களால் முடிந்த அளவுக்குக் காட்டிக்கொண்டிருந்தார்கள். பக்கத்துக் கடற்கரையின் ஆண்கள் தண்ணீருக்கு அடியில் வந்து கவர்ந்துகொண்டு போய்விடுவார்கள் என்ற அச்சத்தில், பெரிய திருப்பலிக்குப் போகும் அதே ஆடைகளோடும், அதே சிறகுத் தொப்பிகளோடும், அதே பருத்தித் துணிக் குடைகளோடும், பிரம்பு நாற்காலிகளில் வெயிலில் உட்கார்ந்திருந்த தாய்மார்கள், கரையிருந்து அவர்களைக் கண்காணித்துக்கொண்டிருந்தார்கள். தொலைநோக்கி வழியாகத் தெருவில் பார்க்க முடிவதைவிட அதிகமாகவோ, அதிக உற்சாகம் தருவதாகவோ ஒன்றையும்

பார்க்க முடிவதில்லை என்பது உண்மைதான் என்றாலும், அடுத்தவரின் வேலிக்கு அப்பாலிருந்த சுவையற்ற கனிகளை ருசிக்கும் மகிழ்ச்சிக்காகத் தொலைநோக்கிக்காகச் சண்டையிட்டுக்கொள்ள, ஒவ்வொரு ஞாயிற்றுக்கிழமையும் ஏராளமான வாடிக்கையாளர்கள் கூடினார்கள்.

இன்பம் துய்ப்பதைக் காட்டிலும் சலிப்பின் காரணமாகவே ஃப்ளோரென்டினோ அரிஸா அவர்களில் ஒருவனாக இருந்தான் என்றாலும், கலங்கரை விளக்கக் காவலாளியின் உற்ற நண்பனாக ஆனதற்கு அந்தக் கூடுதலான ஈர்ப்பு காரணமாக இருக்கவில்லை. ஃபெர்மினா தாஸாவின் புறக்கணிப்பிற்குப் பிறகு, அவளுக்குப் பதிலாகச் சில்லறைக் காதல்களின் காய்ச்சலால் பாதிக்கப்பட்டபோது, கலங்கரை விளக்கத்தைத் தவிர வேறு எங்கும் அவன் மகிழ்ச்சியாக நேரத்தைக் கழிக்கவுமில்லை. தனது துரதிர்ஷ்டங்களுக்குச் சிறந்ததொரு ஆறுதலைக் காணவுமில்லை என்பதுதான் உண்மையான காரணம். அது அவனுக்கு மிகப்பிடித்த இடமாக இருந்தது. அதை வாங்க அவனுக்கு உதவ வேண்டுமென்று தனது தாயையும், அதற்குப் பிறகு மாமா பன்னிரண்டாவது லூயியையும் பல வருடங்களாக அவன் ஒப்புக்கொள்ளவைக்க முயலும் அளவுக்குப் பிடித்திருந்தது. கரீபியக் கலங்கரை விளக்கங்கள் அப்போதெல்லாம் தனியார் சொத்துக்களாக இருந்ததால், அவற்றின் உரிமையாளர்கள் கப்பல்களின் அளவுக்கேற்பத் துறைமுகத்தை நோக்கிச் செல்வதற்கு உரிமைக் கட்டணம் வசூலித்தார்கள். குறைந்த முதலீட்டில் நல்ல தொழிலைச்செய்ய கௌரவமான ஒரேவழி என்று ஃப்ளோரென்டினோ அரிஸா நினைத்தாலும், அவனது தாயோ மாமாவோ அப்படி நினைக்கவில்லை. தனது சொந்த முதலீட்டில் அதை வாங்கும் நிலைக்கு அவன் வந்துவிட்டபோது கலங்கரை விளக்கங்கள் அரசின் சொத்துக்களாக மாறியிருந்தன.

இருந்தாலும், அந்த மாயைகளில் எதுவும் வீணாகிவிடவில்லை. பாய்மரக் கப்பலின் கட்டுக்கதையும், பிறகு கலங்கரை விளக்கத்தின் புதுமையும், ஃபெர்மினா தாஸா இல்லாத குறையிலிருந்து அவனுக்கு ஆறுதல் தந்தன. கொஞ்சமும் எதிர்பார்க்காத நேரத்தில் அவள் திரும்பிவரும் செய்தியும் அவனை எட்டியது. உண்மையில், ரியோஹாச்சாவில் நீண்ட காலம் தங்கியிருந்த பிறகு திரும்பிச் செல்ல முடிவெடுத்திருந்தார் லொரென்ஸோ தாஸா. டிசம்பர் மாதத்தின் பருவக் காற்று காரணமாக அது கடலின் சாதகமான காலமாக இல்லை. எதிர்க்காற்றால் இழுத்துச்செல்லப்பட்டுப் புறப்பட்ட துறைமுகத்திலேயே மீண்டும் விடியக்கூடும் என்பதால் பழைய பாய்மரக் கப்பல் மட்டுமே பயணத்தின் ஆபத்தை ஏற்க முன்வந்தது.

கொடூரமான முறையில் குறுகலாக இருந்ததோடு துர்நாற்றத்தாலும் வெப்பத்தாலும் உணவகக் கழிவறையைப் போலத் தோன்றிய தடுப்பறைக் கட்டிலில் கட்டப்பட்டிருந்த ஃபெர்மினா தாஸா, பித்த வாந்தி எடுத்தபடி வேதனையான இரவைக் கழித்தாள். படுக்கையின் பட்டைகள் தெறித்துவிடப்போகின்றன என்ற எண்ணம் அடிக்கடி அவளுக்கு ஏற்படுமளவுக்கு ஆட்டம் மிகப் பலமாக இருந்தது. கப்பல் விபத்தைப் போலத் தோன்றிய வலியால் ஏற்பட்ட கதறலின் துணுக்குகள் மேல்தளத்திலிருந்து அவளை வந்தடைந்தன. பக்கத்துப் படுக்கையில் தந்தையிடமிருந்து வந்த புலியின் உறுமல் போன்ற குறட்டைச் சத்தம் பயங்கரத்தின் இன்னுமொரு அங்கமாக இருந்தது. கிட்டத்தட்ட மூன்று ஆண்டுகளில் முதல்முறையாக ஃப்ளோரென்டினோ அரிஸாவைப் பற்றி ஒரு கணம்கூடச் சிந்திக்காமல் தெளிவானதொரு இரவைக் கழித்தாள். அதற்கு மாறாக, அவள் திரும்பிவர மிச்சமிருந்த முடிவற்ற நிமிடங்களை ஒவ்வொன்றாக எண்ணிக்கொண்டு பின்பக்க அறையின் தொங்குப் படுக்கையில் தூங்காமல் அவன் படுத்திருந்தான். விடியற்காலையில் காற்று திடீரென நின்று விட்டது. கடல் மீண்டும் அமைதியானது. நங்கூரச் சங்கிலியின் சத்தம் எழுப்பிவிட்டதால், கடல் சீற்றத்தின் அழிவுகளையும் தாண்டித் தான் தூங்கிவிட்டதை ஃபெர்மினா தாஸா உணர்ந்தாள். பிறகு கட்டியிருந்த பட்டைகளை அவிழ்த்த அவள், துறைமுகத்தின் ஆரவாரத்தில் ஃப்ளோரென்டினோ அரிஸாவைக் காணும் நம்பிக்கையில் சாளரத்தின் வழியாகப் பார்த்தாள். சூரியனின் முதல் கதிர்களால் பொன்னிறமான பனைமரங் களுக்கு நடுவில் சுங்கக் கிடங்குகளையும் முந்தைய இரவு பாய்மரக் கப்பல் புறப்பட்ட ரியோஹாச்சாவின் அழுகிய மரப்பலகைகளா லான கப்பல் துறையையும்தான் அவளால் பார்க்க முடிந்தது.

நேற்றுவரை அவளிருந்த அதே வீட்டில், பிரியாவிடை கொடுத்துச்சென்ற அதே விருந்தினர்களை வரவேற்றுக்கொண்டும் பேசியதையே பேசிக்கொண்டும், அன்றைய தினத்தின் எச்சம் ஒரு மாயைபோல இருந்தது. ஏற்கெனவே வாழ்ந்த வாழ்க்கையின் துணுக்கை மறுபடியும் வாழும் உணர்வால் திகைப்படைந்தாள். நினைத்துப்பார்க்கும்போதே அச்சத்தைக் கொடுத்த பாய்மரக் கப்பல் பயணமும் அப்படியேதான் இருக்கப்போகிறது என்ற எண்ணமே ஃபெர்மினா தாஸாவை நடுங்கச் செய்யுமளவுக்கு அச்சு அசலாக மறுபடியும் நிகழ்ந்தது. எப்படி இருந்தாலும், ஆண்டிய மாநிலமான காக்காவில் தொடங்கிய புதிய உள்நாட்டுப் போர் கரீபிய மாநிலங்களிலும் பரவியதால், முதல்முறைப் பயணத்தைவிட மேலும் ஆபத்தான நிலைமை களில், மலை முகடுகளின் வழியாக இரண்டு வாரக் கழுதைப் பயணம்தான் வீடு திரும்ப ஒரே மாற்றுவழியாக இருந்தது.

காலரா காலத்தில் காதல்

அதனால், அதே பிரியாவிடைக் கண்ணீரோடும் கப்பலின் தடுப்பறைகளில் அடைக்க முடியாத அதே கடைசி நிமிடப் பரிசுப் பொட்டலங்களோடும் அதே ஆரவாரமான உறவினர்களின் ஊர்வலத்தோடும் இரவு எட்டுமணிக்கு மறுபடியும் அவள் துறைமுகத்தைச் சென்றடைந்தாள். பயணம் தொடங்கிய கணத்தில், குடும்பத்தைச் சேர்ந்த ஆண்கள் வானத்தை நோக்கிச் சுட்டுக் கப்பலுக்கு விடைகொடுத்தனர். கப்பலின் தளத்திலிருந்து லொரென்ஸோ தாஸாவும் கைத்துப்பாக்கியால் ஐந்து முறை சுட்டு அவர்களுக்கு விடைகொடுத்தார். இரவு முழுதும் காற்று இதமாக வீசியதாலும், பாதுகாப்புப் பட்டைகள் இல்லாமல் நன்றாகத் தூங்க உதவிய பூக்களின் வாசனையைக் கடல் கொண்டிருந்ததாலும், ஃபெர்மினா தாஸாவின் கவலை மிக விரைவிலேயே மறைந்துவிட்டது. ஃப்ளோரென்டினோ அரிஸாவை மீண்டும் பார்த்ததாகவும், அவள் வழக்கமாகப் பார்த்துக்கொண்டிருந்த முகம் ஒரு முகமூடி என்பதால் அவன் அதைக் கழற்றிவிட்டதாகவும், ஆனால் அவனுடைய உண்மை யான முகமும் அதைப் போலவே இருந்ததாகவும் அவள் கனவு கண்டாள். கனவின் புதிர் ஆர்வத்தைத் தூண்டியதால், அதிகாலையில் எழுந்துகொண்ட அவள், கப்பல் தளபதியின் உணவகத்தில் பிராந்தியோடு மலைக்காப்பி குடித்துக்கொண் டிருந்த, மதுவால் கண் திருகிக்கொண்டாலும் திரும்புவது நிச்சயமில்லை என்பதைப் பற்றிய எந்த உணர்வையும் வெளிக்காட்டிக்கொள்ளாத தந்தையைக் கண்டாள்.

அவர்கள் துறைமுகத்தில் நுழைந்துகொண்டிருந்தார்கள். கடலில் பல மைல் தூரத்திற்கு உணரப்பட்ட துர்நாற்றமடித்த பொதுச்சந்தையின் குடாவில் நங்கூரமிட்டு நிறுத்தப்பட்டிருந்த படகுகளின் வழியாகப் பாய்மரக் கப்பல் அமைதியாக நுழைந்தது. விடியலை நிறைத்த லேசான தூறல், விரைவிலேயே கனமழையாக உடைந்து கொட்டியது. தந்தி அலுவலகப் பால்கனியிலிருந்து கண்காணித்துக்கொண்டிருந்த ஃப்ளோரென்டினோ அரிஸா மழையால் ஊக்கம் குறைந்த விளக்குகளோடு சந்தைத் துறையின் முன்னால் நங்கூரமிட்ட பாய்மரக் கப்பலை, லாஸ் அனிமாஸ் வளைகுடாவைக் கடக்கும்போதே அடையாளம் கண்டுகொண்டான். முந்தைய நாள் எதிர்க் காற்றால் பாய்மரக் கப்பல் தாமதமாக வருவது தற்செயலான தந்தியால் தெரியவந்த காலை பதினோரு மணிவரையிலும் காத்திருந்த அவன், அன்றைய தினம் அதிகாலை நான்கு மணியிலிருந்தே மறுபடியும் காத்துக்கிடந்தான். புயலைப் பற்றிக் கவலைப்படாமல் இறங்க முடிவுசெய்த சில பயணிகளைக் கரைக்குக் கொண்டுவந்த துடுப்புப் படகுகள்மீது வைத்த பார்வையை அகற்றாமல் காத்திருந்தான். சிக்கிக்கொண்ட படகைப் பாதியிலேயே கைவிட

வேண்டியிருந்ததால், அவர்களில் பலர் சேற்றில் உழன்றபடி படகுத் துறையை அடைந்தார்கள். மழை நிற்பதற்காக வீணாகக் காத்திருந்த பிறகு எட்டு மணிக்குக் கப்பல் தளத்திலிருந்து இடுப்பளவு தண்ணீரில் ஃபெர்மினா தாஸாவை ஏந்திக்கொண்ட கறுப்பு சுமைக்கூலி, அவளைத் தன் கைகளில் தூக்கிக் கரைக்குக் கொண்டுசென்றான். ஆனால் அவள் தொப்பலாக நனைந்திருந்ததால் ஃப்ளோரென்டினோ அரிஸாவுக்கு அடையாளம் தெரியவில்லை.

திரும்பி வருவதைப்பற்றித் தகவல் தெரிவிக்கப்பட்டதும் அடிமைகளின் பழைய குடியிருப்பிலிருந்து திரும்பிவந்த கறுப்பின வேலைக்காரி கலா ப்ளாஸிடியாவின் உதவியுடன், பூட்டிக் கிடந்த வீட்டில் நுழைந்து அதைக் குடியிருக்க ஏற்றதாக மாற்றும் அசாத்தியமான வேலையை உடனடியாகச் செய்து முடிக்கும்வரை, பயணத்தில் தான் எந்த அளவுக்கு முதிர்ச்சியடைந்திருந்தோம் என்பதை அவளே உணரவில்லை. ஃபெர்மினா தாஸா வெல்ல முடியாத காதலின் சக்தியால் மட்டுமே மீட்க முடிந்த தூசுக்களின், சிலந்தி வலைகளின் சாம்ராஜ்ஜியத்தின் உரிமையாளராக, தலைவியாக இருந்தாளே தவிர, தந்தையின் அளவு கடந்த சலுகைகளுக்கும் அதே சமயத்தில் கொடுங்கோன்மைக்கும் ஆளான ஒற்றைச் சிறுமியாக இனியும் இருக்கப்போவதில்லை. உலகத்தையே நகர்த்திவிடப் போதுமான ஆற்றல் கொண்ட மூச்சுக்காற்றால் உந்தப்பட்டதாக உணர்ந்ததால் அவள் மிரண்டுவிடவில்லை. திரும்பிய அன்று இரவே, சமையலறை மேசையில் சாக்லேட் பாலைக் குடித்துக்கொண்டிருந்தபோது, வீட்டைப் பராமரிக்கும் அதிகாரத்தைத் தந்தை அவளுக்குக் கொடுத்தார். ஒரு புனிதச் சடங்கின் சம்பிரதாயங்களோடு அதை அவர் செய்தார்.

“உன் வாழ்க்கையின் சாவியை உன்னிடம் தருகிறேன்” என்றார்.

பதினேழு வயது நிறைவடைந்திருந்த அவள், காதலுக்காகத் தான் ஒவ்வொரு அங்குலச் சுதந்திரமும் கிடைத்திருக்கிறது என்ற உணர்வோடு உறுதியான கரத்தோடு அதைப் பெற்றுக்கொண்டாள். கெட்ட கனவுகள் நிறைந்ததொரு இரவுக்குப் பிறகு அடுத்த நாள், பால்கனியின் ஜன்னலைத் திறந்து சிறிய பூங்காவின் சோகமான தூறலையும் தலையை இழந்த தலைவரின் சிலையையும் கவிதைப் புத்தகத்தோடு ஃப்ளோரென்டினோ அரிஸா வழக்கமாக உட்கார்ந்திருக்கும் பளிங்கு இருக்கையையும் மறுபடியும் பார்த்தபோது, திரும்பி வந்ததால் ஏற்பட்ட துன்பத்தை முதல்முறையாக அனுபவித்தாள். தன் ஆன்மா ஆழமாகச் சொந்தம் கொண்ட கணவனாக அவனை நினைத்தாளே

தவிர, சாத்தியமற்ற காதலனாக இப்போது நினைக்கவில்லை. வெளியேறிச் சென்றதிலிருந்து வீணடித்த காலத்தின் சுமை எவ்வளவு, வாழ்ந்திருக்கத் தேவையான செலவு எவ்வளவு, தெய்வம் கட்டளையிட்டபடி தனது ஆடவனை நேசிக்கத் தேவையான காதல் எவ்வளவு என்பதை அவள் உணர்ந்தாள். மழையைப் பொருட்படுத்தாமல் பலமுறை அவன் வந்திருந்த சிறிய பூங்காவில் அவனைக் காணவில்லை என்பது அவளுக்கு வியப்பாக இருந்தது. அவனிடமிருந்து எந்தவிதமான அறிகுறியும் ஒரு சகுனத்திற்காகக்கூடக் கிடைக்கவில்லை; ஒருவேளை செத்துப் போயிருப்பானோ என்ற யோசனையும் உடனே அவளை நடுங்கவைத்தது. ஆனால் திரும்பி வருவதற்கு முன்பு, கடைசி நாட்களின் வெறித்தனமான தந்திகளில், திரும்பி வரும்போது தொடர்பில் இருப்பதற்கான வழியை ஏற்படுத்திக்கொள்ள மறந்துவிட்டார்கள் என்பதால், அந்தக் கெட்ட சிந்தனையை உடனே நிராகரித்தாள்.

உண்மை என்னவென்றால், எதிர்க்காற்றால் முந்தைய நாள் வந்துசேராத அதே பாய்மரக் கப்பல் வெள்ளிக்கிழமை புறப்பட்டதை ரியோஹாச்சாவின் தந்திச் சேவகர் அவனுக்கு உறுதிப்படுத்தும்வரை, அவள் திரும்பி வரவில்லை என்பதில் ஃப்ளோரென்டினோ அரிஸா உறுதியாக இருந்தான். அதனால் வார இறுதியில் அவளது வீட்டில் வாழ்க்கையின் அறிகுறி ஏதாவது தென்படுகிறதா என்று பார்த்துக்கொண்டிருந்த அவன், திங்கட்கிழமை மாலை நேரத்திலிருந்து நகர்ந்துகொண்டிருந்த வெளிச்சம் ஒன்பது மணிக்குப் பிறகு பால்கனிப் படுக்கையறையில் அணைந்துவிட்டதை ஜன்னல் வழியாகப் பார்த்தான். காதலின் தொடக்கக் கால இரவுகளில் தொந்தரவு செய்த அதே கவலைகளின் குமட்டல்களுக்குப் பலியான அவன் தூங்கவில்லை. முதல் சேவலோடு விழித்துக்கொண்ட ட்ரான்சிட்டோ அரிஸா, முற்றத்திற்குப் போன மகன் நள்ளிரவுவரை திரும்பவில்லை என்பதால் அச்சப்பட்டாள். வீட்டில் அவனைக் காணவில்லை. படகுத்துறையில் உலாவப்போன அவன், விடியும்வரை மகிழ்ச்சியில் அழுதுகொண்டும் காற்றிடம் காதல் கவிதைகளை ஒப்புவித்துக்கொண்டும் இருந்தான். எட்டு மணிக்கு, ஃபெர்மினா தாஸாவை வரவேற்பதற்கு ஒரு வழியை யோசிக்க முயன்றுகொண்டு, விழித்திருந்த மயக்கத்தில் திருச்சபை உணவகத்தின் வளைவுகளின் கீழ் உட்கார்ந்திருந்தபோது தனது இதயத்தைக் கிழித்த நிலநடுக்கத்தால் அதிர்ச்சியடைந்தான்.

அவள்தான் அது. முதல்முறையாகப் பள்ளிச் சீருடை இல்லாமல் உடுத்தியிருந்த அவள், வாங்கும் பொருட்களுக்கான கூடையை எடுத்துவந்த கலா ப்ளாசிடியா உடன்வர, தேவாலயச் சதுக்கத்தைக் கடந்து போய்க்கொண்டிருந்தாள். பயணம் செல்லும்

முன்பு இருந்ததைவிட உயரமாகவும் நன்கு உருண்டு திரண்டும் முதிர்ச்சிபெற்ற ஆளுமையால் செம்மையடைந்த அழகோடும் இருந்தாள். அவளது பின்னல் மறுபடியும் வளர்ந்திருந்தது என்றாலும் முதுகில் தளர்வாகத் தொங்கவிடாமல் இடது தோளுக்குமேல் அதை முறுக்கிவிட்டிருந்தாள். அந்தச் சிறிய மாற்றம் அவளது குழந்தைத்தனத்தின் அத்தனை தடயங்களையும் அழித்திருந்தது. அதன் பாதையிலிருந்து பார்வையை விலக்காத சதுக்கத்தைக் கடந்து போகும்வரை தனது இடத்திலேயே திகைத்துப்போய் நின்றிருந்தான் ஃப்ளோரென்டினோ அரிஸா. ஆனாலும் அவனை முடக்கிய அதே தவிர்க்க முடியாத சக்தி அவள் பேராலயத்தின் முனையில் திரும்பிக் கல்பாவிய வணிகத் தெருக்களின் காதைக் கிழிக்கும் சத்தத்தில் மறைந்தபோது, அவளைப் பின்தொடரவும் அவனைக் கட்டாயப்படுத்தியது.

தனது இயல்பான நிலையில் முதல்முறையாகப் பார்த்த, உலகிலேயே தான் அதிகம் நேசித்த பெண்ணின் வயது கடந்த முதிர்ச்சியையும் அவளது பேரழகையும் கருணையையும் சாதாரணக் கையசைவுகளையும் கண்டு வியந்தபடி, மறைவாகப் பின்தொடர்ந்தான். கூட்டத்தில் அவள் சுலபமாக நுழைந்து சென்றது அவனுக்கு வியப்பாக இருந்தது. கலா ப்ளாசிடியா அடுத்தவர்மேல் இடித்துக்கொண்டும் கூடைகளைச் சிக்கவைத்துக்கொண்டும் அவளைத் தவறவிடாமலிருக்க ஓட வேண்டியிருந்தபோது, இருட்டில் வௌவாலைப் போல யாரோடும் மோதிக்கொள்ளாமல், தனக்கான சூழலோடும் தனியான நேரத்தோடும் தெருவின் குழப்பத்திற்கு நடுவில் அவள் சென்றுகொண்டிருந்தாள். தளபாடங்களையும் தின்பண்டங் களையும் மட்டுமின்றிப் பெண்களின் உடைகள் உள்ளிட்ட பொருட்களையும்கூட வீட்டிற்கு வழங்கும் பொறுப்பைத் தந்தையே நேரடியாக எடுத்துக்கொண்டதால், அத்தை எஸ்கோலாஸ்டிகாவுடன் அவள் பலமுறை கடைகளுக்குப் போயிருந்தாலும், அவை சில்லரைக் கொள்முதல்களாகவே இருந்திருக்கின்றன. அதனால், அந்த முதல் கடைவீதிப் பயணம் அவளது குழந்தைப் பருவக் கனவின் வசீகரமான சாகசமாக இருந்தது.

நித்தியக் காதலுக்கு மருந்து கொடுக்க முன்வந்த பாம்பாட்டிகளின் வற்புறுத்தலையோ, புகைந்துகொண்டிருந்த சுருட்டுகளோடு வாசலில் விழுந்துகிடந்த பிச்சைக்காரர்களின் கெஞ்சல்களையோ, பயிற்சிபெற்ற முதலையை விற்க முயன்ற போலி இந்தியனையோ அவள் கண்டுகொள்ளவில்லை. பொருட்களின் தன்மையில் அவசரமில்லாத மகிழ்ச்சியைத் தவிர வேறு காரணமில்லாத தாமதங்களோடு, இலக்கற்ற பாதையில், நுட்பமான நீண்ட சுற்று வந்தாள். விற்பதற்கு எதையாவது

வைத்திருந்த கதவு ஒவ்வொன்றிலும் நுழைந்தாள். வாழும் ஆசையை அதிகரித்த ஏதாவதொன்றை எல்லா இடங்களிலும் கண்டாள். அலமாரிகளில் கைக்குட்டைகளின் வெட்டிவேர் வாசனையை அனுபவித்தாள். அச்சடித்த பட்டாடையைச் சுற்றிக்கொண்டாள். பூக்கள் வரையப்பட்டிருந்த விசிறியோடும் தலையில் சீப்போடும் மனோலா[13] வேடத்தில் எல் ஆலம்ப்ரே த ஓரோவின் முழுஉருவக் கண்ணாடியில் தன்னைப் பார்த்து மெய்மறந்து சிரித்தாள். சான் குவான் த லா சியேநகாவில் அவள் குழந்தையாக இருந்த வடகிழக்குப் பகுதியின் இரவுகளை நினைவூட்டிய மத்திமீன் ஊறுகாய் பாட்டிலை வெளிநாட்டு மளிகைக் கடையில் பார்த்தாள். அதிமதுரத்தின் சுவை கொண்ட அலிகாண்டே இறைச்சித் துண்டை ருசிபார்க்கக் கொடுத்தார்கள். சனிக்கிழமை காலை உணவுக்கு அதில் இரண்டையும் மேலும் சில கடல்பாசித் துண்டுகளையும் பிராந்தியில் ஊறவைத்த ஒரு ஜாடி திராட்சை வற்றலையும் வாங்கிக்கொண்டாள். மசாலாக் கடையில் வாசனையின் சுகத்திற்காக உள்ளங்கையில் கற்பூரவள்ளியையும் அழிஞ்சல் இலைகளையும் பிழிந்த அவள், ஒரு கைப்பிடி வாசனைக் கிராம்பையும் இன்னொரு பிடி நட்சத்திரச் சோம்பையும் மேலும் இரண்டு பிடி இஞ்சித் துண்டுகளையும் இளநீரையும் வாங்கிக்கொண்டு, குடைமிளகாயின் புகையால் தும்மல் அதிகமாக வந்ததால் சிரிப்பின் கண்ணீரில் நனைந்துகொண்டே வெளியே வந்தாள். ஃபிரெஞ்ச் மருந்துக்கடையில் ராய்ட்டர் சோப்புகளையும் சாம்பிராணித் தண்ணீரையும் வாங்கியபோது பாரிசில் புது நாகரிகமாக இருந்த வாசனைத் திரவியத்தைக் காதின் பின்புறத்தில் தடவிவிட்டார்கள். புகை பிடித்த பிறகு பயன்படுத்தும் வாசனை மாத்திரையையும் கொடுத்தார்கள்.

வாங்கும் விளையாட்டில் ஈடுபட்டது உண்மைதான் என்றாலும், அவளுக்காக மட்டும் வாங்கவில்லை; அவனுக்காகவும் வாங்குகிறாள் என்பதை அறிந்திருந்ததால், முதல்முறையாக வாங்குகிறாள் என்று யாரும் நினைத்துவிட அனுமதிக்காத அதிகாரத்தோடு, தனக்கு எது உண்மையிலேயே தேவைப்பட்டதோ அதைப் பற்றி அதிகம் கவலைப்படாமல், இருவரது மேசைகளுக்கும் பன்னிரண்டு கெஜம் துணி, விடியற்காலையில் இருவரின் வியர்வையோடு மின்னும் திருமணப் படுக்கை விரிப்பிற்கு காலிகோ[14] துணி எனக் காதலின் இல்லத்தில் இருவரும்

---

13. கையில் விசிறியோடு காட்சிதரும் பாரம்பரிய ஸ்பானிஷ் பெண்ணின் உருவம்; இருபதாம் நூற்றாண்டில் ஒரு சுற்றுலாத் தலமாக ஸ்பெயின் பெயர் பெற்ற பிறகு பிரபலமானது.

14. கள்ளிக்கோட்டையிலிருந்து இறக்குமதி செய்யப்பட்ட, சொரசொரப்பான பருத்தித் துணி.

சேர்ந்து அனுபவிக்கத் தேவையான ஒவ்வொரு பொருளிலும் மிகவும் நேர்த்தியானதை வாங்கினாள். தள்ளுபடி கேட்டாள், அதைக் கேட்பது எப்படி என்று தெரிந்துவைத்திருந்தாள். சிறந்த தள்ளுபடி கிடைக்கும்வரை பெருந்தன்மையோடும் கண்ணியத்தோடும் பேரம் பேசினாள். சத்தத்தைக் கேட்கும் மகிழ்ச்சிக்காவே கடைக்காரர்கள் பளிங்கு மேசையில் போட்டுப் பார்த்த தங்கக் காசுகளால் விலை கொடுத்தாள்.

ஆச்சரியத்தோடு அவளை வேவு பார்த்த ஃப்ளோரென்டினோ அரிஸா, அவனது சாக்குப் போக்குகளுக்குப் புன்னகையோடு பதிலளித்த வேலைக்காரியின் கூடையில் பலமுறை இடித்துக்கொண்டு மூச்சுவிடாமல் அவளைப் பின்தொடர்ந்தான். தனது வாசனையின் தென்றல் எட்டுமளவுக்கு மிக நெருக்கத்தில் அவனைக் கடந்துசென்றபோதும் அவள் அவனைப் பார்க்கவில்லை என்றால் அது அவளது நடையின் கர்வத்தால்தானே தவிர பார்த்திருக்க முடியாது என்பதால் அல்ல. மிக அழகாகவும் மிகவும் கவர்ச்சியாகவும் சாதாரண மனிதர்களிடமிருந்து மிகவும் தனித்துவம் கொண்டவளாகவும் அவனுக்குத் தோன்றியதால், தெருவின் கற்களில் அவளுடைய காலனிகள் எழுப்பிய சத்தம் அவனைப் போல ஒருவரையும் தொந்தரவு செய்யாதது ஏனென்றோ, அவளுடைய மேலாடையின் நுனி காற்றில் படபடப்பது யாருடைய இதயத்தையும் படபடக்கச் செய்யாதது ஏனென்றோ, அவளது பொன்னான சிரிப்போடும் கைகளின் வீச்சோடும் பின்னலின் காற்றோடும் மொத்த உலகமும் காதலால் பைத்தியமாகாதது ஏனென்றோ அவனுக்குப் புரியவில்லை. அவளது எந்தவொரு சைகையையோ, குணத்தின் குறிப்பையோ அவன் தவறவிடவில்லை என்றாலும், வசீகரத்தைக் கெடுத்துவிடும் அச்சத்தில் அவளை அணுகவும் துணியவில்லை. இருந்தாலும், அவள் எழுத்தர்களின் வாயிலின் களேபரத்துக்குள் நுழைந்தபோது, பல வருடங்களாகக் காத்துக்கிடந்த வாய்ப்பை இழக்க நேர்ந்துவிடும் என்பதை உணர்ந்தான்.

எழுத்தர்களின் வாயில் மோசமான இடம், நிச்சயமாக கண்ணியமான பெண்களுக்குத் தடைசெய்யப்பட்ட இடம் என்று பரவியிருந்த கருத்தை ஃபெர்மினா தாஸாவும் அவளுடைய பள்ளித் தோழிகளோடு பகிர்ந்துகொண்டாள். கழுதைகள் இழுத்துவந்த பாரவண்டிகளும் வாடகைக் கார்களும் நிறுத்தி வைக்கப்பட்டிருந்த, பிரபலமான வர்த்தகம் மிகவும் நெரிசலாக வும் ஆரவாரமாகவும் மாறிக்கொண்டிருந்த சிறிய சதுக்கத்தின் எதிரில் வளைவுகளின் அரங்கமாக அது இருந்தது. புகார் மனுக்களோ, வேண்டுகோள் மனுக்களோ, சட்டவாதங்களோ, வாழ்த்து அட்டைகளோ, துக்க அட்டைகளோ, எந்த வயதிற்கும்

ஏற்ற காதல் கடிதங்களோ எதுவாக இருந்தாலும் ஏழைகளுக்குக் கட்டுப்படியாகும் விலையில் அனைத்து வகையான ஆவணங்களையும் எழுதிக்கொடுத்த, உள்ளாடைகளும் போலியான கையுறைகளும் அணிந்த அமைதியான எழுத்தர்கள் காலங்காலமாக அங்கு உட்கார்ந்திருந்ததால், காலனியக் காலத்தில் அதற்கு அந்தப் பெயர் வந்தது. சந்தடி மிகுந்த அந்தச் சந்தைக்குக் கெட்ட பெயர் வந்ததற்கு, ஆபாசமான அஞ்சல் அட்டைகள், நீடித்த சுகமளிக்கும் களிம்புகள் தொடங்கி, பயன்படுத்துவோரின் விருப்பப்படி முனையில் இதழ் விரியும் பூக்களைக் கொண்ட அல்லது, தேவைக்கேற்பப் படபடக்கும் உடும்புதோல் முகடுகளைக்கொண்ட பிரபலமான காட்டலோனிய ஆணுறைகள்வரை, ஐரோப்பியக் கப்பல்களில் கடத்திவரப் பட்ட சந்தேகத்திற்கிடமான அத்தனை பொருட்களையும் ரகசியமாக விற்ற அண்மைக்கால நடைபாதை வியாபாரிகள்தான் காரணமே தவிர, நிச்சயமாக அவர்கள் காரணமல்ல. அந்தத் தெருவின் பயன்பாடுகளைப் பற்றி அதிகம் அறிந்திருக்காத ஃபெர்மினா தாஸா, பதினொரு மணி வெயிலின் உக்கிரத்திலிருந்து நிம்மதியின் நிழலைத் தேடி எங்கே போகிறோம் என்பதைக் கவனிக்காமல் வாயிலில் நுழைந்தாள்.

செருப்புத் துடைப்பவர்களும் குருவி விற்பவர்களும் மலிவுப் புத்தக வியாபாரிகளும் போலி மருத்துவர்களும் சின்னக்குட்டிக்கு அன்னாசி ரொட்டி, காதல் பித்துக்குத் தேங்காய்ப்பத்தை, செல்லக்குட்டிக்கு வெல்லக்கட்டி என்று கூட்டத்தின் சத்தங்களுக்கு மேல் கூவிய மிட்டாய் வியாபாரிகளும் எழுப்பிய சூடான சத்தத்தில் மூழ்கினாள். ஆனால் சத்தத்தைப் பொருட்படுத்தாத அவள், மந்திர எழுத்து மைகளையும் ரத்தத்தின் தன்மை கொண்ட சிவப்பு மைகளையும் இறுதிச் சடங்குக் குறிப்புகளுக்காகச் சோகச்சாயல் கொண்ட மைகளையும் இருட்டில் படிப்பதற்காக மின்னும் மைகளையும் நெருப்பின் பிரகாசத்தில் வெளிப்படும் கண்ணுக்குத் தெரியாத மைகளையும் எழுதிக் காட்டிக்கொண்டிருந்த பேனா கடைக்காரரால் உடனடியாக வசீகரிக்கப்பட்டாள். ஃப்ளோரென்டினோ அரிஸாவுடன் விளையாடவும் தனது புத்திசாலித்தனத்தால் அவனைப் பயமுறுத்தவும் எல்லா மைகளையும் விரும்பினாள் என்றாலும் பல்வேறு சோதனைகளுக்குப் பிறகு தங்கநிறக் குப்பியை முடிவுசெய்தாள். பிறகு பெரிய ஜாடிகளுக்குப் பின்னால் உட்கார்ந்திருந்த மிட்டாய் வியாபாரிகளிடம் சென்றாள். கூச்சலில் கேட்கவில்லை என்பதால் கண்ணாடி வழியாக விரலால் சுட்டிக்காட்டி ஒவ்வொரு வகையிலும் ஆறு இனிப்புகளை வாங்கினாள்: தேவதை முடிகளில் ஆறு, பால்கோவா ஆறு, எள்ளு

மிட்டாய் ஆறு, மரவள்ளிக் கிழங்கு கேக் ஆறு, சாக்லேட் பார் ஆறு, வெண்பாகு ஆறு, ராணி மிட்டாய் ஆறு, இதில் ஆறு, அதில் ஆறு, அனைத்திலும் ஆறு ஆறு. சர்க்கரைப்பாகை மொய்த்த ஈக்களின் கூட்டத்தைச் சற்றும் பொருட்படுத்தாதவளாக வேதனையிலிருந்து முற்றிலும் அன்னியப்பட்டவளாக, தொடர்ந்துகொண்டிருந்த குழப்பத்திற்கும் கொடிய வெப்பத்தில் எதிரொலித்த நாறும் வியர்வையின் ஆவிக்கும் அன்னியப்பட்டவளாக, அசாத்தியமான அழகோடு வேலைக்காரியின் கூடையில் அவற்றை வீசிக்கொண்டிருந்தாள். கசாப்புக் கத்தியின் முனையில் அன்னாசிப் பழத்தின் முக்கோணத் துண்டைக் கொடுத்த, திரண்டும் அழகாகவும் தலையில் வண்ணத் துணியோடும் இருந்த மகிழ்ச்சியான கறுப்பினப் பெண், அவளை மயக்கத்திலிருந்து எழுப்பினாள். அதை எடுத்து முழுவதுமாக வாயில் போட்டுச் சுவைத்தாள். கூட்டத்தில் அலைந்துகொண்டிருந்த பார்வையோடு அதைச் சுவைத்தபோது ஒரு அதிர்ச்சி அவளைத் தன்னிடத்தில் நிற்கவைத்தது. முதுகுக்குப் பின்னாலிருந்து, ஆரவாரத்தில் அவளுக்கு மட்டுமே கேட்கக்கூடிய அளவுக்குக் காதுக்கு மிக நெருக்கமாக ஒலித்த குரலைக் கேட்டாள்.

"முடிசூடிய தேவதைக்கு ஏற்ற இடம் இதுவல்ல."

தலையைத் திருப்பிய அவள், முதல்முறையாக மிக நெருக்கத்தில் அவனிருந்த நள்ளிரவுத் திருப்பலியின் சலசலப்பில் பார்த்ததைப் போலவே, தனது கண்களிலிருந்து இரண்டு கையகலத் தூரத்தில் இரண்டு பனிக்கட்டிக் கண்களையும் கொந்தளிப்பான முகத்தையும் பயத்தில் உறைந்த உதடுகளை யும் பார்த்தாள் என்றாலும், அப்போது போலில்லாமல் ஏமாற்றத்தின் படுகுழியைத்தான் உணர்ந்தாளே தவிர காதலின் துடிப்பை உணரவில்லை. அவளுடைய ஏமாற்றத்தின் முழுப் பரிணாமமும் நொடிப்பொழுதில் வெளிப்பட்டது. இப்படிப்பட்ட குரூரமான கற்பனை விலங்கை இத்தனைக் காலம் வரையிலும் எப்படி இதயத்தில் அடைகாக்க முடிந்தது என்று திகிலோடு நினைத்துப்பார்த்தாள். அவளால் சிந்திக்கவே முடியவில்லை: "அடப்பாவி! கடவுளே!" அவளைப் பின்தொடர முயன்ற ஃப்ளோரென்டினோ அரிஸா சிரித்துக்கொண்டே எதையோ சொல்ல முயன்றான். ஆனால் ஒரு கையசைப்பில் அவனைத் தன் வாழ்க்கையிலிருந்து துடைத்தெறிந்தாள்.

"வேண்டாம், தயவுசெய்து அதை மறந்துவிடு" என்றாள்.

அன்று பிற்பகலில், தந்தை தூங்கிக்கொண்டிருந்தபோது, அவனுக்கு இரண்டு வரிக் கடிதமொன்றை கலா ப்ளாசிடியாவிடம் கொடுத்தனுப்பினாள்: "இன்று அதைப் பார்த்தபோது, நம்முடைய

காதல் ஒரு மாயை என்பதற்குமேல் ஒன்றுமில்லை என்பதை உணர்ந்துகொண்டேன்.” அவனது தந்திகளையும் கவிதைகளையும் உலர்ந்த கமேலியா மலர்களையும் எடுத்துச்சென்ற வேலைக்காரி, அவள் அவனுக்கு அனுப்பிய கடிதங்களையும் பரிசுகளையும் திருப்பித்தர வேண்டுமென்று கேட்டாள். அத்தை எஸ்கோலாஸ்டிகாவின் அன்றாடத் திருப்பலி வழிகாட்டிப் புத்தகம், அவளது தோட்டத்தின் இலைக்காம்புகள், புனித பீட்டர் க்ளாவர் அங்கியின் ஒரு சதுர சென்டிமீட்டர் துணி, புனிதர்களின் பதக்கங்கள், பள்ளிச் சீருடையின் பட்டுக் குஞ்சத்தோடு அவளது பதினைந்து வயது முடிப்பின்னல். அடுத்து வந்த நாட்களில் பைத்தியத்தின் விளிம்பிலிருந்த அவன், பல விரக்திக் கடிதங்களை அவளுக்கு எழுதினான். அவற்றை எடுத்துக்கொண்டு போகுமாறு பணிப்பெண்ணை வற்புறுத்தினான். ஆனால் திருப்பிக் கொடுத்த பரிசுகளைத் தவிர வேறெதையும் வாங்கக் கூடாது என்ற கண்டிப்பான உத்தரவை அவள் நிறைவேற்றினாள். மிகக் கடுமையாக அவள் வலியுறுத்தியதால், ஒரே ஒரு கணமாக இருந்தாலும் ஃபெர்மினா தாஸா நேரில் பேச அழைக்காதவரை திருப்பித்தர விரும்பாத பின்னலைத் தவிர, மற்றப் பொருள்கள் அனைத்தையும் ஃப்ளோரென்டினோ அரிஸா திருப்பிக் கொடுத்தான். அதிலும் அவன் வெற்றிபெறவில்லை. தனது மகனின் ஆபத்தான முடிவுக்கு அஞ்சி, தனது கௌரவத்தை விட்டுக்கொடுத்த ட்ரான்சிட்டோ அரிஸா, ஐந்து நிமிடம் கருணை காட்ட வேண்டுமென்று ஃபெர்மினா தாஸாவைக் கேட்டுக்கொண்டாள். கொஞ்சம்கூட இறங்கிவராமலும் அவளை வீட்டிற்குள் அழைக்காமலும், நின்றபடியே வீட்டின் நடைபாதையில் ஒருகணம் அவளைச் சந்தித்தாள் ஃபெர்மினா தாஸா. தனது தாயோடு நடத்திய சண்டையின் முடிவில் இரண்டு நாட்களுக்குப் பிறகு, புனிதச் சின்னத்தைப் போல பின்னலைக் காட்சிக்கு வைத்திருந்த தூசிபடிந்த கண்ணாடிப் பெட்டியைத் தனது படுக்கையறைச் சுவரிலிருந்து இறக்கினான் ஃப்ளோரென்டினோ அரிஸா. தங்க நூலால் பூத்தையல் போட்ட பெட்டியில் வைத்து அதைத் திருப்பிக்கொடுத்தாள் ட்ரான்சிட்டோ அரிஸா. ஐம்பத்தொரு வருடங்கள், ஒன்பது மாதங்கள், நான்கு நாட்களுக்குப் பிறகு, அவளது விதவை வாழ்க்கையின் முதல்நாள் இரவில் நித்திய விசுவாசத்தையும் நிரந்தரக் காதலையும் மீண்டும் உறுதியளித்ததுவரை, மிக நீண்ட வாழ்க்கையின் பல சந்திப்புகளில் ஃபெர்மினா தாஸாவைத் தனியாகச் சந்திக்கவோ, அவளோடு தனியாகப் பேசவோ ஃப்ளோரென்டினோ அரிஸாவுக்கு மீண்டும் வாய்ப்பே கிடைக்கவில்லை.

3

இருபத்தெட்டு வயதில் டாக்டர் குவெனல் உர்பினோ மிகவும் விரும்பத்தக்க இளைஞராக இருந்தார். மருத்துவத்திலும் அறுவை சிகிச்சையிலும் அவர் உயர்கல்வி பயின்ற பாரிஸ் நகரத்தில் நெடுங்காலம் தங்கியிருந்த பிறகு நாடு திரும்பிய அவரிடம், திடமான நிலத்தில்[1] கால் பதித்ததிலிருந்து ஒரு நிமிடத்தைக்கூட வீணடிக்கவில்லை என்பதற் கான அறிகுறிகள் ஏராளமாகத் தென்பட்டன. சென்றபோது இருந்ததைவிட மிகவும் நேர்த்தி யாகவும் மிகுந்த கட்டுப்பாட்டோடும் அவர் திரும்பி வந்தார். அவரது துறையில் அவரைப் போலக் கண்டிப்பும் புலமையும் கொண்ட அவரது தலைமுறையைச் சேர்ந்த நண்பர்கள் யாருமில்லை, அவரைப் போல அற்புதமாகப் பியானோ வாசிக்கவும் நவீன இசைக்கு நன்றாக ஆடவும் யாருமில்லை. அவருடைய தனிப்பட்ட வசீகரத்திற்கும் கெட்டியான குடும்பச் சொத்திற்கும் மயங்கிய அவரது வட்டாரப் பெண்கள், அவரோடு சேர்ந்திருக்க ரகசியக் குலுக்கல் நடத்தினார்கள். அவர்களோடு சேர்ந்து அவரும் விளையாடினார் என்றாலும் ஃபெர்மினா தாஸாவின் சாமானிய வகுப்புப் பெண்ணின் வசீகரத்திற்குப் பரிபூரண மாகச் சரணடையும்வரை, தனது கௌரவமும் கவர்ச்சியும் குலையாமல் பார்த்துக்கொண்டார்.

அந்தக் காதல் மருத்துவத் தவறால் ஏற்பட்டது என்று சொல்லிக்கொள்ள அவர் விரும்புவார். அது நடந்தது என்பதையே அவரால் நம்ப முடிய வில்லை, அதுவும் தன்னுடைய நகரத்திற்கு இணையான இன்னொன்று உலகத்திலேயே இல்லையென்று மறுபேச்சுக்கு இடமில்லாமல் அவர் நம்பிக்கொண்டிருந்த, அதைப் பற்றி அடிக்கடி

---

1. கரீபியத் தீவில் வசிக்கும் மக்கள் ஸ்பெயின், ஃபிரான்ஸ் உள்ளிட்ட பெருநிலப் பகுதிகளைத் திடமான நிலம் என்ற பொருளில் ‘தியர்ரா ஃபெர்மே’ என்று அழைக்கிறார்கள்.

பேசிக்கொண்டிருந்த, அந்த நகரத்தின் எதிர்காலத்தில் அவருடைய வேட்கை முழுவதையும் குவித்திருந்த அந்தக் காலகட்டத்தில் நடந்தது என்பதை அவரால் நம்பவே முடியவில்லை. விறகு அடுப்புகளில் முந்திரியை வறுக்கும் மலையக வாசனையோடும் மந்தமான துருத்தி இசையோடும் வெளிப்புற மொட்டை மாடிகளில் முத்தமிட்டுச் சலிக்காத காதலர்களோடும் இலையுதிர் காலத்தின் பிற்பகுதியில் பாரிஸ் நகரத்தில் தற்காலிகக் காதலியோடு கைகோத்தபடி நடந்தபோது, அந்தப் பொன்னான மாலைப்பொழுதைவிடவும் தூய பேரின்பத்தைக் கற்பனை செய்வதுகூடச் சாத்தியமில்லை என்று அவருக்குத் தோன்றும். ஆனால் இதற்கெல்லாம் ஈடாக கரீபிய ஏப்ரல் மாதத்தின் ஒரே ஒரு கணத்தைக்கூட மாற்றிக்கொள்ளத் தயாராக இல்லையென்பதை இதயத்தில் கைவைத்துச் சொல்லிக்கொண்டார். இதயத்தின் நினைவாற்றல் கெட்டதை நீக்கிவிட்டு நல்லதைப் பெரிதுபடுத்தும் என்பதையும் அந்தத் தந்திரத்தால்தான் நம்மால் கடந்த காலத்தைச் சமாளிக்க முடிகிறது என்பதையும் அறிந்துகொள்ளும் அளவுக்கு அவர் இன்னும் முதிர்ச்சி பெறவில்லை. ஆனால் காலனியக் குடியிருப்பின் வெள்ளைக் கோபுரங்களையும் கூரைகளில் அசையாமல் உட்கார்ந்திருந்த கழுகுகளையும் பால்கனிகளில் உலர்த்தப்பட்டிருந்த ஏழைகளின் ஆடைகளையும் கப்பல் தளத்திலிருந்து மீண்டும் பார்த்தபோது, பழமை ஏக்கத்தின் இதமான பொறிகளுக்கு எவ்வளவு எளிதாகப் பலியாகிவிட்டோம் என்பதைப் புரிந்துகொண்டார்.

நீரில் மூழ்கிய விலங்குகளின் மிதக்கும் கம்பளத்தின் வழியாகக் கப்பல் விரிகுடாவில் நுழைந்தது. பெரும்பாலான பயணிகள் நாற்றத்திலிருந்து தப்பிக்கத் தங்களுடைய அறைகளில் தஞ்சம் புகுந்து கொண்டனர். துக்கத்தால் என்பதைவிட அச்சத்தால் தொண்டை அடைத்ததைக் காட்டாமல் இருக்குமளவுக்குக் கட்டுப்பாட்டோடு, வெள்ளையான நேர் வகிடு பிரித்த தலைமுடியோடும் இளமையாகத் தோற்றமளித்த பாஸ்தியர் தாடியோடும் உடுப்பில் தூசிபடாமல் தடுக்கும் மேலங்கியோடும் கச்சிதமான அல்பக்கா[2] உடையணிந்திருந்த இளம் மருத்துவர் நடைமேடையில் இறங்கினார். சீருடை அணியாமல் வெறுங்காலிலிருந்த வீரர்களால் பாதுகாக்கப்பட்ட கிட்டத்தட்ட வெறிச்சோடிக் கிடந்த துறைமுகத்தில், நெருக்கமான நண்பர்களோடு தாயாரும் சகோதரிகளும் அவருக்காகக் காத்திருந்தார்கள். இயல்பாகத் தோன்றினாலும் அவர்கள் திக்கற்றும் நிலைகுலைந்தும் இருப்பதைப் பார்த்தார். உள்நாட்டுச்

2. தென் அமெரிக்காவில் காணப்படும் அல்பக்கா என்ற ஒட்டக வகை விலங்கின் கம்பளியில் தைத்த உடை.

சண்டையைப் பற்றியும், நெருக்கடி நிலையைப் பற்றியும் நமக்குத் தொடர்பில்லாதது, எங்கோ தொலைவில் நடப்பது என்பதைப் போலப் பேசினார்கள் என்றாலும், அவர்களுடைய குரலிலிருந்த மழுப்பலான தொனியும் கண்களிலிருந்த நடுக்கமும் வார்த்தைகளின் பொய்மையைக் காட்டிக்கொடுத்தன. தனது நேர்த்தியாலும் சமூக அக்கறையாலும் வாழ்க்கையில் முத்திரை பதித்த, இன்னமும் இளமையாகவே இருந்த, இப்போது விதவைக் கோலத்தின் கற்பூர வாசனையில் மெதுவான தீயில் வாடிய தாயாரின் நிலைமைதான் அவரை மிகவும் பாதித்தது. மெழுகைப் போல வெளுத்துப்போய் வந்திருக்கிறாயே என்ற கேள்வியை மகனிடமிருந்து எதிர்பார்த்து முந்திக்கொண்டு அவரிடம் கேட்டதால், மகனின் குழப்பத்தில் அவர் தன்னை அடையாளம் கண்டிருக்க வேண்டும்.

“இதுதான் அம்மா வாழ்க்கை! பாரீஸ் நகரத்தில் உங்கள் நிறம் மாறிவிடும்” என்றார்.

கொஞ்ச நேரத்திற்குப் பிறகு, மூடிய வண்டியில் தாயாரோடு வெப்பத்தில் மூழ்கியபோது, ஜன்னல் வழியாகப் புகுந்த யதார்த்தத்தின் கடுமையை அவரால் தாங்கிக்கொள்ள முடிய வில்லை. கடல் சாம்பல் நிறத்தில் தெரிந்தது. மார்க்கேஸ்களின் பழங்கால அரண்மனைகள் பிச்சைக்காரர்களின் பெருக்கத்திற்குப் பணியும் நிலையில் இருந்தன. திறந்தவெளிச் சாக்கடையின் மயான நாற்றத்தின் பின்னால் மறைந்திருந்த மல்லிகை வாசனையை அவரால் உணர முடியவில்லை. தான் சென்றபோது இருந்ததைவிட எல்லாமே சிறுத்தும் திக்கற்றும் இருண்டும் கிடப்பதாக அவருக்குத் தோன்றியது. வண்டியின் குதிரைகள் பயந்து தள்ளாடுமளவுக்குத் தெருக்களின் சாணக் குவியல்களில் பசித்துக் கிடந்த எலிகள் ஏராளமாக இருந்தன. துறைமுகத்தி லிருந்து வைஸ்ராய்களின் மாவட்டத்தின் இதயத்திலிருந்த அவருடைய வீடுவரை நெடிய பயணத்தில், தனது பழமை ஏக்கத்திற்குத் தகுதியான எதையும் அவர் பார்க்கவில்லை. தோற்றுப்போன அவர், தனது தாயார் பார்த்துவிடாதபடி தலையைத் திருப்பிக்கொண்டு அமைதியாகக் கண்ணீர் வடித்தார்.

உர்பினோ த லா காய்யே குடும்பத்தின் பாரம்பரிய வீடான பழைய மார்க்கேஸ் த கசால்துரோ அரண்மனை இடிபாடுகளுக்கிடையில் சிறப்பாகப் பராமரிக்கப்பட்டதாக இல்லை. இருண்டு கிடந்த முகப்பு மண்டபத்தில் நுழைந்து, உட்புறத் தோட்டத்தின் தூசிபடிந்த நீரூற்றையும் உடும்புகள் நடமாடும் பூக்களில்லாத காட்டுப் புதர்களையும் பார்த்தபோதே நொறுங்கிய இதயத்தோடு அதைத் தெரிந்துகொண்ட டாக்டர் குவெனல் உர்பினோ, முக்கியமான அறைகளுக்குச் செல்லும்

செம்புக் கைப்பிடித் தடுப்புகள் கொண்ட அகலமான படிகளில் பல பளிங்குக் கற்கள் காணாமல் போயிருப்பதையும் மேலும் பல உடைந்திருப்பதையும் கவனித்தார். பெயர் பெற்றவராக இருந்ததைவிடக் கூடுதலாகத் தன்னலமற்ற மருத்துவராக இருந்த அவருடைய தந்தை, ஆறு வருடங்களுக்கு முன்பு மக்களைத் தாக்கிய ஆசிய காலராவால் இறந்துவிட்டார். அவரோடு வீட்டின் ஆன்மாவும் இறந்துவிட்டது. நிரந்தரமாக அனுசரிக்கத் திட்டமிட்டிருந்த துக்கத்தால் மூச்சுத் திணறிய அவருடைய தாயார் திருமதி ப்ளாங்கா, இறந்த கணவரின் அறைக் கச்சேரிகளையும் புகழ்பெற்ற கவிதை மாலைப் பொழுது களையும் ஒன்பது நாள் துக்கமாக மாற்றிக்கொண்டாள். அவர்களுடைய இயல்பான வசீகரத்திற்கும் கொண்டாட்ட மனநிலைக்கும் மாறாக அவருடைய இரண்டு சகோதரிகளும் கன்னி மடத்திற்கு இரையாகிப்போனார்கள்.

இருட்டிலும் அமைதியிலும் பயந்து கிடந்த டாக்டர் குவெனல் உர்பினோ, திரும்பிவந்த அன்றிரவு ஒரு கணம்கூடத் தூங்கவில்லை. சரியாக மூடப்படாத கதவு வழியாகப் படுக்கை யறையில் நுழைந்த கோட்டான், சரியாக ஒரு மணிநேரத்திற்கு ஒருமுறை கூவியபோது, பேரழிவுகளையும் விபத்துகளையும் இரவின் எல்லா விதமான ஆபத்துகளையும் எதிர்கொள்ளத் தனது நினைவுக்கு வந்த அத்தனை பிரார்த்தனைகளையும் மூன்று ஜெபமாலைகளோடு பரிசுத்த ஆவிக்கு அவர் ஜெபித்துக் கொண்டிருந்தார். பக்கத்திலிருந்த புனித மேய்ப்பர் மனநலக் காப்பகத்திலிருந்து பைத்தியம் பிடித்த பெண்களின் பேதலித்த அலறல்களும் வீட்டிற்குள் எதிரொலித்த குடுவையிலிருந்து ஜாடியில் சொட்டிக்கொண்டிருந்த தண்ணீரின் சத்தமும் படுக்கையறையில் தொலைந்துபோன கோட்டானின் காலடிச் சத்தமும் அவரோடு உடன்பிறந்த இருட்டைப் பற்றிய அச்சமும் மிகப்பெரிய மாளிகையில் இறந்துபோன தந்தையின் கண்ணுக்குத் தெரியாத இருப்பும் அவரைக் கொடுமைப்படுத்தின. காலை ஐந்து மணிக்கு அக்கம் பக்கத்துச் சேவல்களுடன் கோட்டானும் சேர்ந்துகொண்டு கூவியபோது இடிந்துகிடந்த பாரம்பரிய வீட்டில் இன்னும் ஒருநாள்கூட வாழ்வதற்கு மனம் வராததால், டாக்டர் குவெனல் உர்பினோ தனது உடலையும் ஆன்மாவையும் தெய்வீகக் கருணையிடம் ஒப்படைத்தார். இருந்தாலும், அவருடைய குடும்பத்தினரின் பாசமும் நாட்டுப்புறத்தில் செலவிட்ட ஞாயிற்றுக்கிழமைகளும் அவரது வகுப்பைச் சேர்ந்த பேராசைபிடித்த திருமணமாகாத பெண்களின் முகஸ்துதிகளும் முதலில் தோன்றிய கசப்புணர்வைத் தணியவைத்தன. அக்டோபர் மாதத்தின் கடுமையான வெப்பத்திற்கும் அதீதமான நாற்றங்களுக்கும் நண்பர்களின் முதிர்ச்சியற்ற தீர்ப்புகளுக்கும்

கவலைப்பட வேண்டாம் டாக்டர், நாளை சந்திப்போம் என்பதைப் போன்ற வழக்கமான மந்திரங்களுக்கும் சரணடையும் வரை கொஞ்சம் கொஞ்சமாகப் பழகிக்கொண்டார். இந்தச் சரணாகதிக்கு ஒரு எளிமையான காரணத்தைக் கண்டுபிடிக்க அவருக்கு வெகுகாலம் பிடிக்கவில்லை. அதுதான் தனது உலகம், கடவுள் தனக்குத் தந்த அடக்குமுறையும் சோகமுமான உலகம் என்றும் அதற்குக் காரணம் தானேதான் என்றும் அவர் கருதினார்.

அவர் செய்த முதல் வேலை தந்தையின் அலுவலகத்தைக் எடுத்துக்கொண்டதுதான். விடியலின் உறைபனியில் பெருமூச்சு விட்ட கெட்டியான, நேர்த்தியான மரங்களால் செய்யப்பட்ட ஆங்கிலேய மரச்சாமான்களை அதனதன் இடத்தில் விட்டு வைத்தார். ஆனால் காதல் மருத்துவம், துணை அறிவியல் ஆகியவை பற்றிய ஆய்வுக் கட்டுரைகளை மாடிக்கு அனுப்பிவிட்டு, ஃபிரான்ஸ் நாட்டின் புதிய மருத்துவத் துறையின் ஆய்வுக் கட்டுரைகளைக் கண்ணாடியிட்ட அலமாரிகளில் வைத்துக்கொண்டார். நிர்வாணமாக இருந்த ஒரு பெண்ணின் மரணத்தை எதிர்த்துப் போராடிய மருத்துவரின் படத்தையும் கோத்திக் எழுத்துகளில் அச்சிடப்பட்ட ஹிப்போக்ரடிக் உறுதிமொழியையும் தவிர, மற்ற மங்கிப்போன படங்களை அகற்றிவிட்டு, அந்த இடத்தில் தந்தையின் ஒரே டிப்ளோமாவோடு பல்வேறு ஐரோப்பியக் கல்லூரிகளில் சிறப்பான தகுதிகளோடு தான் பெற்ற பலவகையான ஏராளமான பட்டங்களைத் தொங்கவிட்டார்.

மிசரிகோர்டியா மருத்துவமனையில் புதுமையான கட்டுப்பாடுகளை விதிக்க முயன்றார். ஆனால் நோய்கள் ஏறிவிடாமல் தடுக்கக் கட்டிலின் கால்களைத் தண்ணீர்ப் பானையில் வைப்பது, நோயைத் தடுக்க நேர்த்தியாக இருப்பது அவசியம் என்று கருதி, அறுவைச் சிகிச்சை அறையில் ஆசாரமான உடைகளையும் மெல்லிய ஆட்டுத்தோல் கையுறைகளையும் வலியுறுத்துவதுபோன்ற பாரம்பரிய மூடநம்பிக்கைகளில் அழுகிக் கிடந்த மருத்துவனை வேரூன்றியிருந்ததால், அவருடைய இளமைத் துடிப்புகளில் தோன்றியதைப் போல அது அத்தனை சுலபமாக இருக்கவில்லை. புதிதாக வந்த இளைஞன் சர்க்கரை நோயைக் கண்டுபிடிக்க நோயாளியின் சிறுநீரைச் சுவைத்துப் பார்த்ததையும் சார்கோட்டையும்[3], ட்ரூசோவையும்[4] அறைத் தோழர்களைப் போல மேற்கோள் காட்டியதையும் தடுப்பூசிகளின்

---

3. ஜீன்–மார்டின் சார்கோட் (Jean-Martin Charcot) நரம்பியலைத் தோற்றுவித்தவராக அறியப்படும் ஃபிரான்ஸ் நாட்டு மருத்துவர். நரம்பியலின் நெப்போலியன் என்று அறியப்படுபவர்.

4. அர்மாண்ட் ட்ரூசோ (Armand Trousseau): மஞ்சள் காமாலை, குரல்வளைக் காச நோய் உள்ளிட்ட பல நோய்களின் நிபுணர்.

கொடூரமான அபாயத்தைப் பற்றி வகுப்பறையில் கடுமையாக எச்சரித்ததையும், புதிதாகக் கண்டுபிடிக்கப்பட்ட எனிமாவின்மீது சந்தேகத்திற்கிடமான வகையில் நம்பிக்கை வைத்திருந்ததையும் அவர்களால் ஏற்றுக்கொள்ள முடியவில்லை. புதுப்பிக்கும் ஆர்வம், வெறித்தனமான சமூக அக்கறை, அமரத்துவம் பெற்ற கோமாளிகளின் தேசத்தில் குன்றிய நகைச்சுவை உணர்வு என அனைத்திலும் அவர் முரண்பட்டார்: உண்மையில் பாராட்டத் தக்க அவருடைய நல்ல குணங்கள் அனைத்தும் மூத்த சகாக்களின் சந்தேகத்தையும் இளைஞர்களின் ஏளனத்தையும் தூண்டின.

நகரத்தின் ஆபத்தான சுகாதார நிலைமைதான் அவருடைய முக்கியமான கவலையாக இருந்தது. எலிகளின் மிகப்பெரிய பண்ணையாக விளங்கிய ஸ்பானிஷ் சாக்கடைகளை மூட வேண்டும், அந்த இடத்தில் அந்தக் காலத்திலிருந்து வழக்கமாகக் கழிவுநீர் சென்றுசேரும் சந்தைக் குடாவில் பாயாமல் தொலைதூரத்தில் குப்பைக் கிடங்கில் பாயும் வகையில் மூடிய சாக்கடைகளைக் கட்ட வேண்டும் என்று உயர்மட்ட அதிகாரிகளிடம் முறையிட்டார். வசதியான காலனிய வீடுகளில் கழிவுநீர்த் தொட்டிகளோடு கழிவறைகள் இருந்தாலும் சதுப்பு நிலத்தின் ஓரத்தில் குடிசைகளில் குடியிருந்த மூன்றில் இரண்டு பங்கு மக்கள் திறந்த வெளியைத்தான் பயன்படுத்தினார்கள். டிசம்பர் மாதத்தின் குளிர்ச்சியான, மென்மையான தென்றலால் அடித்துவரப்பட்ட வெயிலில் காய்ந்து பொடியாகிப்போன மலம், ஈஸ்டர் பண்டிகையின் மகிழ்ச்சியோடு அனைவராலும் சுவாசிக்கப்பட்டது. ஏழைகள் கழிப்பறைகளைத் தாங்களே கட்டிக்கொள்ளக் கற்றுத்தரும் கட்டாயப் பயிற்சியை நகர்மன்றத்தில் விதிக்க முயன்றார் டாக்டர் குவெனல் உர்பினோ. பல நூற்றாண்டுகளாக அழுகிய குளங்களாக மாறிவிட்ட சதுப்பு நிலத்தில் குப்பை கொட்டக் கூடாது என்றும் வாரத்திற்கு இரண்டு முறையாவது குப்பையைச் சேகரித்து மக்கள் வசிக்காத பகுதியில் எரிக்க வேண்டும் என்றும் வீணாகப் போராடினார்.

குடிநீரில் மறைந்திருந்த அபாயகரமான அச்சுறுத்தலை அவர் உணர்ந்திருந்தார். ஆழ்குழாய் பதிப்பதை ஊக்குவித்தவர்கள், பல ஆண்டுகளாகவே தடித்த பாசிப்படலத்தின் கீழ் மழைநீரைச் சேமித்துவைக்க நிலத்தடித் தொட்டிகளை வைத்திருந்ததால், அந்த யோசனையே அருமையானதாகத் தோன்றியது. ஜாடிகளில் இரவும் பகலும் சொட்டிய கல் வடிகட்டி கொண்ட செதுக்கிய மரக்குடங்கள் அந்தக் காலத்தின் விலை உயர்ந்த வீட்டு உபயோகப் பொருட்களில் ஒன்றாக இருந்தது. தண்ணீர் மொள்ளும் அலுமினியக் குவளையைக் குடிப்பதற்கும் பயன்படுத்துவதைத் தடுக்க, அதன் விளிம்புகள் கோமாளி

ராஜாவின் கிரீடத்தைப் போல வெட்டப்பட்டன. நிழலில் வைக்கப்பட்ட சுட்ட மண்பானையின் தெளிவான, குளிர்ச்சியான தண்ணீர், ஒரு வனத்தின் சுவையைத் தந்தது. அத்தனை முன்னெச்சரிக்கைகளையும் தாண்டி, குடங்களின் அடிப்பகுதி லார்வாப் புழுக்களின் சரணாலயமாக இருந்ததை அறிந்திருந்ததால் டாக்டர் குவெனல் உர்பினோ சுத்திகரிப்புப் பித்தலாட்டங்களில் சிக்கிக்கொள்ளவில்லை. லார்வாப் புழுக்கள்தான் தேங்கிய நீரிலிருந்து கன்னிப் பெண்களைக் கவர்ந்து செல்லும் இயற்கைக்கு அப்பாற்பட்ட உயிரினங்களான அனீம்கள் என்றும் அவை காதலின் ஆவேசமான பழிவாங்கும் சக்தி கொண்டவை என்றும் அந்தக் காலத்தில் பலரும் நம்பியதைப் போல அவரும் நம்பியதால், கிட்டத்தட்ட ஒரு புதிரான வியப்போடு அவற்றைப் பார்த்துக்கொண்டிருப்பதில் தனது சிறு வயதின் மெதுவாக நகரும் பல மணிநேரங்களை அவர் செலவிட்டிருக்கிறார். அனீம்களை மறுக்கத் துணிந்த பள்ளி ஆசிரியை லாஸரா கோந்தேவின் வீடு அடித்து நொறுக்கப்பட்டதையும், மூன்று நாட்கள் இரவு பகலாக ஜன்னல்களை நோக்கி வீசப்பட்ட கற்களின் குவியலையும், தெருவில் கண்ணாடித் துண்டுகளின் தடத்தையும் சிறுவயதில் அவர் பார்த்திருக்கிறார். அதனால், அந்தப் புழுக்கள் உண்மையில் கொசுக்களின் லார்வாக்கள்தான் என்பதைத் தெரிந்துகொள்ள அவருக்கு நீண்டகாலம் பிடித்தது. ஆனாலும், அப்போதிலிருந்து நமது மிகச்சிறந்த கல் வடிகட்டிகளின் வழியாக லார்வாக்கள் மட்டுமின்றி மேலும் பல மோசமான அனீம்களும் முழுமையாகக் கடந்து போகும் என்பதை உணர்ந்துகொண்டதால், அதை ஒருபோதும் மறக்காமலிருக்கக் கற்றுக்கொண்டார்.

நகரத்தின் பல ஆண்கள் வெட்கமில்லாமலும் ஒருவிதமான ஆணவமான தேசபக்தியோடும் சகித்துக்கொண்ட விரைவீக்க நோய்க்குத் தொட்டித் தண்ணீர்தான் காரணமென்று நீண்டகால மாகவே பெருமையாகச் சொல்லப்பட்டுவந்தது. குவெனல் உர்பினோ ஆரம்பப் பள்ளிக்குச் சென்ற காலத்தில், கால்களுக்கு நடுவில் தூங்கும் குழந்தையைப் போல மிகப்பெரிய விரைக்கு விசிறிக்கொண்டு வெக்கையான பிற்பகலில் வீட்டு வாசலில் உட்கார்ந்திருந்த மனிதர்களைப் பார்த்த திகிலின் நடுக்கத்தைக் கட்டுப்படுத்திகொள்ள முடிந்ததில்லை. விரைவீக்கம் புயல் வீசிய இரவுகளில் துக்கமான பறவைபோலக் கூவுவதாகவும், பக்கத்தில் கழுகின் சிறகு எரிக்கப்பட்டால் தாங்க முடியாத வலியோடு முறுக்கிக்கொள்வதாகவும் சொல்லப்பட்டது. ஆனால் நன்றாக வளர்ந்த மிகப்பெரிய விரை ஆண்களின் கௌரவங்க ளிலேயே மிகவும் உயர்வானதாகக் கருதப்பட்டதால் அந்தத் துன்பங்களைப் பற்றி யாரும் குறைப்பட்டுக்கொள்ளவில்லை. அப்படிப்பட்ட நம்பிக்கைகள் அறிவியலின்படி தவறானவை

என்பதை ஐரோப்பாவிலிருந்து திரும்புவதற்கு முன்பே டாக்டர் குவெனல் உர்பினோ அறிந்துவைத்திருந்தார் என்றாலும் அந்தப் பகுதியின் மூடநம்பிக்கைகளில் மிகவும் ஆழமாகப் பதிந்திருந்த பலர், கௌரவமான விரைவீக்கத்தை உருவாக்கும் சக்தியை இழந்துவிடும் என்ற அச்சத்தில் தண்ணீர்த் தொட்டிகளில் கனிமங்களைச் சேர்த்துச் செறிவூட்டுவதை எதிர்த்துவந்தனர்.

தண்ணீரின் அசுத்தத்தைப் பற்றிக் கவலைப்பட்ட அதே அளவுக்கு, ஆண்டிலியப் பாய்மரப் படகுகள் நிறுத்திவைக்கப் பட்ட லாஸ் அனிமாஸ் விரிகுடாவின் முன்னால் பரந்த வெளியாக இருந்த பொதுச்சந்தையின் சுகாதார நிலையைப் பற்றியும் டாக்டர் குவெனல் உர்பினோ கவலைப்பட்டார். அந்தக் காலத்தின் புகழ்பெற்ற பயணி ஒருவர் அதை உலகின் மிகவும் விசித்திரமான இடமாக விவரித்தார். அது செல்வத்தில் கொழிப்பதாகவும் வளமானதாவும் ஆரவாரமானதாகவும் இருந்ததோடு நிச்சயமாக மிகவும் ஆபத்தானதாகவும் இருந்தது. சீறும் கடலலைகளின் தயவில் தனது கழிவுகளின் மேல் அது உட்கார்ந்திருந்தது. அந்த இடத்தில்தான் சாக்கடைக் கழிவுகளை வளைகுடா மறுபடியும் தரையில் துப்பியது. பக்கத்திலிருந்த இறைச்சிக் கூடத்தின் கழிவுகளும் துண்டிக்கப்பட்ட தலைகளும் அழுகிய குடல்களும் ரத்தக் குட்டையில் வெயிலிலும் அமைதி யாகவும் மிதந்துகொண்டிருந்த விலங்குகளின் எச்சங்களும் அங்குதான் வீசப்பட்டன. சந்தைக் கடைகளின் கூரைகளில் தொங்கிய சோட்டாவென்டோவின் சுவையான சேவல்களுக்கும் மான்களுக்கும் நடுவில், எலிகளோடும் நாய்களோடும் கழுகுகள் நிரந்தரமாகச் சண்டையிட்டன. அர்ஜோனாவின் வசந்தகாலப் பருப்பு வகைகள் தரையில் பாய்களில் கொட்டிக் கிடந்தன. அந்த இடத்தைச் சுத்தப்படுத்த விரும்பிய டாக்டர் குவெனல் உர்பினோ, சாப்பிடக் கூசுமளவுக்கு மளிகைப் பொருட்களை மிக அழகாகவும் சுத்தமாகவும் வைத்திருந்த பார்சலோனாவின் பழமையான போக்கேரியாக்களில்[5] பார்த்ததைப் போன்ற வண்ணக் கண்ணாடிக் குவிமாடங்களோடு உள்ளரங்கச் சந்தையை உருவாக்க வேண்டுமென்றும் இறைச்சிக் கூடத்தை இன்னொரு இடத்திற்கு மாற்ற வேண்டுமென்றும் விரும்பினார். ஆனால் அவருடைய கற்பனையான வேட்கையின் ஆர்வத்தைக் கண்டு அவரது முக்கியமான கூட்டாளிகளில் மிக இணக்க மானவர்கள்கூடப் பரிதாபப்பட்டார்கள். நகரத்தின் வரலாற்றுச் சிறப்புகளையும் அதன் பூர்வீகப் பெருமையையும் அதன் நினைவுச் சின்னங்களின் விலையையும் தங்களுடைய வீரத்தையும் அழகையும் பறைசாற்றியபடி வாழ்க்கையைக் கழித்தார்கள்.

---

5. கிட்டத்தட்ட ஆயிரம் ஆண்டுகள் பழமைவாய்ந்த, உலகப் புகழ்பெற்ற பார்சலோனாவின் காய்கறிச் சந்தை.

ஆனால் காலம் அவற்றை அரித்துக்கொண்டிருப்பதைக் காணும் திறனற்றவர்களாக இருந்தார்கள். மாறாக, உண்மையின் கண்கொண்டு பார்க்கப் போதுமான அளவுக்கு டாக்டர் குவெனல் உர்பினோ அந்த நகரத்தைக் காதலித்தார். "நானூறு வருடங்களாக இந்த நகரத்தை அழிக்க நாம் முயற்சி செய்து வந்தாலும் இன்னும் வெற்றிபெற முடியாத அளவுக்கு அது உன்னதமானதாக இருக்கிறது" என்றார்.

எனினும், அவர்கள் கிட்டத்தட்ட வெற்றி பெற்றுவிட்டார்கள். தனது முதல் பலிகளைச் சந்தையின் குட்டைகளில் வாங்கிய காலராத் தொற்று, பதினோரு வாரங்களில் வரலாற்றின் மிகப்பெரிய உயிரிழப்பை ஏற்படுத்தியது. அதுவரை இறந்த சில முக்கியமானவர்களைப் பேராயர்களுக்கும் முக்கிய உறுப்பினர்களுக்கும் ஒதுக்கப்பட்ட பகுதியின் அருகில் தேவாலயக் கொடிக்கற்களுக்கு அடியிலும், வசதி குறைவான மற்றவர்களை மடாலயத்தின் முற்றங்களிலும் புதைத்தார்கள். ஏழைகள் வறண்ட கால்வாயால் நகரத்திலிருந்து பிரிக்கப்பட்டிருந்த காற்று வீசும் மலையிலிருந்த கல்லறைக்குக் கொண்டுசெல்லப்பட்டார்கள். அந்தக் கால்வாயின் சிமெண்ட் பாலத்தில் இருந்த விதானத்தில் தீர்க்கதரிசியான ஒரு மேயரின் உத்தரவுப்படி செதுக்கப்பட்ட வாசகம் இருந்தது: இங்கு நுழைபவர்கள் யாவரும் தங்கள் நம்பிக்கையைக் கைவிடுங்கள்[6]. காலராவின் முதல் இரண்டு வாரங்களிலேயே கல்லறை நிரம்பிவிட்டது. பெயர் தெரியாத சமூகப் போராளிகளின் செல்லரித்த எச்சங்கள் சமூக நிலவறைகளுக்கு மாற்றப்பட்ட பிறகும், தேவாலயங்களில் ஒரு இடம்கூடக் காலியாக இல்லை. சரியாக அடைக்கப்படாத கல்லறைகளிலிருந்து வெளியான நீராவியால் தேவாலயத்தில் நல்ல காற்று அருகிவிட்டது. அதிகாலைத் திருப்பலியில் ஃப்ளோரென்டினோ அரிஸாவை முதல்முறையாக ஃபெர்மினா தாஸா நெருக்கத்தில் பார்த்த அந்தக் காலக்கட்டத்தில், மூன்றாண்டுகள்வரை தேவாலயங்களின் கதவுகள் திறக்கப்படவில்லை. மூன்றாவது வாரத்தில் சாண்டா க்ளாரா கன்னிமாடம் அதன் நடைபாதைகள் வரை நிரம்பிவிட்டது. அதைவிடவும் இரண்டு மடங்கு பெரியதான சமுதாயப் பழத்தோட்டத்தை மயானமாகப் பயன்படுத்த வேண்டியிருந்தது. அங்கு அவசரமாகவும் சவப்பெட்டிகள்கூட இல்லாமலும், மூன்று மட்டங்களில் புதைப்பதற்காக ஆழமான குழிகள் தோண்டப்பட்டன. ஆனால் நிரம்பி வழிந்த தரை கால்களுக்கடியில் குமட்டும் ரத்தம் கசியும் பஞ்சைப் போல

6. இத்தாலிய மொழியின் தந்தை என்று அழைக்கப்படும் தாந்தே அலிகியரி (Dante Alighieri) 1472இல் எழுதிய தெய்வீக நகைச்சுவை (Divine Comedy) என்ற கவிதை நூலில் நரகத்தின் நுழைவாயிலில் எழுதப்பட்டிருந்ததாக வரும் வாசகம்.

மாறியதால் அவற்றைக் கைவிட வேண்டியிருந்தது. அப்போது நகரத்திலிருந்து குறைந்தது ஒரு கல் தொலைவிலிருந்த லா மானோ த தியோஸ்[7] என்ற கால்நடைகளைக் கொழுக்கவைத்த பண்ணையில் உடலடக்கத்தைத் தொடர முடிவெடுக்கப்பட்டது. பிறகு அதற்கு 'அனைவருக்குமான கல்லறை' என்று பெயரிடப்பட்டது.

காலரா பிரகடனம் வெளியிட்டதிலிருந்து, வெடிமருந்து காற்றைச் சுத்திகரிக்கிறது என்ற சமூகத்தின் மூடநம்பிக்கைக்கு ஏற்ப, உள்ளூர் அரண்மனையிலிருந்து இரவு பகலாகக் கால் மணிநேரத்திற்கு ஒருமுறை பீரங்கி முழங்கியது. ஏழைகளாகவும் அதிக எண்ணிக்கையிலும் இருந்ததால் கறுப்பின மக்களுக்குக் காலரா மிகக் கொடூரமானதாக இருந்தது என்றாலும் உண்மையில் காலராவுக்கு நிறங்களைப் பற்றியோ பாரம்பரியத்தைப் பற்றியோ எந்த அக்கறையும் இல்லை. தொடங்கியதைப் போலவே திடீரென்று அது முடிந்துபோனது. அதன் அழிவுகளின் கணக்கு எப்போதும் தெரியவில்லை என்றால் அதற்குக் காரணம், நமது அவமானங்களைப் புதைத்துவிடுவது நம்முடைய வழக்கமான நல்லொழுக்கங்களில் ஒன்றாக இருந்ததால்தானே தவிர, அதை நிறுவ முடியாத காரணத்தால் அல்ல.

துரதிர்ஷ்டவசமான அந்த நாட்களில் மக்கள் தலைவராக இருந்த குவெனலின் தந்தை டாக்டர் மார்கோ அவுரேலியோ உர்பினோ, அதன் முக்கியமான பலியாகவும் இருந்தார். தானே சிந்தித்து வழிநடத்திய சுகாதார நடவடிக்கைகளை அதிகாரப்பூர்வமான தீர்மானத்தின் வழியாகச் செயல்படுத்தினார் என்றாலும், தொற்றின் மிக முக்கியமான தருணங்களில் தனது அதிகாரத்திற்கு மேல் எதுவும் இருப்பதாகத் தோன்றாத அளவுக்கு, அவருடைய முயற்சிகள் சமூக ஒழுங்கின் அத்தனை விஷயங்களிலும் தலையிடுவதாக இருந்தது. பல ஆண்டுகளுக்குப் பிறகு, அந்தக் காலத்தின் வரலாற்றை ஆய்வுசெய்த டாக்டர் குவெனல் உர்பினோ, தனது தந்தையின் வழிமுறை அறிவியலைவிடத் தொண்டு செய்வதை மையமாகக் கொண்டிருந்தது என்பதையும், பல வழிகளில் அது பகுத்தறிவுக்கு முரணாக இருந்தது என்பதையும், அதனால் தொற்றின் வெறித்தனத்திற்குப் பெருமளவில் சாதகமாக இருந்தது என்பதையும் உறுதிப்படுத்திக்கொண்டார். கொஞ்சம் கொஞ்சமாகத் தந்தையின் தந்தையாக மாறிக் கொண்டிருந்த மகனின் இரக்க உணர்வோடு அதை அவர் உறுதிப்படுத்திக்கொண்டார். அவருடைய தவறுகளின் தனிமையில் தன் தந்தையோடு இல்லாமல் போனதற்காக முதல்முறையாக வருந்தினார் என்றாலும், அவரது தகுதிகளையும் அவர் மறுக்கவில்லை: விடாமுயற்சி, தியாகம், அனைத்துக்கும்

7. தெய்வத்தின் கரம் என்று பொருள்படும் பெயர் கொண்ட கால்நடைப் பண்ணை.

மேலாக அவருடைய தனிப்பட்ட துணிச்சல் எல்லாமும் நகரம் பேரழிவிலிருந்து மீண்டபோது அவருக்குச் செலுத்தப்பட்ட மரியாதைகளுக்கு அவரைத் தகுதியுடையவராக ஆக்கியது. அதிகப் பெருமையற்ற மற்ற போர்களின் பல போராளிகளின் பெயர்களுக்கு நடுவில் அவருடைய பெயரும் நியாயமாக இடம்பெற்றது.

தன்னுடைய புகழைப் பார்க்க அவர் உயிரோடு இல்லை. மற்றவர்களிடம் பார்த்துப் பரிதாபப்பட்ட, குணப்படுத்த முடியாத உடல்நலக் குறைவைத் தன்னிடமே அவர் கண்டபோது, யாருக்கும் தொற்றக் கூடாது என்பதற்காக உலகத்திலிருந்து தன்னைத் தனிமைப்படுத்திக்கொண்டாரே தவிர, பயனற்ற போராட்டத்தில் ஈடுபடக்கூட முயலவில்லை. மிசரிகோர்டியா மருத்துவமனையின் சேவை அறையொன்றில் தனியாக அடைந்துகொண்டு, தனது குடும்பத்தினரின் வேண்டுகோள்களுக்கும் சக பணியாளர்களின் அழைப்புகளுக்கும் செவிமடுக்காமல், நிரம்பி வழிந்த தாழ்வாரங்களின் தரையில் துன்பப்பட்ட நோயாளிகளின் திகிலிலிருந்து விலகியிருந்த அவர், வாழ்க்கையை எவ்வளவு நேசித்தார், எவ்வளவு தீவிரமாக நேசித்தார் என்பதையும் இருத்தலுக்கான நன்றியையும் தெரிவித்து, உணர்ச்சிவயமான காதல் கடிதத்தைத் தனது மனைவிக்கும் பிள்ளைகளுக்கும் எழுதினார். எழுத்தின் தடுமாற்றம் நோயின் முன்னேற்றத்தைக் காட்டிய, இதயத்தைப் பிளக்கும் இருபது பக்கப் பிரியாவிடைக் கடிதமாக அது இருந்தது. கடைசி மூச்சோடு கையெழுத்திடப்பட்டதைத் தெரிந்து கொள்ள அதை எழுதியவர் யாரென்று தெரிந்திருக்க வேண்டிய அவசியம் இல்லை. அவருடைய குறிப்புகளின்படி, அவரை நேசித்த யாராலும் பார்க்கப்படாமல் அவரது சாம்பலாக்கப்பட்ட உடல் பொதுக் கல்லறையில் சேர்க்கப்பட்டது.

மூன்று நாட்களுக்குப் பிறகு, பாரிஸ் நகரத்தில் நண்பர்களோடு இரவு விருந்தில் இருந்தபோது தந்தியைப் பெற்ற டாக்டர் குவெனல் உர்பினோ, வைன் பரிமாறித் தந்தையின் நினைவைக் கொண்டாடினார். "அவர் நல்ல மனிதர்" என்றார். பிறகு, அழக் கூடாது என்பதற்காக யதார்த்தத்தைத் தவிர்த்த தனது முதிர்ச்சியின்மையை நொந்துகொண்டார். ஆனால் மூன்று வாரங்களுக்குப் பிறகு மரணத்திற்குப் பிந்தைய கடிதத்தின் நகல் கிடைத்தபோது, அவர் யதார்த்தத்திடம் சரணடைந்தார். மற்ற யாரையும் தெரிந்துகொள்ளும் முன்பே தெரிந்துகொண்ட, அவரை வளர்த்துப் படிக்கவைத்த, முப்பத்திரண்டு வருடங்கள் தனது தாயோடு உறங்கிய, முயங்கிய மனிதரின் உருவம் சட்டென்று முழுமையாக அவருக்குத் தெரிந்தது. இருந்தாலும், வெறும் கூச்சத்தால் மட்டுமே உடலோடும் ஆன்மாவோடும் உள்ளது உள்ளபடி அந்தக்

கடிதத்திற்கு முன்பு அவர் வெளிப்படுத்திக் கொண்டதில்லை. அதுவரை, குவெனல் உர்பினோவும் அவருடைய குடும்பத்தினரும் மரணத்தை அடுத்தவருக்கு, அடுத்தவரின் பெற்றோருக்கு, சகோதரர்களுக்கு, அடுத்தவரின் வாழ்க்கைத் துணையருக்கு நடக்கும் துரதிர்ஷ்டமாகத்தான் கருதினார்கள். டாக்டர் உர்பினோவின் குடும்பத்தினர் நினைவுகளாக, வேறொரு சகாப்தத்தின் மூடுபனியாக, மறதிக்குள் கரைந்துபோகும்வரை, காலப்போக்கில் சிறிது சிறிதாக மறைவார்களே தவிர, மூப்படைவதையோ, நோய்வாய்ப் படுவதையோ, இறப்பதையோ பார்க்காத நீண்ட வாழ்க்கையைக் கொண்டவர்கள். கெட்ட செய்தியோடு வந்த தந்தியைவிட, அவருடைய தந்தையின் மரணத்திற்குப் பிந்தைய கடிதம்தான் மரணத்தின் நிச்சயத்திற்கு எதிராக அவரைத் தலைகுப்புற வீசியடித்தது. இருந்தாலும், அவருடைய மிகப்பழைய நினைவுகளில் ஒன்று, ஒன்பது வயதிலோ பதினோரு வயதிலோ இருக்கலாம், ஒரு வகையில் தனது தந்தையின் மரணத்தின் ஆரம்ப அறிகுறியாக இருந்தது. ஒரு மழைக்கால மாலை நேரத்தில் வீட்டின் அலுவலகத்தில் இருவரும் இருந்தனர். அவர் தரை ஓடுகளில் வண்ணச் சாக்கட்டி களால் வானம்பாடியையும் சூரியகாந்தியையும் வரைந்து கொண்டிருந்தார். அவருடைய தந்தை பொத்தான்களைத் தளர்த்திய உடுப்போடும் சட்டைக் கைகளில் மீள்ப்பட்டை களோடும் ஜன்னலின் வெளிச்சத்தில் படித்துக்கொண் டிருந்தார். முனையில் சிறிய வெள்ளிக் கைப்பிடி கொண்ட நீளமான சொறியும் தடியால் முதுகைச் சொறிந்துகொள்வதற் காகப் படிப்பதை அவர் திடீரென்று நிறுத்தினார். அவரால் செய்ய முடியாததால், நகத்தால் சொறிந்துவிடுமாறு மகனிடம் சொன்னார். அவன் சொறிந்துவிட்டபோது, தன்னுடைய உடலை அவர் உணராத விநோதமான உணர்வு ஏற்பட்டது. இறுதியில், சோகப் புன்னகையோடு தோளுக்கு மேல் அவனைப் பார்த்தார்.

“நான் இப்போது இறந்துவிட்டால், உனக்கு என் வயது ஆகும்போது என் நினைவுகூட இருக்காது” என்றார்.

வெளிப்படையான காரணம் எதுவுமில்லாமல்தான் அதைச் சொன்னார். அலுவலகத்தின் குளிர்ச்சியான நிழலில் ஒரு கணம் மிதந்த மரண தேவதை, இறகுகளின் கால்தடத்தைப் பதித்துவிட்டு ஜன்னல் வழியாக வெளியேறினாள். ஆனால் சிறுவன் அதைப் பார்க்கவில்லை. அப்போதிலிருந்து இருபது வருடங்களுக்கு மேல் ஆகிவிட்டன. அந்த மாலைப்பொழுதில் தந்தைக்கு ஆகியிருந்த வயதை குவெனல் உர்பினோ மிகவிரைவில் எட்ட இருந்தார். இவரும் அவரைப் போலவே இருந்தார். அவரைப் போலவே இருக்கும் உணர்வோடு, அவரைப் போலவே

நிலையற்ற மனிதப் பிறவியாக இருக்கும் மிகப்பெரிய உணர்வும் அப்போது சேர்ந்துகொண்டது.

காலரா அவருக்கு ஒரு வெறியாக மாறியது. ஏதோவொரு துணைப்பாடத்தில் வழக்கமாகக் கற்றுக்கொண்டதைவிட அதைப்பற்றி அவருக்கு அதிகமாகத் தெரியாது. முப்பது ஆண்டு களுக்கு முன்பு, பாரிஸ் நகரம் உட்பட, ஃபிரான்ஸ் நாட்டில் ஒரு லட்சத்து நாற்பதாயிரத்திற்கும் அதிகமான மரணங்களை அது ஏற்படுத்தியது என்பது அவருக்கு நம்ப முடியாததாகத் தோன்றியது. ஆனால் தன்னுடைய தந்தையின் மரணத்திற்குப் பிறகு, கிட்டத்தட்ட அவருடைய நினைவை அமைதிப்படுத்தும் தவமாக, காலராவின் பல்வேறு வகைகளைப் பற்றிக் கற்றுக் கொள்ள முடிந்த அனைத்தையும் கற்றுக்கொண்டார். சுகாதாரப் பாதுகாப்பு வட்டங்களை உருவாக்கியவரும் தனது காலத்தின் குறிப்பிடத்தக்க தொற்றுநோய் இயல் நிபுணரும் மாபெரும் நாவலாசிரியரின் தந்தையுமான பேராசிரியர் அட்ரியன் ப்ரௌஸ்ட்டின் மாணவரானார். அதனால், தனது நாட்டிற்குத் திரும்பியபோது சந்தையின் நாற்றத்தைக் கடலிலிருந்தே உணர்ந்ததோடு, சாக்கடைகளில் எலிகளையும் தெருக்களின் குட்டைகளில் குழந்தைகள் நிர்வாணமாக உழன்றதையும் பார்த்த அவர், நடந்த துரதிர்ஷ்டத்தை மட்டுமின்றி, அது எந்தக் கணத்திலும் மீண்டும் நிகழப்போகிறது என்ற நிச்சயத்தை யும் புரிந்துகொண்டார்.

அந்தக் கணம் விரைவிலேயே வந்தது. ஒரு ஆண்டுக்கு உள்ளாகவே, மிசரிகோரிடியா மருத்துவமனையில் அவருடைய மாணவர்கள், உடல் முழுவதும் விசித்திரமான நீலம் பாய்ந்திருந்த தொண்டு நோயாளிக்கு உதவுமாறு அவரிடம் கோரினார்கள். எதிரியை அடையாளம் கண்டுகொள்ள வாசலிலிருந்து பார்த்ததே டாக்டர் குவெனல் உர்பினோவுக்குப் போதுமானதாக இருந்தது. ஆனால் அதிர்ஷ்டம் இருந்தது. குராசோவாவிலிருந்து பாய்மரக் கப்பலில் மூன்று நாட்களுக்கு முன்பு வந்திருந்த நோயாளி, மருத்துவமனையின் புறநோயாளிகள் பிரிவிற்குத் தானாகவே வந்திருந்தாள். அவள் யாருக்கும் நோயைத் தொற்ற வைத்திருக்க வாய்ப்பு இருப்பதாகத் தெரியவில்லை. எப்படி இருந்தாலும், டாக்டர் குவெனல் உர்பினோ தனது சக பணியாளர் களை எச்சரித்தார். தொற்று பாதித்த பாய்மரக் கப்பலைத் தனிமைப்படுத்தும்படி பக்கத்துத் துறைமுகங்களுக்கு அதிகாரி களை எச்சரிக்கை விடுக்கவைத்தார். ஒவ்வொரு கால் மணிநேரத் திற்கும் பீரங்கிச் சிகிச்சையை உடனடியாகத் தொடங்கவும் ராணுவச் சட்டத்தைப் பிறப்பிக்கவும் விரும்பிய சதுக்கத்தின் ராணுவத் தலைவரை அமைதிப்படுத்த வேண்டியிருந்தது.

“தாராளவாதிகள் வரும்போது பயன்படுத்த வெடிமருந்துகளை மிச்சப்படுத்தி வைத்திருங்கள். நாம் இப்போது வரலாற்றின் மத்திய காலத்தில் இல்லை” என்று நல்லுணர்வுடன் அவரிடம் சொன்னார்.

நான்காவது நாளன்று வெள்ளையான, கட்டி கட்டியான வாந்தியோடு மூச்சுத் திணறி, நோயாளி இறந்துவிட்டாள். ஆனால் தொடர்ந்து எச்சரிக்கையாக இருந்தாலும், அடுத்த சில வாரங்களில் எந்தத் தொற்றும் கண்டுபிடிக்கப்படவில்லை. சில நாட்களுக்குப் பிறகு, நகரத்தின் வெவ்வேறு பகுதிகளில் இரண்டு குழந்தைகள் காலராவால் இறந்ததாக *வணிகத் தினசரி* என்ற நாளிதழ் செய்தி வெளியிட்டிருந்தது. ஒரு குழந்தைக்கு வயிற்றுப்போக்கு இருந்தது கண்டுபிடிக்கப்பட்டது. ஆனால் ஐந்து வயதுச் சிறுமியான இன்னொரு குழந்தைதான் உண்மையில் காலரா தொற்றுக்குப் பலியானதாகத் தெரிய வந்தது. அவளுடைய பெற்றோரும் மூன்று சகோதரர்களும் தனிமைப்படுத்தப்பட்டதோடு, மாவட்டம் முழுவதும் கடுமை யான மருத்துவக் கண்காணிப்பின் கீழ் கொண்டுவரப்பட்டது. காலரா தொற்றால் பாதிக்கப்பட்ட குழந்தைகளிலொன்று விரைவிலேயே குணமடைந்தது. ஆபத்து நீங்கியதும் மொத்தக் குடும்பமும் வீடு திரும்பியது. மூன்று மாதங்களில் மேலும் பதினோரு தொற்றுகள் பதிவாயின. ஐந்தாவது மாதத்தில் பரவல் ஆபத்தான நிலைமையை எட்டியது என்றாலும் ஆண்டு இறுதியில் தொற்று நோயின் அபாயங்கள் விலகிவிட்டதாக அவர் கருதினார். டாக்டர் குவெனல் உர்பினோவின் பிரகடனங்களைவிட, சுகாதாரம் குறித்த கண்டிப்புதான் அதிசயத்தைச் சாத்திய மாக்கியது என்பதில் யாருக்கும் சந்தேகமில்லை. அப்போதி லிருந்து அந்த நூற்றாண்டின் பிற்பகுதிவரை, நகரத்தில் மட்டுமின்றிக் கிட்டத்தட்ட கரீபியாவின் கடற்கரை முழுவதிலும் மாக்தலேனா படுகையிலும் காலரா பரவியது என்றாலும், அது ஒரு தொற்றாக மீண்டும் வெடிக்கவில்லை. அரசு அதிகாரத்தால் டாக்டர் உர்பினோவின் எச்சரிக்கைகளைத் தீவிரமாகக் கவனிக்க நெருக்கடிநிலை உதவியது. மருத்துவக் கல்லூரியில் காலராவைப் பற்றியும் மஞ்சள் காமாலையைப் பற்றியும் கற்பிப்பது கட்டாயமானது. சாக்கடைக் கால்வாய்களை அடைப்பதற்கும் குப்பை மேட்டிலிருந்து தொலைவில் வணிக வளாகத்தைக் கட்டுவதற்குமான அவசரம் புரிந்தது. இருந்தாலும், ஃபெர்மினா தாஸாவின் மீது ஏற்பட்ட காதலின் மின்னலால் வாழ்க்கையின் இதர அனைத்தையும் மறந்துவிடவும் மாற்றிக்கொள்ளவும் முடிவுசெய்து, குழம்பியும் மயங்கியும் சிறகொடிந்த நிலையில் இருந்ததால், தன்னுடைய சமூகப் பணிகளை விடாமுயற்சியோடு

தொடர்வதைப் பற்றியோ, தனது வெற்றியைப் பறைசாற்றுவதைப் பற்றியோ டாக்டர் உர்பினோ அப்போது கவலைப்படவில்லை.

நிச்சயமாக ஒரு மருத்துவத் தவறின் பலன்தான் அது. பதினெட்டு வயது நோயாளி ஒருத்திக்குக் காலரா அறிகுறிகள் இருப்பதாகக் கருதிய அவரது மருத்துவ நண்பர் ஒருவர், அவளைச் சென்று பார்க்குமாறு டாக்டர் குவெனல் உர்பினோவைக் கேட்டுக்கொண்டார். அதுவரை பெருவாரியாகக் கறுப்பின மக்களிடையிலும் புறச்சேரிகளிலும் பரவியிருந்த தொற்று, பழைய நகரத்தின் சரணாலயத்திலும் நுழைந்திருக்கக்கூடிய சாத்தியத்தால் பீதியடைந்த அவர், அன்று மாலையே அவளைப் பார்க்கச் சென்றார். அவ்வளவு மோசமில்லாத வேறு சில ஆச்சரியங்களையும் அவர் எதிர்கொண்டார். சுவிசேஷப் பூங்காவில் பாதாம் மர நிழலிலிருந்த வீடு, காலனிய வளாகத்தின் மற்ற வீடுகளைப் போல மிகவும் சிதைந்து கிடப்பதைப் போல வெளியிலிருந்து தோன்றினாலும், அதன் உட்புறத்தில் உலகத்தின் இன்னொரு யுகத்தில் இருப்பதைப் போலத் தோன்றிய அழகின் ஒழுங்கும் வியக்கவைக்கும் ஒளியும் இருந்தன. முகப்பு மண்டபம் சதுரமான, அண்மையில் வெள்ளையடிக்கப்பட்ட, பூத்திருந்த ஆரஞ்சு மரங்களோடு தரையிலும் சுவர்களிலும் அதேவகை ஓடுகள் பதித்த செவிய்ய[8] பாணி முற்றத்தை நேராக அடைந்தது. ஓடும் நீரின் கண்ணுக்குத் தெரியாத முணுமுணுப்பும் தொட்டி களில் தொங்கும் பூச்செடிகளும் வளைவில் அரியவகைப் பறவைகளின் கூடுகளும் இருந்தன. சிறகசைப்பால் முற்றத்தைப் புரியாத வாசனையால் நிரப்பிய மூன்று அரியவகைக் காக்கைகள் பெரிய கூண்டில் இருந்தன. வீட்டில் எங்கேயோ சங்கிலியால் கட்டப்பட்டிருந்த நாய்கள் அந்நியனின் வாசனையால் வெறிபிடித்துத் திடீரெனக் குரைக்கத் தொடங்கின. ஒரு பெண்ணின் அதட்டல் அவற்றை அமைதிப்படுத்தியது. குரலின் அதிகாரத்திற்குப் பயந்து நாலா பக்கங்களிலுமிருந்து குதித்த பூனைகள் பூக்களுக்கு நடுவில் ஒளிந்துகொண்டன. பறவைகளின் அமளிக்கும் கல்லின்மீது தண்ணீர் எழுப்பிய சத்தத்திற்கும் நடுவில் கடலின் பாழடைந்த மூச்சுக்காற்றை உணருமளவுக்கு அப்படியொரு தெளிவான மௌனம் நிலவியது.

கடவுளின் பௌதீக இருப்பின் நிச்சயத்தால் சிலிர்ப்படைந்த டாக்டர் குவெனல் உர்பினோ அப்படிப்பட்ட வீட்டில் நோய் எதிர்ப்புச்சக்தி இருக்குமென்று நினைத்தார். முற்றம் இடிந்த நிலையில் இருந்தபோது ஃப்ளோரென்டினோ அரிஸா முதல் முறையாக ஃபெர்மினா தாஸாவைப் பார்த்த தையலறையின்

---

8. ஸ்பெயின் நாட்டின் தன்னாட்சிப் பகுதியான ஆண்டாலூசியாவின் தலைநகரம்; தனித்துவமான கட்டிடக் கலைக்குப் பெயர்பெற்றது.

ஜன்னலைக் கடந்து, கலா ப்ளாசிடியாவைப் பின்தொடர்ந்து சென்ற அவர், இரண்டாவது மாடிவரை புதிய பளிங்குப் படிக்கட்டுகளில் ஏறி, நோயாளியின் படுக்கையறையில் நுழைவதற்கு முன்பு அறிவிப்பதற்காகக் காத்திருந்தார். ஆனால் கலா ப்ளாஸிடியா ஒரு செய்தியோடு வெளியில் வந்தாள்.

"தந்தை வீட்டில் இல்லாததால் இப்போது உள்ளே நுழைய முடியாது என்று மேடம் சொல்கிறார்."

எனவே, வேலைக்காரி சொன்னபடி, மாலை ஐந்து மணிக்கு அவர் மறுபடியும் வந்தார். தானே முன்கதவைத் திறந்த லொரென்ஸோ தாஸா மகளின் அறைக்கு அவரைக் கூட்டிச் சென்றார். கைகளை மடக்கி, சிரமப்பட்ட மூச்சைக் கட்டுப்படுத்த வீணாக முயற்சித்தபடி பரிசோதனை முடியும்வரை மூலையின் இருட்டில் அவர் உட்கார்ந்திருந்தார். அதிகமாகக் கூச்சப்பட்டது யார்? பட்டுத் துணி இரவு உடையில் கன்னிப் பெண்ணின் அடக்கத்தோடு படுத்திருந்த நோயாளியா அல்லது கண்ணியத்தோடு அவளைத் தொட்டுப் பார்த்த மருத்துவரா என்பதைத் தெரிந்துகொள்வது அத்தனை எளிதானதல்ல. என்றாலும், அவர் பற்றற்ற குரலில் கேள்விகளைக் கேட்க அவள் நடுங்கும் குரலில் பதிலளித்தாளே தவிர, ஒருவரை யொருவர் நேருக்கு நேர் பார்த்துக்கொள்ளவில்லை. இருவருமே இருட்டில் அமர்ந்திருந்த மனிதரைப் பற்றிய உணர்வோடு இருந்தார்கள். கடைசியாக, உட்காரச்சொல்லி நோயாளியைக் கேட்டுக்கொண்ட டாக்டர் குவெனல் உர்பினோ, அவளுடைய இரவு உடையை நேர்த்தியான கவனத்தோடு இடுப்புவரை விலக்கினார்: அவள் கைகளைக் குறுக்கே வைத்து மறைத்துக் கொள்ள விரைவதற்குள், அவளுடைய தொடப்படாத, நிமிர்ந்து நின்ற, குழந்தையின் முலைக்காம்புகள் படுக்கையறையின் இருளில் மின்னலைப் போல ஒரு கணம் பிரகாசித்தன. அதனாலெல்லாம் கலக்கமடையாத மருத்துவர், அவளுடைய முகத்தைப் பார்க்காமல் கைகளை விலக்கி, முதலில் மார்பிலும் பிறகு முதுகிலும், தோல்மீது நேரடியாகக் காதைவைத்து உள்ளுறுப்புகளின் செயல்பாட்டைப் பரிசோதித்தார்.

உயிருள்ள நாள்வரையிலும் தன்னோடு வாழப்போகும் பெண்ணை முதல் முறையாகச் சந்தித்தபோது எந்த உணர்ச்சி யும் ஏற்படவில்லை என்று டாக்டர் குவெனல் உர்பினோ சொல்வது வழக்கம். சரிகைவைத்த வெளிர்நீல இரவு உடையும் காய்ச்சலடித்த கண்களும் தோள்மீது படர்ந்திருந்த தளர்வான நீண்ட கூந்தலும் அவருக்கு நினைவிருந்தன என்றாலும், காலனியப் பகுதியில் தொற்று ஏற்பட்ட எரிச்சலில் திகைத்த அவர், தொற்றைப் பற்றிய தகவல்களில் கவனமாக இருந்தாரே

தவிர மலர்ந்து நின்ற அவளது இளமையைக் கவனிக்கவே இல்லை. அவளுக்கு மிக வெளிப்படையாகவே தெரிந்தது. காலரா தொடர்பாக அவள் அதிகம் கேள்விப்பட்டிருந்த அந்த இளம் மருத்துவர், தன்னைத்தவிர வேறு யாரையும் நேசிக்க முடியாத நோயாளியாக அவளுக்குத் தோன்றினார். உணவால் ஏற்பட்ட குடல் அழற்சி என்று பரிசோதனையில் தெரியவந்த நோய், மூன்று நாள் வீட்டு மருத்துவத்தில் சரியாகிவிட்டது. தனது மகளுக்குக் காலரா தொற்று இல்லையென்று தெரிந்த தால் நிம்மதியடைந்த லொரென்ஸோ தாஸா, டாக்டர் உர்பினோவுடன் வண்டிக் கதவுவரை சென்று, பணக்காரர்களின் மருத்துவருக்கே அதிகமாகத் தோன்றுமளவுக்கு தங்கக் காசுகளைக் கொடுத்ததோடு, மிதமிஞ்சிய நன்றியுணர்ச்சியையும் காட்டி விடைகொடுத்தார். மருத்துவரின் குடும்பப் பெயரின் ஒளியால் திகைத்த அவர், அதை மறைத்துக்கொள்ளவில்லை என்பதோடு, கொஞ்சம் இயல்பான சூழ்நிலையில் அவரை மறுபடியும் சந்திக்க எதையும் செய்யத் தயாராகவும் இருந்தார்.

அந்த விவகாரம் அதோடு முடிந்திருக்க வேண்டும். இருந்தாலும், அடுத்த வாரம் செவ்வாய்க்கிழமையன்று, எந்தவிதமான முன்னறிவிப்பும் இல்லாமலும் அழைக்கப் படாமலும் மிகவும் பொருத்தமில்லாத நேரமான பிற்பகல் மூன்று மணிக்கு மறுபடியும் அவளுடைய வீட்டிற்குச் சென்றார் டாக்டர் குவெனல் உர்பினோ. அப்பழுக்கற்ற வெள்ளை உடையோடு உயரமான வெள்ளைத் தொப்பி அணிந்து ஜன்னலில் தோன்றிய அவர், பக்கத்தில் வரச்சொல்லி அவளுக்குச் சைகை செய்தபோது, இரண்டு தோழிகளோடு எண்ணெய் ஓவியம் தீட்டக் கற்றுக்கொண்டு தையலறையில் இருந்தாள் ஃபெர்மினா தாஸா. சட்டகத்தை நாற்காலியில் வைத்துவிட்டு, தரையில் இழுக்காமலிருக்கப் பாவாடையைக் கணுக்கால்வரை தூக்கிப் பிடித்துக்கொண்டு ஜன்னலை நோக்கி நுனிக்காலில் நடந்து வந்தாள். அவளுடைய கண்களைப் போலவே பிடிபடாத நிறத்தில் வைரக்கல் பதித்த நெற்றிச்சுட்டியை அணிந்திருந்த அவளுடைய மொத்த உருவமும் புத்துணர்ச்சியைக் காட்டியது. வீட்டில் ஓவியம் தீட்ட விருந்திற்குப் போவதைப் போல அவள் உடையணிந்திருந்தது மருத்துவரின் கவனத்தை ஈர்த்தது. ஜன்னலுக்கு வெளியிலிருந்து அவளுடைய நாடித்துடிப்பைப் பார்த்தார். நாக்கை நீட்டச் சொன்னார், அலுமினியத் தட்டைக் கரண்டியால் தொண்டையைப் பரிசோதித்தார், கீழ் இமைகளுக்கு அடியில் உற்றுப் பார்த்தார். ஒவ்வொன்றையும் ஆமோதித்துத் தலையசைத்துக்கொண்டே செய்தார். கடந்த முறையைக் காட்டிலும் இந்த முறை அவரிடம் தயக்கம் குறைந்திருந்தது. ஏதாவது புதிய காரணத்துக்காக அழைத்தால்

தவிர திரும்பி வர மாட்டேன் என்று அவரே சொல்லியிருந்ததால், அந்த எதிர்பாராத பரிசோதனைக்கான காரணத்தைப் புரிந்து கொள்ள முடியாத அவளிடம் தயக்கம் கூடியிருந்தது. அது மட்டுமின்றி, அவரை அவள் மீண்டும் பார்க்க விரும்பவில்லை. பரிசோதனை முடிந்ததும், மருந்துப் புட்டிகளும் கருவிகளும் அடைத்துக் கிடந்த பையில் தட்டைக் கரண்டியைப் பத்திரமாக வைத்துக்கொண்ட மருத்துவர், அதை டக்கென்று மூடினார்.

"இன்று பூத்த ரோஜாவைப் போல இருக்கிறாய்" என்றார்.

"நன்றி."

"கடவுளுக்குத்தான் நன்றி சொல்ல வேண்டும்" என்ற அவர், புனித தோமையாரைத் தவறாக மேற்கோள் காட்டினார்: "நல்லது எதுவாக இருந்தாலும் எங்கிருந்து வந்தாலும் அது பரிசுத்த ஆவியிடமிருந்து வந்தது என்பதை நினைவில் வைத்துக்கொள். உனக்கு இசை பிடிக்குமா?"

வசீகரிக்கும் புன்னகையோடு சாதாரணமாகத்தான் கேட்டார் என்றாலும், அவள் அதற்குப் பதில் சொல்லவில்லை.

"இந்தக் கேள்வி எதற்கு வந்தது?" என்று பதிலுக்குக் கேட்டாள்.

"ஆரோக்கியத்திற்கு இசை முக்கியமானது" என்றார்.

அவர் உண்மையாகவே அதை நம்பினார். இசையைப் பற்றிய பேச்சு நட்பைத் தொடங்க அவர் பயன்படுத்தும் மந்திரச் சூத்திரம் என்பதை அப்போது உடனடியாகவும், பிறகு அவளுடைய வாழ்நாள் முழுவதும் தெரிந்துகொள்ளப்போகிறாள் என்றாலும் அந்த நேரத்தில் அதைக் கேலியாகத்தான் புரிந்துகொண்டாள். மேலும், ஜன்னலில் அவர்கள் பேசிக்கொண்டிருந்தபோது, வண்ணம் குழைக்கப் பயன்படுத்தும் தட்டுகளால் முகத்தை மறைத்துக்கொண்டும் எலிகளைப் போலச் சிரித்துக்கொண்டும் வண்ணம் தீட்டுவதைப் போல நடித்துக்கொண்டும் இருந்த அவளுடைய தோழிகள், ஃபெர்மினா தாஸாவைக் குழப்பி விட்டனர். கண்மூடித்தனமான கோபத்தோடு அவள் ஜன்னலைப் பட்டென்று சாத்தினாள். சரிகைத் திரைச்சீலையின் முன்னால் திகைத்து நின்ற மருத்துவர், வாசல் கதவுக்கு வழிதேட முயன்றார். ஆனால் வழிதவறிப் பதற்றத்தில் வாசனைக் காகங்களின் கூண்டில் இடித்துக்கொண்டார். மோசமான கூக்குரல் எழுப்பிய காகங்கள் பயத்தில் சிறகடித்தன, பெண்ணின் நறுமணத்தால் மருத்துவரின் உடைகள் நிறைந்தன. லொரென்ஸோ தாஸாவின் குரலின் இடிமுழக்கம் அவரைத் தனது இடத்திலேயே நிறுத்தியது. "அங்கேயே நில்லுங்கள் டாக்டர், நான் வருகிறேன்."

மேல் தளத்திலிருந்து அனைத்தையும் பார்த்துக்கொண்டிருந்த அவர், தளர்வான ஊதாநிறச் சட்டையின் பொத்தான்களைப்

போட்டுக்கொண்டே படிகளில் இறங்கி வந்தார். பகல் தூக்கத்தின் கெட்ட கனவால் அவருடைய பக்கவாட்டு முடிகள் இன்னமும் கலைந்தே கிடந்தன. தனது சங்கடத்தைப் போக்கிகொள்ள முயன்றார் மருத்துவர்.

"ரோஜாவைப் போல இருக்கிறாள் என்று உங்கள் மகளிடம் சொன்னேன்."

"அப்படித்தான் இருக்கிறாள், ஆனால் அதிகப்படியான முட்களோடு" என்றார் லொரென்ஸோ தாஸா.

டாக்டர் உர்பினோவுக்கு வாழ்த்துத் தெரிவிக்காமல் கடந்துசென்ற அவர், தையலறையின் இரண்டு ஜன்னல் கதவுகளையும் திறந்துவிட்டு, காட்டுக் கத்தலுடன் மகளுக்குக் கட்டளையிட்டார்.

"டாக்டரிடம் வந்து மன்னிப்புக் கேள்."

மருத்துவர் அவரைத் தடுக்க முயன்றார். ஆனால் லொரென்ஸோ தாஸா அவரைக் கண்டுகொள்ளவில்லை. "உடனே" என்று வலியுறுத்தினார். புரிந்துகொள்ளுங்கள் என்ற ஒரு மறைவான வேண்டுகோளோடு தோழிகளைப் பார்த்த அவள், வெயில் படாமல் தடுக்கத்தான் ஜன்னலைச் சாத்தினேன் என்பதால் மன்னிப்புக் கேட்க எதுவுமில்லை என்று தந்தைக்குப் பதிலளித்தாள். நல்ல காரணங்களைச் சொல்லி அவளை ஆமோதிக்க முயன்றார் டாக்டர் உர்பினோ. ஆனால் லொரென்ஸோ தாஸா தனது உத்தரவில் பிடிவாதமாக இருந்தார். கோபத்தில் வெளிறிய ஃபெர்மினா தாஸா அப்போது ஜன்னல் பக்கம் திரும்பி, விரல் நுனிகளால் பாவாடையைத் தூக்கிக்கொண்டு வலது காலை முன்வைத்து, டாக்டருக்கு நாடகத்தனமாக மரியாதை செய்தாள்.

"எனது ஆழ்ந்த மன்னிப்பை தங்களுக்குத் தெரிவித்துக் கொள்கிறேன் அய்யா" என்றாள்.

ஒரு துப்பாக்கி வீரனின் வசீகரத்தோடு தொப்பியை உயர்த்தி இனிமையாக அவளைப் போலவே தானும் செய்தார் டாக்டர் உர்பினோ. ஆனால் அவர் பரிதாபமாக எதிர்பார்த்த புன்னகை கிடைக்கவில்லை. நடந்ததற்குப் பிராயச்சித்தமாக அலுவலகத்தில் ஒரு கோப்பை காப்பி அருந்த அவரை அழைத்தார் லொரென்ஸோ தாஸா. மனக்கசப்பின் சுவடுகூடத் தன் உள்ளத்தில் இல்லை என்பதில் எந்தச் சந்தேகமும் இருக்கக் கூடாது என்பதைக் காட்டுவதற்காக அதை மகிழ்ச்சியோடு ஏற்றுக்கொண்டார்.

உண்மை என்னவென்றால், காலையில் வெறும் வயிற்றில் குடிப்பதைத் தவிர, டாக்டர் உர்பினோ காப்பி குடிப்பதில்லை.

புனிதமான தருணங்களில் சாப்பாட்டோடு ஒரு கோப்பை ஒயினைத் தவிர மதுவும் அருந்துவதில்லை என்றாலும், லொரென்ஸோ தாஸா கொடுத்த காப்பியைக் குடித்தது மட்டுமின்றி, ஒரு கோப்பை மதுவையும் ஏற்றுக்கொண்டார். இன்னும் சில நோயாளிகளைப் பார்க்க வேண்டியிருந்தாலும், பிறகு காப்பியோடு இன்னொரு கோப்பையும், அதன் பிறகு இன்னொன்றும் இன்னொன்றும் ஏற்றுக்கொண்டார். பொறுப்பான புத்திசாலி யான பெண், இங்கேயோ வேறெங்கோ ஒரு இளவரசனுக்குத் தகுதியானவள், அவளுடைய ஒரே குறை அவருடைய கூற்றுப்படி, கழுதைக் குணம்தான் என்று அவர் விவரித்த மகளின் சார்பாக, லொரென்ஸோ தாஸா தொடர்ந்து கேட்டுக்கொண்டே இருந்த மன்னிப்புகளை முதலில் அவர் கவனத்தோடு ஏற்றுக்கொண்டார். ஆனால், இரண்டாவது கோப்பைக்குப் பிறகு உள்முற்றத்தின் பின்புறத்தில் ஃபெர்மினா தாஸாவின் குரல் கேட்பதாக உணர்ந்தார். அவருடைய கற்பனை அவளின் பின்னால் சென்றது. நடைபாதையில் விளக்குகளை ஏற்றியபோதும், பூச்சிக்கொல்லி உருண்டையால் படுக்கையறைகளில் புகைமூட்டியபோதும், தந்தையோடு அன்றிரவு குடிக்கப்போகும் சூப் அடுப்பிலிருந்த பானையின் மூடியைத் திறந்தபோதும், அன்றைய பிற்பகலின் கடுமைக்குச் சரணடைந்து மன்னிப்புக் கேட்க வேண்டியதுவரை அவரும் அவளும் தனியாக இருந்த மேசையில் நிமிர்ந்துகூடப் பார்க்காமல், மனக்கசப்பின் மயக்கத்தை உடைக்காமலிருக்க சூப்பைச் சுவைக்காமல் இருந்தபோதும், வீட்டில் அப்போது கவிழத் தொடங்கிய இரவு முழுவதும் அவருடைய கற்பனை அவளைப் பின்தொடர்ந்தது.

அவர் வெளியேறாதவரை ஃபெர்மினா தாஸா அலுவலகத் திற்குள் வர மாட்டாள் என்று உணர்ந்துகொள்ளுமளவுக்கு டாக்டர் உர்பினோவுக்குப் பெண்களைப் பற்றி நன்றாகத் தெரியும் என்றாலும், எப்படி இருந்தாலும், அந்த மதிய நேரத்து அவமானங்களுக்குப் பிறகு காயம்பட்ட தன்மானம் தன்னை நிம்மதியாக இருக்கவிடாது என்பதை உணர்ந்திருந்ததால் அங்கு மேலும் தாமதித்தார். தன்னுடைய ஓயாத பேச்சே அவருக்குப் போதுமானதாக இருந்ததால் ஏற்கெனவே குடிபோதை தலைக்கு ஏறியிருந்த லொரென்ஸோ தாஸா, டாக்டர் கவனிக்காததைக் கண்டுகொண்டதாகத் தெரியவில்லை. வெப்பத்தில் முனகும் விலங்கைப் போலக் கத்திக்கொண்டிருந்த சுருள்கம்பிச் சுழல் நாற்காலியில் சிரமப்பட்டு உட்கார்ந்தபடி, கனைத்துக்கொண்டும் சத்தமாக இருமிக்கொண்டும் அணைந்த சுருட்டின் முனையை மென்றுகொண்டும் வேகமாகப் பேசினார். விருந்தாளிக்குப் பரிமாறிய ஒவ்வொரு கோப்பைக்கும் மூன்று கோப்பை வீதம் குடித்த அவர், தாங்கள் ஒருவரை ஒருவர் பார்த்துக்கொள்ள

வில்லை என்பதை உணர்ந்தபோது, நிறுத்திவிட்டு விளக்கை ஏற்ற எழுந்தார். புதிய வெளிச்சத்தில் அவரைப் பார்த்த டாக்டர் குவெனல் உர்பினோ, மீனைப் போலத் திருகிக்கொண்ட அவருடைய மாறுகண்ணையும் உதட்டசைவோடு பொருந்தாத வார்த்தைகளையும் கவனித்தார். மிதமிஞ்சிய மதுவால் தனக்கு ஏற்பட்ட பிரமைகள் என்று நினைத்துக்கொண்டார். அதன் பிறகு, தானிருந்த இடத்தில் இன்னமும் உட்கார்ந்திருக்கும் ஒருவரின் தனக்குச் சொந்தமில்லாத உடலுக்குள் இருப்பதைப் போன்ற ஆச்சரியமான உணர்வோடு எழுந்தார். சுயநினைவை இழக்காமலிருக்கப் பெரும்முயற்சி எடுக்க வேண்டியிருந்தது.

லொரென்ஸோ தாஸாவுக்கு முன்பாக அலுவலகத்தை விட்டு வெளியேறியபோது ஏழு மணிக்குமேல் ஆகியிருந்தது. முழுநிலவு ஒளிவீசியது. மதுவால் அற்புதமாகத் தோன்றிய உள்முற்றம் மீன்தொட்டியின் அடியில் மிதந்துகொண்டிருந்தது. துணியால் மூடப்பட்டிருந்த கூண்டுகள் புதிதாகப் பூத்த ஆரஞ்சுப் பூக்களின் சூடான வாசனையின் கீழ் உறங்கும் பேய்களைப் போலத் தோன்றின. தையலறையின் ஜன்னல் திறந்திருந்தது, வேலை செய்யும் மேசையில் விளக்கு எரிந்துகொண்டிருந்தது. முடிக்கப் படாத ஓவியங்கள் கண்காட்சியில் வைத்திருப்பதைப்போலச் சட்டகங்களில் வைக்கப்பட்டிருந்தன. அந்த அறையைக் கடந்தபோது “இங்கில்லாத நீ எங்கே இருக்கிறாய்” என்று கேட்டார் டாக்டர் உர்பினோ. ஆனால் அன்றைய மதியத்தின் அவமானத்திற்கான கடனைத் தந்தையிடம் வசூலித்துவிட வேண்டுமென்று கட்டிலில் குப்புறப்படுத்துக் கோபத்தால் அழுதுகொண்டு படுக்கையறையில் காத்திருந்த காரணத்தால், ஃபெர்மினா தாஸாவுக்கு அது கேட்கவில்லை, கேட்க முடியாது. அவளிடமிருந்து விடைபெற்றுக்கொள்ள முடியும் என்ற நம்பிக்கையை அவர் கைவிடவில்லை என்றாலும், லொரென்ஸோ தாஸா அதை ஆதரிக்கவில்லை. அவளுடைய அப்பாவித்தனமான நாடித்துடிப்பிற்கும் பூனை நாக்கிற்கும் மென்மையான தொண்டைக்கும் அவர் ஏங்கினார். ஆனால் அவரைப் பார்க்கவோ தன்னைப் பார்க்க அனுமதிக்கவோ அவள் விரும்பவில்லை என்ற எண்ணத்தால் சோர்வடைந்தார்.

லொரென்ஸோ தாஸா முகப்பு மண்டபத்தில் நுழைந்ததும், போர்வைக்கு அடியில் விழித்திருந்த காகங்கள் துக்கமான அலறலை எழுப்பின. அவளைப் பற்றி நினைத்துக்கொண்டு, “அவை உன் கண்களைப் பிடுங்கப்போகின்றன” என்று சத்தமாகச் சொன்னார் டாக்டர். என்ன சொன்னாரென்று அவரிடம் கேட்கத் திரும்பினார் லொரென்ஸோ தாஸா.

“அது நானில்லை, மது” என்றார் அவர்.

இரண்டாவது வருகைக்குப் பணம் பெற்றுக்கொள்ள வலியுறுத்தியபடி வண்டிவரை உடன்சென்றார் லொரென்ஸோ தாஸா, ஆனால் அவர் அதை ஏற்றுக்கொள்ளவில்லை. இன்னும் அவர் பார்க்காத இரண்டு நோயாளிகளின் வீட்டிற்குச் செல்லுமாறு வண்டிக்காரருக்குச் சரியான விவரங்களைக் கொடுத்த அவர், உதவி இல்லாமல் வண்டியில் ஏறிக்கொண்டார். ஆனால் கல்பதித்த தெருக்களில் வண்டி குதித்தபோது நன்றாக இருப்பதாக உணராததால், பாதையை மாற்றச் சொல்லி வண்டிக்காரருக்கு உத்தரவிட்டார். வண்டியின் கண்ணாடியில் ஒருகணம் தன்னைப் பார்த்துக்கொண்ட அவர், தன்னுடைய உருவமும் ஃபெர்மினா தாஸாவையே இன்னமும் நினைத்துக் கொண்டிருப்பதைப் பார்த்தார். தோள்களைக் குலுக்கிக் கொண்டார். இறுதியில் ஒரு கரடுமுரடான ஏப்பத்தை விட்டு விட்டு, தலையை மார்பில் தொங்கவிட்டபடி தூங்கிப்போன அவர், தூக்கத்தில் துக்கத்தின் மணிகள் அடிப்பதைக் கேட்கத் தொடங்கினார். முதலில் முக்கியத் தேவாலயத்திலிருந்து ஒலித்தது. பிறகு மற்ற தேவாலயங்களிலும் ஒவ்வொன்றாக, புனித ஜூலியன் அறநிலையத்தின் உடைந்த பானைகள்வரை ஒலிக்கத் தொடங்கின.

“சீ, செத்தவர்கள் செத்துத் தொலைந்தார்கள்” என்று முணுமுணுத்தார்.

காக்கைகளின் வேசித்தனமான வாசனையால் முழுவதும் அவமானப்பட்டு, வெளிறிய முகத்தோடு வாசலில் அவர் தோன்றியதைப் பார்த்தபோது, பெரிய விருந்து மேஜையில் அவருடைய தாயாரும் சகோதரிகளும் எண்ணெயில் பொரித்த பணியாரங்களுடன் பால் கலந்த காப்பியைக் குடித்துக் கொண்டிருந்தார்கள். பக்கத்திலிருந்த தேவாலயத்தின் பெரிய மணி வீட்டின் பிரம்மாண்டமான உட்புறத்தில் எதிரொலித்தது. அன்று மாலை மூளை ரத்தக் கசிவால் பாதிக்கப்பட்ட, மார்கேஸ் த ஐராயிஸ் த லா வெராவின் கடைசிப் பேரன், ஜெனரல் இக்னாசியோ மரியாவைக் கவனிக்க அவரை எல்லா இடங்களிலும் தேடியதால், எங்கே போயிருந்தாய் என்று கவலையுடன் கேட்டார் அவருடைய தாயார். மணிகள் ஒலித்துக் கொண்டிருந்தது அவருக்காகத்தான். தாயார் சொன்னதைப் புரிந்துகொள்ளாமல் கேட்ட டாக்டர் குவெனல் உர்பினோ, கதவின் நிலையைப் பிடித்துக்கொண்டார். அதன் பிறகு தனது படுக்கையறைக்குப் போக முயன்று பாதி திரும்பினார் என்றாலும் நட்சத்திரச் சோம்பு வாந்தியின் வெடிப்பில் தலைகுப்புற விழுந்தார்.

“தாயே மேரி” என்று கூச்சலிட்ட அவருடைய தாயார், “இந்த நிலையில் நீ உன் வீட்டிற்கு வருவதென்றால் மிகவும் விசித்திரமானது எதுவோ நடந்திருக்க வேண்டும்” என்றாள்.

அது மிகவும் விசித்திரமானதுதான், இருந்தாலும் இன்னமும் நடந்துவிடவில்லை. ஜெனெரல் இக்னாசியோ மரியாவின் துக்கத்திலிருந்து நகரம் மீண்டதும் மொஸார்ட்டின் பாடல்களை ஒரு சுற்று வாசித்த புகழ்பெற்ற பியானோ கலைஞர் ரோமியோ லூசிச்சின் வருகையைப் பயன்படுத்தி, கழுதை வண்டியில் இசைப்பள்ளியின் பியானோவை ஏற்றிய டாக்டர் குவெனல் உர்பினோ, ஒரு சகாப்தத்தை உருவாக்கிய மாலைநேரச் செரெனேட்டை ஃபெர்மினா தாஸாவுக்காக அழைத்துச் சென்றார். வாசிப்பின் தொடக்கத்திலேயே எழுந்துகொண்ட அவளுக்கு, அந்த அசாதாரணமான அஞ்சலியை நடத்துவது யாரென்று தெரிந்துகொள்ளப் பால்கனியின் திரையை விலக்கிப் பார்க்க வேண்டியிருக்கவில்லை. தனக்குப் பிடிக்காத காதல் வேட்டவரின் தலையில் கழிப்பறை வாளியைக் கவிழ்த்த இதர பாதிக்கப்பட்ட பெண்களைப் போலத் தனக்குத் தைரியம் இல்லாததுதான் அவளுக்கு வருத்தமாக இருந்தது. மாறாக, செரெனேட் வாசிக்கப்படும்போதே வேகமாக உடையணிந்து கொண்ட லொரென்ஸோ தாஸா, கடைசியில் பியானோ கலைஞரையும் டாக்டர் குவெனல் உர்பினோவையும் வரவேற்பு அறைக்கு அழைத்துவந்தார். ஒரு கோப்பை நல்ல பிராந்தியுடன் செரெனேடுக்காக அவர்களுக்கு நன்றியையும் தெரிவித்தார்.

தந்தை சமாதானப்படுத்த முயல்கிறார் என்பதை ஃபெர்மினா தாஸா உடனடியாகப் புரிந்துகொண்டாள். செரெனேட் இசைக்கப்பட்டதற்கு அடுத்த நாள் சாதாரணமாகப் பேசுவதைப் போல அவளிடம் சொன்னார்: “உர்பினோ த லா காய்யே குடும்பத்தைச் சேர்ந்த ஒருவர் உன்னை விரும்புகிறார் என்று தெரிந்தால் உன்னுடைய தாய்க்கு எப்படி இருக்கும் என்பதை நினைத்துப் பார்.” அவள் சுரத்தில்லாமல் பதிலளித்தாள்: “சவப் பெட்டிக்குள் மறுபடியும் செத்துவிடுவாள்.” ஒழுங்கு விதிகளை மீறியதால் கடுமையாக எச்சரிக்கப்பட்டிருந்த லொரென்ஸோ தாஸாவை சோஷியல் கிளப்பில் மதிய உணவு அருந்த டாக்டர் குவெனல் உர்பினோ அழைத்திருப்பதாக, ஓவியம் வரைந்த தோழிகள் அவளிடம் சொன்னார்கள். அதன் பிறகுதான், சோஷியல் கிளப்பில் உறுப்பினராகச் சேருவதற்குத் தனது தந்தை பலமுறை விண்ணப்பித்ததையும் அவை அனைத்தும் எதிர்ப்பு வாக்குகளால் நிராகரிக்கப்பட்டதையும் அவள் தெரிந்து கொண்டாள். ஆனால் அவமானங்களைத் தாங்கிக்கொள்ளும் சக்திகொண்ட லொரென்ஸோ தாஸா, குவெனல் உர்பினோதான் தன்னைச் சந்திக்கவைப்பதற்காகத் தன்னால் ஆனதைவிட அதிகமாகவே செய்கிறார் என்பது புரியாமல், தற்செயலாக அவரைச் சந்திக்கத் தனது தந்திரங்களைச் செய்துவந்தார். சில நேரங்களில், அலுவலகத்தில் மணிக்கணக்காகப் பேசிக்

கொண்டிருந்தபோது, அவர் வெளியேறாதவரை எதையுமே அதன் இயல்பான போக்கில் செல்ல ஃபெர்மினா தாஸா அனுமதிக்காததால், வீடு காலத்தின் விளிம்பில் தொங்கவிட்டதைப் போல அசையாமல் நின்றது. சுவிஷேச காப்பிக் கடை நடுவில் ஒரு நல்ல போக்கிடமாக இருந்தது. அங்குதான் சதுரங்கத்தின் தொடக்கப்பாடங்களை குவெனல் உர்பினோவுக்கு லொரென்ஸோ தாஸா கற்றுக்கொடுத்தார். விடாமுயற்சி கொண்ட மாணவராக இருந்ததால், குணப்படுத்த முடியாத போதையாக மாறிய சதுரங்கம் அவர் இறக்கும் நாள்வரை அவரை ஆட்டிப்படைத்தது.

ஒருநாள் இரவு, தனியாக வாசிக்கப்பட்ட பியானோ செரெனேட் முடிந்த சற்று நேரத்தில், லொரென்ஸோ தாஸா தனது வீட்டின் நடையில் தன்னுடைய மகளுக்கு எழுதப்பட்ட அரக்கு முத்திரையிடப்பட்ட உறை ஒன்றைக் கண்டெடுத்தார். அரக்கின் மேல் ஜே யூ சீ என்ற முதலெழுத்துகள் பொறிக்கப்பட்டிருந்தன. ஃபெர்மினாவின் படுக்கையறையைக் கடந்தபோது கதவின் அடியில் அதை நுழைத்துவிட்டுச் சென்றார். தன்மேல் ஆசைகொண்ட ஒருவரின் கடிதத்தைக் கொண்டுவருமளவுக்குத் தந்தை மாறியிருப்பார் என்று நம்ப முடியாததால், அது எப்படி அங்கே வந்தது என்பதை அவளால் புரிந்துகொள்ள முடியவில்லை. உண்மையில் என்ன செய்வதென்று தெரியாமல் அதை இரவு மேசையில் போட்டுவிட்டாள். தொண்டையைச் சோதிக்கப் பயன்படுத்திய தட்டைக் கரண்டியைத் தனக்குப் பரிசளிக்க குவெனல் உர்பினோ வீட்டிற்கு வந்ததாக ஃபெர்மினா தாஸா கனவு கண்ட ஒரு மழைநாளின் மாலைப்பொழுதுவரை, திறக்கப்படாமல் பல நாட்களுக்கு அது அங்கேயே கிடந்தது. கனவில் தோன்றிய தட்டைக் கரண்டி அலுமினியத்தால் ஆனதல்ல, மற்ற கனவுகளில் அவள் விரும்பிச் சுவைத்த பசியைத் தூண்டும் உலோகம் என்பதால், அதை இரண்டு சமமற்ற பகுதிகளாக உடைத்த அவள் சிறியதாக இருந்ததை அவருக்குக் கொடுத்தாள்.

எழுந்த பிறகு கடிதத்தைப் பிரித்தாள். அது சுருக்கமாகவும் முறையாகவும் இருந்தது. அவளைச் சந்திக்க அவளுடைய தந்தையிடம் அனுமதி கேட்க அவள் அனுமதிக்க வேண்டும் என்று மட்டும்தான் அதில் குவெனல் உர்பினோ அவளிடம் கெஞ்சியிருந்தார். அதன் எளிமையும் பொறுப்பும் அவளைக் கவர்ந்ததால் அத்தனை நாட்களாக அத்தனை அன்போடு வளர்த்துவந்த ஆத்திரம் சட்டென்று தணிந்தது. பெட்டியின் அடிப்பகுதியில் இருந்த பயன்படாத பெட்டகத்தில் கடிதத்தைப் பாதுகாப்பாக வைத்தாள். ஆனால் ஃப்ளோரென்டினோ அரிஸாவின் வாசனைக் கடிதங்களையும் அங்குதான் வைத்திருந்தோம் என்பது நினைவுக்கு வந்ததால், வெட்கத்தின்

வேகத்தில் அதிர்ச்சியடைந்த அவள், இடத்தை மாற்ற அதை அங்கிருந்து வெளியில் எடுத்தாள். அப்போது, கடிதத்தைப் பெறவே இல்லை என்பதைப் போல நடந்துகொள்வதுதான் கண்ணியமானது என்று தோன்றியதால், சுடரின் மேல் நீலக்குமிழிகளாக வெடித்த மெழுகுத் துளிகளைப் பார்த்தபடி அதை விளக்கில் எரித்தாள். "பாவம் அவர்" என்று பெருமூச்சு விட்டாள். உடனே, ஒரே வருடத்தில் இரண்டாவது முறையாக அப்படிச் சொன்னதை நினைத்தபடி, ஃப்ளோரென்டினோ அரிஸாவைப்பற்றி ஒரு கணம் நினைத்துப் பார்த்தாள். தன்னுடைய வாழ்க்கையிலிருந்து அவன் எவ்வளவு தொலைவில் இருக்கிறான் என்று அவளுக்கே வியப்பாக இருந்தது: பாவம் அவன்.

அக்டோபர் மாதத்தில் கடைசி மழையோடு மேலும் மூன்று கடிதங்கள் வந்தன. முதல் கடிதம் ஃப்ளாவிக்னி ஆசிரமத்தி லிருந்து ஊதா மாத்திரைகளின் சிறிய பெட்டியோடு வந்தது. அவற்றில் இரண்டு டாக்டர் குவெனல் உர்பினோவின் ஓட்டுநரால் வீட்டு வாசலில் கொடுக்கப்பட்டன. முதலாவதாக அந்தக் கடிதங்கள் அவருடையவையல்ல என்ற சந்தேகம் வரக் கூடாது என்பதற்காகவும், இரண்டாவதாகக் கடிதங்களைப் பெறவில்லை என்று சொல்லக் கூடாது என்பதற்காகவும், வண்டியின் ஜன்னலிலிருந்து காலா ப்ளாசிடியாவுக்கு வாழ்த்துத் தெரிவித்தார். கூடுதலாக, அவை இரண்டும் மெழுகினால் முதலெழுத்துக்களின் முத்திரையோடு ஒட்டப்பட்டு ஃபெர்மினா தாஸாவுக்கு ஏற்கெனவே அறிமுகமான கிறுக்கல் மருத்துவரின் கடிதம் என எழுத்துக்களால் எழுதப்பட்டிருந்தன. இரண்டு கடிதங்களும் அடிப்படையில் முதல் கடிதம் சொன்னவற்றையே தெரிவித்தன. அதே சமர்ப்பண உணர்வோடு எழுதப்பட்டிருந்தன என்றாலும் அவருடைய கண்ணியத்தின் ஆழத்தில், ஃப்ளோரென்டினோ அரிஸாவின் சிக்கனமான கடிதங்களில் தெளிவாகத் தெரியாத ஒரு பதற்றம் தெரியத் தொடங்கியது. இரண்டு வார இடைவெளி களில் கிடைத்த கடிதங்களைக் கையில் கிடைத்ததும் படித்து விட்ட ஃபெர்மினா தாஸா, அவற்றை நெருப்பில் போட இருந்தபோது தனக்கே ஏனென்று தெரியாமல் மனதை மாற்றிக் கொண்டாள். இருந்தாலும், கடிதங்களுக்குப் பதிலளிக்க வேண்டுமென்று அவள் நினைக்கவில்லை.

கதவுக்கு அடியில் நுழைக்கப்பட்டிருந்த அக்டோபர் மாதத்தின் மூன்றாவது கடிதம் முந்தைய கடிதங்களிலிருந்து முற்றிலும் மாறுபட்டிருந்தது. குழந்தைத்தனமாக இருந்த கையெழுத்து சந்தேகத்திற்கு இடமில்லாமல் இடதுகையால் எழுதப்பட்டிருந்தது என்றாலும் அனுப்பியவரின் ஊர்பேர் இல்லாத நச்சுக் கடிதம் என்பதை அதன் வாசகங்கள் காட்டும்வரை ஃபெர்மினா தாஸா

உணரவில்லை. அதை எழுதியிருந்த யாரோ ஒருவர், ஃபெர்மினா தாஸா தன்னுடைய காதல் பாணங்களால் டாக்டர் குவெனல் உர்பினோவை மயக்கிவிட்டதாக நினைத்துக்கொண்டு, அந்த அனுமானத்தால் மோசமான முடிவுக்கு வந்திருந்தார். கடிதம் ஒரு மிரட்டலோடு முடிந்தது: நகரத்தின் மிகவும் விரும்பப்படும் மனிதரை வெல்வதற்கான தந்திரங்களை ஃபெர்மினா தாஸா கைவிடாவிட்டால், பொது அவமானத்திற்கு ஆளாக நேரிடும்.

கடுமையான அநீதி இழைக்கப்பட்டதாக உணர்ந்தாலும் அவளுடைய எதிர்வினை பழிவாங்குவதாக இல்லாமல் அதற்கு நேர்மாறானதாக இருந்தது. குவெனல் உர்பினோவின் போலியான புகழுரைகளுக்கு எப்போதும் எதற்காகவும் மயங்கப் போவதில்லை என்பதால், பொருத்தமான விளக்கங்களுடன் தவறிலிருந்து தடுக்கக் கடிதம் எழுதிய ஊர்பேர் தெரியாத மனிதரைக் கண்டுபிடிக்க விரும்பினாள். அடுத்து வந்த நாட்களில், முதல் கடிதத்தைப் போலவே மிகவும் வஞ்சகமான, கையெழுத்து இல்லாத மேலும் இரண்டு கடிதங்கள் கிடைத்தன என்றாலும், அந்த மூன்றில் எதுவும் ஒரே நபரால் எழுதப்பட்டதாகத் தோன்ற வில்லை. ஒன்று அவள் ஒரு சதியால் பாதிக்கப்பட்டிருக்க வேண்டும் அல்லது அவளுடைய ரகசியக் காதலைப் பற்றிய தவறான செய்திகள் யூகிக்க முடியாத தொலைவுக்குச் சென்றிருக்க வேண்டும். இவையெல்லாம் ஒருவேளை டாக்டர் குவெனல் உர்பினோவின் சாதாரணக் கவனக்குறைவின் விளைவாக இருக்கலாம் என்ற எண்ணம் அவளைக் கவலைப்படவைத்தது. ஒருவேளை அவர் தனது கண்ணியமான தோற்றத்திலிருந்து வேறுபட்ட மனிதராக இருக்கலாம், ஒருவேளை நோயாளிகளைப் பார்க்கப் போகுமிடங்களில் நாவடக்கம் இல்லாமல், அவரது வகுப்பைச் சேர்ந்த பிறரைப் போல, கற்பனையான வெற்றிகளைப் பற்றித் தற்பெருமை பேசலாம் என்று அவளுக்குத் தோன்றியது. தன்னுடைய பெருமைக்கு நேர்ந்த அவமானத்தைக் கண்டித்து அவருக்குக் கடிதமெழுத நினைத்தாள். ஆனால் அவர் விரும்புவதும் அதுவாகவே இருக்கலாம் என்பதால் உடனடியாக அந்த யோசனையைக் கைவிட்டாள். தையலறையில் தன்னோடு ஓவியம் தீட்டிய தோழிகளிடம் விசாரிக்க முயன்றாள். ஆனால், தனியாகப் பியானோவில் செரெனேட் வாசித்தவரைப் பற்றி அவர்கள் நல்லபடியான கருத்துக்களைதான் கேள்விப்பட்டிருந்தார்கள். கோபமாகவும், கையறு நிலையிலும் அவமானமாகவும் இருப்பதை உணர்ந்தாள். ஆரம்பத்தில் கண்ணுக்குத் தெரியாத எதிரியைச் சந்தித்துத் தவறுகளைச் சுட்டிக்காட்ட நினைத்திருந்ததற்கு மாறாக, இப்போது கத்தரிக்கோலால் துண்டு துண்டாக வெட்டிப்போட விரும்பினாள். ஆறுதலான துப்பைக் கண்டுபிடிக்கும் மாயையில், ஊர்பேரில்லாத

கடிதங்களின் விவரங்களையும் வாக்கியங்களையும் ஆராய்வதில் தூக்கமில்லாமல் இரவைக் கழித்தாள். அது ஒரு வீண் மாயை. உர்பினோ த லா காய்யே குடும்பத்தின் அந்தரங்க உலகத்திற்கு இயல்பிலேயே அந்நியமாக இருந்த ஃபெர்மினா தாஸா, அவர்களுடைய நல்ல சூழ்ச்சிகளிலிருந்து தற்காத்துக்கொள்ள ஆயுதங்களை வைத்திருந்தாள் என்றாலும் அவர்களுடைய கெட்ட சூழ்ச்சிகளிடமிருந்து தற்காத்துக்கொள்ள அவளிடம் எதுவுமில்லை.

கடிதமெதுவும் இல்லாமல் அந்த நாட்களில் அவளுக்கு வந்த ஒரு கறுப்புப் பொம்மையின் பயங்கரத்திற்குப் பிறகு அந்த நம்பிக்கை மேலும் கசப்பாக மாறியது என்றாலும், அந்தப் பொம்மை எங்கிருந்து வந்தது என்பதைக் கற்பனை செய்வது சுலபமானது. டாக்டர் குவெனல் உர்பினோதான் அதை அனுப்பியிருக்க முடியும். அசல் விவரச் சீட்டின்படி மார்ட்டினிகாவிலிருந்து வாங்கப்பட்டிருந்த பொம்மை, தங்கநிற இழைகளைக் கொண்ட சுருள்முடியும் நேர்த்தியான ஆடையும் அணிந்திருந்தது. படுத்திருக்கும்போது கண்களை மூடிக்கொண்டது. மனக்கசப்பைத் தாண்டி, ஃபெர்மினா தாஸாவுக்கு அது மிகவும் வேடிக்கையாகத் தோன்றியதால், பகல் நேரத்தில் தனது தலையணையில் படுக்க வைத்துக்கொண்டாள். அந்தப் பொம்மையோடு தூங்கப் பழகிக்கொண்டாள். இருந்தாலும், சிறிது காலத்திற்குப் பிறகு, சோர்வடையச்செய்த ஒரு கனவுகண்டு எழுந்தபோது, பொம்மை வளர்ந்திருப்பதைப் பார்த்தாள். அதனோடு வந்த அளவெடுத்துத் தைத்த உடையில் இப்போது அதன் தொடைகள் தெரிந்தன. பாதத்தின் அழுத்தத்தால் காலணிகள் வெடித்திருந்தன. ஆப்பிரிக்க சாபங்களைப்பற்றி ஃபெர்மினா தாஸா கேள்விப்பட்டிருக்கிறாள் என்றாலும், இதைப்போன்ற பயங்கரம் எதுவுமில்லை. இன்னொரு பக்கம், குவெனல் உர்பினோவைப் போன்ற ஒருவரால் இப்படிப்பட்ட கொடூரத்தைச் செய்ய முடியுமென்று அவளால் கருத முடியவில்லை. அதற்குக் காரணம் இருந்தது: அவரைப் பற்றி யாருக்கும் எதுவும் தெரியாத தற்செயலான ஒரு இறால் வியாபாரிதான் பொம்மையைக் கொண்டுவந்தாரே தவிர, ஓட்டுநர் அல்ல. புதிரை விடுவிக்க முயன்ற ஃபெர்மினா தாஸா, ஃப்ளோரென்டினோ அரிஸாவைப் பற்றி ஒரு கணம் நினைத்துப்பார்த்தாள். அவனுடைய துக்ககரமான நிலைமை அவளை அச்சுறுத்தியது என்றாலும் அவளுடைய தவறை உணரவைக்கும் பொறுப்பை வாழ்க்கை எடுத்துக்கொண்டது. அந்த மர்மம் ஒருபோதும் விலகவில்லை. திருமணமாகி, குழந்தைகளைப் பெற்று நீண்ட காலத்திற்குப் பிறகும் அதைப் பற்றிய நினைவே அவளுக்கு அச்சத்தைக் கொடுத்தது. தான் விதியால் தேர்ந்தெடுக்கப்பட்டவள்

என்று நம்பினாள்: உலகிலேயே நான்தான் மிகவும் மகிழ்ச்சி யானவள்.

அமெரிக்காவில் குடியேறியதிலிருந்து சமுதாயத்திற்கு ஆதரவாக இருந்த ஒரு குடும்பத்தின் கோரிக்கையை மறுக்க முடியாத, புனித கன்னியின் பிரசண்டேஷன் பள்ளியின் மேலாளரான சகோதரி ஃப்ரான்கா த லா லூசின் தலையீடுதான் டாக்டர் உர்பினோவின் கடைசி முயற்சியாக இருந்தது. ஒரு புதிய பெண்ணுடன் காலை ஒன்பது மணிக்கு அவள் வந்து சேர்ந்தாள். ஃபெர்மினா தாஸா குளித்து முடிக்கும் வரையிலும் இருவரும் பறவைக் கூண்டுகளுடன் அரை மணிநேரம் செலவிட வேண்டி யிருந்தது. குழந்தைத்தனமான அவளுடைய உணர்வுகளோடு எந்தத் தொடர்பும் இல்லாத முரட்டுப் பார்வையும் உலோகத்தனமான உச்சரிப்பும் ஆண்தன்மையும் கொண்ட ஜெர்மானியப் பெண் அவள். அவளையும் அவளோடு தொடர்புடைய அனைத்தையும்விட ஃபெர்மினா தாஸா இந்த உலகத்தில் வெறுத்தது எதுவுமில்லை. அவளுடைய போலியான புனிதத்தைப் பற்றிய நினைவே ஃபெர்மினாவின் இதயத்தில் தேள் கொட்டியதைப் போன்ற உணர்வை ஏற்படுத்தியது. பள்ளிக்கூடத்தின் சித்திரவதைகளும் தினசரி வழிபாட்டின் தாங்க முடியாத சலிப்பும் தேர்வுகளின் பயங்கரமும் கற்றுக்குட்டி களின் அடிமைத்தனமான விடாமுயற்சியும் ஆன்மீக வறுமை யின் பட்டகத்தால் விகாரமாக்கப்பட்ட வாழ்க்கை முழுவதுமே திடீரென்று புத்துயிர் பெறுவதற்குக் குளியலறை வாசலிலிருந்து அவளை அடையாளம் கண்டுகொண்டதே ஃபெர்மினா தாஸாவுக்குப் போதுமானதாக இருந்தது. மாறாக, சகோதரி ஃப்ரான்கா த லா லூஸ், உண்மையாகத் தோன்றிய மகிழ்ச்சியோடு அவளை வரவேற்றாள். எவ்வளவு வளர்ந்திருக்கிறாள், முதிர்ச்சி அடைந்திருக்கிறாள் என்று வியந்தாள். அவள் வீட்டை நடத்திய விதத்தையும், உள்முற்றத்தின் அழகையும், ஆரஞ்சுப் பூக்களின் தொட்டியையும் பாராட்டினாள். கவனக்குறைவாக இருந்தால் கண்களைக் கொத்திவிடக்கூடிய காகங்களை அதிகம் நெருங்காமல் அங்கேயே காத்திருக்குமாறு புதியவளுக்குக் கட்டளை இட்டுவிட்டு, ஃபெர்மினாவோடு தனியாக உட்கார்ந்து பேச ஒரு இடம் தேடினாள். ஃபெர்மினா அவளை அறைக்கு அழைத்துச் சென்றாள்.

அது ஒரு சுருக்கமான, கசப்பான சந்திப்பாக இருந்தது. பீடிகைகளில் நேரத்தை வீணடிக்காமல், சகோதரி ஃப்ரான்கா த லா லூஸ் ஃபெர்மினா தாஸாவுக்குக் கௌரவமான மறுவாழ்வைக் கொடுக்க முன்வந்தாள். பள்ளியிலிருந்து வெளியேற்றப்பட்டதற்கான காரணம் குறிப்பேட்டிலிருந்து

மட்டுமின்றிச் சமுதாயத்தின் நினைவிலிருந்தும் அகற்றப்படும். அது அவள் தனது படிப்பை முடித்து இலக்கியத்தில் இளங்கலைப் பட்டம் பெறவும் உதவும். குழப்பமடைந்த ஃபெர்மினா அதற்கான காரணத்தைத் தெரிந்து கொள்ள விரும்பினாள்.

“இவை எல்லாவற்றுக்கும் தகுதியான ஒருவருடைய வேண்டுகோள். அவரது ஒரே ஏக்கம் நீ மகிழ்ச்சியாக இருக்க வேண்டும் என்பதுதான். அவர் யாரென்று தெரியுமா?” என்று கேட்டாள் அந்தக் கன்னியாஸ்திரி.

அவளுக்கு இப்போதுதான் புரிந்தது. ஒரு அப்பாவித்தன மான கடிதத்திற்காகத் தன்னுடைய வாழ்க்கையைப் புரட்டிப்போட்ட ஒரு பெண் எந்த அதிகாரத்தோடு காதலின் தூதுவராகச் செயல்படுகிறாள் என்று வியப்படைந்தாள். ஆனால் அதைச் சொல்லத் துணியவில்லை. அதற்குப் பதிலாக, ஆமாம், அவரை எனக்குத் தெரியும் என்றாள். தெரிந்திருப்பதாலேயே அவருக்குத் தனது வாழ்க்கையில் தலையிட உரிமையில்லை என்றாள்.

“அவர் உன்னிடம் கேட்பதெல்லாம் ஒரு ஐந்து நிமிடம் உன்னோடு பேச அனுமதிக்க வேண்டும் என்றுதான்” என்றாள் அந்தக் கன்னியாஸ்திரீ. “உன் தந்தை சம்மதிப்பாரென்று நான் உறுதியாக நம்புகிறேன்.”

அந்த வருகைக்குத் தனது தந்தையும் உடந்தையாக இருக்கிறார் என்ற எண்ணத்தால் ஃபெர்மினா தாஸாவின் கோபம் மேலும் அதிகரித்தது.

“எனக்கு உடல்நிலை சரியில்லாமல் இருந்தபோது நாங்கள் இரண்டு முறை சந்தித்தோம். இப்போது சந்திக்க எந்தக் காரணமும் இல்லை” என்றாள்.

“கொஞ்சமாவது மூளையுள்ள எந்தப் பெண்ணுக்கும் அவர் தெய்வீகக் கருணையின் பரிசு” என்றாள் கன்னியாஸ்திரி.

அவருடைய நற்பண்புகளைப் பற்றியும் பக்தியைப் பற்றியும் துன்பப்படுபவர்களின் சேவைக்கான அர்ப்பணிப்பைப் பற்றியும் அவள் பேசிக்கொண்டே இருந்தாள். பேசிக்கொண்டே இருந்தபோது, தந்தத்தால் செதுக்கிய கிறிஸ்து சிலையோடு ஒரு தங்க ஜெபமாலையைத் தனது சட்டைக் கையிலிருந்து எடுத்து ஃபெர்மினா தாஸாவின் கண் முன்னால் ஆட்டினாள். அது அந்தக் குடும்பத்தின் பாரம்பரியச் சொத்து. நூறு வருடங் களுக்கு மேல் பழமையானது. சியானாவைச் சேர்ந்த ஒரு பொற்கொல்லரால் செய்யப்பட்டது. நான்காம் க்ளெமெண்டால் ஆசீர்வதிக்கப்பட்டது.

“இது உனக்குத்தான்” என்றாள்.

நரம்புகளில் ரத்தம் துடிப்பதை உணர்ந்த ஃபெர்மினா தாஸா, அப்போது துணிந்துவிட்டாள்.

“காதல் பாவமென்று நீங்கள் நினைத்தால், இதில் ஏன் தலையிடுகிறீர்கள் என்று எனக்குப் புரியவில்லை” என்றாள்.

சகோதரி ஃப்ரான்கா த லா லூஸ் அதைக் கவனிக்காததைப் போல நடித்தாள். ஆனால் அவளுடைய கண் இமைகள் ஒளிர்ந்தன. ஜெபமாலையைக் கண்களுக்கு முன்னால் தொடர்ந்து ஆட்டிக்கொண்டிருந்தாள்.

“நீ என்னோடு ஒரு புரிதலுக்கு வருவது நல்லது. ஏனென்றால் எனக்குப் பிறகு பேராயர் வரலாம். அவர் வந்தால் அது வேறுமாதிரி இருக்கும்” என்றாள்.

“அவரும்தான் வரட்டுமே” என்றாள் ஃபெர்மினா தாஸா.

சகோதரி ஃப்ரான்கா த லா லூஸ் தங்க ஜெபமாலையைத் தனது சட்டைக் கையில் மறைத்துக்கொண்டாள். பிறகு, இன்னொரு கையிலிருந்து மிகவும் பயன்படுத்தப்பட்ட கைக்குட்டையை வெளியிலெடுத்து, பந்தாகச் சுருட்டி, ஒரு பரிதாபமான புன்னகையுடன் தொலைவிலிருந்து ஃபெர்மினாவைப் பார்த்தபடி, தனது கைப்பிடிக்குள் இறுக்கிப் பிடித்துக்கொண்டாள்.

“ஐயோ பாவம். நீ இன்னும் அவனைப்பற்றியே நினைத்துக் கொண்டிருக்கிறாய்” என்று பெருமூச்சுவிட்டாள்.

கன்னியாஸ்திரியைக் கண் இமைக்காமல் பார்த்தபடி அவமதிப்பை அசைபோட்டுக்கொண்டிருந்தாள் ஃபெர்மினா தாஸா. பேசாமல் அவளுடைய கண்களை நேராக அமைதியாகப் பார்த்துக்கொண்டிருந்தாள். அவளுடைய ஆண்மையான கண்கள் கண்ணீரால் நிரம்பியதை எல்லையற்ற திருப்தியுடன் பார்க்கும்வரை மென்றாள். சகோதரி ஃப்ரான்கா த லா லூஸ் கைக்குட்டைப் பந்தால் கண்களைத் துடைத்துக்கொண்டு எழுந்து நின்றாள்.

“நீ ஒரு கழுதை என்று உன் தந்தை சரியாகத்தான் சொல்லியிருக்கிறார்” என்றாள்.

பேராயர் வரவில்லை. ஹில்டெப்ராண்டா சான்சேஸ் தனது மாமன் மகளோடு கிறிஸ்துமஸ் கொண்டாட வந்திருக்காவிட்டால் முற்றுகையும் அன்றே முடிந்திருக்க வேண்டும். இருவருடைய வாழ்க்கையும் மாறிவிட்டது. கடலின் கொந்தளிப்பால் உயிரைப் பணயம்வைத்த பயணிகளின்

கும்பலுக்கு மத்தியில், அவளை ரியோஹாச்சா இரட்டைப் பாய்மரக் கப்பலிலிருந்து காலை ஐந்து மணிக்கு வரவேற்றாள். ஆனால் அவள் பெண்மையின் மலர்ச்சியோடும் கடலில் கழித்த மோசமான இரவால் கிளர்ச்சியடைந்த மனநிலையோடும் இறங்கினாள். தனது வருகையின்போது யாருக்கும் சாப்பாட்டில் குறை இருக்கக் கூடாது என்பதற்காகச் செழிப்பான சமவெளி யில் விளைந்த ஏராளமான பழங்களையும் உயிருள்ள வான்கோழிகளையும் பெட்டிகளில் கொண்டுவந்தாள். சிறந்த இசைக்கலைஞர்களைத் தன்வசம் வைத்திருந்ததால், அவளுடைய தந்தை லிசிமாகோ சான்சேஸ் ஈஸ்டர் விழாவுக்கு இசைக் குழுவினரை அனுப்பட்டுமா தேவையா என்று கேட்டனுப்பினார். பட்டாசுகளைப் பின்னர் அனுப்புவதாகவும் உறுதியளித்தார். மகளுக்காக மார்ச் மாதத்திற்கு முன்பு வர முடியாது என்றும் அதனால் மகிழ்ச்சியாக இருக்க அவர்களுக்கு நேரம் கிடைக்கு மென்றும் அறிவித்திருந்தார்.

மாமன் மகள்கள் இருவரும் உடனடியாகத் தொடங்கி விட்டனர். முதல்நாள் மதியத்திலிருந்தே குளத்து நீரில் ஒருவரை யொருவர் நீராட்டிக்கொண்டு, நிர்வாணமாக, ஒன்றாகக் குளித்தனர். சோப்புப் போட்டுக்கொள்ள ஒருவருக்கொருவர் உதவி, பேன் பார்த்துப் பிட்டங்களையும் அசையாத மார்புகளையும் ஒப்பிட்டுப் பார்த்து, கடைசியாக ஒருவரையொருவர் நிர்வாண மாகப் பார்த்துக்கொண்ட பிறகு காலம் அவர்களை எந்த அளவுக்குக் குரூரமாக நடத்தியிருக்கிறது என்பதை எடைபோட ஒருவரை ஒருவர் பார்த்துக்கொண்டனர். ஹில்டெப்ராண்டா தங்கநிறத் தோலோடு உருண்டு திரண்டு இருந்தாள் என்றாலும் அவளது உடலிலிருந்த முடிகளெல்லாம் கலப்பினப் பெண்ணின் முடிகளைப் போல குட்டையாகவும் கம்பி நுரையைப் போலச் சுருண்டும் கிடந்தன. மாறாக, ஃபெர்மினா தாஸா வெளுத்த நிர்வாணத்துடன் நீண்ட கோடுகளும் அமைதியான தோலும் நேரான முடியும் கொண்டவளாக இருந்தாள். காலா ப்ளாஸிடியா படுக்கையறையில் ஒரே மாதிரியான இரண்டு படுக்கைகளை அவர்களுக்குப் போட்டிருந்தாள். ஆனால் அவர்கள் சில சமயங்களில் ஒரே கட்டிலில் படுத்துக்கொண்டு விளக்கை அணைத்துவிட்டு விடியவிடியப் பேசிக்கொண்டிருந்தார்கள். ஹில்டெப்ராண்டா பெட்டியின் அடியில் மறைத்து வைத்திருந்த கொள்ளையர்களின் நீண்ட மெல்லிய சுருட்டைப் புகைத்த பிறகு, படுக்கையறையில் தேங்கிய அசுத்தக் காற்றைச் சுத்தப்படுத்த ஆர்மீனியக் காகிதத்தை எரிக்க வேண்டியிருந்தது. முதல் முறையாக வள்ளேடுபாரிலும், அதைத் தொடர்ந்து ஃபோன்செகாவிலும், ஆண்களைப் பற்றிப் பேசவும் ரகசியமாகப் புகைக்கவும்

ஒரே அறையில் பத்துப் பெண்கள்வரை அடைந்து கிடந்த ரியோஹாச்சாவிலும் ஃபெர்மினா தாஸா புகைத்திருக்கிறாள். சுருட்டின் நெருப்புகள் காட்டிக்கொடுக்காமல் இருப்பதற்குப் போர்க்கால இரவுகளில் ஆண்கள் புகைப்பதைப் போல, நெருப்பை வாய்க்குள் வைத்துக்கொண்டு தலைகீழாகப் புகைக்கவும் அவள் கற்றுக்கொண்டாள். ஆனால் ஒருபோதும் அவள் தனியாகப் புகைத்ததில்லை. தனது வீட்டில் தூங்கப்போகும் முன்பு எல்லா இரவுகளிலும் ஹில்டெப்ராண்டாவுடன் புகை பிடித்த அவள், பொது இடத்தில் ஒரு பெண் புகைபிடிக்கிறாள் என்று தவறாகப் பேசுவார்கள் என்பதால் மட்டுமின்றி, ரகசியத்தோடு தொடர்புடைய மகிழ்ச்சியைப் பெறவும் அவளது குழந்தைகளிடமிருந்தும் கணவரிடமிருந்தும்கூட மறைத்து, எப்போதும் ரகசியமாகப் புகைபிடிக்கும் பழக்கத்தை அப்போதுதான் பெற்றாள்.

சாத்தியமில்லாத காதலிலிருந்து ஹில்டெப்ராண்டாவை விலகவைக்கும் முயற்சியாக அவளது பெற்றோரால் திணிக்கப் பட்ட பயணம்தான் அதுவும் என்றாலும், ஒரு நல்ல இணையை முடிவுசெய்ய ஃபெர்மினா தாஸாவுக்கு உதவத்தான் என்று அவளை நம்பவைத்திருந்தார்கள். ஃபெர்மினா செய்ததைப்போல, மறதியைக் கேலிசெய்யும் மாயையோடு அதை ஏற்றுக்கொண்ட ஹில்டெப்ராண்டா, மிகவும் ரகசியமாகத் தன்னுடைய தகவல்களை அனுப்ப ஃபொன்சேகா தந்திச் சேவகனோடு ஒப்பந்தம் செய்துகொண்டாள். அதனால்தான் ஃபெர்மினா தாஸா ஃப்ளோரென்டினோ அரிஸாவை நிராகரித்ததை அறிந்ததும் அவளுடைய ஏமாற்றம் மிகவும் கசப்பானதாக இருந்தது. மேலும், காதலைப் பற்றிய உலகளாவிய கருத்தைக் கொண்டிருந்த ஹில்டெப்ராண்டா, ஒருவருக்கு எது நடந்தாலும் அது உலகம் முழுவதும் இருக்கும் அனைத்துக் காதல்களையும் பாதிக்கும் என்று நம்பினாள். இருந்தாலும், அவள் திட்டத்தைக் கைவிடவில்லை. பயத்தின் நெருக்கடியை ஃபெர்மினா தாஸாவுக்குக் கொடுத்த துணிச்சலுடன், ஃப்ளோரென்டினோ அரிஸாவின் ஆதரவைப் பெறும் நோக்கத்தோடு அவள் தனியாகத் தந்தி அலுவலகத்திற்குச் சென்றாள்.

ஃபெர்மினா தாஸாவின் வழியாக அவள் உருவாக்கி வைத்திருந்த உருவத்திற்குப் பொருந்தக்கூடிய எதுவும் அவனிடம் இல்லை என்பதால், அவளுக்கு அவனை அடையாளம் தெரிந்திருக்காது. அடிபட்ட நாயின் தோற்றத்தோடும் யூத மதகுருவின் கேவலமான ஆடையோடும் யாருடைய மனத்தையும் மாற்ற முடியாத புனிதமான நடத்தையோடும் கிட்டத்தட்ட கண்ணுக்கே தெரியாத அந்தப் பணியாளரால்

தனது மாமன் மகள் பைத்தியம் பிடிக்கும் நிலையில் இருந்திருக்க முடியாது என்று முதல் பார்வையில் அவளுக்குத் தோன்றியது. ஆனால் அவள் யாரென்றுகூடத் தெரியாமல் அவளுடைய நிபந்தனையற்ற சேவையில் ஃப்ளோரென்டினோ அரிஸா தன்னை ஈடுபடுத்திக்கொண்டதால், முதலில் தோன்றிய தனது எண்ணத்திற்காக அவள் மிகவிரைவில் வருத்தப்பட்டாள்: அவனுக்கு அவளைத் தெரியவில்லை. ஆனாலும் அவனைப் போல யாரும் அவளைப் புரிந்துகொண்டிருக்க முடியாது என்பதால், அவளை அடையாளம் காட்டச் சொல்லவுமில்லை, முகவரியைக் கேட்கவுமில்லை. அவனுடைய தீர்வு மிக எளிமையானதாக இருந்தது. அவனுடைய கையிலிருக்கும் அவளுடைய காதலனின் பதில்களைக் கொடுக்கப் புதன்கிழமை மாலை நேரங்களில் அவள் தந்தி அலுவலகத்தின் வழியாகச் செல்ல வேண்டும், அவ்வளவுதான். இன்னொரு பக்கம், ஹில்டெப்ராண்டா எழுதி எடுத்துக்கொண்டு சென்ற கடிதத்தைப் படித்தபோது ஒரு ஆலோசனையை ஏற்றுக்கொள்வீர்களா என்று கேட்டான். அவளும் ஒப்புக்கொண்டாள். ஃப்ளோரென்டினோ அரிஸா முதலில் வரிகளுக்கு இடையில் சில திருத்தங்களைச் செய்தான், நீக்கினான், மறுபடியும் எழுதினான். இடமில்லாமல் போனதால், கடைசியில் தாளைக் கிழித்துப் போட்டுவிட்டு, வேறொரு கடிதத்தை முற்றிலும் புதிதாக எழுதினான். அது இதயத்தைத் தொடுவதாக இருந்ததாக அவள் நினைத்தாள். தந்தி அலுவலகத்தி லிருந்து வெளியில் வந்தபோது ஹில்டெப்ராண்டா கண்ணீரின் விளிம்பில் இருந்தாள்.

“அவன் அசிங்கமாகவும் சோகமாகவும் இருக்கிறான் என்றாலும், காதலால் நிறைந்திருக்கிறான்” என்றாள் ஃபெர்மினா தாஸாவிடம்.

அத்தை மகளின் தனிமைதான் ஹில்டெப்ராண்டாவின் கவனத்தை அதிகம் ஈர்த்தது. இருபது வயதான கன்னியைப் போலத் தெரிவதாகச் சொன்னாள். ஒவ்வொரு முறையும் எத்தனை பேர் சாப்பிட வருவார்கள், உண்மையில் எத்தனை பேர் வாழ்ந்தார்கள் என்றுகூட உறுதியாகத் தெரியாத வீடுகளில் பரவிக் கிடந்த எண்ணற்ற குடும்பங்களோடு வாழ அவள் பழகியிருந்தாள். தனிப்பட்ட வாழ்க்கையில் அடைந்து கிடப்பதாகச் சுருங்கிவிட்ட தன் வயதொத்த பெண்ணை ஹில்டெப்ராண்டாவால் கற்பனைகூடச் செய்து பார்க்க முடியவில்லை. ஃபெர்மினா தாஸா அப்படித்தான் இருந்தாள். காலையில் ஆறுமணிக்கு எழுந்ததிலிருந்து படுக்கையறையில் விளக்கை அணைப்பதுவரை, நேரத்தை வீணடிப்பதில் அவள் தன்னை அர்ப்பணித்துக்கொண்டாள். வாழ்க்கை வெளியிலிருந்து

அவள்மீது திணிக்கப்பட்டது. முதலில், கடைசிச் சேவல்களுடன் பால்காரன் முன்கதவைத் தட்டி அவளை எழுப்புவான். பாசிகளின் படுக்கையில் உயிரை விட்டுக்கொண்டிருந்த சங்கரா மீன் கூடையோடு மீன்காரி, சான் ஹாசிந்தோவின் பழங்களோடும் மரியா லா பாகாவின் காய்கறிகளோடும் ஆடம்பரப் பழ வியாபாரிகள் என்று அடுத்தடுத்து கதவைத் தட்டுவார்கள். அதன் பிறகு பிச்சைக்காரர்கள், லாட்டரிச் சீட்டு விற்கும் பெண்கள், தொண்டு நிறுவனத்தின் சகோதரிகள், வதந்திகளோடு வந்த சாணை பிடிப்பவன், பாட்டில் வாங்குபவன், பழைய தங்கம் வாங்குபவன், செய்தித்தாள் காகிதம் வாங்குபவன், அட்டைகளிலும் கைரேகைகளிலும் ஓட்டலின் இருக்கைகளிலும் முகம் கழுவும் தொட்டிகளின் தண்ணீரிலும் விதியைப் படிக்க முன்வந்த போலி நாடோடிகள் என நாள் முழுவதும் பலர் கதவைத் தட்டிக்கொண்டே இருப்பார்கள். வேண்டாம் என்றும் நாளைக்கு வா என்றும் சொல்லியோ, ஒவ்வாத மனநிலையில் இருக்கும்போது இதற்குமேல் தொந்தரவு செய்யாதே என்று பால்கனியிலிருந்தபடி கத்தியோ, அடடா தேவையானதை எல்லாம் ஏற்கெனவே வாங்கிவிட்டோமே என்று சொல்லியோ முன்கதவைத் திறப்பதிலும் மூடுவதிலும் காலா ப்ளாசிடியாவின் வாரம் கழியும். அத்தனை ஆர்வத்தோடும் அத்தனை கருணையோடும் அத்தை எகோலாஸ்டிகாவின் இடத்தை அவள் பிடித்துக்கொண்டதால், அத்தையாகவே நினைத்துக் குழம்பி அவளை நேசிக்கும் அளவுக்குச் சென்றாள் ஃபெர்மினா. அவளிடம் ஒரு அடிமையின் ஆவேசம் இருந்தது. கொஞ்ச நேரம் ஓய்வு கிடைத்ததும் வேலைசெய்யும் அறைக்குச் சென்று வெள்ளைத் துணிகளுக்குப் பெட்டிபோட்டு, கவனமாக மடித்து, தாழம்பூக்கள் வைத்திருந்த அலமாரியில் பத்திரப்படுத்துவாள். துவைத்த துணிகளை மட்டுமின்றிப் பயன்படுத்தி நைந்து பொலிவிழந்த துணிகளையும் மடித்து, பெட்டிபோட்டு வைப்பாள். பதினான்கு வருடங்களுக்கு முன்பு செத்துப்போன தாய் ஃபெர்மினா சான்சேஸின் துணி அலமாரியையும் அதே கவனத்தோடு பராமரித்துவந்தாள். ஆனாலும் முடிவுகளை எடுத்தது ஃபெர்மினா தாஸாதான். என்ன சாப்பிட வேண்டும், என்ன வாங்க வேண்டும், ஒவ்வொரு விஷயத்திலும் என்ன செய்ய வேண்டும் என்று அவள்தான் கட்டளையிட்டாள். அந்த வகையில் தீர்மானிக்க ஒன்றுமில்லாத வீட்டின் வாழ்க்கையை அவள்தான் தீர்மானித்தாள். கூண்டைக் கழுவுவது, பறவைகளுக்குத் தீனிபோடுவது பூச்செடிகளுக்கு ஒன்றும் குறையில்லாமல் பார்த்துக்கொள்வது என எல்லா வேலைகளும் முடிந்த பிறகு செய்வதற்கு ஒன்றுமில்லாமல் நின்றாள். பள்ளியிலிருந்து வெளியேற்றப்பட்ட பிறகு, பலமுறை பிற்பகல் தூக்கத்திலிருந்து

அடுத்த நாள் காலைவரை எழுந்திருக்காமல் தூங்கி இருக்கிறாள். ஓவிய வகுப்புகள் நேரத்தை வீணடித்த ஒரு பொழுதுபோக்கு என்பதற்குமேல் எதுவுமில்லை.

அத்தை எஸ்கோலாஸ்டிகாவை வெளியேற்றியதிலிருந்து, பாதையில் குறுக்கிடாமல் சேர்ந்து வாழும் வழியை அவளும் அவள் தந்தையும் கண்டுபிடித்திருந்தாலும், அவளுக்குத் தந்தையோடு இருந்த வீட்டுப் பாசம் விட்டுப்போனது. அவள் எழும்போது வியாபாரத்திற்காக அவர் ஏற்கெனவே வெளியில் சென்றிருப்பார். திருச்சபை காப்பிக் கடையின் சூப்பும் கலீசியாவின் நொறுக்குத் தீனிகளுமே அவருக்குப் போதுமானதாக இருந்ததால், கிட்டத்தட்ட எப்போதுமே வீட்டில் சாப்பிடுவ தில்லை என்றாலும், மதிய உணவுச் சடங்கில் கலந்துகொள்ளாமல் இருந்தது அரிது. இரவு உணவையும் சாப்பிடுவதில்லை. மறுநாள் காலையில் மறுபடியும் சூடுபடுத்திச் சாப்பிடும்வரை அதைச் சாப்பிட மாட்டார் என்பது தெரிந்திருந்தாலும், அவருடைய பங்கை மேசையில் ஒரே தட்டில் வைத்து இன்னொரு தட்டால் மூடி வைத்துவிடுவாள். செலவுக்கான பணத்தைச் சரியாகக் கணக்கிட்டு, வாரத்துக்கு ஒருமுறை மகளிடம் அவர் கொடுத்து விடுவார். அவள் அதைக் கறாராக நிர்வகிப்பாள் என்றாலும், எதிர்பாராத செலவுகளுக்காக அவள் வைக்கும் எந்தக் கோரிக்கையையும் அவர் மகிழ்ச்சியோடு ஏற்றுக்கொள்வார். அவளிடம் காலணாகூடப் பேரம் பேசியதில்லை, கணக்குக் கேட்டதில்லை என்றாலும், கோயில் நிர்வாகத் தீர்ப்பாயத்தில் சமர்ப்பிக்க வேண்டும் என்பதைப் போல அவள் நடந்து கொண்டாள். தனது வணிகத்தின் தன்மையைப் பற்றியும் நிலைமையைப் பற்றியும் அவளிடம் அவர் சொன்னதே இல்லை. பெற்றோருடன் வரும் கண்ணியமான இளம்பெண்களுக்குக்கூடத் தடைசெய்யப்பட்ட இடமான துறைமுகத்திலிருந்த தனது அலுவலகத்தைப் பார்க்க அவளை அழைத்துச்சென்றதும் இல்லை. அதிகத் தீவிரமில்லாத போர்க்காலங்களில் ஊரடங்கு நேரமான இரவு பத்து மணிக்கு முன்பாக லொரென்ஸோ தாஸா வீட்டிற்குத் திரும்பியதும் இல்லை. திருச்சபை காப்பிக் கடையில் அதுவரை தங்கியிருக்கும் அவர், எல்லா உள்ளரங்க விளையாட்டுகளிலும் நிபுணராக இருந்ததோடு, நல்ல ஆசிரியராகவும் இருந்ததால் எந்த விளையாட்டாக இருந்தாலும் விளையாடுவார். எழுந்தவுடன் முதல் சோம்பு பானத்தைக் குடித்துவிட்டு, அணைத்த சுருட்டு நுனியை மெல்லத் தொடங்கும் அவர் பகலில் அவ்வப்போது குடித்துக்கொண்டே இருந்தாலும், மகளை எழுப்பாமல் நிதானம் தவறாமல் வீடு திரும்புவார். இருந்தாலும், ஒருநாள் இரவு ஃபெர்மினா தாஸா அவர் உள்ளே நுழையும் சத்தத்தைக் கேட்டாள். படிகளில்

அவருடைய குதிரை வீரனின் நடையையும் இரண்டாவது மாடியின் நடைபாதையில் அவருடைய கனமான மூச்சையும் படுக்கை யறைக் கதவில் அவருடைய உள்ளங்கை தட்டிய சத்தத்தையும் கேட்டுக்கொண்டிருந்தாள். கதவைத் திறந்த அவள் அவருடைய கோணல் கண்ணாலும் சுரத்தில்லாத வார்த்தைகளாலும் முதல் முறையாக அச்சப்பட்டாள்.

“நாம் நொடித்துப் போய்விட்டோம். எல்லாம் போய்விட்டது. இப்போது தெரிந்துகொள்” என்றார்.

அவ்வளவுதான் சொன்னார். அதைப் பற்றி அவர் மறுபடியும் ஒன்றும் சொல்லவுமில்லை, அவர் உண்மையைத்தான் சொன்னார் என்று காட்டும் வகையில் எதுவும் நடக்கவுமில்லை என்றாலும், அந்த இரவிற்குப் பிறகு இந்த உலகத்தில் தனக்கென்று யாருமில்லை என்ற உணர்வு ஃபெர்மினா தாஸாவுக்கு ஏற்பட்டு விட்டது. அவள் சமூகப் புறக்கணிப்பில் வாழ்ந்தாள். அவளுடைய பழைய பள்ளித் தோழிகள் அவளுக்கு மறுக்கப் பட்ட சொர்க்கத்தில் வாழ்ந்தார்கள். அதுவும் அவள் வெளியேற்றப்பட்ட அவமானத்திற்குப் பிறகு அதிகமாகவே சொர்க்கத்தில் வாழ்ந்தார்கள் என்றாலும், அவளுடைய கடந்த காலம் தெரியாமல், ஆசீர்வதிக்கப்பட்ட கன்னியின் பிரசண்டேஷன் பள்ளியின் மாணவியாக மட்டுமே சீருடையில் பார்த்திருந்ததால், அண்டை வீட்டுக்காரர்கள்கூட அவளை அண்டை வீட்டுக்காரியாக ஏற்றுக்கொள்ளவில்லை. அவளது தந்தையின் உலகம் போதைப்பொருள் வியாபாரிகளையும் கப்பல் சுமைக்கூலிகளையும் திருச்சபை காப்பிக் கடையின் பொது முகாமில் தஞ்சமடைந்த போர் அகதிகளையும் கொண்ட ஒண்டிக்கட்டை ஆண்களுக்கு மட்டுமேயானது. கடந்த ஆண்டில், கூட்டாக வகுப்பெடுக்க விரும்பிய ஓவிய ஆசிரியர் தையலறைக்கு மற்ற மாணவிகளையும் அழைத்துவந்ததால், ஓவிய வகுப்புகள் தனிமையிலிருந்து அவளைக் கொஞ்சம் விடுவித்தன என்றாலும், தெளிவில்லாத, பலதரப்பட்ட சமூக நிலைமைகளிலிருந்த அந்தப் பெண்கள், ஃபெர்மினா தாஸாவுக்கு வகுப்போடு முடிந்துபோன இரவல் தோழிகளாகத்தான் இருந்தார்கள். வீட்டைத் திறந்துவைத்து, காற்றை வரவழைத்து, தன்னுடைய தந்தையின் வெடிமருந்து அரண்மனை, ராக்கெட்டுகள், இசைக் கலைஞர்கள் எல்லாவற்றையும் கொண்டுவந்து, அத்தை மகளின் செல்லரித்த உற்சாகத்தைத் தன்னுடைய சூறாவளியால் மாற்றி விடும் திருவிழா நடனத்தை நடத்த நினைத்தாலும், தனது நோக்கங்கள் நிறைவேறாது என்பதை மிக விரைவிலேயே ஹில்டெப்ராண்டா உணர்ந்துகொண்டாள். அழைக்க யாரும் இல்லை என்பதுதான் அதற்கான எளிய காரணம்.

எப்படி இருந்தாலும், ஃபெர்மினாவை வாழ்க்கையில் தள்ளிவிட்டது அவள்தான். ஓவிய வகுப்புகளுக்குப் பிறகு மாலை நேரங்களில், நகரத்தைப் பற்றித் தெரிந்துகொள்ளத் தெருவுக்கு அழைத்துக்கொண்டு போகவைத்தாள். அத்தை எஸ்கோலாஸ்டிகாவுடன் தினமும் கடந்த பாதை, அவளுக்காகக் காத்திருக்க ஃப்ளோரென்டினோ அரிஸா படிப்பதைப் போல நடித்தபடி உட்கார்ந்திருக்கும் பூங்காவின் இருக்கை, அவளைப் பின்தொடர்ந்து வந்த சந்துகள், கடிதங்களை மறைத்துவைத்த இடங்கள், புனித அலுவலகத்தின் சிறைச்சாலையாகவும் பிறகு உணவு விடுதியாகவும் இருந்து, அவள் முழுமனதோடு வெறுத்த ஆசீர்வதிக்கப்பட்ட கன்னியின் பிரசண்டேஷன் பள்ளியாக மாற்றப்பட்ட பாவப்பட்ட அரண்மனை ஆகியவற்றை ஃபெர்மினா தாஸா அவளுக்குக் காட்டினாள். கட்டிலில் ஃபெர்மினா தாஸா கேட்பதற்காகக் காற்று வீசும் திசைக்கேற்ப ஃப்ளோரென்டினோ அரிஸா வயலின் வாசித்த ஏழைகளின் கல்லறை இருந்த மலையின் மேல் ஏறிய அவர்கள், அங்கிருந்து வரலாற்று நகரத்தின் உடைந்த கூரைகளையும் செல்லரித்த சுவர்களையும் புதர்களுக்கு நடுவிலிருந்த கோட்டைகளின் இடிபாடுகளையும் விரிகுடாவின் தீவுகளுக்கான பாதையையும் சதுப்பு நிலத்தைச் சுற்றியிருந்த ஏழைகளின் குடிசைகளையும் பரந்து விரிந்த கரீபியா முழுவதையும் பார்த்தார்கள்.

கிறிஸ்துமஸ் இரவில் தேவாலயத்தின் நள்ளிரவுத் திருப்பலிக்குப் போனார்கள். ஃப்ளோரென்டினோ அரிஸாவின் இசை சிறப்பாக அவளை வந்தடைந்த இடத்தில் ஃபெர்மினா உட்கார்ந்துகொண்டாள். அதைப் போன்ற ஓர் இரவில் அவனுடைய திடுக்கிட்ட கண்களை முதல்முறையாகப் பார்த்த இடத்தை மாமன் மகளுக்குக் காட்டினாள். எழுத்தர்களின் வாயிலுக்குத் துணிந்து தனியாகச் சென்று, இனிப்புகளை வாங்கி, காகிதங்களை விற்கும் கடையில் மகிழ்ச்சியாக இருந்தார்கள். தனது காதல் வெறும் பிம்பம் என்று திடீரென்று கண்டுகொண்ட இடத்தைத் தனது மாமன் மகளுக்குச் சுட்டிக்காட்டினாள் ஃபெர்மினா தாஸா. வீட்டிலிருந்து பள்ளிக்குச் சென்ற அவளுடைய ஒவ்வொரு அடியும் நகரத்தின் ஒவ்வொரு இடமும் அவளுடைய அண்மைக் காலத்தின் ஒவ்வொரு கணமும் ஃப்ளோரென்டினோ அரிஸாவின் காரணமாகவே இருந்தது என்பதை அவளே உணரவில்லை. ஹில்டெப்ராண்டா அதை அவளிடம் சுட்டிக்காட்டினாலும், நல்லதோ கெட்டதோ, அவளுடைய வாழ்க்கையில் அவளுக்கு நடந்த ஒரே விஷயம் ஃப்ளோரென்டினோ அரிஸாதான் என்ற உண்மையை அவள் ஒருபோதும் ஒப்புக்கொள்ளப்போவதில்லை என்பதால், அதை அவள் ஒப்புக்கொள்ளவில்லை.

அப்படிப்பட்ட நாட்களில், பெல்ஜியப் புகைப்படக் கலைஞர் ஒருவர் எழுத்தர்களின் நுழைவாயில் மேட்டில் தனது புகைப்படக் கூடத்தை அமைத்திருந்தார். பணம் தர வசதியிருந்த அனைவரும் அந்தச் சந்தர்ப்பத்தைப் பயன்படுத்தி உருவப்படம் எடுத்துக்கொண்டார்கள். முதலில் எடுத்துக்கொண்டவர்களில் ஃபெர்மினாவும் ஹில்டெப்ராண்டாவும் இருந்தார்கள். ஃபெர்மினா சான்சேஸின் அலமாரியைக் காலிசெய்து, மிகவும் பகட்டான ஆடைகளாலும் குடைகளாலும் விருந்துக் காலணிகளாலும் தொப்பிகளாலும் அதை நிரப்பினார்கள். நூற்றாண்டின் இடைக்காலத்தில் வாழ்ந்த பெண்களைப் போல உடுத்திக்கொண்டார்கள். காலா ப்ளாஸிடியா இறுக்கமான கச்சங்களைக் கட்டிக்கொள்ள அவர்களுக்கு உதவிசெய்தாள். கம்பிப் பாவாடையின் சட்டங்களுக்குள் உடலை நகர்த்துவது எப்படி, கையுறைகளை அணிவது எப்படி, குதிகால் உயர்ந்த காலணிகளின் பொத்தான்களைப் போட்டுக்கொள்வது எப்படி என்று அவர்களுக்குக் கற்றுக்கொடுத்தாள். முதுகைத் தொடும் நெருப்புக் கோழி இறகுகளால் செய்யப்பட்ட அகலமான விளிம்புடைய தொப்பியை ஹில்டெப்ராண்டா விரும்பினாள். துணியில் வெட்டிய பூக்களாலும் வர்ணம் பூசிய செயற்கைப் பழங்களாலும் அலங்கரிக்கப்பட்ட நவீனத் தொப்பியை ஃபெர்மினா அணிந்துகொண்டாள். கடைசியாக, கண்ணாடி யில் பார்த்துக்கொண்டபோது, டகேர்[9] ஒளிப்படத்திலிருந்த தங்களுடைய பாட்டிகளைப் போல இருந்ததால் கேலி செய்து கொண்டார்கள். சிரித்துச் சிரித்து மகிழ்ச்சியோடு தங்கள் வாழ்க்கையின் புகைப்படத்தை எடுக்கச் சென்றார்கள். விரித்த குடைகளோடு குதிகால் உயர்ந்த காலணிகளின் தள்ளாட்டத்தை முடிந்த அளவுக்குச் சமாளித்துக்கொண்டும் கம்பிப் பாவாடையைக் குழந்தைகளின் நடைவண்டியைப் போலத் தள்ளிக்கொண்டும் பூங்காவை அவர்கள் கடந்து போவதை பால்கனியிலிருந்து பார்த்துக்கொண்டிருந்த கலா ப்ளாஸிடியா, உருவப்படம் எடுப்பதில் கடவுள் அவர்களுக்குத் துணையிருக்க வேண்டுமென்று ஆசீர்வதித்தாள்.

அந்த நேரத்தில் பானாமா குத்துச்சண்டைப் போட்டி களில் பட்டம் வென்ற பென்னி செண்டெனோவைப் புகைப்படம் எடுத்துக்கொண்டிருந்ததால், பெல்ஜியப் புகைப்படக்காரரின் கூடத்தின் முன்னால் சலசலப்பு ஏற்பட்டது. கையுறைகளோடும் தலையில் கிரீடத்தோடும் சண்டைக்கான கால்சட்டைகளோடும் இருந்த அவரால், முடிந்த அளவுக்கு

9. Daguerreotypes: லூயி ஜாக் மாண்டே டகேர் என்ற ஃபிரெஞ்சுக்காரர் கண்டுபிடித்த முதல் ஒளிப்படப்பிடிப்பு முறை. 1839ஆம் ஆண்டுமுதல் 1960கள்வரை வழக்கத்தில் இருந்தது.

சுவாசத்தைக் கட்டுப்படுத்திக்கொண்டு ஒரு நிமிடத்திற்கு அசையாமல் நிற்க வேண்டியிருந்ததால் புகைப்படம் எடுப்பது அவ்வளவு சுலபமானதாக இல்லை என்றாலும், பாதுகாப்பு உடையை அணிந்துகொண்டதும் அவருடைய ரசிகர்கள் கரவொலி எழுப்பியதால், தனது திறமையைக் காட்டி அவர்களை மகிழ்விக்கும் ஆசையை அவரால் கட்டுப்படுத்திக்கொள்ள முடியவில்லை. இவர்களுடைய முறை வந்தபோது வானத்தில் மேகமூட்டம் உண்டாகி, உடனடியாக மழை வருவதைப் போலத் தோன்றினாலும் முகத்தில் மாவு பூச அனுமதித்தார்கள். பளிங்குத் தூண் வரிசையில் இயல்பாகச் சாய்ந்துகொண்டு நியாயமாகத் தோன்றியதைவிட அதிக நேரம் அசையாமல் நின்றார்கள். அது அழியாத உருவப்படமாக நிலைபெற்றுவிட்டது. ஃப்ளோரெஸ் த மரியாவிலிருந்த பண்ணை வீட்டில் கிட்டத்தட்ட நூறு வயதில் ஹில்டெப்ராண்டா உயிரிழந்தபோது, அவளது படுக்கையறையில் பூட்டிவைத்த அலமாரியில், நறுமணத் தாள்களின் மடிப்புகளுக்கு நடுவில் மறைத்து வைத்திருந்த, காலத்தால் மங்கிப்போன சிந்தனையின் படிமத்தோடு ஒரு கடிதத்தில் அவளுடைய பிரதி கண்டெடுக்கப்பட்டது. ஃபெர்மினா தாஸா தன்னுடைய பிரதியைக் குடும்பத் தொகுப்பின் முதல் பக்கத்தில் பல ஆண்டுகளாகவே எப்போதும் வைத்திருந்தாள். எப்படிக் காணாமல் போனது, எப்போது காணாமல்போனது என்று தெரியாமல் காணாமல்போன அது, சாத்தியமற்ற தற்செயல்களின் தொடர்ச்சியாக, அவர்கள் இருவரும் அறுபதுகளில் இருந்தபோது, ஃப்ளோரென்டினோ அரிஸாவின் கைகளுக்குச் சென்றுசேர்ந்தது.

பெல்ஜியப் புகைப்படக் கூடத்திலிருந்து ஃபெர்மினாவும் ஹில்டெப்ராண்டாவும் வெளியே வந்தபோது எழுத்தர்களின் வாயிலுக்கு முன்னாலிருந்த சதுக்கம் பால்கனிகள்வரை கூட்டத்தால் நிரம்பியிருந்தது. மாவுப்பூச்சால் வெள்ளையாக இருந்த முகத்தையும் சாக்லேட் வண்ணக் களிம்பு பூசப்பட்ட உதடுகளையும் அந்தக் காலகட்டத்திற்கும் நேரத்திற்கும் பொருத்தமில்லாத உடைகளையும் அவர்கள் மறந்துவிட்டார்கள். தெரு அவர்களைக் கேலியும் கிண்டலுமாக வரவேற்றது. தங்க நிறக் குதிரைகள் பூட்டிய வண்டி, கூட்டத்தின் சலசலப்பில் வழியை ஏற்படுத்திக்கொண்டு வந்தபோது, ஊராரின் கேலியிலிருந்து தப்பிக்க அவர்கள் மூலையில் ஒடுங்கி நின்றார்கள். கேலிகள் அடங்கின; விரோதக் கும்பல்கள் கலைந்து சென்றன. வண்டியின் படிகளில் தோன்றிய மனிதரின் முதல் பார்வையை, அவருடைய வெல்வெட்டுத் தொப்பியை, சரிகைப் பட்டு அங்கியை, அறிவார்ந்த சைகைகளை, கண்களின் இனிமையை, இருப்பின் அதிகாரத்தை ஹில்டெப்ராண்டா ஒருபோதும் மறக்கப்போவதில்லை.

பார்த்ததே இல்லையென்றாலும் அவள் உடனடியாக அவரை அடையாளம் கண்டுகொண்டாள். கடந்த மாதத்தில், தங்கநிறக் குதிரைகள் பூட்டிய வண்டி வாசலில் நின்றதால் மார்கேஸ் த கசால்துரோ வீட்டு வழியாகப் போக விரும்பாத ஒரு மாலை நேரத்தில், எந்த விதமான ஆர்வமும் இல்லாமலும் கிட்டத்தட்டத் தற்செயலாகவும் ஃபெர்மினா தாஸா அவரைப் பற்றிப் பேசினாள். அவருடைய பாசாங்கைப் பற்றி ஒரு வார்த்தைகூடச் சொல்லவில்லை என்றாலும், அதன் உரிமையாளர் யாரென்று சொன்ன அவள், பிடிக்காததற்கான காரணத்தையும் விளக்க முயன்றாள். ஹில்டெப்ராண்டா அதை மறந்துவிட்டாள் என்றாலும் கதைகளில் தோன்றுவதைப் போல, ஒரு காலைத் தரையிலும் இன்னொன்றைப் படியிலும் வைத்தபடி நின்ற அவரை அவள் அடையாளம் காட்டியபோது, தன் அத்தை மகளின் நோக்கத்தை அவள் புரிந்துகொள்ளவில்லை.

"தயவுசெய்து வண்டியில் ஏறுங்கள். நீங்கள் உத்தரவிடும் இடத்தில் இறக்கிவிடுகிறேன்" என்று அவர்களிடம் சொன்னார் டாக்டர் குவெனல் உர்பினோ.

ஃபெர்மினா தாஸா வேண்டாமென்று சொல்லக் கையை எடுப்பதற்குள் ஹில்டெப்ராண்டா ஒப்புக்கொண்டாள். தரையில் காலை வைத்த டாக்டர் குவெனல் உர்பினோ, விரல் நுனிகளால் கிட்டத்தட்ட அவளைத் தொடாமல், வண்டியில் ஏறிக்கொள்ள உதவினார். வேறு வழியில்லாததால் வெட்கத்தால் சிவந்த முகத்தோடு அவளைத் தொடர்ந்து ஃபெர்மினாவும் ஏறிக்கொண்டாள்.

வீடு வெறும் மூன்று கட்டிடங்களுக்கு அப்பால்தான் இருந்தது. டாக்டர் குவெனல் உர்பினோ வண்டிக்காரரிடம் ஒப்பந்தம் செய்துகொண்டிருப்பார் என்பதை அவர்கள் உணர வில்லை; வண்டி சென்றுசேர அரை மணிநேரத்திற்கும் மேலாக எடுத்துக்கொண்டதால் அப்படித்தான் இருக்க வேண்டும். அவர்கள் பிரதான இருக்கையிலும் அவர் அவர்களைப் பார்த்தபடி எதிரில் வண்டி சென்ற திசைக்கு முதுகைக் காட்டிக் கொண்டும் உட்கார்ந்தார்கள். வண்டியின் ஜன்னலைப் பார்த்து முகத்தைத் திருப்பிக்கொண்ட ஃபெர்மினா, வெற்றிடத்தில் மூழ்கினாள். ஹில்டெப்ராண்டாவோ மகிழ்ச்சியடைந்தாள். அவளுடைய மகிழ்ச்சியில் டாக்டர் உர்பினோ அதிகமாக மகிழ்ச்சியடைந்தார். வண்டி புறப்பட்டதும், பஞ்சடைத்த உட்புறத்தின் அந்தரங்கமான நெருக்கத்தையும் தோல் இருக்கை களின் இயற்கையான கதகதப்பு வாசனையையும் உணர்ந்த அவள், தங்கியிருக்க ஏற்ற இடமாகத் தெரிவதாகச் சொன்னாள். பழைய நண்பர்களைப் போல நகைச்சுவைகளைப் பரிமாறியபடி

விரைவிலேயே இருவரும் சிரிக்கத் தொடங்கினார்கள். ஒவ்வொரு அசையின் நடுவிலும் வழக்கமான இன்னொரு அசையை நுழைக்கும் புதுமையான எளிய வார்த்தை விளையாட்டில் இருவரும் ஈடுபட்டார்கள். ஃபெர்மினா தங்களைக் கவனிக்கிறாள் என்பதோடு தங்களைப் புரிந்துகொள்கிறாள் என்பதும் அவர்களுக்குத் தெரிந்திருந்ததாலும், ஃபெர்மினாவுக்குப் புரிய வில்லை என்று தாங்கள் நினைப்பதைப்போல நடித்தார்கள். அவள் புரிந்துகொண்டதால்தான் அப்படி நடித்தார்கள். எக்கச்சக்கமாகச் சிரித்த பிறகு சற்று நேரம் கழித்து, அதற்கு மேலும் காலணிகளின் தொந்தரவைத் தாங்க முடியவில்லை என்பதை ஹில்டெப்ராண்டா ஒப்புக்கொண்டாள்.

“இதைவிடச் சுலபமானது ஒன்றுமில்லை. முதலில் கழற்றுவது யாரென்று பார்ப்போம்” என்றார் டாக்டர் உர்பினோ.

அவர் தனது காலணிகளின் நாடாவை அவிழ்க்கத் தொடங்கி னார். ஹில்டெப்ராண்டா சவாலை ஏற்றுக்கொண்டாள். கம்பிப் பாவாடையின் தண்டுகள் அவளைக் குனியவிடாமல் தடுத்ததால், சுலபமாக இல்லையென்றாலும் குளத்தில் மீன் பிடிப்பதைப் போல, வெற்றிச் சிரிப்போடு பாவாடைக்கு அடியிலிருந்து காலணிகளை அவள் வெளியில் எடுக்கும்வரை வேண்டு மென்றே தாமதித்தார் டாக்டர் உர்பினோ. அப்போது இருவரும் ஃபெர்மினாவைப் பார்த்தார்கள். மறையும் சூரியனின் தீக்கோளத்திற்கு எதிராக அவளுடைய அற்புதமான தங்க மாங்குயில் வடிவத்தை முன்னெப்போதையும்விடத் தெளிவாகப் பார்த்தார்கள். தான் இருந்த தகுதியற்ற சூழ்நிலையாலும், ஹில்டெப்ராண்டாவின் அடக்கமற்ற நடத்தையாலும் போய்ச்சேர்வதைத் தாமதப்படுத்தக் காரணமில்லாமல் வண்டி சுற்றிவந்தது என்று உறுதியாகத் தெரிந்ததாலும், அவளுடைய கோபம் மூன்று மடங்கானது. ஆனால் ஹில்டெப்ராண்டா ஒரு மூதாட்டியின் சுதந்திரத்தோடு இருந்தாள்.

“என்னைத் தொந்தரவு செய்தது காலணிகள் அல்ல இந்தக் கம்பிக் கூண்டுதான் என்று இப்போது புரிகிறது” என்றாள். அவள் கம்பிப் பாவாடையைக் குறிப்பிடுகிறாள் என்பதைப் புரிந்துகொண்ட டாக்டர் உர்பினோ பறந்துவந்த வாய்ப்பைப் பயன்படுத்திக்கொண்டார். “ஒன்றும் சிரமமில்லை. கழற்றிவிடு” என்றார். ஒரு வித்தைக்காரனின் வேகத்தோடு பாக்கெட்டிலிருந்து கைக்குட்டையை எடுத்துக் கண்களைக் கட்டிக்கொண்டார்.

“நான் பார்க்கவில்லை” என்றார்.

அந்தக் கட்டு, வட்டமான கறுத்த தாடிக்கும் கூர்மையான முனைகளைக் கொண்ட மீசைக்கும் இடையில் அவருடைய

உதடுகளின் தூய்மையை அதிகரித்துக் காட்டியது. திடீர்ப் பீதியால் தாக்கப்பட்டதாக உணர்ந்த அவள் ஃபெர்மினாவைப் பார்த்தாள். பாவாடையைக் கழற்றிவிடுவாள் என்ற அச்சத்தில் அவள் இருந்தாளே தவிர, இப்போது கோபமாக இருப்பதாகத் தெரியவில்லை. தீவிரத்தை உணர்ந்த ஹில்டெப்ராண்டா அவளிடம் "என்ன செய்யலாம்?" என்று சைகையில் கேட்டாள். நேராக வண்டியை வீட்டுக்கு விடாவிட்டால் ஓடும் வண்டி யிலிருந்து குதித்துவிடுவேன் என்று அதே சைகையில் பதிலளித்தாள் ஃபெர்மினா தாஸா.

"நான் காத்திருக்கிறேன்" என்றார் மருத்துவர்.

"இப்போது பார்க்கலாம்" என்றாள் ஹில்டெப்ராண்டா.

கட்டை அவிழ்த்தபோது அவளிடம் ஏற்பட்டிருந்த மாற்றத்தைக் கவனித்த டாக்டர் குவெனல் உர்பினோ, விளையாட்டு முடிந்துவிட்டதைப் புரிந்துகொண்டார். விளையாட்டு தவறாக முடிந்துவிட்டது. அவருடைய சைகையைப் பார்த்து வண்டியைத் திருப்பிய வண்டிக்காரர், தெருவிளக்குகள் ஏற்றப்பட்ட சமயத்தில் சுவிஷேசப் பூங்காவில் நுழைந்தார். எல்லா தேவாலயங்களும் வழிபாட்டு நேரத்தைக் குறிக்கும் மூவேளை ஜெபத்திற்கான[10] மணியோசையை எழுப்பின. அத்தை மகளை வருத்தப்பட வைத்ததை நினைத்துக் கொஞ்சம் வெட்கப்பட்டு வேகமாக இறங்கிய ஹில்டெப்ராண்டா, சம்பிரதாயங்கள் இல்லாமல் கைகுலுக்கி மருத்துவரிடமிருந்து விடைபெற்றாள். ஃபெர்மினாவும் அவளைப் பின்பற்றினாலும் வெல்வெட்டுக் கையுறையிலிருந்த கையை விடுவிக்க முயன்ற போது, அவளது மோதிர விரலைப் பலமாக அழுத்தினார் டாக்டர் உர்பினோ.

"உன் பதிலுக்காகக் காத்திருக்கிறேன்" என்றார்.

அப்போது ஃபெர்மினா மிகவும் வேகமாக இழுத்ததால், மருத்துவரின் கையில் வெறும் கையுறை தொங்கியது என்றாலும், அவள் அதை மீட்பதற்காகக் காத்திருக்கவில்லை. சாப்பிடாமல் படுத்துக்கொண்டாள். சமையலறையில் கலா ப்ளாஸிடியாவோடு இரவு உணவைச் சாப்பிட்ட பிறகு எதுவுமே நடக்காததைப்போல படுக்கையறையில் நுழைந்த ஹில்டெப்ராண்டா, மாலையில் நடந்த நிகழ்வுகளைப் பற்றித் தனது இயல்பான போக்கில் பேசிக்கொண்டிருந்தாள். அவருடைய நேர்த்திக்காகவும் வசீகரத்திற்காகவும், டாக்டர் உர்பினோமீது தனக்கிருந்த ஆர்வத்தை அவள் மறைத்துக்கொள்ளவில்லை.

---

10. Angelus Prayer: கடவுள் மனித உருவெடுத்ததை மையப்படுத்திக் காலை, நண்பகல், மாலை ஆகிய மூன்று வேளைகளும் செய்யப்படும் ஜெபம்.

அவளது எந்தக் கருத்துக்கும் பதில் தராத ஃபெர்மினா தாஸா எரிச்சலில் இருந்தாள். டாக்டர் குவெனல் உர்பினோ கண்களைக் கட்டிக்கொண்டபோது அவருடைய ரோஜா இதழ்களுக்கு நடுவிலிருந்த கச்சிதமான பற்களின் பளபளப்பைப் பார்த்த அவளுக்கு, முத்தங்களால் அவரை விழுங்கிவிட வேண்டு மென்ற கட்டுக்கடங்காத ஆசை ஏற்பட்டது என்பதை ஒரு கட்டத்தில் ஹில்டெப்ராண்டா ஒப்புக்கொண்டாள். சுவரைப் பார்த்துத் திரும்பிக்கொண்ட ஃபெர்மினா, புண்படுத்த விரும்பாமல், நன்றாகச் சிரித்துக்கொண்டே ஆனால் முழுமை யான இதயத்தோடு உரையாடலை நிறைவுசெய்தாள்.

“எப்பேர்ப்பட்ட தேவடியாள் நீ” என்றாள்.

டாக்டர் குவெனல் உர்பினோ சிரிப்பது, பாடுவது, கண்களைக் கட்டிக்கொண்டு பற்களால் கந்தகத் தீப்பொறிகளைத் தெறிக்கவிடுவது, ஏழைகளின் கல்லறையை நோக்கி ஏறிக்கொண் டிருந்த இன்னொரு வண்டியில் நிலையான விதிகளற்ற வார்த்தை விளையாட்டால் அவளைக் கேலி செய்தது என அவரை எங்கெங்கும் பார்த்துக்கொண்டு அவள் அமைதி இல்லாமல் தூங்கினாள். விடியலுக்கு மிகவும் முன்னதாகவே விழித்துக் கொண்ட அவள், இன்னும் வாழ வேண்டிய கணக்கில்லாத வருடங்களைப் பற்றி நினைத்துக்கொண்டு, களைப்போடு கண்களை மூடிப் படுத்திருந்தாள். பிறகு, ஹில்டெப்ராண்டா குளித்துக்கொண்டிருந்தபோது, முழு அவசரத்தில் கடிதம் எழுதி, அவசரமாக மடித்து, அவசரமாக உறையில் போட்டு, குளியலறையிலிருந்து ஹில்டெப்ராண்டா வெளியே வருவதற்குள் டாக்டர் குவெனல் உர்பினோவுக்கு கலா ப்ளாஸிடியாவிடம் கொடுத்தனுப்பினாள். ஒற்றை எழுத்துக்கூடக் கூடவோ குறையவோ இல்லாத அவளுடைய கடிதங்களில் ஒன்றான அதில் “சரி, என் அப்பாவிடம் பேசுங்கள்” என்று மட்டும் சொல்லியிருந்தாள்.

ஐரோப்பாவில் படித்த, அவருடைய வயதுக்கு அசாதாரண மான நல்ல பெயரோடு, பாரம்பரியமும் செல்வமும் கொண்ட மருத்துவரை ஃபெர்மினா தாஸா மணந்துகொள்ளப்போகிறாள் என்பதை ஃப்ளோரென்டினோ அரிஸா தெரிந்துகொண்ட போது, மனச்சோர்விலிருந்து அவனை எழுப்பும் எந்த சக்தியும் இல்லை. அமைதியை இழந்து அழுதுகொண்டு உறங்காமல் இரவுகளைக் கழித்தான், பேச்சையும் மறந்தான் பசியையும் மறந்தான் என்று தெரிந்தபோது காதலியின் தந்திரங்களோடு அவனைத் தேற்றத் தன்னால் முடிந்ததை எல்லாம் செய்தாள் ட்ரான்சிடோ அரிஸா. ஒரு வாரத்திற்குப் பிறகுதான் அவனை மறுபடியும் சாப்பிடவைக்க முடிந்தது. மூன்று சகோதரர்களில்

உயிரோடு இருந்த ஒரே நபரான தோன் லியோன் பன்னிரண்டாவது லூயியிடம் பேசினாள். காரணத்தை அவரிடம் சொல்லாமல், இந்தக் கேடுகெட்ட நகரத்தைப் பற்றி அவனிடம் சொல்ல யாரையும் பார்க்க முடியாத, தபால் வசதியோ தந்தி வசதியோ இல்லாத, லா மக்தலேனாவின் காடுகளில் தொலைந்த ஒரு துறைமுகத்தில் எப்போதும் தங்கியிருக்கும் வகையில் கப்பல் கம்பெனியில் எதையாவது செய்துகொண்டிருக்க உங்கள் மகனுக்கு ஒரு வேலை தர வேண்டும் என்று கெஞ்சினாள். முறைதவறிப் பிறந்த குழந்தையின் இருப்பைக்கூடத் தாங்கிக் கொள்ள முடியாத அவர், தனது அண்ணனின் விதவையை நினைத்து வேலை தரவில்லை. ஆனால் இருபது நாட்களுக்கும் அதிகப் பயண தூரத்தில் ஜன்னல்களின் தெருவிலிருந்து கிட்டத்தட்ட மூவாயிரம் மீட்டர் உயரத்திலிருந்த கனவு நகரமான வில்லா த லேய்வாவில் அவனுக்குத் தந்தி இயக்குநர் வேலை கிடைத்தது.

நோய் தீர்க்கும் அந்தப் பயணத்தைப் பற்றி ஃப்ளோரென்டினோ அரிஸாவுக்கு எப்போதும் அதிகமாகத் தெரிந்திருக்கவில்லை. தனது துரதிர்ஷ்டத்தால் மங்கிப்போன கண்ணாடியின் வழியாக அந்தக் காலகட்டத்தில் நடந்தவை அனைத்தையும் வழக்கமாக நினைவில் வைத்திருந்ததைப் போல அதையும் நினைவில் வைத்திருந்தான். நியமனத்தைப் பற்றிய தந்தி கிடைத்தபோது அதைப் பரிசீலிக்கக்கூட நினைக்க வில்லை என்றாலும், லோட்டாரியோ துகுத் ஜெர்மானிய வாதங்களுடன் பொது நிர்வாகத்தில் பிரகாசமான எதிர்காலம் அவனுக்காகக் காத்திருக்கிறது என்று அவனை நம்பவைத்தார். “தந்திதான் எதிர்காலத்தின் தொழில்” என்றார். உட்புறத்தில் முயல் உரோமம் வைத்துத் தைத்த கையுறைகளும், புல்வெளியின் குளிருக்குத் தகுதியான தொப்பியும் பவேரியாவின் ஜனவரி மாதக் குளிரில் சோதிக்கப்பட்ட பட்டுக் கழுத்து மேலங்கியும் அவனுக்குப் பரிசளித்தார். இரண்டு கம்பளிச் சட்டைகளையும் தன் அண்ணனுக்குச் சொந்தமான தண்ணீர் புகாத காலணிகளையும் அவனுக்குப் பரிசளித்த சிற்றப்பா பன்னிரண்டாம் லூயி, அடுத்த கப்பலில் ஒரு அறையுடன் கூடிய பயணச் சீட்டையும் வழங்கினார். தனது தந்தையைவிட மெலிந்தும் ஜெர்மானியரைவிடக் குள்ளமாகவும் இருந்த மகனின் அளவுக்கேற்ப ஆடைகளை வெட்டித் தைத்த ட்ரான்சிடோ அரிஸா, தூந்திரப் பிரதேசத்தின் கடுமையான குளிருக்குத் தேவையான எதுவும் அவனிடம் இல்லாமல் போகக் கூடாது என்பதற்காக முழு உடலுக்குமான உள்ளாடைகளையும் கம்பளிக் காலுறைகளையும் வாங்கிவந்தாள். பல துன்பங்களைத் தாங்கிக்கொண்ட ஃப்ளோரென்டினோ அரிஸா, ஒரு பிணம் இறுதிச் சடங்குகளுக்கான தயாரிப்புகளில்

கலந்துகொள்வதைப் போலத் தன்னுடைய பயணத்துக்கான தயாரிப்புகளில் கலந்துகொண்டான். தன்னுடைய அடக்கி வைக்கப்பட்ட காதலின் ரகசியத்தை தன் அம்மாவைத் தவிர, வேறு யாரிடமும் சொல்லாத இரும்புத்தனமான இறுக்கத்தோடு, போகிறேன் என்றுகூட யாரிடமும் சொல்லவுமில்லை, யாரிடமிருந்தும் விடைபெறவுமில்லை என்றாலும் பயணத்திற்கு முந்தைய நாள், தனது உயிரைக் காவு கேட்கக்கூடிய இதயத்தின் கடைசிப் பைத்தியக்காரத்தனத்தைத் தெரிந்தே செய்தான். தன்னுடைய ஞாயிற்றுக்கிழமை உடையை அணிந்துகொண்டு நள்ளிரவில் ஃபெர்மினா தாஸாவின் பால்கனியின் கீழ் அவளுக்காக அவன் இசையமைத்த, அவர்கள் இருவருக்கும் மட்டுமே தெரிந்த, மூன்றாண்டுக் காலமாக அவர்களுடைய விரக்தியான காதலின் சின்னமாக இருந்த செரெனேட் பாடலைத் தனியாக வாசித்தான். கண்ணீரில் குளித்த வயலினோடு பாடல் வரிகளை முணுமுணுத்த முதல் வாசிப்புகளுக்குத் தெரு நாய்களும், பிறகு நகரத்தின் எல்லா நாய்களும் குரைக்கத் தொடங்குமளவுக்குத் தீவிரமான உத்வேகத்தோடு வாசித்தான். இசையின் மந்திரத்தால் கொஞ்சம் கொஞ்சமாக அவை மௌனமாயின. இயற்கைக்கு அப்பாற்பட்ட அமைதியோடு செரெனேட் முடிவடைந்தது. பால்கனியும் திறக்கவில்லை, தெருவிலும் யாரும் கூடவில்லை. செரெனேட் துணுக்குகளி லிருந்து பலன்பெற முயற்சிக்க எண்ணெய் விளக்குடன் கிட்டத்தட்ட எப்போதும் ஓடிவரும் இரவுக் காவலாளிகூட எட்டிப் பார்க்கவில்லை. வயலினை மறுபடியும் பெட்டியில் வைத்துக்கொண்டு செத்துக் கிடந்த தெருக்களில் திரும்பிப் பார்க்காமல் நடந்தபோது, எப்போதும் திரும்பி வரப்போவ தில்லை என்ற மாற்ற முடியாத உறுதியோடு பல ஆண்டுகளுக்கு முன்பே சென்றுவிட்டதாக உணர்ந்தானே தவிர, அடுத்த நாள் காலையில் புறப்படுவதாக அவன் உணரவில்லை என்பதால், அந்தச் செயல் அவனுக்கும் ஒரு நிவாரண மந்திரமாக இருந்தது.

கரீபிய நீர்வழிப் போக்குவரத்து நிறுவனத்தின் ஒரே மாதிரியான மூன்று கப்பல்களில் ஒன்றான அந்தக் கப்பல், அதன் நிறுவனரின் நினைவாக பியோ கிந்தோ லோய்ஸா என மறு பெயரிடப்பட்டிருந்தது. அது ஆற்றின் மேடுபள்ளமான அடிப்பகுதிகளை எளிதாகக் கடக்க இடம்கொடுத்த அதிகபட்சம் ஐந்தடி வரைவுடன், அகலமாகவும் தட்டையாகவும் இரும்பு அடித்தளத்தின் மீது மிதக்கும் இரண்டடுக்கு மரத்தாலான வீடாக இருந்தது. மிசிசிப்பியிலிருந்தும் ஓஹியோவிலிருந்தும் இயக்கப்பட்ட புகழ்பெற்ற கப்பல்களின் வடிவத்தில், அந்த நூற்றாண்டின் நடுப்பகுதியில் சின்சினாட்டியில் கட்டப்பட்ட மிகப்பழமையான கப்பல்களில் ஒவ்வொரு பக்கத்திலும்

விறகுக் கொதிகலன்களால் இயக்கப்பட்ட உந்து சக்கரங்கள் பொருத்தப்பட்டிருக்கும். அவற்றைப் போலவே, கரீபிய நீர்வழிப் போக்குவரது நிறுவனத்தின் கப்பல்களிலும் கிட்டத்தட்டக் கடல் மட்டத்திலிருந்த கீழ்த்தளத்தில், நீராவி எந்திரங்களும் சமையலறைகளும் குழுவினர் தங்கள் தொங்குப் படுக்கைகளை வெவ்வேறு நிலைகளில் பின்னிப் பிணைந்து தொங்கவிட்ட பெரிய கோழிக்கூண்டுகளும் இருந்தன. மேல்தளத்தில் முக்கியமான பயணிகள் குறைந்தது ஒரு முறையாவது சாப்பிடவும் சீட்டு விளையாடவும் அழைக்கப்பட்ட தளபதியின் கட்டளை அறையும் உயரதிகாரிகளின் அறைகளும் பொழுதுபோக்கு அறையும் சாப்பாட்டு அறைகளும் இருந்தன. நடுத்தளத்தில், எல்லோருக்குமான சாப்பாட்டு அறையாக இருந்த நடையின் இருபுறத்திலும் முதல் வகுப்பு அறைகள் ஆறு இருந்தன. கப்பலின் நீண்ட முன்புறத்தில் அலங்காரம் செய்யப்பட்ட மர விட்டங்களும் இரும்புத் தூண்களும் கொண்ட ஆற்றை நோக்கித் திறந்த உட்காரும் அறை இருந்தது. அங்கு பல பயணிகள் இரவில் தங்களுடைய தொங்குப் படுக்கைகளைத் தொங்கவிட்டனர். பழைய கப்பல்களைப் போல உந்தித் தள்ளும் துடுப்புகள் பக்கவாட்டில் இல்லாமல், பயணிகள் தளத்தின் மூச்சையடைக்கும் கழிவறைகளின் அடியில் கிடைமட்டமான துடுப்புகளுடன் கப்பலின் பின்பகுதியில் ஒரு பெரிய சக்கரம் பொருத்தப்பட்டிருந்தது. முதல் முறையாகப் பயணம் செய்பவர்கள் கிட்டத்தட்ட உள்ளுணர்வால் செய்வதைப் போல, ஒரு ஜூலை மாத ஞாயிற்றுக்கிழமை காலை ஏழுமணிக்கு, ஏறியவுடன் கப்பலை ஆராய வேண்டுமென்று ஃப்ளோரென்டினோ அரிஸா கவலைப்படவில்லை. மாலை நேரத்தில் கலாமர் குக்கிராமத்தின் முன்பாகச் சென்றபோது, கப்பலின் பின்பகுதிக்குச் சிறுநீர் கழிக்கச் சென்ற அவன் நுரையோடும் சூடான நீராவியோடும் எரிமலையின் கர்ஜனையோடும் தனது காலடியில் சுழன்ற பலகைகளின் பிரம்மாண்டமான சக்கரத்தை, கழிப்பறைத் துளையின் வழியாகப் பார்த்தபோதுதான் தனது புதிய யதார்த்தத்தை உணர்ந்தான்.

அவன் ஒருபோதும் பயணம் செய்ததில்லை. தூந்திரப் பிரதேச ஆடையுடன் தகரப் பெட்டியையும் அட்டைகளைக் கொண்டு அவனே தைத்த மாதாந்தரத் தொடர்களாக வாங்கப் பட்ட சித்திரங்கள் கொண்ட நாவல்களையும் மீண்டும் மீண்டும் படித்ததால் நுணுங்கிப்போகும் நிலையிலிருந்த மனப்பாடமாக ஒப்புவித்த காதல் வசனப் புத்தகங்களையும் கொண்டுவந்தான். தன்னுடைய துரதிர்ஷ்டத்தோடு அடையாளம்கண்ட வயலினை விட்டுவிட்டு வந்திருந்தான் என்றாலும், மிகவும் பிரபலமாகவும் பயன்படுத்த வசதியாகவும் இருந்த சிறு படுக்கைக் கட்டைக்

கொண்டுபோகுமாறு அவன் அம்மா கட்டாயப்படுத்தினாள்: ஒரு தலையணை, ஒரு போர்வை, ஒரு சிறிய ஈயத்தட்டு, ஒரு பின்னப்பட்ட கொசுவலை, அவசரத்திற்குத் தொங்குப் படுக்கைக்குப் பயன்படும் இரண்டு கயிறுகளால் இவை அனைத்தையும் சுற்றிக்கட்டிய ஒரு பாய். படுக்கைகளைக் கொண்ட கப்பலின் அறையில் பாய்க்கட்டு தேவைப்படாது என்று நினைத்ததால் ஃப்ளோரென்டினோ அரிஸா அதை எடுத்துவர விரும்பவில்லை என்றாலும், முதல் நாள் இரவிலிருந்தே தன் அம்மாவின் முன்யோசனைக்காக மறுபடியும் நன்றி சொல்ல வேண்டியிருந்தது. அன்று காலையில் ஐரோப்பியக் கப்பலில் வந்திறங்கிய நவநாகரிக உடையணிந்த ஒரு பயணி கடைசி நிமிடத்தில் ஏறினார். மாகாண ஆளுநரும் அவரோடு உடன் வந்தார். சிரமப்பட்டுப் படிக்கட்டுகளில் தூக்கிவந்த தங்க ஆணிகள் பொருத்திய ஏழு பெட்டிகளோடும் சீருடையணிந்த வேலைக்காரனோடும் தனது மனைவி, மகளோடும், அவர் உடனடியாகப் பயணத்தைத் தொடர விரும்பினார். பெரிய உருவம் கொண்ட குராசோ நாட்டுக்காரரான தளபதி, எதிர்பாராத பயணிகளுக்கு இடம்கொடுக்க உள்நாட்டு மக்களின் தேசபக்தி உணர்ச்சியைத் தூண்டினார். நாகரிக உடையணிந்த மனிதர், இங்கிலாந்திலிருந்து குடியரசின் தலைநகருக்குச் செல்லும் முழு அதிகாரம் பெற்ற புதிய அமைச்சர் என்று ஸ்பானிஷ் மொழியையும் பாபியாமெண்ட்டோ[11] மொழியையும் கலந்து ஃப்ளோரென்டினோ அரிஸாவுக்கு அவர் விளக்கினார். ஸ்பெயினின் ஆட்சியிலிருந்து நாம் சுதந்திரம் பெறுவதற்கு அந்த நாடு தீர்க்கமான ஆதரவை வழங்கியது என்பதை நினைவூட்டினார். அதன் விளைவாக, அப்படிப்பட்ட உயர்வான கண்ணியமான குடும்பம் நமது வீட்டில் தங்களுடைய வீட்டில் இருப்பதைவிட நன்றாக உணர்வதற்குச் செய்யப்படும் எந்தத் தியாகமும் சிறியதுதான் என்றார். ஃப்ளோரென்டினோ அரிஸா உண்மையிலேயே அறையை விட்டுக்கொடுத்துவிட்டான்.

ஆண்டின் அந்தப் பருவத்தில் அதிகமாக இருந்த ஆற்றுப் பெருக்கால் முதல் இரண்டு இரவுகளில் கப்பல் சீராகச் சென்றதால் முதலில் அவன் வருத்தப்படவில்லை. இரவு உணவிற்குப் பிறகு மாலை ஐந்து மணிக்கு, பணியாளர்கள் துணியாலான அடிப்பகுதியைக் கொண்ட மடிப்புப் படுக்கைகளைப் பயணிகளுக்குக் கொடுத்தார்கள். அவரவருக்கு முடிந்த இடத்தில் படுகையை விரித்து, தங்களுடைய முதுகுப் பையிலிருந்த துணிகளை அடுக்கி அதன்மேல்

11. கறுப்பின மக்கள் பேசும் போர்ச்சுக்கீசிய மொழியிலிருந்து தோன்றியதாகக் கருதப்படும் வட்டார வழக்கு. க்யூராகோ, போனேய்ர் ஆகிய டச்சு ஆதிக்கத்தில் இருந்த கரீபியத் தீவுகளில் பேசப்படுவது.

கொசுவலையைப் பொருத்திக்கொண்டனர். தொங்குப் படுக்கை வைத்திருந்தவர்கள் அறையில் அதைத் தொங்க விட்டனர். எதுவும் இல்லாதவர்கள் பயணத்தின்போது இரண்டு முறைக்கு மேல் மாற்றப்படாத மேஜைத் துணியைப் போர்த்திக்கொண்டு சாப்பாட்டு அறையின் மேஜைகளில் தூங்கினார்கள். ஆற்றின் குளிர்ச்சியான தென்றலில் ஃபெர்மினா தாஸாவின் குரலைக் கேட்டதாக நம்பிக்கொண்டும் அவளுடைய நினைவுகளால் தனிமையை விரட்டிக்கொண்டும் இருட்டில் பிரம்மாண்டமான விலங்கின் நடையில் முன்னேறிக்கொண்டிருந்த கப்பலின் மூச்சில் அவளுடைய பாடலைக் கேட்டுக்கொண்டும், மூடுபனி நிலவிய சதுப்பு நிலங்களிலும் வெறிச்சோடிக் கிடந்த புல்வெளிகளிலும் புதிய நாள் திடீரென்று வெடித்து, முதல் இளஞ்சிவப்புக் கோடுகள் அடிவானத்தில் தோன்றும்வரை இரவின் பெரும்பகுதியை விழித்திருந்தபடியே கழித்தான் ஃப்ளோரென்டினோ அரிஸா. அப்போது அந்தப் பயணம் தனது தாயின் புத்திக் கூர்மைக்கு வந்த மேலும் ஒரு சோதனையாக அவனுக்குத் தோன்றியது. மறதியைத் தாங்கிக்கொள்ளும் மனவலிமையோடு இருப்பதாக உணர்ந்தான்.

மூன்று நாட்கள் சுமுகமாகப் போய்க்கொண்டிருந்த பயணத்தின் முடிவில், கணிக்க முடியாத அலைகளுக்கும் எதிர்பாராத மணல் முகடுகளுக்கும் நடுவில் பயணிப்பது மிகவும் கடினமாக இருந்தது. கப்பல் கொதிகலன்களுக்கான விறகுக் குவியலுக்குப் பக்கத்தில் வைக்கோல் குடிசைகள் மட்டுமே தென்பட்ட, மிக உயரமான மரங்களைக் கொண்ட சிக்கலான வனத்தில், படிப்படியாகக் குறுகிக்கொண்டே சென்ற நதி சேறும் சகதியுமாக மாறியது. கிளிகளின் கூச்சல்களும் கண்ணில் தென்படாத குரங்குகளின் சத்தமும் மதிய நேர வெப்பத்தின் தொல்லையை அதிகரிப்பதாகத் தோன்றியது. ஆனால் இரவில் தூங்குவதற்குக் கப்பலை நிறுத்தியபோது, உயிரோடு இருப்பதே சிரமமாக இருந்தது. சட்டங்களில் உலர்த்தப்பட்டிருந்த உப்பிட்ட இறைச்சித் துண்டங்களின் நாற்றத்தோடு கொசுக்களும் புழுக்கமும் சேர்ந்துகொண்டன. பெரும்பாலான பயணிகள், குறிப்பாக ஐரோப்பியர்கள், அழுகல் நாற்றமெடுத்த அறைகளைக் கைவிட்டுவிட்டு மேல்தளத்தில் நடந்தபடி இரவைக் கழித்தார்கள். இடைவிடாத வியர்வையைத் துடைத்த அதே கைத்துண்டு களால் அனைத்து வகையான பூச்சிகளையும் விரட்டிய அவர்கள், கடிபட்டதால் ஏற்பட்ட வீக்கங்களுடன் களைப்போடு விடியலைச் சந்தித்தனர்.

தாராளவாதிகளுக்கும் பழமைவாதிகளுக்கும் நடுவில் அவ்வப்போது நடைபெறும் சண்டையில் இன்னுமொரு

அத்தியாயம் அந்த வருடத்தில் வெடித்தது. கப்பலின் ஒழுங்கைப் பராமரிக்கவும் பயணிகளின் பாதுகாப்புக்காகவும் தளபதி சில முன்னெச்சரிக்கை நடவடிக்கைகளை மேற்கொண்டார். தவறாகப் புரிந்துகொள்வதையும் ஆத்திரமூட்டும் செயல்களை யும் தவிர்க்க முயன்ற அவர், அந்தக் காலப் பயணிகளின் பிடித்த பொழுதுபோக்காக இருந்த, கடற்கரை மணலில் வெயில் காயும் முதலைகளைச் சுடுவதற்குத் தடைவிதித்தார். பிறகு வாக்குவாதத்தில் ஈடுபட்ட சில பயணிகள் இரண்டு குழுக்களாகப் பிரிந்து சண்டையிட்டுக்கொண்டபோது, பயணத்தின் முடிவில் திருப்பித் தருவதாகச் சொல்லி எல்லாருடைய ஆயுதங்களை யும் பறிமுதல் செய்தார். புலிகளைச் சுட இரட்டைக்குழல் துப்பாக்கியோடு துல்லியமாகச் சுடும் கைத்துப்பாக்கியையும் எடுத்துக்கொண்டு புறப்பட்ட முதல் நாளிலிருந்தே வேட்டைக்காரனைப் போல உடையணிந்திருந்த ஆங்கிலேய அமைச்சரிடம்கூட அவர் கறாராகவே நடந்துகொண்டார். கொள்ளை நோயைக் குறிக்கும் மஞ்சள் கொடியைப் பறக்க விட்டபடி சென்ற கப்பலை எதிர்கொண்ட டெனெரிஃபே துறைமுகத்தைக் கடந்த பிறகு, கட்டுப்பாடுகள் மேலும் தீவிரமடைந்தன. கேப்டனின் சமிக்ஞைகளுக்கு அந்தக் கப்பல் பதிலளிக்காததால் தளபதியால் அந்த ஆபத்தைப்பற்றி எந்தத் தகவலையும் தெரிந்துகொள்ள முடியவில்லை. அன்றைய தினமே அவர்கள் எதிர்கொண்ட ஜமைக்கா நாட்டிற்குக் கால்நடைகளை ஏற்றிச்சென்ற இன்னொரு கப்பல், கொள்ளை நோய்க் கொடியோடு சென்ற கப்பல், இரண்டு காலரா நோயாளி களை ஏற்றிச் சென்றதாகத் தெரிவித்தது. அவர்கள் இன்னும் கடக்க வேண்டிய நதியின் பாதையில் தொற்றுநோய் பேரழிவை ஏற்படுத்திக்கொண்டிருந்தது. அதன் பிறகு அடுத்து வந்த துறைமுகங்களில் மட்டுமின்றி, விறகை ஏற்றக் கப்பல் நின்ற மக்கள் வசிக்காத இடங்களிலும் பயணிகள் கப்பலை விட்டு இறங்கத் தடைவிதிக்கப்பட்டது. அந்த வகையில், ஆறு நாட்கள் நீடித்த கடைசித் துறைமுகம் வரையிலான மீதிப்பயணத்தில் பயணிகள் கைதிகளைப் போல நடந்துகொண்டார்கள். கப்பல் தளபதியின் புகழ்பெற்ற சேகரிப்பின் ஒரு பகுதிதான் அது என்பது தெரியாத அனுபவமுள்ள பயணிகள் யாரும் இருக்க முடியாது என்றாலும், எங்கிருந்து வந்தது என்று யாருக்கும் தெரியாமல் கைக்குக் கை மாறிய டச்சு நாட்டு ஆபாசப் புகைப்படத் தொகுப்பைப் பார்த்துக்கொண்டிருக்கும் கெட்ட பழக்கமும் அதில் அடங்கும். ஆனால் அடுத்த கட்டத்திற்குப் போகும் வாய்ப்பு இல்லாததால் அந்தப் பொழுதுபோக்கும் சலிப்பைத்தான் கூட்டியது.

தாயின் அமைதியைக் குலைத்ததும் நண்பர்களை எரிச்சலடையச் செய்ததுமான தன்னுடைய கல்லைப்

போன்ற பொறுமையோடு பயணத்தின் கடுமையைச் சகித்துக் கொண்டான் ஃப்ளோரென்டினோ அரிஸா. அவன் யாரோடும் பழகவில்லை. பக்கவாட்டுத் தடுப்புச் சட்டத்தில் சாய்ந்து கொண்டு, பட்டாம்பூச்சிகளைப் பிடிக்க வாயைத் திறந்தபடி கடற்கரையில் வெயில் காய்ந்த சலனமற்ற முதலைகளையும் சதுப்பு நிலங்களில் திடுக்கிட்டுத் திடீரென்று எழும்பிய நாரைக் கூட்டத்தையும் பெண் குரலில் ஓலமிட்டும் பெரிய முலைகளால் குட்டிகளுக்குப் பாலூட்டியும் பயணிகளை வியக்கவைத்த கடற்பசுக்களையும் பார்த்துக்கொண்டு கழிந்த பகல் பொழுதுகள் அவனுக்குச் சுலபமாக இருந்தன. பச்சை நிறத்திலும் வீங்கியும் கிடந்த மூன்று மனித உடல்கள் அவற்றின் மேல் உட்கார்ந்திருந்த பருந்துகளோடு மிதந்து சென்றதை ஒரே நாளில் பார்த்தான். முதலில் இரண்டு ஆண்களின் உடல்களையும் – அதில் ஒன்று தலை இல்லாதது – பிறகு கப்பல் எழுப்பிய அலையில் ஆடிய ஜெல்லிமீனைப் போன்ற முடியோடு மிதந்த சிறுமியின் உடலையும் கடந்து சென்றனர். போரால் பாதிக்கப்பட்டவர்களா அல்லது காலராவால் பாதிக்கப்பட்டவர்களா என்பது யாருக்கும் தெரியாததால் அவனுக்கும் தெரியவில்லை என்றாலும், குமட்டல் நாற்றம், ஃபெர்மினா தாஸாவைப் பற்றிய அவனுடைய நினைவை மாசுபடுத்தியது.

எப்போதும் அப்படித்தான். நல்லதோ கெட்டதோ அவனுக்கு எது நடந்தாலும், அதில் அவளோடு ஏதாவதொரு தொடர்பு இருக்கும். இரவில் கப்பல் நிறுத்தப்பட்டுப் பெரும்பாலான பயணிகள் மேல்தளத்தில் ஓயாமல் நடந்துகொண்டிருந்தபோது, விடியும்வரை எரிந்த ஒரே விளக்கான, சாப்பாட்டு அறையின் கார்பைடு விளக்கில், கிட்டத்தட்ட மனப்பாடமாக நினைவி லிருந்த விளக்கப்படத் தொடர்களை மறுபடியும் படிப்பான். கற்பனைக் கதாநாயகர்களுக்குப் பதிலாக நிஜ வாழ்க்கையில் அறிமுகமானவர்களைப் பொருத்திப் பார்த்தபோது, அவன் அடிக்கடி வாசித்த நூல்கள் அவற்றின் அசலான மாயத்தை மீட்டெடுத்தன. அவன் தனக்காகவும் ஃபெர்மினா தாஸாவுக் காகவும் சாத்தியமற்ற காதல் பாத்திரங்களை ஒதுக்கிவைத்துக் கொண்டான். மற்ற இரவுகளில், துயரக் கடிதங்களை அவளுக்கு எழுதிப் பிறகு அவற்றைக் கிழித்துப் போடுவான். அந்தத் துண்டுகள் அவளை நோக்கி முடிவில்லாமல் ஓடிய நீரில் பரவும். சில சமயங்களில் கூச்ச சுபாவமுள்ள இளவரசனாகவும் சில சமயங்களில் காதல் வீரனாகவும் உருவெடுத்து என அவனுடைய கடினமான நேரம் கடந்தது. மற்ற சமயங்களில் மறந்துவிட்ட காதலியால் புண்ணான தோலில் முதல் தென்றல் வந்து வருடும் வரையிலும் தடுப்புக் கம்பியில் உட்கார்ந்தபடி தூங்குவான்.

வழக்கத்திற்கு முன்னதாக வாசிப்பை முடித்த ஒருநாள் இரவு, கவனம் சிதறியவனாகக் கழிப்பறைக்குச் செல்லும்போது வழியில் வெறிச்சோடிக் கிடந்த உணவு அறையின் கதவு ஒன்று திறந்தது. சட்டைக் கையால் அவனைப் பிடித்துத் தூக்கிக் கொண்டுபோன பருந்தின் கரம் ஒரு தடுப்பறையில் அவனை அடைத்தது. படுக்கையில் அவனை மல்லாக்கத் தள்ளி, பெல்ட்டின் கொக்கியைக் கழற்றி, பொத்தான்களை அவிழ்த்து, குதிரை ஏறுவதைப்போல அவன்மீது தன்னைத்தானே குத்திக்கொண்ட, வெவெதுப்பான வியர்வையில் நனைந்த, கனமாக மூச்சுவிட்ட வயதில்லாத நிர்வாணப் பெண்ணின் உடலை இருட்டில் அவனால் பார்க்க முடியவில்லை. அவனுடைய கன்னித்தன்மையை அருவருக்கத்தக்க வகையில் அவள் அகற்றினாள். இருவரும் இறால் சதுப்பு நிலத்தைப் போல நாற்றமடிக்கும் ஆழம் தெரியாத வெற்றிடத்தில் வேதனையோடு விழுந்தார்கள். காற்றுக்காக மூச்சுத் திணறியபடி அவன்மீது ஒருகணம் படுத்திருந்த அவள் இருட்டில் மறைந்துவிட்டாள்.

“அது நடக்கவே இல்லை. இப்போது நீ போ, அதை மறந்துவிடு” என்றாள்.

அவளுடைய முழு நேரத்தையும் பயன்படுத்தி அவனுடைய நுணுக்கமான விவரங்கள்வரை தகவல் திரட்டி விவரமாகத் தயாரித்த திட்டத்தின் பலன்தான் அந்தச் சம்பவமே தவிர, சலிப்பின் பைத்தியக்காரத்தனமான திடீர்த் தாக்குதல் அல்ல எனப் புரிந்துகொள்ளும் அந்தத் தாக்குதல் மிகவும் விரைவானதாகவும் வெற்றிகரமானதாகவும் இருந்தது. மகிழ்ச்சியின் உச்சத்தில் நம்ப முடியாத ஒரு வெளிப்பாட்டை உணர்ந்த அவன், அப்படிப்பட்ட கேவலமான இச்சை ஃபெர்மினா தாஸாவின் மாயையான காதலுக்கு மாற்றாக இருக்க முடியும் என்று நம்பக்கூட மறுத்ததால், அந்தத் திருப்திகரமான உறுதி அவனுடைய கவலையை அதிகரித்தது. அதனால்தான், அந்தக் கைதேர்ந்த வன்புணர்வாளியின் சிறுத்தையின் உள்ளுணர்வில் தனது துரதிர்ஷ்டத்திற்குப் பரிகாரம் கிடைக்கலாம் என்பதால், அவளுடைய அடையாளத்தைக் கண்டுபிடிக்கும் முயற்சியில் ஈடுபட்டான். ஆனால் அவன் அதில் வெற்றிபெறவில்லை. எந்த அளவுக்கு ஆழமாகத் தேடலில் இறங்கினானோ அந்த அளவுக்கு அவள் உண்மையிலிருந்து தொலைவில் இருப்பதாக அவன் உணர்ந்தான்.

கடைசித் தடுப்பறையில்தான் தாக்குதல் நடந்தது. ஆனால் நான்கு படுக்கை கொண்ட குடும்ப அறையாக மாற்றிக்கொள்ளும் வகையில் அடுத்திருந்த தடுப்பறையோடு நடுவிலிருந்த கதவால் இணைக்கப்பட்டிருந்தது. அதில் இரண்டு இளம்பெண்கள் பயணம்

செய்தனர். இன்னொருத்தி ஓரளவு முதிர்ச்சியடைந்திருந்த பார்க்க அழகாக இருந்த பெண். அவளோடு பிறந்து சில மாதங்களே ஆன குழந்தையும் இருந்தது. ஆற்றின் மாறுபாடுகளால் நீராவிக் கப்பல்களின் பயண அட்டவணையில் இல்லாத மொம்பாக்ஸ் நகரத்தின் பயணிகளும் சரக்குகளும் ஏற்றப்பட்ட துறைமுகமான பர்ரான்கோ த லோபாவில் ஏறிக்கொண்ட அவர்களை, தூங்கிய குழந்தையைப் பெரிய பறவைக் கூண்டில் கொண்டுவந்ததால் ஃப்ளோரென்டினோ அரிஸா கவனித்திருந்தான்.

பட்டுப் பாவாடைக்குக் கீழே சலங்கைகளோடும் துணிப்பூக்கள் அலங்கரித்த அகன்ற தொப்பிகளோடும் நாடாக் காலர்களோடும் அட்லாண்டிக் பெருங்கடலின் மறுபுறத்தில் நாகரிகமாக இருந்த உடைகளை அணிந்திருந்தார்கள். மற்ற பயணிகள் வெப்பத்தால் மூச்சுத் திணறியபோது, அந்தச் சிறுமிகள் இருவரும் தினமும் பலமுறை முழுமையாக உடை மாற்றிக்கொண்டனர். அதனால் தங்களுடைய தனிப்பட்ட வசந்தத்தை உடன் கொண்டுபோவதைப் போலத் தோன்றினார்கள். மூவரும் குடைகளையும் சிறகு விசிறிகளையும் கையாள்வதில் வல்லவர்களாக இருந்தாலும், அந்தக் காலத்தின் மற்ற மோம்போக்ஸ் நகரப் பெண்களைப் போலவே புரிந்துகொள்ள முடியாத நோக்கங்களோடு இருந்தார்கள். ஒரே குடும்பத்தைச் சேர்ந்தவர்கள் என்பதில் சந்தேகமே இல்லையென்றாலும், அவர்களுக்கிடையில் இருந்த உறவைக்கூட ஃப்ளோரென்டினோ அரிஸாவால் உறுதியாகத் தீர்மானிக்க முடியவில்லை. மூத்தவள் மற்றவர்களுக்குத் தாயாக இருக்கலாம் என்று முதலில் நினைத்தான். ஆனால் அப்படி இருக்க அவளுக்கு வயது போதாது என்பதையும் மற்றவர்கள் அணியாத பாதித் துக்க உடையை அவள் அணிந்திருந்ததையும் அவன் உடனே உணர்ந்தான். மற்றவர்கள் பக்கத்துத் தடுப்பறையில் தூங்கியபோது அதிலொருத்தி அப்படிச் செய்யத் துணிவாள் என்று அவனுக்குத் தோன்றவில்லை. தற்செயலான ஒரு தருணத்தைப் பயன்படுத்தியிருப்பாள் அல்லது அவள் தனியாக இருந்த தடுப்பறையில் ஒருவேளை ஏற்பாடு செய்யப்பட்டிருக்கும் என்பதுதான் நியாயமான அனுமானமாகத் தெரிந்தது. மூன்றாவது பெண், குழந்தையைப் பார்த்துக்கொண்டு தடுப்பறையில் இருந்தபோது, நெடுநேரம்வரை சுத்தமான காற்றைச் சுவாசிக்க இருவரும் வெளியில் சென்றதைப் பார்த்திருக்கிறான். ஆனால் ஒரு வெக்கையான இரவில் துணியால் மூடப்பட்ட பிரம்புக் கூடையில் தூங்கிய குழந்தையோடு மூவரும் ஒன்றாக வெளியில் போனார்கள்.

அப்படிப்பட்ட தடயக் குழப்பங்கள் இருந்தாலும், தாக்குதலை நடத்தியது மூவரில் மூத்தவளாக இருக்கும் சாத்தியத்தை அவசரமாக நிராகரித்த ஃப்ளோரென்டினோ அரிஸா, மிகவும் அழகாகவும் துணிச்சலாகவும் இருந்த இளையவளையும் உடனடியாக நீக்கினான். தனது அவசரமான காதலி, கூண்டில் வைத்திருந்த குழந்தையின் தாயாகத்தான் இருக்க வேண்டும் என்ற அவனுடைய விருப்பத்தின் ஆசையை, அந்த மூவரின் மீதான அக்கறையான கண்காணிப்பு உறுதிப் படுத்தத் தூண்டியதால்தான், சரியான காரணங்கள் இல்லாமல் அப்படிச் செய்தான். அந்த அனுமானம் அவனை மிகவும் கவர்ந்ததால், அண்மையில் தாயான அவள் குழந்தைக்காகத்தான் வாழ்கிறாள் என்பதற்கான ஆதாரத்தைப் புறக்கணித்துவிட்டு, ஃபெர்மினா தாஸாவைவிட அவளைப் பற்றி அதிகத் தீவிரமாகச் சிந்திக்கத் தொடங்கினான். அவளை மேலும் தொலைவில் வைத்த போர்த்துக்கீசியக் கண் இமைகளோடு, மெலிந்தும் பொன்னிறமாகவும் இருந்த அவளுக்கு இருபத்தைந்து வயதிற்கு மேல் இருக்காது. தன் மகனுக்கு அவள் அளவில்லாமல் பொழிந்த மென்மையான அன்பின் சிதறல்களால் மட்டுமே எந்த ஆணும் திருப்தியடைந்திருப்பான். மற்றவர்கள் சீனக் கட்டங்கள்[12] விளையாடியபோது, அறையில் காலை உணவு வேளையிலிருந்து படுக்கப்போகும்வரை அவனைக் கவனித்துக்கொண்டாள். தூங்கவைக்க முடிந்தபோது குளிர்ச்சியான பக்கத்தில் விட்டத்தின் கூரையிலிருந்து பிரம்புக் கூண்டைத் தொங்கவிடுவாள் என்றாலும் தூங்கும்போதுகூட அவனைக் கவனிக்காமல் இருப்ப தில்லை. பயணத்தின் துன்பங்களைத் தாண்டி அவளுடைய சிந்தனைகள் பறந்தபோது, பற்களுக்கிடையில் காதல் பாடல் களைப் பாடியபடி கூண்டை ஆட்டுவாள். விரைவாகவோ தாமதமாகவோ ஒரு சைகையிலாவது தன்னையே காட்டிக் கொடுப்பாள் என்ற மாயையில் ஒட்டிக்கொண்டிருந்தான் ஃப்ளோரென்டினோ அரிஸா. உணவு அறையில் அவளுக்கு எதிரில் உட்காரும் வகையில் இருக்கைகளை மாற்றிக் கொள்ளும் வெட்கங்கெட்ட செயலைத் திட்டமிட்டுச் செய்தான். படிப்பதைப் போலப் பாசாங்கு செய்த புத்தகத்திலிருந்து பார்வையை விலக்கி வெளிப்படையாகவே அவளைப் பார்த்துக்கொண்டிருந்தான். அவளுடைய பாட்டிஸ்ட்[13] ரவிக்கையின் மீது தொங்கிய நினைவுச் சின்னத்தின் தாளத்தில்

12. பத்தொன்பதாம் நூற்றாண்டின் இறுதியில் ஜெர்மனியில் கண்டுபிடிக்கப்பட்ட நட்சத்திர வடிவப் பலகை விளையாட்டு.

13. பாட்டிஸ்ட் அல்லது கேம்ப்ரிக் என்று அழைக்கப்படும் ஃபிரான்ஸ் நாட்டில் தயாரிக்கப்படும் பளபளப்பான பருத்தித் துணி வகை. சட்டைகள், கைக்குட்டைகள் போன்றவற்றிற்குப் பயன்படுத்தப்படுவது.

அவளுடைய சுவாசம் ஏற்படுத்திய மாற்றங்கள் வரையிலும் கண்காணித்தான் என்றாலும் உண்மையில் தனது ரகசியத்தின் மறுபாதியின் காப்பாளராக இருந்தது அவள்தான் என்பதற் கான கடுகளவு குறிப்புக்கூட அவனுக்குக் கிடைக்கவில்லை. அவளுடைய இளைய தோழி அவளை அழைத்ததால், அவளைப் பற்றி அவனுக்குக் கிடைத்ததெல்லாம் குடும்பப் பெயர் இல்லாத அவளுடைய சொந்தப் பெயர் மட்டும்தான்: ரோஸால்பா.

எட்டாவது நாளில், பளிங்குப் பாறைகளுக்கு நடுவில் ஒரு கொந்தளிப்பான, குறுகலான பகுதியின் வழியாக மிகுந்த சிரமத்திற்கு இடையில் பயணித்த கப்பல், மதிய உணவிற்குப் பிறகு நாரே துறைமுகத்தில் நங்கூரமிட்டது. புதிய உள்நாட்டுப் போரால் அதிகம் பாதிக்கப்பட்ட மாகாணங்களில் ஒன்றான, அந்தியோக்கியாவின் உட்புறப் பகுதிக்குப் பயணத்தைத் தொடரும் பயணிகள் அங்குதான் இறங்க வேண்டும். ஐந்தாறு பனைமரக் குடிசைகளாலும் துத்தநாகக் கூரையிட்ட மரக்கிடங்காலும் உருவாக்கப்பட்டிருந்த அந்தத் துறைமுகம், கப்பல்களைக் கொள்ளையடிக்கும் கிளர்ச்சியாளர்களின் திட்டத்தைப் பற்றிய செய்தி கிடைத்ததால், வெறுங்காலோடும் சொற்ப ஆயுதங்களோடும் இருந்த ரோந்துப் படைகளால் பாதுகாக்கப்பட் டிருந்தது. வீடுகளுக்குப் பின்னால், பள்ளத்தாக்கின் விளிம்பில் இரும்பால் செய்யப்பட்ட அலங்காரத் தொங்கலோடு கரடுமுரடான குன்றுகளின் உச்சி, வானத்தைத் தொட்டது. கப்பலில் அமைதியாக யாரும் உறங்கவில்லை என்றாலும், இரவு நேரத்தில் தாக்குதல் எதுவும் நடைபெறவில்லை. மத்திய மலைத்தொடரின் பூக்காடுகளுக்கு ஏறும் ஆறுநாள் பயணத்தைத் தொடங்கத் தயாராக நிறுத்தப்பட்டிருந்த பொதி சுமக்கும் விலங்கு களுக்கு நடுவில், தந்தத்தைப் போன்ற தகுவா மரக்கொட்டை யால் செய்த தாயத்துகளையும் காதல் மருந்துகளையும் விற்ற இந்தியர்களோடு, துறைமுகம் ஞாயிற்றுக்கிழமையின் சந்தையாக விடிந்தது.

என்விகாடோவின் திருமணமாகாத பெண்களுக்கான பெரிய பியானோக்களும், சீனக்களிமண் பாண்டங்களும் இறக்கப்படு வதைப் பார்த்துக்கொண்டிருந்த ஃப்ளோரெண்டினோ அரிஸா, கப்பலிலிருந்த பொருட்களைக் கறுப்பின ஆண்கள் முதுகில் சுமந்து இறக்குவதை வேடிக்கை பார்த்துக்கொண்டிருந்தான். தரையில் தங்கிவிட்ட பயணிகளில் ரோஸால்பாவின் குழுவும் இருந்ததை மிகவும் தாமதமாகத்தான் அவன் கவனித்தான். அமேசான் காலணிகளோடும் வெப்ப மண்டலத்தின் வண்ணக் குடைகளோடும் அவர்கள் ஏற்கெனவே கழுதைகளின் மீது ஒரு பக்கமாக உட்கார்ந்திருந்தபோது அவர்களைப் பார்த்த

அவன், இத்தனை நாட்களாகச் செய்யத் துணியாத ஒன்றைச் செய்தான். ரோஸால்பாவை நோக்கி, போய்வாருங்கள் என்று கையசைத்தான். தாமதமான துணிச்சலுக்காக அவனுடைய இதயத்தில் வலியை ஏற்படுத்திய பரிச்சயத்தோடு, அவர்களும் அதைப் போலவே பதிலளித்தார்கள். தகரப் பெட்டிகளையும் தொப்பிப் பெட்டிகளையும் குழந்தையின் தொட்டிலையும் சுமந்துவந்த கழுதைகள் பின்தொடர அவர்கள் கிடங்கின் பின்னால் திரும்புவதைப் பார்த்தான். சற்று நேரத்தில் சிற்றெறும்புகள் ஊர்வதைப் போலப் பள்ளத்தாக்கின் விளிம்பில் ஏறி, தனது வாழ்க்கையிலிருந்து அவர்கள் மறைந்துபோவதைப் பார்த்துக்கொண்டிருந்தான். அப்போது உலகத்தில் தான் மட்டும்தான் தனியாக இருப்பதாக உணர்ந்தான். அண்மைக் காலங்களில் பதுங்கியிருந்த ஃபெர்மினா தாஸாவின் நினைவு அவனுக்கு மரண அடி கொடுத்தது.

அவளுடைய ஆடம்பரமான திருமண விழா அடுத்த சனிக்கிழமை நடக்க இருப்பதும், அவளை மிகவும் நேசிப்பவனாக, என்றென்றும் நேசிப்பவனாக இருந்தாலும் அவளுக்காக உயிரைவிடும் உரிமைகூட இல்லாதவனாகத் தான் இருப்பதும் அவனுக்குத் தெரியும். அதுவரையிலும் கண்ணீரில் மூழ்கியிருந்த பொறாமை அவனது ஆன்மாவை ஆளத் தொடங்கியது. ஒரு சமூக ஆபரணமாக மட்டுமே மனைவியை விரும்பும் மனிதனுக்குக் காதலையும் பணிவையும் தருவதாகச் சத்தியம் செய்யும்போது தெய்வீக நீதியின் தீப்பொறி ஃபெர்மினா தாஸாவைத் தாக்க வேண்டுமென்று தெய்வத்திடம் வேண்டிக்கொண்டான். மரணத்தின் பனியால் மூடப்பட்ட ஆரஞ்சுப் பூக்களோடு தேவாலயக் கொடிக்கல்லின் மீது மல்லாந்து கிடந்த, தனக்கு இல்லையென்றால் யாருக்குமில்லாத, மணப்பெண்ணின் காட்சியால் பரவசமடைந்தான். பிரதான பலிபீடத்தின் முன்னால் புதைக்கப்பட்டிருந்த பதினான்கு ஆயர்களின் கல்லறைப் பளிங்குகளின் மேல் அவளுடைய முகத்திரையின் நுரை பாய்ந்தது. இருந்தாலும், பழிவாங்கும் உணர்ச்சி அடங்கியதும், தன்னுடைய கெட்ட எண்ணத்திற்காக அவன் வருந்தினான். அவள் இல்லாத உலகத்தை அவனால் கற்பனைசெய்ய முடியாத தால், தொடர்பில்லாதவளாக இருந்தாலும் உயிரோடும் குலையாத மூச்சோடும் ஃபெர்மினா தாஸா எழுந்துகொள்வதை அப்போது பார்த்தான். மறுபடியும் அவன் தூங்கவே இல்லை. ஃபெர்மினா தாஸா மேசையில் இருப்பதைப் போன்ற மாயையால் அல்லது அதற்கு மாறாக, அவளுக்காக உண்ணாவிரதம் இருக்கும் மரியாதையை மறுப்பதற்காக, எதையாவது கொறிக்கச் சில சமயங்களில் சாப்பிட உட்காருவான். திருமண விருந்தின் குடிபோதையிலோ, தேனிலவின் கொந்தளிப்பான இரவுகளிலோ,

குறைந்தது அதில் ஒன்றிலாவது, கேலி செய்யப்பட்ட, அவமானப்படுத்தப்பட்ட, காறித் துப்பப்பட்ட காதலனைப் பற்றிய மனசாட்சியின் பேய் எழும், ஃபெர்மினா தாஸாவின் மகிழ்ச்சியைக் கெடுக்கும் என்ற உறுதியில் சில சமயங்களில் ஆறுதலடைவான்.

பயணம் முடிவடையும் இடமான கராகோலி துறைமுகத்திற்குச் சென்றடைவதற்கு முந்தைய நாள், கப்பல் பணியாளர்களைக் கொண்டு உருவாக்கப்பட்ட காற்றிசைக் குழுவோடும் கட்டளை அறையிலிருந்து வெடிக்கப்பட்ட வண்ணப் பட்டாசுகளோடும் பாரம்பரியமான முறையில் பிரியாவிடை விருந்தளித்தார் கப்பல் தளபதி. துப்பாக்கியால் சுட அனுமதிக்கப்படாத விலங்குகளைப் புகைப்படக் கேமராவால் வேட்டையாடிய ஆங்கிலப் பேரரசின் அமைச்சர், அற்புதமான நடுநிலையோடு அந்த நாடகத்திலிருந்து தப்பித்துக்கொண்டார். ஒரு இரவில்கூட அவர் அந்த நேரத்திற்கான முறையான உடையணியாமல் உணவு அறையில் தோன்றியதில்லை. ஆனால் கடைசி விருந்தில் மேக்ட்டாவிஷ்[14] குலத்தின் ஸ்காட்லாந்து உடையில் தோன்றிய அவர், மகிழ்ச்சியுடன் 'பேக்பைப்[15]' இசைக்கருவியை வாசித்தார். தங்களுடைய தேசிய நடனங்களை ஆட விரும்பிய அனைவருக்கும் கற்றுக்கொடுத்தார். விடியலில் அவரைக் கிட்டத்தட்ட அறைக்கு இழுத்துச்செல்ல வேண்டியிருந்தது. வலியால் துடித்த ஃப்ளோரென்டினோ அரிஸா, விருந்தைப் பற்றிய செய்திகூட எட்ட முடியாத தொலைவிலிருந்த தடுப்பறையின் மூலைக்குப் போய்விட்டான். எலும்புவரை தாக்கிய குளிரைத் தடுக்க லோடாரியோ துகுத் கொடுத்த மேலங்கியை அணிந்துகொண்டான். தண்டனை நிறைவேற்றப்படும் நாளின் அதிகாலையில் எழுந்திருக்கும் மரண தண்டனைக் கைதியைப் போலக் காலை ஐந்து மணிக்கே எழுந்துவிட்டான். சனிக்கிழமை முழுவதும் ஃபெர்மினா தாஸாவின் திருமணச் சம்பவங்கள் ஒவ்வொன்றையும் கணத்திற்குக் கணம் கற்பனை செய்வதைத் தவிர வேறொன்றும் செய்யவில்லை. பிறகு வீடு திரும்பியபோது, நேரத்தைத் தவறாகப் புரிந்துகொண்டதையும் அனைத்தும் அவன் கற்பனை செய்ததிலிருந்து வேறாக இருந்ததையும் உணர்ந்து கொண்டான். தனது கற்பனையை நினைத்துச் சிரித்துக்கொள்ளும் அளவுக்கு நல்ல மனம் இருந்தது.

---

14. MacTavish: பன்னிரண்டாம் நூற்றாண்டில் தொடங்கியதாகக் கருதப்படும் ஸ்காட்லாந்தின் சமூகக் குழுக்களில் ஒன்று.

15. காற்றுப் பையோடு கூடிய புல்லாங் குழல்களைக் கொண்ட ஸ்காட்லாந்து இசைக்கருவி.

ஆனால் எப்படி இருந்தாலும், முதலிரவின் இன்பத்தில் ஈடுபட புதுமணத் தம்பதிகள் பொய்க் கதவின் வழியாக ரகசிய மாக ஓடிய தருணம் என்று அவனுக்குத் தோன்றியபோது, காய்ச்சலின் புதிய நெருக்கடியோடு உச்சத்தை எட்டிய வேட்கை யின் சனிக்கிழமையாக அது இருந்தது. அவன் காய்ச்சலால் நடுங்குவதைப் பார்த்த யாரோ ஒருவர் தளபதியிடம் தெரிவித்தார். காலரா நோயாக இருக்கலாம் என்று அஞ்சிய அவர் கப்பலின் மருத்துவரோடு விருந்தை விட்டு வெளியில் வந்தார். போதுமான அளவு ப்ரோமைடுகளோடு முன்னெச்சரிக்கையாக அவனைத் தனிமைப்படுத்த உத்தரவிட்டார் மருத்துவர். இருந்தாலும், மயக்க மருந்துகளின் உடலிளைப்பில் அதிகச் சம்பிரதாயங்கள் இல்லாமல் ஒரே முடிவாக, தந்தியின் ஒளிமயமான எதிர்காலத்தை நரகத்தில் தள்ளிவிட்டு, அதே கப்பலில் தனது பழைய ஜன்னல் களின் தெருவுக்குத் திரும்ப முடிவெடுத்ததால், அடுத்த நாள் கராகோலி பாறைகள் கண்ணில் பட்டபோது அவனுக்குக் காய்ச்சல் நீங்கி உற்சாகம் பொங்கியது.

விக்டோரியா மகாராணியின் பிரதிநிதிக்காக அவன் தன் அறையை விட்டுக் கொடுத்ததற்குப் பிரதிபலனாக, அவன் திரும்ப வருவதற்கு இடமளிப்பது சிரமமானதாக இருக்கவில்லை. எதிர்காலத்தின் அறிவியல் தந்திதான் என்ற வாதத்தோடு கப்பல் தளபதியும் அவனைச் சமாதானப்படுத்த முயன்றார். இத்தனைக்கும் நடுவில், அதைக் கப்பல்களில் நிறுவ ஏற்கெனவே ஒரு கருவி கண்டுபிடிக்கப்படுவதாகவும் அவர் சொன்னாலும் அவன் எல்லா வாதங்களையும் மறுத்தான். தடுப்பறையின் கடனுக்காக இல்லையென்றாலும், கரீபியக் கப்பல் போக்குவரத்து நிறுவனத்தோடு அவனுடைய உண்மையான தொடர்பைப் பற்றித் தெரிந்திருந்ததால், கப்பல் தளபதி அவனைத் திரும்ப அழைத்துவந்தார்.

இறங்கு வழியில் பயணம் ஆறு நாட்களில் முடிந்துவிட்டது. மெர்சிடிஸ் கழிமுகத்தில் நுழைந்த காலைப் பொழுதிலேயே மறுபடியும் தன்னுடைய வீட்டில் இருப்பதைப் போல உணர்ந்த ஃப்ளோரென்டினோ அரிஸா, கப்பலின் அலையில் அசைந்தாடும் மீன்பிடிப் படகுகளின் விளக்குகளின் சுவடைப் பார்த்தான். பழைய ஸ்பானிஷ் கால்வாய் தோண்டப்பட்டுச் சேவையில் இணைக்கப்படும்வரை, விரிகுடாவிலிருந்து ஒன்பது கடல்மைல் தொலைவில், நீராவிக் கப்பல்களுக்கான கடைசித் துறைமுகமாக இருந்த, நின்யோ பெர்திதோ[16] வளைகுடாவின் துறைக்குக் கப்பல் வந்துசேர்ந்தபோது இன்னமும்

16. ‘தொலைந்துபோன குழந்தை’.

இரவாகவே இருந்தது. தாங்கள் செல்ல வேண்டிய இடத்திற்குப் போக ஒற்றைப் பாய்மர வாடகைப் படகுகளுக்காகக் காலை ஆறு மணிவரை காத்திருக்க வேண்டியிருந்தது. மிகுந்த எதிர்பார்ப்போடு இருந்த ஃப்ளோரென்டினோ அரிஸா, தங்கள் ஊழியர்களில் ஒருவனாகத் தன்னை அங்கீகரித்த அஞ்சல் படகில் முன்னதாகவே புறப்பட்டான். கப்பலை விட்டுப் புறப்படும் முன்பு குறியீடாகச் செய்ய நினைத்த ஒன்றைச் செய்தான். பையைத் தூக்கித் தண்ணீரில் எறிந்தான். குடாவிலிருந்து வெளியேறிக் கடலில் மறையும்வரை, கண்ணுக்குத் தெரியாத மீனவர்களின் விளக்கொளியின் வழியாகப் பார்வையால் அதைப் பின்தொடர்ந்தான். மிச்சமிருக்கும் காலத்தில் இனி அது தேவைப்படாது என்பதில் உறுதியாக இருந்தான். ஃபெர்மினா தாஸாவின் நகரத்தை இனி ஒருபோதும் கைவிடப் போவதில்லை என்பதால், இனி எப்போதும் தேவைப்படாது.

விடியற்காலையில் வளைகுடா ஒரு புகலிடமாக இருந்தது. மிதக்கும் மூடுபனியின் மேல், முதல் வெளிச்சத்தில் தேவாலயத்தின் கோபுரம் தங்கம்போல மின்னுவதைப் பார்த்தான் ஃப்ளோரென்டினோ அரிஸா. கூரைகளில் புறாக்கூடுகளைப் பார்த்தான். அவற்றைக் கொண்டு, திருப்தியான கணவனின் தோளில் சாய்ந்தபடி இன்னமும் தூங்கிக்கொண்டிருந்த தனது துரதிர்ஷ்டத்தின் மங்கை இருப்பதாக நினைத்த, காசல்டூரோ மார்க்கேஸ் அரண்மனை பால்கனியின் இருப்பிடத்தைக் கண்டுபிடித்தான். அந்த அனுமானம் அவனைக் குதறியது என்றாலும் அதை அடக்கிக்கொள்ள அவன் எதுவும் செய்ய வில்லை. அதற்கு மாறாக வலியில் திளைத்திருந்தான். பொதுச்சந்தையின் பலவகையான நாற்றங்கள், ஆழத்தின் அழுகலோடு கலந்து முடைநாற்றமாக வீசிய, பாய்மரக் கப்பல்கள் நங்கூரமிட்ட தளத்தின் வழியாக அஞ்சல் படகு வழிபிடித்துச் சென்றபோது, வெயில் கொளுத்தத் தொடங்கியிருந்தது. ரியோஹச்சாவின் இரட்டைப் பாய்மரக் கப்பல் அப்போதுதான் வந்துசேர்ந்தது. கப்பல் துறையின் சுமை தூக்கும் குழுவினர் இடுப்பளவு தண்ணீரில் பயணிகளைப் படியில் வரவேற்றுக் கரைக்குத் தூக்கிச் சென்றனர். தபால் நிலையப் படகிலிருந்து முதலில் கரையில் குதித்தான் ஃப்ளோரென்டினோ அரிஸா. அப்போதிலிருந்து, அவன் நகரத்தின் சுற்றுப்புறத்தில் ஃபெர்மினா தாஸாவின் தனிப்பட்ட நறுமணத்தை உணர்ந்தானே தவிர, விரிகுடாவின் துர்நாற்றத்தை ஒருபோதும் உணரவில்லை. எல்லாமே அவளைப் போல மணம் வீசின.

தந்தி அலுவலகத்திற்கு அவன் திரும்பவில்லை. தாயார் தொடர்ந்து அவனுக்கு வாங்கிக்கொடுத்த மக்கள் பதிப்பகத்தின்

தொகுதிகளும் காதல் துண்டறிக்கைகளும்தான் அவனுடைய ஒரே கவலையாக இருந்தது. அவை மனப்பாடமாகும்வரை தொங்குப் படுக்கையில் படுத்தபடி மீண்டும் மீண்டும் அவன் வாசித்தான். வயலின் எங்கே இருக்கிறது என்றுகூடக் கேட்க வில்லை. மிக நெருக்கமான நண்பர்களுடன் தொடர்பைப் புதுப்பித்தான். சில சமயங்களில் மேஜைப்பந்து விளையாடினான் அல்லது தேவாலயச் சதுக்கத்தின் திறந்தவெளி காப்பிக் கடைகளில் பேசிக்கொண்டிருந்தான் என்றாலும், சனிக்கிழமை நடனங்களுக்கு அவன் திரும்பவில்லை. அவளில்லாமல் அவற்றை நினைத்துப்பார்க்க முடியவில்லை.

ஃபெர்மினா தாஸா ஐரோப்பாவில் தேனிலவைக் கழிக்கி றாள் என்பதை நிறைவடையாத பயணத்திலிருந்து திரும்பிய அன்று காலையிலேயே தெரிந்துகொண்டான். நிரந்தரமாக இல்லையென்றாலும் பல ஆண்டுகளுக்கு அவள் அங்கேயே இருப்பாள் என்ற உறுதியில் அவனுடைய இதயம் திகைத்தது. அந்த உறுதி, மறந்துவிடலாம் என்ற முதல் நம்பிக்கையை அவனுக்குக் கொடுத்தது. ஃபெர்மினா தாஸாவின் நினைவு மங்கியதற்கு இடையில் தனது நினைவில் தீவிரமடைந்த ரோஸால்பாவைப் பற்றி நினைத்துக்கொண்டான். அந்த காலகட்டத்தில்தான் தனது வாழ்நாள் முழுவதும் கைவிடாத மெழுகுபூசிய முனை கொண்ட மீசையை வளரவிட்டான். அந்த மாற்றம் அவனுடைய வாழ்க்கை முறையை மாற்றியது. காதலுக்கு மாற்றுத் தேடும் எண்ணம் அவனை எதிர்பாராத பாதைகளில் இட்டுச்சென்றது. ஃபெர்மினாவின் வாசனை கொஞ்சம் கொஞ்சமாக அளவிலும் அடர்த்தியிலும் குறைந்துவந்தது. கடைசியாக வெள்ளைக் கார்டேனியாப் பூக்களில் மட்டுமே நிலைத்தது.

கிளர்ச்சிப் படைத் தலைவர் ரிக்கார்டோ கேய்த்தான் ஒபேஸோவின் முற்றுகையின்போது, பீரங்கிக் குண்டால் தனது வீடு சேதமடைந்துவிட்டதால் நாசரேத்தின் பிரபலமான விதவை அவனுடைய வீட்டில் தஞ்சம் புகுந்த போர்க்கால இரவில், வாழ்க்கையை எப்படித் தொடர்வது என்று தெரியாமல் அவன் நரகத்தில் உழன்றுகொண்டிருந்தான். கிடைத்த சந்தர்ப்பத்தைப் பிடித்துக்கொண்ட ட்ரான்சிட்டோ அரிஸாதான், தனது அறை யில் இடமில்லை என்ற சாக்கில், ஆனால் உண்மையில் அவனை வாழவிடாத காதலிலிருந்து இன்னொரு காதல் குணப்படுத்திவிடும் என்ற நம்பிக்கையில், விதவையை மகனின் படுக்கையறைக்கு அனுப்பிவைத்தாள். கப்பலின் தடுப்பறையில் ரோஸால்பாவால் கன்னிகழிக்கப்பட்டதிலிருந்து ஃப்ளோரென்டினோ அரிஸா மறுபடியும் உறவு கொள்ளவில்லை. ஒரு அவசரகால இரவில், அவன் தொங்குப் படுக்கையிலும் விதவையானவள் கட்டிலிலும்

தூங்கியது அவனுக்கு இயல்பாகவே பட்டது. ஆனால் அவனுக்காக அவள் ஏற்கெனவே முடிவு செய்திருந்தாள். என்ன செய்வது என்று தெரியாமல் படுத்திருந்த ஃப்ளோரென்டினோ அரிஸாவின் படுக்கையின் ஓரத்தில் உட்கார்ந்த அவள், மூன்று ஆண்டுகளுக்கு முன்பு தனது கணவன் இறந்த ஆறாத வலியைப் பற்றி அவனிடம் பேசத் தொடங்கினாள். இதற்கிடையில், திருமண மோதிரத்தைக்கூட விட்டுவைக்காமல், அவள் தன் விதவை உடைகளைக் கழற்றிக் காற்றில் வீசினாள். மணிகளைப் பதித்துப் பூத்தையல் போடப்பட்ட பட்டு ரவிக்கையைக் கழற்றி அறையின் மூலையிலிருந்த நாற்காலியில் வீசினாள். கச்சையைக் கழற்றிக் கட்டிலின் மறுபுறம் எறிந்தாள். நீண்ட முரட்டுப் பாவடை, பட்டு இடைக்கச்சை, ஈமச்சடங்குப் பட்டுக் காலுறை அனைத்தையும் ஒரே இழுப்பில் கழற்றினாள். தனது துக்கத்தின் கடைசி எச்சங்களால் அறையின் தரை மூடப்படும்வரை அனைத்தையும் சிதறடித்தாள். நகரத்தை அதன் அடித்தளங்கள்வரை அசைத்த தாக்கும் துருப்புகளின் பீரங்கிக் குண்டுகளால் கொண்டாடப்படுவதைப் போலத் தோன்றிய, அவளுடைய ஒவ்வொரு அசைவையும் நன்றாக அளவெடுத்த சில இடைநிறுத்தங்களோடு மிகுந்த மகிழ்ச்சியோடு அவள் செய்தாள். கச்சையைத் தளர்த்துவதற்கான கொக்கியை விடுவிக்க அவளுக்கு உதவ முயன்றான் ஃப்ளோரென்டினோ அரிஸா. ஆனால் யாருடைய உதவியும் இல்லாமல் ஐந்து வருடத் திருமண வாழ்க்கையின் பக்தியில் அதன் முன்னுரைகள் உட்பட, காதலின் அனைத்து நடைமுறைகளிலும் தன்னிறைவு பெற அவள் கற்றுக்கொண்டதால், திறமையான தந்திரத்தோடு அதை எதிர்பார்த்தாள். இறுதியில், தனது சரிகை உள்ளாடைகளைக் கழற்றி ஒரு நீச்சல் வீராங்கனையின் விரைவான அசைவுகளோடு கால்களிலிருந்து நழுவவிட்ட அவள், முழு நிர்வாணமாக நின்றாள்.

அவளுக்கு இருபத்தெட்டு வயதாகிறது, மூன்றுமுறை பிரசவித்திருக்கிறாள் என்றாலும், அவளுடைய நிர்வாண உடல் கன்னிப் பெண்ணின் கிறக்கத்தை அப்படியே வைத்திருந்தது. கேடுகெட்டவள் என்று நினைத்துவிடக் கூடாது என்பதால், தன்னுடைய கணவனை நிர்வாணப்படுத்த முடியாமல் இருந்த அவள், மோகத்தீயில் மூச்சுத் திணறியபடி அவனை நிர்வாணப் படுத்தினாள். அந்தக் காட்டுக் குதிரையின் உத்வேகத்தைத் துக்க உடைகள் எப்படி மறைத்திருக்க முடியுமென்று ஃப்ளோரென்டினோ அரிஸாவால் புரிந்துகொள்ளவே முடிய வில்லை. அந்த இரவுக்கு முன்பு, அவளுடைய தாய் அவளைப் பெற்றெடுத்த அற்புதமான நேரத்திலிருந்து, இறந்துபோன கணவனைத் தவிர வேறொரு ஆடவனோடு ஒரே படுக்கையில்கூட அவள் இருந்ததில்லை.

மன உளைச்சலின் அவலச் சுவையை அவள் அனுமதிக்க வில்லை. மாறாக, கூரைகளின் மீது பறந்துசென்ற நெருப்புப் பந்துகளால் விழித்திருந்த அவள், தன்னை விட்டுவிட்டு இறந்ததைத் தவிர வேறெந்தத் துரோகத்திற்காகவும் நிந்திக்காமல், விடியும்வரை தனது கணவனின் சிறந்த குணங்களின் நினைவைத் தூண்டியபடி இருந்தாள். ஆறடிக்குக் கீழே தரையில், பன்னிரண்டு மூன்று அங்குல ஆணிகளால் அறையப்பட்ட பெட்டியில், இப்போது இருப்பதைப் போல அவன் எப்போதும் தன்னுடையவனாக இருந்ததில்லை என்ற உறுதியால் அது தணிந்தது.

"வீட்டில் இல்லாதபோது அவர் எங்கே இருக்கிறார் என்பது இப்போதுதான் உறுதியாகத் தெரிகிறது என்பதால், நான் மகிழ்ச்சியாக இருக்கிறேன்" என்றாள்.

சின்னச் சின்ன சாம்பல்நிறப் பூப்போட்ட ரவிக்கையை அணியும் பயனற்ற இடைக்காலத்தைக் கடக்காமல், ஒரேயடியாக, அன்றிரவு அவள் தனது துக்கத்தைக் களைந்தாள். அவளுடைய வாழ்க்கை காதல் பாடல்களாலும் பட்டாம்பூச்சிகளும் மக்காவ் கிளிகளும் வரையப்பட்ட உணர்ச்சியைத் தூண்டும் ஆடைகளாலும் நிரம்பியது. யாருக்கு வேண்டுமென்றாலும் உடலைக் கொடுக்கத் தொடங்கினாள். அறுபத்து மூன்று நாட்கள் முற்றுகைக்குப் பிறகு ஜெனரல் கேய்த்தான் ஒபேஸோவின் படைகள் தோற்றபோது, பீரங்கித் தாக்குதலால் சேதமடைந்த வீட்டை அவள் மறுபடியும் கட்டினாள். புயல் காலங்களில் அலைகள் சீற்றத்தை வெளிப்படுத்தும் அலைதாங்கிக் கடலுக்கு மேல் அழகான மேல்தளத்தைக் கட்டினாள். தனக்கு உதவி செய்தது ஆண்கள்தான் என்று நினைத்ததால், யாரிடமும் ஒரு பைசாகூட வாங்காமல், எப்போது விருப்பமோ எப்படி விருப்பமோ, தான் விரும்பியவர்களை மட்டும் வரவேற்கும், கேலியாக அல்லாமல் தன்னுடைய காதல்கூடு என்று அவள் அழைத்த இடம் அதுதான். மிக அரிதான சந்தர்ப்பங்களில், அது தங்கமாக இல்லாதவரை பரிசுகளை ஏற்றுக்கொள்வாள். அவளுடைய முறையற்ற நடத்தைக்கான உறுதியான ஆதாரத்தை யாராலும் காட்ட முடியாத அளவுக்கு மிகத் திறமையாக நடந்துகொண்டாள். பேராயர் தாந்தே த லூனா அவளுடைய புனிதமான முற்றுகைகளில் பிடிவாதமாக இருந்தால் கழுத்தை அறுத்துக்கொள்ளப்போவதாக அவள் மிரட்டியதால் தெரிந்தே விடிக் காளான்களைச் சாப்பிட்டாரே தவிர, தவறுதலாக அவற்றைச் சாப்பிட்டதால் அவர் இறக்கவில்லை என்ற வதந்தி பரவிய அந்த ஒரு சமயத்தில் மட்டும்தான் அவள் பொது அவதூறுகளின் விளிம்பில் இருந்தாள். அது உண்மையா என்று அவளிடம் யாரும் கேட்கவுமில்லை, அதைப் பற்றி அவள்

பேசவுமில்லை, தனது வாழ்க்கையில் எதையும் மாற்றிக்கொள்ளவும் இல்லை. கண்களில் நீர்முட்டச் சிரித்துக்கொண்டே அவள் சொன்னதைப் போல, அந்த மாகாணத்தின் ஒரே சுதந்திரமான பெண் அவள்தான்.

பரபரப்பான நேரங்களிலும் நாசரேத்தின் விதவை ஃப்ளோரென்டினோ அரிஸாவின் சந்திப்புகளைத் தவறவிட்டதில்லை. காதலைப் போன்ற ஒன்றின் இருப்பை எதிர்கொள்ளும் நம்பிக்கையோடு எப்போதும் இருந்தாலும், காதலின் பிரச்சினைகள் இல்லாமலும் காதலிப்பதாகவோ காதலிக்கப்படுவதாகவோ பாசாங்குகள் இல்லாமலும் அவள் இருந்தாள். சில நேரங்களில், அவன்தான் அவளுடைய வீட்டிற்குச் சென்றான். அப்போது அடிவானத்தில் மொத்த உலகத்தின் விடியலைப் பார்த்துக்கொண்டு, மொட்டை மாடியில் கடலின் உப்பு நுரையில் நனைய விரும்புவார்கள். நடைபாதை ஹோட்டல்களில் ஓட்டைகளின் வழியாக மற்றவர்கள் செய்வதைப் பார்த்த தந்திரங்களையும், இரவுக் களியாட்டங்களில் லோடாரியோ துகுத் பெருமையடித்த வாய்மொழிச் சூத்திரங்களையும் அவளுக்குக் கற்பிக்க முழுமையாக முயற்சிசெய்தான். அவர்கள் காதல் செய்யும்போது பிறரைப் பார்க்க அனுமதிக்கவும் வழக்கமான மேல்கீழ் என்ற நிலைக்குப் பதிலாகக் கடலில் சைக்கிள்விடும் பாவனைக்கு மாறவும், அல்லது கம்பி அடுப்பில் வாட்டப்படும் கோழியைப் போலவோ, கைகால்கள் இழுத்துக் கட்டப்பட்ட தேவதையைப் போலவோ செய்வதற்கும் அவளைத் தூண்டினான். தொங்குப் படுக்கையில் புதிதாக எதையோ கண்டுபிடிக்க முயற்சித்தபோது கயிறு அறுந்ததால் கழுத்து முறியும் நிலையில் கிடந்தார்கள். உண்மை என்னவென்றால், அவள் அஞ்சாத மாணவியாக இருந்தாள் என்றாலும், சொல்லிக் கொடுத்து விபச்சாரம் செய்வதற்குக் குறைந்தபட்சத் திறமைகூட இல்லாததால், அவையெல்லாம் பலனில்லாத பாடங்களாகவே இருந்தன. படுக்கையில் அமைதியாக இருப்பதன் வசீகரம் அவளுக்குப் புரியவில்லை. புதுமையைக் கண்டறியும் தருணமும் அவளுக்கு வாய்க்கவில்லை. அவளுடைய உச்சங்கள் துக்ககரமான புழுதியாகப் பொருத்தமற்றும் தோலோடு முடிந்துவிடுவதாகவும் இருந்தன. தான் ஒருவன் மட்டும்தான் என்ற மாயையில் நீண்டகாலம் இருந்தான் ஃப்ளோரென்டினோ அரிஸா. அவன் நம்பினான் என்பதால் அவளும் மகிழ்ச்சியடைந்தாள் – தூக்கத்தில் பேசும் துரதிர்ஷ்டம் நேரும்வரை. கொஞ்சம் கொஞ்சமாக, உறக்கத்தில் அவள் பேசியதைக் கேட்டு, அவளுடைய கனவுகளின் வரைபடத்தின் துண்டுகளை அவன் ஒன்றாக இணைத்தான். அவளுடைய ரகசிய வாழ்க்கையின் பல தீவுகளுக்கு நடுவில் பயணித்தான்.

அதன்மூலம், தன்னைத் திருமணம் செய்துகொள்ள அவள் உத்தேசிக்கவில்லை என்பதையும் ஆனால், தன் வாழ்வைச் சிதைத்ததற்கான மகத்தான நன்றியால் தன் வாழ்க்கையோடு அவன் பிணைந்திருந்ததை அவள் உணர்ந்ததையும் அவன் அறிந்துகொண்டான்.

"என்னை வேசியாக மாற்றியதற்காக உன்னை ஆராதிக்கி றேன்" என்று பலமுறை அவனிடம் சொன்னாள்.

வேறு வகையில் சொல்வதானால், அவள் சொன்னது சரிதான். இயற்கையான கன்னித்தன்மை, விதவைத் துறவு இரண்டையும்விட அதிகக் கேடானதாக இருந்த பாரம்பரியத் திருமண பதிவிரதைத்தனத்திலிருந்து அவளை அவன் விடுவித்தான். காதலை நிலைநிறுத்த உதவுமானால் கட்டிலில் செய்யப்படும் எதுவும் ஒழுக்கக்கேடானதல்ல என்று அவளுக்குக் கற்பித்தான். அப்போதிலிருந்து அவளுடைய வாழ்க்கைக்குக் காரணமாக இருந்த ஒன்றையும் கற்பித்தான். எண்ணிக் கொடுக்கப்பட்ட துளிகளோடு ஒருவர் இந்த உலகத்திற்கு வருவதாகவும், தனக்கோ பிறருக்கோ, விருப்பப்பட்டோ கட்டாயத்தாலோ, எந்தக் காரணத்தாலாவது அவற்றைப் பயன்படுத்தாவிட்டால், அவை நிரந்தரமாகத் தொலைந்துவிடும் என்றும் அவளை நம்பவைத்தான். அதை உண்மை என்று எடுத்துக்கொண்டது அவளுடைய சிறப்பு. இருந்தாலும், யாரையும்விட அவளை நன்றாகத் தெரியும் என்று நம்பியதால், கணவன் இறந்துவிட்டதால் ஏற்பட்ட துக்கத்தைப் பற்றிப் படுக்கையில் பேசுவதை நிறுத்த மாட்டாள் என்பதோடு, மிகவும் குழந்தைத்தனமான வளங்களைக் கொண்ட ஒரு பெண், ஏன் இந்த அளவுக்கு நாடப்படுகிறாள் என்பதை ஃப்ளோரென்டினோ அரிஸாவால் புரிந்துகொள்ள முடிய வில்லை. அவனுக்கு ஒரு விளக்கம்தான் தோன்றியது. நாசரேத்தின் விதவை தற்காப்புக் கலைகளில் தன்னிடம் இல்லாததைப் பரிவால் ஈடுசெய்தாள் என்பதை மறுக்க முடியாது. தனது களத்தை அவள் விரிவுபடுத்தியதால் அவர்கள் ஒருவரையொருவர் பார்த்துக்கொள்வது குறைந்தது. சிதறிய மற்ற இதயங்களில் தன்னுடைய பழைய நோய்களுக்கு நிவாரணம் தேட முயன்று தனது இதயத்தை ஆராய்ந்தான். இறுதியாக, எந்த வருத்தமும் இன்றி ஒருவரை ஒருவர் மறந்துவிட்டார்கள்.

ஃப்ளோரென்டினோ அரிஸா படுக்கையறையில் கொண்ட முதல் உடலுறவு அது. ஆனால் அவனுடைய தாய் கனவு கண்டதைப்போல, ஒரு நிலையான சேர்க்கையை அவளோடு உருவாக்கிக்கொள்வதற்குப் பதிலாக, வாழ்க்கையைத் தொடங்க இருவரும் அதைப் பயன்படுத்திக்கொண்டனர். பழங்காலத்து முதியவரைப் போல உடை அணிந்ததோடு, அமைதியாகவும்

மெலிந்தும் இருந்த அவனைப் போன்ற ஒருவனிடம் சாத்தியம் அற்றதாகத் தோன்றுவதுபோல ஃப்ளோரென்டினோ அரிஸா உருவாக்கிக் கொண்டான். இருந்தாலும், இரண்டு ஆதாயங்கள் அவனிடம் இருந்தன. முதலாவது, ஒரு கூட்டத்தின் நடுவிலாகவே இருந்தாலும் தனக்காகக் காத்திருக்கும் பெண்ணை உடனடியாக அடையாளம் கண்டுகொள்ளும் துல்லியமான கண். எனினும், மறுப்பைவிடப் பெரிய வெட்கமோ, அவமானமோ இல்லையென்று உணந்ததால், கூடுதலான எச்சரிக்கையோடு பழகுவான். இரண்டாவது, உதவிசெய்த நிம்மதியைத் தவிர தன்னிடமிருந்து எதையும் எதிர்பார்க்காமல், எதையும் கேட்காமல், எந்த நிபந்தனையும் இல்லாமல், அடிபட்ட நாயின் அடக்கத்தோடு தெருவிலிருந்த வீடற்ற மனிதனை, காதல் தேவைப்படும் தனிமையில் பெண்கள் அடையாளம் கண்டுகொண்டனர். அவை மட்டுமே அவனுடைய ஆயுதங்களாக இருந்தன. அவற்றின் துணையுடன் அவன் முழுமையான ரகசியத்துடன் முக்கியமான போர்களில் ஈடுபட்டு வந்தான். பத்திரப் பதிவரின் தீவிரத்துடன், சங்கேத மொழியில் அவற்றைப் பதிவுசெய்துவைத்தான். பல குறிப்புகளுக்கு மத்தியில் ‘பெண்கள்’ என்னும் தலைப்பினாலேயே அனைத்தையும் புரியவைத்த குறிப்புகளை எழுதிவைத்தான். முதல் குறிப்பு நாசரேத்தின் விதைவையைப் பற்றியதாக இருந்தது. இருபத்தைந்து ஆண்டுகளுக்குப் பிறகு, தனது புனிதத் தண்டனையிலிருந்து ஃபெர்மினா தாஸா விடுபட்டபோது, இருந்துவிட்டுப் போகட்டுமே என்றுகூடக் குறிப்பிடத் தகுதியற்ற எண்ணற்ற விரைவான சாககங்களைத் தவிர்த்து, தொடர்ச்சியான அறுநூற்று இருபத்து இரண்டு பதிவுகளுடன் இருபத்தைந்து குறிப்பேடுகள் அவனிடம் இருந்தன.

நாசரேத்தின் விதவையுடன் கொண்ட வெறித்தனமான ஆறுமாதக் காதலுக்குப் பிறகுதான் ஃபெர்மினா தாஸாவின் வேதனைகளிலிருந்து தப்பித்துவிட்டதாக நம்பினான் ஃப்ளோரென்டினோ அரிஸா. அவன் நம்பியது மட்டுமின்றி, திருமணப் பயணம் நீடித்த கிட்டத்தட்ட இரண்டாண்டுக் காலத்தில் ட்ரான்சிட்டோ அரிஸாவோடு பலமுறை விவாதித்தும் இருக்கிறான். புதிய உலகத்தின் போலியான புகழ்ச்சியாலும் ஆர்வத்தாலும் முற்றுகையிடப்பட்டு, தன்னுடைய கணவனின் கையைப் பிடித்துப் பெரிய திருப்பலியிலிருந்து வெளியில் வந்த போது, இதயத்தில் எந்த விதமான முன்னறிவிப்பும் இல்லாமல் திடீரென்று அவளைப் பார்த்த கெட்ட நட்சத்திரத்தின் ஞாயிற்றுக்கிழமைவரை, எல்லையற்ற விடுதலை உணர்வோடு நம்பிக்கொண்டிருந்தான். முதலில் அவளை இழிவாகப் பார்த்த, பெயரில்லாத புதுமுகம் என்று கிண்டலடித்த அதே பெரிய

இடத்துப் பெண்கள், தங்களில் ஒருத்தியாக உணர வேண்டும் என்பதற்காக வழிவிட்டு விலகி நின்றனர். தனது வசீகரத்தால் அவர்களை அவள் மயக்கிவைத்திருந்தாள். அவளை அடையாளம் கண்டுகொள்ள ஃப்ளோரென்டினோ அரிஸாவுக்குச் சிந்திக்க அவகாசம் தேவைப்படும் அளவுக்கு, மனைவியரின் உலகத்தில் தனக்கான இடத்தை அவள் உரிமையோடு பிடித்திருந்தாள். அவள் முற்றிலும் மாறியிருந்தாள். ஒரு முதிர்ந்த ஆளுமையின் அமைதி, உயரமான காலணிகள், கீழ்த்திசைப் பறவையின் வண்ணச் சிறகுகளைக் கொண்ட முக்காட்டுத் தொப்பி. பிறப்பிலிருந்தே அவளுடையதாக இருந்தவைபோல, அவை அனைத்தும் தனித்துவத்தோடும் எளிதாகவும் அவளோடு பொருந்தி இருந்தன. முன்னெப்போதையும்விட அவள் இளமையாகவும் அழகாகவும் இருந்தாள் என்றாலும் முன்னெப்போதையும் போலவே மீட்டுக்கொள்ள முடியாதவளாகவும் இருப்பதைக் கண்டான். பட்டுச் சட்டையின் கீழ் அவளுடைய வயிற்றைப் பார்க்கும்வரை காரணம் புரியவில்லை என்றாலும்கூட. அவள் ஆறுமாதக் கர்ப்பிணியாக இருந்தாள். எப்படி இருந்தாலும், அவளும் அவளுடைய கணவரும் வியக்கத்தக்க ஜோடியாக இருந்தார்கள் என்பதும் யதார்த்தத்தின் தடைகளுக்கு மேல் பறப்பதைப் போலத் தோன்றிய சரளத்தோடு இருவரும் உலகத்தைச் சமாளித்தார்கள் என்பதும் அவனை மிகவும் கவர்ந்தது. தன்னைப் பெரிதாக நொந்துகொண்டதைத் தவிர, ஃப்ளோரென்டினோ அரிஸாவுக்குப் பொறாமையோ ஆத்திரமோ தோன்றவில்லை. அவளுக்கு மட்டுமின்றி மண்ணில் வேறு எந்தப் பெண்ணுக்கும் தகுதியற்றவனாகவும் ஏழையாகவும் அழகற்றவனாகவும் தாழ்ந்தவனாகவும் தன்னை உணர்ந்தான்.

அப்படித்தான் அவள் திரும்பிவந்தாள். தன்னுடைய வாழ்க்கைக்கு அவள் கொடுத்த திடீர் மாற்றத்திற்கு வருத்தப்பட எந்தவிதக் காரணமும் இல்லாமல் திரும்பிவந்தாள். அதற்கு மாறாக, குறிப்பாகத் தொடக்கக் காலத்தின் சரிவுகளைச் சமாளித்த பிறகு, வருத்தப்படுவதற்கான காரணங்கள் குறைந்து கொண்டேவந்தன. அப்பாவித்தனத்தின் திரைகள் இன்னும் விலகாமல் முதலிரவுக்கு வந்திருந்த அவளுடைய விஷயத்தில் அது இன்னும் பொருத்தமானதாக இருந்தது. மாமன் மகள் ஹில்டெப்ராண்டாவின் மாகாணம் வழியாகப் பயணம் செய்தபோது அவற்றை இழக்கத் தொடங்கினாள். கன்றுகள் பிறப்பதைக் கண்டாள், கழுதைகளின் மிருகத்தனமான சடங்கைக் கண்டாள், பேடுகளைச் சேவல்கள் துரத்துவது ஏன் என்பதை இறுதியாக வள்ளேடுபாரில் தெரிந்துகொண்டாள். குடும்பத்தில் எந்தெந்தத் தம்பதிகள் இன்னும் காதல் செய்கிறார்கள், ஒன்றாக வாழ்ந்தாலும் அவர்கள் எப்போது, ஏன் காதல் செய்வதை

நிறுத்திக்கொண்டார்கள் என்று இயல்பாகப் பேசுவதைக் கேட்டாள். அப்போதுதான், அவளுடைய உள்ளுணர்வு எப்போதும் அறிந்திருந்த ஒன்றைப் படுக்கையில் கண்டுபிடிக்கும் விசித்திரமான உணர்வோடு, முதலில் படுக்கையில் ஐந்தாறு உறவினர்களுடன் பகிர்ந்துகொண்ட படுக்கையறையில் தன்னைக் காட்டிக்கொடுக்காமலிருக்க மூச்சைப் பிடித்துக் கொண்டும், அதன் பிறகு தளர்வான முடியோடும் முதல் கோவேறு கழுதைக்காரன் சுருட்டைப் புகைத்துக்கொண்டும், குளியலறையின் தரையில் குப்புறப் படுத்து இரண்டு கைகளாலும், தன்னுடைய தனிமைக் காதல்களை முதல்முறையாகத் தொடங்கினாள். மாமன் மகள்கள் எல்லாம் ஒரு நாளைக்கு எத்தனை முறை உச்சத்தை எட்டினார்கள் என்பதோடு, எப்படி, எவ்வளவு நேரம் என்பதைப் பற்றித் தங்களுக்கிடையில் பெருமையடித்துக்கொண்டிருந்தபோது எப்போதும் முழுவதும் ரகசியமாக, திருமணமான பிறகே சமாளிக்க முடிந்த நிரந்தரமான மனசாட்சியின் சந்தேகங்களோடுதான் அவள் செய்தாள். இருந்தாலும், ஆரம்பச் சடங்குகளின் வசீகரிப்பைத் தாண்டி, கன்னித்தன்மையை இழப்பது ரத்தம் சிந்தும் தியாகம் என்ற அவளுடைய நம்பிக்கை இழுத்துக்கொண்டுதான் இருந்தது.

எனவே கடந்த நூற்றாண்டின் இறுதியில் மிகவும் ஆரவார மான விருந்துகளில் ஒன்றாக இருந்த அவளுடைய திருமண விருந்து, அவளுக்குத் திகிலின் முன்னோட்டமாக மாறியது. அந்தக் காலகட்டத்தில் நிகரில்லாத ஒருவரோடு நடைபெற்ற திருமணத்தின் சமூகப் புறணியைவிடத் தேனிலவின் கவலை அவளை அதிகமாகப் பாதித்தது. தேவாலயத்தின் பெருவிழாவில் திருமண முன்னறிவிப்பு வெளியிடப்பட்டதிலிருந்து, மரண அச்சுறுத்தல்களைக் கொண்ட சில கடிதங்கள் உட்பட, பல அநாமதேயக் கடிதங்களை ஃபெர்மினா தாஸா மறுபடியும் பெறத் தொடங்கினாலும், எப்போது வேண்டுமானாலும் நிகழக்கூடிய அத்துமீறலைப் பற்றிய அச்சத்தால் முழுமையாகப் பீடிக்கப்பட்டிருந்த அவள், அவற்றைப் பற்றிக் கவலைப்படவில்லை. முடிந்துவிட்ட உண்மைகளுக்கு எதிராகத் தலைவணங்கும் வரலாற்றுக் கேலிக்கூத்துகளுக்குப் பழக்கப்பட்ட ஒரு வகுப்பில், அவள் திட்டமிட்டுச் செய்யவில்லை என்றாலும், அதுதான் அநாமதேயக் கடிதங்களைக் கையாளும் சரியான வழியாக இருந்தது. திருமணத்தை மாற்ற முடியாது என்று தெரிந்ததால் அவளுக்குப் பாதகமானவை அனைத்தும் அவள் பக்கம் வந்துவிட்டன. சமையல் குறிப்புகளையும் நிச்சயதார்த்தப் பரிசுகளையும் எடுத்துக்கொண்டு, தங்களுடைய சொந்த வீட்டில் கூடுவதைப் போல சுவிஷேசப் பூங்காவில் அறிவிக்காமல் கூடிய, தங்களுடைய சூழ்ச்சிகளின் மாயையை ஒருநாள்

உணர்ந்துகொண்ட, மூட்டுவலியாலும் மனக்கசப்புகளாலும் சீரழிந்த, உணர்ச்சிவசப்பட்ட பெண்களின் உறவில் ஏற்பட்ட படிப்படியான மாற்றங்களைக் கவனித்தாள். இந்த முறைதான் அவளை நேராகத் தைத்தது என்றாலும் ட்ரான்சிட்டோ அரிஸா அந்த உலகத்தை அறிந்திருந்தாள். கூடுதலான வட்டிக்கு இருபத்து நான்கு மணிநேரத்திற்கு மட்டும் கலயங்களை வெளியிலெடுத்து அடகுவைத்த நகைகளை அவர்களுக்குக் கடனாகக் கொடுத்து உதவ வேண்டுமென்று அவளிடம் கேட்கப் பெரிய திருவிழாக்களுக்கு முந்தைய நாள் வாடிக்கை யாளர்கள் திரும்பிவருவது அவளுக்குத் தெரியும். மூன்று முறை குடியரசுத் தலைவராக இருந்தவரும் தத்துவ ஞானியும் கவிஞரும் அண்மையில் வெளியான சில அகராதிகளிலிருந்து தெரிந்து கொள்ள முடிவதைப் போல தேசியகீதத்தை இயற்றியவருமான டாக்டர் ரஃபேல் நுன்யாஸின் ஆதரவு அதன் இறுதி மகிமையாக இருந்த, அந்த நூற்றாண்டின் எஞ்சிய காலத்தில் பார்த்திருக்காத அத்தனை சிறப்போடு நடைபெற்ற திருமணத்தில், இரவல் வாங்கிய தங்களுடைய சொந்த நகைகளோடு, பெரிய குடும்பப் பெயர் கொண்ட பெண்கள் தங்களுடைய சரணாலயங்களைக் கைவிட்டுவிட்டு, பிரகாசமாகத் தோன்றுவதற்காகக் கலயங்கள் காலியாகக் கிடந்தன. இப்படி நடந்து வெகுகாலம் ஆகிவிட்டது. மரியாதைக்குரிய தோற்றத்தைக் கொடுத்த ஆசாரமான உடையி லிருந்த ஃபெர்மினா தாஸா, தனது தந்தையின் கையைப் பிடித்துக்கொண்டு தேவாலயத்தின் பலிபீடத்தை வந்தடைந்தாள். மறதிக்கு அவனைக் கொண்டுபோக முடியாத ஒரு கப்பலின் திறந்த வெளியில், அவள் இல்லாததால் இறந்தபடி, அந்த நேரத்தில் காய்ச்சலால் மயங்கிக் கிடந்த ஃப்ளோரென்டினோ அரிஸாவைப் பற்றிய இரக்க சிந்தனைகூட இல்லாமல், புனிதத் திரித்துவத்தின் மகிமையின் வெள்ளிக்கிழமை காலை பதினோரு மணிக்கு, மூன்று பேராயர்களோடு கொண்டாடப்பட்ட விழாவில் பேராலயத்தின் பெரிய பலிபீடத்தின் முன்பாக அவள் என்றென்றைக்குமான திருமணத்தைச் செய்துகொண்டாள். விழாவின்போதும், பின்னர் விருந்திலும், வெற்றியின் கேலிச்சிரிப் பாகச் சிலர் விளங்கிக்கொண்ட ஆன்மா இல்லாத சைகையில், வெள்ளை ஈயத்தால் வார்க்கப்பட்டதைப் போன்ற புன்னகையைப் பராமரித்தாள் என்றாலும், புதிதாகத் திருமணமான கன்னி யின் அச்சத்தை மறைத்துக்கொள்ள உண்மையில் அது ஒரு மோசமான முயற்சியாகத்தான் இருந்தது.

நல்வாய்ப்பாக, கணவனின் புரிதலோடு எதிர்பாராத சூழ்நிலைகளும் சேர்ந்துகொண்டதால், அவளுடைய முதல் மூன்று இரவுகள் துன்பமில்லாமல் கழிந்தன. அது தெய்வத்தின் கருணைதான். கரீபியத் தீவுகளில் நிலவிய மோசமான

வானிலையால் பயணத் திட்டம் பாதிக்கப்பட்டதால், ட்ரான்ஸ் அட்லாண்டிக் கம்பெனியின் கப்பல், ஒருநாள் முன்னதாகவே புறப்படுவதாக மூன்று நாட்களுக்கு முன்புதான் அறிவிக்கப்பட்டது. அதனால் ஆறு மாதங்களுக்கு முன்பே திட்டமிட்டிருந்தபடி திருமணத்திற்கு அடுத்த நாள் புறப்படாமல் அன்றிரவே ரோச்செல்[17] நகருக்குப் புறப்பட்டார்கள். அலங்கார விளக்குகளால் ஜொலித்த அட்லாண்டிக் கடலைக் கடக்கும் அந்தக் கப்பலின் தளத்தில் ஜோஹன் ஸ்ட்ராஸ்[18] அண்மையில் இசையமைத்த வால்ட்ஸ் பாடலை அரங்கேற்றிய வியன்னாவின் இசைக்குழுவோடு நள்ளிரவுக்குப் பிறகு கொண்டாட்டங்கள் நிறைவடைந்ததால், அந்த மாற்றமும் திருமணத்தின் பல நேர்த்தியான ஆச்சரியங்களில் ஒன்றாக இருக்காது என்று யாரும் நம்பவில்லை. அதனால், ஷாம்பெயின் மதுவில் மூழ்கிக் கிடந்த கணவன்மார்கள், பாரிஸ் வரையிலும் கொண்டாட்டத்தைத் தொடர இடம் கிடைக்குமா என்று கப்பல் சிப்பந்திகளிடம் கேட்டுக்கொண்டிருந்தபோது, தடுமாறிய மனைவிமார்களால் கரைக்கு இழுத்துச் செல்லப்பட்டனர். கடைசியாக இறங்கியவர்கள் துறைமுகத்தின் கடைகளுக்கு முன்னால் கிழிந்து தொங்கிய உடைகளோடு நடுத்தெருவில் தரையில் உட்கார்ந் திருந்த லொரென்ஸோ தாஸாவைப் பார்த்தார்கள். கண்ணீரின் குளமாக இருக்கக்கூடும் என்பதைப் போன்ற அழுகிய சாக்கடை யில் உட்கார்ந்துகொண்டு, செத்துப்போன உறவினர்களுக்காக அழும் அரேபியர்களைப் போல அவர் சத்தம்போட்டு அழுது கொண் டிருந்தார்.

கடல் கொந்தளித்த முதல் நாள் இரவிலோ, அடுத்து வந்த அமைதியான பயணத்தின் இரவுகளிலோ, தன்னுடைய மிகநீண்ட திருமண வாழ்க்கையிலோகூட ஃபெர்மினா தாஸா அஞ்சிய காட்டுமிராண்டித்தனமான செயல்கள் ஒருபோதும் நடக்கவில்லை. கப்பலின் அளவையும் அறை யின் ஆடம்பரங்களையும் தாண்டி, முதல் நாள் இரவின் பயணம் ரியோஹாச்சா பாய்மரக் கப்பல் பயங்கரங்களின் மறுபதிப்பாகவே இருந்தது. உதவிகரமான மருத்துவரான அவளுடைய கணவர் அவளைத் தேற்றுவதற்கு, மிகவும் புகழ்பெற்ற மருத்துவர்களால் தலைச்சுற்றலுக்கு எதிராகச் செய்ய முடிந்த ஒரே விஷயத்தை, – தூங்காமல் இருப்பது – செய்தார்.

---

17. La Rochelle: ஃபிரான்ஸ் நாட்டின் மேற்குப் பகுதியில், அட்லாண்டிக் கடற்கரையில் அமைந்துள்ள முக்கியமான துறைமுக நகரம்.

18. வால்ட்ஸ் எனப்படும் ஜோடி ஆட்டத்தின் மன்னர் என்று சொல்லும் அளவுக்குப் புகழ்பெற்ற பத்தொன்பதாம் நூற்றாண்டு ஆஸ்திரிய நாட்டு இசையமைப்பாளர்.

ஆனால் குவாய்ரா[19] துறைமுகத்திற்குப் பிறகு, மூன்றாவது நாளில் புயல் தணிந்தது. அதற்குள்ளாக அவர்கள் நீண்ட நேரம் ஒன்றாக இருந்து, நிறையவே பேசிக்கொண்டிருந்ததால் நாற்பட்ட நண்பர்களைப் போல உணர்ந்தார்கள். நான்காவது இரவில், இருவரும் தங்களுடைய இயல்பான வழக்கங்களைத் தொடங்கியபோது தனது இளம் மனைவி படுக்கைக்குச் செல்லும் முன்பு பிரார்த்தனை செய்யாததைக் கண்டு டாக்டர் குவெனல் உர்பினோ வியப்படைந்தார். அவள் அவரிடம் நேர்மையாக இருந்தாள். கன்னியாஸ்திரீகளின் போலித்தனம் சடங்குகளை எதிர்க்க அவளைத் தூண்டியது என்றாலும் அவளுடைய நம்பிக்கை அப்படியேதான் இருந்தது. இறைவனிடம் அமைதியாக வேண்டிக்கொள்ளக் கற்றுக்கொண்டாள். "நான் தெய்வத்திடம் நேரடியாகத் தொடர்புகொள்ள விரும்புகி றேன்" என்றாள். அவளுடைய காரணங்களை அவரும் புரிந்து கொண்டார். அப்போதிலிருந்து அவர்கள் ஒரே மதத்தை அவரவர் வழியில் கடைப்பிடித்தனர். டாக்டர் உர்பினோ ஒவ்வொரு நாளும் அந்திப்பொழுதில் கண்காணிப்பின்றி வீட்டிற்குச் சென்று அவளைச் சந்தித்ததால், அவர்களிடையே சுருக்கமானது என்றாலும் அந்தக் காலகட்டத்திற்கு முறையற்றதாகத் தோன்றிய காதல் உறவு இருந்தது. ஆயர் ஆசீர்வதிப்பதற்கு முன்பாக அவள் விரல்நுனியைக்கூடத் தொட விட்டிருக்க மாட்டாள் என்றாலும், அவரும் அப்படிச் செய்ய நினைத்ததில்லை. கடல் அமைதியான பிறகு வந்த முதல் நாள் இரவில், ஆடைகளைக் களையாமல் கட்டிலில் படுத்திருந்தபோது, தனது முதல் தீண்டல் களை அவர் தொடங்கினார். இரவு உடையை அணிந்துகொள்ளச் சொன்ன ஆலோசனை இயல்பாகத் தோன்றுமளவுக்கு, அவற்றை மிகவும் கவனமாகச் செய்தார். உடை மாற்றக் குளியலறைக்குச் சென்றாலும், போகும் முன்பு அவள் தடுப்பறையின் விளக்குகளை அணைத்தாள். முழு இருட்டில் படுக்கைக்குத் திரும்புவதற்காக, கதவுச் சந்துகளைக் கந்தல் துணிகளால் அடைத்தாள். அதைச் செய்தபோது, நகைச்சுவையாகச் சொன்னாள்:

"வேறு என்ன செய்வது டாக்டர்? அந்நிய ஆணோடு இப்போதுதான் முதல்முறையாகத் தூங்கப்போகிறேன்" என்றாள்.

தொடாமலிருக்க முடியாத படுக்கையில் முடிந்த அளவுக்குத் தள்ளிப் படுக்க முயன்ற அவள், வெட்கப்பட்ட விலங்குக் குட்டியைப் போல அவரை ஒட்டி ஊர்ந்து சென்றதை டாக்டர் குவெனல் உர்பினோ உணர்ந்தார். குளிராலும் அச்சத்தாலும் நடுங்கிய விரல்களோடிருந்த அவளுடைய கையை எடுத்துத்

---

19. ஒரு காலத்தில் ஸ்பானிஷ் முடியாட்சியின் கீழிருந்த, இன்றைய பராகுவே நாட்டிலுள்ள ஒரு துறைமுக நகரம்.

தனது விரல்களைக் கோத்துக்கொண்டு, கிட்டத்தட்ட கிசுகிசுக்கும் குரலில், மற்ற கடல் பயணங்களின் அனுபவங்களை விவரிக்கத் தொடங்கினார். குளியலறையில் அவள் இருந்தபோது தனது ஆடைகளை அவர் முழுவதும் களைந்துவிட்டதைப் படுக்கைக்குத் திரும்பியபோதே தெரிந்துகொண்டதால், அவள் மறுபடியும் பதற்றமடைந்தாள். அது அடுத்த கட்டத்தின் அச்சத்திற்கு உயிர்கொடுத்தது. அணு அணுவாக அவளுடைய உடலின் நம்பிக்கையைப் பெற்றுக்கொண்டே, டாக்டர் உர்பினோ மிகவும் மெதுவாகப் பேச்சைத் தொடர்ந்ததால், அடுத்த கட்டம் மிகவும் தாமதமானது. பாரிஸ் நகரத்தைப் பற்றியும் அந்த நகரத்தின் காதலைப் பற்றியும் தெருவிலும் பேருந்துகளிலும் அடுப்பின் புகையை வெளியேற்றத் திறந்துவைத்திருந்த உணவகங்களின் பூக்கள் நிறைந்த மொட்டை மாடிகளிலும் முத்தமிட்டுக்கொண்ட பாரிஸ் நகரத்தின் காதலர்களைப் பற்றியும் கோடை காலத்தின் மந்தமான துருத்திகளைப் பற்றியும் யாருடைய தொந்தரவும் இல்லாமல் சீன் நதிக்கரையில் நின்றபடி காதல் செய்தவர்களைப் பற்றியும் அவளிடம் சொன்னார். இருட்டில் பேசிக்கொண்டே அவளுடைய கழுத்து வளைவை விரல் நுனிகளால் வருடினார், அவளுடைய கைகளின் பட்டுப் போன்ற முடிகளையும் நழுவும் வயிற்றையும் வருடினார். பதற்றம் தணிந்துவிட்டதாக உணர்ந்தபோது, அவளுடைய இரவு உடையை அகற்றும் முதல் முயற்சியை மேற்கொண்டார். ஆனால் தனது குணத்தின் இயல்பான உந்துதலோடு அவள் அதைத் தடுத்தாள். "எப்படிக் கழற்றுவது என்று எனக்குத் தெரியும்" என்றாள். அதைத் தானே கழற்றினாள். பிறகு, இருட்டில் அவளுடைய உடல் கண்ணைக் கூசுவதாக இல்லாமல் இருந்திருந்தால், அவள் அங்கு இல்லை என்று டாக்டர் உர்பினோ நம்பியிருக்கக்கூடும் என்ற அளவுக்கு, கொஞ்சம்கூட அசையாமல் படுத்துக்கிடந்தாள்.

சற்று நேரத்திற்குப் பிறகு அவர் மறுபடியும் அவளுடைய கையைப் பற்றினார். அப்போது இதமான வெப்பத்தோடு தளர்வாக இருந்தாலும் மென்மையான பனித்துளிகளால் அது இன்னமும் ஈரமாகவே இருந்தது. படிப்படியாகத் தீவிரமடைந்த அவளுடைய சுவாசத்தோடு இருளும் விரிவடைந்தது. அடுத்த கட்டத்திற்கான வாய்ப்பை அவர் தேடிக்கொண்டிருக்க, எங்கிருந்து தொடங்கப்போகிறார் என்று தெரியாமல் அவள் காத்துக்கொண்டிருக்க, இருவரும் அசையாமல் அமைதியாக மேலும் கொஞ்ச நேரம் படுத்திருந்தார்கள். திடீரென்று அவளை விட்டுவிலகி வெற்றிடத்தில் குதித்த அவர், நடுவிரலின் நுனியை நாக்கால் ஈரப்படுத்தி, எதிர்பாராத நேரத்தில் அவளுடைய

முலைக்காம்பை மெதுவாகத் தொட்டார். உயிருள்ள நரம்பைத் தொட்டதைப்போல மரண அதிர்ச்சியை அவள் உணர்ந்தாள்.

மண்டையின் ஆணிவேர்வரை அவளை உலுக்கி வாட்டிய வெட்கத்தை அவர் பார்க்காதபடி இருட்டில் இருந்ததற்காக அவள் மகிழ்ச்சியடைந்தாள்.

"அமைதியாக இரு. அவற்றோடு எனக்கு அறிமுகம் இருக்கிறது என்பதை மறந்துவிடாதே" என்றார் மிக அமைதி யாக. அவள் சிரித்துக்கொள்வதை உணர்ந்தார். இருட்டில் அவளுடைய குரல் புதிதாகவும் இனிமையாகவும் இருந்தது.

"நன்றாக நினைவிருக்கிறது. என் கோபம் இன்னும் தீரவில்லை" என்றாள் அவள்.

நன்னம்பிக்கை முனையை அவர்கள் கடந்துவிட்டதை அப்போது அவர் உணர்ந்துகொண்டார். அவளுடைய பெரிய பஞ்சுபோன்ற கையை மறுபடியும் பிடித்தார். முதலில் கரடுமுரடான புறங்கையையும் நீண்ட தெளிவான விரல்களையும் பளிங்குபோன்ற நகங்களையும் பிறகு வியர்த்த உள்ளங்கையில் விதியின் ரேகைகளையும் அநாதை முத்தங்களால் நிரப்பினார். அவருடைய மார்புவரை தனது கை எப்படிப் போனது என்று அவளுக்குப் புரியவில்லை. அடையாளம் தெரியாத எதன்மீதோ இடறினாள். "அது தோள்பட்டை" என்றார் அவளிடம். அவருடைய மார்பிலிருந்த முடிகளை அவள் வருடினாள். பிறகு முழுப் புதரையும் வேரோடு பிடுங்க ஐந்து விரல்களாலும் அதைப் பிடித்தாள். "இன்னும் வேகமாக" என்றார் அவர். அவரைக் காயப்படுத்தாமல் அவள் அதைச் செய்ய முயன்றாள். பிறகு இருட்டில் தொலைந்துவிட்ட அவருடைய கையை அவளுடைய கைதான் தேடியது. ஆனால் விரல்களைப் பின்னிக்கொள்ள அனுமதிக்காத அவர், அவளுடைய மணிக்கட்டைப் பிடித்து உணர முடியாத ஆனால் மிக லாவகமான பலத்தோடு இழுத்து, வடிவமற்றதாக இருந்தாலும் ஆர்வத்தோடும் துடிப்பாகவும் நிமிர்ந்து நின்ற விலங்கின் சூடான மூச்சை அவள் உணரும்வரை, தன்னுடைய உடல் முழுவதும் படரவிட்டார். அவர் கற்பனை செய்திருந்ததற்கு மாறாக, அவளே கற்பனை செய்திருந்ததற்கும் மாறாக, அவள் கையை விலக்கிக்கொள்ளவும் இல்லை, அவர் கொண்டுவைத்த இடத்தில் அசையாமல் விட்டுவைக்கவும் இல்லை. மாறாக, பரிசுத்தக் கன்னியிடம் தனது உடலையும் ஆன்மாவையும் ஒப்படைத்தாள். தனது கிறுக்குத்தனத்தை நினைத்துச் சிரிக்கப் பயந்து பற்களைக் கடித்துக்கொண்டாள். வளர்ந்துவிட்ட எதிரியைத் தொட்டுப் பார்த்து அடையாளம் காணத் தொடங்கினாள். அதன் அளவையும் தண்டின்

வலிமையையும் பக்கவாட்டு விரிவையும் தெரிந்துகொண்டாள். அதன் தனிமைக்காக வருந்தினாலும் அதன் உறுதியைக் கண்டு அஞ்சிய அவள், தனது கணவனைவிட அனுபவம் குறைந்த ஒருவர் வருடுவதாகத் தவறாக நினைக்குமளவுக்கு நுட்பமான ஆர்வத்தோடு அதைத் தனதாக்கிக்கொண்டாள். குப்பையில் போடுவதைப் போன்ற குழந்தைத்தனமான வசீகரத்தோடு அவள் அதை விடுவிக்கும்வரை, அவளுடைய தலையைச் சுற்றவைக்கும் கடுமையான சோதனையைத் தாங்கிக்கொள்ளத் தனது கடைசி பலத்தையும் அவர் பயன்படுத்தினார்.

"இந்தச் சாதனம் எப்படிச் செயல்படுகிறது என்றே புரிய வில்லை" என்றாள்.

அப்போது குறிப்பிட்டுச் சொன்ன இடங்களுக்கு அவளுடைய கையை நகர்த்தியபடி, சிறப்பான முறையில் அவளுக்கு விளக்கினார். அவள் சிறந்த மாணவியின் கீழ்ப்படித லோடு வழிநடத்த அவரை அனுமதித்தாள். வெளிச்சத்தில் இவையெல்லாம் மிகவும் எளிதாக இருக்குமென்று பொருத்த மான ஒரு நேரத்தில் பரிந்துரைத்த அவர், விளக்கை ஏற்றச் சென்றபோது கையைத் தடுத்த அவள், "கைகளால் நன்றாகப் பார்த்துக்கொண்டிருக்கிறேன்" என்றாள். உண்மையில் விளக்கை ஏற்றத்தான் அவளும் விரும்பினாள் என்றாலும், யாரும் உத்தரவிடாமல், தானே அதைச் செய்யத்தான் விரும்பினாள். அப்படியே செய்யவும் செய்தாள். தாயின் வயிற்றில் கரு படுத்திருப்பதைப் போல அவள் சுருண்டு படுத்திருப்பதைப் பார்த்தார். திடீர் வெளிச்சத்தின் கீழ், போர்வையால் போர்த்திக் கொண்டாள். ஆனால் தனது விருப்பத்திற்குரிய விலங்கைத் தயங்காமல் மறுபடியும் பிடித்த அவள், அதை இந்தப் பக்கமும் அந்தப் பக்கமும் திருப்பி, மேலும் கீழும் ஆட்டி, அறிவியலைவிடக் கூடுதலாகத் தெரிந்த ஆர்வத்தோடு கவனித்த பிறகு, முடிவாகச் சொன்னாள்: "எப்படி இவ்வளவு அசிங்கமாக இருக்கிறது, பெண்களுடையதைவிடவும் மிகவும் அசிங்கமாக இருக்கிறது." அதை ஏற்றுக்கொண்ட அவர், அசிங்கத்தைவிட மிகவும் கடுமையான அதன் குறைபாடு களைச் சுட்டிக்காட்டினார். "அது மூத்த மகனைப் போன்றது. அவனுக்காகவே உழைத்து வாழ்க்கையைக் கழித்தாலும் அவனுக்காகவே அனைத்தையும் தியாகம் செய்தாலும் சரியான தருணத்தில் அது தன் விருப்பப்படிதான் நடந்துகொள்ளும்" என்றார். இது எதற்கு, அது என்ன செய்யும் என்று கேட்டபடி அதைப் பரிசோதிப்பதை அவள் தொடர்ந்தாள். நன்றாகத் தெரிந்துவிட்டது என்று கருதியபோது இரண்டு கைகளாலும் அதை எடைபோட்ட அவள், எடையளவுக்குக்கூட அதற்கு

மதிப்பில்லை என்று நிரூபிக்க, அவமதிக்கும் சைகையோடு அதைத் தொங்கவிட்டாள்.

“இன்னும் பல விஷயங்கள் மிச்சமிருப்பதாக நினைக்கிறேன்” என்றாள்.

அவருக்குக் குழப்பமாக இருந்தது. மனித உடலை எளிமையாக்குவதன் நன்மைகள் என்பதுதான் அவருடைய ஆய்வறிக்கையின் கருத்துரு. நமக்குப் பயன்படாத ஆனால் முந்தைய தலைமுறை மனிதர்களுக்கு அவசியமாக இருந்த பயனற்ற அல்லது திரும்பத் திரும்ப நடைபெறும் செயல்பாடுகளோடு, மனித உடல் காலத்திற்குப் பொருந்தாமல் இருப்பதாக அவருக்குத் தோன்றியது. ஆம்; எளிமையானதாக, அதனால் அதிகம் பாதிக்கப்படாததாக இருக்க முடியும். நிச்சயமாக, கடவுளால் மட்டும்தான் அதைச் செய்ய முடியும் என்றாலும், அதைத் தத்துவார்த்த அடிப்படையில் நிறுவுவது நல்லது என்று சொல்லி முடித்தார். மகிழ்ச்சியடைந்த அவள் மிகவும் இயல்பான முறையில் சிரித்தாள். அவளை அணைத்துக்கொள்ளவும் அவளுடைய வாயில் முதல் முத்தத்தைக் கொடுக்கவும் அந்த வாய்ப்பை அவர் பயன்படுத்திக்கொண்டார். பதிலுக்கு அவளும் அவருக்குக் கொடுத்தாள். போர்வைக்கு அடியில் கையை நுழைத்தபடி, அவளுடைய கன்னங்களில், மூக்கில், கண் இமைகளில் தொடர்ந்து மென்மையான முத்தங்களைக் கொடுத்துக்கொண்டிருந்த அவர், சுருண்டும் நேராகவும் இருந்த அந்தரங்க முடிகளைக் கோதினார்: ஜப்பானியப் பெண்களின் அந்தரங்க முடிகள். அவரது கையை அவள் விலக்கவில்லை என்றாலும் அடுத்த அடியை எடுத்துவைக்கும் பட்சத்தில் தடுப்பதற்காகத் தனது கையை விழிப்புடன் வைத்திருந்தாள்.

“நாம் மருத்துவப் பாடத்தைத் தொடரப்போவதில்லை” என்றாள் அவள்.

“இல்லை. இது காதல் பாடமாக இருக்கும்” என்றார் அவர்.

அப்போது அவர் போர்வையை உருவினார். அவள் எதிர்க்கவில்லை என்பதோடு, ஏற்கெனவே புழுக்கம் தாங்க முடியாத அளவுக்கு இருந்ததால், கால்களால் வேகமாக உதைத்து அதைக் கட்டிலிலிருந்து கீழே தள்ளினாள். அவளது உடல் ஏற்ற இறக்கங்களோடும் நெகிழ்ந்துகொடுக்கும் தன்மையோடும் உடுத்தியிருந்தபோது தோன்றியதைவிட நேர்த்தியாகவும் இருந்தது. உலகத்தின் மற்ற பெண்களிடமிருந்து வேறுபடுத்திக் காட்டும் மலையக விலங்கின் தனித்துவமான வாசனையோடும் இருந்தது. பாதுகாப்பற்ற முழு வெளிச்சத்தில் கொதிக்கும் ரத்தம் திடீரென்று அவளுடைய முகத்திற்குப்

பாய்ந்தது. தனது ஆடவனின் கழுத்தைக் கட்டிக்கொண்டு தொங்குவதுதான் அதைத் தணிக்கும் ஒரே வழியாக அவளுக்குத் தோன்றியது. சுவாசத்தின் முழுக்காற்றையும் முத்தத்தில் செலவிட்டுத் திணறும்வரை அழுத்தமாகவும் ஆழமாகவும் அவருக்கு முத்தம் கொடுத்தாள்.

தான் அவளைக் காதலிக்கவில்லை என்பதை அவர் உணர்ந்திருந்தார். அவளுடைய ஆணவமும் அவளுடைய தீவிரமும் அவளுடைய வலிமையும் அவருக்குப் பிடித்திருந்ததால் தான் திருமணம் செய்துகொண்டார். தன்னுடைய தம்பட்டத்திற் காகவும்தான் என்றாலும், அவள் முதல்முறையாக முத்தமிட்ட போது ஒரு நல்ல காதலை உருவாக்கிக்கொள்வதில் எந்தத் தடையும் இருக்காது என்று உறுதியாக நம்பினார். விடியும்வரை அனைத்தையும் பேசிக்கொண்டிருந்த அவர்கள், முதலிரவிலும் அதைப் பற்றிப் பேசவில்லை, அதற்குப் பிறகும் அதைப் பற்றிப் பேசவில்லை. ஆனாலும், நீண்ட காலத்திற்கு இருவருமே தவறெதையும் செய்யவில்லை.

விடியற்காலையில் அவர்கள் தூங்கியபோது இன்னமும் அவள் கன்னியாகவே இருந்தாள் என்றாலும், அவள் அதே நிலையில் அதிக காலம் நீடிக்கவில்லை. அடுத்த நாள் இரவு, விண்மீன்கள் பூத்த கரீபிய வானத்தின் கீழ் வியன்னாவின் வால்ட்ஸ் நடனமாட அவளுக்குக் கற்றுக்கொடுத்த பிறகு, அவளுக்குப் பிறகு அவரும் குளியலறைக்குச் செல்ல வேண்டி யிருந்தது. அவர் தடுப்பறைக்குத் திரும்பியபோது அவள் படுக்கையில் நிர்வாணமாக அவருக்காகக் காத்திருந்தாள். இப்போது முதல் நகர்வைத் தொடங்கியது அவள்தான். பயமில்லாமல், வலியில்லாமல், ஆழ்கடல் சாகசத்தின் மகிழ்ச்சி யோடு தன்னை அவருக்குக் கொடுத்தாள். படுக்கை விரிப்பில் மரியாதைக்குரிய ரோஜாவைத் தவிர ரத்தக்களறியான விழாவின் அடையாளங்கள் எதுவுமில்லை. கிட்டத்தட்ட ஒரு அதிசயத்தைப் போல அவர்கள் இருவரும் அதை நன்றாகச் செய்தார்கள். இரவும் பகலும் செய்துகொண்டே இருந்தார்கள், பயணத்தின் எஞ்சிய நாட்களில் ஒவ்வொரு முறையும் மேலும் சிறப்பாகச் செய்த அவர்கள், லா ரோச்செல்லை அடைந்தபோது, பழைய காதலர்களைப் போல உணர்ந்தார்கள்.

பாரீஸை மையமாகக் கொண்டு பதினாறு மாதங்கள் தங்கியிருந்த அவர்கள், அண்டை நாடுகளுக்குக் குறுகிய பயணங்களை மேற்கொண்டார்கள். அந்தக் கட்டத்தில் அன்றாடம் காதல் செய்தார்கள். மதிய உணவு வேளைவரை உல்லாசமாகப் படுத்திருந்த குளிர்காலத்தின் ஞாயிற்றுக்கிழமைகளில் பலமுறை காதல் செய்தார்கள். நல்ல பயிற்சி பெற்றிருந்ததோடு, நல்ல

செயல்திறனும் கொண்ட ஆணாக அவர் இருந்தார். அவளும் தன்னை யாரும் சாதகமாகப் பயன்படுத்துவதை அனுமதிக்கப் படைக்கப்பட்டவள் அல்ல. அதனால் படுக்கையில் பகிரப்பட்ட அதிகாரத்திற்குத் தீர்வுகாண வேண்டியிருந்தது. மூன்று மாத வெறித்தனமான காதலுக்குப் பிறகு, இருவரில் ஒருவர் மலட்டுத்தன்மை உடையவர் என்பதை அவர் உணர்ந்தார். அவர் பயிற்சி பெற்றுவந்த சால்பெத்ரியர் மருத்துவமனையில்[20] இருவருக்கும் தீவிரமான பரிசோதனைகள் நடத்தப்பட்டன. அது கடினமான விடாமுயற்சியாக இருந்தாலும் பயனற்றதாக இருந்தது. இருந்தாலும் அவர்கள் எதிர்பார்க்காத நேரத்தில், எந்தத் தலையீடும், எந்த அறிவியல் நடவடிக்கையும் இல்லாமல், அதிசயம் நடந்தது. அடுத்த வருடக் கடைசியில் அவர்கள் வீடு திரும்பியபோது, ஃபெர்மினா ஆறுமாதக் கர்ப்பிணியாக இருந்தாள். உலகத்திலேயே மிகவும் மகிழ்ச்சியானவளாக இருப்பதாக நம்பினாள். எந்த அசம்பாவிதமும் இல்லாமல் கும்ப ராசியில் *(Aquasius)* பிறந்த, இருவராலும் மிகவும் விரும்பப்பட்ட மகனுக்கு, காலராவால் இறந்த தாத்தாவின் நினைவாக ஞானஸ்நானம் செய்யப்பட்டது.

இரண்டுமே ஒரே நேரத்தில் நடந்ததால், அவர்களை மாற்றியது ஐரோப்பாவா அல்லது காதலா என்பது தெரிந்து கொள்ள முடியாததாக இருந்தது. ஃப்ளோரென்டினோ அரிஸாவின் பரிதாபகரமான அந்த ஞாயிற்றுக்கிழமையன்று, திரும்பிய இரண்டு வாரங்களில் வழிபாட்டுக் கூட்டத்திலிருந்து வெளியில் வந்த அவர்களைப் பார்த்தபோது அவன் உணர்ந்ததைப் போல, தங்களுக்கிடையில் மட்டுமின்றி அனைத்து உலகத்தோடும் அவர்கள் இருவரும் முழுமையாக அப்படித்தான் இருந்தார்கள். உலகத்தின் புதுமைகளைச் சுமந்துகொண்டு, வாழ்க்கையின் புதிய கருத்தாக்கத்துடன் திரும்பிய அவர்கள், கட்டளையிடத் தயாராக இருந்தார்கள். அவர் இலக்கியத்தின், இசையின் அனைத்துக்கும் மேலாக அறிவியலின் புதுமைகளோடு வந்திருந்தார். யதார்த்தத்தின் தொடர்பை இழக்காமலிருக்க, *லெ ஃபிகாரோ*[21] இதழுக்குச் சந்தா செலுத்தியிருந்தார். கவிதைகளின் தொடர்பை இழக்காமலிருக்க *ரெவ்யூ த தோ மோந்த்*[22]

---

20. வெடிமருந்துத் தொழிற்சாலையாக இருந்து மன்னர் பதினான்காம் லூயியின் ஆணையால் 1656இல் ஏழைப் பெண்களுக்கான மருத்துவமனையாக மாற்றப்பட்டது; உலகின் மிகப் புகழ்பெற்ற மருத்துவமனைகளில் ஒன்றாக இப்போதும் செயல்பட்டுவருகிறது.

21. 1826ஆம் ஆண்டு தொடங்கப்பட்ட ஃபிரான்ஸ் நாட்டின் மிகப்பழைய காலை நாளிதழ்.

22. Reveue des Deux Mondes: (இரண்டு / இருவேறு உலகங்களின் மதிப்பீடு) 1829ஆம் ஆண்டு தொடங்கப்பட்ட ஃபெரெஞ்ச் இலக்கிய மாத இதழ்.

என்ற இதழுக்கும் சந்தா செலுத்தியிருந்தார். த்ரேஃபஸ்[23] விசாரணையில் அவருடைய துணிச்சலான சீற்றத்தையும் தாண்டி அவருக்குத் தாங்கிக்கொள்ள முடியாதவராகத் தோன்றிய எமிலி ஜோலாவைத் தவிர, ரெமி த கூர்மோ, பால் பூர்ஜே உள்ளிட்ட அவருக்கு மிகவும் பிடித்த எழுத்தாளர்களின் படைப்புகளையும், அனடோல் ஃப்ரான்ஸ், பியர் லோட்டி உள்ளிட்ட அதிகம் வாசிக்கப்பட்ட எழுத்தாளர்களின் படைப்புகளையும் அனுப்பிவைக்க பாரீஸ் நகரத்திலிருந்த தன்னுடைய புத்தகக் கடைக்காரரோடு ஒப்பந்தம் செய்துகொண்டார். நகரத்தில் நடைபெற்ற இசைக் கச்சேரிகளின் முதன்மையான புரவலராக இருந்து தனது தந்தை சம்பாதித்த பட்டத்தைத் தக்கவைத்துக் கொள்ள, குறிப்பாக அரங்கக் கச்சேரியிலிருந்து ரிகோர்டியின் பட்டியலில் மிகவும் கவர்ச்சிகரமான புதுமைகளை அஞ்சல் வழியாக அவருக்கு அனுப்பிவைக்கவும் அதே புத்தகக் கடைக்காரர் உறுதியளித்தார்.

நாகரிகத்தின் கடுமைகளுக்கு எதிராக எப்போதும் இருந்த ஃபெர்மினா தாஸா, பெரிய பெயர்களை நம்பாததால் வெவ்வேறு காலகட்டத்தின் ஆடைகளோடு ஆறு இரும்புப் பெட்டிகளைக் கொண்டுவந்தாள். உயர்வகை அலங்கார ஆடைகளின் தவிர்க்க முடியாத பேரரசனாகத் திகழ்ந்த வொர்த்தின்[24] புதிய படைப்புகளின் வெளியீட்டு நிகழ்ச்சிக்குக் கடுமையான குளிர்காலத்தில் துல்லேரியாஸ்[25] என்ற இடத்திற்குச் சென்றிருந்த அவள், ஐந்து நாட்கள் அவளைப் படுக்கையில் கிடத்திய மூச்சுக்குழாய் அழற்சியை மட்டும்தான் வாங்கி வந்தாள். லாஃபெர்ரியர் பாசாங்குத்தனம் அற்றவளாகவும் பெருவேட்கை கொண்டவளாகவும் அவளுக்குத் தோன்றியது. ஆனாலும் செத்துப்போனவர்களின் உடுப்புகள் என்று அவளது கணவர் பயங்கரமாகச் சத்தியம் செய்ததையும் கடந்து, தள்ளுபடிக் கடைகளில் மிகவும் பிடித்ததை அள்ளி நிரப்பிக்கொள்வதே அவளுடைய புத்திசாலித்தனமான முடிவாக இருந்தது. அதைப் போலவே, ஃபெர்ரியின் புகழ்பெற்ற, ஆடம்பரமான காலணிகளைவிட முத்திரை இடப்படாத ஏராளமான

---

23. 1894ஆம் ஆண்டு ஜெர்மனிக்கு ராணுவ ரகசியங்களை விற்றதாகக் குற்றம்சாட்டப்பட்டு ஃபிரெஞ்ச் கயானா தீவுச் சிறையில் அடைக்கப்பட்ட தளபதி ஆல்ஃரட் த்ரேஃபஸ், புதிய விசாரணையில் குற்றமற்றவர் என்று நிரூபிக்கப்பட்ட வழக்கு.

24. Harles Frederick Worth: பத்தொன்பதாம் நூற்றாண்டின் பிற்பகுதியில் பாரீஸ் நகரத்தின் ஆடை அலங்காரத் துறை முன்னோடி.

25. பாரீஸ் நகர மக்கள் கொண்டாடவும் ஓய்வெடுக்கவும் சந்தித்துக்கொள்ளும் இடமாக நகரத்தின் மையத்தில் புகழ்பெற்ற லூவ்ர அருங்காட்சியகத்தை ஒட்டி அமைந்துள்ள பூங்கா. காத்தரின் த மெடிசி என்ற அரசியால் 1564ஆம் ஆண்டு உருவாக்கப்பட்டது.

இத்தாலியக் காலணிகளை வாங்கிவந்தாள். அதிர்ச்சியடைந்த நமது சமூக வரலாற்று ஆசிரியர்கள் நிறைய எழுதுவதற்கு இடம்கொடுத்த, நரகத்தின் நெருப்பைப் போன்ற துபுய் சிவப்புக் குடையை வாங்கினாள். மேடம் ரீபோக்ஸிடமிருந்து ஒரு தொப்பியை மட்டுமே வாங்கினாள் என்றாலும், அதற்கு ஈடாகச் செயற்கையான செர்ரிப் பழக்கொத்துகளையும் அவளுடைய கண்ணில்பட்ட அத்தனை பட்டுப் பூச்செண்டுகளையும் தீக்கோழி இறகுக் கொப்புகளையும் மயில் தலைகளையும் ஆசியச் சேவல்களின் வால் இறகுகளையும் முழு காட்டுக் கோழிகள், பாடும் பறவைகளோடு, பறக்கும் நிலையிலும் அலறும் நிலையிலும் வேதனைப்படும் நிலையிலும் பாடம் செய்யப்பட்ட பலவிதமான வெளிநாட்டுப் பறவைகளையும், கடந்த இருபது ஆண்டுகளாக அதே தொப்பிகள் வேறுவேறு விதமாகத் தோன்றப் பயன்படுத்திய அனைத்தையும் பெட்டியில் நிரப்பிக்கொண்டாள். ஒவ்வொரு சந்தர்ப்பத்திற்கும் பொருத்தமான, தனித்தன்மையான ஒன்று என உலகத்தின் பல்வேறு நாடுகளின் தொப்பிகளின் தொகுப்பை வாங்கினாள். பருவக்காற்று பஜார் த சேரிடியின்[26] சாம்பலை அடித்துக்கொண்டு போகும் முன்பு, அங்கு அத்தர் கடையில் பலவகையான வாசனைத் திரவியங்களுக்கு மத்தியில் குழப்பமான ஒன்றை வாங்கி வந்தாள் என்றாலும், புதிய வாசனையால் அவளுக்கே தன்னை அடையாளம் தெரியாமல் போனதால், ஒருமுறை மட்டுமே அதைப் பயன்படுத்தினாள். கவர்ச்சிச் சந்தையில் சமீபத்திய புதுமையாக இருந்த அழகு சாதனப் பெட்டியையும் வாங்கி வந்தாள். பொது இடங்களில் அலங்காரத்தை ஒத்திக்கொள்வது அநாகரிகமான செயலாகக் கருதப்பட்டபோது, அதை விழாக்களுக்கு எடுத்துச்சென்ற முதல் பெண்மணியாக அவள் இருந்தாள்.

கூடுதலாக, மூன்று அழியாத நினைவுகளையும் அவர்கள் கொண்டுவந்தார்கள்: பாரிஸில் முன்னுதாரணம் இல்லாத ஹாஃப்மான் கதைகள் ஆபெரா நடனத்தின் முதல் காட்சி; ஹோட்டல் ஜன்னலிலிருந்து கனத்த இதயத்தோடு அவர்கள் பார்த்துக்கொண்டிருந்த சான் மார்கோஸ் சதுக்கத்தின் முன்புறத்திலிருந்த வெனிஸ் நாட்டின் கோண்டோலா படகுகள் அனைத்தையும் எரித்த பயங்கரமான தீ; ஜனவரி மாதத்தின் முதல் பனிப்பொழிவில் ஆஸ்கார் வைல்டின் கணநேரச் சந்திப்பு. ஆனால் அந்த நினைவுகளுக்கும் அவற்றைப் போன்ற மற்ற பல நினைவுகளுக்கும் நடுவில், பாரீஸ் நகரத்தில் மாணவனாக

26. ஃப்ரான்ஸ் நாட்டின் கத்தோலிக்கப் பெருமக்கள் 1885ஆம் ஆண்டு தொடங்கி ஆண்டுதோறும் பல இடங்களில் ஒரு தொண்டாக நடத்திவந்த சந்தை. 1897ஆம் ஆண்டு ஏற்பட்ட தீவிபத்தில் 126 பேர் உயிரிழந்ததையடுத்து முடிவுக்கு வந்துவிட்டது.

இருந்த காலத்தில் நடந்தது என்பதால், தனது மனைவியோடு பகிர்ந்துகொள்ளாததற்கு டாக்டர் குவெனல் உர்பினோ எப்போதும் வருத்தப்பட்ட ஒன்றை மனதில் வைத்திருந்தார். நமது அரசியல் சட்டம் தேவதூதர்களின் தேசத்திற்கானதே தவிர மனிதர்களின் தேசத்திற்கானதல்ல என்று விக்டர் ஹ்யூகோ சொன்னதாக யாரோ சொன்னதால், உண்மையில் அவர் அப்படிச் சொன்னதை யாரும் கேட்கவில்லை என்றாலும், தனது நூல்களுக்கு அப்பாற்பட்ட புகழை அனுபவித்துவந்த அவருடைய நினைவைப் பற்றியது அது. அப்போதிலிருந்து ஹ்யூகோ சிறப்பு வழிபாட்டுக்கு உரியவரானார். ஃபிரான்ஸுக்குப் போன அவருடைய நண்பர்களில் பலர் அவரைப் பார்ப்பதற் காகப் பயணத் திட்டத்தையே மாற்றிக்கொண்டார்கள். குவெனல் உர்பினோ உள்ளிட்ட ஐந்தாறு மாணவர்கள் ஐலேயு அவென்யூவிலிருந்த அவருடைய வீட்டின் முன்பாகவும், அவர் தவறாமல் வருவார் என்று சொல்லப்பட்டாலும் எப்போதும் வராத காப்பிக் கடைகளின் முன்பாகவும் சிலகாலம் காவலுக்கு நின்றார்கள். கடைசியாக கான்ஸ்டிட்யூஷன் த லா ரியோநெக்ரோ[27] என்ற அமைப்பின் உறுப்பினர்களின் பெயரில், தனிப்பட்ட முறையில் சந்திக்கக் கோரிக் கடிதம் எழுதினார்கள். பதில் வரவே இல்லை. ஏதோவொரு நாள் லக்சம்பர்க் பூங்காவின் முன்பாகத் தற்செயலாகக் கடந்தபோது, அவரைக் கையைப் பிடித்து அழைத்துச்சென்ற இளம்பெண்ணோடு செனட்டிலிருந்து அவர் வெளியில் வந்ததைப் பார்த்தார் குவெனல் உர்பினோ. உருவப்படங்களில் இருந்ததைவிட மங்கலான தலைமுடியோடும் தாடியோடும் சிரமப்பட்டு நகர்ந்த அவர், மிகவும் வயதானவ ராகத் தோன்றினார். மிகவும் பருத்த யாரோ ஒருவரைப் போலத் தோற்றம் கொடுத்த அங்கியை அணிந்திருந்தார். பொருத்த மில்லாத வாழ்த்தோடு அந்த நினைவைக் கெடுத்துக்கொள்ள அவர் விரும்பவில்லை: வாழ்நாள் முழுவதும் நினைவில் வைத்திருக்கக் கிட்டத்தட்ட உண்மையற்ற அந்தக் காட்சியே போதுமானதாக இருந்தது. திருமணம் செய்துகொண்டு பாரீஸுக்குத் திரும்பி, முறைப்படி அவரைப் பார்க்கக்கூடிய நிலையில் இருந்தபோது, விக்டர் ஹ்யூகோ ஏற்கெனவே இறந்துவிட்டிருந்தார்.

ஆறுதலாக, ஆஸ்கார் வைல்ட் உள்ளே இருந்ததால், கப்புச்சினோ நிழற்சாலையிலிருந்த ஒரு சிறிய புத்தகக் கடைக்கு வெளியே எதிர்ப்புக்கு அடங்க மறுத்த கூட்டத்தால் ஆர்வமடைந்த, பனிபொழிந்த மாலைப்பொழுதின் பகிர்ந்துகொண்ட நினைவை குவெனலும் ஃபெர்மினாவும் கொண்டுவந்தார்கள்.

---

27. கறுப்பு ஆற்றின் அரசியல் சட்டம்: கொலொம்பியா நாட்டில் ஒன்றியத்தில் நிறுவிய 1863ஆம் ஆண்டின் அரசியல் சட்டம். மிகவும் முற்போக்கானதாகக் கருதப்படுவது.

இறுதியாக அவர் வெளியில் வந்தபோது, உண்மையிலேயே அவர் நேர்த்தியாக இருந்தார் என்றாலும், அதைப் பற்றிய அதிகப்படியான கவனத்தோடும் அவர் இருந்திருக்கக்கூடும். அந்தக் குழு புத்தகங்களில் கையெழுத்திடக் கேட்டு அவரைச் சூழ்ந்துகொண்டது. டாக்டர் உர்பினோ அவரைப் பார்ப்பதற்காக மட்டும்தான் நின்றுகொண்டிருந்தார். ஆனால் மனக்கிளர்ச்சியடைந்த அவருடைய மனைவி, புத்தகம் இல்லாததால் அவளுக்குப் பொருத்தமானதாகத் தோன்றிய, புதிதாகத் திருமணமான அவளுடைய தோலின் நிறத்திலிருந்த, மென்மையான, மிருதுவான, நீண்ட, அழகான மான்தோல் கையுறையின் மேல் கையெழுத்துப் பெறுவதற்காக நிழற்சாலையைக் கடக்க விரும்பினாள். அவளுடைய கணவர் அதைக் கடுமையாகத் தடுத்தார். அவருடைய காரணங்களையும் தாண்டி, அவள் கையெழுத்து வாங்க முயன்றபோது, அவமானத்திலிருந்து அவரால் விடுபட முடியவில்லை.

“நீ இந்தத் தெருவைக் கடந்தால், திரும்பி வரும்போது என்னை உயிரோடு பார்க்க முடியாது” என்றார்.

அது அவளுக்கு இயல்பானதுதான். திருமணமாகி ஒரு வருடத்திற்குள்ளாகவே உலகத்தைத் தெரிந்துகொண்டு பிறந்தவளைப் போல, குழந்தையாக இருந்த காலத்திலிருந்து சான் குவான் சதுப்பு நிலக் காடுகளில் சுற்றிவந்த அதே எளிமையோடு, உலகம் முழுவதையும் சுற்றிவந்தாள். அந்நியர்களைச் சுலபமாகக் கையாளும் எளிமையும் எங்கேயும் யாருடனும் ஸ்பானிஷ் மொழியில் பேசிப் புரியவைக்கும் மர்மமான திறமையும் அவளிடம் இருந்தது அவளுடைய கணவனைக் குழப்பத்தில் ஆழ்த்தியது. “எதையாவது விற்கப்போகும்போதுதான் மொழி தெரிந்திருக்க வேண்டும். வாங்கப்போகும்போது, என்னவாக இருந்தாலும் மொத்த உலகமும் புரிந்துகொள்ளும்” என்றாள் கேலிச் சிரிப்போடு. பாரிஸின் அன்றாட வாழ்வை இவ்வளவு விரைவாகவும் இவ்வளவு மகிழ்ச்சியோடும் உள்வாங்கிக்கொண்ட, ஓயாத மழையையும் மீறி அந்த நகரத்தின் நினைவுகளைக் காதலிக்கக் கற்றுக்கொண்ட யாரையும் கற்பனை செய்வதுகூடக் கடினமானது. இருந்தாலும், பயணம்செய்த களைப்பிலும் கர்ப்பத்தின் பாதி மயக்கத்திலும் அத்தனை அனுபவங்களால் நிரம்பி வீடு வந்து சேர்ந்தபோது, துறைமுகத்தில் அவளிடம் முதலில் கேட்டது ஐரோப்பாவின் அதிசயங்களைப்பற்றி என்ன நினைக்கிறீர்கள் என்பதுதான். கரீபிய வழக்கிலுள்ள மூன்றே வார்த்தைகளில் பதினாறு மாத ஆனந்தத்தின் சாரத்தை முன்வைத்தாள்.

“பெரிதாக ஒன்றும் இல்லை.”

4

ஆறு மாதக் கர்ப்பிணியாகவும் உலகம் தெரிந்த பெண்ணென்ற புதிய நிலையின் முழுமை யான அதிகாரத்தோடும் தேவாலய முற்றத்தில் ஃபெர்மினா தாஸாவைப் பார்த்த நாளில் ஃப்ளோரென்டினோ அரிஸா, அவளுக்குத் தகுதியுடையவனாக இருக்குமளவுக்குப் பெயரையும் செல்வத்தையும் ஈட்டுவது என்ற கடுமையான தீர்மானத்தை எடுத்தான். அதே நேரத்தில், டாக்டர் குவெனல் உர்பினோ இறந்துவிட வேண்டுமென்றும் – அது ஏதோ அவன் கையில் இருப்பதைப்போல – முடிவு செய்துவிட்டதால், அவள் திருமணமானவள் என்ற சிரமத்தைப் பற்றிக்கூட அவன் சிந்திக்க வில்லை. எப்படியென்றோ எப்பொழுதென்றோ தெரியாவிட்டாலும், ஒரு தவிர்க்க முடியாத நிகழ்வாக அதை வரித்துக்கொண்டதால், காலத்தின் முடிவுவரையிலும் என்றாலும், அவசரமோ கூச்சமோ இல்லாமல் காத்திருக்க உறுதிபூண்டான்.

தொடக்கத்திலிருந்து அவன் ஆரம்பித்தான். கரீபியாவின் நீர்வழிப் போக்குவரத்து நிறுவனத் தின் மேலாண்மை இயக்குநரான சிற்றப்பா பன்னிரண்டாம் லூயியின் அலுவலகத்திற்கு முன்னறிவிப்பு செய்யாமல் போன அவன், தன்னுடைய திட்டங்களை அவரிடம் சமர்ப்பிக்க விரும்பினான். வில்லா த லீவாவில் தந்தித் துறையில் கிடைத்த நல்ல வேலையை வீணடித்ததற்காகச் சிற்றப்பா கோபப்பட்டார் என்றாலும், மனிதர்களை வாழ்க்கை மீண்டும் மீண்டும் பிறப்பெடுக்கக் கட்டாயப்படுத்துகிறதே தவிர, தாய்மார்கள் அவர்களைப் பெற்றெடுத்த நாளில் அவர்கள் நிரந்தரமாகப் பிறந்துவிடுவதில்லை என்ற நம்பிக்கையை அவர் கொண்டிருந்தார். மேலும், உடல் முழுவதும் வெறுப்போடு இருந்தாலும் வாரிசுகளை விட்டுச்செல்லாத அண்ணனின்

விதவை மனைவி கடந்த வருடம் இறந்துவிட்டார். அதனால் முறைதவறிப் பிறந்த அண்ணன் மகனுக்கு வேலை கொடுத்தார்.

தோன் லோய்ஸா பன்னிரண்டாம் லூயியின் இயல்பான முடிவு அதுதான். இந்த இருண்ட கல்லறையில்[1] என்ற தனது இதயத்தை நொறுக்கும் பாட்டால் புனிதமான இறுதிச் சடங்கைக் கண்ணீர் வெள்ளத்தில் ஆழ்த்திவிடுவதைப் போலவே, கௌஜிரா பாலைவனத்தில் எலுமிச்சம் பழச்சாறின் சுனையையும் உருவாக்கும் ஆன்மா இல்லாத அந்த வணிகரின் கூட்டிற்குள் மேதமை கொண்ட பைத்தியமும் ஒளிந்திருந்தது. சுருள்முடியோடும் விலங்கின் உதடுகளோடும் இருந்த அவர், கிறிஸ்தவப் புராணக் கதையின் தீக்குளிக்கும் நீரோவைப் போலத் தோன்றுவதற்கு யாழும் வெற்றிவாகைக் கிரீடமும் மட்டும்தான் இல்லை. விதியின் கவனம் அவற்றின் மேல் இன்னும் விழாததால் மட்டுமே மிதந்துகொண்டிருந்த அவருடைய ஓட்டை உடைசல் கப்பல்களின் நிர்வாகத்திற்கும் அன்றாடம் அதிகச் சிக்கலாகிக்கொண்டிருந்த ஆற்றுப் போக்குவரத்தின் பிரச்சினைகளுக்கும் நடுவில், எஞ்சியிருந்த நேரத்தைத் தன்னுடைய பாடல் வரிகளைச் செழுமைப்படுத்துவதற்கு அவர் அர்ப்பணித்தார். இறுதிச் சடங்குகளில் பாடுவதைப் போல அவருக்குப் பிடித்தது வேறெதுவுமில்லை. முறையாகக் கற்றதால் கிடைக்கும் ஒழுங்கு இல்லாமல், கப்பல் அடிமையின் குரலில் பாடினார் என்றாலும் மனதை ஈர்க்கும்படி பாடும் திறமை அவரிடம் இருந்தது. தன்னுடைய குரலின் வலிமையால் மட்டுமே பூச்சாடியை உடைத்துவிடும் ஆற்றல் என்ரிகோ கருசோவுக்கு[2] இருப்பதாக யாரோ சொன்னதால், அவரைப் போல ஜன்னல் கண்ணாடிகளை உடைக்கப் பல ஆண்டுகளாக அவர் முயற்சித்துவந்தார். தங்களுடைய பயணங்களில் உலகெங்கும் கிடைத்த மெல்லிய குவளைகளைக் கொண்டுவந்த அவருடைய நண்பர்கள், தனது கனவின் உச்சத்தை அவர் எட்டுவதற்காகச் சிறப்பு விருந்துகளுக்கு ஏற்பாடு செய்தார்கள். அந்த உச்சத்தை அவர் ஒருபோதும் எட்டவில்லை. இருந்தாலும், கருசோவின் புகழ்பெற்ற படிகக் குவளைகளைப் போல, அவருடைய பாடலைக் கேட்பவர்களின் இதயத்தை நொறுக்கும் இடிமுழக்கத்தின் அடிநாதமாக ஒரு மென்மை இருந்தது. இறுதிச் சடங்குகளில் அதுதான் அவரை மிகவும் மதிக்கத்தக்கவராக ஆக்கியது. லூசியானாவின் அழகான, மனதை உருக்கும் இறுதிச் சடங்குப் பாடலான, “மகிமையில்

---

1. In Questa Tomba Oscura: 1807இல் பீத்தோவன் இசையமைத்த சிறிய, ஒருவர் மட்டும் தனியாகப் பாடும் சோகப் பாடல். கற்பனாவாதத்தின் (Romanticism) தொடக்கமாகக் கருதப்படுவது.
2. Enrico Caruso 1873–1921: புகழ்பெற்ற இத்தாலிய ஆபரா பாடகர்

எழுந்தபோது" என்ற பாடலைப் பாடுவது பொருத்தமாக இருக்கும் என்ற யோசனையைத் தவிர. தனது தேவாலயத்தில் அந்த லூத்தரன் தலையீட்டை ஏற்றுக்கொள்ள முடியாததால், மதகுரு அவரைப் பாட விடாமல் மௌனமாக்கினார்.

அதனால், ஆபரா நிகழ்ச்சித் தொகுப்பாளர்களுக்கும் நேப்பிள் நகர செரெனேட் பாடகர்களுக்கும் மத்தியில், அவருடைய படைப்புத் திறமையும் வெல்ல முடியாத தொழில்முனைவும் அவருடைய காலகட்டத்தில் அவரை நதிவழிப் போக்குவரத்தின் புகழ்பெற்ற முன்னோடியாக மாற்றியது. அவருடைய மறைந்த இரண்டு சகோதரர்களைப் போல, அவரும் ஒன்றுமில்லாத நிலையிலிருந்துதான் வந்தார். இயற்கைக் குழந்தைகள்[3] என்ற களங்கத்தோடு அங்கீகரிக்கப்படவே இல்லையென்ற களங்கமும் சேர்ந்திருந்தாலும், அவரவர் விரும்பிய நிலையை அடைந்தார்கள். வர்த்தகச் சங்கத்தைச் சரணாலயமாகக் கொண்ட விற்பனைச் சாளரப் பிரபுத்துவம் என்று அழைக்கப்பட்டதன் மேலடுக்காக இருந்தார்கள். இருந்தாலும், ரோமானியப் பேரரசரின் தோற்றத்தைக் கொண்ட சிற்றப்பா பன்னிரண்டாம் லூயி அதற்கேற்ப வாழ்வதற்குத் தேவையான செல்வம் இருந்தாலும், கஞ்சன் என்ற நியாயமற்ற அவப்பெயரிலிருந்து விடுபடாமல், தொழில் வசதிக்காகப் பழைய நகரத்தின் மிகச்சிறிய வீட்டில், மிகவும் சிக்கனமாக, மனைவியோடும் மூன்று குழந்தைகளோடும் வாழ்ந்துவந்தார். ஆனால் அவருடைய ஆடம்பரம் அதைவிட எளிமையானது. ஒரு மண் ஜாடியும் கைவினைஞர்களால் செய்யப் பட்ட ஆறு நாற்காலிகளையும் தவிர வேறெந்த அறைகலனும் இல்லாத, அலுவலகத்திலிருந்து இரண்டு மைல் தொலைவி லிருந்த கடலோர வீடும், ஞாயிற்றுக்கிழமைகளில் யோசித்தபடி படுத்திருக்க மொட்டை மாடியில் ஊஞ்சல் கட்டிலும். அவரை பணக்காரன் என்று யாரோ குற்றம்சாட்டியபோது, அவர் தன்னை விவரித்ததைவிடச் சிறப்பாக யாராலும் விவரிக்க முடியாது:

"நான் பணக்காரன் அல்ல. பணம் படைத்த ஏழை. இரண்டும் ஒன்றல்ல."

ஒருமுறை பேச்சுவாக்கில் யாரோ தெளிவான மறதிநோய் என்று பாராட்டியதைப் போல, அந்த விசித்திரமான குணம் ஃப்ளோரென்டினோ அரிஸாவிடம் அதற்கு முன்போ அதன் பிறகோ யாரும் பார்க்காத ஒன்றை உடனடியாக அவரைப் பார்க்க வைத்தது. மந்தமான தோற்றத்தோடும் பயனில்லாத இருபத்தேழு வயதோடும் அவருடைய அலுவலகத்தில் வேலைகேட்டு வந்த நாளிலிருந்து, மிகவும் துணிச்சலான ஒருவனையும்

---

3. சட்டப்பூர்வமான, மதம் சம்மதித்த திருமணத்திற்கு வெளியில் பிறந்த குழந்தைகள்.

வளைத்துவிடும் திறனுள்ள படை முகாமின் கடுமையோடு, அவனைச் சோதனைக்கு உட்படுத்தினார். ஆனால் அவனைப் பயமுறுத்த முடியவில்லை. இந்த உலகத்தின் முரண்பாடுகளோ அடுத்த உலகத்தின் முரண்பாடுகளோ உடைக்க முடியாத காதலின் லட்சியத்தால்தான் அண்ணன் மகனுக்குத் துணிச்சல் வந்திருக்கிறதே தவிர, உயிர் வாழ்வதற்கான தேவைகளுக்காகவோ, தந்தையிடமிருந்து கிடைத்த மிருகத்தனமான குணத்திலிருந்தோ வரவில்லை என்பதில் சிற்றப்பா பன்னிரண்டாம் லூயிக்குச் சந்தேகமே இல்லை.

அவனுக்காகவே உருவாக்கப்பட்ட வேலையாகத் தோன்றிய பொது மேலாளர் அலுவலகத்தின் எழுத்தராக நியமிக்கப் பட்ட ஆரம்பக் காலங்கள் அவனுக்கு மோசமாக இருந்தன. சிற்றப்பா பன்னிரண்டாம் லூயியின் முன்னாள் இசை ஆசிரியரான லோட்டாரியோ துகுத்தான், நல்ல இலக்கியத்திற்குப் பதிலாக மோசமான இலக்கியத்தை விரும்பி வாசிப்பவனாக அவன் இருந்தாலும், அவன் ஒரு தீவிர வாசகனாக இருந்ததால், எழுத்துப் பணியில் அண்ணன் மகனை நியமிக்குமாறு அவருக்கு அறிவுரை வழங்கினார். சமாதிக் கல்லைக்கூட அழவைக்கக் கூடியவர் என்றாலும் தன்னைப் பற்றியும் லோட்டேரியோ துகுத் மோசமாகப் பாடும் மாணவன் என்று சொன்னதால், அண்ணன் மகனின் மோசமான வாசிப்பின் தரத்தைப் பற்றி அவர் கூர்ந்து கவனம் செலுத்தவில்லை. எப்படி இருந்தாலும், அலுவலக ஆவணங்கள்கூடக் காதல் கடிதங்களாகத் தோன்றுமளவுக்கு ஆர்வத்தோடு ஃப்ளோரென்டினோ அரிஸா அனைத்தையும் எழுதியதால், அவர் அதிகம் சிந்திக்காததைப் பற்றி அந்த ஜெர்மானியர் சொன்னது சரியாகத்தான் இருந்தது. தவிர்க்க எவ்வளவோ முயற்சி செய்தாலும் சரக்குப் போக்குவரத்து ரசீதுகளும் எதுகை மோனையோடுதான் அவனிடமிருந்து வெளிப்பட்டன. வழக்கமான வணிகக் கடிதங்கள், அவற்றின் அதிகாரத் தொனியிலிருந்து விலகிப்போகும் பாடல் வரிகளைக் கொண்டிருந்தன. தன்னுடைய கடிதங்கள் என்று கையெழுத்திட முடியாத கடிதப் பொட்டலத்தோடு ஒருநாள் அலுவலகத்தில் நேரில் வந்த சிற்றப்பா, அவனது ஆன்மாவைக் காப்பாற்றிக் கொள்ளக் கடைசி வாய்ப்பைக் கொடுத்தார்.

"உனக்கு வணிகக் கடிதம் எழுதும் திறமை இல்லை யென்றால், கப்பலில் குப்பை அள்ளத்தான் போவாய்" என்றார்.

சவாலை ஏற்றுக்கொண்டான் ஃப்ளோரென்டினோ அரிஸா. முன்பு நவீன கவிஞர்களின் எழுத்துக்களை அடியொற்றி எழுதியதைப் போல, நோட்டரி ஆவணக் காப்பகங்களின் மாதிரிகளை அடியொற்றி வணிகத் தொடர்பு உரைநடையின்

நடைமுறை சார்ந்த எளிமையைக் கற்றுக்கொள்ளக் கடுமையாக முயற்சிசெய்தான். சுங்க ஆவணங்களில் பயன்படுத்த முடியாத காதல் வார்த்தைகளை இதயத்திலிருந்து இறக்கிவைக்க, சிறகுகள் இல்லாத காதலர்களுக்கு வாசனை தோய்ந்த இரங்கல் கடிதங்களை எழுதுவதற்கு உதவியபடி, எழுத்தர்களின் வாயிலில் தனது ஓய்வு நேரத்தை அவன் கழித்த காலகட்டம் அது. ஆறு மாதங்களுக்கு முன்பாகவே, அவனுக்கு எத்தனை வாய்ப்புகள் கொடுக்கப்பட்டாலும், தன்னுடைய ஆர்வமில்லாத அன்னப் பறவையின் கழுத்தை அவனால் திருப்ப முடியவில்லை. எனவே, சிற்றப்பா பன்னிரண்டாவது லூயி அவனை இரண்டாவது முறையாகக் கண்டித்தபோது, ஒருவிதமான அகந்தையோடு தோல்வியை ஒப்புக்கொண்டான்.

"எனக்குப் பிடித்ததெல்லாம் காதல் மட்டும்தான்" என்றான்.

"ஆற்றுவழிப் போக்குவரத்து இல்லாமல் காதல் இல்லை என்பதுதான் அதிலிருக்கும் சிக்கல்" என்றார் சிற்றப்பா.

கப்பல் துறையில் குப்பை பொறுக்க அனுப்பப்போவதாக மிரட்டினார் என்றாலும், அவன் தன்னுடைய இடத்தை அடையும் வரை உண்மையான சேவையின் ஏணியில் படிப்படியாக ஏற்றிவிடுவதாக அவனுக்கு வாக்குக் கொடுத்தார். அப்படியே செய்தார். எந்த விதமான வேலையாலும், கடினமாகவோ அவமானமாகவோ இருந்தாலும்கூட, அவனைத் தோற்கடிக்க முடியவில்லை. சொற்பமான சம்பளமும் அவனை மன உளைச்சலுக்கு ஆளாக்கவில்லை, மேலதிகாரிகளின் அவமதிப்பு களை எதிர்கொண்டபோதும் அவன் தனது துணிச்சலை இழக்கவில்லை. அதே சமயம் ஒன்றும் அறியாதவனாகவும் இருக்க வில்லை: பரிதாபகரமான தோற்றத்திற்குப் பின்னால் எதையும் செய்யக்கூடிய, விடாப்பிடியான உறுதியின் விளைவுகளை அவனது பாதையில் குறுக்கிட்ட அனைவரும் அனுபவித்தனர். அவனுக்குத் தெரியாத தொழில் ரகசியம் எதுவும் இருக்கக் கூடாது என்ற சிற்றப்பா பன்னிரண்டாம் லூயியின் எதிர்பார்ப்பிற்கும் விருப்பத்திற்கும் ஏற்ப, அத்தனை சோதனைகளையும் அனைத்துப் பதவிகளையும் முப்பது ஆண்டுகளில் அர்ப்பணிப்போடும் உறுதியோடும் கடந்து சென்றான். கவிதையின் ஆக்க விதிகளோடு நெருக்கமான தொடர்புடைய அந்த மர்மமான படைப்பின் ஒவ்வொரு இழையையும் படித்து, அற்புதமான திறமையோடு அனைத்தையும் நிறைவேற்றினான் என்றாலும், ஏற்றுக்கொள்ளத் தக்க ஒரேயொரு வணிகக் கடிதத்தையாவது எழுதிவிட வேண்டுமென்ற மிகவும் விரும்பிய வெற்றிப் பதக்கத்தை மட்டும் வெல்லவே முடியவில்லை. கவிஞர்களைவிட அதிகம் தெளிவான, ஆபத்தான மேலாளர்களோ, பிடிவாதமான கல்

தச்சர்களோ, நடைமுறை அறிவுடைய எவருமோ இல்லையென்று தனது இறுதிமூச்சு வரையிலும் சொல்லிக்கொண்டிருந்த அவனுடைய தந்தையின் கருத்தைச் செய்துகாட்டவோ, அதைப் புரிந்துகொள்ளவோகூட முயலாமல், தனது தந்தையின் சிந்தனையை வாழ்ந்துகாட்டினான். ஓய்வு நேரத்தில் அவனிடம் பேசிக்கொண்டிருந்த சிற்றப்பா பன்னிரண்டாம் லூயி, ஒரு தொழிலதிபர் என்பதைவிட ஒரு கனவுக்காரர் என்ற தோற்றத்தைக் கொடுத்த அவனது தந்தையைப் பற்றிச் சொன்னது அதுதான்.

வேலைக்குப் பயன்படுத்தியதைவிடக் கூடுதலாக மகிழ்ச்சி யான காரியங்களுக்கு அலுவலகத்தைப் பயன்படுத்திக்கொண்ட பியூஸ் ஐந்தாம் லோய்ஸா, ஒரு கப்பலை வரவேற்க வேண்டும் அல்லது வழியனுப்ப வேண்டும் என்ற போலியான காரணத்தோடு, ஞாயிற்றுக்கிழமைகளில் எப்போதும் வீட்டை விட்டு வெளியில் வர ஏற்பாடு செய்துகொள்வார் என்றார் அவர். அதற்கும் மேலாக, தன்னுடைய மனைவி காத்துக்கொண்டிருந்தால், கப்பல் ஓட்டுவதைப் போன்ற குறிப்புகளோடு சத்தமிட்ட நீராவி ஒலிப்பானோடு பயன்படாத நீராவிக் கொதிகலனை நிலவறையின் முற்றத்தில் அமைத்திருந்தார். இல்லாத கப்பல் புறப்படுவதைத் தனது வீட்டிலிருந்து அவருடைய தந்தையின் மனைவி கேட்டுக்கொண்டிருந்தபோது, ஒரு புழுக்கமான ஞாயிற்றுக்கிழமை பிற்பகலில் சரியாக மூடப்படாத ஏதோ வொரு அலுவலக அறையின் மேஜையில் ஃப்ளோரென்டினோ அரிஸா அவனுடைய தாயின் வயிற்றில் கருவான நாளைக் கணக்கிட்டு உறுதிசெய்தார் சிற்றப்பா பன்னிரண்டாம் லூயி. அதைத் தெரிந்துகொண்டபோது அவளுடைய கணவன் ஏற்கெனவே இறந்துவிட்டதால், அவர்மீது அவப்பெயர் சுமத்திக் குற்றம்சாட்டக் காலம் கடந்துவிட்டது. மகனில்லாத கசப்பால் நொடிந்தவளாக, அதன் பிறகு பலகாலம் உயிரோடிருந்த அவள், முறைதவறிப் பிறந்தவனுக்குத் தீராத சாபத்தைக் கொடுக்கத் தனது பிரார்த்தனைகளில் இறைவனிடம் வேண்டிக்கொண்டாள்.

தந்தையின் உருவம் ஃப்ளோரென்டினோ அரிஸாவைத் தொந்தரவு செய்தது. அவருடைய அண்ணன், நதிப் போக்கு வரத்தின் முன்னோடியான குவான் பி எல்பர்ஸின்[4] மிகவும் நெருக்கமான நண்பராக இருந்ததால், நதி வணிகத்தில் இறங்கிய வணிகத் துறையில் அனுபவமில்லாத பெரிய மனிதர் என்று அவரைப் பற்றி அவனுடைய தாய் சொன்னாள். சமையல் வேலை செய்துவந்த திருமணமாகாத தாயின் இயற்கையான குழந்தை களான அவர்கள், வெவ்வேறு ஆண்களுக்குப் பிறந்தவர்கள். அவர்

---

4 Juan Bernardo Elbers: யூத வம்சாவளியைச் சேர்ந்த ஜெர்மன் நாட்டுக் கப்பல் தளபதி. மக்தலேனா நதியில் கப்பல் விட்ட முன்னோடி.

பிறந்தபோது ஆட்சியிலிருந்த மன்னரின் பெயரைக் கொண்ட சிற்றப்பா பன்னிரண்டாம் லூயியைத் தவிர, மற்றவர்கள் புனிதர்களின் நாள்காட்டியிலிருந்து தற்செயலாகத் தேர்ந்தெடுத்த போப்பின் பெயருக்குப் பின்னால் அவளது பெயரைச் சேர்த்து அழைக்கப்பட்டவர்கள். ஃப்ளோரென்டினோ என்ற பெயர் கொண்டவர் அவர்களுடைய தாய்வழிப் பாட்டனார். அதனால், அந்தப் பெயர் ஒரு முழுத்தலைமுறை போப்பாண்டவர்களைத் தாண்டி, ட்ரான்சிட்டோ அரிஸாவின் மகனை அடைந்தது.

காயம்பட்ட இதயங்களின் படங்களால் அலங்கரிக்கப் பட்ட தாள்களையும் ட்ரான்சிட்டோ அரிஸாவால் கவரப்பட்ட தனது தந்தை எழுதிய சில காதல் கவிதைகளையும் கொண்ட நோட்டுப் புத்தகத்தை ஃப்ளோரென்டினோ எப்போதும் பாதுகாப்பாக வைத்திருந்தான். இரண்டு விஷயங்கள் அவனுக்கு வியப்பூட்டின. ஒன்று, ஒரு கையேட்டிலிருந்து பல எழுத்துக்களில் தனக்குப் பிடித்திருந்ததைத் தேர்ந்தெடுத்திருந்தான் என்றாலும், தன்னுடையதைப் போலவே இருந்த தந்தையின் கையெழுத்து. இரண்டாவது, தன்னுடையது என்று நினைத்துக்கொண்டிருந்த ஆனால் அவன் பிறப்பதற்கு வெகுகாலத்திற்கு முன்பே நோட்டுப் புத்தகத்தில் தந்தை எழுதிவைத்திருந்த ஒரு வாக்கியம்: இறப்பைப் பற்றி எனது ஒரே வருத்தம் அது காதலுக்காக இல்லாமல் போய்விடுமோ என்பதுதான்.

தந்தையின் இரண்டு உருவப்படங்களை மட்டும்தான் அவன் பார்த்திருக்கிறான். ஒன்று, ஒரு கரடிக்குள் இருப்பதைப் போன்ற அங்கியோடு, உடைந்த காலணி மட்டுமே எஞ்சியிருந்த சிலையின் பீடத்தில் சாய்ந்துகொண்டு, இளைஞராக இருந்த போது அவரை முதன்முதலாக அவன் பார்த்த வயதில் சாண்டா ஃபேயில் எடுக்கப்பட்டது. கப்பல் தளபதியின் தொப்பியோடு அவருக்குப் பக்கத்திலிருந்த சிறுவன்தான் சிற்றப்பா பன்னிரண்டாம் லூயி. இன்னொரு புகைப்படத்தில், உருவத்தைக் கடந்து வெடிமருந்து வாசனை வீசிய மீசையும் மிகப்பெரிய துப்பாக்கியும் வைத்திருந்த, அத்தனை போர்களில் எதிலென்று தெரியாத ஒரு படைக் குழுவோடு அவனுடைய தந்தை இருந்தார். தன்னுடைய சகோதரர்களைப் போலவே அவர் தாராளவாதியாகவும் ஆதிக்குடியினராகவும் இருந்தா லும், தன்னுடைய மகன் இறையியலில் ஈடுபட வேண்டு மென்று அவர் விரும்பினார். அவர்கள் இருப்பதாகச் சொன்ன ஒற்றுமையை ஃப்ளோரென்டினோ அரிஸாவால் உணர முடியவில்லை என்றாலும், சிற்றப்பா பன்னிரண்டாம் லூயி சொன்னதைப் போல, ஐந்தாம் பியூஸ்ஸும் அவருடைய ஆவணங்களில் கவிதை வரிகளுக்காக விமர்சிக்கப்பட்டார்.

எப்படி இருந்தாலும், அன்பான கொடுமையால் சிற்றப்பா பன்னிரண்டாம் லூயி மங்கிப்போகவைத்த உருவத்துடனோ, காதலால் உருமாற்றமடைந்த அவனுடைய தாய் வரைந்த உருவத்துடனோ, அவனுடைய சொந்த நினைவுகளுடனோ, அவருடைய புகைப்படங்களிலோ, அவர் அவனைப் போல இருக்க வில்லை. இருந்தாலும், பல ஆண்டுகளுக்குப் பிறகு கண்ணாடி யின் முன்னால் தலைவாரிக் கொண்டிருந்தபோதுதான் அந்த ஒற்றுமையை ஃப்ளோரென்டினோ அரிஸா கண்டுபிடித்தான். தனது தந்தையைப் போலத் தோன்றத் தொடங்கும்போதுதான் வயதாகத் தொடங்குவது மனிதனுக்குத் தெரிகிறது என்பது அப்போதுதான் அவனுக்குப் புரிந்தது.

ஜன்னல்களின் தெருவில் அவருடைய நினைவுகள் எதுவும் அவனுக்கு இல்லை. காதலின் தொடக்கத்தில் ட்ரான்சிட்டோ அரிஸாவோடு ஒருமுறை அங்கு தூங்கியதாக நினைவிருந்தாலும், அவன் பிறந்த பிறகு அவளைப் பார்க்க அவர் அங்கு வரவேயில்லை. பல காலமாக ஞானஸ்நானச் சான்றிதழ் மட்டும்தான் ஒருவரின் அடையாளத்திற்கான ஏற்கத்தக்க சான்றாக இருந்துவந்தது. சாண்டோ தோரிபோ திருச்சபையில் கையெழுத்திடப்பட்ட ஃப்ளோரென்டினோ அரிஸாவின் சான்றிதழில், ட்ரான்சிட்டோ அரிஸா என்ற பெயரைக் கொண்ட இயற்கையாகப் பிறந்த திருமணமாகாத தாய்க்கு இயற்கையாகப் பிறந்த மகன் என்று மட்டும்தான் குறிப்பிடப்பட்டிருந்தது. தன்னுடைய கடைசி நாள்வரை மகனின் தேவைகளை ரகசியமாகக் கவனித்துக்கொண்டார் என்றாலும், தந்தையின் பெயர் சான்றிதழில் இடம்பெற வில்லை. இந்தச் சமூகநிலை ஃப்ளோரென்டினோ அரிஸாவுக்கு இறையியலின் கதவுகளை அடைத்தது என்றாலும், ஒண்டிக்கட்டை யாக வாழ்ந்த பெண்ணின் ஒரே மகன் என்பதால், நம்முடைய போர்களின் ரத்தக் களரியான காலகட்டத்தில் ராணுவச் சேவையிலிருந்து தப்பித்துக்கொள்ள உதவியது.

கரீபிய ஆற்றுவழிப் போக்குவரத்து நிறுவன அலுவலகத்தின் முன்னால் வெள்ளிக்கிழமை தோறும் பள்ளிக்கூடம் முடிந்த பிறகு உட்கார்ந்திருக்கும் அவன், கிழிந்து தொங்கும்வரை பலமுறை விலங்குகளின் படப் புத்தகத்தைப் பார்த்துக்கொண்டிருப்பான். பலிபீடத்தின் புனித ஜான் சுவிஷேகரைப் போன்ற முகத்தோடு, ட்ரான்சிட்டோ அரிஸா பிறகு அவனுக்குப் பொருத்தமாக வெட்டித் தைத்துக்கொடுத்த நீண்ட அங்கியை அணிந்தபடி, அவனைப் பார்க்காமல் உள்ளே நுழைவார் அவனது தந்தை. பல மணிநேரம் கழித்துப் புறப்பட்டுப் போகும்போது, தன்னுடைய வண்டிக்காரர்கூடப் பார்த்துவிடாதபடி கவனமாக, ஒரு வாரச்

செலவுக்கான பணத்தை அவனுக்குக் கொடுப்பார். தந்தை பேச நினைக்கவில்லை என்பதோடு அவனுக்கும் பயமாக இருந்ததால் அவர்கள் பேசிக்கொண்டதில்லை. ஒருநாள் வழக்கத்தைவிட அதிக நேரம் காத்திருந்த பிறகு பணத்தை அவனிடம் கொடுத்த தந்தை, "இதைக் கொண்டுபோ. இனி திரும்பி வராதே" என்றார்.

அவரைக் கடைசியாகப் பார்த்தது அதுதான். ஆனால், அவரைவிடப் பத்து வயது இளையவரான சிற்றப்பா பன்னிரண்டாம் லூயிதான் ட்ரான்சிட்டோ அரிஸாவுக்கு உதவி செய்துவந்தார் என்பதையும் தன்னுடைய ஒரே மகனுக்கு ஆதரவாக எந்த ஏற்பாட்டையும் செய்ய நேரமில்லாமலும் எதையும் எழுதிவைக்காமலும் அநாதைக் குழந்தையாக விட்டுவிட்டு, குடல்நோய்க்கு அளிக்கப்பட்ட தவறான சிகிச்சையால் ஐந்தாம் பியூஸ் இறந்த பிறகு அவர்தான் அவளைக் கவனித்துக்கொண்டார் என்பதையும் காலப்போக்கில் அவன் அறிந்துகொண்டான்.

ஃபெர்மினா தாஸாவைப் பற்றி நினைக்காமல் இருக்க முடியவில்லை, அவளை நினைக்காமல் எழுதக் கற்றுக்கொள்ளவில்லை என்பதால் எதுகை மோனைகளைத் தவிர்க்க முடியாததுதான் கரீபிய ஆற்றுவழிப் போக்குவரத்து நிறுவனத்தின் எழுத்தராக இருந்தபோது ஃப்ளோரென்டினோ அரிஸாவின் சோகமாக இருந்தது. பிறகு, வேறு பதவிகளுக்கு மாற்றப்பட்டபோது, என்ன செய்வதென்று தெரியாத அளவுக்குக் காதலைத் தனக்குள் சேமித்து வைத்திருந்த அவன், எழுத்தர்களின் வாயிலில் இலவசக் காதல் கடிதங்களை எழுதிக் கொடுத்து இறகுகளற்ற காதலர்களுக்கு அதைத் தானமாகக் கொடுத்தான். வேலைக்குப் பிறகு அவன் அங்கு செல்வது வழக்கம். கவனமாகக் கையை நீட்டி அங்கியைக் கழற்றி நாற்காலியின் முதுகில் தொங்கவிடுவான், சட்டை அழுக்காகாமலிருக்கக் கைகளை மடித்துவிடுவான், நன்றாக யோசிக்க உடுப்பின் பொத்தான்களைக் கழற்றிவிடுவான். பைத்தியக்காரத்தனமான கடிதங்களால் சில நேரங்களில் இரவு வெகுநேரம்வரை ஆதரவற்றவர்களுக்குப் புத்துயிர் கொடுப்பான். தன் குழந்தையோடு பிரச்சினை கொண்டிருந்த ஏழைப் பெண், ஓய்வூதிம் வழங்கக் கோரி வலியுறுத்திய போர் வீரன், தன்னிடமிருந்த எதையோ திருடிக்கொண்டவனைப் பற்றி அரசாங்கத்திடம் புகார் கொடுக்க விரும்பியவன் ஆகியோரை அவ்வப்போது எதிர்கொண்டான். ஆனால், அவனால் காதல் கடிதங்களால் மட்டுமே யாரையும் திருப்திப்படுத்த முடியும் என்பதால், எவ்வளவோ முயன்றும் அவர்களைத் திருப்திப்படுத்த முடியவில்லை. புதிய வாடிக்கையாளர்களின் நிலைமைக்குப் பொறுப்பேற்றுக்கொள்ள அவர்களுடைய

கண்களின் வெண்மையைப் பார்த்தாலே போதுமென்பதால், அவர்களிடம் கேள்விகளைக்கூடக் கேட்பதில்லை. ஃபெர்மினா தாஸாவைத் தவிர வேறெதையும் சிந்திக்காமல், அவளைப் பற்றி மட்டுமே எப்போதும் சிந்தித்துக்கொண்டே எழுதும் தவறாத சூத்திரத்தைப் பயன்படுத்தி, கட்டுப்பாடற்ற காதல் கடிதங்களைப் பக்கம் பக்கமாக எழுதினான். முதல் மாதத்தின் முடிவில், காதலர்களின் கவலைகள் அவனை மூழ்கடிக்காமல் இருக்க முன்பதிவு செய்யும் வரிசையை ஏற்படுத்த வேண்டியிருந்தது.

கிட்டத்தட்ட சிறுமியாக இருந்த மிகவும் அஞ்சிய பெண்ணொருத்தி, தனக்கு வந்த தவிர்க்க முடியாத கடிதத்திற்குப் பதில் எழுதும்படி நடுக்கத்தோடு அவனிடம் கேட்டது, அந்தக் காலகட்டத்தின் அவனுடைய மிகவும் இனிமையான நினைவாக இருந்தது. அந்தக் கடிதம் முந்தைய நாள் மாலையில் தன்னால் எழுதப்பட்டதுதான் என்பதைத் தெரிந்துகொண்டான் ஃப்ளோரென்டினோ அரிஸா. அவரவர் குணத்துக்கும் சந்தர்ப்பத்துக்கும் ஏற்றபடி போலியாக எழுத அவனுக்குத் தெரிந்திருந்ததால், அவளுடையதைப் போலத் தோன்றிய கையெழுத்தோடு, சிறுமியின் வயதுக்கும் உணர்வுகளுக்கும் ஏற்றபடி தனித்துவமான பாணியில் பதில் எழுதினான். அந்த ஆதரவற்ற பெண் தன்னை விரும்பியவனை நேசித்த அளவுக்கு, ஃபெர்மினா தாஸா தன்னை நேசித்திருந்தால் எப்படிப் பதில் எழுதியிருப்பாள் என்று கற்பனைசெய்து அதையே எழுதினான். எதிர்பார்த்தபடி, இரண்டு நாட்களுக்குப் பிறகு, முதல் கடிதத்தில் குறிப்பிட்டிருந்த காதலின் தன்மையிலும் பாணி யிலும், மணமகனின் கையெழுத்தோடு பதிலையும் எழுத வேண்டியிருந்தது. அப்படித்தான் தனக்குத்தானே சூடான கடிதப் பரிமாற்றத்தில் அவன் ஈடுபடுவதில் அது முடிந்தது. ஒரு மாதத்திற்குள்ளாகவே, தானே மணமகனின் கடிதத்தில் முன்மொழிந்ததற்கும், சிறுமியின் பதிலில் பயபக்தியோடு ஏற்றுக்கொண்டதற்கும் நன்றி சொல்ல இருவரும் தனித்தனியாக வந்தனர். அவர்கள் திருமணம் செய்துகொள்ளப் போகிறார்கள்.

முதல் குழந்தையைப் பெற்றுக்கொண்ட பிறகுதான், யதேச்சையான ஒரு உரையாடலில், இருவரின் கடிதங்களும் ஒரே எழுத்தரால் எழுதப்பட்டவை என்பதைத் தெரிந்துகொண்டு, குழந்தையின் ஞானத்தந்தை என்று அவனை அழைப்பதற்காக வாயிலுக்கு முதல்முறையாக ஒன்றாக வந்தார்கள். தனது கனவுகளின் நடைமுறை ஆதாரத்தால் உற்சாகமடைந்த ஃப்ளோரென்டினோ அரிஸா, இதுவரை வாயில்களில் இருபது காசுகளுக்கு விற்கப்படும் பாதி நகரத்திற்கு மனப்பாடமாகத் தெரிந்திருக்கும் காதலர்களின் கையேட்டை விரிவாகவும்

அதிகக் கவித்துவத்தோடும் எழுதத் தன்னிடம் இல்லாத நேரத்தை எடுத்துக்கொண்டான். தானும் ஃபெர்மினா தாஸாவும் சந்தித்துக்கொள்ளும் கற்பனையான சூழ்நிலைகளை வரிசைப்படுத்தி, அவை ஒவ்வொன்றுக்கும் அவனுக்குச் சாத்தியமாகத் தோன்றிய வரவும் போகவுமான ஏராளமான மாதிரிகளையும் அவற்றுக்கான மாற்றுகளையும் எழுதினான். இறுதியில், கோவர்ரூபியாஸின்[5] சதுரகராதியைப் போல மூன்று தொகுதிகளில் சுமார் ஆயிரம் கடிதங்களை எழுதி முடித்திருந்தான் என்றாலும், நகரத்தின் எந்த அச்சகமும் அதை வெளியிடும் வாய்ப்பு இல்லை. ஒரு பைத்தியக்காரத்தனமான புத்தகத்தில் தன்னுடைய வாழ்நாள் முழுவதும் சேமித்த பணத்தை வீணடிக்கக் கலயங்களைத் தோண்டியெடுக்க ட்ரான்சிட்டோ அரிஸாவும் மறுத்துவிட்டதால், அந்தக் கடிதங்கள் மற்ற பழைய காகிதங்களோடு வீட்டின் ஏதோவொரு மாடிக்குச் சென்று விட்டன. பல ஆண்டுகளுக்குப் பிறகு, புத்தகத்தை வெளியிட ஃப்ளோரென்டினோ அரிஸாவிடம் சொந்தமான நிதி ஆதாரங்கள் இருந்தபோது, காதல் கடிதங்கள் வழக்கொழிந்துவிட்டன என்ற உண்மையை ஒப்புக்கொள்வது அவனுக்குச் சிரமமாக இருந்தது.

கரீபிய ஆற்றுப் போக்குவரத்து நிறுவனத்தில் முதல் அடிகளை எடுத்துவைத்துக்கொண்டும் எழுத்தர்களின் வாயிலில் இலவசக் கடிதங்களை எழுதிக்கொண்டும் அவன் இருந்தபோது, ஃப்ளோரென்டினோ அரிஸாவின் இளமைக்கால நண்பர்கள் திரும்ப வழியின்றிக் கொஞ்சம் கொஞ்சமாக அவனை இழந்து கொண்டிருப்பதாக உறுதியாக நினைத்தார்கள். அப்படித்தான் அவன் இருந்தான். ஆற்றுப் பயணத்திலிருந்து திரும்பியபோது, ஃபெர்மினா தாஸாவின் நினைவைத் தணித்துக்கொள்ளும் நம்பிக்கையோடு அவர்களில் சிலரைச் சந்தித்தான், அவர்களோடு பில்லியர்ட்ஸ் விளையாடினான். தனது கடைசி நடனங்களுக்குச் சென்றான், பெண்களுக்கிடையே குலுக்கல் நடத்தி அவனைத் தேர்ந்தெடுத்துக் கொள்ள இசைந்தான். முன்பு இருந்ததைப் போலத் திரும்புவதற்குத் தனக்குச் சரி என்று பட்ட அனைத்தையும் செய்தான். ஒரு பணியாளராகச் சிற்றப்பா பன்னிரண்டாம் லூயி பதிவுசெய்த பிறகு, வர்த்தகச் சங்கத்தில் தனது அலுவலக நண்பர்களோடு டோமினோ விளையாடினான். வேறு எதைப் பற்றியும் பேசாமல், கப்பல் நிறுவனத்தைப் பற்றி மட்டும் பேசி, அதன் முழுப்பெயரையும் குறிப்பிடாமல் முதலெழுத்துகளால் சி.எஃப்.சி. என்று மட்டும் குறிப்பிடத் தொடங்கியபோது, அவர்கள் தங்களில் ஒருவனாக அவனை அங்கீகரிக்கத் தொடங்கினார்கள். உண்ணும் முறையைக்கூட அவன் மாற்றிக்கொண்டான்.

---

5. செபாஸ்டியன் த கோவர்ரூபியாஸ்: 1611இல் முதன்முதலாக ஸ்பானிஷ் மொழிக்கு அகராதியை வெளியிட்டவர்.

அதுவரை மேஜையில் அலட்சியமாகவும் ஒழுங்கில்லாமலும் இருந்ததை மாற்றி, தன்னுடைய இறுதி நாட்கள்வரையிலும் சீராகவும் சிக்கனமாகவும் மாறிக்கொண்டான். காலை உணவில் ஒரு பெரிய கோப்பை கறுப்புக் காப்பி, மதிய உணவில் வெள்ளைச் சோறுடன் வேகவைத்த மீன், படுக்கப் போகுமுன்பு ஒரு துண்டு பாலடைக் கட்டியோடு ஒரு கோப்பை பால் சேர்த்த காப்பி. எந்த நேரமாக இருந்தாலும் எந்த இடமாக இருந்தாலும் எந்தச் சூழ்நிலையாக இருந்தாலும் கறுப்புக் காப்பி குடித்த அவன், தினசரி முப்பது கோப்பைவரை குடித்தான். தானே தயாரிக்க விரும்பிய கச்சா எண்ணெய் போன்ற வடிகட்டிய காப்பியைக் கைக்கெட்டும் தூரத்தில் தெர்மோஸ் குடுவையில் எப்போதும் வைத்திருந்தான். காதலின் கொடுமையான தடுமாற்றத்திற்கு முன்பு இருந்தததைப் போலவே தொடர வேண்டுமென்ற அவனுடைய உறுதியான நோக்கத்திற்கும் அக்கறையான முயற்சிகளுக்கும் மாறாக, அவன் வேறொருவனாக இருந்தான்.

அவன் மறுபடியும் பழையபடி இருக்கவே முடியாது என்பது தான் உண்மை. அவனுடைய வாழ்க்கையின் ஒரே நோக்கமாக இருந்தது ஃபெர்மினா தாஸாவை மீட்டுக்கொள்வதுதான். உடனடியாகவோ தாமதமாகவோ அவளை அடைவதில் உறுதியாக இருந்த அவன், அந்த அதிசயம் நடக்கும் எந்தக் கணத்திலும் அவளை வரவேற்கத் தயாராக இருப்பதற்காக வீட்டைப் புதுப்பிப்பதைத் தொடர ட்ரான்சிட்டோ அரிஸாவைச் சம்மதிக்கவைத்தான். காதலர்களின் கையேட்டைப் பதிப்பிக்கும் திட்டத்திற்கு எதிராகச் செய்த எதிர்வினைக்கு மாறாக, ட்ரான்சிட்டோ அரிஸா அவன் கோரியதைக் காட்டிலும் கூடுதலாகவே செய்தாள். வீட்டை ரொக்கப் பணம் கொடுத்து வாங்கி, முற்றிலும் புதுப்பிக்கும் வேலையில் ஈடுபட்டாள். படுக்கையறை இருந்த இடத்தில் வரவேற்பு அறை உருவாக்கப்பட்டது. மேல் தளத்தில், தம்பதிகளுக்கு ஒரு படுக்கையறையும் பிறக்கப்போகும் பேரக் குழந்தைகளுக்கு ஒன்றும் மிகவும் விசாலமாகவும் நல்ல வெளிச்சத்துடனும் கட்டப்பட்டன. ஃப்ளோரென்டினோ அரிஸா விடியற்காலை யின் ஓய்வு நேரத்தைக் கழிக்க, அனைத்து வகையான ரோஜாச் செடிகளையும் கொண்ட விரிவான தோட்டம் ஒன்று பழைய புகையிலைத் தொழிற்சாலை இருந்த இடத்தில் உருவாக்கப் பட்டது. பொத்தான் கடை இருந்த இடம் மட்டும்தான் கடந்த காலத்தின் நன்றியுணர்ச்சியின் சாட்சியாக அப்படியே இருந்தது. புத்தகங்கள் ஒழுங்கில்லாமல் நிரம்பிக் கிடந்த எழுதும் மேஜையோடும் தொங்குப் படுக்கையோடும் ஃப்ளோரென்டினோ அரிஸாவின் படுக்கையறை எப்போதும் இருந்ததைப் போல அப்படியே விடப்பட்டது என்றாலும், மேல்தளத்தில் திருமணப்

படுக்கையறையாகத் திட்டமிடப்பட்ட அறைக்கு அவன் சென்று விட்டான். வீட்டின் விசாலமான, குளிர்ச்சியான அறை அதுதான். ரோஜாச் செடிகளின் வாசனையும் கடல் காற்றும் இரவில் அமர்ந்திருப்பதை இனிமையாக்கிய உட்புற மாடியும் கொண்டதாக அது இருந்தது என்றாலும், ஃப்ளோரென்டினோ அரிஸாவின் ட்ராப்பிஸ்ட்[6] கடுமைக்கு மிகவும் பொருத்தமானதாகவும் இருந்தது. கைதியின் படுக்கையும் பாட்டில் தலையில் செருகிய மெழுகுவர்த்தியோடு சிறிய இரவு மேஜையும் பழைய அலமாரியும் பேசினும் கிண்ணமும் கொண்ட கைகழுவும் கூஜாவும் தவிர வேறு அறைக்கலன்களே இல்லாத அறையின் சுண்ணாம்படித்த சுவர்கள் வெறுமையாகவும் கரடுமுரடாகவும் இருந்தன.

கிட்டத்தட்ட மூன்றாண்டுகள் நீடித்த பராமரிப்புப் பணிகள், காலனியக் காலத்தில் நகரத்தின் மகத்துவத்தைத் தக்கவைத்துக் கொண்டதோடு, அதை இருநூறு ஆண்டுகளுக்கும் மேலாக அமெரிக்காவின் நுழைவாயிலாக மாற்றிய காரணிகளாக இருந்த, ஆற்றுவழிப் போக்குவரத்தாலும் அந்தப் பகுதியின் வழியாகக் கடந்துசென்ற வர்த்தகத்தாலும் ஏற்பட்ட நகரத்தின் தற்காலிக மறுசீரமைப்போடு இணைந்து சென்றன. ஆனால் அதே காலகட்டத்தில்தான் ட்ரான்சிட்டோ அரிஸாவிடம் குணப்படுத்த முடியாத நோயின் முதல் அறிகுறிகள் தென்பட்டன. அவளுடைய வழக்கமான வாடிக்கையாளர்கள் ஒவ்வொரு முறையும் இன்னும் வயதானவளாகவும் அதிக நரையோடும் வழுக்கையோடும் பொத்தான் கடையில் அவளைப் பார்த்தார்கள். பாதி வாழ்க்கையை அவர்களுக்குச் சேவை செய்வதில் கழித்த பிறகும் அவர்களை அவளுக்கு அடையாளம் தெரியவில்லை அல்லது ஒருவருடைய பொருள்களை இன்னொருவருடைய பொருள்களோடு குழப்பிக்கொண்டாள். தனது தனிப்பட்ட கௌரவத்தையும் மற்றவர்களுடைய கௌரவத்தையும் பாதுகாக்க ஆவணங்களில் கையெழுத்திடாத, உறுதிமொழியை மட்டுமே போதுமான உத்தரவாதமாக ஏற்றுக்கொண்ட அவளுடைய தொழிலில் அப்படிப்பட்ட குழப்பம் மிக ஆபத்தானதாக இருந்தது. முதலில் அவள் கேட்கும் திறனை இழந்துவிட்டாள் என்று தோன்றியது என்றாலும், அவளுடைய காதுகளிலிருந்து கசிந்து விழுந்தது அவளுடைய நினைவாற்றல்தான் என்பது விரைவிலேயே தெரிந்துவிட்டது. அதனால் அவள் அடகு வியாபாரத்தை முடித்துக்கொண்டாள். வீட்டைக் கட்டி முடிக்கவும் அலங்கரிக்கவும் கலயங்களின் புதையலே போதுமானதாக இருந்தது. நகரத்தின் விலைமதிப்பற்ற மிகப்பழைய நகைகள்

6. சிக்கனத்தையும் மௌன விரதத்தையும் ஏற்ற லா ட்ராப்பே அப்பே என்பவரால் தொடங்கப்பட்ட கிறிஸ்தவ மதப்பிரிவு.

பல அவற்றை மீட்டெடுக்கத் தேவையான வசதி அவற்றின் உரிமையாளர்களுக்கு இல்லாததால் இன்னும் அவளிடமே எஞ்சியிருந்தன.

அப்போது ஃப்ளோரென்டினோ அரிஸா ஒரே நேரத்தில் ஏராளமான பொறுப்புகளைக் கவனித்துக்கொள்ள வேண்டியிருந்தது என்றாலும், திருட்டுத்தனமாக வேட்டையாடும் அவனுடைய உற்சாகங்களில் ஒருபோதும் தொய்வு ஏற்படவில்லை. தெருக் காதல்களுக்கு வழியைத் திறந்துவிட்ட நாசரேத் விதவையுடனான சீரற்ற அனுபவத்திற்குப் பிறகு, ஃபெர்மினா தாஸாவை இழந்த துக்கத்திற்கு நிவாரணம் பெறும் நம்பிக்கையில், பல ஆண்டுகளாக இரவில் ஆதரவற்ற பறவைகளை வேட்டையாடிவந்தான். ஆனாலும், எதிர்பார்ப்பு இல்லாமல் விபச்சாரத்தில் ஈடுபடும் அவனுடைய பழக்கம் மனசாட்சியின் தேவையா அல்லது உடலின் சாதாரண, தவறான பழக்கமா என்பதை அவனால் சொல்ல முடியவில்லை. அவனுடைய விருப்பங்கள் வேறு திசைகளில் இருந்ததால் மட்டுமின்றி, அவனை ஏற்கெனவே அறிந்தவர்கள் ஒழுக்கத்திற்கும் குடும்பப் பாங்கிற்கும் மாறாக அங்கு அலைந்து திரிவதைப் பார்ப்பதை விரும்பாததாலும், பயணிகளின் ஹோட்டலுக்குப் போவதைப் படிப்படியாகக் குறைத்துக்கொண்டான். இருந்தாலும்கூட, அவசரமான மூன்று சமயங்களில், அவன் அனுபவிக்காத காலகட்டத்தின் சுலபமான வசதியைப் பயன்படுத்திக் கொண்டான்: அடையாளம் தெரிந்துவிடும் என்று அஞ்சிய தோழிகளுக்கு ஆண் வேடமிட்டு, நள்ளிரவு தாண்டிய களியாட்டக்காரர்கள் என்ற பாசாங்கில் ஹோட்டலுக்குள் அழைத்துச் சென்றான். அவனும் அவனுடைய நண்பனாகச் சொல்லப்பட்டவனும் உணவகத்திற்குச் செல்லாமல் அறைக்குத்தான் சென்றார்கள் என்பதை இரண்டு முறையாவது பார்த்தவர்கள் இருந்தார்கள். ஏற்கெனவே போதுமான அளவுக்குச் சேதாரமடைந்திருந்த ஃப்ளோரென்டினோ அரிஸாவின் நற்பெயருக்கு மரண அடி விழுந்தது. கடைசியாக, அங்கு போவதை நிறுத்திக்கொண்டான். மிகச்சில சமயங்களில் அங்கு சென்றது பழைய கணக்கைத் தீர்த்துக்கொள்வதற்காக அல்ல; அதற்கு நேர்மாறாக, அதிகமாகச் செய்ததிலிருந்து மீள்வதற்காக அடைக்கலம் தேடித்தான் அங்கு சென்றான்.

அது மட்டுமல்ல. மாலை ஐந்து மணிக்கு அலுவலகத்திலிருந்து வெளியில் வந்ததும், கோழியைத் தேடும் பருந்ததைப் போலச் சுற்றி வருவான். தொடக்கத்தில் இரவு தனக்குக் கொடுத்ததைக் கொண்டு திருப்தியடைவான். பூங்காவின் வேலைக்காரப் பெண்களையும் சந்தையின் கறுப்பினப் பெண்களையும் கடற்கரையின் குடிகாரப் பெண்களையும்

நியூ ஆர்லியன்ஸ் படகுகளின் வெளிநாட்டுப் பெண்களையும் எழுப்பினான். சூரியன் மறைந்த பிறகு பாதி நகரம் சென்ற படகுத் துறைக்கு அழைத்துச்செல்வான். இருண்ட நடைபாதையில் விரைவாகச் சென்று வாயிலுக்குப் பின்னால் முடிந்ததைச் செய்த பல சந்தர்ப்பங்களும் இருந்ததால், அவர்களை முடிந்த இடங்களுக்கு அழைத்துச்செல்வான், சில சமயங்களில் முடியாத இடங்களுக்கும் அழைத்துச்செல்வான்.

மகிழ்ச்சியாக இருக்க, குறிப்பாக இரவில் மகிழ்ச்சியாக இருக்க, நல்ல இடமாக இருந்ததால், கலங்கரை விளக்கக் கோபுரம், ஏற்கெனவே முதுமையின் விடியலில் அனைத்தையும் தீர்த்துக்கொண்ட பிறகும்கூடப் பழமையின் ஏக்கத்தை அவனிடம் தூண்டிய அதிர்ஷ்டகரமான புகலிடமாக எப்போதும் இருந்தது. விளக்குகளின் ஒவ்வொரு சுற்றிலும் அவனுடைய அந்தக் காலக் காதல்களில் ஒன்று மாலுமிகளைச் சென்றடைந்ததாக நினைத்தான். அதனால், அஞ்சிய குட்டிப் பறவைகளுக்கு ரகசியத்தின் உத்தரவாதமாக இருந்த அப்பாவித்தனமான முகத்தோடு, அவனுடைய நண்பரான கலங்கரை விளக்கக் காவலர் மகிழ்ச்சியோடு வரவேற்ற சமயங்களில், வேறு எங்கேயும்விட அங்குதான் அவன் அடிக்கடி சென்றான். கப்பல் விபத்தோடு தொடர்புடைய ஏதோவொன்று இருந்ததால் காதலும் தீவிரமாக இருந்த பாறைகளுக்கு எதிராக மோதிய அலைகள் முழங்கிய இடத்தையொட்டி, கீழே ஒரு வீடு இருந்தது. ஆனால், முழு நகரத்தையும் கடலில் மீனவர்களின் விளக்குகளின் பாதையையும் தொலைதூரச் சதுப்பு நிலங்களையும்கூடப் பார்க்க முடியும் என்பதால், முதல்நாள் இரவுக்குப் பிறகு வெளிச்சக் கோபுரத்தை விரும்பினான் ஃப்ளோரென்டினோ அரிஸா.

பெண்களின் உடலமைப்புக்கும் காதலில் அவர்களுடைய விருப்பங்களுக்கும் இடையிலான உறவைப் பற்றிய அவனுடைய மிக எளிமைப்படுத்தப்பட்ட கோட்பாடுகள் அந்தக் காலத்தில் வெளிப்பட்டன. ஊசிமூக்கு கொண்ட முதலையைப் பச்சையாக விழுங்கிவிடும் திறமை கொண்டவர்களாகத் தோன்றிய, வழக்கமாகப் படுக்கையில் மிகவும் அமைதியாக இருந்த, சிற்றின வகையைச் சேர்ந்த பெண்களிடம் எச்சரிக்கையாக இருந்தான். அவன் விரும்பிய வகை நேர்மாறானது: தெருவில் யாரும் திரும்பிப் பார்க்க விரும்பாத, ஆடைகளைக் களைந்து விட்டால் ஒன்றுமில்லை என்று தோன்றிய, முதல் தாக்குதலில் எலும்புகள் நொறுங்கிவிடுமென்று கவலைப்படவைத்தவர்களாக இருந்தாலும், அதிகம் தம்பட்டம் அடித்துக்கொண்ட ஆண்களைக் குப்பைக் கூடையில் தூக்கி வீசத் தயாராக இருந்த

மெலிந்த குட்டித் தவளைகள். காதலர்களின் கையேட்டுக்குச் செயல்முறை இணைப்பாக எழுதும் நோக்கத்தோடு இப்படிப் பட்ட பக்குவப்படாத கருத்துகளைக் குறித்துவைத்திருந்தான். ஆனால் கிழட்டு நாயின் புத்திக்கூர்மையோடு அவனைத் தலைகீழாகவும் இடம் வலமாகவும் புரட்டிப்போட்டு, தலைகீழாகத் தொங்கவிட்டு, மேலும் கீழும் தூக்கியெறிந்து, புதிதாகப் பெற்றெடுத்து, அவனுடைய தத்துவார்த்த அறிவைத் தகர்த்த அவுசென்சியா சாண்டாண்டர், காதலுக்காகக் கற்றுக்கொள்ள வேண்டிய தனித்துவமான ஒன்றை அவனுக்குக் கற்பித்தாள்: வாழ்க்கைக்கு யாரும் கற்பிக்க முடியாது. அதன்பிறகு இணைப்பை வெளியிடும் திட்டமும் பழைய திட்டத்தின் விதியைத்தான் சந்தித்தது.

இருபது ஆண்டுகளாக வழக்கமான திருமண வாழ்க்கையில் ஈடுபட்டு, அதில் தங்களுக்கும் திருமணமாகிக் குழந்தைகளைப் பெற்றெடுத்த மூன்று மகன்களைப் பெற்றிருந்த அவுசென்சியா சாண்டாண்டர், அதனால் நகரத்தின் மிகச்சிறந்த படுக்கையைக் கொண்ட பாட்டி என்று பெருமையடித்துக்கொண்டாள். அவள் தனது கணவனைக் கைவிட்டாளா, அவன்தான் அவளைக் கைவிட்டானா, அவன் தன்னுடைய நீண்டகாலக் காதலியோடு வாழப் போன பிறகு ஒரே நேரத்தில் இருவரும் கைவிட்டார்களா என்பது தெளிவாகத் தெரியவில்லை. அதுவரை பின்பக்கக் கதவு வழியாக இரவு நேரத்தில் பலமுறை வரவேற்ற நதிக் கப்பலின் கேப்டன் ரோசென்டோ த லா ரோஸாவை முன்பக்கக் கதவு வழியாகப் பகலில் வரவேற்கும் சுதந்திரம் கிடைத்ததாக உணர்ந்தாள். அவரேதான் மறு சிந்தனை இல்லாமல் ஃப்ளோரென்டினோ அரிஸாவை உடன் அழைத்துச் சென்றார்.

மதிய உணவுக்கு அவனை அழைத்துச் சென்றார். கொல்லைப்புறக் கோழிகளோடும் மென்மையான எலும்புக் கறியோடும் குப்பைமேட்டுப் பன்றிகளோடும் பருப்பு வகைகளோடும் ஆற்றங்கரை நகரங்களின் காய்கறிகளோடும் மட்டுமே சாத்தியமான காவியச் சிறப்புள்ள சூப்பைத் தயாரிக்கத் தேவையான தரமான பொருட்களையும் வீட்டில் தயாரான பெரிய டெமிஜான் பாட்டில் பிராந்தியையும் கொண்டுவந்தார். இருந்தாலும், ஃப்ளோரென்டினோ அரிஸா முதல் கணத்திலிருந்தே வீட்டின் அழகின் மீது காட்டிய ஆர்வத்தைச் சமையலறையின் சிறப்பின் மீதோ, அதன் உரிமையாளரின் உற்சாகத்தின் மீதோ காட்டவில்லை. கடலைப் பார்த்த நான்கு பெரிய ஜன்னல்களோடு வெளிச்சமாகவும் குளிர்ச்சியாகவும் பின்னணியில் பழைய நகரத்தின் முழுக் காட்சியோடும் இருந்த அந்த வீட்டை அவனுக்குப் பிடித்திருந்தது. இன்னும் ஒரு பொருளுக்குக்கூட

இடமில்லை என்னும் அளவுக்கு ஒவ்வொரு பயணத்திலும் கேப்டன் ரோசென்டோ த லா ரோஸா கொண்டுவந்த அனைத்து வகையான கைவினைஞர்களின் அற்புதமான படைப்பு களுடன், குழப்பமான அதே நேரத்தில் நேர்த்தியான தோற்றத்தை அறைக்குக் கொடுத்த பொருட்களின் எண்ணிக்கையும் சிறப்பும் அவனுக்குப் பிடித்திருந்தது. கடலைப் பார்த்த மொட்டை மாடியில், நிறைய சிந்திக்கவைத்த அமைதியோடும் நம்ப முடியாத வெள்ளைச் சிறகுகளோடும் ஒரு மலேசிய காகாடூ வகைக் கிளி தன்னுடைய வளையத்தில் நின்றுகொண்டிருந்தது. அதைவிட அழகான பறவையை ஃப்ளோரென்டினோ அரிஸா பார்த்ததில்லை.

விருந்தாளியின் உற்சாகத்தால் தானும் உற்சாகமடைந்த கேப்டன் ரோசென்டோ த லா ரோஸா, அந்தப் பொருட்கள் ஒவ்வொன்றின் வரலாற்றையும் விரிவாக எடுத்துச் சொன்னார். சொல்லிக்கொண்டே, இடைவெளி இல்லாமல் பிராந்தியைக் கொஞ்சம் கொஞ்சமாகக் குடித்தார். பருத்த உருவத்தோடும் தலையைத் தவிர உடல் முழுவதும் முடியோடும் திரட்சியான தூரிகை மீசையோடும் அவருடையதாக மட்டுமே இருக்கக் கூடிய எந்திரக் குரலோடும் நேர்த்தியான மரியாதையோடும் இருந்தார். செறிவூட்டப்பட்ட சிமெண்ட் கலவையால் செய்யப் பட்டதைப் போலத் தோன்றினார். ஆனால் குடித்த விதத்தைத் தாங்கிக்கொள்ளும் உடல்வளம் அவரிடம் இல்லை. மேஜையில் உட்காருவதற்கு முன்பே பாதி பாட்டிலைக் காலி செய்துவிட்டார். மெதுவாக உடையும் சத்தத்தோடு பாட்டில்களும் ஜாடிகளும் இருந்த தட்டத்தின் மேல் தலைகுப்புற விழுந்தார். கரையொதுங்கிய திமிங்கலத்தின் அசைவற்ற உடலைப் படுக்கைக்கு இழுத்துச் செல்லவும் தூங்கியவரின் உடைகளைக் கழற்றவும் அவுசென்சியா சாண்டாண்டர் ஃப்ளோரென்டினோ அரிஸாவின் உதவியைக் கேட்க வேண்டியிருந்தது. பிறகு, தங்களது நட்சத்திரங்களின் சேர்க்கைக்கு நன்றி தெரிவித்த இருவரும், ஒரு உத்வேகத்தின் மின்னலில் முன்மொழியாமலும் பரிந்துரைக்காமலும் உடன்படாமலும் பக்கத்து அறையில் ஆடைகளைக் களைந்தனர். கேப்டன் பயணத்தில் இருந்தபோது, ஏழு வருடங்களுக்கும் மேலாக, முடிந்தபோதெல்லாம் ஆடை களைக் களைந்துகொண்டே இருந்தனர். விடியற்காலையாக இருந்தாலும்கூட, முதலில் தனது மனைவிக்கும் ஒன்பது குழந்தை களுக்கும் நீண்ட மூன்று ஒலிப்புகளோடும் பிறகு தனது காதலிக்குக் கசப்பான, மனச்சோர்வான இரண்டு ஒலிப்புகளோடும் துறைமுகத்திற்குத் தனது வருகையை அறிவிக்கும் நல்ல மாலுமி யின் வழக்கம் அவரிடம் இருந்ததால், எதிர்பாராத ஆபத்து எதுவுமில்லை.

அவுசென்சியா சாண்டாண்டர் கிட்டத்தட்ட ஐம்பது வயதானவளாக இருந்தாள். அது வெளிப்படையாகவும் தெரிந்தது என்றாலும், அதைத் தடுத்துவிடும் சக்தி கொண்ட அறிவியல் கோட்பாடுகளோ கைவினைக் கோட்பாடுகளோ இல்லாத, காதலின் அந்தரங்கமான உள்ளுணர்வையும் கொண்டிருந்தாள். கப்பல்களின் பயண அட்டவணையிலிருந்து அவளை எப்போது பார்க்கலாம் என்பதைத் தெரிந்து கொண்ட ஃப்ளோரென்டினோ அரிஸா, இரவிலோ பகலிலோ விரும்பிய நேரத்தில் வழக்கமாக முன்கூட்டியே தெரிவிக்காமல் சென்றான். ஒருமுறைகூட அவள் அவனுக்காகக் காத்திருக்காமல் இருந்ததில்லை. ஏழு வயதுவரை அவளுடைய தாய் அவளை வளர்த்த தோற்றத்தில் கதவைத் திறப்பாள்; தலையில் ரிப்பனைக் கட்டிக்கொண்டு முழு நிர்வாணமாக. வீட்டில் உடையணிந்த மனிதன் இருப்பது துரதிர்ஷ்டம் என்று அவள் கருதியதால், ஆடைகளைக் களையாமல் ஒரு அடிகூட எடுத்துவைக்க விட மாட்டாள். நிர்வாணமாகப் புகைப்பது கெட்ட சகுனம் என்ற மூடநம்பிக்கை கேப்டன் ரோசென்டோ த லா ரோஸாவுக்கு இருந்ததால், அவரோடு நிரந்தரமான கருத்து வேறுபாட்டுக்கு அதுவே காரணமாக இருந்தது. சில நேரங்களில் தனது தவறவிடக் கூடாத கியூபா சுருட்டை அணைப்பதைவிடக் காதலைத் தாமதப்படுத்த அவர் விரும்புவார். மாறாக, ஃப்ளோரென்டினோ அரிஸா நிர்வாணத்தின் வசீகரத்திற்குத் தன்னை ஆர்வத்தோடு ஒப்புக்கொடுத்தான். கதவை மூடியதும், முகமன் கூறவோ, தொப்பியையோ கண்ணாடியையோ கழற்றவோ நேரம் கொடுக்காமல், அவனை முத்தமிட்டபடியும் இதயம் நிறைந்த முத்தங்களோடு முத்தமிட அனுமதித்தபடியும், ஒருவிதமான மகிழ்ச்சியோடு அவனுடைய ஆடைகளைக் கழற்றுவாள். முதலில் கால்சட்டை, பிறகு பெல்ட்டின் கொக்கி, கடைசியாக மேலங்கியும் சட்டையும் என்று நேராகப் பிளந்த உயிருள்ள மீனைப் போல ஆகும்வரை, ஒவ்வொரு முத்தத்திற்குப் பிறகும் ஒரு பொத்தான் என்று கீழிருந்து மேலாகக் கழற்றுவாள். பிறகு அவனை வரவேற்பறையில் உட்காரவைத்து அவனுடைய காலணிகளைக் கழற்றுவாள். கணுக்கால்வரை நீண்ட உள்ளாடையைக் கழற்றும்போதே கால்சட்டையையும் கழற்ற அதன் இடுப்புப் பெல்ட்டை இழுப்பாள், இறுதியாக அவனுடைய கெண்டைக்காலில் அணிந்திருந்த பட்டிகளை அவிழ்த்துக் காலுறைகளைக் கழற்றுவாள். அந்தத் துல்லிய மான கொண்டாட்டத்தில் தன்னுடைய ஒரே பொறுப்பாக இருந்த காரியத்தைச் செய்ய, அவளை முத்தமிடுவதை நிறுத்தும் ஃப்ளோரென்டினோ அரிஸா, தன்னை அவள் முத்தமிட அனுமதிப்பான். கோட்டின் பொத்தான் துளையிலிருந்து

சங்கிலியையும் கடிகாரத்தையும் விடுவிப்பான், கண்ணாடியைக் கழற்றுவான், மறந்துவிடாமல் பாதுகாப்பாக இருக்க இரண்டையும் காலணிகளில் வைப்பான். அடுத்தவர் வீட்டில் ஆடைகளைக் கழற்றும்போது தவறாமல் அந்த முன்னெச்சரிக்கையை அவன் எப்போதும் மேற்கொள்வான்.

அதை முழுமையாகச் செய்து முடிப்பதற்கு முன்பே ஆடைகளை அவிழ்த்த அதே சோபாவில், சில சமயங்களில் மட்டும் படுக்கையறையில், எதற்கும் நேரம் கொடுக்காமல் அவள் அவனைத் தாக்குவாள். அவனைக் கீழே தள்ளி அவனை முழுமையாகக் கைப்பற்றி, தனக்குள் அவனை அடக்கி, தனது முழுமையான உள்ளிருட்டில் மூடிய கண்களோடு தட்டுத் தடுமாறி, இங்கே முன்னோக்கி நகர்ந்து, பின்வாங்கி, மற்றொரு தீவிரமான பாதையை முயற்சிக்கக் கண்ணில் தெரியாத தன்னுடைய பாதையைச் சரிப்படுத்தி, தனது வயிற்றிலிருந்து வழிந்த சதுப்பு நிலத்தின் சேற்றில் மூழ்காமல் மற்றொரு வகையில் கடக்க, அந்த இருளில் அவளுக்கு மட்டுமே தெரிந்த அவளுக்காக ஏங்கிய ஏதோ ஒன்றோடு தன்னுடைய சொந்த மொழியில் மாட்டு ஈயின் சலசலப்போடு தனக்குத்தானே கேட்டுக்கொண்டும் பதில் சொல்லிக்கொண்டும், யாருக்காகவும் காத்திருக்காமல் இறுதியை எட்டும்வரை, உலகத்தையே அதிரவைத்த மொத்தமான வெற்றியின் கொண்டாட்டமான வெடிப்போடு தன்னுடைய படுகுழியில் தனியாக உடைந்து விழுவாள். களைத்தும் முழுமை அடையாமலும் இருவருடைய வியர்வையின் குட்டையில் மிதந்துகொண்டிருந்தாலும், இன்பத்தின் கருவியாக இருந்ததைத் தவிர வேறொன்றும் இல்லை என்ற எண்ணத்தோடு இருப்பான் ஃப்ளோரென்டினோ அரிஸா. “பத்தோடு ஒன்று என்பதைப் போல என்னை நடத்துகிறீர்கள்” என்பான்.

சுதந்திரமான பெண்ணின் சிரிப்போடு, “அப்படியில்லை. உன்னால் ஒன்று குறைந்ததைப் போல” என்பாள். குட்டி வெறித்தனத்தோடு அவள் அனைத்தையும் எடுத்துக்கொண்ட எண்ணம் அவனுக்கு இருந்ததால், அவனுடைய தன்மானம் கிளர்ந்தெழ, இனி திரும்பிவரக் கூடாது என்ற உறுதியோடு வீட்டை விட்டுக் கிளம்புவான். ஆனால் இரவின் நடுவில் தனிமையின் பிரம்மாண்டமான தெளிவோடு காரணமில்லாமல் திடீரென்று விழித்துக்கொண்டபோது, தனக்குள் மூழ்கிய அவுசென்சியா சாண்டாண்டரின் காதலின் நினைவு உள்ளபடி வெளிப்பட்டது: ஒரே சமயத்தில் அவன் வெறுத்ததும் ஏங்கியதுமான மகிழ்ச்சியின் பொறிதான் என்றாலும் அதிலிருந்து அவனால் தப்பிக்க முடிந்ததில்லை.

அவர்கள் சந்தித்து இரண்டு ஆண்டுகளுக்குப் பிறகு, ஏதோவொரு ஞாயிற்றுக்கிழமையன்று அவன் வந்தபோது, உடையைக் கழற்றுவதற்குப் பதிலாக நன்றாக முத்தமிட முதலில் அவனுடைய கண்ணாடியைக் கழற்றினாள். அதனால் அவள் தன்னை நேசிக்கத் தொடங்கிவிட்டாள் என்பதை ஃப்ளோரென்டினோ அரிஸா புரிந்துகொண்டான். தனது வீட்டைப் போல நேசித்த அந்த வீட்டில் முதல் நாளிலிருந்தே நன்றாக உணர்ந்தாலும், ஒவ்வொரு முறையும் இரண்டு மணிநேரத்திற்கு மேல் தங்கியதில்லை, ஒருபோதும் தூங்கியதில்லை. அவள் முறையான அழைப்பைக் கொடுத்ததால் ஒரே ஒருமுறை மட்டும்தான் சாப்பிட்டான். வழக்கமாகத் தனித்துவமான பரிசாக ஒற்றை ரோஜாவைக் கொண்டுசெல்லும் அவன், எதற்காகச் சென்றானோ அதைத் தவிர வேறெதற்காகவும் உண்மையிலேயே சென்றதில்லை. அடுத்த எதிர்பாராத சந்தர்ப்பம்வரை காணாமல் போய்விடுவான். ஆனால் முத்தமிடுவதற்காக அவனுடைய கண்ணாடியை அவள் கழற்றிய அந்த ஞாயிற்றுக்கிழமை, ஓரளவுக்கு அதன் காரணமாகவும், ஓரளவுக்கு நிதானமான காதலுக்குப் பிறகு இருவரும் தூங்கிவிட்டதாலும், கேப்டனின் பெரிய படுக்கையில் மாலை முழுவதையும் நிர்வாணமாகக் கழித்தார்கள். தூக்கத்திலிருந்து எழுந்தபோது, கடுமையான அழைப்புகளால் தன்னுடைய அழகைப் பொய்யாக்கிய காக்கடூவின் அலறல்களை இன்னும் நினைவில் வைத்திருந்தான் ஃப்ளோரென்டினோ அரிஸா. ஆனால் நான்கு மணி வெப்பத்தில் தெளிவான மௌனம் நிலவியது. மாலை நேரத்தின் பின்பக்கச் சூரியனோடு படுக்கையறை ஜன்னல் வழியாகப் பழைய நகரத்தின் வான்பரப்பும் அதன் தங்கக் குவிமாடங்களும் ஜமைக்காவரை அதன் கொழுந்துவிட்டு எரியும் கடலும் தெரிந்தன. அவுசென்சியா சாண்டண்டர் தனது சாகசக் கையை நீட்டிப் படுத்திருந்த பறவையைத் தேடினாள். ஆனால் ஃப்ளோரென்டினோ அரிஸா அவளுடைய கரத்தை விலக்கினான். “இப்போது வேண்டாம். நம்மை யாரோ பார்ப்பதைப்போல விசித்திரமாக இருக்கிறது” என்றான். மகிழ்ச்சியான சிரிப்போடு, காக்கடூவை அவள் மறுபடியும் உற்சாகப்படுத்தினாள். “ஜோனாவின் மனைவியால்கூட அந்தக் கதையை நம்ப முடியாது[7]” என்றாள். நிச்சயமாக, அவளும் நம்பவில்லை என்றாலும் நல்லது என்று ஒப்புக்கொண்டாள். மறுபடியும் கலவிகொள்ளாமல் நீண்ட நேரம் அமைதியாக இருவரும் காதலித்தார்கள். ஐந்து மணிக்கு,

7. எபிரேய விவிலியத்தின் பன்னிரண்டு சிறு தேவதூதர்களில் ஒருவர் ஜோனா. ஒரு திமிங்கலத்தால் விழுங்கப்படும் அவர் மீண்டுவந்து தனது கடமையை நிறைவேற்றுவார். அந்தக் கதையையே நம்பும் அவரது மனைவியால்கூட நம்ப முடியாத கதை.

பொழுது இன்னும் இறங்காதபோதே, தலையில் கட்டியிருந்த ரிப்பன் பூவோடு, தொடக்கத்திலிருந்தே நிர்வாணமாக இருந்த அவள் படுக்கையிலிருந்து குதித்து, குடிக்க எதையாவது தேடிச் சமையலறைக்குச் சென்றாள். ஆனால், படுக்கையறையிலிருந்து ஒரு அடி எடுத்து வைப்பதற்கு முன்பே திடுக்கிட்டு அலறினாள்.

அவளால் அதை நம்பவே முடியவில்லை. வீட்டில் எஞ்சியிருந்தவை சரவிளக்குகள் மட்டும்தான். மிச்சமிருந்த கையொப்பமிட்ட மரச்சாமான்களும் இந்தியத் தரைவிரிப்புகளும் சிலைகளும் பூதங்களும் ரத்தினங்களாலும் விலைமதிப்பற்ற கற்களாலும் செய்யப்பட்ட அலங்காரப் பொருள்களும் நகரத்தில் நன்கு அலங்கரிக்கப்பட்ட மிக மகிழ்ச்சியான வீடுகளில் ஒன்றாக அதை மாற்றிய அனைத்துப் பொருள்களும், அனைத்தும், புனிதமான காக்கடூ உட்பட, அனைத்தும் மாயமாகி விட்டன. அவர்களுடைய உறவில் இடையூறு செய்யாமல் கடலைப் பார்த்த மொட்டைமாடி வழியாக யாரோ கொண்டு போய்விட்டார்கள். திறந்திருந்த நான்கு ஜன்னல்களோடு வெறிச்சோடிய அறைகள் மட்டுமே இருந்தன. உட்புறச் சுவரில் அகன்ற தூரிகையால் எழுதப்பட்டிருந்தது: மானங்கெட்டு அலைந்தால் இதுதான் நடக்கும். கொள்ளையைப் பற்றி அவுசென்சியா சாண்டாண்டர் புகார் கொடுக்காததோ, திருடப்பட்ட பொருட்களை விற்கும் யாரையாவது தொடர்பு கொள்ளாததோ, தனது துரதிர்ஷ்டத்தைப் பற்றிப் பேச அனுமதிக்காததோ ஏனென்று கேப்டன் ரோசென்டோ த லா ரோஸாவால் புரிந்துகொள்ள முடியவில்லை.

அவர்கள் இருந்த படுக்கையறையும் சமையலறையில் திருடர்கள் மறதியாக விட்டுச்சென்ற மூன்று தோல் முக்காலி களுமாகக் குறைந்துவிட்ட அறைகலன்களைக் கொண்ட கொள்ளையடிக்கப்பட்ட வீட்டில், அவளைச் சென்று பார்ப்பதைத் தொடர்ந்தான் ஃப்ளோரென்டினோ அரிஸா. ஆனால், முன்பைவிடக் குறைவாகத்தான் அவளைச் சந்தித்தான். அதற்குக் காரணம் புதிய நூற்றாண்டின் தொடக்கத்தில் வழக்கத்திற்கு வந்த கழுதை ட்ராம் வண்டியின் புதுமை அவனுக்குச் சுதந்திரமான குட்டிப் பறவைகளின் அற்புதமான, அசலான கூடாக இருந்ததுதானே தவிர, அவள் நினைத்ததையும் சொன்னதையும் போல வீடு பாழானது அல்ல. அலுவலகத் திற்குப் போக இரண்டு முறையும் வீடு திரும்ப இரண்டு முறையும் என்று அந்த வண்டியைத் தினமும் நான்குமுறை அவன் பிடிப்பான். சில சமயங்களில் உண்மையாகவே படித்துக் கொண்டும் பல பயணங்களில் படிப்பதைப் போல நடித்துக் கொண்டும், எதிர்காலச் சந்திப்புக்கு முதல் தொடர்புகளையாவது

உருவாக்கப் பாடுபடுவான். பிறகு, ஜனாதிபதி ரஃபேல் நுன்யேஸின் வண்டிக்கு இணையாகத் தங்க நிறச் சேணங்களோடு இரண்டு சிறிய பழுப்பு நிறக் குதிரைகள் இழுத்த வண்டியைச் சிற்றப்பா பன்னிரண்டாம் லூயி அவனிடம் கொடுத்தபோது, தனது சாகசங்களில் மிகவும் பயனளித்த ட்ராம் வண்டியின் காலத்திற்காக ஏங்குவான். அவன் நினைத்தது சரிதான்: வாசலில் காத்திருக்கும் வண்டியைவிட ரகசியக் காதலுக்கு மோசமான எதிரி எதுவுமில்லை. இத்தனைக்கும், சக்கரத்தின் சுவடுகள்கூடப் புழுதியில் பதியாமலிருக்க நடந்துதான் செல்வான். காதல் இருக்குமிடத்தை அறிந்துகொள்ளச் சாய்வான பார்வையே போதுமானதாக இருந்த, தோலுரிந்தும் மெலிந்தும் இருந்த கோவேறு கழுதைகளின் பழைய ட்ராம் வண்டி அவ்வளவு ஏக்கத்தைத் தூண்டியது. இருந்தாலும், மனதைத் தொடும் எத்தனையோ நினைவுகளுக்கு மத்தியில், வெறித்தனமான பாதி இரவைக்கூட அந்தக் குட்டிப் பறவையோடு கழிக்க முடியவில்லை என்றாலும், திருவிழாவின் அப்பாவித்தனமான போக்கிரித்தனத்தை அவனுடைய மிச்சமிருந்த வாழ்க்கை முழுவதும் கசப்பாக்கப் போதுமான, பெயர்கூடத் தெரியாத, ஆதரவற்ற குட்டிப் பறவையின் நினைவை அவனால் மறக்க முடியவில்லை.

கலவரமான ஊர்க் கொண்டாட்டத்தின் நடுவில் ட்ராம் வண்டியில் பயணித்த துணிச்சலால் அவள் அவனுடைய கவனத்தை ஈர்த்தாள். அவளுக்கு இருபது வயதிற்கு மேலிருக்காது. நோயாளியின் போர்வையில் மறைந்திருந்தாளே தவிர, அவள் கொண்டாட்ட மனநிலையில் இருந்ததாகத் தெரியவில்லை: எந்த விதமான அலங்காரமும் இல்லாமல் சாதாரண லினென் உடையில், தோள்களில் இயல்பாகத் தொங்கிய, மிக லேசான, நீண்ட, நேரான முடியோடு இருந்தாள். அந்தப் பைத்தியக்காரத் தனமான மூன்று நாட்களில், பூத்தொப்பிகளோடு அரிசி மாவு தெளித்ததால் வெள்ளையாக இருந்த கழுதை வண்டியில் சென்ற பயணிகள்மீது வீசப்பட்ட சாயத்தண்ணீர், கை நிறைய அரிசி மாவு, தெருக்களின் இசையின் சலசலப்பு அனைத்திலிருந்தும் அவள் முற்றிலும் விலகியிருந்தாள். குழப்பத்தைப் பயன்படுத்திக்கொண்ட ஃப்ளோரென்டினோ அரிஸா, அதற்குமேல் தொடரும் என்று நினைக்காததால் ஐஸ்கிரீம் சாப்பிட அவளை அழைத்தான். வியப்படையாமல் அவனைப் பார்த்தாள். “மகிழ்ச்சியோடு ஏற்றுக்கொள்கிறேன், ஆனால் நானொரு பைத்தியம் என்று எச்சரிக்கிறேன்” என்றாள். அதை நினைத்துச் சிரித்த அவன், ஐஸ்கிரீம் கடையின் மாடியிலிருந்து மிதவைகளின் அணிவகுப்பைப் பார்க்க அவளை அழைத்துக்கொண்டு போனான். பிறகு வாடகைத் தொப்பியை அணிந்துகொண்டு, அடுவானா

சதுக்கத்தில் நடனச் சுற்றில் கலந்துகொண்ட அவர்கள், இரவின் இரைச்சலுக்கு எதிர்முனையிலிருந்த அவளுடைய அலட்சியத் தால், புதுக் காதலர்களைப் போல ஒன்றாக மகிழ்ந்திருந்தார்கள். தேர்ச்சி பெற்ற ஆட்டக்காரியைப்போல அவள் ஆடினாள்; விருந்துக்குத் தேவையான துணிச்சலும் கற்பனைத் திறனும் அவளிடம் இருந்தன; பேரழிவைக் கொடுக்கும் வசீகரமும் இருந்தது.

திருவிழாக் காய்ச்சலில் கண்ணீர் மல்கச் சிரித்துக்கொண்டு சத்தமாகச் சொன்னாள் "என்னோடு என்ன குழப்பத்தில் மாட்டிக்கொண்டிருக்கிறாய் என்று உனக்குத் தெரியாது. நான் காப்பகத்திலிருந்து வந்த பைத்தியம்."

ஃப்ளோரென்டினோ அரிஸாவுக்கு, காதலால் இன்னமும் களங்கப்படாத இளமைப் பருவத்தின் நேர்மையான அத்துமீறல் களுக்குத் திரும்பிய ஒரு இரவாக அது இருந்தது. ஆனால் அனுபவத்தைவிடவும் கேள்வியறிவால், அப்படிப்பட்ட சுலபமான மகிழ்ச்சி அதிக காலம் நீடித்திருக்க முடியாது என்பதைத் தெரிந்துவைத்திருந்தான். அதனால்,எப்போதும்போலச் சிறந்த ஆடைகளுக்குப் பரிசுகள் வழங்கப்பட்ட பிறகு, இரவு கெடத் தொடங்குவதற்கு முன்பாகக் கலங்கரை விளக்கத்திலிருந்து விடியலைப் பார்க்கப் போகலாமென்று அந்தச் சிறுமியிடம் சொன்னான். அவள் மகிழ்ச்சியோடு ஒப்புக்கொண்டாள் என்றாலும் பரிசுகளை விநியோகித்து முடித்த பிறகுதான் என்றாள்.

அந்தத் தாமதம்தான் தன்னுடைய உயிரைக் காப்பாற்றியது என்று ஃப்ளோரென்டினோ அரிஸா உறுதியாக நம்பினான். டிவைனா பாஸ்தோரா மனநலக் காப்பகத்தின் இரண்டு காவலர்களும் செவிலியும் அவன்மீது பாய்ந்தபோது, கலங்கரை விளக்கத்திற்குப் போகலாமென்று அந்தப் பெண் சைகை காட்டினாள். அவர்கள் மட்டுமின்றி ஒட்டுமொத்த ஊர்ப்படை யும் அன்று மாலை மூன்று மணிக்கு அவள் தப்பித்ததிலிருந்து அவளைத் தேடிக்கொண்டிருந்தார்கள். திருவிழாவில் ஆடப்போக விரும்பியதால், தோட்டக்காரனிடமிருந்து பிடுங்கிய கத்தியால் காவலாளியின் தலையைத் துண்டித்ததோடு, மேலும் இருவரை அவள் மோசமாகக் காயப்படுத்தியிருந்தாள். அவர்கள் பல வீடுகளில் தண்ணீர்த் தொட்டிகள்வரை தேடினார்களே தவிர, தெருவில் ஆடிக்கொண்டிருப்பாள் என்று யாருக்கும் தோன்ற வில்லை.

அவளை அழைத்துக்கொண்டு போவது சுலபமாக இருக்க வில்லை. ரவிக்கையில் மறைத்துவைத்திருந்த கத்தரிக்கோலால் தற்காத்துக்கொண்டாள். ரத்தம் சிந்தி அவளைப் பிடித்ததைத் திருவிழாக் கேளிக்கைகளில் ஒன்றாக நினைத்த அதுவானா சதுக்கத்தில் அலைமோதிய கூட்டம் மகிழ்ச்சியில் கைதட்டி

விசிலடித்த நேரத்தில், அவளை முடக்கிப்போடும் இரும்பு உடையை அணிவிக்க ஆறுபேர் தேவைப்பட்டனர். ஃப்ளோரென்டினோ அரிஸா மனம் உடைந்துபோனான்; சாம்பல் புதன்கிழமையிலிருந்து டிவைனா பாஸ்தோரா தெரு வழியாக அவளுக்காக ஒரு ஆங்கில சாக்லேட் பெட்டியோடு அவன் கடந்து போவான். இரும்புக் கம்பிகளுக்கு நடுவிலிருந்து எட்டிப் பார்க்கும் அதிர்ஷ்டம் அவளுக்கும் கிடைக்கலாம் என்பதால், சாக்லேட் பெட்டியைக் காட்டி அவர்களைத் தொந்தரவு செய்வான், ஜன்னல்களிலிருந்து அவனைப் பார்த்து உரத்த குரலில் அனைத்து விதமான பாராட்டுகளையும் திட்டுகளை யும் பொழிந்த கைதிகளை உற்றுப் பார்ப்பான். ஆனால் அவளை மட்டும் பார்க்கவே முடியவில்லை. பல மாதங்களுக்குப் பிறகு, கழுதை ட்ராம் வண்டியிலிருந்து இறங்கியபோது, தந்தையுடன் வந்த ஒரு சிறுமி அவனுடைய கையிலிருந்த பெட்டியிலிருந்து ஒரு சாக்லேட் உருண்டையைக் கேட்டாள். அவளைத் திட்டிய தந்தை, ஃப்ளோரென்டினோ அரிஸாவிடம் மன்னிப்புக் கேட்டார். ஆனால், அந்தச் செய்கை எல்லாக் கசப்பிலிருந்தும் தன்னை மீட்டுவிட்டதாக நினைத்து அந்தச் சிறுமியிடம் முழுப்பெட்டியையும் கொடுத்த அவன், தந்தையின் தோளில் தட்டி அமைதிப்படுத்தினான்.

"நரகத்திற்குப் போய்விட்ட காதலுக்காக அதை வைத்திருந்தேன்" என்றான் அவரிடம்.

தலைவிதியின் இழப்பீடாக, அவர்கள் ஒருபோதும் காதலித்துக்கொள்ளவில்லை என்றாலும் அவனோ அவளோ புரிந்துகொள்ளவில்லை என்றாலும் அவனுடைய வாழ்க்கை யின் முக்கியமான பெண்ணாக விளங்கிய லியோனா காஸியானியையும் கழுதைகளின் ட்ராம் வண்டியில்தான் ஃப்ளோரென்டினோ அரிஸா சந்தித்தான். ஐந்து மணி ட்ராம் வண்டியில் வீடு திரும்பியபோது, அவளைப் பார்ப்பதற்கு முன்பே உணர்ந்துகொண்டான்; ஒரு விரலைப் போல அவனைத் தீண்டிய திடமான பார்வை அது. எதிர்முனையில் மற்ற பயணிகளுக்கு மத்தியில் இருந்தாலும் தனியாகத் தெரிந்த அவளை நிமிர்ந்து பார்த்தான். பார்வையை அவள் விலக்கிக் கொள்ளவில்லை. தான் நினைத்ததைத் தவிர வேறெதையும் நினைக்க முடியாத அளவுக்கு மிகவும் துணிச்சலாகப் பார்த்தாள். கறுப்பாகவும் இளமையாகவும் அழகாகவும் இருந்தாலும் சந்தேகத்திற்கு இடமில்லாமல் வேசிதான். பாலுறவுக்குப் பணம் தருவதைவிடக் கேவலமான ஒன்றை அவனால் கற்பனைகூட செய்ய முடியாததால், தனது வாழ்க்கையிலிருந்து அவளை விலக்கிவைத்தான். அவன் ஒருபோதும் அதைச் செய்ததில்லை.

ட்ராம் முனையமான வண்டிகளின் சதுக்கத்தில் இறங்கிக் கொண்ட ஃப்ளோரென்டினோ அரிஸா, தன்னுடைய தாயார் ஆறு மணிக்குக் காத்திருப்பாள் என்பதால் கடைவீதி வழியாக அவசரமாக நழுவிச் சென்றான். கூட்டத்தின் மறுபுறம் வெளியில் வந்தபோது நடைபாதைக் கற்களில் ஒரு மகிழ்ச்சியான பெண்ணின் குதிகால் சத்தத்தைக் கேட்ட அவன், ஏற்கெனவே தெரிந்ததை உறுதிப்படுத்திக்கொள்ளத் திரும்பிப் பார்த்தான்; அது அவள்தான். தெருக்களில் தேங்கிய குட்டைகளைக் கடப்பதற்கு நடன பாவனையில் உயர்த்திய சுருக்கம்வைத்த பாவாடையோடும் தோள்களை வெறுமையாக வைத்திருந்த தாழ்வான கழுத்துக்கொண்ட சட்டையோடும் பல வண்ணக் கழுத்தணியோடும் வெள்ளைத் தலைப்பாகையோடும் ஓவியத்தில் தோன்றும் அடிமைகளைப் போல அவள் உடையணிந்திருந்தாள். பயணிகளின் ஹோட்டலில் அவர்களை அவன் அறிந்திருந்தான். காலை உணவை அவர்கள் மாலை ஆறு மணிக்கு உண்பது அடிக்கடி நடந்தது. அப்போது வழிப்பறிக் கொள்ளையனின் கத்தியைப் போலப் பாலுறவைப் பயன்படுத்துவதைத் தவிர அவர்களுக்கு வேறு வழியில்லை. அந்தக் கத்தியைத் தெருவில் கண்ட முதல் மனிதனின் தொண்டையில் வைத்தார்கள்: ஆண்குறியா அல்லது உயிரா. இறுதிச் சோதனையாகத் திசையை மாற்றிக்கொண்ட ஃப்ளோரென்டினோ அரிஸா, ஆளரவம் இல்லாதஎல் காண்டிலகோ சந்தில் நுழைந்தான். அவளும் படிப்படி யாக நெருங்கியபடி பின்தொடர்ந்தாள். பிறகு நின்று, திரும்பி, இரண்டு கைகளாலும் குடையைப் பிடித்தபடி நடைபாதையில் அவளைத் தடுத்தான். அவனுக்கு முன்பாக அவள் நின்றாள்.

"தவறாகப் புரிந்துகொண்டாய், அழகியே! நான் அதைச் செய்வதில்லை" என்றான்.

"நிச்சயமாகச் செய்வாய். அது உன் முகத்தில் தெரிகிறது" என்றாள்.

அவனுடைய நாள்பட்ட மலச்சிக்கலைப் பற்றிச் சிறு வயதில் குடும்ப மருத்துவரான ஞானத்தந்தை சொன்ன வாசகம் ஃப்ளோரென்டினோ அரிஸாவின் நினைவுக்கு வந்தது: உலகம் நன்றாக மலம் கழிப்பவர்களுக்கும் நன்றாக மலம் கழிக்காதவர்களுக்கும் இடையில் பிரிக்கப்பட்டிருக்கிறது. அந்தக் கோட்பாட்டின் அடிப்படையில், ஜோதிடத்தைவிடத் துல்லியமானது என்று கருதிய குணாதிசயங்களின் முழுமை யான கோட்பாடு ஒன்றை அந்த மருத்துவர் உருவாக்கினார். ஆனால் பல ஆண்டுகாலப் படிப்பினையில் அதை வேறுவிதமாகச் சொன்னான் ஃப்ளோரென்டினோ அரிஸா: காமுகர்களுக்கும் மற்றவர்களுக்கும் இடையில் உலகம் பிரிக்கப்பட்டிருக்கிறது.

இரண்டாவது பிரிவினர்மீது அவனுக்கு நம்பிக்கையில்லை: காதல் அவர்களுக்கு மிகவும் அசாதாரணமானது என்பதால் பாதையை விட்டு விலகும்போது, தாங்கள்தான் காதலையே கண்டுபிடித்ததைப் போல அதைப் பற்றிப் பெருமையாகப் பேசுவார்கள். மாறாக, அதை அடிக்கடி செய்பவர்கள் அதற்காக மட்டுமே வாழ்வார்கள். விவேகத்தைப் பொறுத்ததே தங்கள் வாழ்க்கை என்பதை அறிந்தவர்கள் என்பதால், மூடப்பட்ட கல்லறையைப் போல நடந்துகொள்வதில் மகிழ்ச்சியடைவார்கள். தங்களது சாகசங்களைப் பற்றிப் பேசவே மாட்டார்கள், யாரிடமும் நம்பிக்கை வைக்க மாட்டார்கள். ஃப்ளோரென்டினோ அரிஸா இருந்ததைப் போல, பயந்தாங்கொள்ளி, அலி, உணர்ச்சியற்றவன், ஆண்மை இல்லாதவன் என்று பெயர் வாங்குமளவுக்குத் திசைதிருப்புவார்கள். தவறாகப் பேசப்படுவது பாதுகாப்பையும் தருவதால், தவறாகப் பேசப்படுவதில் மகிழ்ச்சி அடைவார்கள். ஒரு பொதுமொழியின் அவசியம் இல்லாமல், மொத்த உலகத்திலும் ஒருவரை ஒருவர் புரிந்துகொள்ளும் ரகசியச் சங்கத்தின் உறுப்பினர்கள் அவர்கள். எனவே, சிறுமியின் பதிலால் ஃப்ளோரென்டினோ அரிஸா வியப்படையவில்லை. அவளும் அவர்களில் ஒருத்தி, அதனால் அவளுக்குத் தெரியும் என்பது அவனுக்கும் தெரியும்.

கடைசி நாள்வரை, ஒவ்வொரு நாளும் ஒவ்வொரு மணிநேரமும் அவனுடைய மனசாட்சி அவனுக்கு நினைவூட்டப் போகும் வாழ்க்கையின் பெரிய தவறு அது. அவள் அவனிடம் கேட்க விரும்பியது கரீபிய ஆற்றுப் போக்குவரத்து நிறுவனத்தில் என்னவாக இருந்தாலும், எப்படிப்பட்டதாக இருந்தாலும், என்ன சம்பளம் என்றாலும் ஒரு வேலைதானே தவிர காதலை, அதிலும் பணம் கொடுத்துப் பெறும் காதலை அல்ல. தனது நடத்தைக்கு மிகவும் வெட்கப்பட்ட ஃப்ளோரென்டினோ அரிஸா, பணியாளர்களின் தலைவரிடம் அவளை அழைத்துச் சென்றான். அவர் பொதுப்பிரிவில் ஒரு கடைநிலைப் பதவியை அவளுக்குக் கொடுத்தார். அதைப் பொறுப்புணர்ச்சியோடும் அடக்கத்தோடும் அர்ப்பணிப்போடும் மூன்று வருடங்களுக்கு அவள் செய்துவந்தாள்.

விரிகுடாவின் எதிர்ப் பக்கத்திலிருந்த அட்லாண்டிக் கடலைக் கடந்துவரும் கப்பல்களின் துறைமுகத்துடனோ, லாஸ் அனிமாஸ் குடாவின் சந்தைத் துறையுடனோ பொதுவான எதுவுமில்லாமல், அதன் தொடக்கத்திலிருந்தே நதித்துறையில் செயல்பட்டுவந்தது சி.எஃப்.சி. அலுவலகம். முகப்புத் தூண்களோடு பெரிய ஒற்றைப் பால்கனியும் சாய்வான துத்தநாகக் கூரையும், அங்கிருந்து பார்க்கும்போது சுவரில் தொங்கும் படத்தைப்

போலத் துறைமுகத்தில் நின்ற கப்பல்கள் முழுமையாகத் தெரிந்த, நான்கு பக்கங்களிலும் கம்பி வலை அடித்த ஜன்னல்களைக் கொண்ட மரத்தாலான கட்டிடம் அது. அந்தக் கட்டிடமே நதிக் கப்பலாகத் தோன்றும் வகையில் ஜெர்மன் முன்னோடிகள் அதைக் கட்டியபோது, துத்தநாகக் கூரைக்குச் சிவப்பு வண்ணமும் மரத்தடுப்புகளுக்குப் பிரகாசமான வெள்ளை வண்ணமும் தீட்டப்பட்டது. பிறகு அனைத்துக்கும் நீல வண்ணம் தீட்டப் பட்டது. ஃப்ளோரென்டினோ அரிஸா அந்த நிறுவனத்தில் வேலைசெய்யத் தொடங்கிய காலத்தில் குறிப்பிட்ட நிறமில்லாத தூசி படிந்த கொட்டகையாக இருந்தது, துருப்பிடித்த கூரை களில் அசல் தகடுகளின் மேல் புதுத்தகடின் துண்டுகளால் ஒட்டுப் போடப்பட்டிருந்தது. கட்டிடத்திற்குப் பின்னால், கோழிக் கம்பியால் வேலி கட்டிய சரளைக்கல் முற்றத்தில், சமீபத்திய கட்டுமானத்தில் இரண்டு பெரிய கிடங்குகள் இருந்தன. ஆற்றுப் போக்குவரத்தின் அரை நூற்றாண்டுகாலக் கழிவுகள் அழுகிக்கொண்டிருந்த, அழுக்கும் துர்நாற்றமுமாக இருந்த மூடிய சாக்கடை பின்புறத்தில் இருந்தது. சிமோன் பொலீவரால் தொடங்கி வைக்கப்பட்ட ஒற்றைப் புகைப்போக்கி கொண்ட ஆதிகாலக் கப்பல்களிலிருந்து கேபின்களில் மின்விசிறி பொருத்திய சமீபத்திய கப்பல்கள்வரை, வரலாற்றுச் சிறப்புமிக்க கப்பல்களின் குப்பைகள் அவை. மற்ற படகுகளில் பயன்படுத்த அவற்றில் பல பொருட்கள் ஏற்கெனவே உடைக்கப்பட் டிருந்தன; என்றாலும், அவற்றின் பழமை ஏக்கத்தை அதிகரித்த பெரிய மஞ்சள் பூக்களின் இலைகளை அகற்றாமல், உடும்பு களைப் பயமுறுத்தாமல், வண்ணம்பூசிப் போக்குவரத்திற்குப் பயன்படுத்தலாம் என்று தோன்றுமளவுக்குப் பல கப்பல்கள் நல்ல நிலையில் இருந்தன.

கட்டிடக் கலைஞர்களால் கட்டப்படாமல் கப்பல் பொறியாளர்களால் உருவாக்கப்பட்டதால், கப்பல்களின் தடுப்பறைகளைப் போல சிறிதாக இருந்தாலும் நன்றாக வடிவமைக்கப்பட்ட வசதியான அலுவலகங்களில் கட்டிடத்தின் மேல்தளத்தில் நிர்வாகப் பிரிவு இருந்தது. தாழ்வாரத்தின் கடைசி யில், அவரும் ஒரு பணியாளர்தான் என்பதைப்போல மற்றவர் களுக்குச் சமமான ஒரு அலுவலகத்தில், அவருடைய மேஜையில் காலை நேரத்தில் எதிர்கொள்ளும் ஏதோவொரு வாசனைப்பூ கண்ணாடிக் குவளையோடு சிற்றப்பா பன்னிரண்டாம் லூயி பணியாற்றினார். துருப்பிடித்த பெஞ்சுகளைக் கொண்ட காத்திருக்கும் அறையும் பயணச்சீட்டு விற்கவும் சாமான்களைக் கையாளவும் ஒரு சாளரமும் கொண்ட பயணிகள் பிரிவு தரைத்தளத்தில் இருந்தது. எல்லாவற்றுக்கும் கடைசியாக, பெயரே அதன் தெளிவற்ற தன்மையைப் பற்றிய யோசனையைக்

கொடுத்த குழப்பமான பொதுப்பிரிவு இருந்தது. நிறுவனத்தின் மற்ற பகுதிகளில் தீர்க்கப்படாமல் கிடந்த பிரச்சினைகள் மோசமான மரணத்தைச் சந்திக்கச் சென்றது அங்குதான். பொதுப்பிரிவைக் கொஞ்சமாவது பயனுள்ளதாக மாற்ற அங்கு என்ன இழவுதான் நடக்கிறது என்பதைப் பார்க்கச் சிற்றப்பா பன்னிரண்டாம் லூயி நேரில் சென்ற நாளில், நொறுங்கிய சோள மூட்டைகளுக்கும் தீர்வற்ற காகிதங்களின் குவியல்களுக்கும் நடுவில், பள்ளிக்கூடத்தின் மேஜைக்குப் பின்னால் அங்குதான் மறைவாக இருந்தாள் லியோனா காஸியானி. அறையிலிருந்த பணியாளர்கள் அனைவரோடும் மூன்று மணிநேரக் கேள்விகள், தத்துவார்த்தமான அனுமானங்கள், உறுதியான ஆதாரங்கள் ஆகியற்றின் முடிவில், பல்வேறு பிரச்சினைகளுக்கு எந்தத் தீர்வையும் அவரால் உறுதியாகக் காண முடியவில்லை. மாறாக, எந்தத் தீர்வும் இல்லாத பலவகையான புதிய பிரச்சினைகளும் தோன்றியதால், அவர் வேதனையோடு தனது அலுவலகத்திற்குத் திரும்பினார்.

அடுத்த நாள், ஃப்ளோரென்டினோ அரிஸா அலுவலகத்தில் நுழைந்தபோது, படித்துப் பார்த்துவிட்டுப் பொருத்தமான தாகத் தோன்றினால் சிற்றப்பாவிடம் காட்ட வேண்டும் என்ற விண்ணப்பத்தோடு, லியோனா காஸியானியிடமிருந்து வந்த ஒரு குறிப்பைப் பார்த்தான். முந்தைய நாள் மாலையில் நடந்த ஆய்வின்போது ஒரு வார்த்தைகூடப் பேசாமலிருந்தது அவள் மட்டும்தான். கருணை அடிப்படையில் வேலைக்குச் சேர்ந்த பரிதாபமான நிலையால் அமைதியாக இருந்தாள் என்றாலும், அந்தப் பிரிவின் படிநிலைகளுக்கு மரியாதை தரும் வகையில் செய்தாளே தவிர அலட்சியத்தால் செய்யவில்லை என்பதை அந்தக் குறிப்பில் காட்டியிருந்தாள். அது வியக்கத்தக்க எளிமையோடு இருந்தது. ஆழமான மறுசீரமைப்பைச் சிற்றப்பா பன்னிரண்டாம் லூயி பரிந்துரைத்திருந்தார் என்றாலும், பொதுப்பிரிவு என்ற ஒன்றே உண்மையில் இல்லை என்ற அடிப்படையில் லியோனா காஸியானி அதற்கு மாறாகச் சிந்தித்தாள்: மற்ற பிரிவினர் கீழே வீசிய சிக்கலான ஆனால் முக்கியமில்லாத பிரச்சினைகளின் குப்பைக்கூடையாக அந்தப் பிரிவு இருந்தது. அதன் விளைவாக, பொதுப்பிரிவை நீக்குவதும், பிரச்சினைகள் தோன்றிய பிரிவுகளிலேயே தீர்க்கப்படு வதற்காக அவற்றைத் திருப்பி அனுப்புவதும்தான் தீர்வாகும்.

சிற்றப்பா பன்னிரண்டாம் லூயிக்கு, லியோனா காஸியானி யார் என்ற யோசனையுமில்லை, முந்தைய நாள் மாலைக் கூட்டத்தில் அப்படி ஒருத்தியைப் பார்த்ததாகவும் நினைவில்லை என்றாலும், குறிப்பைப் படித்தபோது தன்னுடைய

அலுவலகத்திற்கு அழைத்து மூடிய கதவுகளுக்குப் பின்னால் இரண்டு மணிநேரம் அவளோடு பேசிக்கொண்டிருந்தார். மனிதர்களைத் தெரிந்துகொள்ள அவர் பயன்படுத்தும் முறைக்கு ஏற்ப, எல்லாவற்றைப் பற்றியும் கொஞ்சம் கொஞ்சம் பேசினார்கள். அந்தக் குறிப்பு எளிமையான பொது அறிவுக்கு ஏற்றது, நிச்சயமாக அவளுடைய தீர்வு விரும்பிய முடிவைத் தருமென்றாலும் சிற்றப்பா பன்னிரண்டாம் லூயிக்கு அது முக்கியமல்ல: அவருக்கு அவள்தான் முக்கியம். ஆரம்பக் கல்விக்குப் பிறகு தையல் பள்ளியில் மட்டும்தான் அவள் படித்திருந்தாள் என்பது அவருடைய கவனத்தை மிகவும் ஈர்த்தது. அது மட்டுமின்றி, ஆசிரியர் இல்லாமல் விரைவு முறையில் வீட்டிலேயே ஆங்கிலம் கற்றுக்கொண்டிருக்கிறாள். தந்தியைப் பற்றியும் நீராவி எந்திரங்களைப் பற்றியும் முன்பு சொல்லப்பட்டதைப் போல, சிறப்பான எதிர்காலத்திற்கான புதுமையான தொழிலான தட்டச்சு வகுப்புகளுக்கு மூன்று மாதங்களாக இரவு நேரத்தில் சென்றுகொண்டிருந்தாள்.

நேர்காணலை முடித்து அவள் வெளியில் வந்தபோது, சிற்றப்பா பிறகு எப்போதும் அழைத்ததைப் போல என் பெயரைக் கொண்ட லியோனா என அழைக்கத் தொடங்கினார். லியோனா காஸியானியின் ஆலோசனைப்படி, முரண்பட்ட பகுதியை ஒரே வரியில் அகற்றிவிட்டு, பிரச்சினைகளை உருவாக்கிய அதே பகுதிகளில் தீர்த்துவைக்கத் திருப்பியனுப்ப முடிவுசெய்த அவர், ஒரு பெயரோ, குறிப்பிட்ட வேலையோ இல்லாத, நடைமுறையில் தனது நேர்முக உதவியாளராகச் செயல்பட்ட, ஒரு பதவியை அவளுக்கென்று உருவாக்கினார். அன்று மாலை, பொதுப்பிரிவைச் சடங்குகளின்றி அடக்கம் செய்த பிறகு, லியோனா காஸியானியை எங்கிருந்து பிடித்தாய் என்று ஃப்ளோரென்டினோ அரிஸாவிடம் கேட்டார் சிற்றப்பா பன்னிரண்டாம் லூயி. அவன் அவரிடம் உண்மையைச் சொன்னான்.

"அப்படி என்றால், ட்ராம் வண்டிக்குத் திரும்பிப் போய், இவளைப் போல எதிர்கொள்ளும் அனைவரையும் என்னிடம் அழைத்து வா. இன்னும் இரண்டு மூன்று பேர் கிடைத்தால் உன்னுடைய பாய்மரக் கப்பலை மிதக்கவிடலாம்" என்று அவனிடம் சொன்னார் சிற்றப்பா.

சிற்றப்பா பன்னிரண்டாம் லூயியின் வழக்கமான நகைச் சுவையாக அதைப் புரிந்துகொண்டான் ஃப்ளோரென்டினோ அரிஸா. ஆனால் அடுத்த நாள் மறைந்திருக்கும் திறமைகளை ட்ராம் வண்டிகளில் தேடுவதற்காக, ஆறு மாதங்களுக்கு முன்னால் அவனுக்கு ஒதுக்கிய வண்டி அவனிடமிருந்து பறிக்கப்

பட்டிருப்பதைக் கண்டான். ஆரம்பகால மனத் தடைகளிலிருந்து விரைவாக வெளிவந்த லியோனா காஸியானி, முதல் மூன்றாண்டு களில் மிகக் கவனமாகப் பாதுகாத்துவைத்திருந்த அனைத்தை யும் வெளியில் கொண்டுவந்தாள். அடுத்த மூன்றாண்டுகளில் அவள் அனைத்தையும் கட்டுப்பாட்டில் கொண்டுவந்தாள். அடுத்த நான்காண்டுகளில் அவள் தலைமைச் செயலாளர் பதவியின் வாசல்வரை வந்துவிட்டாள் என்றாலும், ஃப்ளோரென்டினோ அரிஸாவுக்கு ஒருபடி மட்டுமே கீழே இருந்ததால் அதில் நுழைய மறுத்துவிட்டாள். அதுவரை அவனுடைய கட்டளைகளுக்குக் கீழ்ப்படிந்து நடந்துவந்த அவள், அப்படியே தொடர விரும்பி னாள், உண்மை வேறாக இருந்தாலும்கூட. அவளுடைய கட்டளைகளுக்குக் கீழ்ப்படிந்தவன் ஃப்ளோரென்டினோ அரிஸாதான் என்பதை அவனே உணரவில்லை. அப்படித்தான் இருந்தது. மறைந்திருந்த எதிரிகளின் பொறிகளிலிருந்து தப்பிப்பதற்கு அவனுக்கு உதவ மேலாண்மைக் கழகத்தில் அவள் பரிந்துரைத்ததை நிறைவேற்றுவதைத் தவிர வேறெதையும் அவன் செய்யவில்லை.

ரகசியங்களைக் கையாள்வதில் பயங்கரத் திறமை கொண்டிருந்த லியோனா காஸியானி, இருக்க வேண்டிய இடத்தில் சரியான நேரத்தில் இருப்பது எப்படி என்பதை எப்போதும் தெரிந்துவைத்திருந்தாள். அவள் சுறுசுறுப்பாகவும் அமைதியாகவும் அறிவார்ந்த இனிமையோடும் இருந்தாள். ஆனால் தவிர்க்க முடியாத நேரங்களில், தன்னுடைய ஆன்மாவின் வலியோடு, திடமான இரும்புக் குணத்தின் கடிவாளங்களைத் தளர்த்தினாள். தன்னுடைய சொந்த பலத்தைச் சரியாகக் கணக்கிடாமல் ஃப்ளோரென்டினோ அரிஸா செல்ல நினைத்த இடம் வரையிலும் அவனை ஏற்றிவிட, வேறு வழி இல்லை யென்றால் ரத்தத்தைச் சிந்தியாவது படிக்கட்டுகளைத் துடைப்பதே அவளுடைய நோக்கமாக இருந்தது. அசைக்க முடியாத தன்னுடைய அதிகாரத்தின் சக்தியால், நிச்சயமாக, எப்படியும் அதைச் செய்திருப்பாள் என்றாலும், உண்மையான நன்றியுணர்ச்சியால் அதைச் செய்தாள் என்பதுதான் உண்மை. அவளுடைய செயல்களால் இருக்குமிடம் தெரியாமலிருந்த ஃப்ளோரென்டினோ அரிஸா, ஒரு துரதிர்ஷ்டமான கட்டத்தில் அவள் தன்னுடைய பாதையைத் தடுக்க முயற்சிப்பதாக நினைத்து அவளுடைய பாதையைத் தடுக்க முயலும் அளவுக்கு அவளுடைய உறுதிப்பாடு இருந்தது. லியோனா காஸியானி அவனை அவனுடைய இடத்தில் வைத்தாள்.

"தவறாக நினைக்க வேண்டாம். நீங்கள் விரும்பினால் எப்போது வேண்டுமென்றாலும் நான் இவற்றிலிருந்து விலகிக்

கொள்கிறேன். ஆனால் நன்றாகச் சிந்தித்துக்கொள்ளுங்கள்” என்றாள்.

உண்மையிலேயே அதுவரை அதைப் பற்றிச் சிந்தித்திருக்காத ஃப்ளோரென்டினோ அரிஸா, தன்னால் முடிந்தவரை நன்றாகச் சிந்தித்தான். தனது ஆயுதங்களை அவளிடம் ஒப்படைத்தான். உண்மை என்னவென்றால், நிரந்தர நெருக்கடியிலிருந்த நிறுவனத்தில் நடைபெற்ற மோசமான போருக்கு மத்தியில், படிப்படியாக அதிக நிச்சயமற்றதாக மாறிக்கொண்டிருந்த ஃபெர்மினா தாஸாவின் மாயைக்கும் தனது அமைதியற்ற பருந்துத்தனத்தின் பேரழிவுகளுக்கும் நடுவில், சண்டைக் காய்ச்சலில் மலத்தையும் காதலையும் பூசிக்கொண்டிருந்த அந்தத் துணிச்சலான கறுப்பினப் பெண்ணின் கண்கவர் காட்சிக்கு முன்னால், உணர்ச்சியற்ற ஃப்ளோரென்டினோ அரிஸா ஒரு நிமிடநேர மன அமைதியைக்கூடப் பெறவில்லை. ஜொலிக்கும் தங்கக் கட்டிகளைக் கொடுத்தாவது அவளோடு உறவுகொள்ளவும் தனது கொள்கைகளால் தன்னுடைய பின்புறத்தைத் துடைத்துக்கொள்ளவும் அவளைச் சந்தித்த அந்த மாலை நேரத்தில் அவன் நினைத்ததைப் போல உண்மையில் அவள் வேசியாக இல்லையே என்று பலமுறை ரகசியமாக வருந்தினான். ஆனால் அதே காட்டுத்தனமான அடர்சிவப்பு உடைகளோடும் பைத்தியக்காரத்தனமான தலைப்பாகையோடும் காதணிகளோடும் எலும்பு வளையல்களோடும் கழுத்தணிகளின் மூட்டையோடும் எல்லா விரல்களிலும் போலியான கற்கள் பதித்த மோதிரங்களோடும் தொடர்வண்டியில் அன்று மாலை இருந்ததைப் போலவே தெருவின் சிங்கமாக இருந்துவந்தாள் லியோனா காஸியானி. காலம் அவளிடம் ஏற்படுத்திய மிகச்சில மாற்றங்கள் அவளுக்கு நன்றாகவே பொருந்தின. அற்புதமான முதிர்ச்சியை அவள் அடைந்திருந்தாள். அவளுடைய பெண்மையின் வசீகரங்கள் தொந்தரவு செய்வதாக இருந்தன, முதிர்ச்சியுடன் அவளுடைய தீவிரமான ஆப்பிரிக்க உடல் அடர்த்தியாகிக்கொண்டிருந்தது. தொடக்கத்தில் தான் செய்த தவறுக்காகக் கடுமையான தவம் செய்த ஃப்ளோரென்டினோ அரிஸா, பத்து ஆண்டுகளாக அவளை மறுபடியும் அணுகவே இல்லை. அதைத் தவிர மற்றவை அனைத்திலும் அவள் அவனுக்கு உதவி செய்தாள்.

தனது தாயின் மரணத்திற்குப் பிறகு அடிக்கடி செய்ததைப் போல, ஒருநாள் இரவு நெடுநேரம்வரை வேலை செய்துவிட்டு, வெளியில் செல்லும் வழியில் இருந்தபோது ஃப்ளோரென்டினோ அரிஸா லியோனா காஸியானியின் அறையில் வெளிச்சத்தைக் கண்டான். தட்டாமல் கதவைத் திறந்தான். அங்கே அவள்

இருந்தாள். அவளை மேதாவியைப் போலக் காட்டிய புதிய கண்ணாடிகளுடன், தீவிரமாக, சிந்தனையில் ஆழ்ந்தபடி, மேஜையில் தனியாக இருந்தாள். வந்துசேர ஒரு மணிநேரத்திற்கும் மேல் ஆகக்கூடிய கப்பலின் சோகமான கர்ஜனை, இருண்ட கடலில் முடிவில்லாமல் நீளும் இரவு, தூங்கும் நகரம், வெறிச்சோடிக் கிடக்கும் கப்பல் துறைகள். வீட்டில் இருவரும் தனியாக இருப்பதை ஒரு ஆனந்தமான அச்சத்துடன் உணர்ந்தான் ஃப்ளோரென்டினோ அரிஸா. எல் காண்டிலாகோ சந்தில் அவன் செய்ததைப் போல, இப்போது தனது முழங்கால்களின் நடுக்கத்தைக் கவனித்துவிடக் கூடாது என்பதற்காக மட்டும், இரண்டு கைகளாலும் குடையின் மேல் சாய்ந்து நின்றான்.

"என் ஆன்மாவின் சிங்கமே லியோனா, எனக்கு ஒன்று சொல். இதிலிருந்து எப்போது நாம் வெளியில் வரப்போகிறோம்?" என்றான்.

வியப்படையாமல் கண்ணாடியைக் கழற்றிய அவள், முழுமையான கட்டுப்பாட்டோடு, தன்னுடைய பிரகாசமான சிரிப்பால் அவனைத் திகைக்கவைத்தாள். வா, போ என்று அவள் பேசியதே இல்லை.

"ஏய் ஃப்ளோரென்டினோ அரிஸா, இதைக் கேட்கத்தான் பத்து வருடமாக நான் இங்கே உட்கார்ந்திருக்கிறேன்" என்றாள்.

ஏற்கெனவே மிகவும் தாமதமாகிவிட்டது: கழுதை வண்டியில் அவளோடு பயணித்த சந்தர்ப்பம், அவள் உட்கார்ந்திருத்த அதே நாற்காலியில் அவளோடு எப்போதும் உட்கார்ந்திருந்தது என்றாலும் இப்போது நிரந்தரமாகப் போய்விட்டது. உண்மை என்னவென்றால், அவனுக்காகக் கேவலமான பல தந்திரங்களைச் செய்த பிறகு, அவனுக்காக அத்தனை அவலங்களைத் தாங்கிக்கொண்ட பிறகு, வாழ்க்கையில் அவள் அவனைவிட முந்தியிருந்தாள். அவனுடைய இருபதாண்டு வயது அனுகூலத்தைவிட அவள் மிகவும் முன்னால் சென்றுவிட்டாள்: அவளுக்கு அவனைவிட வயதாகிவிட்டது. அவனை ஏமாற்றுவதற்குப் பதிலாக மூர்க்கத்தனமாக அவனுக்குத் தெரியப்படுத்தினாலும் அவனைத் தொடர்ந்து நேசிக்குமளவுக்கு, அவனை மிகவும் விரும்பினாள்.

"வேண்டாம். இல்லாத மகனோடு படுத்துக்கொள்வதைப் போல எனக்குத் தோன்றும்" என்றாள்.

இது அவளுடைய இறுதியான பதிலாக இருக்காது என்ற ஐயம் ஃப்ளோரென்டினோ அரிஸாவுக்கு இருந்தது. ஒரு பெண் இல்லையென்று சொன்னால், அவள் இறுதி முடிவை எடுப்பதற்கு முன்பு வலியுறுத்த வேண்டுமென்று காத்திருக்கிறாள்

என்று அவன் கருதினாலும் அவளைப் பொறுத்தவரை அப்படி இல்லை. இரண்டாவது முறையாகத் தவறு செய்யும் அபாயத்தோடு அவனால் விளையாட முடியவில்லை. அவனுக்கு எளிதாக இல்லாத ஒருவிதமான பெருந்தன்மையோடும் நல்ல எண்ணத்தோடும் விலகிக்கொண்டான். அந்த இரவிலிருந்து அவர்களுக்கு இடையிலிருந்த இருட்டு எதுவாக இருந்தாலும் மனக்கசப்பு இல்லாமல் கரைந்துபோனது. இறுதியாக, படுத்துக்கொள்ளாமலேயே ஒரு பெண்ணோடு நட்பாக இருக்க முடியும் என்பதை ஃப்ளோரென்டினோ அரிஸா புரிந்து கொண்டான்.

ஃபெர்மினா தாஸாவின் ரகசியத்தைப் பகிர்ந்துகொள்ள ஃப்ளோரென்டினோ அரிஸா விரும்பிய ஒரே மனிதப் பிறவி லியோனா காஸியானி மட்டும்தான். அதைப் பற்றி அறிந்த சிலரும் தவிர்க்க முடியாத காரணங்களால் அதை மறக்கத் தொடங்கிவிட்டனர். சந்தேகத்திற்கு இடமில்லாமல் அவர்களில் மூன்று பேர் கல்லறைக்கே சென்றுவிட்டனர்: இறப்பதற்கு நெடுங்காலத்திற்கு முன்பே அவளைத் தனது நினைவிலிருந்து அழித்துவிட்ட அவனுடைய தாயார், கிட்டத்தட்ட மகளைப் போன்ற ஒரு பெண்ணின் பராமரிப்பில் நன்றாக வயதான பிறகு இறந்துபோன கலா ப்ளாசிடியா, தன்னுடைய வாழ்க்கையில் கிடைத்த முதல் காதல் கடிதத்தை வழிபாட்டுப் புத்தகத்திற்குள் மறைத்துவைத்துக் கொண்டுவந்த, இத்தனை ஆண்டுகளுக்குப் பிறகு இன்னும் உயிரோடிருக்க வாய்ப்பில்லாத, மறக்கவே முடியாத எஸ்கோலாஸ்டிகா தாஸா. அந்த நேரத்தில் உயிரோடு இருக்கிறாரா இறந்துவிட்டாரா என்று தெரியாத லொரென்ஸோ தாஸா, வெளியேற்றப்படுவதைத் தவிர்க்க முயன்ற சகோதரி ஃப்ரான்கா த லா லூசியிடம் அதைச் சொல்லியிருக்கலாம் என்றாலும் அவர்கள் அதை பிறருக்கு வெளிப்படுத்தியிருக்க வாய்ப்பில்லை. எஞ்சி இருந்தது தங்களின் முழுப்பெயர், முகவரியுடன் தந்திகளைக் கையாண்ட தொலைதூர ஹில்டெப்ராண்டா சான்சேஸின் மாகாணத்தின் பதினோரு தந்திக்காரர்கள். பிறகு ஹில்டெப்ராண்டா சான்சேஸும் அவளுடைய அடக்க முடியாத உறவுப் பெண்களின் கூட்டமும்தான்.

டாக்டர் குவெனல் உர்பினோவையும் கணக்கில் சேர்த்துக்கொள்ள வேண்டுமென்பது ஃப்ளோரென்டினோ அரிஸாவுக்குத் தெரியாது. தொடக்கக் காலத்தில் அவளுடைய வருகைகளில் ஒன்றில் அந்த ரகசியத்தை அவருக்குச் சொன்னாள் ஹில்டெப்ராண்டா சான்சேஸ். ஆனால் அவள் நினைத்ததைப் போலப் போகிறபோக்கில் பொருத்தமில்லாத சந்தர்ப்பத்தில் சொன்னதால், டாக்டர் உர்பினோ ஒரு காதில் வாங்கி மறு காதில் அதை விட்டுவிடவில்லை. மாறாக, அது அவர் காதில்

கொஞ்சம்கூட நுழையவே இல்லை. அவளைப் பொறுத்தவரை கவிதைப் போட்டிகளில் வெற்றிபெற வாய்ப்புள்ள, வெளியில் தெரியாத கவிஞர்களில் ஒருவன் என்று ஃப்ளோரென்டினோ அரிஸாவைப் பற்றிக் குறிப்பிட்டாள் ஹில்டெப்ராண்டா. அவன் யார் என்பதை நினைவில் வைத்துக்கொள்வது டாக்டர் உர்பினோவுக்குச் சிரமமாக இருந்தது. திருமணத்திற்கு முன்பு ஃபெர்மினா தாஸாவுக்கு இருந்த ஒரே காதலன் அவன்தான் என்பதைத் தேவையில்லாமல் என்றாலும், துளிக்கூடக் கெட்ட எண்ணம் இல்லாமல் அவரிடம் சொன்னாள். இதயத்தைத் தொடுவதாக இருந்த அந்தக் காதல் மிகவும் அப்பாவித்தன மானது, தற்காலிகமானது என்று அவரிடம் நம்பிக்கையோடு தெரிவித்தாள். அவளைப் பார்க்காமல் டாக்டர் உர்பினோ பதிலளித்தார்: "அப்படிப்பட்ட ஒருவன் கவிஞனாக இருப்பான் என்று எனக்குத் தோன்றவில்லை." அவருடைய தொழில் மற்ற பல விஷயங்களோடு மறதியைக் கையாளும் நெறிமுறைக்கு அவரைப் பழக்கப்படுத்தியிருந்ததால், அந்தக் கணமே அதை நினைவிலிருந்து அழித்துவிட்டார்.

தன்னுடைய தாயைத் தவிர, ரகசியத்தைக் காத்த அனைவரும் ஃபெர்மினா தாஸாவின் உலகத்தைச் சேர்ந்தவர்கள் என்பதை ஃப்ளோரென்டினோ அரிஸா கவனித்தான். பல சமயங்களில் பகிர்ந்துகொள்ள வேண்டிய பெரும் சுமையோடு தனக்காக அவள் மட்டுமே இருந்தாள் என்றாலும், அதன்பிறகு அந்த அளவுக்கு நம்பிக்கைவைக்கத் தகுதியுள்ள யாரும் அவனுக்கு இல்லை. சாத்தியமுள்ள ஒருத்தி லியோனா காஸியானி மட்டும்தான். அவளுக்குக் கிடைக்காதது வழியும் வாய்ப்பும்தான். பிற்பகல் மூன்று மணி வெப்பத்தைத் தாங்கிக்கொள்ள ஒவ்வொரு படியிலும் சற்று இளைப்பாறி, சி.எஃப்.சி.யின் செங்குத்தான படிகளில் டாக்டர் குவெனல் உர்பினோ ஏறிவந்த கடுமையான கோடைகாலத்தின் பிற்பகலில் அவன் அதைப் பற்றி நினைத்துக்கொண்டிருந்தான். கால்சட்டைவரையிலும் வியர்வையில் நனைந்தபடி ஃப்ளோரென்டினோ அரிஸாவின் அலுவலகத்திற்குத் திடீரென்று வந்த அவர், கடைசி மூச்சோடு, ஒரு சூறாவளி நம்மை நோக்கி வருகிறது என்று நினைக்கிறேன் என்றார். சிற்றப்பா பன்னிரண்டாம் லூயியைத் தேடி அவர் பலமுறை அங்கு வந்திருப்பதை ஃப்ளோரென்டினோ அரிஸா பார்த்திருக்கிறான் என்றாலும், அந்தத் தேவையற்ற வருகைக்கும் தன்னுடைய வாழ்க்கைக்கும் ஏதோ தொடர்பிருக்கிறது என்ற தெளிவான எண்ணம் அதுவரை அவனுக்கு இருந்ததில்லை.

தனது கலை சார்ந்த ஆக்கங்களுக்கு ஆதரவு தேடிக் கையில் தொப்பியோடு ஒரு பிச்சைக்காரனைப் போல வாசல் வாசலாக அலைந்த டாக்டர் குவெனல் உர்பினோ தொழிலின் தடைகளைக்

கடந்து வந்த காலமும் அதுதான். அவருக்கு எப்போதும் மிகவும் தொடர்ந்தும் தாராளமாகவும் பங்களிப்புச் செய்துவந்தவர்களில் ஒருவரான சிற்றப்பா பன்னிரண்டாம் லூயி, மேஜையில் சுழல் நாற்காலியில் உட்கார்ந்தபடி தனது தினசரி பத்து நிமிடப் பிற்பகல் தூக்கத்தை அப்போதுதான் தொடங்கியிருந்தார். சிற்றப்பா பன்னிரண்டாம் லூயியின் அலுவலகத்தை ஒட்டி யிருந்த, ஒருவகையில் அவருடைய வரவேற்பு அறையாகச் செயல்பட்ட தனது அலுவலகத்தில் காத்திருக்குமாறு டாக்டர் குவெனல் உர்பினோவைக் கேட்டுக்கொண்டான் ஃப்ளோரென்டினோ அரிஸா.

பல சந்தர்ப்பங்களில் ஒருவரை ஒருவர் பார்த்திருகிறார்கள் என்றாலும் அவர்கள் இப்படி நேருக்கு நேராகச் சந்தித்துக் கொண்டதில்லை. தாழ்வு மனப்பான்மையால் குமட்டலில் மறுபடியும் அவதிப்பட்டான் ஃப்ளோரென்டினோ அரிஸா. முடிவில்லாததாகத் தோன்றிய பத்து நிமிடத்தில், நேரத்திற்கு முன்பாகவே சிற்றப்பா எழுந்துவிடுவார் என்ற நம்பிக்கையில் மூன்று முறை எழுந்த அவன் முழு தெர்மோஸ் கறுப்புக் காப்பியையும் குடித்துவிட்டான். டாக்டர் உர்பினோ ஒரு கோப்பையைக்கூட ஏற்றுக்கொள்ளவில்லை. “காப்பி விஷம்” என்றார். அவன் கேட்கிறானா என்றுகூடக் கவலைப்படாமல் ஒரு தலைப்போடு இன்னொரு தலைப்பைச் சங்கிலியாக்கிப் பேசிக்கொண்டிருந்தார். அவருடைய இயல்பான தனித்துவத்தை யும் சொற்களின் நுட்பத்தையும் பாய்ச்சலையும் நுட்பமான கற்பூர வாசனையையும் தனிப்பட்ட கவர்ச்சியையும் அவர் பேசியதாலேயே அவசியமானதாகத் தோன்றிய மிக அற்பமான வாக்கியங்களையும் அவர் உருவாக்கிய எளிமையான நேர்த்தி யான வழியையும் ஃப்ளோரென்டினோ அரிஸாவால் பொறுத்துக் கொள்ள முடியவில்லை. திடீரென்று பேச்சை மாற்றினார் டாக்டர்.

“உனக்கு இசை பிடிக்குமா?”

அது அவனை வியப்பில் ஆழ்த்தியது. உண்மையில் நகரத்தில் நடந்த அத்தனை இசை நிகழ்ச்சிகளிலும் அல்லது ஆபராக்களிலும் ஃப்ளோரென்டினோ அரிஸா கலந்து கொண்டான் என்றாலும், இசை குறித்த அறிவார்ந்த அல்லது விவேகமான உரையாடலை நடத்தும் திறமை தனக்கு இருப்பதாக அவன் நினைக்கவில்லை. நவீன இசை, குறிப்பாக ரகசியமான பாடல் வரிகளைக் கொண்ட அல்லது இளமைப் பருவத்தில் அவனே இசைத்த பாடல்களோடு தொடர்புடைய உணர்ச்சிமயமான வால்ட்ஸ் இசை அவனுக்கு மிகவும் பிடிக்கும் என்பதை மறுக்க முடியாது. போகிறபோக்கில் ஒருமுறை கேட்டாலே போதும்; முழு இரவுகளுக்கும் மெல்லிசையின்

இழையை அவனுடைய தலையிலிருந்து எந்தக் கடவுளாலும் அகற்ற முடியாது. ஆனால் ஒரு நிபுணரிடமிருந்து வெளிவந்த தீவிரமான கேள்விக்கான தீவிரமான பதிலாக அது இருக்க முடியாது.

"எனக்குக் கார்டேலைப்[8] பிடிக்கும்" என்றான்.

டாக்டர் உர்பினோவுக்குப் புரிந்துவிட்டது. "அப்படியா! அவர்தான் இப்போது பிரபலம்" என்றார். முறையான மானியம் இல்லாமல் வழக்கம்போலச் செயல்படுத்த வேண்டிய தனது பல புதிய திட்டங்களை நினைத்துப்பார்க்கத் தொடங்கினார். முந்தைய நூற்றாண்டின் அற்புதங்களையும் இப்போது கொண்டுவர முடிந்த நிகழ்ச்சிகளின் மனவருத்தம் தரக்கூடிய தாழ்வான நிலையையும் சுட்டிக்காட்டினார். கார்டோட் – காசல்ஸ் – திபாட் மூவரையும் மேடையேற்ற மூன்று வருடமாக டிக்கெட் விற்றுக்கொண்டிருந்தார், அவர்களைப் பற்றித் தெரிந்தவர்கள் அரசாங்கத்தில் யாருமில்லை. அதே மாதத்தில் ரமோன் கரால்ட் போலீஸ் நாடகக் கம்பெனிக்கும் டான் மனோலா த லா ப்ரெசாவின் ஆபரேட்டா மற்றும் சர்சுவேலா கம்பெனிக்கும் மின்னலடிக்கும் நேரத்தில் மேடையில் உடை மாற்றிய விவரிக்க முடியாத, அற்புதமான மிமிக்ரி கலைஞர்கள், மாற்றுப் பாலினத்தவர்களின் சண்டனேலாக்களுக்கும் முன்னாள் ஃபோலிஸ் பெர்கரே நடனக் கலைஞராகத் தன்னை விளம்பரப்படுத்திக்கொண்ட டேனிஸ் டி ஆல்டைனுக்கும் போரிடும் காளையுடன் கைகோத்துப் போராடிய பாஸ்க் பைத்தியக்காரனுக்கும் அருவருப்பான உர்சுக்கும்கூட டிக்கெட்டுகள் விற்றுத்தீர்த்தன. குறை சொல்வதற்காக இல்லையென்றாலும், அரை நூற்றாண்டில் ஒன்பது உள்நாட்டுப் போர்களுக்குப் பிறகு நாம் நிம்மதியாக வாழத் தொடங்கும்போது, காட்டுமிராண்டித்தனமான போரின் மோசமான உதாரணத்தை மறுபடியும் அதே ஐரோப்பியர்கள் கொடுத்தால், அது நன்கு திட்டமிடப்பட்ட ஒன்றாகத்தான் இருக்க முடியும் என்றார் டாக்டர். அந்த வசீகரிக்கும் பேச்சில் ஃப்ளோரென்டினோ அரிஸாவின் கவனத்தை அதிகம் ஈர்த்தது, டாக்டர் குவெனல் உர்பினோ கடந்த காலத்தில் உருவாக்கிய முயற்சிகளில் மிகப் பிரபலமானதும் நீடித்ததுமான, கவிதைத் திருவிழாவுக்குப் புத்துயிர் அளிப்பதற்கான சாத்தியம்தான். நாட்டின் பிற பகுதிகளிலிருந்து மட்டுமில்லாமல், மற்ற கரீபியத் தீவுகளிலிருந்தும் வந்த பெரிய பெயர் கொண்ட கவிஞர்களின் ஆர்வத்தை ஈர்க்கும்

8. கார்லோஸ் கார்டெல் (Carlos Gardel): இருபதாம் நூற்றாண்டின் முற்பகுதியில் உலக அளவில் பிரபலமடைந்திருந்த அர்ஜெண்டினா நாட்டின் பாடகர்; அடித்தட்டு மக்களிடையே உருவான டேங்கோ (Tango) இசையில் விற்பன்னராகத் திகழ்ந்தவர்.

அந்த வருடாந்தரப் போட்டியில் தவறாமல் பங்கேற்றதை அவரிடம் சொல்லாமலிருக்க அவன் பல்லைக் கடித்துக்கொள்ள வேண்டியிருந்தது.

உரையாடல் தொடங்கிய சிறிது நேரத்திலேயே காற்றின் வெப்பம் திடீரென்று குளிர்ந்தது. எதிர்க்காற்றின் புயல் கதவுகளையும் ஜன்னல்களையும் பலத்த சத்தத்தோடு ஆட்டியது. அலையும் படகைப் போல அலுவலகம் தனது அடித்தளங்கள் வரையிலும் கிரீச்சிட்டது. டாக்டர் குவெனல் உர்பினோ அதைக் கவனித்ததாகத் தெரியவில்லை. ஜூன் மாதத்தின் வெறித்தனமான மற்ற சூறாவளிகளைப் பற்றிப் பேசிக்கொண்டிருந்த அவர், அது நினைவுக்கு வராததால், திடீரென்று தன்னுடைய மனைவியைப் பற்றிப் பேசினார். தனது உற்சாகமான கூட்டாளியாக மட்டுமின்றித் தன்னுடைய முயற்சிகளின் ஆன்மாவாகவும் அவளை வைத்திருந்தார். "அவள் இல்லையென்றால் நான் ஒன்றுமில்லை" என்றார். குரல் காட்டிக் கொடுத்துவிடும் என்ற அச்சத்தில் ஒன்றும் சொல்லத் துணியாமல், லேசான தலையசைவுகளோடு அனைத்தையும் ஆமோதித்தபடி, உணர்ச்சிவசப்படாமல் அதைக் கேட்டுக்கொண்டிருந்தான் ஃப்ளோரென்டினோ அரிஸா. இருந்தாலும்கூட, அத்தனை கடுமையான பணிகளுக்கிடையிலும் கிட்டத்தட்டத் தன்னைப் போலவே அவருடைய மனைவியைப் போற்ற அவரும் நேரம் வைத்திருக்கிறார் என்பதைப் புரிந்து கொள்ள மேலும் இரண்டு மூன்று வாக்கியங்களே அவனுக்குப் போதுமானதாக இருந்தன. அந்த உண்மை அவனைத் திகைக்கவைத்தது. ஆனால் இதயத்தால் மட்டுமே செய்யக்கூடிய வேசித்தனமான தந்திரங்களில் ஒன்றை அவனுடைய இதயம் அப்போது செய்ததால், அவன் விரும்பியபடி எதிர்வினை ஆற்ற முடியவில்லை. தனிப்பட்ட எதிரியாகக் கருதிய இந்த மனிதரும் தானும் ஒரே விதியால் பாதிக்கப்பட்டவர்கள், ஒரே ஆசையைத் தற்செயலாகப் பகிர்ந்துகொண்டவர்கள், ஒரே நுகத்தடியில் பூட்டப்பட்ட இரண்டு விலங்குகள் என்பதை உணர்ந்துகொண்டான். காத்துக்கொண்டிருந்த இருபத்தேழு முடிவற்ற ஆண்டுகளில் முதல்முறையாக, தான் மகிழ்ச்சியாக இருக்க வேண்டும் என்பதற்காக, அந்தப் போற்றத்தக்க மனிதர் இறக்க வேண்டும் என்ற வலியின் வேதனையை ஃப்ளோரென்டினோ அரிஸாவால் பொறுத்துக்கொள்ள முடியவில்லை.

சூறாவளி கடந்து சென்றுவிட்டாலும், சதுப்பு நிலத்தின் சுற்றுப்புறங்களைப் பதினைந்து நிமிடங்களில் புரட்டிப் போட்ட அதன் வடமேற்குக் காற்று, பாதி நகரத்தில் அழிவை ஏற்படுத்தியிருந்தது. சிற்றப்பா பன்னிரண்டாம் லூயியின்

தாராளத்தால் மீண்டும் ஒருமுறை திருப்தியடைந்த டாக்டர் குவெனல் உர்பினோ, மழை முழுவதும் நிற்கும்வரை காத்திருக்காமல், வண்டிவரை கொண்டுசெல்ல இரவல் கொடுத்த ஃப்ளோரென்டினோ அரிஸாவின் குடையைக் கவனக்குறைவாகக் கொண்டுபோய்விட்டார். ஆனால் அவனுக்கு அது முக்கியமாகப் படவில்லை. மாறாக, குடையின் உரிமையாளர் யாரென்று தெரியும்போது ஃபெர்மினா தாஸா என்ன நினைப்பாள் என்று நினைத்து மகிழ்ச்சியடைந்தான். லியோனா காஸியானி தனது அலுவலகத்தைக் கடந்தபோது, சந்திப்பின் அதிர்ச்சியிலிருந்து இன்னமும் விடுபடாத அவனுக்கு, மேலும் சுற்றிவராமல் அவளிடம் ரகசியத்தைத் தெரிவிக்க அதுதான் ஒரே வாய்ப்பாகத் தோன்றியது. இப்போது இல்லையென்றால் எப்போதும் இல்லை. டாக்டர் குவெனல் உர்பினோவைப் பற்றி என்ன நினைக்கிறாய் என்று தொடங்கினான். கிட்டத்தட்ட யோசிக்காமல் அவள் பதிலளித்தாள்: "அவர் பல வேலைகளை, ஒருவேளை தேவைக்கு அதிகமான வேலைகளைச் செய்பவர் என்றாலும், அவர் என்ன நினைக்கிறார் என்று யாருக்கும் தெரியாது என்று நினைக்கிறேன்" என்றாள். பிறகு, வளர்ந்த கறுப்பினப் பெண்ணின் பெரிய கூர்மையான பற்களால் பென்சிலின் ரப்பரைக் கடித்தபடி யோசித்த அவள், கடைசியில் தான் கவலைப்படாத ஒரு விஷயத்தைப் பற்றிப் பேசுவதை முடித்துக்கொள்ளத் தோள்களைக் குலுக்கினாள்.

"ஒருவேளை அதனால்தான் அவர் அத்தனை வேலைகளைச் செய்கிறார்" என்றாள். "சிந்திக்க வேண்டியதில்லை என்பதற்காக."

ஃப்ளோரென்டினோ அரிஸா அவளைப் போகவிடாமல் தடுக்க நினைத்தான்.

"அவர் செத்தாக வேண்டும் என்பது எனக்கு வேதனையாக இருக்கிறது" என்றான்.

"உலகத்தில் இருக்கும் எல்லோருமே ஒருநாள் சாகத்தான் வேண்டும்" என்றாள் அவள்.

"ஆமாம். ஆனால் உலகத்திலிருக்கும் மற்ற அனைவரையும் விட, அவர் செத்துப்போக வேண்டும்" என்றான் அவன்.

அவளுக்கு ஒன்றும் புரியவில்லை: ஒன்றும் சொல்லாமல் தோள்களைக் குலுக்கிய அவள், போய்விட்டாள். எப்போது என்று தெரியாத ஒரு எதிர்கால இரவில், ஃபெர்மினா தாஸாவோடு ஒரு மகிழ்ச்சியான படுக்கையில், தெரிந்துகொள்ளும் உரிமையை ஈட்டியிருந்த பெண்ணிடம்கூடத் தன்னுடைய காதலின் ரகசியத்தைச் சொல்லவில்லை என்று சொல்லப்போவதை அப்போது நினைத்துப் பார்த்தான் ஃப்ளோரென்டினோ

அரிஸா. இல்லை. லியோனா காஸியானியிடம்கூட அதைச் சொல்லப்போவதில்லை. தனது நீண்ட வாழ்நாளின் பாதிவரை அத்தனை நன்றாகப் பாதுகாத்து வைத்திருந்த இதயத்தைத் திறக்கும் வழி மறந்துவிட்டதை அப்போதுதான் உணர்ந்து கொண்ட காரணத்தால்தானே தவிர, திறந்துகாட்ட விரும்பாத காரணத்தால் அல்ல.

இருந்தாலும், அந்த மாலைப்பொழுதில் மிகவும் அதிர்ச்சி யளிப்பதாக இருந்தது அது மட்டுமில்லை. ஆண்டிலியச் சுற்றுப்புறத்தில் ஒவ்வொரு ஏப்ரல் மாதம் 15ஆம் தேதியும் அதன் கர்ஜனை எதிரொலித்த கவிதைத் திருவிழாவின் உயிர்ப்பான நினைவுகளில் தன்னுடைய இளமைக் காலத்தைப் பற்றிய ஏக்கத்துடன் இருந்தான். அவன் எப்போதும் அதன் கதாநாயகர்களில் ஒருவனாக இருந்தான் என்றாலும், கிட்டத்தட்ட அனைத்திலும் இருந்ததைப் போலவே அதிலும் எப்போதும் ரகசியக் கதாநாயகனாகவே இருந்தான். இருபத்து நான்கு ஆண்டுகளுக்கு முன்பு, அதன் தொடக்கப் போட்டி யிலிருந்து கலந்துகொண்டான் என்றாலும் கடைசி ஆறுதல் பரிசைக்கூடப் பெற்றதில்லை. போட்டி அவனுக்குக் கூடுதலான ஒரு ஈர்ப்பைக் கொண்டிருந்தது என்பதால்தானே தவிர, பரிசுபெறும் லட்சியத்திற்காக அதைச் செய்யவில்லை என்பதால் அவன் அதைப் பொருட்படுத்தவில்லை. முதல் அமர்வில் மெழுகால் மூடப்பட்ட உறைகளைத் திறந்து வெற்றி பெற்றவர் களின் பெயரை அறிவித்தது ஃபெர்மினா தாஸா. அப்போதிலிருந்து, அடுத்துவரும் ஆண்டுகளிலும் அவளே அறிவிக்கும் வழக்கம் நிலைத்துவிட்டது.

கச்சேரி இருக்கையின் இருட்டில் மறைந்திருந்து, ஏக்கத்தின் சக்தியால் பொத்தான் துளையில் துடித்த உயிருள்ள கமேலியாப் பூவோடு, பழைய நேஷனல் தியேட்டர் மேடையில் முதல் போட்டியின் இரவில், ஃபெர்மினா தாஸா முத்திரையிட்ட மூன்று உறைகளைத் திறப்பதைப் பார்த்துக்கொண்டிருந்தான் ஃப்ளோரென்டினோ தாஸா. தங்க ஆர்க்கிட் பரிசை வென்றவன் அவன்தான் என்று தெரியவரும்போது அவளுடைய இதயத்தில் என்ன நடக்கும் என்பதை நினைத்துப்பார்த்தான். அந்தக் கையெழுத்தை அவளால் அடையாளம்காண முடியு மென்றும் அந்தக் கணத்தில் பூங்காவின் பாதாம் மரத்தடியில் மாலை நேரத்தில் பூத்தையல் செய்ததையும் கடிதங்களின் வாடிய கார்டேனியாப் பூக்களின் வாசனையையும் காற்று வீசிய அதிகாலை நேரங்களில் முடிசூடப்பட்ட தெய்வத்தின் ரகசிய செரினேடுப் பாடல்களையும் நினைத்துக்கொள்வாள் என்றும் அவன் உறுதியாக நம்பினான். அது நடக்கவில்லை. அதைவிட மோசமாக நடந்தது. குடியேறிய சீனர் ஒருவருக்கு தேசியக்

கவிஞர்கள் பெருமையாக நினைக்கும் தங்க ஆர்க்கிட் விருது வழங்கப்பட்டது. அந்த அசாதாரணமான முடிவு ஏற்படுத்திய அவதூறு போட்டியின் நேர்மையைக் கேள்விக்குள்ளாக்கியது. ஆனால் தீர்ப்பு நியாயமானதாக இருந்தது. சான்னெட்டின்[9] சிறப்பைப் பற்றிய நடுவர்களின் கருத்துக்குச் சரியான காரணம் இருந்தது.

முதல் பரிசை வென்ற கவிஞர் சீனராக இருப்பாரென்று யாராலும் நம்ப முடியவில்லை. இரண்டு பெருங்கடல்களையும் இணைக்கும் ரயில்பாதை கட்டுமானத்தின்போது பனாமாவைத் தாக்கிய மஞ்சள் காய்ச்சலிலிருந்து தப்பித்துக் கடந்த நூற்றாண்டின் இறுதியில் வந்துசேர்ந்து, வாழ்நாள் முழுவதும் இங்கேயே தங்கிவிட்ட மற்ற பலரோடு சேர்ந்து, சீன மொழியில் வாழ்ந்து, சீன மொழியில் பல்கிப் பெருகிய அவர்கள், யாராலும் பிரித்தறிய முடியாதபடி ஒருவரை ஒருவர் ஒத்திருந்தார்கள். அவர்களுடைய மனைவியரோடும் குழந்தைகளோடும் உணவாகப் பயன்பட்ட நாய்களோடும் பத்துப் பேருக்குமேல் இருந்திருக்க மாட்டார்கள் என்றாலும், சுங்கப் பதிவேடுகளில் தடயமெதுவும் இல்லாமல் நாட்டில் நுழைந்த எதிர்பாராத புதிய சீனர்களோடு சேர்ந்து, சில ஆண்டுகளுக்குள் துறைமுகத்தின் புறநகர்ப் பகுதிகளிலிருந்த நான்கு சந்துகளில் நிரம்பி வழிந்தார்கள். சில இளைஞர்கள், வயதாக எப்படி நேரம் கிடைத்தது என்பதை ஒருவராலும் விளங்கிக்கொள்ள முடியாத அளவுக்கு, அத்தனை அவசரமாக மதிப்பிற்குரிய தலைவர்களாக ஆனார்கள். மக்களின் பார்வை அவர்களை நல்ல சீனர்கள், கெட்ட சீனர்கள் என இரண்டு வகுப்புகளாகப் பிரித்தது. துறைமுகத்தின் இருண்ட விடுதிகளில் வசித்த, அரசனைப் போல அங்கேயே சாப்பிட்ட, தட்டில் சூரிய காந்தியோடு எலிக்கறியின் முன்னால் மேசையில் திடீரென்று உயிரை விட்டவர்கள், வெள்ளை அடிமைத்தனத்துக்கும் எல்லா வகையான கடத்தல்களுக்குமான திரைகளே தவிர வேறில்லை என்று சந்தேகிக்கப்பட்டவர்கள் கெட்டவர்கள். அண்மையில் செய்த நற்கருணை ரொட்டியைப் போல காலர்களையும் கைப்பட்டைகளையும் சலவை செய்து புதியது போன்ற மிகச் சுத்தமான சட்டைகளைத் திருப்பிக் கொடுத்த சலவைக் கடைகளின் சீனர்கள், புனிதமான அறிவியலின் வாரிசுகள், நல்லவர்கள். நன்கு பயிற்சிபெற்ற எழுபத்திரண்டு போட்டியாளர்களைக் கவிதைத் திருவிழாவில் தோற்கடித்தவர் நல்ல சீனர்களில் ஒருவர்.

ஃபெர்மினா தாஸா குழப்பத்தோடு அந்தப் பெயரைப் படித்தபோது அசாதாரணப் பெயராக இருந்ததோடு, எப்படி

9. பதினான்கு வரிகளைக்கொண்ட பாடல்

இருந்தாலும் சீனர்களின் பெயர்கள் எப்படி இருக்கும் என்பதும் உறுதியாகத் தெரியாததாலும், யாருக்கும் அது புரியவில்லை. நேரமாக வீட்டிற்குத் திரும்பும்போது சீனர்கள் சிந்தும் அந்தத் தெய்வீகப் புன்னகையோடு வெற்றிபெற்ற சீனர் மேடையின் பின்பக்கத்திலிருந்து வெளிப்பட்டதால், அதைப்பற்றி அதிகம் சிந்திக்கத் தேவையில்லை. வெற்றிபெறுவதில் உறுதியாக இருந்த அவர், வசந்தகாலச் சடங்குகளின் மஞ்சள் பட்டுச் சட்டையில் விருதுபெறத் தயாராக வந்திருந்தார். நம்ப முடியாத பார்வையாளர்களின் இடிமுழக்கம் போன்ற கேலிகளுக்கு மத்தியில், பதினெட்டு கேரட் தங்க ஆர்கிட்டைப் பெற்றுக் கொண்ட அவர், அதற்குப் பேரின்ப முத்தம் கொடுத்தார். அவர் அசையவில்லை. நம்முடைய நாடகத்தனத்தைவிடக் குறைவான நாடகத்தனம் கொண்ட தெய்வீகக் கருணையின் அப்போஸ்தலரைப் போலக் கலங்காமல், மேடையின் மையத்தில் காத்திருந்த அவர், முதலில் ஏற்பட்ட அமைதியில் வெற்றிக் கவிதையை வாசித்தார். அது யாருக்கும் புரியவில்லை. ஆனால் புதிதாக எழுந்த சரமாரியான விசில்கள் ஓய்ந்ததும், உணர்ச்சிவசப்படாத ஃபெர்மினா தாஸா, தனது கரகரப்பான, வசீகரமான குரலில் அதை மீண்டும் படித்தபோது, முதல் வரியிலிருந்தே வியப்பு மேலிட்டது. அந்த மிகத் தூய்மையான பர்னாசியப் பாரம்பரியத்தின் குறுங்கவிதை, அதன் வழியாக வீசிய உத்வேகத்தின் தென்றலால் திறமையானதொரு கரத்தின் உடந்தையைக் காட்டிக்கொடுத்தது. கவிதைத் திருவிழாவைக் கேலி செய்வதற்காகப் பெருங்கவிஞர்களில் யாரோ ஒருத்தி அந்த நகைச்சுவையைக் கற்பனை செய்தாள் என்பதுதான் சாத்தியமான ஒரே விளக்கமாக இருக்கும். சாகும்வரை அதன் ரகசியத்தைக் காக்க வேண்டும் என்ற உறுதியோடு அந்தச் சீனர் அவளுக்குக் கடன்பட்டிருந்தார். நம்முடைய பாரம்பரியச் செய்தித்தாளான வணிகத் தினசரி, கரீபியனில் சீனர்களின் பழமையையும் கலாச்சாரச் செல்வாக்கையும் கவிதைப் போட்டிகளில் பங்குபெற அவர்களுடைய தகுதியான உரிமையையும் பற்றி, அறிவார்ந்த, நன்றாக ஜீரணிக்க முடியாத கட்டுரைமூலம் மக்களிடம் மரியாதையைச் சரிக்கட்ட முயன்றது. நான்தான் எழுதினேன் என்று சொன்னவர்தான் உண்மையில் அந்தக் குறுங்கவிதையின் ஆசிரியர் என்பதைச் சந்தேகப்படாத கட்டுரையாளர், தலைப்பிலேயே நேரடியாக அதை நியாயப்படுத்தினார்: "அனைத்துச் சீனர்களும் கவிஞர்கள்தான்." சதியைத் தூண்டியவர்கள் யாராவது இருந்தால் அவர்கள் தங்கள் ரகசியத்தோடு கல்லறைகளில் அழுகிப் போனார்கள். ஒப்புதல் வாக்குமூலம் கொடுக்காமல், ஆனால் கவிஞராக அறியப்பட வேண்டுமென்ற தன்னுடைய ஏக்கத்தை மட்டும் வாழ்க்கையில் சாதிக்காத

கசப்போடு, கீழைத்தேய வயதில் இறந்துபோன விருதுபெற்ற சீனர், தங்க ஆர்க்கிட்டோடு புதைக்கப்பட்டார். அவருடைய மரணத்தையொட்டி, கவிதைத் திருவிழாவில் மறக்கப்பட்ட சம்பவம் குறித்துப் பத்திரிகைகளில் மீண்டும் எழுதப்பட்டது. தங்கக் கதிர்களோடு உருண்டு திரண்ட கன்னிப் பெண்களின் நவீன ஓவியத்துடன் அந்தக் குறுங்கவிதை மறுபடியும் அச்சிடப் பட்டது. கவிதையின் காவல் தெய்வங்கள் விஷயங்களை அதனதன் இடத்தில் வைக்க அந்தச் சந்தர்ப்பத்தைப் பயன்படுத்திக்கொண்டார்கள். புதிய தலைமுறைக்கு அந்தக் கவிதை மிகவும் மோசமானதாகத் தோன்றியதால், அது இறந்தபோன சீனரால்தான் எழுதப்பட்டது என்பதில் அவர்களுக்குச் சந்தேகம் இருக்கவில்லை.

ஃப்ளோரென்டினோ அரிஸா எப்போதும் அந்த அவதூறைத் தனக்குப் பக்கத்தில் உட்கார்ந்திருந்த செழுமையான அந்நியப் பெண்ணின் நினைவோடு தொடர்புபடுத்தி வைத்திருந்தான். நிகழ்ச்சியின் தொடக்கத்தில் அவளைக் கவனித்தான் என்றாலும் எதிர்பார்ப்போடு காத்திருந்த அச்சத்தில் அவளை மறந்துவிட்டான். அவளுடைய முத்தைப் போன்ற வெண்மை, மகிழ்ச்சியான குண்டுப் பெண்ணின் வாசனை, செயற்கை மாக்னோலியா மலரைச் சூடிய அபரிமிதமான மார்பகம் ஆகியவற்றால் அவனது கவனத்தை அவள் ஈர்த்தாள். தன்னுடைய ஆர்வமான, சூடான கண்களைப் போலவே இறுக்கமான கறுப்பு வெல்வெட் ஆடையை அணிந்திருந்தாள். நாடோடிப் பெண்ணின் கொண்டை ஊசியோடு கழுத்து வளைவில் தொங்கிய தலைமுடி இன்னும் கறுப்பாக இருந்தது. தொங்கும் காதணிகளையும் அதற்குப் பொருத்தமான நெக்லஸையும் பல விரல்களில் அணிந்திருந்த அனைத்திலும் பளபளப்பான கல் பதித்த மோதிரங்களையும் வலது கன்னத்தில் பென்சிலால் வரையப்பட்ட மச்சத்தையும் கொண்டிருந்தாள். கடைசியான கரவொலியின் குழப்பத்தில், ஃப்ளோரென்டினோ அரிஸாவை அவள் உண்மையான வருத்தத்தோடு பார்த்தாள்.

"நம்பு, நான் மனமார உன்னை விரும்புகிறேன்" என்றாள் அவனிடம்.

உண்மையாகவே தகுதிக்குரிய வருத்தத்தால் அல்லாமல் தனது ரகசியம் யாருக்கோ தெரிந்திருக்கிறதே என்ற திடுக்கிடலால் ஃப்ளோரென்டினோ அரிஸாவுக்கு வியப்பாக இருந்தது. "உறைகளைத் திறந்தபோது உனது கோட்டில் செருகியிருந்த பூ நடுங்கிய விதத்திலிருந்து என்னால் புரிந்துகொள்ள முடிந்தது" என்று அவள் தெளிவுபடுத்தினாள். தன்னுடைய கையில்

வைத்திருந்த வெல்வெட் மாக்னோலியா மலரை அவனிடம் காட்டிய அவள், தனது இதயத்தைத் திறந்தாள்:

"அதனால்தான் என்னுடையதை எடுத்துவிட்டேன்" என்றாள்.

அவனுடைய தோல்வியால் அழுதுவிடும் நிலையில் அவள் இருந்தாள் என்றாலும், தனது இரவுநேர வேட்டைக்காரனின் உள்ளுணர்வால் அவளுடைய மனநிலையை மாற்றினான் ஃப்ளோரென்டினோ அரிஸா.

"சேர்ந்து அழுவதற்கு எங்காவது போவோம்" என்றான்.

அவளோடு அவள் வீட்டிற்குச் சென்றான். வாசலை அடைந்த பிறகு, கிட்டத்தட்ட நள்ளிரவாகிவிட்டது, தெருவில் யாருமில்லை என்பதைக் கருத்தில் கொண்டு, அவள் வைத்திருந்ததாகச் சொன்ன பத்து வருடங்களுக்கும் மேலான பொது நிகழ்ச்சிகளின் கத்தரித்த துணுக்குகளையும் புகைப் படங்களையும் கொண்ட தொகுப்பை அவர்கள் பார்த்துக் கொண்டிருக்கும்போது, பிராந்தி குடிக்க அழைக்க வேண்டும் என்று அவளை ஒப்புக்கொள்ளவைத்தான். அதுவொரு பழைய தந்திரம்தான் என்றாலும், இந்த முறை அவனாக விரும்பி அதைச் செய்யவில்லை, ஏனென்றால் நேஷனல் தியேட்டரிலிருந்து நடந்து வந்தபோது அவள்தான் ஆல்பங்களைப் பற்றிப் பேசினாள். வீட்டில் நுழைந்தார்கள். ஒற்றைப் படுக்கையறை யின் கதவு திறந்திருக்கிறது என்பதையும் எம்பிராய்டரி செய்யப்பட்ட போர்வையோடும் வெண்கல ஓரம் கொண்ட தலையணைகளோடும் கட்டில் ஆடம்பரமாகவும் அகலமாகவும் இருக்கிறது என்பதையும் வரவேற்பறையிலிருந்து முதலில் கவனித்தான் ஃப்ளோரென்டினோ அரிஸா. அந்தக் காட்சி அவனைக் கலங்கவைத்தது. வரவேற்பறையைக் கடந்துசென்று படுக்கையறையின் கதவைச் சாத்தியதால், அவளும் அதைக் கவனித்திருக்க வேண்டும். பிறகு, ஒரு பூனை தூங்கிக்கொண் டிருந்த பூ வரைந்த பருத்தித் துணி சோஃபாவில் உட்கார அழைத்த அவள், காப்பி மேசையில் தனது ஆல்பங்களின் தொகுப்பை எடுத்து வைத்தாள். அதைப் பார்ப்பதைவிட தனது அடுத்த அடி என்ன என்பதைப் பற்றி யோசித்தபடி, அவசர மின்றி அவற்றைப் புரட்டத் தொடங்கிய ஃப்ளோரென்டினோ அரிஸா சட்டென்று பார்வையை உயர்த்தியபோது, அவளுடைய கண்களில் நீர் நிறைந்திருந்ததைக் கண்டான். அழுகையைப் போல ஆறுதல் தரக்கூடியது எதுவுமில்லை என்பதால், வெட்கத்தை விட்டு வேண்டும் வரைக்கும் அழச் சொல்லி அறிவுறுத்தினான். ஆனால் அழுவதற்கு வசதியாகக் கச்சையைத் தளர்த்தி

விடுமாறு பரிந்துரைத்தான். ரவிக்கையின் பின்பக்கம் நீண்ட சரிகை நாடாவால் இறுக்கமாகக் கட்டப்பட்டிருந்ததால், அவளுக்கு உதவிசெய்ய விரைந்தான். உள் அழுத்தத்தால் ரவிக்கை அவிழ்ந்ததால் அவன் முடித்துவைப்பது தேவைப்படவில்லை. அவளுடைய அகன்று விரிந்த மார்பு தாராளமாக மூச்சுவிட முடிந்தது.

மிக எளிமையான சந்தர்ப்பங்களில்கூட முதல்முறையின் அதிர்ச்சியை இழக்காத ஃப்ளோரென்டினோ அரிஸா, விரல் நுனிகளால் கழுத்தின்மேல் தோலை வருடச் சிரமப்பட்டான். அழுகையை நிறுத்தாமல் கொஞ்சும் குழந்தையின் முனகலோடு அவள் நெளிந்தாள். அப்போது விரல்களால் வருடியதைப் போலவே மிகவும் மென்மையாக, அதே இடத்தில் முத்தமிட்டான். ஆர்வத்தோடும் சூடாகவும் அவள் தனது பருத்த உடலை முழுவதுமாக அவனை நோக்கித் திருப்பியதால் இரண்டாவது முறை அவனால் முத்தமிட முடியவில்லை, இருவரும் ஒருவரை ஒருவர் தழுவிக்கொண்டு தரையில் உருண்டனர். அலறலோடு சோஃபாவிலிருந்து எழுந்த பூனை, அவர்கள் மேல் பாய்ந்தது. கிழிந்த ஆல்பத்தின்மேல் உருண்டுகொண்டும் உடையைக் கழற்றாமலும் வியர்வையில் நனைந்துகொண்டும் காணாததைக் கண்டதைப் போல தட்டுத்தடுமாறி, ஒருவரை ஒருவர் துழாவி ஏதோவொரு வகையில் கண்டடைந்தார்கள். தாங்கள் ஈடுபட்டுக்கொண்டிருந்த உடலுறவின் பேரழிவைத் தவிர்ப்பதை விடப் பூனையின் கோபமான நகங்களைத் தவிர்ப்பதில் அதிகமான அக்கறை காட்டினார்கள். ஆனால் மறுநாள் இரவிலிருந்து அதைக் காட்டிலும் அதிகமான ரத்தக்களரியான காயங்களோடு பல வருடங்களுக்கு அதைத் தொடர்ந்தார்கள்.

அவளைக் காதலிக்கத் தொடங்கியதை அவன் உணர்ந்த போது அவளுக்கு நாற்பது வயது முடிந்திருந்தது. அவன் முப்பதைக் கடந்துகொண்டிருந்தான். அவளுடைய பெயர் சாரா நோரிகா, தன் இளமைப் பருவத்தில், ஒருபோதும் வெளியிடப் படாத ஏழைகளின் காதலைப் பற்றிய கவிதை நூலுக்காக ஒரு போட்டியில் வெற்றிபெற்றதால் அவள் பதினைந்து நிமிடப் புகழைப் பெற்றிருந்தாள். அரசுப் பள்ளியில் நாகரிகம் மற்றும் குடிமைப் பயிற்சியின் ஆசிரியையாக இருந்த அவள், தனது வருமானத்தில் பழைய கெத்செமானே[10] மாவட்டத்தில், வண்ணமயமான காதலர்களின் பாதையில் வாடகை வீட்டில் குடியிருந்தாள். அவளுடைய சூழலிலும் காலத்திலுமிருந்த ஒரு ஆண் ஒரு பெண்ணோடு படுத்த பிறகு அவளைத் திருமணம்

10. புதிய ஏற்பாட்டின்படி, சிலுவையில் அறையப்படுவதற்கு முன்பு கைது செய்யப்பட்ட பூங்காவின் பெயரில் அமைந்துள்ள மாவட்டம்.

செய்துகொள்வது கடினமானது என்பதால், அவளுக்குப் பல தற்காலிகக் காதலர்கள் இருந்தாலும் திருமணத்தைப் பற்றிய மாயைகள் எதுவும் இல்லை. பதினெட்டு வயதிலேயே கிட்டத்தட்டப் பைத்தியக்காரத்தனமான ஆசையோடு காதலித்த அவளுடைய முறையான முதல் காதலன், திருமணம் நடைபெறத் திட்டமிட்டிருந்த தேதிக்கு ஒரு வாரத்திற்கு முன்பு, அப்போது சொல்லப்பட்டதைப் போலக் கைவிடப்பட்ட காதலியின் அல்லது பயன்படுத்தப்பட்ட கன்னியின் அவமானத்தில் அவளைத் தவிக்க விட்டுவிட்டு நிச்சயதார்த்தத்திலிருந்து தப்பி ஓடிய பிறகு, அவள் அந்த மாயையை மறுபடியும் வளர்த்துக் கொள்ளவில்லை. அந்த முதல் அனுபவம் கொடூரமானதாகவும் தற்காலிகமானதாகவும் இருந்தாலும் அவளிடம் கசப்புணர்ச்சியை ஏற்படுத்தவில்லை. மாறாக, திருமணம் செய்துகொண்டோ செய்துகொள்ளாமலோ, கடவுளோ சட்டமோ இல்லாமல், படுக்கையில் ஒரு ஆடவன் இல்லையென்றால் வாழ்க்கை எதற்கு என்ற திகைப்பூட்டும் மன உறுதியைத்தான் கொடுத்தது. ஃப்ளோரென்டினோ அரிஸாவுக்கு அவளிடம் மிகவும் பிடித்தது, உறவு கொள்ளும்போது முழுமையான உச்சத்தின் மகிமையை அவள் அடைவதற்குக் குழந்தையை அமைதிப்படுத்த வாயில் வைக்கும் சூப்பானை உறிஞ்ச வேண்டும் என்பதுதான். சந்தையில் கிடைத்த அத்தனை வகையான அளவுகளிலும் வடிவங்களிலும் வண்ணங்களிலும் சூப்பான்களின் சரத்தை வைத்திருந்தார்கள். தனது அவசரமான தருணங்களில் அவற்றைக் கண்ணை மூடியபடி எடுத்துக்கொள்ளப் படுகையின் தலைமாட்டில் அவற்றைத் தொங்கவிட்டாள் சாரா நோரிகா.

அவனைப் போலவே அவளும் சுதந்திரமாக இருந்தாள். ஒருவேளை அவர்களுடைய உறவுகள் பகிரங்கமாவதை எதிர்த்திருக்க மாட்டாள் என்றாலும், ஃப்ளோரென்டினோ அரிஸா தொடக்கத்திலிருந்தே அதை ஒரு ரகசியமான சாகசமாகவே திட்டமிட்டான். பொதுவாக இரவில் தாமதமாகப் பின்கதவு வழியாக நுழைந்த அவன், விடியலுக்குச் சற்று முன்னதாக நுனிக்காலில் நடந்து வெளியேறிவிடுவான். அதைப் போன்ற பரந்து விரிந்த, மக்கள் நெருக்கமுள்ள வீட்டில், அவர்கள் நம்ப விரும்புவதைவிட அதிகமாகவே அண்டை வீட்டாருக்குத் தெரிந்திருக்கும் என்பது அவனுக்குத் தெரிந்த அளவுக்கு அவளுக்கும் தெரியும். ஆனால், ஒரு எளிமையான சூத்திரமாக இருந்தாலும் தன்னுடைய வாழ்நாள் முழுவதும் எல்லோருடனும் இருக்கப்போவதைப் போல, ஃப்ளோரென்டினோ அரிஸா அப்படித்தான் இருந்தான். அவளுடனோ அல்லது வேறு யாருடனோ அவன் ஒருபோதும் அதில் தவறு செய்ததில்லை; ஒருபோதும் துரோகமும்

செய்யவில்லை. அவன் மிகைப்படுத்தவில்லை: சமரசம் செய்யும் தடயத்தையோ அல்லது எழுத்துப்பூர்வமான ஆதாரத்தையோ ஒருமுறை விட்டுச்சென்றால், அவனுடைய வாழ்க்கையையே இழந்துவிட நேரிடும். உண்மையில் தனது அடிமைத்தனத்திலிருந்து விடுதலைபெற இடைவிடாது போராடியவன் என்றாலும் துரோகத்தின் வெறுப்பை ஏற்படுத்தாத, விசுவாசமற்ற ஆனால் உறுதியான கணவனாக, ஃபெர்மினா தாஸாவின் நித்தியக் கணவனாக அவன் எப்போதும் நடந்துகொண்டான்.

அத்தகைய ரகசியம், சந்தேகங்கள் இல்லாமல் வளர முடியாது. காதலால் கருத்தரித்து, காதலுக்காகவே வளர்க்கப்பட்ட மகன் தன்னுடைய இளமைப் பருவத்தின் துன்பத்தால் அனைத்து வகையான காதலுக்கும் எதிரான தடுப்பு சக்தி கொண்டவனாக இருக்கிறான் என்ற நம்பிக்கையோடு இறந்துபோனாள் ட்ரான்சிட்டோ அரிஸா. இருந்தாலும், அவனது மர்மமான குணத்தையும் மாயமான உடைகள்மீதும் அரியவகைக் களிம்புகள் மீதும் அவனுக்கிருந்த விருப்பத்தையும் அறிந்த, அவனுக்கு மிகவும் நெருக்கமாக இருந்தாலும் அன்புகாட்டாத பலர், அவன் பெண்களிடமிருந்து விடுபட்டிருந்தாலும் காதலிலிருந்து விடுபடவில்லை என்ற சந்தேகத்தைப் பகிர்ந்துகொண்டார்கள். அதை அறிந்திருந்த ஃப்ளோரென்டினோ அரிஸா, அதை மறுக்க எப்போதும் எதையும் செய்யவில்லை. சாரா நோரிகாவும் அதைப் பற்றிக் கவலைப்படவில்லை. அவன் நேசித்த எண்ணற்ற பெண்களைப் போலவே, அவனை மகிழ்வித்தவர்களும் அவனைக் காதலிக்காமல் அவனோடு மகிழ்ந்து இருந்தவர்களும்கூட, உண்மையில் அவன் இருந்தபடியே, தங்கள் வாழ்வில் நுழைந்து பிறகு கடந்துபோகும் மனிதனாக அவனை ஏற்றுக்கொண்டார்கள்.

இறுதியாக எந்த நேரத்திலும், குறிப்பாக அமைதியாக இருந்த ஞாயிற்றுக்கிழமை காலை நேரங்களில், அவளுடைய வீட்டிற்குச் செல்லத் தொடங்கினான். என்ன செய்துகொண்டிருந்தாலும் எதுவாக இருந்தாலும் அதைக் கைவிட்ட அவள், அவனுக்காகவே எப்போதும் தயாராகயிருந்த சித்திர வேலைப்பாடு கொண்ட பெரிய படுக்கையில் அவனை மகிழ்விக்கும் முயற்சியில் முழு உடலையும் அர்ப்பணித்தாள். சடங்கு சம்பிரதாயங்களை அதில் கொண்டுவர அவள் ஒருபோதும் அனுமதிக்கவில்லை. அனுபவமற்ற, திருமணமாகாத பெண் எப்படி ஆண்களின் விஷயங்களில் இவ்வளவு விவரமாக இருக்க முடியும், எப்படித் தனது இனிமையான திமிங்கல உடலைத் தண்ணீருக்கடியில் நீந்துவதைப் போல அவ்வளவு எளிதாகவும் மென்மையாகவும் கையாள முடியும் என்பது ஃப்ளோரென்டினோ அரிஸாவுக்குப் புரியவில்லை.

காதல் என்பது ஒரு இயல்பான திறமை என்று சொல்லி அவள் தற்காத்துக்கொண்டாள். "ஒன்று பிறவியிலேயே தெரிந்திருக்க வேண்டும், அல்லது எப்போதும் தெரியாது" என்றாள். ஒருவேளை அவள் பாசாங்கு செய்வதைவிட அதிக அனுபவம் இருக்குமோ என்ற பிற்போக்குத்தனமான பொறாமையோடு ஃப்ளோரென்டினோ அரிஸா சிந்தித்தாலும், அவள் மட்டுமே தனது ஒரே காதலி என்று பலரிடமும் அவன் சொன்னதைப் போலவே அவளிடமும் சொல்லியதால், அதை அவள் அப்படியே விழுங்கிக்கொள்ள வேண்டியிருந்தது. அவனுக்கு அதிகம் பிடிக்காத மற்ற பல விஷயங்களுக்கு நடுவில், காதல் செய்யும்போது அவர்களை நார்நாராகக் கிழிக்காமலிருக்க, சாரா நோரிகா நகங்களை மழுங்கடித்த கோபமான பூனை படுக்கையில் இருந்ததைப் பொறுத்துக்கொள்ள வேண்டியிருந்தது.

இருந்தாலும், களைத்துப்போகும்வரை கட்டிலில் களியாட்டம் போடுவதைப் போலவே கவிதையின் வழிபாட்டுக்குக் காதலின் உழைப்பைக் காணிக்கையாக்க அவள் விரும்பினாள். அவற்றின் புதுமைகள் மலிவான தெருமுனைத் துண்டுப் பிரசுரங்களாக விற்கப்பட்ட, தன்னுடைய காலத்தின் உணர்வுப்பூர்வமான கவிதைகளுக்காக வியக்கத்தக்க நினைவாற்றலைக் கொண்டிருந்த தோடு, தனக்கு மிகவும் பிடித்த கவிதைகளை எந்த நேரத்திலும் சத்தமாக வாசிப்பதற்காகச் சுவர்களில் ஊசியால் குத்திவைத்தாள். எழுத்துப் பயிற்சிக்குப் பயன்பட்டதைப் போன்ற, நாகரிகம் மற்றும் குடிமைப் பயிற்சி நூல்களின் பதினோரு அசைகளைக் கொண்ட செய்யுளின் பதிப்பை உருவாக்கினாள் என்றாலும் அதிகாரப்பூர்வமான அங்கீகாரத்தைப் பெற முடியவில்லை. சில நேரங்களில் அவன் காதல் செய்தபோது அவள் சத்தமாக ஓதிக்கொண்டிருந்தாள் என்பது அவளுடைய பிரகடனத்தின் வெடிப்பாக இருந்தது. குழந்தைகள் அழுவதை நிறுத்துவதற்காகச் செய்வதைப் போல, ஃப்ளோரென்டினோ அரிஸா அவளுடைய வாயில் சூப்பானை வலுக்கட்டாயமாகத் திணிக்க வேண்டியிருந்தது.

அவர்களுடைய உறவின் முழுமையில், கொந்தளிப்பான படுக்கையிலா அல்லது ஞாயிற்றுக்கிழமைகளின் அமைதியான மாலைப் பொழுதுகளிலா, இரண்டு நிலைகளில் எது காதல் என்று தன்னைத்தானே கேட்டுக்கொண்டான் ஃப்ளோரென்டினோ அரிஸா. அவர்கள் நிர்வாணமாகச் செய்ததெல்லாம் காதல்தான் என்ற எளிமையான வாதத்தின் மூலம் அவனை அமைதிப்படுத்தினாள் சாரா நோரிகா. "இடுப்புக்கு மேலே ஆன்மாவின் காதல், இடுப்புக்குக் கீழே உடலின் காதல்" என்றாள். நான்கு கைகளால் அவர்கள் எழுதிய பிரிந்த காதலைப் பற்றிய கவிதைக்கு இந்த

வரையறை பொருத்தமாக இருப்பதாக சாரா நோரிகாவுக்குத் தோன்றியது. அத்தகைய அசல் கவிதையுடன் அதுவரை யாரும் பங்கேற்கவில்லை என்று நம்பி, ஐந்தாவது கவிதைத் திருவிழாவில் அவள் அதை வாசித்தாள். ஆனால் மறுபடியும் தோல்வி யடைந்தாள்.

அவளோடு சேர்ந்து அவளுடைய வீட்டிற்கு ஃப்ளோரென்டினோ அரிஸா சென்றபோது கோபத்தில் இருந்தாள். அவளால் விளக்க முடியாத ஒரு காரணத்தால், தன்னுடைய கவிதைக்கு விருது கிடைக்காமல் செய்ய ஃபெர்மினா தாஸா சூழ்ச்சி செய்திருக்கிறாள் என்று அவள் உறுதியாக நம்பினாள். ஃப்ளோரென்டினோ அரிஸா அவளைக் கண்டுகொள்ளவில்லை. நீண்டகாலமாக ஃபெர்மினா தாஸாவைப் பார்க்கவில்லை என்பதால் விருதுகள் கொடுக்கப்பட்ட திலிருந்து அவன் சோகமான மனநிலையில் இருந்தான். அவள் ஒரு ஆழமான மாற்றத்திற்கு ஆளாகியிருக்கிறாள் என்ற எண்ணம் அன்றிரவு அவனுக்கு ஏற்பட்டது: அவளுடைய தாய்மை நிலை முதல்முறையாக வெறும் கண்களுக்குத் தெரிந்தது. மகன் ஏற்கெனவே பள்ளிக்குச் செல்கிறான் என்பதை அறிந்திருந்ததால், அது அவனுக்குப் புதிதாக இல்லை என்றாலும், விருதுப் பட்டியலைப் படித்தபோது குரலிலிருந்த தடுமாற்றத்தைப் போலவே, அவளுடைய சற்றுத் தயங்கிய நடையின் காரணமாக, அவளுடைய இடுப்பு விட்டத்தின் காரணமாக, அன்றிரவு தோன்றியதைப் போல அவளுடைய தாய்மையின் வயது முன்னெப்போதும் அத்தனை தெளிவாகத் தெரிந்ததில்லை.

தனது நினைவுகளை ஆவணப்படுத்தும் முயற்சியில் மீண்டும் கவிதைத் திருவிழாவின் ஆல்பங்களை அவன் புரட்டிக்கொண்டிருந்தபோது, சாரா நோரிகா சாப்பிட ஏதோ செய்துகொண்டிருந்தாள். பத்திரிகைகளின் வண்ணப் புகைப்படங்களையும், நினைவுப்பொருளாக விற்கப்பட்ட பழுப்பேறிய அஞ்சல் அட்டைகளையும் பார்த்தான். தன்னுடைய வாழ்க்கையின் தவறுக்கு ஒரு பேய் முன்வைத்த விமர்சனத்தைப் போல ஆல்பம் இருந்தது. அதுவரை, அவளைத் தவிர மற்றவை அனைத்தும், இந்த உலகமும் அதன் வழக்கங்களும் நாகரிகமும்தான் மாறிக்கொண்டிருக்கின்றன என்ற கற்பனை அவனைத் தாங்கிக்கொண்டிருந்தது. ஆனால் அன்றிரவு, ஃபெர்மினா தாஸாவின் வாழ்க்கை எப்படிச் செல்கிறது என்பதையும் காத்திருப்பதைத் தவிர வேறெதுவும் செய்யாத நிலையில் தன்னுடைய சொந்த வாழ்க்கை எப்படிச் செல்கிறது என்பதையும் முதல்முறையாக உணர்வுப்பூர்வமான முறையில்

அவன் பார்த்தான். உதடுகளின் வெளுப்பு கவனிக்கப்படாத வகையில் அவளுடைய பெயரைக் குறிப்பிடும் திறமை இல்லாததால், அவன் அவளைப் பற்றி யாரிடமும் பேசியதில்லை. ஆனால் அன்றிரவு, ஞாயிறுகளின் சோம்பலான மற்ற பல மாலைப் பொழுதுகளைப் போல ஆல்பங்களைப் புரட்டியபோது, சாரா நோரிகா ரத்தத்தை உறையவைத்த தற்செயலான அவதானிப்புகளில் ஒன்றைப் பெற்றாள்.

"அவள் ஒரு வேசி" என்றாள்.

மாறுவேட நடனத்தின்போது கருஞ்சிறுத்தை வேடத்தி லிருந்த ஃபெர்மினா தாஸாவின் புகைப்படத்தை அவன் பார்த்துக்கொண்டிருந்த போது கடந்துசென்ற அவள் அப்படிச் சொன்னாள். யாரைப் பற்றிச் சொல்கிறாள் என்பதைத் தெரிந்து கொள்ள ஃப்ளோரென்டினோ அரிஸாவுக்குப் பெயரைக் குறிப்பிட்டுக் கேட்க வேண்டியிருக்கவில்லை. வாழ்நாள் முழுவதும் அவனைத் தொந்தரவு செய்யப்போகும் உண்மைக்கு அஞ்சியபடி, முன்னெச்சரிக்கையான பாதுகாப்பை விரைவுபடுத்தினான். ஃபெர்மினா தாஸாவைத் தூரத்திலிருந்து மட்டும்தான் தெரியுமென்றும் சம்பிரதாயமான வாழ்த்துகளைத் தாண்டி ஒருபோதும் சென்றதில்லை என்றும் நெருக்கமாக அவளைப் பற்றி ஒன்றும் தெரியாது என்றும் சொன்னான். ஆனாலும் அவள் ஒரு போற்றத்தக்க பெண், ஒன்றுமில்லாத நிலையிலிருந்து தனது சொந்தத் தகுதியால் உயர்ந்தவள் என்பது உறுதி என்றும் குறிப்பிட்டான்.

"விரும்பாத மனிதனோடு பொருளுக்காகவும் பெருமைக் காகவும் செய்துகொள்ளும் ஆதாயத்திற்கான திருமணம், வேசியாக இருப்பதைவிட மிகவும் கேவலமானது" என்று அவனை இடைமறித்தாள் சாரா நோரிகா. அவனுடைய தோல்வியில் முடிந்த முயற்சிகளுக்கு ஆறுதல் சொல்ல முயன்ற ஃப்ளோரென்டினோ அரிஸாவின் தாயும், அவ்வளவு பச்சையாக இல்லையென்றாலும் அதே அளவு தார்மீகக் கடுமையோடு, அதையே சொன்னாள். சாரா நோரிகாவின் அடாவடிக்குச் சரியான நேரத்தில் பதில் கிடைக்காததால் நெஞ்சாங்கூடுவரை நடுங்கிய அவன், பேச்சை மாற்ற முயன்றான். ஆனால் ஃபெர்மினா தாஸாவுக்கு எதிரான சுமையை இறக்கிவைக்கும்வரை சாரா நோரிகா பேச்சை மாற்ற அனுமதிக்கவில்லை. விளக்க முடியாத உள்ளுணர்வின் தாக்கத்தால், தன்னிடமிருந்து பரிசைத் திருடச் சதித்திட்டம் தீட்டியது அவளாகத்தான் இருக்க வேண்டுமென்று அவள் உறுதியாக நம்பினாள். அப்படி நம்புவதற்கு எந்தக் காரணமும் இல்லை. அவர்களுக்கு ஒருவரை ஒருவர் தெரியாது,

ஒருவரை ஒருவர் எப்போதும் பார்த்துக்கொண்டதும் இல்லை, போட்டியின் ரகசியங்கள் அவளுக்குத் தெரிந்திருந்தாலும், அதன் முடிவுகளுக்கும் ஃபெர்மினா தாஸாவுக்கும் எந்தத் தொடர்பும் இல்லை. முடிவான முறையில், “பெண்கள் உள்ளுணர்வால் அறிவார்கள்” என்று சாரா நோரிகா சொன்னாள். விவாதத்தை அத்தோடு முடித்துக்கொண்டாள்.

அந்தக் கணத்திலிருந்து, அவளை வேறு கண்களால் பார்க்கத் தொடங்கினான் ஃப்ளோரென்டினோ அரிஸா. அவளுக்கும் காலங்கள் கடந்தன. அவளுடைய வளமான இயற்கை மகிமை இழந்து வாடியது. அவளுடைய காதல் விசும்பல்களால் தாமதமானது. அவளுடைய இமைகள் பழைய கசப்பின் நிழலைக் காட்டத் தொடங்கின. அவள் நேற்றைய மலராக இருந்தாள். மேலும் தோல்வியின் ஆவேசத்தில் தனது பிராந்தியின் கணக்கை மறந்தாள். அது அவளுடைய இரவாக இருக்கவில்லை. திரும்பவும் சூடுபடுத்திய தேங்காய் சாதத்தை அவர்கள் உண்டபோது, ஒவ்வொருவருக்கும் தங்க ஆர்க்கிடின் எத்தனை இதழ்கள் கிடைக்கும் என்று தெரிந்துகொள்ள, தோற்றுப்போன கவிதையில் ஒவ்வொருவரின் பங்கும் என்னவாக இருந்தது என்பதை நிறுவ முயன்றனர். சிக்கலான பைசாந்தியப்[11] போட்டிகளில் அவர்கள் மகிழ்ந்திருந்தது முதல்முறையல்ல என்றாலும், புதிதாகத் திறந்த காயத்தால் கிடைத்த பேசும் வாய்ப்பைப் பயன்படுத்திக்கொண்டான். கிட்டத்தட்ட ஐந்து வருட காலம் கருத்து வேறுபட்ட காதலின் வெறுப்புகளை இருவருக்குள்ளும் கிளறிவிட்ட ஒரு குட்டித் தகராறில் சிக்கிக்கொண்டனர்.

பன்னிரண்டு மணிக்குப் பத்து நிமிடங்கள் இருந்தபோது, ஊசல் கடிகாரத்தை முடுக்கிவிட நாற்காலியில் ஏறிய சாரா நோரிகா, ஒருவேளை புறப்பட வேண்டிய நேரம் என்று சொல்லாமல் சொல்வதற்காக, அவளுடைய மனதிலிருந்த நேரத்திற்கு முள்ளைத் திருப்பிவைத்தாள். காதலில்லாத அந்த உறவை வேரறுக்க வேண்டிய அவசரத்தை அப்போது உணர்ந்துகொண்ட ஃப்ளோரென்டினோ அரிஸா, தானே முன்முயற்சி எடுத்தவனாக, அவன் எப்போதும் செய்ததைப் போல இருக்கும் வாய்ப்பைத் தேடினான். அவர்களுக்கிடையில் எல்லாமே முடிந்துவிட்டதென்று அவளிடம் சொல்லிவிடுவதற்காக, கட்டிலில் இருக்க சாரா நோரிகா அனுமதிக்க வேண்டுமென்று கடவுளிடம் வேண்டியபடி, கடிகாரத்தை முடுக்கிவிட்டு முடித்ததும் அவளைத் தன்னருகில் உட்கார

11. தேவையற்ற விவாதங்கள். கிபி 364 முதல் கிபி 1453 வரை அரசோச்சிய கிழக்கு ரோமானியப் பேரரசில் குழப்பமான தேவையற்ற விதிகளும் நடைமுறைகளும் இருந்ததாகச் சொல்லப்படுவதை ஒட்டி எழுந்த சொல்லாட்சி.

அழைத்தான். ஆனால் அவள் விருந்தினர்களின் சாய்வு நாற்காலியில் தூரத்தில் உட்கார்ந்துகொள்ள விரும்பினாள். அப்போது முன்பெல்லாம் காதல் முன்னுரைகளில் செய்ய விரும்பியதைப் போல, பிராந்தியில் நனைத்த ஆள்காட்டி விரலைச் சூப்புவதற்காக அவளிடம் நீட்டினான் ஃப்ளோரென்டினோ அரிஸா. அவள் அதைத் தவிர்த்தாள்.

"இப்போது வேண்டாம். நான் ஒருவருக்காகக் காத்திருக்கி றேன்" என்றாள்.

ஃபெர்மினா தாஸாவால் நிராகரிக்கப்பட்டதிலிருந்து, இறுதி முடிவெடுக்கும் உரிமையைத் தன்னிடமே வைத்திருக்கக் கற்றிருந்தான் ஃப்ளோரென்டினோ அரிஸா. கசப்பு அதிகமில்லாத சூழ்நிலைகளில், ஒருமுறை ஒரு ஆணோடு தூங்கும் ஒரு பெண், ஒவ்வொரு முறையும் அவளைச் சூடேற்றுவது எப்படி என்று அவனுக்குத் தெரிந்திருந்தால், அவன் விரும்பும்போதெல்லாம் அவனோடு தூங்குவாள் என்பதை உறுதியாக நம்பியதால், இரவு படுக்கையில் அவளோடு புரளுவதில் முடியப்போகிறது என்ற நம்பிக்கையில் சாரா நோரிகாவுக்கு எதிரான முற்றுகைகளைத் தொடர்ந்திருப்பான். அந்த நம்பிக்கைக்காக எல்லாவற்றையும் சகித்துக்கொள்வான். பெண்ணின் வயிற்றில் பிறந்த எந்தப் பெண்ணுக்கும் இறுதி முடிவெடுக்கும் வாய்ப்பை, காதலின் மிக மோசமான பேரத்தில்கூட, கொடுக்கக் கூடாது என்பதால் அனைத்தையும் கடந்துசெல்வான். ஆனால் அன்றிரவு அவன் மிகவும் அவமானமாக உணர்ந்ததால், பிராந்தியை ஒரே முழுங்கில் குடித்துவிட்டு, வெறுப்பைக் கவனிக்கட்டும் என்பதற்காக அவனால் முடிந்ததையெல்லம் செய்துவிட்டு, விடைபெறாமல் புறப்பட்டுச் சென்றான். அவர்கள் ஒருவரை ஒருவர் மீண்டும் பார்த்துக்கொள்ளவே இல்லை.

அந்த ஐந்து ஆண்டுகளில் ஃப்ளோரென்டினோ அரிஸா உறவு வைத்திருந்தது சாரா நோரிகாவோடு மட்டுமே இல்லை யென்றாலும், அது அவனுடைய நிலையான நீண்ட உறவுகளில் ஒன்றாக இருந்தது. அவன் அவளோடு, குறிப்பாகப் படுக்கையில் மகிழ்ச்சியாக இருந்தாலும், ஃபெர்மினா தாஸாவின் இடத்தை அவளால் பிடிக்க முடியாது என்பதை உணர்ந்தபோது, அவனுடைய தனி வேட்டை இரவுகள் தீவிரமடைந்தன. அதை அடையும்வரை தன்னுடைய நேரத்தையும் பலத்தையும் பகிர்ந்துகொள்ள ஏற்பாடு செய்துகொண்டான். இருந்தாலும், சாரா நோரிகா கொஞ்ச காலத்திற்கு அவனுக்கு ஆறுதல் தரும் அதிசயத்தைச் செய்தாள். ஒரு கணமாவது ஃபெர்மினா தாஸாவைப் பார்க்காதவரை அவனுக்கு அமைதி தராத

நெஞ்சத்தின் ஏக்கங்களோடு இலக்கின்றி அலைந்து, எதிர்பார்க்காத தெருக்களிலும் இருப்பதற்குச் சாத்தியமற்ற உண்மையில்லாத இடங்களிலும், அவளுடைய அறிகுறிகளின் நிச்சயமற்ற பாதைகளில் அவளைத் தேடுவதற்காக, எந்த நேரத்திலும் என்ன செய்துகொண்டிருந்தாலும் குறுக்கிடும்போது, முன்புபோல இல்லாமல், குறைந்தபட்சம் அவளைப் பார்க்காமல் அவனால் வாழ முடிந்தது. அதற்கு மாறாக, சாரா நோரிகாவுடன் ஏற்பட்ட முறிவு தூங்கிக்கொண்டிருந்த ஏக்கங்களை மறுபடியும் கிளறியது. சிறிய பூங்காவின் மாலைப் பொழுதுகளிலும் முடிவில்லாத வாசிப்புகளிலும் இருந்ததைப் போல மறுபடியும் உணர்ந்தான் என்றாலும், டாக்டர் குவெனல் உர்பினோ இறந்துவிட வேண்டும் என்ற அவசரத்தால் இந்த முறை அது தீவிரமடைந்தது.

ஒரு விதவையை மகிழ்விக்கவும் அவளால் மகிழ்ச்சியடையவும் தனக்கு விதிக்கப்பட்டிருப்பதைத் தொடக்கத்திலிருந்தே அறிவான் என்றாலும், அது அவனுக்குக் கவலையளிக்கவில்லை. மாறாக அதற்குத் தயாராகவே இருந்தான். ஒற்றை வேட்டைக்காரனாக அவன் மேற்கொண்ட சோதனைகளில் விதவைகளைப் பற்றி அறிந்ததிலிருந்து, உலகம் மகிழ்ச்சியான விதவைகளால் நிறைந்திருக்கிறது என்பதைத் தெரிந்துகொண்டான் ஃப்ளோரென்டினோ அரிஸா. அவர்கள் கணவனின் உடலின் முன்பு வலியால் துடிப்பதையும், அவர் இல்லாமல் எதிர்காலத் துன்பங்களை எதிர்கொள்ளாமலிருக்க அதே சவப்பெட்டியில் உயிரோடு புதைத்துவிடுங்கள் என்று கெஞ்சுவதையும் பார்த்திருக்கிறான் என்றாலும், அதற்கிடையில் தங்களுடைய புதிய நிலையின் யதார்த்தத்துடன் இணக்கமான பிறகு, புதுப்பிக்கப்பட்ட உயிர்ப்புச் சக்தியுடன் சாம்பலிலிருந்து வெளிவருவதையும் பார்த்திருக்கிறான். பல வருட காலத்திற்கு மலட்டுத்தனமாகச் சிறைபிடிக்கப்பட்ட பிறகு எதுவும் செய்ய முடியாமல், தனது தலையணையின் காதலர்களாகவும், தனது வேலைக்காரர்களின் நம்பிக்கைக்கு உரியவர்களாகவும் மாறி, ஆளரவமற்ற மாளிகைகளில் இருட்டின் ஒட்டுண்ணிகளாக வாழத் தொடங்கினர். இறந்த மனிதனின் உடைகளில் மறுபடியும் போட்டுக்கொள்ள வாய்ப்பில்லாத பொத்தான்களைத் தைத்துக்கொண்டும், எப்போதும் அருமையாக இருப்பதற்காகச் சட்டைகளின் கழுத்துப்பட்டிகளுக்கும் கைப்பட்டிகளுக்கும் மீண்டும் மீண்டும் பெட்டிபோட்டுக்கொண்டும் எஞ்சிய நேரத்தை வீணடித்தனர். வாழ்க்கையில் வழக்கமாகச் செய்ததைப் போல, செத்துப்போனவர் சொல்லாமல் திரும்பி வரலாம் என்பதால், குளியலறையில் அவருடைய சோப்பையும் படுக்கையில்

அவருடைய முதலெழுத்துகளைக் கொண்ட உறைகளையும் மேஜையில் அவருடைய இடத்தில் அவருடைய தட்டங்களையும் பாத்திரங்களையும் வைத்துக்கொண்டிருக்கிறார்கள். ஆனால் புதுமணப் பெண்ணின் பல மாயைகளில் ஒன்றான பாதுகாப்புக்கு மாற்றாக, தனது குடும்பப் பெயரை மட்டுமின்றி, தனது அடையாளத்தையும் துறந்த பிறகு, அந்தத் தனிமை வழிபாடுகளில் தங்கள் விருப்பத்தின் எஜமானர்கள் தாங்களே என்பதை மறுபடியும் உணர்ந்தார்கள். வெறித்தனமாகக் காதலித்த ஆணின் சுமை எவ்வளவு என்பதை அவர்கள் மட்டும்தான் அறிவார்கள். ஒருவேளை அவனும் அவளைக் காதலித்தாலும், யதார்த்தத்தை நேருக்கு நேராகப் பார்க்கக் காலை வேளையில் வெளியில் செல்லும் அச்சத்தைப் போக்க தாயின் தந்திரங்களால் கவனத்தைத் திசைதிருப்பி, சேறு படிந்த அணையாடைகளை மாற்றி, பாலூட்டி, கடைசி மூச்சுவரை அவனை வளர்க்க வேண்டும். அப்படி இருந்தாலும், உலகத்தை விழுங்கத் தங்களால் தூண்டப்பட்டு வீட்டை விட்டு வெளியேறுவதைப் பார்க்கும்போது, அந்த மனிதன் திரும்பிவர மாட்டான் என்ற திகிலோடு இருந்தார்கள். அதுதான் வாழ்க்கை. காதல் என்று ஏதாவது இருந்தால், அது வேறு விஷயம். மற்றொரு வாழ்க்கை.

மாறாக, பசித்தால் மட்டுமே சாப்பிட்டு, பொய் இல்லாமல் காதலித்து, அதிகாரப்பூர்வமான காதலின் அநாகரிகத்திலிருந்து தப்பிக்கத் தூங்குவதைப் போலப் பாசாங்கு செய்யாமல் தூங்கி, இரவில் பாதியை, சுவாசிக்கும் காற்றில் பாதியை, படுக்கை விரிப்பில் பாதியைக் கேட்டு அவர்களிடம் தகராறு செய்ய யாருமில்லாமல், கடைசியாகத் தங்களுக்கென்று மட்டுமே முழுக் கட்டிலுக்கும் உரிமையுள்ள எஜமானிகளாக, தனது சொந்தக் கனவுகளின் கனவுகளால் உடல் திருப்தியடைந்து தனியாக எழுந்திருப்பதுவரை, நேர்மையாக வாழ்வதற்கான வழி உடலின் தயவில்தான் இருக்கிறது என்பதை, தனிமையின் மறுசீரமைக்கும் ஓய்வு நேரத்தில் விதவைகள் கண்டுகொள்வார்கள். தனது உல்லாச விடியல்களில், ஐந்துமணித் திருப்பலியிலிருந்து, கறுப்பு நிறத் துணியால் மூடப்பட்டு, தோளில் விதியின் காகத்தோடு வெளியேறிய அவர்களை ஃப்ளோரென்டினோ அரிஸா காண்பான். விடியற்காலை வெளிச்சத்தில் அவனைப் பார்த்தவுடன், ஒரு மனிதனின் பக்கத்தில் தனியாக நடப்பதே அவர்களின் மரியாதைக்குக் களங்கம் விளைவிக்கும் என்பதால், பறவையின் நடையில் சிறிய பதற்றமான அடிகளோடு தெருவைக் கடந்து நடைபாதையை மாற்றிக்கொள்வார்கள். இருந்தாலும், துக்கத்திலிருக்கும் விதவை, மற்ற எந்தப் பெண்ணையும்விட, மகிழ்ச்சியின் விதையைத் தனக்குள் சுமந்துகொண்டிருக்க முடியும் என்பதை அவன் உறுதியாக நம்பினான்.

நாசரேத்தின் விதவையிலிருந்து, அவனுடைய வாழ்க்கையின் பல விதவைகள், கணவனின் மரணத்திற்குப் பிறகும் மகிழ்ச்சியாக இருக்க முடியும் என்பதை அவனுக்குக் காட்டினார்கள். அதுவரை அவனுக்கு வெறும் மாயையாக இருந்தது அவர்களால் கையில் பிடிக்கும் சாத்தியமுள்ளதாக மாறியது. மரணத்தின் நோயெதிர்ப்பு சக்தியால் அனைத்துத் தொற்றுகளிலிருந்தும் காப்பாற்றும் தனக்கேயான இன்னொரு காதலோடு, வாழ்க்கையின் ஒவ்வொரு கணத்தையும் அதிசயமாக மாற்றும் பயனுள்ள அன்றாடக் காதலோடு, இரண்டு முறை மகிழ்ச்சியாக இருக்க இன்னொரு மகிழ்ச்சியை அவனிடம் கண்டடையத் தீர்மானித்து, இறந்த கணவனைப் பற்றிய குற்ற உணர்ச்சி இல்லாமல், அவனை அப்படியே வாழ்க்கையில் ஏற்றுக்கொள்ளத் தயாராக இருந்த மற்ற விதவைகளுக்கு இணையாக ஃபெர்மினா தாஸா இருக்க மாட்டாள் என்பதற்கு அவனுக்கு எந்தக் காரணமும் தோன்றவில்லை.

துன்பத்தைத் தவிர, அனைத்தும் முன்கூட்டியே கணிக்கப்பட்ட உலகத்தின் அடிவானத்தை அவன் பார்க்கத் தொடங்கிய போது, அந்த மாயக் கணக்குகளிலிருந்து ஃபெர்மினா தாஸா எவ்வளவு தூரத்தில் இருக்கிறாள் என்பதைச் சந்தேகப்பட்டிருந்தால்கூட, அவன் அத்தனை உற்சாகத்தில் இருந்திருக்க மாட்டான். அந்தக் காலத்தில் பணக்காரனாக இருப்பதில் பல நன்மைகளும் நிச்சயமாகப் பல தீமைகளும் இருந்தன என்றாலும், நித்தியமாக இருப்பதற்கான வாய்ப்பு மிக அதிகம் என்பதைப் போலப் பாதி உலகம் பணத்திற்காக ஏங்கியது. முதிர்ச்சியின் மின்னலில் ஃப்ளோரென்டினோ அரிஸாவை நிராகரித்த ஃபெர்மினா தாஸா பரிதாபகரமான நெருக்கடியோடு உடனடியாக அதற்கு விலைகொடுத்தாள் என்றாலும், தனது முடிவு சரியானதுதான் என்பதில் அவளுக்கு எப்போதும் சந்தேகம் இருந்ததில்லை. அந்தத் தெளிவை அவளுக்குக் கொடுத்த மறைவான காரணங்கள் என்ன என்பதை அந்தக் கணத்தில் விளங்கிக்கொள்ள முடியவில்லை என்றாலும், பல ஆண்டுகளுக்குப் பிறகு முதுமையின் இறுதியில் இருந்தபோது, ஃப்ளோரென்டினோ அரிஸாவைப் பற்றிய சாதாரண உரையாடலில், எப்படி என்று தெரியாமல், திடீரென்று அவற்றைக் கண்டுபிடித்தாள். அதன் உச்சக்கட்டத்திலிருந்த கரீபிய ஆற்றுப் போக்குவரத்து நிறுவனத்தின் வாரிசான அவனுடைய நிலை அனைவருக்கும் தெரிந்திருந்தது. அவர்கள் அனைவருமே அவனோடு தொடர்பில் இருந்தது உட்பட, அவனைப் பலமுறை பார்த்ததாக உறுதியாக நம்பினார்கள் என்றாலும், தங்களுடைய நினைவிலிருந்து அவனை யாருக்கும் அடையாளம் தெரியவில்லை. அப்போதுதான், அவனைக்

காதலிப்பதைத் தடுத்த உள்ளுணர்வின் நோக்கங்கள் ஃபெர்மினா தாஸாவுக்குத் தெரிந்தன. "அவன் ஒரு மனிதனைப் போல இல்லாமல், நிழலைப் போல இருக்கிறான்" என்றாள். அப்படித்தான் இருந்தான். யாருக்கும் தெரியாத ஒருவரின் நிழலாக. ஆனால் அவனுக்கு மாற்றான மனிதராக இருந்த டாக்டர் குவெனல் உர்பினோவின் முற்றுகைகளைத் தடுத்தபோது, குற்ற உணர்ச்சியால் வேதனையடைந்தாள். அவளால் தாங்கிக்கொள்ள முடியாத ஒரே உணர்ச்சி அது. அந்தக் குற்ற உணர்ச்சி வருவதை உணரும்போது, தனது மனசாட்சியைத் தணிக்கும் ஒருவரை எதிர்கொண்டால் மட்டுமே கட்டுப்படுத்த முடிகிற ஒரு வகையான பீதி அவளை ஆட்கொண்டது. சிறு வயதிலிருந்தே, சமையலறையில் தட்டு உடைந்தாலோ, யாராவது விழுந்துவிட்டாலோ, கதவில் விரலைத் தானே நசுக்கிக்கொண்டாலோ, பக்கத்தில் இருக்கும் பெரியவர்களைப் பயத்துடன் பார்த்துத் திரும்பி, உன்னுடைய தவறுதான் என்று அவர்களைக் குற்றம் சொல்ல விரைவாள். உண்மையில் தனது அறியாமையைத் தானே நம்பவில்லை என்பதோ, யார் குற்றவாளி என்பதோ அவளுக்கு முக்கியமில்லை என்றாலும் அதை நிலைநாட்டினால் போதும் அவளுக்கு.

அந்த மோசமான பேய், வீட்டின் நல்லிணக்கத்தை எந்த அளவுக்குக் குலைக்கிறது என்பதை டாக்டர் குவெனல் உர்பினோ உரிய நேரத்தில் புரிந்துகொண்டார். அதைப் பார்த்ததும் தனது மனைவியிடம் சொல்ல விரைவார்: "கவலைப்படாதே அன்பே, அது என் தவறுதான்." மனைவியின் பிடிவாதமான திடீர் முடிவுகளுக்கு அஞ்சியதைப் போல வேறெதற்கும் அஞ்சாத அவர், அவை எப்போதும் குற்ற உணர்ச்சியிலிருந்துதான் தொடங்குகின்றன என்று உறுதியாக நம்பினார். இருந்தாலும், ஃப்ளோரென்டினோ அரிஸாவை நிராகரித்ததால் ஏற்பட்ட குழப்பம், ஆறுதல் வார்த்தைகளால் தீரவில்லை. பல மாதங்களாகக் காலையில் பால்கனியைத் திறந்த ஃபெர்மினா தாஸா, அவனுடையதாக இருந்த மரத்தைக் கண்டாள், அவளுக்காகச் சிரமப்பட்டு, அவளைப் பற்றி நினைத்தபடி படிக்க அவன் உட்கார்ந்திருந்த மறைவான இருக்கையைக் கண்டாள். வெறிச்சோடிய பூங்காவில் தன்னைத் துரத்திய தனிமையான பேயை மட்டும் அவள் எப்போதும் காணவில்லை. பாவம் அவன் எனப் பெருமூச்சு விட்டபடி ஜன்னலை மறுபடியும் மூட வேண்டியிருந்தது. கடந்த காலத்தைச் சரிப்படுத்த ஏற்கெனவே தாமதமாகிய பிறகு, அவனைப் பற்றி தான் நினைத்ததைப் போல அவன் அத்தனை பிடிவாதக்காரனான இல்லை என்ற ஏமாற்றத்தை அனுபவித்த அவள், சில சமயங்களில் ஒருபோதும் கிடைக்காத கடிதத்தைப் பற்றித் தாமதமாகக் கவலைப்படுவதை நிறுத்தவில்லை. ஆனால் ஃப்ளோரென்டினோ அரிஸாவைத்

தகுந்த காரணமில்லாமல் நிராகரித்த பிறகு, குவெனல் உர்பினோவைத் திருமணம் செய்துகொள்ளும் முடிவை எதிர்கொள்ள நேர்ந்தபோது, அவரை விரும்புவதற்கும் தகுந்த காரணம் இல்லாததை உணர்ந்து அதிக நெருக்கடிக்கு ஆளானாள். உண்மையில், அவனை விரும்பியதைவிட மிகக் குறைவாகத்தான் அவரை விரும்பினாள், அவரைப் பற்றி அறிந்திருந்ததும் மிகக் குறைவுதான். அவருடைய கடிதங்களில் அவனது கடிதங்களில் இருந்த அளவுக்குத் தீவிரமோ, உறுதிப்பாட்டின் மனதைத் தொடும் சான்றுகளோ இல்லை. உண்மை என்னவென்றால், குவெனல் உர்பினோவின் கூற்றுகள் எப்போதும் காதலால் எழுந்தவை அல்ல. அவரைப் போன்ற ஒரு கத்தோலிக்கப் போராளி, கிட்டத்தட்டக் காதலைப் போன்ற பாதுகாப்பு, ஒழுங்கு, மகிழ்ச்சி ஒருவேளை ஒன்றாகச் சேர்த்த பிறகு காதலை ஒத்திருக்கும் புள்ளிவிவரங்கள் போன்ற உலகியல் சார்ந்த பொருள்களை மட்டுமே அவளுக்குத் தந்ததுதான் ஓரளவு ஆர்வத்தைக் கொடுத்தது. ஆனால் அவை காதல் அல்ல. வாழ்வதற்கு மிகவும் தேவையானது உண்மையில் காதல்தான் என்றும் அவள் நம்பாததால், அந்தச் சந்தேகங்கள் அவளுடைய குழப்பத்தை அதிகரித்தன.

மகளுக்காக அத்தனை ஆர்வத்தோடு லொரென்ஸோ தாஸா தேடிக்கொண்டிருந்த லட்சிய மனிதரோடு சந்தேகப்படுமளவுக்கு ஒற்றுமை இருந்ததுதான் டாக்டர் குவெனல் உர்பினோவுக்கு எதிரான முக்கியமான காரணியாக இருந்தது. உண்மையில் தந்தை செய்த சதியின் விளைவாக அவர் இல்லையென்றாலும், அவளால் அப்படிப் பார்க்காமல் இருக்க முடியவில்லை. அழைப்பில்லாமல் மருத்துவம் பார்க்க இரண்டாவது முறையாக வீட்டிற்குள் அவர் நுழைந்ததைக் கண்டதிலிருந்து அப்படித்தான் அவள் உறுதியாக நம்பினாள். மாமன் மகள் ஹில்டெப்ராண்டாவோடு நடத்திய உரையாடல்கள் அவளைக் குழப்பிவிட்டன. பாதிக்கப்பட்ட அவளுடைய சொந்தச் சூழ்நிலையால், ஒருவேளை லொரென்ஸோ தாஸா அவளை இங்கு வரவழைத்ததே டாக்டர் உர்பினோவுக்கு ஆதரவாகச் செயல்படுவதற்காக இருக்கலாம் என்பதையும் மறந்துவிட்டு, ஃப்ளோரென்டினோ அரிஸாவுடன் அடையாளப்படுத்திக் கொள்ள முனைந்தாள் ஹில்டெப்ராண்டா. தந்தி அலுவலகத்தில் ஃப்ளோரென்டினோ அரிஸாவைச் சந்திக்க மாமன் மகள் சென்றபோது அவளுடன் போகாமலிருக்க ஃபெர்மினா தாஸா செய்த முயற்சிகள் கடவுளுக்குத்தான் தெரியும். தனது சந்தேகங்களோடு அவனை எதிர்கொள்ளவும் அவனோடு தனிமையில் பேசவும் தன்னுடைய அவசரமான முடிவு மிகத் தீவிரமான இன்னொன்றுக்கு, அதாவது தந்தைக்கு எதிரான

தன்னுடைய தனிப்பட்ட போரில் சரணடைய, இட்டுச் செல்லாது என்பதை உறுதிப்படுத்திக்கொள்ளவும் அவனை முழுமையாகத் தெரிந்துகொள்ளவும் மீண்டும் ஒருமுறை அவனைப் பார்க்க விரும்பியிருப்பாள். ஆனால் கைப்பிடிக்க நினைத்தவரின் வீரியமான அழகையோ, அவருடைய புகழ்பெற்ற செல்வத்தையோ, முன்கூட்டியே கிடைத்த புகழையோ, ஏராளமான உண்மைத் தகுதிகளில் எதையுமோ கணக்கில் எடுத்துக்கொள்ளாமல், நழுவிச்சென்ற வாய்ப்பைப் பற்றிய பயத்தாலும் விதியிடம் சரணடைய ரகசிய வரம்பாக அவள் வைத்திருந்த இருபத்தொரு வயதை நெருங்கிவிட்டதாலும் திகைத்ததால் அவளுடைய வாழ்க்கையின் முக்கியமான தருணத்தில் அவள் சரணடைந்தாள். கடவுளின் சட்டங்களாலும் மனிதர்களாலும் வகுக்கப்பட்ட இறுதிவரை இணைந்திருப்போம் என்ற முடிவை எடுக்க அந்த ஒரு நிமிடம் அவளுக்குப் போதுமானதாக இருந்தது: அப்போது அனைத்துச் சந்தேகங்களும் கலைந்துவிட்டன. மிகவும் ஒழுக்கமாயிரு என்று அறிவு அவளுக்குச் சுட்டிக்காட்டியதை வருத்தமின்றிச் செய்ய முடிந்தது. கண்ணீரில்லாமல் ஃப்ளோரென்டினோ அரிஸாவின் நினைவைப் பஞ்சால் துடைத்தாள். அதை முழுமையாக அழித்தாள். தன்னுடைய நினைவில் அவன் ஆக்கிரமித்திருந்து விட்டுச்சென்ற இடத்தில் பாப்பிகளின் புல்வெளியைப் பூக்கவிட்டாள். வழக்கத்திற்கு மாறான மிக ஆழமான கடைசிப் பெருமூச்சு ஒன்றை மட்டுமே அனுமதித்துக்கொண்டாள்: பாவம்.

இருந்தாலும், தேனிலவுப் பயணத்திலிருந்து திரும்பியதும் மிகவும் அஞ்சத்தக்க சந்தேகங்கள் எழத் தொடங்கின. மார்க்கேஸ் த காசல்துரோவின் பழைய அரண்மனையின் மருமகளாகவும் எஜமானியாகவும் பொறுப்பேற்கக் கொண்டுவந்த பதினொரு பெட்டிகளையும் காலிசெய்து, அறைக்கலன்களைப் பிரித்து, பெட்டிகளைத் திறந்து முடிப்பதற்குள்ளாகவே, தவறான வீட்டில், அதைவிட மோசமாக, தவறான மனிதரோடு கைதியாக இருப்பதைக் கொடுமையான மயக்கத்தோடு உணர்ந்து கொண்டாள். அதிலிருந்து வெளியில் வருவதற்கு ஆறு வருடங்கள் ஆயின. உள்ளுக்குள் ஏற்கெனவே அழுகிப்போன காரணத்தால் மூடிய அறைக்குள் அழுகிப்போகாமல் இருந்த மைத்துனிகளின் மனவளர்ச்சிக் குறைபாடும் மாமியார் தோன்யா ப்ளாங்காவின் கசப்பால் ஏற்பட்ட அவநம்பிக்கையும் அவளுடைய வாழ்க்கையின் குறைபாடுகளாக இருந்தன.

பரம்பரைக்கு மரியாதை செய்வதில் அடங்கிப்போன டாக்டர் உர்பினோ, கடவுளின் ஞானமும் மனைவியின் அளவற்ற அனுசரித்துப்போகும் திறமையும் ஒவ்வொன்றையும்

அதனதன் இடத்தில் வைக்கும் என்று நம்பி, அவளுடைய வேண்டுகோள்களுக்குச் செவிமடுக்கவில்லை. முன்னொரு காலத்தில் தன்னுடைய மகிழ்ச்சியால் மிகவும் நம்பிக்கை இழந்தவர்களிடம்கூட வாழும் ஆசையை ஊட்டிய தாயின் சீரழிவு அவரை வேதனைப்படுத்தியது. அது உண்மைதான். தனது சூழ்நிலையில் பொதுவாக இல்லாத மனிதாபிமானத்தோடு அழகாகவும் புத்திசாலியாவும் இருந்த அவள், கிட்டத்தட்ட நாற்பது ஆண்டுகளாக அவருடைய சமுதாயச் சொர்க்கத்தின் உடலாகவும் ஆன்மாவாகவும் இருந்தாள். அவள்தான் இவளென்று நம்ப முடியாத அளவுக்கு விதவைத்தனம் அவளுக்கு எரிச்சலூட்டியது, அவளை மந்தமாகவும் கடுப்பாகவும் உலகத்தின் எதிரியாகவும் மாற்றியது. அவள் சொன்னதைப் போல, அவளுடைய கணவர் அவளுக்காக வாழ்வது மட்டுமே நியாயமான தியாகமாக இருக்கும் என்னும்போது, கறுப்பினக் கூட்டத்திற்காகத் தெரிந்தே உயிரைத் தியாகம் செய்தார் என்ற மனக்கசப்பு மட்டும்தான் அவளுடைய சீரழிவுக்குச் சாத்திய மான விளக்கமாக இருக்க முடியும். எதுவாக இருந்தாலும், ஃபெர்மினா தாஸாவின் மகிழ்ச்சியான திருமணம் தேனிலவுவரைதான் நீடித்தது. இறுதி விபத்தைத் தடுப்பதற்கு அவளுக்கு உதவ வாய்ப்பிருந்த ஒருவரும் தாயின் சக்தியால் ஏற்பட்ட அச்சத்தில் முடங்கிவிட்டார். தான் மாட்டிக்கொண்ட மரணப் பொறிக்கு ஃபெர்மினா தாஸா குற்றம்சொன்னது மாசற்ற மைத்துனிகளையோ, அரைப் பைத்தியமான மாமியாரையோ அல்ல, அவரைத்தான். தனது தொழில்முறை அதிகாரம், உலகக் கவர்ச்சி ஆகியவற்றின் பின்னால், அவளைத் திருமணம் செய்துகொண்ட மனிதர் நம்பிக்கை இல்லாத பலவீனமானவர் என்று மிகவும் தாமதமாகச் சந்தேகப்பட்டாள். தன்னுடைய குடும்பப் பெயரின் சமூகக் கனத்தால் தைரியம்பெற்ற ஏழைப் பிசாசு.

அண்மையில் பிறந்த மகனிடம் அடைக்கலம் புகுந்தாள். தன்னுடையது அல்லாத ஏதோ ஒன்றிலிருந்து விடுபடும் நிம்மதியோடு அவன் தன் உடலை விட்டு வெளியேறுவதை உணர்ந்தாள். கழுத்தைச் சுற்றிய தொப்புள் கொடியோடும் கொழுப்பின் ரத்தத்தின் அழுக்கோடும் உயிரோடும் செவிலி அவளிடம் காட்டிய தன்னுடைய வயிற்றிலிருந்து பிறந்த குழந்தையின்மீது கொஞ்சம்கூடப் பாசத்தை உணரவில்லை என்பதை உணர்ந்தபோது தன்னைப் பற்றியே அச்சப்பட்டாள். ஆனால் அரண்மனையின் தனிமையில் அவனை அறிந்து கொள்ளக் கற்றுக்கொண்டாள். ஒருவரை ஒருவர் அறிந்து கொண்டார்கள். வளர்ப்பின் நட்பால்தான் ஒருவர் தன் குழந்தை களை நேசிக்கிறாரே தவிர, குழந்தைகளாக இருப்பதால் அல்ல

என்பதை மிகப்பெரிய மகிழ்ச்சியோடு கண்டுபிடித்தாள். கடைசியில், தன்னுடைய துரதிர்ஷ்டவசமான வீட்டில் அவனைத் தவிர யாரையும் எதையும் பொறுத்துக்கொள்ள முடியாதவள் ஆனாள். தனிமை, கல்லறைத் தோட்டம், ஜன்னலில்லாத பெரிய அறைகளில் நேரம் ஆகியவை அவளுக்கு மனச்சோர்வைக் கொடுத்தன. பக்கத்திலிருந்த மனநலக் காப்பகத்தில் பெண்கள் எழுப்பிய அலறல்களால் நீண்ட இரவுகளில் பைத்தியம் பிடிப்பதைப் போல உணர்ந்தாள். ஐந்து பேய்கள் சாப்பிடுவதற்கு, ஒரு குவளை பால் கலந்த காப்பியையும் பலகாரங்களையும் இறுதிச் சடங்கின் மெழுகுவர்த்திகள், வெள்ளித் தட்டுகள், மேசைக் கரண்டிகள், பூத்தையல் மேஜை விரிப்புகளுடன் அன்றாடம் விருந்து மேஜையைத் தயார் செய்யும் வழக்கத்திற்காக அவள் வெட்கப்பட்டாள். அவள் மேசைக் கரண்டியைப் பிடிக்கும் விதத்தையும் தெருப் பெண்களைப் போல விசித்திரமான அசைவுகளுடன் நடக்கும் விதத்தையும் சர்க்கஸ்காரியைப் போல உடையணிவதையும் காட்டுவாசிப் பெண்ணைப் போலக் கணவனை நடத்துதையும் மார்பை மூடாமல் குழந்தைக்குப் பால் கொடுப்பதைப் பற்றிய ஓயாத விமர்சனங்களையும் அந்திநேர ஜெபமாலையையும் மேஜை ஆச்சாரங்களையும் வெறுத்தாள். இங்கிலாந்தின் அண்மைக்கால வழக்கப்படி, ஆங்கிலேயே இனிப்பு பிஸ்கட்டுகளோடும் பூக்களின் மிட்டாய்களோடும் மாலை ஐந்து மணிக்குத் தேநீர் குடிக்கத் தொடக்கத்தில் அழைப்பு விடுத்தபோது, வீட்டில் உருக்கிய சீஸ் சாக்லேட்டுகளுக்கும் மரவள்ளிக் கிழங்கு ரொட்டி களுக்கும் பதிலாக, காய்ச்சல் குறைவதற்குக் கொடுக்கும் மருந்துகளைக் குடிப்பதை எதிர்த்தாள் தோன்யா ப்ளாங்கா. அவளுடைய கனவுகள்கூடக் கண்டனத்திற்குத் தப்பவில்லை. ஒருநாள் காலையில் ஃபெர்மினா தாஸா, நிர்வாணமாக நடந்து வந்த அந்நியன் கைநிறையச் சாம்பலை அரண்மனை மண்டபங்களில் சிதறவிட்டுச் சென்றதைக் கனவு கண்டதாகச் சொன்னபோது, தோன்யா ப்ளாங்கா குறுக்கிட்டுத் தடுத்தாள்: நல்ல பெண்ணுக்கு அப்படிப்பட்ட கனவுகள் வரக் கூடாது.

எப்போதும் அந்நியரின் வீட்டில் இருப்பதைப் போன்ற உணர்வோடு மேலும் இரண்டு பெரிய துரதிர்ஷ்டங்களும் சேர்ந்து கொண்டன. ஒன்று, மரித்த கணவர்மீதான மரியாதை யால் தோன்யா ப்ளாங்கா மாற்றிக்கொள்ள மறுத்ததும் ஃபெர்மினா தாஸா உண்ணத் தயங்கியதுமான கிட்டத்தட்ட அதன் அனைத்து வடிவங்களிலும் தினசரி சமைத்த கத்தரிக்காய். விஷத்தின் நிறத்தில் இருப்பதாகத் தோன்றியதால் சுவைத்துப் பார்க்கும் முன்பே சிறு வயதிலிருந்தே கத்திரிக்காய்களை அவள் வெறுத்தாள். இந்த முறை தனது வாழ்க்கையில்

ஏதோவொன்று நல்லதாக மாறியிருக்கிறது என்பதை மட்டும் அவள் எப்படியும் ஒப்புக்கொள்ள வேண்டியிருந்தது. ஏனென்றால் ஐந்து வயதில் மேஜையில் அதைச் சொன்னதால், அவளுடைய தந்தை ஆறு பேருக்கெனப் பானையில் வைத்திருந்த கத்திரிக்காய் முழுவதையும் அவளே சாப்பிட வேண்டுமென்று கட்டாயப்படுத்தினார். முதலில் பிசைந்த கத்திரிக்காயை வாந்தி எடுத்ததாலும், பிறகு அந்தத் தண்டனையிலிருந்து காப்பாற்றக் கிண்ணம் நிறைய விளக்கெண்ணெயைக் கட்டாயப்படுத்திக் குடிக்கவைத்ததாலும் செத்துவிடப்போவதாக நினைத்தாள். சுவையாலும் அதேயளவுக்கு விஷத்தின் பயத்தாலும் ஒரே தண்டனையாக நினைவில் குழம்பிக்கிடந்த இரண்டு விஷயங்களும் கசால்துரோ மார்க்கேஸ் அரண்மனையின் அருவருப்பான மதிய உணவுகளில், விளக்கெண்ணெயின் பனிக்கட்டி போன்ற குமட்டலால் கவனத்தைத் திருப்பாமலிருக்க, அவள் பார்வையை விலக்கிக்கொள்ள வேண்டியிருந்தது.

மற்றொரு துரதிர்ஷ்டம் வீணை. ஒருநாள் அவள் சொல்ல விரும்பியதைப் பற்றிய முழுமையான உணர்வோடு தோன்யா ப்ளாங்கா சொன்னாள்: “பியானோ வாசிக்கத் தெரியாத கண்ணியமான பெண்களை நான் நம்ப மாட்டேன்.” முதிர்ச்சியடைந்த பிறகு அதற்காக மகிழ்ச்சியடைந்தான் என்றாலும், தன்னுடைய குழந்தைப் பருவத்தின் சிறப்பான காலக்கட்டத்தை பியானோ வகுப்புகளில் கழித்திருந்ததால், அவளுடைய மகனும்கூட மறுக்க முயன்ற கட்டளை அது. இருபத்தைந்து வயதில் அவளைப் போன்ற குணத்தோடு அதே தண்டனைக்கு ஆளாகும் மனைவியை அவனால் நினைத்துக்கூடப் பார்க்க முடியவில்லை. ஆனால் தேவதைகளின் கருவி என்ற குழந்தைத்தனமான வாதத்தோடு, பியானோவுக்குப் பதிலாக வீணையை மாற்றியது மட்டும்தான் அம்மாவிடமிருந்து அவனுக்குக் கிடைத்த சலுகை. அப்படித்தான், நகரத்தின் அருங்காட்சியகத்திலிருந்த அனைத்துப் பொருட்களோடும் எரிந்து சாம்பலாகும்வரை அதன் விலை உயர்ந்த நினைவுச் சின்னங்களில் ஒன்றாக விளங்கிய, தங்கத்தால் வடித்ததைப் போலத் தோன்றிய, அப்படியே ஒலித்த அற்புதமான வீணை வியன்னாவிலிருந்து கொண்டுவரப்பட்டது. இறுதியான ஒரு தியாகத்தோடு பெரிய விபத்தைத் தடுக்க முயன்ற ஃபெர்மினா தாஸா, அந்த ஆடம்பரமான சிறைத் தண்டனைக்கு அடிபணிந்தாள். மாம்பாக்ஸ் நகரத்திலிருந்து அதற்காகவே அழைத்துவரப்பட்ட, பதினைந்து நாட்களில் திடீரென்று இறந்துபோன ஆசிரியர்களின் ஆசிரியரோடு தொடங்கிய வகுப்புகள், கல்லறையைத் தோண்டுபவனின் மூச்சோடு வாசிப்பைச் சிதைத்த குருமடத்தின் சிறந்த இசைக் கலைஞரோடு பல காலத்திற்குத் தொடர்ந்தது.

தனது பணிவைக் கண்டு அவளுக்கே வியப்பாக இருந்தது. தனது இதயத்திலோ முன்பு காதலுக்கென்று அர்ப்பணித்திருந்த நேரங்களில் கணவனோடு நடத்திய ஊமைச் சண்டைகளிலோ ஒப்புக்கொள்ள மாட்டாள் என்றாலும், மரபுகளின் சிக்கலிலும் தனது புதிய உலகத்தின் பாரபட்சங்களிலும் நினைத்ததைவிட வேகமாகவே சிக்கிக்கொண்டாள். தொடக்கத்தில் தனது அளவுகோலின் சுதந்திரத்தை நிலைநாட்டிக்கொள்ளச் சடங்குத்தனமான ஒரு வாசகத்தை வைத்திருந்தாள்: "தென்றல் வீசும்போது விசிறியைக் குப்பைத் தொட்டியில் போடு." ஆனால் பிறகு, மரணத்தைக் கொடுக்கும்படி கடவுளிடம் ஓயாமல் ஜெபித்துக்கொண்டிருந்த தோன்யா ப்ளாங்காமீது அவர் இறுதியாகக் கருணைகாட்டுவார் என்ற நம்பிக்கையோடு, அவள் நியாயமாகச் சம்பாதித்த சலுகைகளைப் பார்த்து உண்டான பொறாமைக்கும் கேலிக்கும் அவமதிப்புக்கும் பயந்து அவமானத்தைக்கூடத் தாங்கிக்கொள்ளத் தயாராக இருந்தாள்.

தேவாலயத்திற்கு எதிரானது இல்லையா என்ற கேள்வியைக்கூடக் கேட்டுக்கொள்ளாமல், நெருக்கடி என்ற வாதத்தோடு தனது பலவீனத்தை நியாயப்படுத்தினார் டாக்டர் உர்பினோ. திருமண வாழ்க்கையின் இயல்புதானே தவிர, வீட்டின் மூச்சடைக்கும் சூழல்தான் மனைவியின் சிக்கல்களுக்குக் காரணம் என்பதை அவர் ஏற்கவில்லை: கடவுளின் எல்லையற்ற கிருபையால் மட்டுமே நிலவும் அபத்தமான கண்டுபிடிப்பு. பூர்வீகப் பந்தம் எதுவுமில்லாத, ஒருவரை ஒருவர் அதிகம் தெரிந்துகொள்ளாத இருவர், வெவ்வேறு குணங்களோடும், வெவ்வேறு கலாச்சாரங்களோடும், வெவ்வேறு பாலினங்களோடும்கூட, ஒரே படுக்கையில் தூங்கவும் ஒருவேளை வெவ்வேறு திசைகளில் தீர்மானிக்கப்பட்ட இரண்டு விதிகளைப் பகிர்ந்துகொள்ளவும் திடீரென்று ஒன்றாக வாழத் தீர்மானிப்பது, எல்லா அறிவியல் காரணங்களுக்கும் எதிரானது. "காதல் செய்த பிறகு அன்றன்றைய இரவோடு முடிந்துவிடுகிறது என்பதும் பிறகு காலை உணவுக்கு முன்னதாகத் தினமும் அதை மீட்டுருவாக்க வேண்டும் என்பதும்தான் திருமண வாழ்க்கையின் சிக்கல்" என்றார். வைஸ்ராய்களின் காலம் திரும்புவதைப் பற்றி எப்போதும் கனவு காணும் நகரத்தில், இரண்டு விரோதமான வர்க்கங்களிலிருந்து எழுந்த அவர்களுடைய திருமணம் இன்னும் மோசமானது என்றார். காதலைப் போலவே வாய்ப்பில்லாத நிலையற்ற பிணைக்கும் பசை ஏதாவது சாத்தியமானால், அப்படி ஏதாவது இருக்குமானால், திருமணம் செய்துகொண்டபோது அவர்களுடைய விஷயத்தில் அது அவர்களிடம் இல்லை. அதைக் கண்டுபிடிக்கும்

இடத்தில் அவர்கள் இருந்தபோது, விதி யதார்த்தத்தை எதிர்கொள்ளவைத்ததைத் தவிர வேறெதுவும் செய்யவில்லை.

வீணையின் யுகத்தில் அவர்களுடைய வாழ்க்கையின் நிலைமை அப்படித்தான் இருந்தது. அவர் குளித்துக் கொண்டிருக்கும்போது அவள் உள்ளே நுழைந்த சுவையான தற்செயல்களின் காலம் கடந்துவிட்டது. சண்டை சச்சரவுகளையும் விஷக் கத்திரிக்காய்களையும் கடந்து, பைத்தியக்காரத்தனமான சகோதரிகளையும் அவர்களைப் பெற்ற தாயையும் கடந்து, அவளிடம் சோப்புப் போட்டுவிடும்படி கேட்கப் போதுமான அளவுக்குக் காதல் இன்னும் அவரிடம் இருந்தது. ஐரோப்பாவில் மிச்சம்வைத்த காதலின் துணுக்குகளோடு அவள் அதைச் செய்யத் தொடங்கினாள். சொல்லாமல் ஒருவரையொருவர் நேசித்து, மென்மையாக்க நினைக்காமல் மென்மையாக்கி, நினைவுகளால் இருவரும் ஏமாற்றப்பட்டார்கள். "அவர்களுக்கு அதிகக் குழந்தைகள் பிறக்காததற்குக் காரணம் அவர்கள் உறவு வைத்துக்கொள்ளாததுதான்" என்று சலவை அறையில் அவர்களைப் பற்றி வேலைக்காரப் பெண்கள் பேசுவதைக் கேட்டபோது, நறுமண சோப்பு நுரையைப் பூசிக்கொண்டு தரையில் வெறித்தனமாகக் காதல் செய்துகொண்டிருப்பார்கள். அவ்வப்போது, பைத்தியக்காரத்தனமான விருந்திலிருந்து திரும்பும்போது, கதவுக்குப் பின்னால் பதுங்கியிருந்த ஏக்கம் அவர்களைப் பிறாண்டி வீழ்த்தும். அப்போது நிகழ்ந்த ஒரு அற்புதமான வெடிப்பில் அனைத்தும் பழைய நிலைக்குத் திரும்பும். ஐந்து நிமிடங்களுக்குத் தேனிலவின் தடையற்ற காதலர்களாக மறுபடியும் இருப்பார்கள்.

ஆனால் அத்தகைய அரிதான சந்தர்ப்பங்களைத் தவிர, படுக்கை நேரத்தில் இருவரில் ஒருவருக்கு எப்போதும் அதிகச் சோர்வாகவே இருந்தது. குளியலறையில் வாசனை சிகரெட்டுகளைச் சுருட்டிக்கொண்டோ, தனியாகப் புகைத்துக்கொண்டோ, தனது உடலுக்குத் தானே தலைவியாக, தன்னுடைய வீட்டில் இளமையாகவும் சுதந்திரமாகவும் இருந்தபோது செய்ததைப் போல ஆறுதல் காதல்களைச் செய்துகொண்டும் இருந்தாள் அவள். அவளுக்கு எப்போதும் தலை வலித்தது அல்லது மிகவும் கொதிப்பாக இருந்தது அல்லது எப்போதும் தூங்குவதைப் போல நடித்தாள் அல்லது அவளுக்கு மாதவிடாய், மறுபடியும் மாதவிடாய், எப்போதும் மாதவிடாய். டாக்டர் உர்பினோ ஒப்புதல் வாக்குமூலமாக இல்லாமல் துக்கத்திலிருந்து விடுபடுவதற்காக மட்டுமே, திருமணமாகிப் பத்து வருடங்களுக்குப் பிறகு பெண்களுக்கு வாரத்திற்கு மூன்று முறை மாதவிடாய் வரும் என்று வகுப்பறையில் சொல்லத் துணியுமளவுக்குப் போனது.

துரதிர்ஷ்டத்திற்கு மேல் துரதிர்ஷ்டம். உடனடியாகவோ தாமதமாகவோ நடக்க வேண்டியதைத் தன்னுடைய மோசமான ஆண்டுகளில் ஃபெர்மினா தாஸா எதிர்கொண்டாள்: அவளுடைய தந்தையின் அற்புதமானதும் ஒருபோதும் தெரியாததுமான உண்மை. மாமனாரின் அத்துமீறல்களின் நடப்பு நிலவரத்தைத் தெரிவிக்க குவெனல் உர்பினோவைத் தனது அலுவலகத்திற்கு வரவழைத்த மாகாண ஆளுநர், ஒரே வாக்கியத்தில் சுருக்கமாகச் சொன்னார்: "அவர் மீறாத தெய்வீகச் சட்டமோ, மனிதச் சட்டமோ எதுவுமில்லை". அவருடைய தீவிரமான தந்திரங்களில் சில மருமகனின் பலத்தின் நிழலில் செய்யப்பட்டவை, அது அவருக்கும் அவருடைய மனைவிக்கும் தெரியாது என்று நினைப்பது கடினம். காத்துக்கொள்ள வேண்டிய நற்பெயர் தன்னுடையது மட்டும்தான் என்பதை அறிந்து கொண்ட டாக்டர் குவெனல் உர்பினோ, எழுந்து நின்றது தான் மட்டுமே என்பதால், தனது அதிகாரத்தின் முழு பலத்தோடும் தலையிட்டு, தனது வாக்குறுதியால் ஊழலை மறைத்துவிட்டார். எனவே, திரும்பி வரும் உத்தேசமின்றி முதல் கப்பலில் நாட்டை விட்டு வெளியேறினார் லொரென்ஸோ தாஸா. ஏக்கத்தை ஏமாற்ற அவ்வப்போது மேற்கொள்ளும் சிறிய பயணங்களில் இதுவும் ஒன்று என்ற தோற்றத்தில் தனது தாயகத்திற்கு அவர் திரும்பினார். அந்தத் தோற்றத்தின் ஆழத்தில் ஏதோ உண்மை இருந்தது: தனது கிராமத்தின் நீரூற்றிலிருந்து நிரப்பப்பட்ட தொட்டியிலிருந்து ஒரு குவளைத் தண்ணீர் குடிக்க மட்டுமே அவ்வப்போது தனது தாய்நாட்டுக் கப்பல்களில் ஏறினார். அரசியல் சதியால் பாதிக்கப்பட்டதாக மருமகனை நம்பவைக்க இன்னமும் முயன்றபடி நிரபராதி என்று எதிர்ப்புத் தெரிவித்து, கையை முறுக்க இடம் கொடுக்காமல் வெளியேறினார். திருமணம் ஆனதிலிருந்து அவர் மகளே என்று அழைத்த ஃபெர்மினா தாஸாவுக்காகவும் பேரனுக்காகவும் நிழலான வணிகத்தின் வாயிலாக நேர்த்தியான பெண்ணாக மகளை மாற்றும் சாதனையைச் செய்த பணக்காரனாகவும் சுதந்திரமானவனாகவும் அவரை உருவாக்கிய மண்ணிற்காகவும் அழுதுகொண்டே சென்றார். வயதாகியும் நோய்வாய்ப்பட்டும் இருந்தாலும் அவரால் பாதிக்கப்பட்ட யாரும் விரும்பியதைவிட நீண்டகாலம் உயிரோடிருந்தார். மரணச் செய்தி ஃபெர்மினா தாஸாவை எட்டியபோது நிம்மதிப் பெருமூச்சை அவளால் அடக்கிக்கொள்ள முடியவில்லை. கேள்விகளைத் தவிர்க்கத் துக்கம் அனுசரிக்க வில்லை என்றாலும், புகை பிடிப்பதற்காகக் குளியலறையில் அடைந்துகொண்டபோது பல மாதங்களாக ஏனென்று தெரியாத ஊமைக்கோபத்தோடு அழுதுகொண்டிருந்தாள். அது அவருக்கான அழுகைதான்.

அந்தத் துரதிர்ஷ்டமான காலத்தில் இருந்ததைப் போலப் பொதுவெளியில் மிகவும் மகிழ்ச்சியாக இருந்ததில்லை என்பதுதான் அவர்கள் இருவருடைய நிலைமையின் மிகப்பெரிய அபத்தமாக இருந்தது. வித்தியாசமானவர்களாகவும் நவீனமானவர்களாகவும் அதனால் பாரம்பரியமான ஒழுங்கை மீறுபவர்களாகவும் இருந்த அவர்கள், இருந்தபடி தங்களை ஏற்றுக்கொள்ள இசையாத புதைக்கப்பட்ட பகைமையின் மீது மகத்தான வெற்றிகளைப் பெற்ற காலமாக இருந்ததே அந்த மகிழ்ச்சிக்குக் காரணமாக இருந்திருக்கும். இருந்தாலும் அது ஃபெர்மினா தாஸாவுக்கு எளிமையான பகுதியாக இருந்தது. அதைத் தெரிந்துகொள்ளும் முன்பே அத்தனை நிச்சயமற்ற நிலைமைகளை ஏற்படுத்திய உலக வாழ்க்கை, ஒருவரை ஒருவர் கொல்லாமல் இருப்பதற்காகச் சமூகத்தில் ஏற்படுத்திவைத்த பாரம்பரிய உடன்படிக்கைகள், சாதாரணச் சடங்குகள், திட்டமிட்ட வார்த்தைகளைப் போன்ற அமைப்பே தவிர வேறில்லை. அறியாததைப் பற்றிய அச்சம்தான் அந்த மாகாணத்தில் நிலவிய அற்பத்தனத்தின் சொர்க்கத்தின் மிகப்பெரிய அடையாளம். மிக எளிமையான முறையில் அவள் அதை வரையறுத்தாள்: "பயத்தை வெல்லக் கற்றுக்கொள்வதுதான் பொது வாழ்க்கையின் முக்கியமான பிரச்சினை; சலிப்பை வெல்லக் கற்றுக்கொள்வதுதான் திருமண வாழ்க்கையின் பிரச்சினை."

ஏராளமான மலர்களின் கதம்ப வாசனையும் வால்ட்ஸ் இசையின் பளபளப்பும் வியர்வை சிந்திய ஆண்களின் கொந்தளிப்பும் வெளியுலகம் அனுப்பிய அந்தத் திகைப்பூட்டும் அச்சுறுத்தலை எப்படித் தடுக்கப் போகிறோம் என்று இன்னமும் தெரியாமல் அவளைப் பார்த்து நடுங்கிய பெண்களும் நிரம்பியிருந்த, சோஷியல் கிளப்பின் பெரிய மண்டபத்தில் மணமகளின் முடிவில்லாத வரிசையை இழுத்துக்கொண்டு நுழைந்தபோது, ஒரு தரிசனத்தின் தெளிவோடு திடீரென்று அதைக் கண்டுபிடித்தாள். வீட்டிலிருந்து பள்ளிக்குச் சென்றதைத் தவிர வெளியில் செல்லாமல் இருபதோரு வயதை நிறைவு செய்திருந்தாள் என்றாலும், தனது எதிரிகள் பயத்தால் முடங்கிக் கிடக்கிறார்களே தவிர வெறுப்பில் மூழ்கியிருக்கவில்லை என்பதை ஒருமுறை நோட்டமிட்டதே அவளுக்குப் போதுமானதாக இருந்தது. ஏற்கெனவே தன்னைக் கண்டு பயந்திருப்பவர்களை மேலும் பயமுறுத்துவதற்குப் பதிலாக அவளைப் புரிந்து கொள்ள உதவினாள். தன்னுடைய இதயத்தில் உருவாக்கி வைத்திருந்ததைவிட அவளுக்கு நன்றாகவோ மோசமாகவோ தோன்றாத, நகரங்களில் அவளுக்கு நடந்ததைப் போல, எப்படி இருக்க வேண்டும் என்று அவள் விரும்பியதிலிருந்து

அவர்கள் யாரும் வேறுபடவில்லை. இடைவிடாத மழையையும் காது கேளாத கடைக்காரர்களையும் வண்டிக்காரர்களின் ஹோமரின் காவிய நாயகர்களின் முரட்டுத்தனத்தையும் தாண்டி, அவளுடைய மகிழ்ச்சியான காலத்தின் ஏக்கத்தோடு இணைந்திருந்ததால், உண்மையிலேயே அப்படி இருந்திருந் தாலும் இல்லாவிட்டாலும்கூட, பாரிஸை உலகின் மிகவும் அழகான நகரமாக எப்போதும் நினைவில் கொள்ள வேண்டும். தன் பங்கிற்கு, தனக்கெதிராகப் பயன்படுத்தப்பட்ட ஆயுதங்களுக்கு இணையாக மிகுந்த புத்திசாலித்தனத்தையும் கணக்கான கம்பீரத்தையும் மட்டுமே பயன்படுத்தி வெற்றி பெற்றார் டாக்டர் உர்பினோ. சமுதாய நடைகள், கவிதைத் திருநாள்கள், கலை நிகழ்ச்சிகள், தொண்டு லாட்டரிகள், தேசபக்த நடவடிக்கைகள், முதல் பலூன் பயணம் என எதுவும் அவர்களின்றி நடைபெறாது. கிட்டத்தட்ட எப்போதும் அவை அனைத்தின் தொடக்கத்திலும் முன்னணியிலும் அவர்கள் இருந்தார்கள். அவர்களுடைய துரதிர்ஷ்டமான காலத்தில், அவர்களைவிட மகிழ்ச்சியானவர்கள் யாரும் இருக்க முடியுமென்றோ, அதைவிட இணக்கமான திருமணம் எதுவும் இருக்க முடியுமென்றோ யாரும் கற்பனைகூட செய்திருக்க முடியாது.

அவளுடைய தந்தையால் கைவிடப்பட்ட வீடு, ஃபெர்மினா தாஸாவுக்குக் குடும்ப அரண்மனையின் மூச்சுத் திணறலிலிருந்து தனக்கானதொரு அடைக்கலத்தைக் கொடுத்தது. அடுத்தவர்களின் பார்வையிலிருந்து தப்பித்ததும் சுவிஷேசப் பூங்காவிற்கு ரகசியமாகச் சென்றுவிடுவாள், அங்கு புதிய நண்பர்களையோ பள்ளி அல்லது ஓவிய வகுப்பின் பழைய நண்பர்களையோ வரவேற்பாள். துரோகம் செய்வதற்குப் பதிலாக அப்பாவித்தன மான மாற்று அது. எஞ்சியிருந்த குழந்தைப் பருவத்தின் நினைவுகளோடு, ஒற்றைத் தாயின் அமைதியான நேரங்களை அனுபவித்தாள். வாசனைக் காகங்களை மறுபடியும் வாங்கினாள், தெருவிலிருந்த பூனைகளைப் பிடித்துவந்தாள், ஏற்கெனவே வயதாகி வாதநோயால் சற்றுப் பாதிக்கப்பட்டிருந்தாலும், வீட்டைப் புதுப்பிக்க வேண்டும் என்ற ஆவலோடு இன்னுமிருந்த காலா ப்ளாசிடியாவின் பராமரிப்பில் வைத்தாள். முதல்முறை யாக ஃப்ளோரென்டினோ அரிஸா அவளைப் பார்த்த, அவளுடைய இதயத்தைத் தெரிந்துகொள்ள நாக்கை நீட்டச் சொல்லி டாக்டர் குவெனல் உர்பினோ பார்த்த தையலறையை மறுபடியும் திறந்த அவள், அதைக் கடந்த காலத்தின் சரணாலய மாக மாற்றிக்கொண்டாள். ஒரு குளிர்கால மாலை நேரத்தில் புயல் வீசும் முன்பு பால்கனியை மூடச் சென்றபோது, தனக்கேற்ற வகையில் வெட்டித் தைத்திருந்த தன் தந்தையின் அங்கியோடும் மடியில் திறந்துவைத்திருந்த புத்தகத்தோடும்

பூங்காவின் பாதாம் மரத்தடியில் தன்னுடைய இருக்கையில் உட்கார்ந்திருந்த ஃப்ளோரென்டினோ அரிஸாவைப் பார்த்தாள் என்றாலும், தன்னுடைய நினைவிலிருந்த வயதோடுதான் அவனைப் பார்த்தாளே தவிர, தற்போது பலமுறை யதேச்சையாகப் பார்த்ததைப் போலப் பார்க்கவில்லை. மரணத்தின் எச்சரிக்கையாகத் தோன்றிய அந்தக் காட்சி அவளுக்கு அச்சத்ததைக் கொடுத்தது, வலியை ஏற்படுத்தியது. தனது வீட்டை அவன் மேம்படுத்திய அதே அளவுக் காதலோடு அவனுக்காக மேம்படுத்திய அந்த வீட்டில், அவனோடு மட்டுமே ஒருவேளை மகிழ்ச்சியாக இருந்திருக்கலாம் என்று நினைக்கத் துணிந்தாள். அவள் அடைந்த துயரத்தின் உச்சநிலையை உணர இடம் கொடுத்ததால், அந்த எளிமையான அனுமானம் அவளுக்கு அச்சத்தைக் கொடுத்தது. அப்போது தனது கடைசி ஆயுதங்களைப் பயன்படுத்தி நழுவாமல் விவாதிக்கவும் அவளை எதிர்கொள்ளவும் அவளோடு சண்டையிடவும் சொர்க்கத்தை இழந்ததற்காகக் கடைசிச் சேவல் கூவும்வரை ஆத்திரத்தோடு சேர்ந்து அழவும் தன் கணவனைக் கட்டாயப்படுத்தினாள். அரண்மனைத் திரைச்சீலைகளின் வழியாக வெளிச்சம் வந்தது, சூரியன் பிரகாசித்தது. தூங்காததால் களைத்திருந்த, ஏராளமாகப் பேசியதால் வீங்கியிருந்த கணவன், அத்தனை அழுததால் வலிமைபெற்ற இதயத்தோடு, தனது காலணிகளின் நாடாவை இறுக்கிக்கொண்டார், தனது பெல்ட்டை இறுக்கிக்கொண்டார், ஒரு மனிதனாக இன்னும் எஞ்சியிருந்த அனைத்தையும் இறுக்கிக்கொண்டார். ஐரோப்பாவில் தொலைத்துவிட்ட காதலைத் தேடப்போகிறார்கள். ஆம் அன்பே என்றார் அவளிடம். நாளைக்கும் எப்போதும். அதைப் பற்றி நினைக்காமலிருக்கப் போதுமான அளவுக்கு இருந்ததே தவிர, ஊரில் புழங்கிவந்த கதை சொன்னதைப் போல அளவுக்கு அதிகமாக இல்லை என்பது அவருக்கு மட்டுமே தெரிந்திருந்தது அனைத்து வகையான வணிகங்கள், முதலீடுகள், புனிதமானதும் நீண்ட ஆயுள் கொண்டதுமான ஆவணங்களில் தொடக்கத்திலிருந்தே சிதறிக் கிடந்த ஏராளமான குடும்பச் சொத்தை, அவருடைய மொத்த நிர்வாகியாக இருந்த கருவூல வங்கியின் ஆலோசனைப்படி உடனடியாகக் கலைக்கும் அளவுக்கு உறுதியான முடிவாக அது இருந்தது. இந்தக் கொடூரமான நாட்டில் அவருக்கோ அவருடைய மனைவிக்கோ செத்து விழுவதற்குக் கையகல நிலம்கூட இல்லாமல், என்னவாக இருந்தாலும் அதை முத்திரைத் தங்கமாக மாற்றி அயல்நாட்டு வங்கிகளுக்குக் கொஞ்சம் கொஞ்சமாக மாற்றிவிட வேண்டும்.

இருந்தாலும் உண்மையிலேயே அவள் நம்ப விரும்பியதற்கு மாறாக இருந்தான் ஃப்ளோரென்டினோ அரிஸா. கணவனோடும்

மகனோடும் தங்க நிறக் குதிரைகள் பூட்டிய வண்டியில் அவள் வந்தபோது, ஃபிரான்ஸுக்குச் செல்லும் கப்பல் நின்றிருந்த துறைமுகத்தில் இருந்த அவன், பொது நிகழ்ச்சிகளில் பலமுறை பார்த்திருப்பதைப் போல அவர்கள் மிகப் பொருத்தமாக இறங்கி வருவதைக் கண்டான். வளர்ந்த பிறகு எப்படி இருப்பான் என்பதை ஏற்கெனவே அறிந்துகொள்ளும் வகையில் படிக்கவைத்த மகனோடு அவர்கள் புறப்பட்டார்கள். அவன் அப்படித்தான் இருந்தான். மகிழ்ச்சியோடு தொப்பியை அசைத்து ஃப்ளோரென்டினோ அரிஸாவை வாழ்த்தினார் குவெனல் உர்பினோ: "நாங்கள் ஃப்ளாண்டெஸைக்[12] கைப்பற்றப் போகிறோம்." ஃபெர்மினா தாஸா அவனை நோக்கி லேசாகத் தலையசைத்தாள், தொப்பியைக் கழற்றிய ஃப்ளோரென்டினோ அரிஸா மரியாதை செய்யும் விதமாகத் தலையைத் தாழ்த்தினான். அவனுடைய வழுக்கையின் அகாலமான தாக்குதலை இரக்க மில்லாமல் கவனித்தாள். அதுதான் அவன். அவள் பார்த்ததைப் போலத்தான் அவன் இருந்தான். அவள் சந்தித்தே இருக்காத ஒருவனின் நிழலாக.

ஃப்ளோரெண்டோ அரிஸாவுக்கும் அது மிகச் சிறந்த கணமாக இருக்கவில்லை. கிட்டத்தட்ட வெறுமையாக, நினைவு களின்றி முடிந்துவிட்ட ட்ரான்சிட்டோ அரிஸாவின் கடைசி நெருக்கடியோடு, ஒவ்வொரு நாளும் மிகவும் தீவிரமடைந்த வேலையும் உல்லாச வேட்டைக்காரனின் சலிப்பும் காலத்தின் மரண அமைதியும் சேர்ந்துகொண்டன. வழக்கம்போல நாற்காலியில் உட்கார்ந்து படித்துக்கொண்டிருந்த அவனைப் பார்த்த அவள், சில சமயங்களில் அவனைப் பார்த்துத் திரும்பி, "நீ யாருடைய மகன்?" என்று கேட்கும் அளவுக்குப் போனது. உண்மையைத்தான் எப்போதும் அவளுக்குப் பதிலாகச் சொன்னான் என்றாலும் உடனடியாக மறுபடியும் அவள் குறுக்கிட்டாள். "ஒன்று சொல் மகனே! நான் யார்?" என்று கேட்டாள்.

அசைய முடியாத அளவுக்குக் கொழுத்துவிட்ட பிறகு, மிகச் சில மணிநேரம் மட்டுமே தூங்கியதால், முதல் சேவல்களுடன் எழுந்து மறுநாள் விடியும்வரை அழகுபடுத்தியபடி, விற்க எதுவுமில்லாத பொத்தான் கடையில் பொழுதைக் கழித்தாள். தலையில் மலர்மாலை சூடிக்கொண்டும் உதடுகளில் சாயம் பூசிக்கொண்டும் முகத்திலும் கைகளிலும் பவுடர் பூசிக்கொண்டும்

12. ஸ்பானிஷ் மொழியில் ஃப்ளாண்டெஸ் போர் என்று அழைக்கப்படும் டச்சுப் புரட்சி அல்லது எண்பதாண்டுக் காலப் போர். 1568முதல் 1648வரை ஸ்பானிஷ் முடியாட்சிக்கு எதிராக நடைபெற்ற ஆயுதப் போரின் விளைவாக டச்சுக் குடியரசு உருவானது.

கடைசியாகத் தன்னோடு இருந்தவர்களிடம் எப்படி இருக்கிறேன் என்று கேட்பாள். அதே பதிலைத்தான் எப்போதும் எதிர்பார்ப்பாள் என்பது பக்கத்தில் இருப்பவர்களுக்குத் தெரியும்: "நீதான் குட்டி ரோச்சி மார்ட்டினெஸ்." குழந்தைகளுக் கான கதையின் பாத்திரத்திலிருந்து எடுத்துக்கொண்ட அந்த அடையாளம் மட்டும்தான் அவளைத் திருப்திப்படுத்தியது. மறுபடியும் புதிதாகத் தொடங்கும்வரை, பெரிய இளஞ்சிவப்பு இறகுக் கொத்தால் விசிறியபடி, நாற்காலியில் ஆடிக்கொண் டிருப்பாள். காகிதப் பூக்களின் கிரீடம், கண் இமைகளில் கஸ்தூரி, உதடுகளில் சாயம், முகத்தில் மங்கலான வெள்ளைப் பூச்சு. மறுபடியும் பக்கத்தில் இருந்தவர்களிடம் கேள்வி: "நான் இப்போது யார்?" அண்டை வீட்டுக்காரர்களின் கேலிக்குரியவளாக மாறிய பிறகு, பழைய பொத்தான் கடையின் மேசைகளையும் அலமாரி இழுப்பறைகளையும் ஒரே இரவில் அகற்றச்செய்த ஃப்ளோரென்டினோ அரிஸா, தெருக்கதவை அடைத்துவிட்டு, குட்டிரோச்சி மார்ட்டினேஸின் படுக்கையறை எப்படி இருக்குமென்று அவள் விவரித்ததைக் கேட்டு அதன்படி ஏற்பாடு செய்தான். நான் யார் என்று அவள் மறுபடியும் எப்போதும் கேட்கவில்லை.

சிற்றப்பா பன்னிரண்டாம் லூயியின் ஆலோசனை யின் பேரில், அவளைக் கவனித்துக்கொள்ள ஒரு வயதான பெண்ணைத் தேடினான். ஆனால் அந்தப் பரிதாபத்திற்கு உரியவள் விழித்திருந்ததைவிட அதிக நேரத்தை உறக்கத்திலேயே கழித்தாள். சில நேரங்களில், அவளே தான் யார் என்பதை மறந்துவிட்டதைப் போலத் தோன்றியது. அதனால், அலுவலகத்தி லிருந்து திரும்பியதிலிருந்து தாயைத் தூங்கவைக்கும்வரை ஃப்ளோரென்டினோ அரிஸா வீட்டிலேயே இருந்தான். ஒலிம்பியா ஜூலேட்டாவுடன் அவனுக்கு ஏற்பட்ட பயங்கர மான சந்திப்பிற்குப் பிறகு ஏதோ ஆழமான மாற்றம் ஏற்பட்டு விட்டதால், வர்த்தகக் கிளப்பில் அவன் மறுபடியும் டொமினோ விளையாடவும் போகவில்லை, அடிக்கடி பார்த்துக்கொண்டிருந்த சில பழைய நண்பர்களைப் பார்க்கவும் போகவில்லை.

மின்னல் தாக்கியதுபோல உணர்ந்தான் ஃப்ளோரென்டினோ அரிஸா. அக்டோபர் மாதத்தின் புயல்களில் ஒன்று நம்மை உலுக்கியதற்கு இடையில், சிற்றப்பா பன்னிரண்டாம் லூயியை அவருடைய வீடுவரை அழைத்துச் சென்ற ஃப்ளோரென்டினோ அரிஸா, திருமண உடைபோலத் தோன்றிய சுருக்கம் வைத்துத் தைத்த மெல்லிய சரிகைப் பட்டு அணிந்த சுறுசுறுப்பான குட்டிப் பெண்ணை வண்டியிலிருந்து பார்த்தான். அவளுடைய குடையைப் பறித்துக்கொண்ட காற்று, அதைக் கடல்மீது

தூக்கிக்கொண்டு பறந்ததால், அவள் ஒரு பக்கத்திலிருந்து இன்னொரு பக்கத்திற்கு வெட்கத்தோடு ஓடுவதைப் பார்த்தான். வண்டியில் அவளை மீட்ட அவன் தனது பாதையிலிருந்து விலகி, தெருவிலிருந்தே முற்றத்தில் நிறைந்திருந்த புறாக்கூடுகள் தெரிந்த, விரிகடலைப் பார்த்தபடி வசிப்பதற்காக மாற்றி அமைக்கப்பட்ட பழைய துறவி மடமான அவளுடைய வீட்டிற்கு அழைத்துச் சென்றான். விற்பனை செய்வதற்கான பல விதமான மலிவுப் பொருட்களைக் கொண்ட பெட்டிகளைத் தனது நிறுவனத்தின் கப்பல்களிலிருந்து இறக்குவதை ஃப்ளோரென்டினோ அரிஸா பார்த்திருக்கும் பழைய பொருட்களின் வியாபாரி யோடும், நதிக் கப்பல்களில் குழந்தைகளைக் கொண்டுசெல்லத் தாய்மார்கள் பயன்படுத்துவதைப் போன்ற பிரம்புக் கூடையில் பலவிதமான புறாக்களின் உலகத்தோடும் ஒரு வருடத்திற்கு முன்பு திருமணம் செய்துகொண்டதாக வழியில் அவள் அவனிடம் சொன்னாள். உயரமான கால்களாலும் குறுகிய மார்பாலும் மட்டுமின்றி முழுமையாகவே ஒலிம்பியா ஜூலேட்டா குளவிக் குடும்பத்தைச் சேர்ந்தவளாகத் தோன்றினாள். செம்புக் கம்பியால் செய்ததைப்போன்ற முடி, தோலின் மீதிருந்த சிறிய புள்ளிகள், இயல்பைவிட அகன்று இருந்த வட்டமான, துறுதுறுத்த கண்கள், புத்திசாலித்தனமான, வேடிக்கையான விஷயங்களை மட்டுமே பேசும் மெல்லிய குரல். கவர்ச்சியானவள் என்பதைவிட வேடிக்கையானவள் என்று தோன்றிய அவளை, கணவனோடும் அவனுடைய தந்தையோடும் மற்ற குடும்ப உறுப்பினர்களோடும் வாழ்ந்த அவளுடைய வீட்டில் விட்டதும் ஃப்ளோரென்டினோ அரிஸா மறந்துவிட்டான்.

சில நாட்களுக்குப் பிறகு, துறைமுகத்தில் சரக்குகளை இறக்குவதற்குப் பதிலாக ஏற்றிக்கொண்டிருந்த அவளது கணவனை மறுபடியும் பார்த்தான். கப்பல் புறப்பட்டபோது, பிசாசின் குரல் ஃப்ளோரென்டினோ அரிஸாவின் காதில் தெளிவாகக் கேட்டது. அன்று மாலை, சிற்றப்பா பன்னிரண்டாம் லூயியை வீட்டில் விட்ட பிறகு தற்செயலாகச் கடந்துபோவதைப் போல ஒலிம்பியா ஜூலேட்டாவின் வீட்டைக் கடந்த அவன், கூச்சலிட்ட புறாக்களுக்கு வேலிக்கு உள்ளிருந்து அவள் தீனி போடுவதைப் பார்த்தான். வேலிக்கு வெளியில் வண்டியிலிருந்து கத்தினான்: “ஒரு புறா என்ன விலை?” அவனை அடையாளம் கண்டுகொண்ட அவள், மகிழ்ச்சியான குரலில் பதிலளித்தாள்: “விற்பதற்கு இல்லை.” அவன் அவளிடம் கேட்டான்: “அப்படி யானால், புறா கிடைக்க என்ன செய்ய வேண்டும்?” புறாக்களுக்குத் தீனிபோடுவதை நிறுத்தாமல் அவனுக்குப் பதிலளித்தாள்: “மழையில் தொலைந்துபோன புறாவைக் கண்டால் வண்டி யில் கூட்டிக்கொண்டு போகலாம்.” அதனால், ஒலிம்பியா

ஜூலெட்டாவின் நன்றிப் பரிசோடு அன்றிரவு வீடு திரும்பினான் ஃப்ளோரென்டினோ அரிஸா: கால்களில் உலோக மோதிரத்துடன் ஒரு தூதுப் புறா.

அடுத்த நாள் மாலையில், அதே சாப்பாட்டு வேளையில், புறா மாடத்தில் திரும்பிவந்த பரிசுப் புறாவைப் பார்த்த அழகிய புறா, அது தப்பி வந்துவிட்டதாக நினைத்தது. ஆனால் என்ன வென்று பார்க்க அதைப் பிடித்தபோது மோதிரத்தில் சுற்றப்பட்டிருந்த சிறிய காகிதத்தைக் கண்டது: ஒரு காதல் பிரகடனம். எழுதப்பட்ட அடையாளத்தை ஃப்ளோரென்டினோ அரிஸா முதல்முறையாக விட்டுச்சென்றது அதுதான். இந்த முறை புத்திசாலித்தனமாகக் கையெழுத்திடாமல் இருந்தான் என்றாலும் அதுவே கடைசி முறை அல்ல. மறுநாள் புதன்கிழமை மாலை தன்னுடைய வீட்டில் அவன் நுழைந்தபோது, புறா வளர்க்கும் பெண் கொடுத்ததாக ஒப்புவித்த செய்தியோடு, கூண்டில் அதே புறாவைத் தெருச் சிறுவன் ஒருவன் அவனிடம் கொடுத்தான். மறுபடியும் பறந்துவிடாமலிருக்கத் தயவுசெய்து நன்றாக மூடிய கூண்டில் அதை வைக்க வேண்டும் என்றும், திரும்பக் கொடுப்பது இதுவே கடைசிமுறை என்றும் அவனைச் சொல்லச் சொல்லியிருந்தாள். கடிதத்தை வழியில் புறா தொலைத்துவிட்டதா, அல்லது புறா வளர்ப்பவள் அப்பாவியாக விளையாடுகிறாளா, அல்லது புறாவைத் திருப்பி அனுப்புவதற்காக அவனிடம் அனுப்பியிருக்கிறாளா? அதை எப்படிப் புரிந்து கொள்வது என்று அவனுக்கு விளங்கவில்லை. இருந்தாலும், கடைசியாக நினைத்ததுதான் சரியாக இருக்குமென்றால், ஒரு பதிலோடு புறாவைத் திருப்பி அனுப்புவதுதான் அவளுக்கு இயல்பானதாக இருந்திருக்கும்.

நீண்ட யோசனைக்குப் பிறகு சனிக்கிழமை காலையில் ஃப்ளோரென்டினோ அரிஸா கையெழுத்திடாத இன்னொரு கடிதத்துடன் புறாவை மறுபடியும் அனுப்பினான். இந்த முறை அடுத்த நாளுக்குக் காத்திருக்க வேண்டியிருக்கவில்லை. அன்று மாலையே, மறுபடியும் பறந்துவிட்ட புறா மீண்டும் திருப்பி அனுப்பப்படுவதாகவும் நேற்றைய முன்தினம் நல்ல நடத்தைக்காகத் திருப்பி அனுப்பப்பட்டது, இந்தமுறை பரிதாபத்தால் திருப்பி அனுப்பப்படுகிறது என்றாலும் மீண்டும் பறந்துவிட்டால் உண்மையாகவே திருப்பி அனுப்பப்படாது என்ற செய்தியோடு, அதே சிறுவன் இன்னொரு கூண்டில் அதைத் திரும்பக் கொண்டுவந்தான். புறாவைக் கூண்டிலிருந்து வெளியிலெடுத்துக் கைகளால் பொத்தியும் தாலாட்டியும் குழந்தைப் பாடல்களால் தூங்கவைக்க முயன்றும் நெடுநேரம் வரை விளையாடிக்கொண்டிருந்த ஃப்ளோரென்டினோ அரிஸா, ஒற்றை வரியோடு ஒரு துண்டுக் காகிதம் அதன் காலில்

இருந்ததைக் கண்டான்: அநாமதேயக் கடிதங்களை ஏற்பதில்லை. அதுதான் அவனுடைய முதல் சாகசத்தின் உச்சம் என்பதைப் போலப் படபடத்த இதயத்தோடு அதைப் படித்துப் பொறுமை இல்லாமல் துள்ளிக் குதித்த ஃப்ளோரென்டினோ அரிஸாவால், அன்று இரவு முழுவதும் தூங்க முடியவில்லை. அடுத்த நாள் காலையில் அலுவலகத்திற்குப் போவதற்கு முன்பாகவே, தன்னுடைய பெயரை மிகத் தெளிவாகக் கையெழுத்திட்ட காதல் கடிதத்தோடு, தனது தோட்டத்தில் பூத்த மிகப் புதிய, மிகச் சிவப்பான, மிகவும் வாசனையான ஒரு ரோஜாவை வளையத்தில் வைத்துப் புறாவை மறுபடியும் பறக்கவிட்டான்.

அது அத்தனை சுலபமானதாக இருக்கவில்லை. மூன்று மாத முற்றுகைகளுக்குப் பிறகும் அழகான புறா அதே பதிலைத்தான் கொடுத்துக்கொண்டிருந்தது: "நான் அப்படிப்பட்டவள் இல்லை." ஆனால் செய்திகளைப் பெற்றுக்கொள்வதையோ, யதேச்சையான சந்திப்புகளைப் போலத் தோன்றும் வகையில் ஃப்ளோரென்டினோ அரிஸா ஏற்பாடுசெய்த சந்திப்புகளுக்குச் செல்வதையோ கைவிடவில்லை. வேற்று மனிதனாகவே இருந்தான். ஒருபோதும் முகத்தைக் காட்டாத காதலன், காதலின் மேல் மிகுந்த ஆர்வம் கொண்டவன் என்றாலும் மிகவும் அற்பத்தனமானவன், எதையும் கொடுக்காமல் அனைத்தையும் விரும்பியவன், பாதச் சுவடுகளை இதயத்தில் விட்டுச்செல்ல யாரையும் அனுமதிக்காதவன், கணவன் பயணத்திற்கோ சந்தைக்கோ வெளியில் செல்லாத இரண்டு சந்தர்ப்பங்களிலும்கூட, அற்புதமான பரிசுகளை அனுப்பிய, புறா வீட்டைப் பொறுப்பில்லாமல் சுற்றிவந்த, கையொப்பமிட்ட கடிதங்களின் பரவசத்தில் தெருவில் ஓடிய, பதுங்கியிருந்த வேட்டைக்காரன். தன்னுடைய முதல் காதலின் தொடக்கக் காலத்திலிருந்து, ஈட்டியால் குத்தப்பட்டதைப் போல உணர்ந்தது அந்த முறைதான்.

ஆறு மாதங்களுக்குப் பிறகு, வண்ணப்பூச்சு பழுது பார்ப்பதற்காக நதித் துறையில் நின்ற கப்பலின் தடுப்பறையில் சந்தித்தார்கள். அதுவொரு அற்புதமான மாலைப்பொழுது. கிளர்ச்சியடைந்த புறாவைப் போல மகிழ்ச்சியான காதலைக் கொண்டிருந்தாள் ஒலிம்பியா ஜூலேட்டா. காதலைப் போலவே, காதலித்த நிதானமான ஓய்வில் நீண்டநேரம் நிர்வாணமாக இருக்க விரும்பினாள். தடுப்பறை பாதி பிரிக்கப்பட்டும் பாதி வண்ணம் பூசப்பட்டும் இருந்தது, டர்பெண்டைன் வாசனை மகிழ்ச்சியான மாலைப்பொழுதின் நினைவைக் கொண்டு செல்வதற்குப் பொருத்தமானதாக இருந்தது. படுக்கையின் கைக்கெட்டிய தூரத்திலிருந்த சிவப்பு வண்ண டப்பாவைக்

கண்ட ஃப்ளோரென்டினோ அரிஸா, ஒரு அசாதாரண உத்வேகத்தின் உந்துதலால் திடீரென்று ஆள்காட்டி விரலை அதில் நனைத்து, அழகான புறாவின் அடிவயிற்றில் கீழ்நோக்கிச் சென்ற ரத்தத்தின் அம்புக்குறியை வரைந்து வயிற்றில் எழுதினான்: இந்தப் புழை என்னுடையது. அன்றிரவு, எழுதியது நினைவில்லாத ஒலிம்பியா ஜூலேட்டா கணவனின் முன்னால் ஆடையை அவிழ்த்தாள். ஒரு வார்த்தைகூடப் பேசாமல், மூச்சுக்கூட மாறாமல், எதுவுமில்லாமல், அவள் இரவு உடையை அணிந்து கொண்டிருந்தபோது சவரக் கத்தியை எடுக்கக் குளியலறைக்குச் சென்ற அவன், ஒரே இழுப்பில் அவள் தொண்டையை அறுத்தான்.

பல நாட்களுக்குப் பிறகு தப்பியோடிய கணவன் பிடிபட்டு, அவன் குற்றத்தின் காரணங்களையும் விதத்தையும் செய்தித்தாள்களுக்குச் சொல்லும்வரை ஃப்ளோரென்டினோ அரிஸாவுக்கு அது தெரியாது. கப்பல் வணிகத்தில் கொலைகாரனை நன்றாகத் தெரிந்திருந்ததால் அவனது சிறைவாச ஆண்டுகளைக் கணக்கு வைத்திருந்த ஃப்ளோரென்டினோ அரிஸா, கையெழுத் திட்ட கடிதங்களைப் பற்றிப் பல ஆண்டுகளாகப் பயத்தோடு நினைத்துக்கொண்டிருந்தான் என்றாலும், அவனுடைய துரோகத்தை ஃபெர்மினா தாஸா கண்டுபிடித்துவிடும் துரதிர்ஷ்டத்திற்கு அஞ்சியதால்தானே தவிர, கழுத்துக்கு வரும் கத்திக்கோ பொது அவதூறுக்கோ அஞ்சியதால் அல்ல. காத்திருந்த காலத்தில், பருவம் தவறிய கடும் மழையால், ட்ரான்சிட்டோ அரிஸாவைப் பார்த்துக்கொண்ட பெண் எதிர்பார்த்ததைவிட அதிக நேரம் சந்தையில் இருக்க வேண்டியிருந்தது. வீடு திரும்பியபோது அவள் இறந்துபோயிருப்பதைக் கண்டாள். வழக்கம் போலவே, வண்ணம் தீட்டிப் பூச்சூடிக்கொண்டு, இறந்து இரண்டு மணிநேரம்வரை அவளைப் பார்த்துக்கொண்ட பெண் உணராத அளவுக்கு உயிர்ப்பான கண்களோடும் குறும்புத்தனமான புன்னகையோடும் ஆடும் நாற்காலியில் அவள் உட்கார்ந்திருந்தாள். சற்று நேரத்திற்கு முன்பு கட்டிலுக்கடியில் புதைத்துவைத்திருந்த குவளைகளில் அரிய கற்களாகவும் தங்கமாகவும் இருந்த செல்வத்தை அண்டை வீட்டுக் குழந்தை களுக்குப் பிரித்துக்கொடுத்த அவள், அவற்றை மிட்டாய்களைப் போலச் சாப்பிடலாம் என்றாள். அவற்றில் மிகவும் மதிப்புமிக்க சிலவற்றை மீட்க முடியவில்லை. அப்போதும் காலாராக் கல்லறை என்று அழைக்கப்பட்ட லா மானோ த தியோஸ் பழைய பண்ணையில் அவளை அடக்கம் செய்த ஃப்ளோரென்டினோ அரிஸா, சமாதியின் மேல் ஒரு ரோஜாப் புதரை நட்டுவைத்தான்.

கல்லறைக்கு முதல்முறையாகச் சென்றபோதே, அங்கு மிகப் பக்கத்தில், தலைக்கல் இல்லாவிட்டாலும் புதிய

சிமெண்ட்டில் விரலால் பெயரும் தேதியும் எழுதப்பட்ட ஒலிம்பியா ஜூலேட்டாவின் சமாதி இருப்பதைக் கண்டுபிடித்த ஃப்ளோரென்டினோ அரிஸா, அது கணவனின் ரத்தம் தோய்ந்த ஏளனமென்று திகிலோடு நினைத்துக்கொண்டான். பார்வையில் யாரும் இல்லையென்றால், ரோஜா பூத்தபோது அவளுடைய கல்லறையிலும் ஒரு ரோஜாவை வைப்பான். வெகுகாலத்திற்குப் பிறகு, தாயின் ரோஜாப் புதரிலிருந்து வெட்டிய பதியத்தை அங்கு நட்டான். அவற்றை முழுமையாகப் பராமரிப்பதற்கு ஃப்ளோரென்டினோ அரிஸா கத்தரிக்கோலையும் மற்ற தோட்டத்து இரும்புச் சாமான்களையும் கொண்டுசெல்ல வேண்டிய அளவுக்கு இரண்டு ரோஜாப் புதர்களும் மிகவும் மகிழ்ச்சியாக வளர்ந்தன. ஆனால் அது அவனுடைய சக்திக்கு அப்பாற்பட்டதாக இருந்தது: சில ஆண்டுகளுக்குப் பிறகு, இரண்டு ரோஜாப் புதர்களும் கல்லறைகளுக்கு நடுவில் களையைப் போலப் பரவின. அப்போதிலிருந்து கொள்ளை நோயின் கல்லறை ரோஜாக்களின் கல்லறை என்று அழைக்கப்பட்டது, பொதுப் புத்தியைவிடக் குறைந்த யதார்த்த அறிவுள்ள மேயர் ஒருவர் ரோஜாச் செடிகளை ஒரே இரவில் பிடுங்கிவிட்டு, நுழைவாயிலின் வளைவில் குடியரசுக் கட்சியின் அடையாளத்தைத் தொங்கவிட்டார்: உலகத்தின் கல்லறை.

தாயின் மரணம் ஃப்ளோரென்டினோ அரிஸாவை மறுபடியும் அவனுடைய வெறித்தனமான வேலைகளோடு கட்டிப் போட்டது: அலுவலகம், நீண்டகாலக் காதலிகளோடு தீவிரமான சுழற்சிமுறைச் சந்திப்புகள், வணிகக் கிளப்பில் டோமினா விளையாட்டுகள், அதே காதல் புத்தகங்கள், ஞாயிற்றுக்கிழமைகளின் கல்லறைப் பயணங்கள். மிகவும் இழிவுபடுத்தப்பட்ட மிகவும் அஞ்சிய வழக்கமான துருதான் என்றாலும், அதுதான் வயதின் மனசாட்சியிலிருந்து அவனைப் பாதுகாத்தது. இருந்தாலும், ஒரு டிசம்பர் மாத ஞாயிற்றுக்கிழமையில், கல்லறையின் ரோஜாப் புதர்கள் ஏற்கெனவே கத்தரிக்கோலைத் தாண்டி வளர்ந்த பிறகு, புதிதாக நிறுவப்பட்ட மின்விளக்குக் கம்பிகளில் தகைவிலான் குருவிகளைக் கண்டான். தாயின் மரணத்திற்குப் பிறகு, ஒலிம்பியா ஜூலேட்டாவின் கொலைக்குப் பிறகு எத்தனை காலம் கடந்துவிட்டது, ஃபெர்மினா தாஸா ஆமாம் என்றென்றும் உன்னைக் காதலிப்பேன் என்று சொல்லி அவனுக்குக் கடிதம் அனுப்பிய தொலைதூர டிசம்பர் மாதத்தின் மற்றொரு மாலைப் பொழுதிற்குப் பிறகு எத்தனை காலம் கடந்துவிட்டது என்பதை அவன் திடீரென்று உணர்ந்தான். அதுவரை, மற்றவர்களுடைய நேரம்தான் கடந்துகொண்டிருக்கிறதே தவிர தன்னுடைய நேரம் கடந்துகொண்டிருக்கவில்லை என்பதைப் போல அவன் நடந்துகொண்டான். கடந்த வாரம்தான் அவன் எழுதிக்

கொடுத்த கடிதங்களால் திருமணம் செய்துகொண்ட பல ஜோடிகளில் ஒன்றைத் தெருவில் சந்தித்த அவனுக்கு, தன்னுடைய தெய்வ மகனான மூத்தமகனை அடையாளம் தெரியவில்லை. வழக்கமான வெட்டிச் சொற்களால் சங்கடத்தைத் தீர்த்தான்: "ஆகா, பெரிய மனிதனாக வளர்ந்துவிட்டானே!" உடல் முதல் எச்சரிக்கை மணியை ஏற்கெனவே அடிக்கத் தொடங்கிவிட்ட பிறகும், நோய்களிடமிருந்து காப்பாற்றும் கல்லைப் போன்ற ஆரோக்கியம் அவனுக்கு எப்போதும் இருந்ததால், வழக்கம் போலவே தொடர்ந்தான். "காலரா மட்டும்தான் என் மகனுக்கு வந்த ஒரே நோய்" என்று அடிக்கடி சொல்லுவாள் ட்ரான்சிட்டோ அரிஸா. நிச்சயமாக, அவளுடைய நினைவுகள் குழம்புவதற்கு நீண்டகாலத்திற்கு முன்பே அவள் காலராவைக் காதலோடு குழப்பிக்கொண்டாள். எப்படி இருந்தாலும், அவனுக்கு ரகசியமாக கொனோரியா எனப்படும் பால்வினை நோய்கள் ஆறு இருந்ததால் அவள் சொன்னது தவறுதான். ஒவ்வொரு தோல்வியடைந்த போருக்குப் பிறகும் மறுபடியும் வந்த ஒரே நோய்தானே தவிர ஆறு நோய்கள் அல்ல என்றுதான் மருத்துவர் சொன்னார். கூடுதலாக வீங்கிய நிணநீர் சுரப்பியும் நான்கு மருக்களும் இடுப்பில் ஆறு சிரங்குக் கொப்புளங்களும் அவனுக்கு இருந்தன என்றாலும் அவனுக்கோ அல்லது வேறெந்த ஆணுக்குமோ அவற்றைப் போரின் வெற்றிக் கோப்பைகளாகக் கருதத் தோன்றுமே தவிர நோய்களாகக் கருதத் தோன்றாது.

நாற்பது வயதே ஆனபோது உடலின் வெவ்வேறு பகுதிகளில் இனம்தெரியாத வலிகளோடு மருத்துவரை நாடினான். பல்வேறு சோதனைகளுக்குப் பிறகு, மருத்துவர் "வயதுக் கோளாறுகள்" என்றார். தனக்கும் இவற்றுக்கும் சம்மந்தம் இருக்கிறதா என்றுகூட யோசிக்காமல் எப்போதும் அவன் வீடு திரும்பினான். ஃபெர்மினா தாஸாவோடு அவனது நிலையற்ற காதல் ஊடாட்டங்கள் மட்டும்தான் அவனுடைய கடந்த காலத்தின் ஒரே அடையாள மாக இருந்தன. அவளோடு தொடர்புடையது மட்டும்தான் அவனுடைய வாழ்க்கைக் கணக்கோடு தொடர்புடையதாக இருந்தது. அதனால், விளக்குக் கம்பியில் தகைவிலான் குருவி களைப் பார்த்த நாளின் மாலைப்பொழுதில் மிகப்பழைய நினைவிலிருந்து தன்னுடைய கடந்த காலத்தைத் திரும்பிப் பார்த்தான். ஃபெர்மினா தாஸா தன்னுடையவள், எல்லா வற்றுக்கும் மேலாகவும் எல்லாவற்றுக்கும் எதிராகவும் தான் அவளுடையவன் எனபதற்கான அவனுடைய கடுமையான உறுதியால் ஏற்பட்ட கணக்கில்லாத சம்பவங்களையும் கட்டளை யிடும் நிலையை அடைவதற்குக் கடக்க வேண்டியிருந்த எண்ணற்ற தடைகளையும் தற்காலிகக் காதல்களையும் பரிசீலித்த அவன், அப்போதுதான் வாழ்க்கை கடந்து போய்க்கொண்டிருப்பதை

அறிந்தான். அவனை இருளில் ஆழ்த்திய உள்ளூறுப்புகளின் நடுக்கம் அவனை உலுக்கியது. முதுமையின் முதல் அடி அவனைச் சாய்த்துவிடாமலிருக்கத் தோட்டக் கருவிகளைக் கீழே போட்டுவிட்டு மயானச் சுவரில் சாய்ந்துகொள்ள வேண்டியிருந்தது.

"ஆஹா! இவையெல்லாம் நடந்து முப்பது வருடங்கள் ஆகிவிட்டன!" என்று அச்சத்தோடு தனக்குள் சொல்லிக் கொண்டான்.

அப்படித்தான் இருந்தது. ஃபெர்மினா தாஸாவுக்கும் நிச்சயமாக முப்பது வருடங்கள் கடந்துதான் இருந்தன என்றாலும் அவளுக்கு அவை மிகவும் இனிமையானவையாக, வாழ்க்கையைச் சீரமைப்பவையாக இருந்தன. காசல்தூரோ மாளிகையின் திகிலான காலங்கள் நினைவின் குப்பைத்தொட்டியில் வீசப்பட்டுவிட்டன. இன்னொரு முறை தேர்ந்தெடுக்க வேண்டியிருந்தால், உலகத்தின் அனைத்து ஆண்களுக்கு இடையிலிருந்தும் மறுபடியும் தேர்ந்தெடுக்க விரும்பும் கணவரோடும் மருத்துவக் கல்லூரியில் பரம்பரையின் வழக்கத்தை நீட்டித்த மகனோடும் சில சமயங்களில் அவளுக்கு மீண்டும் நடப்பதைப் போன்ற உணர்ச்சியால் கலக்கத்தைக் கொடுத்த அவளுடைய வயதில் தன்னைப் போலவே தோன்றிய மகளோடும், தனது விதியை முழுமையான எஜமானியாக, லா மாங்காவிலிருந்த அவளுடைய புதிய வீட்டில் வசித்துவந்தாள். நிரந்தரமான பயங்கரத்தில் வாழக் கூடாது என்பதற்காக இனி திரும்பக் கூடாது என்று திட்டமிட்டிருந்த துரதிர்ஷ்டமான பயணத்திற்குப் பிறகு ஐரோப்பாவுக்கு மூன்று முறை சென்றிருந்தாள்.

கடைசியாக, யாரோ ஒருவருடைய பிரார்த்தனையைக் கடவுள் கேட்டிருக்க வேண்டும்: பாரிஸில் தங்கியிருந்த இரண்டு ஆண்டுகளில், ஃபெர்மினா தாஸாவும் ஜுவெனல் உர்பினோவும் இடிபாடுகளுக்கிடையே எஞ்சியிருந்த காதலைத் தேடத் தொடங்கியபோது, தோன்யா உர்பினோ ப்ளாங்கா கடுமையாக நோய்வாய்ப்பட்டுள்ளார் என்ற செய்தியோடு நள்ளிரவுத் தந்தி அவர்களை எழுப்பியது. இன்னொரு தந்தி மரணச் செய்தியோடு உடனே அதைத் தொடர்ந்து வந்தது. உடனடியாகத் திரும்பிவந்தனர். அவளுடைய நிலைமையை மறைக்கப் போதுமான அளவுக்கு இல்லாத துக்க உடையில் கப்பலிலிருந்து இறங்கினாள் ஃபெர்மினா தாஸா. நிச்சயமாக, அவள் மறுபடியும் கர்ப்பமாக இருக்கிறாள். அந்தச் செய்தி, அந்த ஆண்டின் பிற்பகுதியில் குழுப்பாடல்களில் நாகரிகமாக இருந்த, தீங்கிழைப்பதைவிடவும் குறும்புத்தனமான இயல்பு கொண்ட ஒரு பிரபலமான பாடல் உருவாகக் காரணமாக

இருந்தது: பாரிசில் நம் அழகி என்ன செய்கிறாள்? பெற்றுக் கொள்ள மட்டுமே திரும்பி வருகிறாள். கொச்சைத்தனமான வார்த்தைகளாக இருந்தாலும்கூட, தன்னுடைய நற்குணத்திற்குச் சான்றாகச் சமூக கிளப்பின் விருந்துகளில் பல ஆண்டு களுக்குப் பிறகுவரை அதைப் பாடச் சொல்லிக் கேட்பார் டாக்டர் குவெனல் உர்பினோ.

அதன் இருப்பைப் பற்றியும் வெற்றிச் சின்னங்களைப் பற்றியும் இதுவரை எதுவும் அறியப்படாத கசால்தூரோ மார்க்கேஸின் மாளிகை, முதலில் போதுமான விலைக்கு நகராட்சிக் கருவூலத்திற்கு விற்கப்பட்டது. வெகு காலத்திற்குப் பிறகு, கிறிஸ்டோபர் கொலம்பசின் உண்மையான கல்லறை அங்குதான் இருந்தது என்பதை நிரூபிக்க ஐந்தாவது இடமாக அதை டச்சு ஆராய்ச்சியாளர் ஒருவர் அகழாய்வு செய்தபோது, மத்திய அரசிடம் பெரும் தொகைக்கு விற்கப்பட்டது. டாக்டர் உர்பினோவின் சகோதரிகள், சபதம் ஏற்காமல் சாலேசியன் கான்வென்டில் தனிமையில் வசிக்கப் போனார்கள். லா மாங்கா மாளிகை தயாராகும்வரை தன்னுடைய தந்தையின் பழைய வீட்டில் வசித்தாள் ஃபெர்மினா தாஸா. தேனிலவுப் பயணத்தி லிருந்து கொண்டுவரப்பட்ட ஆங்கில மரச்சாமான்களுடனும் சமரசப் பயணத்திற்குப் பிறகு வரவழைத்த துணைப் பொருட்களுடனும் அதிகாரம் செய்யத் தயாராக உறுதியான அடிகளை எடுத்துவைத்து மாளிகைக்குள் குடிபுகுந்த அவள், முதல் நாளிலிருந்தே தானே ஆண்டிலியப் பாய்மரக் கப்பல்களில் வாங்கிச் சென்ற பலவகையான கவர்ச்சியான விலங்குகளால் அதை நிரப்பத் தொடங்கினாள். திரும்பக் கிடைத்த கணவரோடும் நன்கு வளர்க்கப்பட்ட மகனோடும் திரும்பிவந்த நான்கு மாதங்களில் பிறந்த ஓஃபேலியா என்று ஞானஸ்நானம் செய்யப் பட்ட மகளோடும் அவள் குடிபுகுந்தாள். அவர் விரும்பிய அன்பின் பகுதி, குழந்தைகளுக்கு அவள் கொடுத்த அவளுடைய நேரத்தின் பெரும்பகுதிதான் என்றாலும் எஞ்சியதோடு வாழவும் மகிழ்ச்சியாக இருக்கவும் கற்றுக்கொண்டதால், தேனிலவுப் பயணத்தில் இருந்ததைப் போலத் தனது மனைவியை முழுமை யாக மீட்டெடுக்க முடியாது என்பதைப் புரிந்துகொண்டார் டாக்டர் உர்பினோ. ஃபெர்மினா தாஸாவால் அடையாளம் காண முடியாத ஒரு ருசியான பதார்த்தத்தைப் பரிமாறிய கண்கவர் விருந்தில், அவர்கள் எதிர்பார்க்காத இடத்திலிருந்து மிகவும் ஏங்கிய நல்லிணக்கம் உச்சத்தை அடைந்தது. கணிசமான அளவுக்கு எடுத்துச் சாப்பிடத் தொடங்கினாள் என்றாலும், அவளுக்கு மிகவும் பிடித்திருந்ததால் அதே அளவுக்கு மறுபடியும் எடுத்துக்கொண்ட அவள், நாகரிகம் கருதி மூன்றாவது முறையாக எடுத்துக்கொள்ள முடியாததற்கு வருத்தப்பட்டாள்.

சந்தேகத்திற்கு இடமில்லாத மகிழ்ச்சியோடு இரண்டு தட்டு நிறையச் சாப்பிட்டு முடித்தபோதுதான் மசித்த கத்திரிக்காய் என்பது தெரிந்தது. அவள் அழகாகத் தோற்றுப்போனாள்: அப்போதிலிருந்து, கசால்துரோ அரண்மனையில் செய்ததைப் போலவே லா மாங்கா மாளிகையிலும் கத்திரிக்காய் அனைத்து வடிவங்களிலும் சமைத்து அடிக்கடி பறிமாறப்பட்டது. வீட்டில் பிடித்திருந்த கத்திரிக்காய் உர்பினோ என்ற பெயரை அவனுக்கு வைப்பதற்காக இன்னொரு மகனைப் பெற்றுகொள்ள விரும்புகிறேன் என்று திரும்பத் திரும்பச் சொல்லி முதுமையின் ஓய்வு நேரத்தை டாக்டர் குவெனெல் உர்பினோ உற்சாகப் படுத்திக்கொள்ளும் அளவுக்கு, அவை அனைவராலும் மிகவும் விரும்பப்பட்டன.

பொது வாழ்க்கையைப் போலில்லாமல் தனிப்பட்ட வாழ்க்கை மாறக்கூடியது, கணிக்க முடியாதது என்பதை ஃபெர்மினா தாஸா அப்போது உணர்ந்துகொண்டாள். குழந்தைகளுக்கும் பெரியவர்களுக்கும் மத்தியில் உண்மையான வேற்றுமைகளை நிறுவுவது அவளுக்கு எளிதாக இல்லையென்றாலும், குழந்தைகளுக்கென்று சில திடமான அளவுகோல்கள் இருந்ததால் கடைசிக் கணிப்பில் அவர்களை விரும்பினாள். முதிர்ச்சியின் முடிவை இன்னும் முழுமையாகக் கடக்காத அவள், இறுதியில் எந்த மாயத் தோற்றங்களும் இல்லாமல், சுவிஷேசப் பூங்காவில் இளமையாக இருந்தபோது கனவு கண்டதைப் போல இல்லையென்ற ஏமாற்றத்தைக் காணத் தொடங்கினாளே தவிர, ஒரு ஆடம்பரமான வேலைக்காரி என்பதைத் தனக்குத்தானே சொல்லிக்கொள்ளக்கூடத் துணியவில்லை. சமுதாயத்தில் மிகவும் விரும்பப்பட்டவளாகவும் மகிழ்ச்சியானவளாகவும், அதனால் மிகவும் அச்சம் தருபவளாகவும் இருந்தாள் என்றாலும், வீட்டின் பராமரிப்பைவிட அவள் எதிலும் அதிகக் கடுமையானவளாகவோ குறைவாக மன்னிப்பவளாகவோ இருந்ததில்லை. கணவனிடமிருந்து கடன்வாங்கிய வாழ்க்கையை வாழ்ந்துகொண்டிருப்பதை அவள் உணர்ந்தே இருந்தாள். அவரால் அவருக்காக மட்டுமே எழுப்பப்பட்ட பரந்து விரிந்த மகிழ்ச்சியான பேரரசின் முழுமையான சர்வாதிகாரி அவள். அவர் அனைத்துக்கும் மேலாக அவளை நேசிக்கிறார் என்பதும் உலகத்தில் யாரையும்விட அதிகம் நேசிக்கிறார் என்பதும் அவளுக்குத் தெரியும் என்றாலும், அது அவருக்காக மட்டுமே. ஏனென்றால் அவள் அவருக்கான புனித சேவையில் ஈடுபட்டிருந்தாள்.

அவளை ஏதாவது துக்கப்படவைத்தது என்றால், அது தினசரி உணவின் ஆயுள் தண்டனைதான். சரியான நேரத்தில்

இருக்க வேண்டும் என்பதால் மட்டுமே அல்ல; எல்லா வகையிலும் கனகச்சிதமாக இருக்க வேண்டும். அவர் என்ன சாப்பிட விரும்புகிறார் என்று கேட்காமலே பொருத்தமானதாக இருக்க வேண்டும். குடும்பத்தின் பயனற்ற பல சடங்குகளில் ஒன்றாக, எப்போதாவது அவள் கேட்டாலும், பதில் சொல்லச் செய்தித் தாளிலிருந்து நிமிர்ந்துகூடப் பார்க்காமல், "ஏதோ வொன்று" என்பார். அதைவிடக் குறைவான சர்வாதிகாரத்தைப் பிரயோகிக்கும் கணவனை நினைத்துப்பார்க்க முடியாது என்பதால், தன்னுடைய அன்பான வழியில் அவர் உண்மையைத் தான் சொன்னார். ஆனால் உணவு வேளையில் அவர் விரும்பியதைத் தவிர வேறெதுவும் இருக்க முடியாது, சிறு குறையும் இல்லாமல்; இறைச்சி இறைச்சியைப் போல இருக்கக் கூடாது, மீன் மீனைப் போல இருக்கக் கூடாது, பன்றி இறைச்சியில் மாங்காய்ச் சுவை இருக்கக் கூடாது, கோழி இறைச்சியில் கோழியின் மணம் இருக்கக் கூடாது. தனது சிறுநீரின் நறுமண ஆவியில் ஓய்வெடுப்பதற்காக, தண்ணீர்விட்டான் கொடிக்கான காலமாக இல்லாதபோதும் என்ன விலை கொடுத்தாவது தேடிப்பிடிக்க வேண்டும். அதற்காக அவள் அவரைக் குறை சொல்லவில்லை; வாழ்க்கையைக் குறைசொன்னாள். ஆனால் அவர் வாழ்க்கையின் இரக்கமற்ற கதாநாயகனாக இருந்தார். "இந்த உணவு அன்பு இல்லாமல் சமைக்கப்பட்டிருக்கிறது" என்று சொல்லி மேசையில் தட்டத்தைத் தள்ளிவைப்பதற்குச் சந்தேகத்தின் தடுமாற்றமே அவருக்குப் போதுமானதாக இருந்தது. அந்த வகையில் உள்ளக் கிளர்ச்சியின் அற்புதமான நிலைகளை அவர் அடைந்தார். ஒருமுறை சாமந்திப்பூத் தேநீரைச் சுவைத்த அவர், "இந்தத் தவிட்டின் சுவை ஜன்னலைப் போல இருக்கிறது" என்று சொல்லி அதைத் திருப்பி அனுப்பினார். கொதிக்கவைத்த ஜன்னலைக் குடித்தவர்களைப் பற்றி யாருக்கும் தெரியாததால் அவளும் பணிப்பெண்களும் ஆச்சரியப் பட்டார்கள் என்றாலும் புரிந்துகொள்ளும் முயற்சியில் அதைக் குடித்தபோதுதான் புரிந்தது. அது ஜன்னலைப் போலத்தான் சுவைத்தது.

அவர் ஒரு முழுமையான கணவர்; எப்போதும் குனிந்து எதையும் எடுத்ததில்லை, விளக்கை அணைத்ததில்லை, கதவை மூடியதில்லை. விடியற்காலை இருளில் அவருடைய ஆடையில் ஒரு பொத்தான் இல்லாதபோது அவர் சொல்வதைக் கேட்பாள்: "ஒருவருக்கு இரண்டு மனைவிகள் அவசியம். நேசிக்க ஒருத்தி, பொத்தான் தைக்க ஒருத்தி." ஒவ்வொரு நாளும் முதல் மிடறு காப்பியைக் குடித்ததும், முதல் ஸ்பூன் சூப்பைச் சுவைத்ததும், இப்போதெல்லாம் யாரையும் அச்சுறுத்தாத இதயத்தை நொறுக்கும் வகையில் அலறிய பிறகு, உடனடியாக அமைதியடைவார்.

"இந்த வீட்டை விட்டு நான் ஓடிப்போகும் நாளில்தான், வாயைச் சுட்டுக்கொண்டு திரியும் சலிப்பால்தான் அப்படிச் செய்தேன் என்பது உங்களுக்குத் தெரியவரும்" என்பார். பேதி மருந்து எடுத்துக்கொண்டு அவரால் சாப்பிட முடியாத நாட்களில் செய்வதைப் போல மற்ற நாட்களில் மதிய உணவுகள் மிகவும் பசியைத் தூண்டும் வகையிலும் வித்தியாசமாகவும் செய்யப்படுவதில்லை என்று சொன்ன அவர், அது தன்னுடைய மனைவியின் துரோகம் என்று உறுதியாக நம்பியதால், அவரோடு அவளும் பேதி மருந்து சாப்பிடவில்லை என்றால் தானும் சாப்பிடுவதை நிறுத்திவிட்டார்.

அவருடைய தவறான புரிதலால் சோர்வடைந்த அவள், தனது பிறந்தநாளில் வழக்கத்திற்கு மாறான பரிசைக் கேட்டாள்: ஒருநாள் அவர் வீட்டு வேலைகளைச் செய்ய வேண்டும். மகிழ்ச்சியோடு அதை ஏற்றுக்கொண்டார். உண்மையில் விடியற் காலையிலிருந்தே வீட்டின் பொறுப்பை ஏற்றுக்கொண்டார். அற்புதமான காலை உணவைப் பரிமாறினார் என்றாலும், அவள் வறுத்த முட்டைகளை விரும்புவதில்லை என்பதையும் காப்பியில் பால் கலந்து குடிப்பதில்லை என்பதையும் மறந்து விட்டார். பிறகு எட்டு விருந்தினர்களோடு பிறந்தநாள் மதிய உணவுக்குக் குறிப்புகளை வழங்கினார், வீட்டை ஒழுங்கு படுத்த ஏற்பாடு செய்தார். கொஞ்சம்கூட வெட்கமில்லாமல் மதியத்திற்கு முன்பே சரணடைய வேண்டிய அளவுக்கு, அவளுடைய நிர்வாகத்தைவிடச் சிறந்த நிர்வாகத்தை உருவாக்கக் கடுமையாக முயன்றார். முதல் நொடியிலிருந்தே எது எங்கே இருக்கிறது என்பது, குறிப்பாகச் சமையலறையில், தனக்குத் தெரியாது என்பதை உணர்ந்தார். வேலைக்காரிகளும் சேர்ந்து விளையாடியதால், ஒவ்வொன்றையும் தேட அவர் அனைத்தையும் புரட்டிபோட அனுமதித்தார்கள். காலை பத்து மணிக்கு, வீட்டைச் சுத்தப்படுத்துவதோ, படுக்கையறைகளை ஒழுங்குபடுத்துவதோ இன்னும் முடியாமல் இருந்தது; குளியலறை கழுவப்படாமல் இருந்தது என்பதால் மதிய உணவைப் பற்றி எந்த முடிவும் எடுக்கப்படவில்லை. சோப்பை மாற்றவும் கழிவறைத் தாள்களை வைக்கவும் குழந்தைகளைக் கூட்டிவர ஓட்டுநரை அனுப்பவும் மறந்துவிட்டார். பணிப்பெண்களின் வேலைகளைக் குழப்பிக்கொண்டார்; சமையல்காரியைப் படுக்கையறையை ஒழுங்குபடுத்தவும் பணிப்பெண்களைச் சமைக்கவும் உத்தரவிட்டார். பதினோரு மணியளவில், வீட்டு வேலைக்குக் கணவனின் பயனற்ற தன்மையால் நடுங்கினாளே தவிர, அவள் விரும்பியிருக்கும் வெற்றிப் பெருமிதத்தோடு இல்லாமல், கண்ணீர் மல்கச் சிரித்தபடி, ஃபெர்மினா தாஸா

வீட்டின் பொறுப்பை எடுத்துக்கொள்ள வேண்டிய அளவுக்கு, விருந்தினர்கள் வரும் நேரத்தில் வீட்டில் பெரிய குழப்பம் நிலவியது. அவர் வழக்கமான வாதத்துடன் காயத்தால் சுவாசித்தார். “நோயாளிகளுக்குச் சிகிச்சையளிக்க முயன்றால் நீ தடுமாறப் போவதைப் போல நான் அத்தனை மோசமில்லை” என்றார். ஆனால் அந்தப் பாடம் பயனுள்ளதாக இருந்தது. அவருக்கு மட்டுமல்ல. காலத்தின் ஓட்டத்தில், வேறெந்த வகையிலும் சேர்ந்து வாழவோ ஒருவரையொருவர் காதலிக்கவோ முடியாது என்ற அறிவார்ந்த முடிவுக்கு அவர்களிருவரும் வெவ்வேறு பாதைகளில் வந்துசேர்ந்தனர். இந்த உலகத்தில் காதலைவிடக் கடினமானது எதுவுமில்லை என்பதை உணர்ந்தார்கள்.

தனது புதிய வாழ்க்கையின் முழுமையில், பல்வேறு பொது நிகழ்வுகளில் ஃபெர்மினா தாஸா ஃப்ளோரென்டினோ அரிஸாவைப் பார்த்திருக்கிறாள். அவன் தனது வேலையில் உயர்ந்த அளவுக்கு மிகவும் அடிக்கடி பார்த்தாள் என்றாலும், கவனம் சிதறியதால் சில சமயங்களில் அவனுக்கு முகமன் கூற மறந்துவிடுமளவுக்கு இயல்பாக அவனைப் பார்க்கக் கற்றுக்கொண்டாள். சி.எஃப்.சி. நிறுவனத்தில் அவனுடைய கவனமான, ஆனால் தடுக்க முடியாத வளர்ச்சி, வணிக உலகத்தில் நிலையான பேசுபொருளாக இருந்ததால், அடிக்கடி அவனைப் பற்றிக் கேள்விப்பட்டாள். தனது நாகரிகத்தை அவன் மேம்படுத்திக்கொண்டதைப் பார்த்தாள். அவனுடைய கூச்சம் ஒருவிதமான புதிரான இடைவெளியாகச் சிதைந்தது. உடல் எடை சற்று அதிகரித்தது அவனுக்கு நன்றாக இருந்தது. வயதின் மந்தநிலை அவனுக்குப் பொருந்தியது. முழுமையான வழுக்கைக்குக் கண்ணியத்தோடு தீர்வுகாணத் தெரிந்துவைத்திருந்தான். அவனுடைய மந்தமான உடைகளும் காலப் பொருத்தமற்ற மேலங்கிகளும் தனித்துவமான தொப்பியும் அவனுடைய தாயின் பொத்தான் கடையிலிருந்து கிடைத்த கவிஞரின் ரிப்பன் டைகளும் விசித்திரமான குடையும்தான், தொடக்கத்திலிருந்தே காலத்தையும் நாகரிகத்தையும் மீறுபவையாக இருந்தன. சுவிஷேசப் பூங்காவின் மஞ்சள் இலைகளின் சூறாவளியின் கீழ் அவளுக்காகப் பெருமூச்சோடு காத்திருந்து சோர்வடைந்த இளைஞனோடு தொடர்புபடுத்துவதை நிறுத்திக்கொண்ட ஃபெர்மினா தாஸா வேறு வகையில் அவனைப் பார்க்கப் பழகிக்கொண்டாள். எப்படி இருந்தாலும், ஒருபோதும் அவனை அலட்சியமாகப் பார்க்காத அவள், அவனைப் பற்றிக் கிடைத்த நல்ல செய்திகள் கொஞ்சம் கொஞ்சமாக அவளைக் குற்ற உணர்ச்சியிலிருந்து விடுவித்ததால், அவற்றால் எப்போதும் மகிழ்ச்சியடைந்தாள்.

இருந்தாலும், நினைவிலிருந்து முற்றிலுமாக அழித்து விட்டதாக அவள் நினைத்தபோது, அவளுடைய பழைய ஏக்கங்களின் பூதமாக மாறிய அவன், அவள் சற்றும் எதிர் பார்க்காத இடத்திலிருந்து மறுபடியும் தோன்றினான். மழைக்கு முன்பாக இடிச்சத்தத்தைக் கேட்டபோதெல்லாம் தனது வாழ்க்கையில் சரிக்கட்ட முடியாத எதுவோ நடந்துவிட்டதை உணரத் தொடங்கியபோது, அது முதுமையின் முதல் அறிகுறியாக இருந்தது. வில்லாநுவேவா மலைத்தொடரில் அக்டோபர் மாதத்தில் ஒவ்வொரு நாளும் மாலை மூன்று மணிக்கு எதிரொலித்ததும் காலம் செல்லச் செல்ல அதன் நினைவு அண்மையில் நடந்ததைப் போல அதிகரித்துவந்ததுமான, தனித்த, பாறைபோன்ற, நேரம் தவறாத இடிமுழக்கத்தின் ஆறாத காயம். சில நாட்களில் புதிய நினைவுகள் மனதைக் குழப்பிய போதும், பழமை ஏக்கத்தின் விபரீதமான கூர்மையோடும் நேற்று நடந்ததைப் போன்ற உயிர்ப்போடும் மாமன் மகள் ஹில்டெப்ராண்டாவின் மாகாணத்தின் வழியாக மேற்கொண்ட பெரும் பயணத்தின் நினைவுகள் திரும்பி வந்துகொண்டிருந்தன. மலைத்தொடரின் மனவுரே நகரத்தையும் அதன் நேரான, பசுமையான தனித்துவம் கொண்ட தெருவையும் அதன் மங்களகர மான பறவைகளையும் அவள் தூங்கிய அதே படுக்கையில் பல வருடங்களுக்கு முன்பு காதலுக்காக உயிரை விட்ட பெட்ரா மோராலஸின் வற்றாத கண்ணீரால் நனைந்த சட்டையோடு அவள் பயந்து எழுந்த பேய் வீட்டையும் நினைவு கூர்ந்தாள். அதைப் போல மறுபடி எப்போதும் கிடைக்காத கொய்யாப் பழத்தின் சுவையையும் மழையின் சத்தத்தோடு குழப்பிக்கொண்ட அதன் முன்னோட்டமான மிகத் தீவிரமான இடியின் சத்தத்தையும் ஆரவாரமான மாமன் மகள்களின் கூட்டத்தோடு நடக்கச் சென்று, தந்தி அலுவலகத்தை நெருங்கிய நேரத்தில் இதயம் வாய்வழியாகக் குதித்து விடாமலிருக்க அவள் பல்லைக் கடித்தபோது, சான் குவான் டெல் சீசர் நகரத்தின் புஷ்பராக மாலைப் பொழுதுகளையும் நினைவுகூர்ந்தாள். இளமைப் பருவத்தின் வலியும் பால்கனியிலிருந்து பாழடைந்த பூங்காவின் தோற்றமும் வெப்பமான இரவுகளில் கார்டேனியா தோட்டத்தின் வாசனையும் அவளுடைய தலைவிதியை முடிவுசெய்த பிப்ரவரி மாதத்தின் மாலை வேளையில் பழங்காலப் பெண்மணியின் உருவப்படம் கொடுத்த அதிர்ச்சியும் தாங்க முடியாதவையாக இருந்ததால் தனது தந்தையின் வீட்டை எப்படியோ விற்றுவிட்ட அவள், அந்தக் காலத்தின் நினைவு எங்கு திரும்பினாலும் ஃப்ளோரென்டினோ அரிஸாவின் நினைவோடு தடுமாறினாள். இருந்தாலும்கூட, அவை அவனைக் கண்ணீரின் பாதையில் விட்டுச்சென்ற ஏமாற்றத்தின்

உருவம்தானே தவிர, காதலின் நினைவுகளோ வருத்தத்தின் நினைவுகளோ இல்லை என்பதைப் புரிந்துகொள்வதற்குத் தேவையான அமைதியோடு எப்போதும் இருந்தாள். அது தெரியாமல், ஃப்ளோரென்டினோ அரிஸாவைப் பற்றிச் சந்தேகப்படாத பலர் எந்தப் பரிதாபத்தின் பொறியில் சிக்கிப் பலியானார்களோ அந்தப் பொறியால் அவள் அச்சுறுத்தப்பட்டாள்.

அவள் தன் கணவனிடம் ஒட்டிக்கொண்டாள். ஆணாகவும் அதிகப் பலவீனமாகவும் இருந்ததால் ஏற்பட்ட மோசமான பாதகங்களோடும் முதுமையின் மூடுபனிகளுக்கு நடுவில் தடுமாறிக்கொண்டிருந்த பாதகத்தோடும் அவளைவிடப் பத்தாண்டுகள் முன்னால் இருந்த காரணத்தால், அந்தக் காலகட்டத்தில்தான் அவருக்கு அவள் அதிகம் தேவைப்பட்டாள். திருமணமாகி முப்பது வருடங்கள் முடிவதற்குள், அவர்கள் ஈருடல் ஓருயிர் என்பதைப்போல வாழ்ந்தார்கள், ஊகிக்கும் எண்ணமில்லாமல் ஒருவரின் சிந்தனையை ஒருவர் அடிக்கடி ஊகித்துவிடுவதால் அல்லது பொது இடத்தில் ஒருவர் சொல்லப்போவதை அடுத்தவர் கணித்துவிடும் அபத்தமான விபத்தால் சங்கடப்படுமளவுக்கு ஒருவரை ஒருவர் நன்றாக அறிந்துகொண்டார்கள். அன்றாடத் தவறான புரிதல்களையும் உடனடி வெறுப்புகளையும் பரஸ்பர அசுத்தங்களையும் திருமண உடன்பாட்டின் அற்புதமான மின்னொளியின் மகிமைகளையும் சேர்ந்து கடந்தார்கள். துன்பங்களுக்கு எதிராகப் பெற்ற அவர்களுடைய சாத்தியமில்லாத வெற்றிகளுக்காக அதிக விழிப்புணர்வோடும் நன்றியோடும், அவசரமில்லாமலும் வரம்புமீறல்கள் இல்லாமலும் ஒருவரையொருவர் சிறப்பாக நேசித்த நேரம் அதுதான். நிச்சயமாக, வாழ்க்கை இன்னும் பிற கொடிய சோதனைகளை அவர்களுக்குக் கொடுக்கவிருந்தது என்றாலும், இனி அது முக்கியமில்லை. அவர்கள் மறுகரையில் இருந்தார்கள்.

5

புதிய நூற்றாண்டின் கொண்டாட்டங்களோடு பொது நிகழ்ச்சிகளில் புதுமையானதொரு திட்டம் இருந்தது, அதில் மறக்க முடியாததுடாக்டர் குவெனல் உர்பினோவின் இடைவிடாத முயற்சியின் பலனான முதல் பலூன் பயணம். வடகிழக்குத் திசையில் நேர்கோட்டில் முப்பது மைல் தொலைவிலிருந்த சான் குவான் டி லா சியெனகாவிற்கு முதல் விமான அஞ்சலைக் கொண்டுசென்ற கொடியின் வண்ணங் களோடு பெரிய டஃபேட்டா எனப்படும் பட்டுத் துணியால் செய்யப்பட்ட பந்து மேலெழுந்ததை ரசிக்க நகரத்தின் பாதி மக்கள் ஆர்செனல் கடற்கரை யில் குவிந்திருந்தார்கள். பாரிஸ் நகரத்தில் நடைபெற்ற உலகக் கண்காட்சியில் அதன் சிலிர்ப்பை அனுபவித்த டாக்டர் குவெனல் உர்பினோவும் அவருடைய மனைவியும் விமானப் பொறியாளர்களும் ஆறு சிறப்பு விருந்தினர்களும்தான் படகைப் போன்ற அந்தப் பிரம்புக் கூடையில் முதலில் ஏறியவர்கள். வான்வழியாகக் கொண்டுசெல்லப்பட்ட முதல் கடிதம் அதுதான் என்பதை வரலாற்றில் நிறுவு வதற்காக, சான் குவான் த சியேநகா நகராட்சி அதிகாரிகளுக்கு மாகாண ஆளுநர் கொடுத்தனுப்பிய கடிதத்தை அவர்கள் எடுத்துச் சென்றார்கள். எல் தியாரியோ நாளிதழின் வரலாற்றாசிரியர் சாகசப் பயணத்தில் இறக்க நேர்ந்தால் உங்களுடைய கடைசி வார்த்தைகள் என்ன என்று டாக்டர் குவெனல் உர்பினோவிடம் கேட்டபோது, அவரை அத்தனை அவமானங்களுக்கு உட்படுத்திய பதிலைச் சொல்ல யோசிக்கத் தாமதிக்கவில்லை: "நம்மைத் தவிர அனைவருக்கும் பத்தொன்பதாம் நூற்றாண்டு மாறிவிட்டது என்பதுதான் எனது கருத்து" என்றார்.

பலூன் உயர்ந்தபோது தேசிய கீதம் பாடிய வஞ்சகமற்ற கூட்டத்தின் நடுவில் தொலைந்துபோன ஃப்ளோரென்டினோ அரிஸாவும் ஒரு பெண்ணுக்கு அதுவும் ஃபெர்மினா தாஸாவின் வயதிலிருந்த ஒரு

பெண்ணுக்கு அது பொருத்தமான சாகசமல்ல என்று ஆரவாரத் திற்கு மத்தியில் யாரோ சொன்ன கருத்தோடு உடன்பட்டான். ஆனால் எப்படி இருந்தாலும் அது அத்தனை ஆபத்தானதாக இருக்கவில்லை. அல்லது குறைந்தபட்சம் மனச்சோர்வு ஏற்படுத்தும் அளவுக்கு ஆபத்தானதாக இருக்கவில்லை. நம்ப முடியாத நீலவானத்தில் ஒரு அமைதியான பயணத்திற்குப் பிறகு, பலூன் அதன் இலக்கைப் பாதுகாப்பாக வந்தடைந்தது. முதலில் பனிமுகடுகளின் அடிவாரத்திலும் பிறகு சியேநகா க்ராண்டே என்ற பரந்த சதுப்பு நிலத்தின் மீதும் அமைதியான, சாதகமான காற்றோடு, சிறப்பாகவும் மிகவும் தாழ்வாகவும் பறந்தார்கள்.

முன்னூறு ஆண்டுகளாக ஆங்கிலேயர்களின் அனைத்து வகையான முற்றுகைகளையும் கடல் கொள்ளையர்களின் சீற்றங்களையும் எதிர்த்து நின்ற பிறகு, காலரா பீதியின் காரணத்தால் மக்களால் கைவிடப்பட்ட, உலகத்தின் மிகவும் அழகான, மிகவும் பழமையான, வீரார்ந்த நகரமான கார்த்தகேனா த இந்தியாவின் இடிபாடுகளை, தெய்வம் அவற்றைப் பார்ப்பதைப் போல, வானத்திலிருந்து பார்த்தனர். சிதையாமலிருந்த சுவர்களையும் தெருக்களில் வளர்ந்திருந்த களைகளையும் திரித்துவவாதிகள்[1] விழுங்கிய கோட்டைகளையும் பளிங்கு அரண்மனைகளையும் தங்கள் கவசங்களுக்குள் ப்ளேக் நோயால் அழுகிய வைஸ்ராய்களோடு தங்கப் பலிபீடங்களை யும் பார்த்தார்கள்.

உணவுக்காக உடும்புகளை வளர்க்கும் தொட்டிகளோடு, பைத்தியக்காரத்தனமாகத் தீட்டப்பட்ட நிறங்களில் த்ரோகாஸ் த கடாகாவின் தூண்களின் மேல் கட்டப்பட்ட வீடுகளின் மேலும் அணைத் தோட்டங்களின் ஆஸ்ட்ரோமேலியா மலர்களின் மேலும் காசித்தும்பை மடல்களின் மேலும் பறந்தார்கள். எல்லோருடைய கூச்சல்களாலும் உற்சாகமடைந்து ஜன்னல்களிலிருந்தும் வீடுகளின் கூரைகளிலிருந்தும் அற்புத மான திறமையோடு செலுத்திய படகுகளிலிருந்தும் தண்ணீரில் குதித்த நூற்றுக்கணக்கான நிர்வாணக் குழந்தைகள், இறகுத் தொப்பியணிந்த அழகான பெண் பலூனின் கூடையிலிருந்து வீசிய இலவச உணவுகளையும் இருமல் மருந்துப் பாட்டில்களையும் கொண்ட துணிமூட்டைகளை மீட்பதற்குச் சுறா மீன்களைப் போல நீரில் மூழ்கி நீந்தினார்கள்

வாழைத்தோட்ட நிழல்களின் கடல்மீது பறந்தார்கள். கொடிய நீராவியைப் போல அவற்றின் மௌனம் அவர்களை எட்டியது. வெள்ளைக் குடைகளோடும் சிஃபான் தொப்பிகளோடும்

1. டொமினியக் குடியரசின் தந்தை என்று கருதப்படும் ‘குவான்பப்லோ துவார்த்தே’வால் 1838இல் தொடங்கப்பட்ட ரகசியமான விடுதலை இயக்கம்.

தனது தாயைப் போலவே மஸ்லின் உடையணிந்த மற்றப் பெண்களுக்கு மத்தியில், மூன்று அல்லது நான்கு வயதான சிறுமியாக இருந்த அவள் தாயின் கையைப் பிடித்துக் கொண்டு இருண்ட காட்டின் வழியாகச் சென்றதை ஃபெர்மினா தாஸா நினைவுகூர்ந்தாள். தொலைநோக்கியின் வழியாக உலகத்தைக் கவனித்த பலூன் பொறியாளர், "அவர்கள் செத்துக் கிடப்பதைப் போலத் தெரிகிறது" என்றார். அவரிடமிருந்து தொலைநோக்கியை வாங்கிக்கொண்ட டாக்டர் குவெனல் உர்பினோ, வயல்களுக்கு நடுவில் மாட்டு வண்டிகளையும் ரயில் பாதையின் காவலாளிகளையும் உறைந்து கிடந்த பள்ளத்தாக்கு களையும் கண்களைப் பதித்த பக்கமெல்லாம் சிதறிக் கிடந்த மனித உடல்களையும் கண்டார். சியேநகா க்ராண்டேவின் கிராமங்களில் காலரா பேரழிவை ஏற்படுத்திக்கொண்டிருப்பது தெரியுமென்று யாரோ சொன்னார். பேசிக்கொண்டிருந்த போது தொலைநோக்கியில் பார்ப்பதை டாக்டர் உர்பினோ நிறுத்தவில்லை.

"இறந்த ஒவ்வொருவரின் கழுத்திலும் சுடப்பட்ட அடையாளம் இருப்பதால், ஒருவேளை காலராவின் மிகவும் தனித்துவமான வகையாக இருக்கலாம்" என்றார்.

சிறிது நேரத்திற்குப் பிறகு நுரைகடலின் மேல் பறந்த அவர்கள், எரியும் நெருப்பைப் போலத் தகித்த வெடித்த உப்பு நிலத்தின் அனல் கக்கும் கடற்கரையில் எந்த விதமான அசம்பாவிதமும் இல்லாமல் இறங்கினார்கள். அங்கே அன்றாடக் குடைகளைத் தவிர வெயிலுக்கு எதிராக அதிகப் பாதுகாப்பு இல்லாமல் நின்றுகொண்டிருந்த அதிகாரிகளும், பாடல்களின் தாளத்திற்கேற்பக் கொடியசைத்த தொடக்கப் பள்ளி மாணவர்களும் கருகிய பூக்களோடும் தங்க அட்டைக் கிரீடங்களோடும் வந்திருந்த அழகு ராணிகளும் அந்தக் காலத்தில் கரீபியக் கடற்கடையில் சிறப்பானதாக இருந்த, வளமான கய்ரா நகர மக்களின் பித்தளை இசைக்குழுவினரும் இருந்தார்கள். தன்னுடைய பழைய நினைவுகளை எதிர்கொள்ள வேண்டும் என்பதற்காகப் பிறந்த ஊரை மறுபடியும் பார்க்க வேண்டும் என்பதுதான் ஃபெர்மினா தாஸாவின் விருப்பமாக இருந்தது என்றாலும் கொள்ளை நோய் காரணமாக யாரும் அனுமதிக்கப்படவில்லை. பிறகு தவறுதலாக வைக்கப்பட்டு அதைப் பற்றித் தெரியாமலே போய்விட்ட வரலாற்று முக்கியத்துவம் வாய்ந்த கடிதத்தை டாக்டர் குவெனல் உர்பினோ வழங்கினார். உரைகளின் சோம்பலால் மொத்தப் பிரதிநிதி களும் மூச்சுத் திணறினார்கள். பொறியாளரால் பலூனை மறுபடியும் பறக்கவைக்க முடியாததால், கடலோடு உப்பங்கழி

கலக்குமிடத்தில், பழைய கிராமம் என்ற இடத்திலிருந்த துறைமுகத்திற்கு அழைத்துச் செல்லப்பட்டனர். மிகவும் சிறுமியாக இருந்தபோது எருதுகளால் இழுக்கப்பட்ட வண்டியில், தன்னுடைய தாயோடு அந்த வழியாகச் சென்றதைப் பற்றி ஃபெர்மினா தாஸா உறுதியாக இருந்தாள். வளர்ந்த பிறகு பலமுறை தந்தையிடம் அதைப் பற்றிச் சொல்லியிருக்கிறாள். அவளால் நினைவுகூர முடியாது என்று வலியுறுத்திச் சொன்னபடி அவர் உயிரைவிட்டார்.

“அந்தப் பயணம் எனக்கு நன்றாக நினைவிருக்கிறது. நீ துல்லியமாகத்தான் சொல்கிறாய். ஆனால் அது நீ பிறப்பதற்குக் குறைந்தபட்சம் ஐந்து வருடங்களுக்கு முன்பு நடந்தது” என்றார் அவளிடம்.

புயலடித்த இரவால் அவதிப்பட்டு, மூன்று நாட்களுக்குப் பிறகு தொடங்கிய துறைமுகத்திற்குத் திரும்பிவந்த பலூன் பயணக் குழு உறுப்பினர்கள், வெற்றி வீரர்களைப் போல வரவேற்கப் பட்டனர். ஃபெர்மினா தாஸாவின் முகத்தில் பயத்தின் தடயங்களை அடையாளம் கண்ட ஃப்ளோரென்டினோ அரிஸா, பிறகு கூட்டத்தில் தொலைந்துபோனான். இருந்தாலும், அன்று மாலையே அவளுடைய கணவன் நிதியுதவி செய்த சைக்கிள் கண்காட்சியில் அவளை மறுபடியும் பார்த்தபோது, அவளிடம் சோர்வின் எந்தச் சுவடும் இல்லை. அவள் உட்கார்ந்திருந்த மிகவும் உயரமான முன் சக்கரத்தோடும் கொஞ்சமும் வசதியாக இல்லாத சிறிய பின் சக்கரத்தோடும் சர்க்கஸ் எந்திரத்தைப் போலத் தோன்றிய அசாதாரணமான சைக்கிளை அவள் ஓட்டினாள். அவள் சிவப்பு பார்டர் வைத்துத் தைத்த குட்டை யான கால்சட்டையை அணிந்திருந்தாள் என்பது வயதான பெண்களிடம் அவதூறையும் பெரிய மனிதர்களிடம் திகைப்பை யும் ஏற்படுத்தியது என்றாலும் அவளுடைய திறமையை யாரும் அலட்சியப்படுத்தவில்லை.

தற்செயலாக அவற்றை உணர்ந்தபோது ஃப்ளோரண்டினோ அரிஸாவுக்குத் திடீரென்று தோன்றிய நிலையற்ற பிம்பங்களாக இருந்த அதுவும், நெடிய பல ஆண்டுகளின் மற்றவையும் கவலை யின் துடிப்பை அவனுடைய இதயத்தில் ஏற்படுத்திவிட்டுத் தோன்றியதைப் போலவே மறைந்துவிட்டன. ஒவ்வொரு முறை ஃபெர்மினா தாஸாவைப் பார்த்தபோதும் காலத்தின் கொடுமையால் அவளிடம் ஏற்பட்ட நுட்பமான மாற்றங்களைக் கவனித்த அளவுக்குத் தனது உடலில் ஏற்பட்ட மாற்றங்களை அவன் கவனிக்கவில்லை என்பதால், அவை அவனுடைய வாழ்க்கையின் தொனியை அமைத்தன. ஒருநாள் இரவு உயர்தரக் காலனிய உணவகமான மேசோன் த தோன் சான்ச்சோவிற்குச்

சென்ற அவன், குருவியைப் போலக் கொஞ்சமாகச் சாப்பிடும் தனது சிற்றுண்டிகளைத் தனியாக உட்கார்ந்து சாப்பிட வழக்கம்போல ஓரமாக ஒரு மூலையில் உட்கார்ந்துகொண்டான். திடீரென்று, பின்பக்கத்திலிருந்த பெரிய கண்ணாடியில் தன் கணவரோடும் மேலும் இரண்டு ஜோடிகளோடும் ஃபெர்மினா தாஸா மேஜையில் உட்கார்ந்திருந்ததைக் கண்டான். அவன் அவளைப் பார்க்க முடிந்த கோணத்தில் அவளுடைய அத்தனை சிறப்புகளும் எதிரொலித்தன. தடைகளை உடைத்தவளாக, வாணவேடிக்கை போன்ற வெடிச்சிரிப்போடும் நளினத்தோடும் பேசிக்கொண்டிருந்த அவளுடைய அழகு பெரிய கண்ணீர்த் துளி போன்ற சரவிளக்குகளால் மேலும் பிரகாசித்தது: ஆலிஸ்[2] கண்ணாடி வழியாகத் திரும்பிவந்தாள்.

அவள் உண்பதையும் அரிதாக மதுவை ருசிப்பதையும் டான் சான்ச்சோ பரம்பரையின் நான்காவது வாரிசைக் கேலிசெய்வதையும் மூச்சை அடக்கிக்கொண்டு விரும்பிய அளவுக்குப் பார்த்த ஃப்ளோரென்டினோ அரிஸா, தன்னுடைய தனிமையிலிருந்த மேசையிலிருந்து தன் வாழ்நாளின் ஒரு கணத்தை அவளோடு வாழ்ந்தான். அவளுடைய நெருக்கமான அந்தப்புரத்தில் அவள் பார்வையில் படாமல் ஒரு மணிநேரத் திற்கும் மேலாகச் சுற்றிக்கொண்டிருந்தான். பிறகு, குழுவோடு சேர்ந்து அவள் வெளியேறுவதைப் பார்க்கும் வரையிலும் நேரத்தைக் கடத்த மேலும் நான்கு கோப்பை காப்பி குடித்தான். அவளோடு சேர்ந்து வந்த மற்றவர்களின் வாசனைத் திரவிய வெடிப்புகளுக்கு மத்தியில் அவளுடைய வாசனையைத் தனியாக உணருமளவுக்கு அவர்கள் அவனுக்கு மிக நெருக்கத்தில் கடந்து சென்றார்கள்.

அந்த இரவிலிருந்து கிட்டத்தட்ட ஒரு வருடத்திற்கு, அந்தக் கண்ணாடியைத் தனக்கு விற்பதற்கு என்ன விலையாக இருந்தாலும் பணமாகவோ, உதவியாகவோ, வாழ்க்கையில் அவர் மிகவும் ஏங்கிய பொருளாகவோ கொடுக்க விடுதி உரிமையாளரை விடாப்பிடியாக முற்றுகையிட்டான். தடயமில்லாமல் மறைந்து விட்ட மேரி அந்தோனெட்டிற்குச் சொந்தமான இன்னொரு கண்ணாடிச் சட்டகத்தின் ஜோடியாக, வியன்னாவின் தயாரிப்பாளர்களால் செதுக்கப்பட விலைமதிப்பற்ற சட்டகம் என்ற கதையை மூத்த டான் சான்ச்சோ நம்பியதால், அது அத்தனை சுலபமானதாக இருக்கவில்லை. அந்த இரு கண்ணாடி களும் இரண்டு தனித்துவமான ஜோடி நகைகளைப் போன்றவை என்று அவர் நம்பினார். இறுதியாக அவர் விட்டுக்கொடுத்த பிறகு,

2. லூயிஸ் கரோலின் ‘அற்புத உலகில் ஆலிஸ்’ (Alice’s Adventures in Wonderland by Lewis Carroll) என்ற நூலின் முதன்மைப் பாத்திரம்.

ஃப்ளோரென்டினோ அரிஸா தனது வீட்டின் வரவேற்பறையில் கண்ணாடியைத் தொங்கவிட்டான். தனது காதலியின் உருவம் இரண்டு மணிநேரம் ஆக்கிரமித்திருந்த அதன் உட்புறத்தின் காரணமாகத்தானே தவிர, சட்டகத்தின் அழகுக்காக அல்ல.

கிட்டத்தட்ட ஃபெர்மினா தாஸாவை அவன் பார்த்தபோ தெல்லாம் அவளுடைய கணவரோடு கைகோத்துக்கொண்டும் அற்புதமான ஒத்திசைவில் அவரவர் எல்லைக்குள் இருவரும் நகர்ந்துகொண்டும் அவரைப் பார்த்து யாராவது வணங்கிய போது மட்டுமே கையை விடுத்துச் சியாமியப் பூனையின் அற்புதமான நெகிழ்ச்சியோடும் அவர்கள் நடந்து சென்றார்கள். உண்மையில், அன்போடு அவனுடன் கைகுலுக்கிய டாக்டர் குவெனல் உர்பினோ, சில சமயங்களில் அவனுடைய தோளைக்கூடத் தட்டினார். மாறாக, சம்பிரதாயங்களின் முகமில்லாத விதிமுறைகளின் கைதியாக இருந்த அவள், திருமணத்திற்கு முன்பிருந்த காலத்தை நினைவில் வைத்திருக் கிறாள் என்று அவனைச் சந்தேகிக்க இடம் கொடுக்கும் சிறிய சைகையைக்கூட எப்போதும் செய்ததில்லை. இரு வேறு உலகங் களில் வாழ்ந்தார்கள் என்றாலும் இடைவெளியைக் குறைக்க அனைத்து வகையான முயற்சிகளையும் அவன் எடுத்தபோது, அவளுடைய ஒவ்வொரு அடியும் அதன் எதிர்த் திசையில் இருந்தது. அந்த அலட்சியம் அச்சத்திற்கு எதிரான கவசமே தவிர வேறில்லை என்று அவன் நினைக்கத் துணிவதற்குள் நெடுங்காலம் ஆகிவிட்டது. உள்ளூர் கப்பல் கட்டும் தளத்தில் கட்டப்பட்ட முதல் நன்னீர்க் கப்பலுக்கு சி.எஃப்.சி. என்று பெயர் சூட்டப் பட்டபோதுதான் அது திடீரென்று அவனுக்குத் தோன்றியது. அது நிறுவனத்தின் முதல் துணைத் தலைவராகச் சிற்றப்பா பன்னிரண்டாம் லூரயியின் சார்பாக ஃப்ளோரென்டினோ அரிஸா கலந்துகொண்ட முதல் அதிகாரப்பூர்வமான சந்தர்ப்பமும்கூட. அந்தத் தற்செயலானது நிகழ்ச்சிக்கு ஒரு சிறப்புப் பெருமையைக் கொடுத்தது. நகரத்தின் வாழ்க்கையில் ஏதாவதொரு வகையில் முக்கியத்துவம் கொண்ட யாரும் விடுபடவில்லை.

இசைக்குழு வெற்றிகரமான அணிவகுப்பைத் தொடங்கி, கப்பல் துறையில் கைத்தட்டல்கள் கிளம்பியபோது, இன்னமும் உருக்கிய தாரின் வாசனையும் புதிய பெயிண்டின் வாசனையும் வீசிய கப்பலின் முக்கிய அறையில் ஃப்ளோரென்டினோ அரிஸா விருந்தினர்களைக் கவனித்துக்கொண்டிருந்தான். ஜன்னல்களி லிருந்து அருவிபோலக் கொட்டிய காகிதச் சுருள்களுக்கும் பூவிதழ் களுக்கும் கீழே, சீருடையணிந்த காவலர்களின் அணிவகுப்பு மரியாதை வழியாகப் பழங்கால ராணியைப் போல, அவளுடைய முதிர்ச்சியில் பிரகாசித்து, கணவனோடு கைகோத்து நடைபோட்ட

தனது கனவுகளின் அணங்கைப் பார்த்தபோது, கிட்டத்தட்டத் தனது வயதுடைய நடுக்கத்தை அவன் அடக்கிக்கொள்ள வேண்டியிருந்தது. கைத்தட்டல்களுக்கு இருவருமே கையசைத்துப் பதிலளித்தார்கள் என்றாலும் குதிகால் உயர்ந்த செருப்புகள் முதல் நரிவால் கழுத்துப்பட்டி, கோவில்மணிபோன்ற தொப்பிவரை ஏகாதிபத்தியத் தங்கத்தில் அணிந்து, கூட்டத்தின் நடுவில் தனித்துத் தோன்றிய அவள் மிகவும் பிரமிக்கவைத்தாள்.

இசை முழக்கங்களுக்கும் வெடிகளுக்கும் கப்பல் துறையை நீராவியால் சூழவைத்த கப்பலின் மூன்று கனமான கர்ஜனைகளுக்கும் நடுவில், மாகான அதிகாரிகளோடு ஃப்ளோரென்டினோ அரிஸா அவர்களுக்காகப் பாலத்தில் காத்திருந்தான். தன்மீது தனிப்பட்ட பாசம் வைத்திருக்கிறார் என்று ஒவ்வொருவரையும் நினைக்கவைத்த அவருடைய அந்த மிகவும் இயல்பான தன்மையோடு, வரவேற்க வரிசையில் நின்றவர்களை வாழ்த்தினார் குவெனல் உர்பினோ. முதலில் விழாச் சீருடையிலிருந்த கப்பலின் கேப்டன், பிறகு பேராயர், பிறகு தங்களது மனைவியரோடு இருந்த கவர்னர், மேயர், பிறகு ஆண்டஸிலிருந்து புதிதாக வந்திருந்த சதுக்கத்தின் ராணுவத் தலைவர். அத்தனை பெரிய மனிதர்களுக்கு மத்தியில் அதிகாரிகளைத் தொடர்ந்து கிட்டத்தட்டக் கண்ணுக்குப் புலப்படாமல் நின்றிருந்தான் கறுப்பு உடை அணிந்திருந்த ஃப்ளோரென்டினோ அரிஸா. சதுக்கத்தின் தளபதியை வாழ்த்திய பிறகு, ஃப்ளோரென்டினோ அரிஸாவின் நீட்டிய கரத்திற்கு முன்னால் ஃபெர்மினா தயங்கியதைப் போலத் தெரிந்தது. அவர்களை அறிமுகப்படுத்தத் தயாராக இருந்த சிப்பாய், உங்களுக்கு ஒருவரையொருவர் அறிமுகமில்லையா என்று அவளிடம் கேட்டான். ஆமாமென்றோ இல்லையென்றோ சொல்லாத அவள், வரவேற்பறையின் செயற்கையான புன்னகையோடு ஃப்ளோரென்டினோ அரிஸாவிடம் கைகுலுக்கினாள். கடந்த காலத்தில் இரண்டு முறை நடந்துவிட்ட, இனியும் நடக்க இருக்கும் அதை, ஃபெர்மினா தாஸாவின் இயல்பான நடத்தை என்பதைப் போல ஏற்றுக்கொண்டான் ஃப்ளோரென்டினோ அரிஸா. ஆனால் அன்று மாலை, தன்னுடைய எல்லையற்ற கற்பனைத் திறனோடு, அத்தகைய தீவிரமான அலட்சியம் காதலின் வேதனையை மறைக்கும் சூழ்ச்சியாக இருக்க முடியாதா என்று தனக்குள் கேட்டுக்கொண்டான்.

அந்த யோசனையே அவனுடைய இளமைக்கால ஆசைகளைத் தூண்டியது. சுவிஷேசப் பூங்காவாவில் பல வருடங்களுக்கு முன்பு செய்ததைப் போன்ற ஆர்வத்தோடு ஃபெர்மினா தாஸாவின் மாளிகையை மறுபடியும் சுற்றினான் என்றாலும், அது அவள் இன்னமும் இந்த உலகத்தில்தான் இருக்கிறாள் என்பதைத்

தெரிந்துகொள்ள அவளைப் பார்க்கத்தானே தவிர, அவள் தன்னைப் பார்க்க வேண்டும் என்ற திட்டமிட்ட நோக்கத்தால் அல்ல. கவனிக்கப்படாமல் கடந்துபோவது மட்டும்தான் இப்போது அவனால் தாங்க முடியாததாக இருந்தது. பாதிப் பாலைவனமான தீவிலிருந்த லா மாங்கா மாவட்டம் காலனியக் காலத்தில் ஞாயிற்றுக்கிழமைக் காதலர்களின் குகைகளாக இருந்த ஐகாகோ புதர்ச் செடிகளால் சூழப்பட்ட பச்சை நீர்க் கால்வாயால் வரலாற்று நகரத்திலிருந்து பிரிக்கப்பட்டிருந்தது. புதிய கழுதை ட்ராம் வண்டிகளுக்கு வழிசெய்ய, சமீப காலத்தில் ஸ்பானியர்களின் பழைய கல்பாலத்தை இடித்துவிட்டுப் பலூன் விளக்குகளைக் கொண்ட பாலம் கட்டப்பட்டது. முதலில், திட்டத்தில் கணக்கில் எடுத்துக்கொள்ளாத, தொடர்ச்சியான நிலநடுக்கத்தின் அதிர்ச்சியைக் கொடுத்த நகரத்தின் முதல் மின்உற்பத்தி நிலையத்திற்கு அருகில் தூங்கும் சோதனையை, லா மாங்காவாசிகள் தாங்கிக்கொள்ள வேண்டியிருந்தது. டாக்டர் குவெனல் உர்பினோ தன்னுடைய முழு வலிமையோடு போராடியும் தெய்வீக சக்தியோடு அவருக்கிருந்த உறுதியான தொடர்பு அவர் சார்பாகத் தலையிடும்வரை, யாரையும் பாதிக்காத இடத்திற்கு அதை நகர்த்த முடியவில்லை. ஒருநாள் இரவு பயங்கரமாக வெடித்துச் சிதறிய ஆலையின் கொதிகலன், புதிய வீடுகளின் மேல் பறந்து, பாதி நகரத்தைக் கடந்து சான் ஜூலியன் மருத்துவமனைகளின் பழைய கான்வென்டின் பிரதான கேலரியை அழித்தது. அந்த வருடத்தின் தொடக்கத்தில் அந்தப் பாழடைந்த கட்டிடம் கைவிடப்பட்டது என்றாலும், கொதிகலன் உள்ளூர்ச் சிறையில் அடைக்கப்பட்ட முதல் இரவிலேயே தப்பி ஓடிவந்து தேவாலயத்தில் மறைந்திருந்த நான்கு கைதிகளைக் கொன்றது.

காதலின் அழகான மரபுகளைக் கொண்ட அந்தப் புறநகர், ஆடம்பரமான குடியிருப்பாக மாறிய பிறகு முரண்பட்ட காதல்களுக்கு மிகவும் உகந்ததாக இல்லாமல் போய்விட்டது. தெருக்கள் கோடையில் புழுதி நிறைந்ததாகவும் குளிர்காலத்தில் சதுப்புக் காடாகவும் ஆண்டு முழுவதும் வெறிச்சோடியும் கிடந்தன. உல்லாசக் காதலர்களை விரட்டுவதற்காகவே, பழங்காலச் சிறிய பால்கனிகளுக்குப் பதிலாக மொசைக் கல் பதித்த மொட்டை மாடிகளோடு கட்டப்பட்டதைப் போன்ற வீடுகள், இலைகள் நிறைந்த தோட்டங்களுக்கு நடுவில் இங்கொன்றும் அங்கொன்றுமாக மறைந்திருந்தன. நல்ல வேளையாக அந்தக் காலகட்டத்தில், ஒற்றைக் குதிரைக்கு ஏற்றதாக மாற்றப்பட்ட வாடகைக்கு எடுக்கப்பட்ட பழைய விக்டோரியா வண்டிகளில் மாலை நேரங்களில் உலா வருவது வழக்கத்திற்கு வந்தது. வியாழக்கிழமைகளில் அட்லாண்டிக்

கடலின் மறுபுறத்திலிருந்து வரும், துறைமுகத்திற்குச் செல்லும் கால்வாயில் கடந்துபோகும்போது கிட்டத்தட்டக் கையால் தொட்டுவிடக்கூடிய, பெரிய வெள்ளையான கப்பல்களையும் கத்தோலிக்கப் பிரச்சாரர்களின் கடற்கரையில் பதுங்கிப் பின்தொடரும் சுறாக்களையும் அக்டோபர் மாதத்தின் இதயத்தைக் கிழிக்கும் அந்திப் பொழுதுகளையும் கலங்கரை விளக்கக் கோபுரத்திலிருந்து பார்ப்பதைவிடச் சிறப்பாகப் பார்க்கக் கூடிய ஒரு மேட்டில் பயணம் நிறைவடையும். ஃப்ளோரென்டினோ அரிஸா கடுமையான அலுவலக வேலைகளுக்குப் பிறகு விக்டோரியா வண்டியை வழக்கமாக வாடகைக்கு எடுத்தான். ஆனால் கோடைக்காலத்தில் வழக்கமாக இருந்ததைப் போலக் கூரையை மடிக்காமல், இருக்கையின் அடிப்பகுதியில் நிழலில் கண்ணில் படாமலும் எப்போதுமே தனியாகவும் மறைவாகவும் உட்கார்ந்துகொண்டு, வண்டிக்காரரின் மனதில் தப்பான எண்ணங்களைக் கிளறாமலிருக்கத் திட்டமிடாத திசைகளில் போகச் சொல்லுவான். லூசியானாவின் பருத்தி வயல்களின் அழகிய மாளிகைகளின் அதிர்ஷ்டம்கெட்ட நகலான, வாழை மரங்களுக்கும் பசுமையான மாமரங்களுக்கும் நடுவில் பாதி மறைந்திருந்த இளஞ்சிவப்புப் பளிங்கு பார்த்தினன்[3] மட்டுமே உலாவும் ஆர்வத்தை ஏற்படுத்தும். ஃபெர்மினா தாஸாவின் குழந்தைகள் ஐந்து மணிக்குச் சற்று முன்பாக வீடு திரும்புவார்கள். குடும்பத்தின் வண்டியில் அவர்கள் வருவதைப் பார்த்த ஃப்ளோரென்டினோ அரிஸா, அதற்குப் பிறகு வழக்கமான நோயாளிகளைப் பார்க்கும் சுற்றுக்காக டாக்டர் குவெனல் உர்பினோ புறப்பட்டுச் செல்வதையும் பார்ப்பதுண்டு என்றாலும், கிட்டத்தட்ட ஓராண்டு முழுவதும் சுற்றியும் அவன் ஏங்கிய காட்சியைப் பார்க்க முடியவில்லை.

ஜூலை மாதத் தொடக்கத்தின் பெருமழை கொட்டிக் கொண்டிருந்ததைப் பொருட்படுத்தாமல் தனியாகச் சவாரிசெய்ய வேண்டுமென்று அவன் பிடிவாதமாகக் கிளம்பிய ஒரு மாலைப்பொழுதில், குதிரை சேற்றில் சறுக்கி விழுந்ததில் அதற்குக் காயங்கள் ஏற்பட்டன. ஃபெர்மினா தாஸாவின் மாளிகைக்கு நேரெதிரில் இருப்பதைத் திகிலோடு உணர்ந்து கொண்ட ஃப்ளோரென்டினோ அரிஸா, தன்னுடைய பீதி காட்டிக்கொடுத்துவிடும் என்றுகூட நினைக்காமல், வண்டிக்காரரிடம் வேண்டினான்.

"தயவுசெய்து இங்கு வேண்டாம். இங்கு தவிர, வேறெங்காக இருந்தாலும் பரவாயில்லை" என்று கத்தினான்.

---

3. க்ரீஸ் நாட்டின் ஏதென்ஸ் நகரத்திற்கு அருகிலுள்ள கோட்டையின் காவல் தெய்வம் கன்னி ஏதெனாவின் 2500 ஆண்டுப் பழமையான கோயில்.

அவசரத்தால் குழம்பிய வண்டிக்காரர், அவிழ்த்துவிடாமல் குதிரையை எழுப்ப முயன்றபோது, வண்டியின் அச்சு முறிந்து விட்டது. தன்னால் முடிந்த அளவுக்கு வெளியில் வந்த ஃப்ளோரென்டினோ அரிஸா, மற்ற பயணிகள் அவனை வீட்டிற்கு அழைத்துச்செல்ல முன்வரும்வரை மழையின் கடுமையில் அவமானத்தைத் தாங்கிக்கொண்டான். அவன் காத்துக்கொண் டிருந்தபோது, நனைந்த உடையோடு முழங்காலளவு சேற்றில் உழன்றதைப் பார்த்த உர்பினோ குடும்பத்தின் வேலைக்காரன், மாடியில் ஒதுங்கிக்கொள்வதற்காகக் குடையைக் கொண்டு வந்தான். கொடூரமான மயக்கத்தில்கூட அப்படிப்பட்ட அதிர்ஷ்டத்தை ஃப்ளோரென்டினோ அரிஸா கனவு கண்டிருக்க மாட்டான் என்றாலும், அன்று மாலையில் அப்படிப்பட்ட சூழ்நிலையில் ஃபெர்மினா தாஸாவின் கண்ணில் படுவதைவிட உயிரை விட்டுவிட விரும்பியிருப்பான்.

பழைய நகரத்தில் வாழ்ந்தபோது குவெனல் உர்பினோவும் அவருடைய குடும்பமும் ஞாயிற்றுக்கிழமைகளில் எட்டு மணித் திருப்பலிக்கு, மதச்சடங்காக இல்லாமல் சாதாரண வழக்கமாக, வீட்டிலிருந்து தேவாலயம்வரை நடந்து செல்வது வழக்கம். வீடு மாறிய பிறகு, பல ஆண்டுகளாக வண்டியில் போகும் வழக்கத்தை வைத்திருந்த அவர்கள், சில நேரங்களில் பூங்காவின் பனை மரத்தடியில் நண்பர்களின் கூட்டங்களில் கழிப்பார்கள். ஆனால் லா மாங்காவில் தனிக் கடற்கரையோடும் சொந்தமான கல்லறையோடும் சமரசக் குருமடக் கோயிலைக் கட்டிய பிறகு, மிகப் புனிதமான சந்தர்ப்பங்களாக இருந்தால் தவிர, தேவாலயத்திற்கு அவர்கள் திரும்பவில்லை. இந்த மாற்றங் களை அறியாத ஃப்ளோரென்டினோ அரிஸா, பல ஞாயிற்றுக் கிழமைகள் மூன்று திருப்பலிகளிலிருந்து வெளியேறுவதைப் பார்த்துக்கொண்டு திருச்சபை உணவக மொட்டை மாடியில் காத்திருந்தான். பிறகு தனது தவறை உணர்ந்து, சில வருடங்களுக்கு முன்புவரை வழக்கத்திலிருந்து புதிய தேவாலயத்திற்குச் சென்ற அவன், ஆகஸ்ட் மாதத்தின் நான்கு ஞாயிற்றுக்கிழமைகளிலும் சரியாக எட்டு மணிக்கு குவெனல் உர்பினோவை அவருடைய குழந்தைகளோடு அங்கு எதிர்கொண்டான் என்றாலும், ஃபெர்மினா தாஸா அவர்களோடு இல்லை. அப்படிப்பட்டதொரு ஞாயிற்றுக்கிழமையில், லா மாங்காவின் குடியிருப்புவாசிகள் தங்களுடைய ஆடம்பரமான சமாதிகளைக் கட்டிக்கொண் டிருந்த பக்கத்திலிருந்த புதிய கல்லறைக்குச் சென்ற அவன், தங்க எழுத்துக்களில் முழுக் குடும்பத்திற்கும் தங்கத்தாலான தலைக் கற்களோடும் வண்ணம் தீட்டிய கோத்திக் கண்ணாடி ஜன்னல்களோடும் பளிங்கு தேவதைகளோடும் ஏற்கெனவே கட்டி முடிக்கப்பட்ட, அனைத்தையும்விட ஆடம்பரமான

கல்லறையைப் பெரிய சீபா மர நிழலில் கண்டபோது அவனுடைய இதயம் துடித்தது. அந்தக் கல்லறைகளுக்கு மத்தியில், நிச்சய மாக, தோன்யா ஃபெர்மினா தாஸா த உர்பினோ த லா காயேவுடையதும் அதையடுத்து அவளுடைய கணவருடையதும் பொதுவான ஒரே தலைக் கல்லோடு இறைவனின் அமைதியிலும் ஒன்றாக அமைந்திருந்தன.

ஆண்டின் எஞ்சிய பகுதியில், தானும் தன் கணவரும் முக்கியப் பாத்திரங்களாக இருந்த கிறிஸ்துமஸ் நிகழ்ச்சி உள்ளிட்ட, சமூக நிகழ்ச்சிகள், பொது நிகழ்ச்சிகள் எதிலும் ஃபெர்மினா தாஸா கலந்துகொள்ளவில்லை. ஆனால் ஆபரா சீசனின் தொடக்க நிகழ்ச்சியில் அவள் இல்லாதது மிகவும் கவனிக்கத் தக்கதாக இருந்தது. இடைவேளையில், அவளுடைய பெயரைக் குறிப்பிடாமல் ஒரு கும்பல் சந்தேகத்திற்கு இடமில்லாமல் அவளைப் பற்றிப் பேசிக்கொண்டிருந்தது ஃப்ளோரென்டினோ அரிஸாவுக்கு வியப்பளித்தது. கடந்த ஜூன் மாதத்தில் ஒருநாள் நள்ளிரவில் குனார்ட்டிலிருந்து பனாமா செல்லும் அட்லாண்டிக் கப்பலில் ஏறியதைப் பார்த்ததாகவும், அவளை விழுங்கிக்கொண்டிருந்த அவமானகரமான நோயின் தாக்கத்தை யாரும் கவனித்துவிடாமலிருக்க அவள் கறுப்பு முக்காடு போட்டிருந்ததாகவும் பேசிக்கொண்டார்கள். அத்தனை சக்தி கொண்ட துணிச்சலான பெண்ணைத் தாக்கிய நோய் எதுவாக இருக்குமென்று யாரோ கேட்க, கறுப்புப் பித்தத்தால் நிரம்பிய பதில் கிடைத்தது:அப்படிப்பட்ட புகழ்பெற்ற பெண்ணுக்குக் காசநோயைத் தவிர வேறெதுவும் இருக்காது.

தனது நாட்டுப் பணக்காரர்களுக்கு வந்ததும் போய்விடும் சாதாரண நோய்கள் இருக்காது என்பதை ஃப்ளோரென்டினோ அறிந்திருந்தான். ஒன்று, துக்கத்தால் திருவிழாவைக் கெடுக்க கிட்டத்தட்ட எப்போதுமே பெரியதொரு திருவிழாவிற்கு முன்பு திடீரென்று செத்துப்போவார்கள், அல்லது அந்தரங்கமான விவரங்கள்கூடச் சந்திக்கு வந்துவிடும் அருவருப்பான மெதுவான நோய்களில் மறைந்துபோவார்கள். பனாமாவில், தனிமை என்பது பணக்காரர்களின் வாழ்க்கையில் கிட்டத்தட்டக் கட்டாயமாகிவிட்ட ஒரு தவம். கார்போலிக் அமிலத்தின் வாசனை குணப்படுத்தவா அல்லது கொல்லவா என்பதை யாராலும் உறுதியாகத் தெரிந்துகொள்ள முடியாத, சணல் துணியால் மூடப்பட்ட ஜன்னல்களைக் கொண்ட தனிமை அறைகளில், அவர்களுடைய எஞ்சியிருந்த சொற்ப வாழ்க்கையின் கணக்கை மறந்துவிட்ட நோயாளிகள் இருந்த, டாரியன்[4]

4. கிட்டத்தட்ட 4000 ஆண்டுகளுக்கு முன்பே விவசாயம் செய்துவந்ததாகக் கருதப்படும் பழங்குடி மக்கள் வாழும் பனாமா நாட்டின் ஒரு மாகாணம்.

மாகாணத்தின் வரலாற்றுக்கு முந்தைய பெருமழையில் தொலைந்த மிகப்பெரிய வெள்ளைக் கொட்டகையான, இயேசுவின் இரண்டாவது வருகையில் நம்பிக்கை கொண்ட அட்வெண்டிஸ்ட்டுகளின் மருத்துவமனையில் கடவுளின் விருப்பத்திற்கு அவர்கள் அடிபணிந்தார்கள். குணமடைந்தவர்கள் உயிரோடிருக்கும் விவேகமற்ற செயலுக்காக மன்னிக்க வேண்டுமென்ற ஒருவிதமான வேதனையோடு கைநிறைய அள்ளிக் கொடுத்த அற்புதமான பரிசுப் பொருட்களை எடுத்துக்கொண்டு திரும்பிவந்தனர். செருப்புத் தைக்கும் நூலால் தைத்ததுபோலத் தோன்றிய காட்டுமிராண்டித்தனமான தையல்கள் குறுக்கே பாய்ந்த வயிற்றோடு திரும்பிய சிலர் பார்க்க வந்தவர்களிடம் அவற்றைக் காட்டுவதற்காகச் சட்டையைத் தூக்கினார்கள், அளவுகடந்த மகிழ்ச்சியால் மூச்சுத் திணறி இறந்த மற்றவர்களோடு தங்களை ஒப்பிட்டு நினைத்துக்கொண்டார்கள். அவர்களுடைய மிச்சமிருந்த நாட்களில் மயக்க மருந்தின் விளைவுகளால் அவர்கள் கண்ட தேவதைகளின் தோற்றங்களைத் திரும்பத் திரும்ப நினைத்துப் பார்த்தார்கள். அதற்கு மாறாக, திரும்பி வராதவர்களின் பார்வையை யாரும் எப்போதும் தெரிந்துகொள்ளவில்லை. நோயின் தாக்கத்தைவிட மழையின் சோகத்தால் அதிகம் பாதிக்கப்பட்டு, காசநோய்க் கூடாரத்தில் அகதிகளாக இறந்தவர்களே அவர்களில் மிகவும் சோகமானவர்கள்.

தேர்ந்தெடுக்க முடிந்தால், ஃபெர்மினா தாஸாவுக்காக எதைத் தேர்ந்தெடுப்பது என்று ஃப்ளோரென்டினோ அரிஸாவுக்குத் தெரியவில்லை. ஆனால் எல்லாவற்றுக்கும் மேலாக, தாங்க முடியாததாக இருந்தாலும் அவன் உண்மையைத் தெரிந்துகொள்ள விரும்பினான் என்றாலும் எவ்வளவு தேடினாலும் அதைக் கண்டுபிடிக்க முடியவில்லை. கேள்விப்பட்டதை உறுதிப்படுத்திக்கொள்ளக் குறைந்தபட்சம் ஒரு குறிப்பையாவது யாராலும் அவனுக்குக் கொடுக்க முடியவில்லை என்பது நினைத்துப்பார்க்க முடியாததாக இருந்தது. அவனுடைய ஆற்றுக் கப்பல் உலகத்தில் பாதுகாக்க முடிந்த மர்மமோ காப்பாற்ற முடிந்த நம்பிக்கையோ இருந்ததில்லை. இருந்தாலும்கூடக் கறுப்பு முக்காடு போட்டிருந்த பெண்ணைப் பற்றி யாரும் கேள்விப்படவில்லை. நடப்பதற்கு முன்பே தெரிந்துவிடும் பல விஷயங்கள் உட்பட, குறிப்பாகப் பணக்காரர்களுடைய அனைத்து விவரங்கள் குறித்து எல்லாமே தெரிந்திருக்கும் ஒரு நகரத்தில் யாருக்கும் எதுவும் தெரியவில்லை. ஆனாலும் ஃபெர்மினா தாஸா காணாமல்போனதற்கான எந்த விளக்கமும் யாரிடமும் இல்லை. ஃப்ளோரென்டினோ அரிஸா லா மாங்காவைச் சுற்றிச் சுற்றி வந்தான், குருமடத்தின் தேவாலயத்தில் பக்தி இல்லாமல்

பிரார்த்தனைக் கூட்டங்களைக் கேட்டுக்கொண்டிருந்தான், மற்றொரு மனநிலையில் தனக்கு ஆர்வமளிக்காத பொது நிகழ்வுகளில் கலந்துகொண்டான் என்றாலும் காலப்போக்கில் கேள்விப்பட்டதை நம்பாமல் இருக்க முடியவில்லை. தாய் இல்லை என்பதைத் தவிர, உர்பினோ வீட்டில் எல்லாமே இயல்பாக இருப்பதாகத் தோன்றியது.

அத்தனை விசாரிப்புகளுக்கிடையில் அவனுக்குத் தெரியாத அல்லது தேடிப் போகாத மற்றச் செய்திகளை அவன் எதிர்கொண்டான். அவற்றுள் லொரென்ஸோ தாஸா தான் பிறந்த கான்டாப்ரிகா கிராமத்தில் அடைந்த மரணமும் ஒன்று. மோசமான முதுமையின் புதைமணலில் மூழ்கிக்கொண்டு மிகவும் பருத்தும் கரடுமுரடாகவும் அதிகமாகப் பேசியதால் கட்டிக்கொண்ட குரலோடும் திருச்சபைக் காப்பிக் கடையின் ஆரவாரமான சதுரங்கச் சண்டைகளில் பலகாலம் அவரைப் பார்த்தது அவனுடைய நினைவுக்கு வந்தது. முந்தைய நூற்றாண்டின் விருப்பமில்லாத சோம்புபானக் காலை உணவுக்குப் பிறகு அவர்கள் மறுபடியும் பேசிக்கொண்டதில்லை. தான் உயிரோடு இருப்பதற்கு ஒரே காரணமாக அவர் வரித்துக்கொண்ட பணக்காரத் திருமணம் மகளுக்குக் கிடைத்த பிறகும்கூட, தன்னைப் போலவே மிகவும் வெறுப்போடு லொரென்ஸோ தாஸாவும் அவனைப் பற்றி நினைத்துக்கொண்டிருப்பார் என்று உறுதியாக நம்பினான் ஃப்ளோரென்டினோ அரிஸா. ஆனாலும் ஜெரேமியா த சேந்த்–ஆமொர் நாற்பத்திரண்டு போட்டியாளர்களைத் தனியாக எதிர்கொண்ட வரலாற்றுச் சிறப்புமிக்க போட்டிகள் நடைபெற்ற காலகட்டத்தில், ஃபெர்மினா தாஸாவின் உடல்நிலையைப் பற்றிய தெளிவான தகவலைத் தெரிந்துகொள்வதில் அத்தனை உறுதியாக இருந்துவந்த அவன், அதை அவளுடைய தந்தையிடமிருந்து பெறுவதற்காகத் திருச்சபைக் காப்பிக் கடைக்கு மறுபடியும் சென்றான். அப்படித்தான் லொரென்ஸோ தாஸா இறந்துவிட்டார் என்பதைத் தெரிந்துகொண்ட அவன், அந்த மகிழ்ச்சியின் விலை உண்மை தெரியாமல் வாழ்ந்துகொண்டிருப்பதாக இருக்கலாம் என்பது தெரிந்திருந்தாலும் முழுமனதோடு மகிழ்ச்சியடைந்தான். இறுதியில், நோயாளிப் பெண்ணுக்கு நீண்ட ஆயுள் என்ற தெரிந்த பழமொழியைவிட, பெரிய ஆறுதல் இல்லாமல் கைவிடப்பட்ட நோயாளிகளுக்கான மருத்துவமனையைப் பற்றிக் கேள்விப் பட்டது உண்மைதான் என்று ஒப்புக்கொண்டான். மனம் சோர்வடைந்த நாட்களில், ஒருவேளை அப்படி நடந்துவிட்டால் ஃபெர்மினா தாஸாவின் மரணச் செய்தி, அதைத் தேடாமலேயே எப்படியாவது தன்னை வந்துசேரும் என்ற எண்ணத்தில் திருப்தியடைந்தான்.

அது ஒருபோதும் அவனை வந்துசேரவில்லை. ஃப்ளோரெஸ் த மரியா நகரத்திலிருந்து அரைக்கல் தொலைவிலிருந்த தனது மாமன் மகள் ஹில்டெப்ராண்டா சான்சேஸ் உலகத்தை மறந்து வாழ்ந்துகொண்டிருந்த பண்ணையில் ஃபெர்மினா தாஸா உயிரோடும் நலமாகவும் இருந்தாள். இருபத்தைந்து ஆண்டுக்கால நிலையான திருமண வாழ்க்கையில் அவர்கள் அனுபவித்த ஒரே கடுமையான நெருக்கடியில் பதின் வயதினரைப் போல இருவரும் குழம்பியதால், கணவரின் ஒப்புதலோடு அவதூறுக்கு இடமில்லாமல் அவள் வெளியேறினாள். கசப்புணர்ச்சி இல்லாத முதியவர்களாக இருக்கக் கற்றுக்கொள்ள, வாய்ப்பிருந்த எதிர்காலத்தோடும் நல்ல முறையில் வளர்க்கப்பட்ட பெரிய குழந்தைகளோடும் பதுங்கியிருந்த எந்தவொரு துன்பத்தி லிருந்தும் பாதுகாப்பாக உணர்ந்தபோது, முதிர்ச்சியின் நிதானம் அவர்களை வியப்பில் ஆழ்த்தியது. இருவருக்குமே அத்தனை எதிர்பாராத ஒன்றாக இருந்த பிரிவை, கரீபியத் தீவுகளின் இயல்பான வழக்கப்படி கண்ணீரோடும் நடுவர்களோடும் கத்தித் தீர்த்துக்கொள்ள விரும்பாமல், ஐரோப்பிய நாடுகளின் ஞானத்தோடு தீர்த்துக்கொள்ள விரும்பிய அவர்கள், இவ்வளவு இருந்தும் இங்குமில்லாத அங்குமில்லாத எங்குமில்லாத குழந்தைத்தனமான சூழலில் தத்தளித்தனர். இறுதியாக, ஏன் எதற்கு என்றுகூடத் தெரியாமல் கடுமையான கோபத்தில் அவள் வெளியேற முடிவெடுத்தாள். குற்ற உணர்ச்சியால் தடுக்கப்பட்ட அவரால் அவளைச் சமாதானப்படுத்த முடியவில்லை.

ஃபெர்மினா தாஸா உண்மையில் துக்க உடையால் மூடிய முகத்தோடு மிகவும் ரகசியமாக நள்ளிரவில் கப்பல் ஏறினாள் என்றாலும், பனாமாவுக்குச் செல்லும் குனார்டின் அட்லாண்டிக் கடல் கடந்த கப்பலில் ஏறாமல், ஆண்டுகள் செல்லச் செல்ல அதன்மீது ஏக்கம் தாங்க முடியாத அளவுக்கு அதிகரித்த, பிறந்து பருவ வயதுவரை வாழ்ந்த நகரமான சான் குவான் த லா சியேநகாவுக்குச் செல்லும் சாதாரண சிறிய கப்பலில் ஏறினாள். கணவனின் விருப்பத்திற்கும் அந்தக் கால வழக்கத்திற்கும் மாறாக, தனது வீட்டின் அடிமைத்தனத்தில் வளர்ந்த பதினைந்து வயது வளர்ப்பு மகளைத் தவிர வேறு யாரையும் துணைக்கு அழைத்துச் செல்லவில்லை என்றாலும், எல்லாத் துறைமுக அதிகாரிகளுக்கும் கப்பல் தளபதிகளுக்கும் தன்னுடைய பயணத்தை அறிவித்திருந்தாள். அவசர முடிவை எடுத்தபோது, அத்தை ஹில்டெப்ராண்டாவின் வீட்டில் மூன்று மாதங்களுக்குத் தங்கப்போவதாகக் குழந்தைகளுக்குத் தெரிவித்தாள் என்றாலும், நிரந்தரமாக அங்கேயே தங்கிவிட முடிவெடுத்திருந்தாள். அவளது இயல்பின் வலிமையை நன்றாக அறிந்திருந்த டாக்டர் குவெனல் உர்பினோ, தனது

தவறுகளின் கொடுமைக்குக் கடவுளின் தண்டனையாகப் பணிவோடு அதை ஏற்றுக்கொண்டு மிகவும் சிரமப்பட்டார். ஆனால் கப்பலின் விளக்குகள் பார்வையிலிருந்து மறைவதற்குள் தங்களுடைய பலவீனங்களுக்காக இருவருமே வருந்தினார்கள்.

குழந்தைகளின் நிலைமையைப் பற்றியும் வீட்டின் மற்ற விஷயங்களைப் பற்றியும் முறையான கடிதத் தொடர்பைப் பராமரித்துவந்தாலும், கர்வத்தால் குழிபறிக்கப்படாத திரும்பும் வழியை அவராலோ அவளாலோ கண்டுபிடிக்க முடியாமல் கிட்டத்தட்ட இரண்டு ஆண்டுகள் கடந்துவிட்டன. குழந்தைகள் இரண்டாம் ஆண்டுப் பள்ளி விடுமுறையை ஃப்ளோரஸ் த மரியாவில் கழிக்கச் சென்றபோது, தன்னுடைய புதிய வாழ்க்கை யில் திருப்தியாக இருப்பதாகக் காட்டிக்கொள்வதற்காக ஃபெர்மினா தாஸா முடிந்ததையெல்லாம் செய்தாள். கூடுதலாக, அந்த நாட்களில் தங்க நூலால் பூவேலை செய்யப்பட்டிருந்த விதானத்தின் கீழ் தன்னுடைய புகழ்பெற்ற வெள்ளைக் கோவேறு கழுதையின் மீது ஏறிக்கொண்டு ரியோஹச்சாவின் பேராயர் சுற்றுப் பயணத்தில் அங்கு வந்தார். அவருக்குப் பின்னால் தொலைதூரப் பகுதிகளிலிருந்து வந்திருந்த புனிதப் பயணிகளும் துருத்தி இசைக்கலைஞர்களும் உணவையும் தாயத்துகளையும் விற்ற நாடோடிக் கடைக்காரர்களும் வந்திருந்தனர். உரிமை யாளருக்குத் தெரியாமல் அற்புதங்களைச் செய்வதாகக் கூறப்படும் கழுதையின் தயவுக்காக வந்திருந்தார்களே தவிர, உண்மையில் அறிவார்ந்த சொற்பொழிவுகளுக்காகவும் நிறைவான இன்பங்களுக்காகவும் வராத கைவிடப்பட்டவர்களாலும் ஊனமுற்றவர்களாலும் மூன்று நாட்களாகப் பண்ணை நிரம்பி வழிந்தது. சாதாரணப் பாதிரியாராக இருந்த காலத்திலிருந்தே காயேதலா உர்பினோ குடும்பத்தில் ஒருவராக இருந்த பேராயர், ஹில்டெப்ரண்டாவின் பண்ணையில் மதிய உணவைச் சாப்பிட ஒருநாள் பிற்பகலில் தனது விழாக்களிலிருந்து தப்பித்துச் சென்றார். உலக விஷயங்களைப் பற்றி மட்டுமே பேசப்பட்ட மதிய உணவிற்குப் பிறகு, ஃபெர்மினா தாஸாவைத் தனியாக அழைத்த அவர், அவளுடைய வாக்குமூலத்தைக் கேட்க விரும்பினார். வருத்தப்படுவதற்குத் தன்னிடம் ஒன்றுமில்லை என்ற வெளிப்படையான வாதத்தோடு, இணக்கமான ஆனால் உறுதியான வகையில் அவள் மறுத்துவிட்டாள். அது அவளுடைய நோக்கம் இல்லையென்றாலும், குறைந்தபட்சம் பிரக்ஞைபூர்வ மான நோக்கம் இல்லையென்றாலும், தன்னுடைய பதில் போய்ச்சேர வேண்டிய இடத்திற்குப் போய்விடும் என்ற யோசனை அவளுக்கு இருந்தது.

தன்னுடைய வாழ்க்கையின் கசப்பான அந்த இரண்டாண்டுகள், முதல் பார்வையில் சுத்தமானதாகத்

தெரிந்தாலும் துவைக்கப் போட வேண்டுமா என்பதை வாசனையிலிருந்து தெரிந்துகொள்ளத் தானே கழற்றிய ஆடைகளையும் குடும்பத்தினர் கழற்றிய ஆடைகளையும் முகர்ந்துபார்க்கும் மனைவியின் கெட்ட பழக்கத்தால் விளைந்ததே தவிர, தன்னுடைய தவறால் அல்ல என்று, எந்தச் சிடுசிடுப்பும் இல்லாமல் டாக்டர் குவெனல் உர்பினோ சொல்வது வழக்கம். சிறு வயதிலிருந்தே அப்படிச் செய்துவந்த அவள், திருமணமான அன்றைய இரவிலிருந்தே தன்னுடைய கணவர் அறிந்துகொள்ளுமளவுக்கு அது கவனிக்கப்படுமென்று ஒருபோதும் நினைத்ததில்லை. அன்றாடம் குறைந்தபட்சம் மூன்று முறையாவது குளியலறையில் தாழிட்டுக்கொண்டு புகைபிடிக்கிறாள் என்பதையும் அவர் கவனித்தார் என்றாலும், அவருடைய வகுப்பைச் சேர்ந்த பெண்கள், ஆண்களைப் பற்றிப் பேசிக்கொண்டிருக்கவும் புகைபிடிக்கவும் கொத்தனாரின் குடிமயக்கத்தில் தரையில் விழுந்து கிடக்கும்வரை இரண்டு பாட்டில் பிராந்தி குடிக்கவும்கூடக் குழுவாக அறையைப் பூட்டிக்கொள்வது வழக்கம்தான் என்பதால், அது அவருடைய கவனத்தை ஈர்க்கவில்லை. ஆனால் தனது வழியில் எதிர்ப்பட்ட அத்தனை ஆடைகளையும் முகர்ந்துபார்க்கும் வழக்கம் பொருத்தமில்லாதது என்பதோடு அவளுடைய ஆரோக்கியத்திற்கும் ஆபத்தானதாக அவருக்குத் தோன்றியது. விவாதிக்க விரும்பாத அனைத்தையும் நகைச்சுவையாக எடுத்துக்கொண்டதைப் போல அதையும் எடுத்துக்கொண்ட அவள், கடவுள் அந்தத் துல்லியமான மாங்குயில் மூக்கை முகத்தில் வைத்திருப்பது அலங்காரத்திற்காக மட்டுமல்ல என்று கூறுவாள். ஒருநாள் காலையில் அவள் வெளியில் கடைக்குச் சென்றிருந்தபோது, வேலைக்காரிகள் வீட்டின் எந்த மறைவிடத்திலும் கண்டுபிடிக்க இயலாத அவளது மூன்று வயதுப் பையனைத் தேடி அக்கம்பக்கத்தில் எல்லாம் களேபரம் செய்துவிட்டார்கள். அந்தப் பீதியான சூழலில் வந்துசேர்ந்த அவள், மோப்பம் பிடிக்கும் மாஸ்டிஃப் நாயைப் போல இரண்டு மூன்று முறை சுற்றிவந்து, அங்கு மறைந்திருக்கக்கூடுமென்று யாரும் நினைக்காத அலமாரிக்குள் தூங்கிக்கொண்டிருந்த மகனைக் கண்டுபிடித்தாள். வியப்படைந்த கணவன், எப்படிக் கண்டுபிடித்தாய் என்று கேட்டபோது, மலத்தின் நாற்றத்தைக் கொண்டு என்று அவள் பதிலளித்தாள்.

உண்மை என்னவென்றால், அவளுடைய மோப்ப உணர்வு துணிகளைத் துவைப்பதற்கும் தொலைந்துபோன குழந்தையைக் கண்டுபிடிக்கவும் மட்டுமே பயன்படவில்லை. வாழ்க்கையின் அனைத்து நிலைகளிலும், குறிப்பாகச் சமூக வாழ்க்கையில் அவளுடைய வழிகாட்டும் உணர்ச்சியாக அதுதான் இருந்தது. முன்னூறு ஆண்டுகளாக அவளுக்கு எதிரான சார்புடைய

சூழ்நிலையில் அவள் முன்னோடியாக இருந்தபோது, அவர்களுடைய திருமணக் காலம் முழுவதிலும், குறிப்பாக ஆரம்பக் கட்டத்தில், குவெனல் உர்பினோ அவளைக் கவனித்திருக்கிறார். இருந்தாலும்கூட இயற்கைக்கு அப்பாற்பட்ட உள்ளுணர்வாக மட்டுமே இருக்கக்கூடிய உலகத்தைப் பற்றிய புரிதலோடு, யாரோடும் மோதிக்கொள்ளாமல் கத்திபோன்ற பவளப்பாறை இதழ்களினூடாக முன்னேறினாள். ஒரு மோசமான ஞாயிற்றுக்கிழமைப் பிரார்த்தனைக் கூட்டத்திற்கு முன்பு, முந்தைய நாள் மாலையில் தனது கணவர் பயன்படுத்திய ஆடைகளை வழக்கம்போல முகர்ந்துபார்த்த ஃபெர்மினா தாஸா, இன்னொரு மனிதனோடு படுக்கையில் இருந்ததைப் போன்ற குழப்பமான உணர்வை அனுபவித்தபோது, கருங்கல்லின் இதயத்திலும் பண்டைய ஞானத்திலும் தோன்றியிருக்கக்கூடிய, அந்த அச்சுறுத்தும் புலனறிவுக்குத் துரதிர்ஷ்ட காலம் வந்தது.

பொத்தான் துளையிலிருந்த கடிகாரத்தையும் பேனாவையும் பணப்பையையும் அவருடைய பாக்கெட்டிலிருந்த சில்லறைக் காசுகளையும் எடுத்து நிலைக்கண்ணாடியில் வைத்ததும் முதலில் அவருடைய மேலங்கியையும் உடுப்பையும் முகர்ந்து பார்த்தாள். பிறகு டை கிளிப்களையும் கைமடிப்பின் புஷ்பராகக் கற்களையும் கழுத்துப்பட்டியின் தங்கப் பொத்தானையும் கழற்றியபோது ஓரங்கள் மடித்துத் தைக்கப்பட்ட சட்டையை முகர்ந்துபார்த்தாள். பதினோரு சாவிகள் கொண்ட கொத்தையும் முத்துச் சிப்பிக் கைப்பிடி கொண்ட பேனாக் கத்தியையும் வெளியில் எடுத்தபோது கால்சட்டையை முகர்ந்துபார்த்தாள். கடைசியாக அவருடைய உள்ளாடைகளையும் காலுறைகளையும் முதலெழுத்தைப் பூத்தையல் செய்திருந்த கைக்குட்டையையும் முகர்ந்துபார்த்தாள். சந்தேகத்தின் சிறிய நிழல்கூட இல்லை. மனித இயற்கைக்கு உரியதே தவிர, பூக்களிலிருந்தோ செயற்கைத் திரவியங்களிலிருந்தோ வராதது என்பதால் விவரிக்க முடியாத வாசனை, ஒன்றாக வாழ்ந்த அத்தனை ஆண்டுகளில் இல்லாத வாசனை ஆடைகள் ஒவ்வொன்றிலும் இருந்தது. எல்லா நாட்களிலும் அந்த வாசனையுமில்லை, அவள் அதைப் பற்றிப் பேசவுமில்லை என்றாலும், கணவனின் ஆடைகளைத் துவைக்க வேண்டுமா என்று அறிந்துகொள்ளும் ஆவலால் மட்டுமின்றி, அவளுடைய உள்ளத்தைத் அரித்த தாங்க முடியாத கவலை யாலும் அதன் பிறகு முகர்ந்து பார்க்கத் தொடங்கினாள்.

தனது கணவனின் அன்றாட நடவடிக்கைகளில் ஆடை களின் வாசனையை எங்கே பொருத்துவது என்று ஃபெர்மினா தாஸாவுக்குப் புரியவில்லை. வீட்டைத் துடைக்கவும் படுக்கை களைச் சரிசெய்யவும் பொருட்களை வாங்கவும் மதிய உணவைத் தயாரிக்கவும் ஒருவேளை கல்லடி பட்டதால் குழந்தைகளில்

ஒருவனைப் பள்ளியிலிருந்து சீக்கிரமாகவே அனுப்பி விடுவார்களோ என்ற கவலையோடும் காத்திருக்கும்போது, இன்னும் தயாராகாத படுக்கையறையில் காலை பதினொரு மணிக்கு நிர்வாணமாக எதிர்கொண்டு, அதற்கும் மேலாக ஒரு டாக்டரைத் தன்மேல் படுக்க வைத்துக்கொண்டு, அப்படிப் பட்ட நேரத்தில் புத்தித் தெளிவுள்ள எந்தப் பெண்ணும் அவசரமாகக் காதல்செய்ய மாட்டாள், அதுவும் வந்துபோகும் ஒருவரோடு என்று கருதியதால், காலை வகுப்புக்கும் மதிய உணவுக்கும் இடையில் அது இருக்க முடியாது. இன்னொரு பக்கம், டாக்டர் குவெனல் உர்பினோ இரவில் மட்டும்தான், அதிலும் முழு இருட்டில்தான், கடைசியிலும் கடைசியாகக் காலை உணவுக்கு முன்பாக முதல் குருவிகள் பாடத் தொடங்கும் போதுதான் உறவு கொள்வார் என்பதும் அவளுக்குத் தெரியும். அந்த நேரத்திற்குப் பிறகு, உடலுறவு இன்பத்தைவிட ஆடைகளைக் கழற்றி மறுபடியும் போட்டுக்கொள்வது அதிகமான வேலை என்று அவர் சொல்வதுண்டு. அதனால், ஆடைகள் மாசுபடுவது மருத்துவம் பார்க்கச் செல்லும் ஏதாவதொரு இடத்திலோ அல்லது அவருடைய திரைப்பட இரவுகளிலோ சதுரங்க இரவுகளிலோ மறைக்கப்பட்ட தருணத்திலோதான் நடக்க முடியும். அவளுடைய தோழிகளைப் போல இல்லாமல், தனது கணவரை உளவுபார்க்கவோ அல்லது தனக்காக அப்படிச் செய்யும்படி யாரிடமாவது கேட்டுக் கொள்ளவோ அவளுடைய பெருமை இடம் கொடுக்காததால், பின்னதைத் தெளிவுபடுத்திக்கொள்வது கடினமானது. முதல்முறையாக அவர்களைச் சென்று பார்த்ததிலிருந்து, இறுதிச் சிலுவையோடும் அவர்களுடைய ஆன்மாவின் நன்மைக்காக ஒருசில வார்த்தைகளோடும் இந்த உலகத்தி லிருந்து அவர்களுக்குப் பிரியாவிடை கொடுக்கும்வரையிலும், கட்டணங்களின் கணக்கு விவரங்கள் உள்ளிட்ட, தனது வாடிக்கையாளர்கள் ஒவ்வொருவரின் நுணுக்கமான விவரங்களையும் டாக்டர் குவெனல் உர்பினோ வைத்திருந்தார். எனவே, துரோகத்திற்குப் பொருத்தமானதாகத் தோன்றிய நோயாளிகளைப் பார்க்கச் சென்ற பதிவேடு, கண்காணிப்ப தற்கும் மிகவும் வசதியானதாக இருந்தது.

பல நாட்களாக ஆடைகளில் வாசனையை எதிர்கொள்ளாத ஃபெர்மினா தாஸா, மூன்று வாரங்களுக்குப் பிறகு, சற்றும் எதிர்பாராத நேரத்தில் திடீரென்று அதை மறுபடியும் எதிர்கொண்டாள். அவற்றில் ஒன்று அவரும் அவளும் ஒரு கணம்கூடப் பிரியாமல் இருந்த ஞாயிற்றுக்கிழமை குடும்ப விருந்தாக இருந்தபோதிலும், தொடர்ச்சியாகப் பல நாட்களுக்கு அது மிகவும் அப்பட்டமாகத் தெரிந்தது. தனது

வழக்கத்திற்கு மாறாக, தனது விருப்பத்திற்கு மாறாகவும்கூட ஒருநாள் மாலையில் தனது கணவனின் அலுவலகத்தில் இருந்த அவள், ஒருபோதும் செய்யாத ஒன்றைச் செய்துகொண்டு அது அவளல்ல வேறு யாரோ என்பதைப் போல, கடந்த சில மாதங்களின் சிக்கலான பார்வையாளர் குறிப்புகளை நேர்த்தியான பெங்கால் பூதக்கண்ணாடியைக் கொண்டு புரிந்துகொண்டாள். பல ஆண்டுகளாகச் சேகரிக்கப்பட்ட சித்திர வேலைப்பாடு செய்யப்பட்ட கத்திகளும் வானியல் படங்களும் கௌரவப் பட்டயச் சுருள்களும் மாணவர் குழுவின் மங்கலான படங்களும் தெரியாத விலங்குகளின் தோல்களால் அட்டையிடப்பட்ட புத்தகங்களும் நெருக்கி வைக்கப்பட்டிருந்த, தார் எண்ணெய்த் துளிகளால் நிறைந்திருந்த அந்த அலுவலகத்தில் அவள் தனியாக நுழைவது அதுவே முதல் முறை. காதலில் சேர்க்கப்படாததால் அவளால் அணுக முடியாத அவளுடைய கணவனின் தனிப்பட்ட வாழ்க்கையின் தனியொரு பகுதியாக எப்போதுமிருந்த ரகசியச் சரணாலயம் அது என்பதால், வழக்கமாக அவசரக் காரணங்களுக்காக அங்கு சென்ற சில வேளைகளிலும் அவரோடு மட்டும்தான் சென்றிருக்கிறாள். தனியாக நுழைய, குறைந்தபட்சம் அவளுக்குக் கண்ணியமானதாகத் தோன்றாத ஆய்வைச் செய்வதற்கு அவளுக்கு உரிமை இருப்பதாக அவள் நினைக்கவில்லை. ஆனாலும் அவள் அங்கே இருந்தாள். உண்மையைத் தெரிந்துகொள்ள விரும்பினாள். அவளுடைய கண்ணியத்தைவிட வலுவான, உடன்பிறந்த அகந்தையைவிடக் கட்டாயமான, கட்டுப்படுத்திக்கொள்ள முடியாத சூறாவளி யால் உந்தப்பட்டு, அதைக் கண்டுபிடிக்கும் பயங்கரமான அச்சத்திற்கு ஈடான ஆர்வத்தோடு அதைத் தேடினாள். அது ஒரு கவர்ச்சிகரமான வேதனை.

பொதுவான நண்பர்களைத் தவிர, அவளுடைய கணவரின் தனிப்பட்ட பகுதியின் அங்கமாக இருந்த அவருடைய நோயாளிகள், அவர்களின் முகத்தால் அல்லாமல் வலிகளால் மட்டுமே அறியப்பட்ட அடையாளமற்ற மனிதர்கள், அவர் களுடைய கண்களின் நிறத்தாலோ இதயத்தின் ஏய்ப்புகளாலோ அல்லாமல் கல்லீரலின் அளவாலும் நாக்கில் படிந்த கறையாலும் சிறுநீரின் கட்டிகளாலும் காய்ச்சலடித்த இரவுகளின் பிரமை களாலும் அறியப்பட்டவர்கள் என்பதால், அவளால் எதையும் தெளிவாகப் புரிந்துகொள்ள முடியவில்லை. உண்மையில் அவருக்காக வாழ்ந்தபோது அவரால் வாழ்வதாக நம்பிய, அவளுடைய கணவனை நம்பிய மனிதர்கள் அவர்கள். அமைதி யாக இருங்கள், கடவுள் உங்களுக்காக வாசலில் காத்திருக்கிறார் என்று மருத்துவப் பதிவேட்டில் அவருடைய சொந்தக்

கையெழுத்தில் எழுதிய சொற்றொடராகத் தேய்ந்து முடிந்தவர்கள் அவர்கள். அநாகரிகத்தால் கவரப்பட அனுமதித்துவிட்ட உணர்வோடு, பயனில்லாத இரண்டு மணிநேரத்திற்குப் பிறகு ஃபெர்மினா தாஸா அவருடைய படிப்பறையிலிருந்து வெளியில் வந்தாள்.

தனது கற்பனையால் தூண்டப்பட்ட அவள், தனது கணவனிடம் ஏற்பட்ட மாற்றங்களைக் கண்டறியத் தொடங்கினாள். மேசையிலும் படுக்கையிலும் பசியற்றவராகவும் எரிச்சலுக்கும் தாறுமாறான பதில்களுக்கும் ஆளாகக்கூடியவராகவும் தவிர்ப்பவராகவும் அவரைக் கண்டாள். வீட்டிலிருந்தபோது முன்பிருந்த அமைதியான மனிதராக இல்லாமல் கூண்டில் அடைக்கப்பட்ட சிங்கமாக இருந்தார். திருமணமான பிறகு முதல்முறையாக அவருடைய தாமத வருகைகளைக் கவனித்தாள், ஒவ்வொரு நிமிடத்தையும் கட்டுப்படுத்தினாள், உண்மையைப் பெறுவதற்காகப் பொய்களைச் சொன்னாள் என்றாலும், விரைவில் அவருடைய முரண்பாடுகளால் ஆழமாகக் காயம்பட்டதை உணர்ந்தாள். ஒருநாள் இரவு பேயைப் பார்த்ததைப் போலத் திடுக்கிட்டு எழுந்தாள். வெறுப்பு நிறைந்ததாகத் தோன்றிய கண்களோடு இருட்டில் கணவன் அவளையே பார்த்துக்கொண்டிருப்பதைப் போலத் தோன்றியது. இளமைக் காலத்தில், ஃப்ளோரென்டினோ அரிஸாவைக் கட்டிலின் கால்மாட்டில் பார்த்தபோது இதைப் போன்ற நடுக்கத்தை அனுபவித்திருக்கிறாள் என்றாலும் அது காதலின் தோற்றமாக இருந்ததே தவிர வெறுப்பின் தோற்றமாக இருந்ததில்லை. தவிரவும், இந்த முறை அது கற்பனை அல்ல. அவளுடைய கணவர் அதிகாலை இரண்டு மணிக்கு விழித்துக்கொண்டார். அவள் தூங்குவதைப் பார்ப்பதற்குப் படுக்கையில் உட்கார்ந்திருந்தார் என்றாலும் ஏன் அப்படிச் செய்தார் என்று கேட்டபோது, அவர் அதை மறுத்தார். தலையணையில் மறுபடியும் தலையைச் சாய்த்துக்கொண்ட அவர் சொன்னார்:

“நீ அதைக் கனவு கண்டிருக்க வேண்டும்.”

அந்த இரவுக்குப் பிறகும், உண்மை எங்கே முடிகிறது, கனவு எங்கே தொடங்குகிறது என்று ஃபெர்மினா தாஸாவுக்கு உறுதியாகத் தெரியாத அந்தக் காலகட்டத்தின் அதைப் போன்ற பிற சம்பவங்களால், தனக்குப் பைத்தியம் பிடிக்கப்போகிறது என்ற அதிர்ச்சி தரும் எண்ணம் அவளுக்குள் உதித்தது. இறுதியாக, கார்ப்பஸ் கிறிஸ்ட்டியின்[5] வியாழக்கிழமையிலோ

5. இயேசு கிறிஸ்து உயிர்பெற்று எழுந்த ஞாயிறிலிருந்து அறுபதாம் நாட்கள் கழித்து வியாழக்கிழமையன்று, அவருடைய திருவுடலும் இரத்தமும் அடங்கியிருக்கும் மறைபொருளைக் கொண்டாடும் விழா.

அல்லது சமீபத்திய வாரங்களில் எந்தவொரு ஞாயிற்றுக்கிழமையிலுமோ திருவிருந்தில் அவர் கலந்துகொள்ளவில்லை என்பதை உணர்ந்த அவளுக்கு, அந்த ஆண்டின் ஆன்மிக ஓய்வுக்கு நேரம் கிடைக்கவில்லை. அவரது ஆன்மிக வாழ்க்கையில் ஏற்பட்ட இந்த அசாதாரணமான மாற்றங்களுக்குக் காரணம் என்ன என்று கேட்டபோது, குழப்பமான பதில் அவளுக்குக் கிடைத்தது. தனது எட்டு வயதில் முதல் திருவிருந்தில் கலந்துகொண்டதிலிருந்து, அப்படிப்பட்ட முக்கியமான நாளில் திருவிருந்தில் கலந்துகொள்ளாமல் இருந்ததில்லை என்பதால், அந்தப் பதில் தீர்க்கமான திறவுகோலாக இருந்தது. அந்த வகையில், தனது கணவர் மரண பாவத்தில் இருந்ததை மட்டுமில்லாது, அவர் பாவ மன்னிப்பின் உதவியை நாடாததால், அதில் பிடிவாதமாக இருக்க முடிவு செய்திருப்பதையும் அவள் உணர்ந்துகொண்டாள். காதலுக்கு நேர்மாறாகத் தோன்றிய ஒன்றிற்காகத் தான் இவ்வளவு துன்பப்படுவோம் என்று நினைத்துக்கூடப் பார்த்ததில்லை என்றாலும் அவர் அப்படித்தான் இருந்தார். இதயத்தில் நஞ்சேற்றிய பாம்புகளின் குகைக்குத் தீவைப்பதுதான் தற்கொலை செய்துகொள்ளாமல் இருப்பதற்கு ஒரே வழி என்று முடிவு செய்தாள். ஒரு நாள் மாலையில், மதியத் தூக்கத்திற்குப் பிறகு அன்றாட வாசிப்பைக் கணவன் முடித்தபோது, மொட்டை மாடியில் குதிகால் உறைகளைத் தைத்துக்கொண்டிருந்தாள்.

தனது வேலையைத் திடீரென்று நிறுத்திய அவள், கண்ணாடியை நெற்றிவரை உயர்த்திக்கொண்டு, கடுமையின் எந்தவொரு அறிகுறியும் இல்லாமல் அவரிடம் பேசினாள்.

“டாக்டர்...”

அந்தக் காலகட்டத்தில் எல்லோரும் படித்துக்கொண்டிருந்த ‘பெண்குவின்களின் தீவு’ என்ற நாவலில் மூழ்கியிருந்த அவர், அதிலிருந்து வெளிவராமல் பதிலளித்தார்.

“ம்ம்ம்...”

“என்னைப் பாருங்கள்.” அவள் வலியுறுத்தினாள்.

அதைச் செய்த அவர், தனது வெள்ளெழுத்துக் கண்ணாடியின் மூடுபனி வழியாக அவளைப் பார்க்காமல் வெறித்தார் என்றாலும், அவளது பார்வையின் அடுப்பில் எரிவதற்கு அதைக் கழற்ற வேண்டியிருக்கவில்லை.

“என்ன நடக்கிறது?” என்று கேட்டார்.

“என்னைவிட அது உங்களுக்குத்தான் நன்றாகத் தெரியும்” என்றாள் அவள்.

அதற்கு மேல் ஒன்றும் சொல்லவில்லை. மறுபடியும் கண்ணாடியைக் கீழே இறக்கிக்கொண்டு காலுறைகளைத்

தைப்பதைத் தொடர்ந்தாள். நீண்ட காலமாக நீடித்த கவலை அப்போது முடிந்துவிட்டதாக நினைத்தார் டாக்டர் குவெனல் உர்பினோ. அந்தக் கணத்தை முன்கூட்டியே அவர் உருவகித்திருந்த விதத்திற்கு மாறாக, இதயத்தின் நிலநடுக்கமாக இல்லாமல், அமைதியாக உடம்பில் தட்டியதாக மட்டும்தான் இருந்தது. உடனடியாகவோ தாமதமாகவோ நடந்தே தீர வேண்டியது தாமதமில்லாமல் முன்னதாகவே நடந்துவிட்டது மிகப்பெரிய நிம்மதியாக இருந்தது. இறுதியாக மிஸ் பார்பரா லிஞ்ச்சின் பேய், வீட்டிற்குள் நுழைந்துவிட்டது.

நான்கு மாதங்களுக்கு முன்பு, மிசரிகோரிடியா மருத்துவமனையின் புறநோயாளிகள் பிரிவில் தனது முறைக்காகக் காத்திருந்தபோது அவளைச் சந்தித்த டாக்டர் குவெனல் உர்பினோ, தனது விதியில் மாற்ற முடியாத ஏதோவொன்று நடக்கத் தொடங்கியதை உடனடியாகப் புரிந்துகொண்டார். உயரமான, நேர்த்தியான, பெரிய எலும்புகளும் வெல்லப்பாகின் இளகிய தன்மையும் அதே நிறத் தோலும்கொண்ட கலப்பினப் பெண்ணான அவள், அன்று காலையில் பெரிய வட்ட வட்ட வெண்புள்ளிகளோடு சிவப்பு உடையும் அவளுடைய இமைகள்வரை நிழலிடும் அளவுக்கு மிகவும் அகலமான அதே வகைத் தொப்பியும் அணிந்திருந்தாள். அவளிடம் மற்ற மனிதப் பிறவிகளைவிடவும் பாலின ஈர்ப்பு துலக்கமாகத் தெரிந்தது. டாக்டர் குவெனல் உர்பினோ புற நோயாளிகளைக் கவனிப்பதில்லை என்றாலும், நேரம் ஒதுக்கி அங்கு செல்லும் போதெல்லாம், சரியான முறையில் என்ன நோய் என்பதைத் தெரிந்துகொள்வதைவிடச் சிறந்த மருந்து இல்லை என்பதைத் தனது பழைய மாணவர்களுக்கு நினைவூட்டினார். அப்படித்தான், கலப்பினப் பெண்ணின் திட்டமிடாத பரிசோதனையில் கலந்துகொள்ள ஏற்பாடு செய்துகொண்ட அவர், சாதாரண மாகத் தோன்றாத எந்தச் சைகையையும் அவருடைய சீடர்கள் கவனித்துவிடாமல் கவனமாகவும் அவள்மீது பார்வையைப் பதிக்காமலும் இருந்தார். என்றாலும், அவளுடைய அடையாள விவரங்களை மனதில் நன்றாகப் பதித்துக்கொண்டார். அன்று மாலை, கடைசி நோயாளியைப் பார்த்த பிறகு, பரிசோதனை அலுவலகத்தில் அவள் தெரிவித்த முகவரி வழியாக வண்டியைச் செலுத்தினார். உண்மையில், மொட்டை மாடியில் மார்ச் மாதத்தின் குளிர்ச்சியை அனுபவித்துக்கொண்டு அவள் அங்குதான் இருந்தாள்.

வாசலில் தொங்கிய பூத்தொட்டிகளோடும் செடித்தொட்டி களோடும் சணல்துணி ஜன்னல்களோடும் துத்தநாகக் கூரைவரை அனைத்தும் மஞ்சள் வண்ணம் பூசப்பட்ட அந்த வழக்கமான ஆண்டிலியன் வீடு, மாலா க்ரியான்ஸாவின் உப்பங்கழியில்

மரத்தூண்கள்மீது அமைக்கப்பட்டிருந்தது. இறவானத்தில் தொங்கிய கூண்டில் செங்குயில் பாடிக்கொண்டிருந்தது. தெருவின் மறுபுறத்தில் ஒரு ஆரம்பப் பள்ளி இருந்தது. கூட்டமாக வெளியேறிய குழந்தைகளால் குதிரை திடுக்கிடுவதைத் தடுக்க வண்டிக்காரர் கடிவாளத்தை இறுக்கிப் பிடிக்க வேண்டியிருந்தது. மருத்துவரை அடையாளம் கண்டுகொள்ள மிஸ் பார்பரா லிஞ்ச்சுக்கு அவகாசம் கிடைத்ததால், அதை அதிர்ஷ்டம் என்றுதான் சொல்ல வேண்டும். பழைய நண்பர்களைப் போல அவருக்கு வணக்கம் சொன்ன அவள், குழப்பம் முடிவதற்குள் காப்பி சாப்பிடலாம் என்று அவரை அழைத்தாள். தன்னுடைய வழக்கத்திற்கு மாறாக மகிழ்ச்சியோடு காப்பி குடித்த அவர், அன்று காலையிலிருந்து அவருக்கு ஆர்வமாக இருந்ததும் அடுத்து வந்த மாதங்களில் ஒரு நிமிட ஓய்வுகூட இல்லாமல் அவருடைய விருப்பமாக இருக்கப்போவதுமான ஒரே விஷயமான, அவள் தன்னைப் பற்றிப் பேசுவதைக் கேட்டுக்கொண்டிருந்தார். அவருக்குத் திருமணமான புதிதில், ஒரு தருணத்தில், அவருடைய மனைவியின் முன்னிலையில், திருமணம் நிலைப்பதற்கு ஆபத்தை விளைவிக்கும் சக்தி கொண்ட, பைத்தியக்காரத்தன மான ஆசையை விரைவிலோ, தாமதமாகவோ அவர் எதிர்கொள்ள வேண்டியிருக்கும் என்று ஒரு நண்பன் சொல்லியிருந்தான். தன்னுடைய தார்மீக வேர்களின் வலிமையை அறிந்திருப்பதால் தன்னைப் பற்றித் தனக்குத் தெரியும் என்று நினைத்த அவர், அந்தக் கணிப்பைப் பார்த்து நகைத்தார். ஆனால் இப்போது அது உண்மையாகிவிட்டது.

தனது தெய்வத்திடமிருந்து வேறுபடுத்திக் காட்டச் சிறுதெய்வங்கள் என்று டாக்டர் குவெனல் உர்பினோ குறிப்பிடும், அவர் ஏற்றுக்கொள்ளாத பல தெய்வங்களில் ஒன்றின் வார்த்தைகளைப் பிரசங்கம் செய்தபடி, உப்பங்கழியில் அநாதையாகக் கிடந்த கிராமங்களின் வழியாக கோவேறு கழுதையில் சவாரிசெய்த, கறுப்பினத்தைச் சேர்ந்த, ஒல்லியான ப்ரொடெஸ்டண்ட் பாதிரியார் ரெவரென்ட் ஜோனதான் லிஞ்ச்சின் ஒரே மகள், இறையியல் முனைவர் பட்டம்பெற்ற செல்வி பார்பரா லிஞ்ச். வாக்கியங்களில் அடிக்கடி ஏற்பட்ட தடுமாற்றங்களால் அதன் வசீகரத்தை அதிகரித்த இடறல்களோடு, சுத்தமான காத்தலான் மொழியில் அவள் பேசினாள். டிசம்பர் மாதத்தில் இருபத்தெட்டு வயதை நிறைவுசெய்ய இருந்த அவள், தனது தந்தையின் சீடரான மற்றொரு மதபோதகரோடு இரண்டாண்டுகள் மோசமான திருமண வாழ்க்கைக்குப் பிறகு, சிலகாலம் முன்புதான் அவரிடமிருந்து விவாகரத்துப் பெற்றிருந்தாள். அந்தக் குற்றத்தை மறுபடியும் செய்யும் விருப்பம் அவளிடம் இல்லை. "எனது செங்குயிலைவிடப் பெரிய காதல்

என்னிடமில்லை” என்றாள். காரணத்தோடுதான் அப்படிச் சொல்கிறாள் என்று சிந்திக்கப் போதுமான அளவுக்குத் தீவிரமாக இருந்தார் டக்டர் குவெனல் உர்பினோ. இத்தனை வசதிகள் ஒன்றாக இருப்பது பிறகு தன்னிடம் அதிகமாக வசூலிப்பதற்கான தெய்வத்தின் சூழ்ச்சியாக இருக்காதா என்று குழப்பத்துடன் சிந்தித்தார் என்றாலும், தனது குழப்பமான நிலைமையால் ஏற்பட்ட இறையியல் முட்டாள்தனம் என்று கருதி மனதிலிருந்து அதை உடனடியாகத் தள்ளிவைத்தார்.

விடைபெறும் நேரத்தில், ஒரு நோயாளி தன்னுடைய நோய்கள் பற்றிப் பேசுவதைத் தவிர வேறெதையும் விரும்புவதில்லை என்பதை அறிந்துகொண்டு, காலையில் நடந்த மருத்துவ ஆலோசனையைப் பற்றிப் போகிறபோக்கில் ஒரு கருத்தைச் சொன்னார். அவள் தன்னுடைய நோய்கள் பற்றி மிக அருமையாகப் பேசிக்கொண்டிருந்ததால், விரிவாகப் பரிசோதனை செய்வதற்காக அடுத்த நாள் சரியாக நான்கு மணிக்குத் திரும்பி வருவதாக உறுதியளித்தார். அத்தகைய மருத்துவம் தன்னுடைய வசதிக்கு மிக அதிகம் என்று அறிந்திருந்த அவள் அஞ்சினாள் என்றாலும் அவர் சமாதானப்படுத்தினார்: “இந்தத் தொழிலில் ஏழைகளுக்காகப் பணக்காரர்களைச் செலவுசெய்ய வைப்போம்.” பிறகு தனது பாக்கெட் நோட்டில் எழுதிக்கொண்டார்: செல்வி பார்பரா லிஞ்ச், மாலா க்ரியான்சாவின் உப்பங்கழி, சனிக்கிழமை, மாலை 4 மணி. பல மாதங்களுக்குப் பிறகு, பரிசோதனை விவரங்களோடும் சிகிச்சை விவரங்களோடும் நோயின் பரிணாமத்தோடும் தடித்திருந்த கோப்பை ஃபெர்மினா தாஸா படிக்க வேண்டியிருந்தது. அந்தப் பெயர் அவளுடைய கவனத்தை ஈர்த்தது. நியூ ஆர்லியான்ஸின் பழப் படகுகளிலிருந்து தொலைந்துபோன கலைஞர்களில் இவளும் ஒருத்தி என்பது திடீரென்று அவளுக்குத் தோன்றியது என்றாலும், அந்த முகவரி அவள் ஜமைக்காவைச் சேர்ந்தவளாக இருக்க வேண்டும் என்று நினைக்கவைத்ததும் நிச்சயமாகக் கறுப்பினப் பெண் என்பதும், அவளுடைய கணவனின் ரசனைக்குப் பொருந்தாது என்று நினைத்து வலியின்றி நிராகரிக்கவைத்தது.

சனிக்கிழமை சந்திப்பிற்குக் குறித்த நேரத்திற்குப் பத்து நிமிடம் முன்னதாக, அவரை வரவேற்க செல்வி லிஞ்ச் உடை அணிந்துகொண்டிருந்தபோதே டாக்டர் குவெனல் உர்பினோ வந்துசேர்ந்தார். பாரிஸ் நகரத்தில் வாய்மொழித் தேர்வுக்குச் செல்ல வேண்டியிருந்த நாட்களிலிருந்தே அத்தனை பதற்றத்தை அவர் உணர்ந்ததில்லை. மெல்லிய பட்டாடைகளை அணிந்து, துணிப்படுக்கையில் சாய்ந்திருந்த செல்வி லிஞ்ச் எல்லையற்ற அழகியாக இருந்தாள். அவளிடம் இருந்தவை அனைத்தும்

பருத்தும் அடர்ந்தும் இருந்தன: அவளுடைய மோகினித் தொடைகளும் மெதுவான தீயில் வாட்டியதைப் போன்ற தோலும் திகைக்கவைக்கும் மார்பகங்களும் நேர்த்தியான பற்களின் தெளிவான ஈறுகளும் அவளுடைய மொத்த உடலும் ஃபெர்மினா தாஸா தன்னுடைய கணவனின் ஆடைகளில் கண்டுபிடித்த மனித வாசனையான நல்ல ஆரோக்கியத்தின் காற்றைப் பரப்பின. குடலேற்றமென்று அவள் மிகுந்த வசீகரத்தோடு அழைத்த ஒன்றால் அவதிப்பட்டதால் புறநோயாளிகள் பிரிவுக்குச் சென்றிருந்தாள். அதைச் சுலபமாக எடுத்துக்கொள்ளக் கூடாத அறிகுறியாக நினைத்தார் டாக்டர் உர்பினோ. எனவே அவளுடைய உள்ளுறுப்புகளைக் கவனத்தைவிடக் கூடுதலான நோக்கத்தோடு தொட்டுப் பார்த்தார். அந்த அற்புதமான உயிரினம் வெளிப்புறத்தில் இருப்பதைப் போலவே உட்புறத்திலும் அழகாக இருப்பதைக் கண்டுபிடித்தார். பிறகு தொடும் மகிழ்ச்சியில் தன்னை மறந்துவிட்ட அவர், கரீபியக் கடற்கரையில் சிறந்த தகுதி வாய்ந்த மருத்துவராக இல்லாமல், தன்னுடைய உள்ளுணர்வின் கோளாறால் துன்புறுத்தப்பட்ட கடவுளின் ஏழையாக இருந்தார். அவருடைய கடுமையான தொழில் சார்ந்த வாழ்க்கையில் ஒரே ஒருமுறை மட்டும்தான் இதுபோல அவருக்கு நடந்திருக்கிறது. கோபமடைந்த நோயாளி அவரது கையைத் தள்ளிவிட்டு, படுக்கையில் உட்கார்ந்து, “நீங்கள் விரும்புவதைப் போல நடக்கலாம், ஆனால் அது இப்படி நடக்காது” என்று சொன்னதால், அது அவருக்கு மிகவும் சங்கடமான நாளாக இருந்தது. தன்னை அவருடைய கைகளில் ஒப்படைத்த செல்வி லிஞ்ச், டாக்டர் இப்போது தனது அறிவியலைப் பற்றிச் சிந்திக்கவில்லை என்பதில் எந்த ஐயமும் இல்லாதபோது சொன்னாள்:

“இது உங்கள் நெறிமுறைகளுக்கு முரணானது என்று நினைத்தேன்.”

குளத்திலிருந்து உடுப்புகளோடு வெளியில் வந்ததைப் போல வியர்வையில் நனைந்திருந்த அவர், ஒரு துண்டால் கைகளையும் முகத்தையும் துடைத்துக்கொண்டார்.

“நெறிமுறைகள் மருத்துவர்கள் மரத்தாலானவர்கள் என்று கற்பனை செய்கிறது” என்றார்.

நன்றியுடன் தனது கையை அவரிடம் நீட்டினாள். “நான் அப்படி நம்பினேன் என்பதற்குப் பொருள், நீங்கள் அப்படிச் செய்ய முடியாது என்பதல்ல” என்றாள்.

“இத்தனை புகழ்பெற்ற மனிதர் என்னைக் கவனிக்கிறார் என்பது என்னைப் போன்ற கறுப்பின ஏழைப்பெண்ணுக்கு எப்படியிருக்கும் என்பதைக் கற்பனை செய்துபாருங்கள்.”

“ஒரு கணம்கூட நான் உங்களைப்பற்றி நினைக்காமல் இருந்ததில்லை” என்றார் அவர்.

அது பரிதாபத்திற்குரிய மிகவும் நடுக்கமான வாக்குமூல மாக இருந்தது. ஆனாலும் படுக்கையறைக்கு ஒளியேற்றிய வெடிச்சிரிப்போடு அவரை எல்லாத் தீமைகளிலிருந்தும் காப்பாற்றினாள்.

“உங்களை மருத்துவமனையில் பார்த்ததிலிருந்தே தெரியும் டாக்டர். நான் கறுப்பினப் பெண்தான், ஆனால் காட்டுமிராண்டி இல்லை” என்றாள்.

அது சுலபமானதாக இருக்கவில்லை. பாதுகாப்பையும் காதலையும் அதே வரிசையில் விரும்பிய செல்வி லிஞ்ச் தனது மரியாதையின் தூய்மையை விரும்பினாள், தான் அவற்றுக்குத் தகுதியானவள் என்று நம்பினாள். அவளை மயக்கும் வாய்ப்பை டாக்டர் உர்பினோவுக்குக் கொடுத்தாள் என்றாலும், வீட்டில் தனியாக இருந்தபோதும் அறைக்குள் நுழையவில்லை. அவர் விரும்பிய அனைத்து நெறிமுறை மீறல்களோடும் நாடித்துடிப்பை யும் மூச்சையும் பரிசோதிக்கும் திருவிழாவை மறுபடியும் நடத்த அனுமதிக்கும் அளவுக்குச் சென்றாள் என்றாலும், தன்னுடைய ஆடைகளைக் களையவில்லை. அவரும் தன் பங்கிற்கு, ஒருமுறை கடித்த தூண்டிலை விட முடியாமல், கிட்டத்தட்ட அன்றாட முற்றுகைகளில் பிடிவாதமாக இருந்தார். நடைமுறைக் காரணங்களுக்காக, மிஸ் லிஞ்ச்சுடனான உறவு கிட்டத்தட்டத் தொடர முடியாததாக இருந்தது என்றாலும், பிறகு முன்னோக்கி நகர முடியாத அளவுக்குப் பலவீனமாக இருந்ததைப் போலவே, சரியான நேரத்தில் நிறுத்திக்கொள்ள முடியாத அளவுக்குப் பலவீனமாக இருந்தார். அதுதான் அவருடைய எல்லை.

பைபிள்களையும் சுவிசேஷப் பிரச்சாரத் துண்டுப் பிரசுரங் களையும் ஒருபுறத்திலும் மளிகைப் பொருட்களை இன்னொரு புறத்திலும் தன்னுடைய கழுதைமேல் ஏற்றிக்கொண்டு எந்த நேரத்திலும் புறப்பட்டு, எதிர்பாராத நேரத்தில் திரும்பி வரக்கூடியவராக இருந்த ரெவரென்ட் லிஞ்ச், வழக்கமான வாழ்க்கையைக் கொண்டவரல்லர். ஜன்னல்கள் வழியாகத் தெருவைப் பார்த்தபடி பாடங்களை ஒப்புவிக்கும் மாணவர்களால் இன்னொரு தொந்தரவாக இருந்தது எதிர்ப்புறத்தில் இருந்த பள்ளிக்கூடம். காலை ஆறு மணியிலிருந்து நேருக்கு நேராக இருந்த கதவுகளோடும் ஜன்னல்களோடும், எதிரிலிருந்த வீட்டைத்தான் அவர்கள் மிக நன்றாகப் பார்த்தார்கள். பாடிய பாடங்களைச் செங்குயிலும் கற்றுக்கொள்ள விட்டத்தில் கூண்டைத் தொங்கவிடும் மிஸ் லிஞ்ச்சைப் பார்த்துக்கொண் டிருப்பார்கள். வண்ணத் தலைப்பாகையுடன் வீட்டைச்

சுற்றியுள்ள வேலைகளைச் செய்யும்போது அவளுடைய அற்புதமான கரீபியக் குரலில் அவளும் பாடங்களைப் பாடுவதையும் பார்த்துக்கொண்டிருப்பார்கள். பிறகு தாழ்வாரத்தில் அமர்ந்து மாலைநேரச் சங்கீதங்களை ஆங்கிலத்தில் தனியாகப் பாடுவதையும் பார்த்துக்கொண்டிருப்பார்கள்.

குழந்தைகளில்லாத நேரத்தை அவர்கள் தேர்ந்தெடுக்க வேண்டியிருந்தது. அதற்கு இரண்டு சாத்தியங்கள் மட்டும்தான் இருந்தன. டாக்டரும் மதிய உணவைச் சாப்பிடும் நேரமான, பன்னிரண்டுக்கும் இரண்டுக்கும் இடைப்பட்ட உணவு இடைவேளை, அல்லது மாலையில் கடைசியாகக் குழந்தைகள் தங்கள் வீட்டிற்குப் போகும்போது. மாலை நேரம் எப்போதுமே சிறந்ததாக இருந்தது என்றாலும், அதற்குள் நோயாளிகளைச் சென்று பார்க்கும் வேலையை முடித்துவிட்டுக் குடும்பத்துடன் சாப்பிடப் போக டாக்டருக்குச் சில நிமிடங்களே இருந்தன. அவருக்கு மிகவும் முக்கியமானதாக இருந்த மூன்றாவது பிரச்சினை, அவருடைய நிலைமை. வாசலில் எப்போதும் இருக்க வேண்டியிருந்த அனைவருக்கும் நன்றாகப் பரிச்சயமான தன்னுடைய வண்டி இல்லாமல் போவது அவருக்குச் சாத்தியமானது அல்ல. சோஷியல் கிளப்பின் அவருடைய நண்பர்கள் பலரையும் போல, வண்டிக்காரரையும் கூட்டாளியாக ஆக்கிக் கொள்ளலாம் என்றாலும், அது அவருடைய பழக்கவழக்கங்களுக்கு அப்பாற்பட்டதாக இருந்தது. இருந்தும், மிஸ் லிஞ்ச்சைப் பார்க்கப்போவது மிகவும் வெளிப்படையாகத் தெரிந்தபோது, வாசலில் வண்டி அத்தனை நேரம் நின்றுகொண்டிருப்பதைக் காட்டிலும் போய்விட்டுத் திரும்பி வந்தால் நன்றாக இருக்காதா என்று சீருடை அணிந்த குடும்பத்து வண்டிக்காரரே அவரைக் கேட்கத் துணிந்தார். தனது இயல்புக்கு மிகவும் அந்நியமான முறையில், ஒரே வெட்டில் அதைத் துண்டித்தார்.

“உன்னைத் தெரிந்ததிலிருந்து, சொல்லக் கூடாததை நீ சொல்லிக் கேட்பது இதுதான் முதல்முறை, போகட்டும். கேட்காததைப் போல இருந்துவிடுகிறேன்” என்றார்.

தீர்வு கிடைத்தபாடில்லை. இதைப் போன்றதொரு நகரத்தில், வாசலில் மருத்துவரின் வண்டி நிற்கும்போது நோயை மறைத்துவிட முடியாது. தீங்கான அல்லது முன்கூட்டிய அனுமானங்களைத் தவிர்க்க, சில நேரங்களில் தூரம் அனுமதித்தால் நடந்து செல்லும் முயற்சியை மருத்துவர் மேற்கொண்டார் அல்லது வாடகை வண்டியில் சென்றார். இருந்தாலும், நோயாளிகள் தங்களுடைய நோய்களின் ரகசியத்தோடு அமைதியாக இறந்துபோகும் புனிதமான உரிமையைப் பாதுகாக்க, சரியான மருந்துகளோடு தவறான மருந்துகளையும் பரிந்துரைக்கும்

அளவுக்கு, டாக்டர் உர்பினோ மருந்தகங்களுக்கு எழுதிக் கொடுத்த மருந்துச் சீட்டுகள் உண்மையைப் புரிந்துகொள்ள உதவியதால், அப்படிப்பட்ட ஏமாற்று வேலைகள் அதிகம் பலன்தரவில்லை. மிஸ் லிஞ்ச்சின் வீட்டு முன்பு தன்னுடைய வண்டி நிற்பதைப் பல்வேறு நேர்மையான வழிகளில் நியாயப் படுத்த முடியும் என்றாலும், அவ்வளவு நேரத்திற்கு நியாயப் படுத்த முடியாது. குறைந்தது அவர் விரும்பிய அளவு – வாழ்நாள் முழுவதும் – அதிக நேரத்திற்கு நியாயப்படுத்த முடியாது.

அவருக்கு உலகமே நரகமாக மாறியது. தொடக்ககாலப் பைத்தியம் தணிந்தவுடன் இருவருமே ஆபத்துக்களை உணர்ந்தார்கள். பழிச்சொல்லை எதிர்கொள்ளும் உறுதி டாக்டர் உர்பினோவிடம் எப்போதும் இருந்ததில்லை. காதல் காய்ச்சலில் அவளுக்கு எல்லா விதமான வாக்குறுதிகளையும் கொடுத்தார் என்றாலும், எல்லாம் நடந்த பிறகு, அனைத்தும் திரும்பிவந்து நின்றன. மறுபுறம், அவளோடு இருக்க வேண்டுமென்ற ஏக்கம் அதிகரித்தபோது, அவளை இழந்துவிடும் அச்சமும் அதிகரித்தது, அதனால் சந்திப்புகள் படிப்படியாக அவசரமானவையாகவும் கடினமானவையாகவும் மாறிக்கொண்டிருந்தன. வேறு எதைப் பற்றியும் அவர் சிந்திக்கவில்லை. தாங்க முடியாத ஏக்கத்தோடு மாலை நேரங்களுக்காகக் காத்திருந்தார், மற்ற கடமைகளை மறந்தார், அவளைத் தவிர மற்றவை அனைத்தையும் மறந்தார் என்றாலும், வண்டி மாலா க்ரியான்ஸா சதுப்பு நிலத்தை நெருங்கியபோது கடைசி நேரச் சிரமத்தைக் கடந்து போகவைக்க வேண்டுமென்று கடவுளிடம் பிரார்த்தித்தார். மொட்டைமாடியில் படித்துக்கொண்டிருந்த ரெவரென்ட் லிஞ்ச்சின் பருத்தித் தலையையும் சுவிசேஷப் பாடல்களுடன் அக்கம்பக்கத்துக் குழந்தைகளுக்குக் கிறித்தவத்தைப் போதித்த, அறையிலிருந்த மகளையும் சில வேளைகளில் தெருமுனை யிலிருந்து பார்த்து மகிழ்ச்சியடையும் அளவுக்கு அப்படியொரு வேதனையில் இருந்தார். அப்போது சவாலான வாய்ப்பைத் தொடராமலிருக்கத் தன்னுடைய வீட்டிற்கு மகிழ்ச்சியோடு சென்றார் என்றாலும், பிறகு ஒவ்வொரு நாளும் நாள்முழுவதும் மாலை ஐந்து மணியாக இருக்க வேண்டுமென்ற பதற்றத்தில் தான் பைத்தியமாகிக்கொண்டிருப்பதை உணர்ந்தார்.

எனவே, வண்டி வாசலில் அதிகம் தென்படத் தொடங்கிய போது சாத்தியமற்றதாக மாறிய காதல், மூன்று மாதங்களின் முடிவில் கேலிகளைத் தவிர வேறெதுவும் இல்லை என்றானது. திகைத்த காதலன் உள்ளே நுழைந்ததைப் பார்த்தபோதே எதையும் சொல்ல நேரமில்லாத மிஸ் லிஞ்ச் படுக்கையறைக்குள் நுழைந்துகொள்வாள். அவரை எதிர்பார்க்கும் நாட்களில் அகன்ற பாவாடையை அணியும் முன்னெச்சரிக்கையை

எடுத்த அவள், பயத்திற்குப் பதிலாக அந்த வசதி அவருக்கு உதவும் என்ற நம்பிக்கையில், உள்ளாடை எதுவுமில்லாமல், சிவப்பு நிற மலர்களோடு அழகான ஜமைக்கா பாவாடையை அணிந்திருந்தாள். ஆனால் அவரை மகிழ்விக்க அவள் செய்தவை அனைத்தையும் அவர் வீணடித்தார். வியர்வையில் நனைந்தபடி படுக்கையறைவரை அவளைப் பின்தொடர்ந்தார். தன்னுடைய கைத்தடி, மருத்துப் பை, பனாமா தொப்பி அனைத்தையும் தரையில் வீசி எறிந்துவிட்டுத் தடதடவென்று படுக்கை யறைக்குள் நுழைந்தார். தன்னுடைய ஆசையை நிறைவேற்றிக் கொள்வதைவிட அங்கிருந்து சீக்கிரம் ஓடிவிட வேண்டுமென்ற ஆவலில், அதிகம் குறுக்கே வராமலிருக்க மேலங்கியின் பட்டனைக் கழற்றாமலும் அவரது உடையில் தொங்கிய தங்கக் கடிகாரச் சங்கிலியோடும் அணிந்திருந்த காலணிகளோடும் எதையும் கழற்றாமல், கால்சட்டையை முழங்காலில் சுற்றிக்கொண்டு பீதியோடு உறவு கொண்டார். உண்மையில் உடலின் சாதனையைத் தவிரக் காதல் செய்வதிலிருந்த எதையும் செய்யாதபோது, வாழ்க்கைக்கும் மரணத்திற்கும் இடையிலான பிளவுக்கோட்டில் முழுமையாகக் காதல் செய்ததைப் போலக் களைத்துப்போய், மறுபடியும் அவர் பொத்தான்களைப் போட்டபோது, அவளுடைய தனிமைச் சுரங்கத்தில் அரிதாகவே நுழைந்ததால் அவள் பட்டினி கிடந்தாள். ஆனால் அவருடைய சட்டத்தில் அது இருந்தது: வழக்கமான சிகிச்சையில் நரம்பூசி போடுவதற்குப் போதுமான நேரம். தனது பலவீனத்தை நினைத்து வெட்கப் பட்டுச் செத்துப்போகும் விருப்பத்தோடு வீடு திரும்பும் அவர், எனது கால்சட்டையைக் கழற்றிவிட்டு அடுப்பில் ஏற்றிப் பிட்டத்தில் சூடு வை என்று ஃபெர்மினா தாஸாவிடம் கேட்கும் துணிச்சல் இல்லாததற்காகத் தன்னையே சபித்துக்கொள்வார்.

அவருடைய மனைவி படுக்கைக்குப் போகும் முன்பு உலகத்தை ஒழுங்குபடுத்த வீட்டைச் சுற்றிச் சுற்றி வந்துகொண் டிருந்தபோது, இரவு உணவைச் சாப்பிடாமல், நம்பிக்கை இல்லாமல் பிரார்த்தனை செய்துகொண்டு, மதிய ஓய்வு நேரத்தின் படிப்பைப் படுக்கையில் தொடர்வதுபோல நடிப்பார். புத்தகத்தைப் பார்த்துக்கொண்டு தலையசைத்தபடியே, மிஸ் லிஞ்ச்சின் தவிர்க்க முடியாத சதுப்பு நிலத்திலும் அவளுடைய சாய்வான காடுகளின் மூடுபனியிலும் அவருடைய மரணப் படுக்கையிலும் கொஞ்சம் கொஞ்சமாக மூழ்கிக்கொண்டிருப்பார். பிறகு நாளைய மாலைப்பொழுதின் ஐந்து மணிக்கு ஐந்து நிமிடம் முன்னதாக என்பதைத் தவிர வேறெதையும் அவரால் சிந்திக்க முடியாது. ஜமைக்கா பைத்தியக்காரியின் பாவாடையில் அவளுடைய இருண்ட புதர் மேட்டைத் தவிர எதுவுமில்லாமல்

படுக்கையில் அவள் அவருக்காகக் காத்திருப்பாள். அது ஒரு நரகச் சூழல்.

தனது உடல் எடையைப் பற்றி அவர் உணரத் தொடங்கிச் சில ஆண்டுகள் கடந்திருந்தன. அறிகுறிகளை அவர் அடையாளம் கண்டுகொண்டார். பாடப் புத்தகங்களில் அவர் அவற்றைப் படித்திருக்கிறார். தீவிரமான நோய்கள் எதுவும் இருந்திராத முதிய நோயாளிகளிடம் அவற்றைப் பார்த்திருக்கிறார். மருத்துவ நூல்களில் காணப்படும் கற்பனையாக மட்டுமே இருந்த அறிகுறிகளைத் திடீரென அவர்கள் விவரிக்க ஆரம்பித்தார்கள். உண்மையிலேயே நோய்வாய்ப்பட்டபோது மட்டும்தான் குழந்தைகள் நோயாளிகளாக இருப்பதாலும் வழக்கமான வார்த்தைகளால் மருத்துவரிடம் தொடர்புகொள்ள முடியாததால் உண்மையான நோயின் அறிகுறிகளோடு மட்டுமே இருப்பதாலும் அவருடைய சால்பேத்ரியேர் குழந்தைகள் மருத்துவப் பிரிவின் ஆசிரியர் குழந்தை மருத்துவத்தை மிகவும் நேர்மையானது என்று அவருக்கு அறிவுறுத்தினார். அதற்கு மாறாக, குறிப்பிட்ட வயதை அடைந்ததிலிருந்து, பெரியவர்கள் நோய் இல்லாமல் அறிகுறிகளை மட்டுமே கொண்டிருந்தார்கள் அல்லது இன்னும் மோசமாக, மிகத்தீவிரமான நோய் இருந்தாலும் பாதிப்பில்லாத மற்ற அறிகுறிகளோடு இருந்தார்கள். முதுமை யின் குப்பைமேட்டில் நோய்களோடு கட்டாயமாகச் சேர்ந்து வாழ்ந்து, அவற்றை உணராமலிருக்கக் கற்றுக்கொள்ளும்வரை, நேரத்திற்கு மேல் நேரம் கொடுத்து, தற்காலிக நிவாரண மருந்து களால் அவற்றை மகிழ்வித்தார்கள். அனைத்தையும் பார்த்து விட்டதாக நினைத்த அவரது வயதுடைய மருத்துவரால், தனக்கு நோய் இல்லாதபோது இருப்பதாக நினைத்து ஏற்படும் கவலையைச் சமாளிக்க முடியாது என்பதை டாக்டர் குவெனல் உர்பினோ ஒருபோதும் நினைத்துப்பார்த்ததில்லை. அல்லது இன்னும் மோசமாக, உண்மையாகவே நோய் இருந்தபோது, அறிவியலின் பாரபட்சத்தால், தனக்கு இருப்பதை நம்பாமலும் இருக்கலாம். என்னைப் புரிந்துகொள்ளும் ஒருவர் மட்டுமே வாழ்க்கையில் எனக்குத் தேவை என்று தனது நாற்பதாவது வயதில் பாதி தீவிரமாகவும் பாதி கேலியாகவும் வகுப்பில் அவர் சொல்லியிருந்தார். ஆனால் மிஸ் லிஞ்ச்சின் பிரமையில் தன்னை இழந்துவிட்டதைக் கண்டபோது அவர் அதைக் கேலி யாகக் கருதவில்லை.

வயதான அவருடைய நோயாளிகளின் உண்மையான அல்லது கற்பனையான அத்தனை அறிகுறிகளும் அவரது உடலில் சேர்ந்துகொண்டன. தொடாமலேயே கல்லீரலின் அளவைச் சொல்ல முடியுமளவுக்கு அதன் வடிவத்தை மிகத்

தெளிவாக உணர்ந்தார். சிறுநீரகத்தில் தூங்கும் பூனையின் முனகலை உணர்ந்தார். கொப்புளங்களின் மாறுபட்ட பிரகாசத்தை உணர்ந்தார். தமனிகளில் ரத்தத்தின் சலசலப்பை உணர்ந்தார். சில சமயங்களில் சுவாசிக்கக் காற்று இல்லாத மீனைப் போல விழித்தெழுந்தார். அவருடைய இதயத்தில் தண்ணீர் இருந்தது. ஒருகணம் நடையை இழந்துவிட்டதாக உணர்ந்தார். பள்ளி ராணுவ அணிவகுப்பில் தாளம் பிசகியதைப் போல, மீண்டும் மீண்டும், இதயத் துடிப்பு தாமதப்படுவதை உணர்ந்தார். ஆண்டவன் பெரியவன் என்பதால் கடைசியில் அது குணமடைவதை உணர்ந்தார். ஆனால் தனது நோயாளிகளுக்குக் கொடுத்த பொழுதுபோக்கு வைத்தியத்தை நாடுவதற்குப் பதிலாக, அவர் பயத்தால் குழம்பினார். அதுதான் உண்மை. ஐம்பத்தெட்டு வயதிலும்கூட வாழ்க்கையில் அவருக்குத் தேவை யானது, அவரைப் புரிந்துகொள்ளும் ஒருவர் மட்டும்தான். அதனால் அவரை மிகவும் நேசித்தவளும் இந்த உலகத்தில் அவரால் அதிகம் நேசிக்கப்பட்டவளும் தனது மனசாட்சியை அமைதிப்படுத்தியவளுமான ஃபெர்மினா தாஸாவிடம் சென்றார்.

தன் முகத்தைப் பார்க்கச் சொல்லி அவருடைய மாலை நேரப் படிப்பை ஃபெர்மினா தாஸா இடைமறித்த பிறகு அது நடந்ததால், தன்னுடைய நரகச் சூழல் கண்டுபிடிக்கப்பட்டதன் முதல் அறிகுறி அவருக்குக் கிடைத்தது. வாசனையால் மட்டுமே ஃபெர்மினா தாஸா உண்மையைக் கண்டுபிடித்திருப்பாள் என்று கற்பனைசெய்ய முடியவில்லை என்றாலும், எப்படி என்பது புரியவில்லை. எப்படி இருந்தாலும், ரகசியங்களைக் காப்பாற்றுவதற்குத் தகுதியற்ற நகரமாகவே இது நெடுங்காலமாக இருந்துவருகிறது. தொடக்கத்தில் வீட்டுத் தொலைபேசிகள் நிறுவப்பட்ட கொஞ்ச காலத்திலேயே, அநாமதேய அழைப்பு களின் வதந்திகளால் நிலையானதாகத் தோன்றிய பல திருமணங்கள் முடிவுக்கு வந்துவிட்டன. பயந்துபோன பல குடும்பங்கள் சேவையை இடையில் நிறுத்திவிட்டன அல்லது பல ஆண்டுகளுக்குப் பெற்றுக்கொள்ள மறுத்துவிட்டன. தொலைபேசியில் அநாமதேயத் துரோக எண்ணத்தைக்கூட அனுமதிக்காத அளவுக்குச் சுயமரியாதை கொண்டவள் தனது மனைவி என்பதை அறிந்திருந்த டாக்டர் உர்பினோ, தன்னுடைய பெயரில் அதைச் செய்யும் துணிச்சலுள்ள யாரை யும் நினைத்துப்பார்க்க முடியவில்லை. மாறாக, ஒரு பழைய முறையைப் பற்றி அவர் அஞ்சினார். அனுப்புபவர், பெறுபவர் இருவரின் அநாமதேயத்திற்கு உத்தரவாதம் கொடுத்ததோடு மட்டுமின்றி, அவருடைய புகழ்பெற்ற பரம்பரையின் தெய்வீகக் கருணையின் வடிவமைப்புகளுடன் அமானுஷ்ய உறவைக் கற்பிக்க அனுமதித்ததாலும், மறைவான கரத்தால் கதவுக்கடியில்

நழுவவிடப்படும் துண்டுச்சீட்டு பயனுள்ளதாக இருக்கக்கூடும் என்று நினைத்தார்.

பொறாமைக்கு அவருடைய வீட்டைத் தெரியாது. முப்பது ஆண்டுகளுக்கும் அதிகமான தாம்பத்திய வாழ்க்கையின் அமைதியில், தனது சொந்தப் பெட்டியில் மட்டுமே எரிந்த ஸ்வீடிஷ் தீப்பெட்டியைப் போல என்று டாக்டர் உர்பினோ பொது இடங்களில் பலமுறை தன்னைத்தானே புகழ்ந்திருக்கிறார், அது அப்போதுவரை உண்மையாகத்தான் இருந்தது. ஆனால் நிரூபிக்கப்பட்ட துரோகத்திற்கு எதிராக, தனது மனைவியைப் போன்ற அதிகப் பெருமையும் கண்ணியமும் வலிமையான குணமும் கொண்ட பெண்ணின் எதிர்வினை என்னவாக இருக்குமென்று அவருக்குத் தெரியவில்லை. அதனால் அவள் கேட்டபடி அவளை நிமிர்ந்து பார்த்த பிறகு, தனது சங்கடத்தை மறைத்துக்கொள்ள மறுபடியும் குனிந்துகொள்வதைத் தவிர அவருக்கு வேறொன்றும் தோன்றவில்லை. என்ன செய்வதென்று யோசித்தபோது, அல்கா தீவின் இனிமையான வளைவுகளில் தொலைந்துபோய்விட்டதாக நடித்தார். ஃபெர்மினா தாஸாவும் வேறெதுவும் பேசவில்லை. காலுறைகளைத் தைத்து முடித்த பிறகு, பொருட்களைத் தாறுமாறாகத் தையல் பெட்டியில் போட்டு விட்டு, சமையலறையில் இரவு உணவுக்கான உத்தரவுகளைக் கொடுத்துவிட்டுப் படுக்கையறைக்குச் சென்றுவிட்டாள்.

மாலை ஐந்து மணிக்கு மிஸ் லிஞ்ச்சின் வீட்டு வழியாகப் போவதில்லை என்ற தீர்மானத்தை அவர் அப்போது உறுதியாக எடுத்துக்கொண்டார். நிரந்தரமான காதலின் வாக்குறுதிகள், குறுக்கீடுகள் இல்லாமல் அவளைச் சந்திக்க அவளுக்கென்று ரகசியமான வீடு என்ற மாயை, சாகும்வரை அவசரமில்லாத மகிழ்ச்சி, காதலின் நெருப்பில் அவர் வாக்குறுதியளித்த அனைத்தும் நிரந்தரமாக ரத்துசெய்யப்பட்டன. மருந்துக்கடைக் காகிதத்தில் சுற்றப்பட்டுச் சிறிய பெட்டியில் வைத்திருந்ததால் அவசர மருந்து என்று நினைத்த வண்டிக்காரர், எழுதப்பட்ட குறிப்போ செய்தியோ கருத்தோ இல்லாமல் அவளிடம் கொடுத்த மரகதக் கிரீடம்தான் அவரிடமிருந்து மிஸ் லிஞ்ச் கடைசியாகப் பெற்றது. தன்னுடைய வாழ்நாள் முழுவதும், தற்செயலாகக்கூட, அவளை மறுபடியும் அவர் பார்க்க வில்லை. அந்த வீரார்ந்த தீர்மானம் அவருக்கு எவ்வளவு வேதனையைக் கொடுத்தது என்பதும் அவருடைய அந்தரங்கப் பேரழிவிலிருந்து தப்பிக்கக் கழிவறையில் பூட்டிக்கொண்டு எவ்வளவு கண்ணீர் சிந்த வேண்டியிருந்தது என்பதும் கடவுளுக்கு மட்டும்தான் தெரியும். ஐந்து மணியளவில், அவளோடு செல்வ தற்குப் பதிலாக, ஆழ்ந்த வருத்தத்தின் செயலாகப் பாதிரியார் முன்பு வாக்குமூலம் கொடுத்த அவர், அடுத்துவந்த ஞாயிறன்று

நொறுங்கிய இதயத்தோடு என்றாலும் அமைதியான ஆன்மாவோடு நற்கருணைத் திருவிருந்தில் கலந்துகொண்டார்.

தியாகம்செய்த அன்றிரவே, உறங்கப் போவதற்கு உடையை அவிழ்த்தபோது, தன்னுடைய காலை நேரத் தூக்கமின்மையின் கசப்பான தரிசனத்தையும் திடீர் வேதனைகளையும் அந்தி வேளையில் அழ விரும்பும் ஆசைகளையும் முதுமையின் அவலங்களைப் போல அப்போது அவளிடம் அவர் சொன்ன மறைந்திருந்த காதலின் மறைக்கப்பட்ட அறிகுறிகளையும் ஃபெர்மினா தாஸாவிடம் திரும்பத் திரும்பச் சொன்னார். உண்மையைச் சொல்லாமலிருக்க அல்லது செத்துப்போகாமலிருக்க யாருடனாவது அவர் பேச வேண்டும், இறுதியாகவும் முடிவாகவும் அந்த நிவாரணங்கள் வீட்டுக் காதலின் சடங்குகளில் புனிதப்பட்டன. அவள் கவனத்தோடு அதைக் கேட்டாள் என்றாலும், அவரைப் பார்க்காமலும் ஒன்றும் சொல்லாமலும் அவர் கழற்றிய ஆடைகளை வாங்கிக்கொண்டிருந்தாள். தன்னுடைய கோபத்தைக் காட்டிக்கொடுக்கும் எந்தச் சைகையும் இல்லாமல், ஒவ்வொரு துணியையும் முகர்ந்து பார்த்து, எப்படியோ சுருட்டி, அழுக்குத் துணிக் கூடையில் வீசினாள். வாசனையைக் கண்டுபிடிக்கவில்லை என்றாலும் ஒன்றுதான். நாளை மற்றுமொரு நாளே.

படுக்கையறையின் சிறிய பலிபீடத்தின் முன்னால் பிரார்த்தனை செய்ய மண்டியிடும் முன்பாக, சோகப் பெருமூச்சோடும் நேர்மையோடும் தனது சிரமங்களின் கணக்கை அவர் நிறைவு செய்தார்: "நான் சாகப்போகிறேன் என்று நினைக்கிறேன்."

பதில் சொல்ல அவள் கண்ணைக்கூடச் சிமிட்டவில்லை. "அதுவும் நல்லதுதான். அப்போதுதான் நாம் இருவரும் அமைதியாக இருக்க முடியும்" என்றாள்.

பல ஆண்டுகளுக்கு முன்பு, ஒரு ஆபத்தான நோயின் நெருக்கடியில் செத்துப்போகும் அபாயம் பற்றிப் பேசிக்கொண்டிருந்த அவரை, அதே இரக்கமற்ற பதிலை அவருக்குக் கொடுத்தாள். தன்னுடைய அச்சம் வெளிப்படாமல் இருக்கக் கோபத்தின் தடையை எப்போதும் இடையில் வைக்கிறாள் என்பது அப்போது அவருக்குத் தெரியாததால், அதற்குப் பெண்களின் இரக்கமற்ற தன்மையைக் காரணமாக்கிய டாக்டர் உர்பினோ, அதனால்தான் பூமி தொடர்ந்து சூரியனைச் சுற்றிவருவது சாத்தியமாகிறது என்றார். இந்த விஷயத்தில், எல்லாவற்றையும்விடப் பயங்கரமானது, அவர் இல்லாமல் போய்விடுவார் என்ற அச்சம்.

இருந்தாலும், அன்றிரவு, தனது இதயத்தின் முழு வலிமையோடு அவருடைய மரணத்தை அவள் விரும்பினாள், அந்த

உறுதி அவரைத் திடுக்கிடவைத்தது. பிறகு அவருக்குத் தெரியக் கூடாது என்பதற்காகத் தலையணையைக் கடித்துக்கொண்டு, மிக மெதுவாக, இருட்டில் அவள் விசும்பியதை உணர்ந்தார். எந்த உடல் வலியாலும் மன வலியாலும் அவள் சுலபமாக அழ மாட்டாள் என்பது அவருக்குத் தெரிந்திருந்ததால், அது அவரைக் குழப்பத்தில் ஆழ்த்தியது. பெருங்கோபத்தில், அதிலும் ஏதோவொரு வகையில் அவளுடைய குற்ற உணர்ச்சியில் தோன்றியதாக இருந்தால் மட்டுமே அழுவாள். அப்போது அழுகையின் பலவீனத்தை அவளால் மன்னித்துக்கொள்ள முடியாததால், எந்த அளவுக்கு அதிகமாக அழுவாளோ அந்த அளவுக்கு இன்னும் அதிகமாகக் கோபப்படுவாள். ஈட்டியால் குத்தப்பட்ட புலிக்கு ஆறுதல் சொல்வதைப்போல இருக்கும் என்பது தெரிந்திருந்ததால், அவளுடைய அழுகையின் காரணங்கள் அன்று மாலையே மறைந்துவிட்டன என்று சொல்லவும் அவை தனது நினைவிலிருந்து நிரந்தரமாகவும் வேரோடும் பிடுங்கப்பட்டுவிட்டன என்று சொல்லவும் அவருக்குத் துணிச்சலில்லை.

சில நிமிடங்களில் சோர்வு அவரை வென்றது. அவர் கண் விழித்தபோது, அவள் மங்கலான மெழுகுவர்த்தியை ஏற்றிவைத்திருந்தாள். கண்கள் திறந்திருந்தாலும் அழாமல் இருந்தாள். அவர் தூங்கியபோது உறுதியான ஏதோவொன்று அவளுக்கு நடந்திருக்கிறது. பொறாமையின் சோதனையால் தூண்டப்பட்டு அத்தனை ஆண்டுகளாக அவளுடைய வயதின் ஆழத்தில் திரண்டிருந்த வண்டல்கள் மிதக்கக் கிளம்பி ஒரே கணத்தில் அவளுக்கு வயதேறச் செய்தன. அவளுடைய உடனடிச் சுருக்கங்களையும் நிறமிழந்த உதடுகளையும் தலைமுடியின் நரையையும் கண்டு, தூங்க முயற்சிசெய் என்று அவர் சொல்லும் ஆபத்து இருந்தது. அப்போது இரண்டு மணிக்கு மேல் ஆகியிருந்தது. அவரைப் பார்க்கவில்லை என்றாலும், குரலில் கோபத்தின் சுவடே இல்லாமல், கிட்டத்தட்ட சாந்தமாக அவரோடு பேசினாள்:

"அவள் யாரென்று தெரிந்துகொள்ளும் உரிமை எனக்கு இருக்கிறது" என்றாள்.

அப்போது, அவளுக்கு எல்லாம் தெரிந்துவிட்டது, விவரங்களை மட்டும்தான் உறுதிப்படுத்த வேண்டுமென்று நம்பியதால், உலகத்தின் பாரத்தை இறக்கிவைப்பதாக நினைத்துக்கொண்டு அவளிடம் ஒன்றுவிடாமல் சொன்னார். ஆனால் உண்மை அதுவல்ல என்பதால் ஒரு ஆண் மகனாக அவர், தன்னுடைய துரோகத்தைப் போட்டுடைக்கும் ஆதாரங்களின் முன்னிலையிலும் கலங்காமல் நின்று, அடுத்தவர்களின் மானத்தை

மதிக்க வேண்டுமென்ற கவலையில்லாத கேடுகெட்டவளுக்குப் பிறந்த சமூகத்தின் முகத்தில் காறித்துப்பி, அவதூறுகளைக் கேட்டுக் கோபப்பட்டு, உயிரே போனாலும் சரியென்று அனைத்தையும் அவர் மறுத்துவிடுவார் என்று நூலிழையில் ஊசலாடிக் கொண்டிருந்த ஆன்மாவோடு அவள் காத்திருந்தாள். அவர் பேசியபோது, தொடக்கத்தில் அழுததைப் போல அச்சப்பட்ட விசும்பல்களோடு இல்லாமல், அவளுடைய முகத்தில் வழிந்து, அவளுடைய இரவு உடையில் தீ வைத்து, அவளுடைய உயிரை எரித்த உப்புக் கண்ணீர்த் துளிகளோடு, அவள் மறுபடியும் அழுதாள். பிறகு, அன்று மதியம் பாவ மன்னிப்பு வழங்கும் பாதிரியாரிடம் போனதாக அவர் சொன்னபோது, ஆத்திரத்தில் பார்வையிழந்து விடுவோமோ என்று அச்சப்பட்டாள். தெய்வத்தால் தூண்டப்பட்ட எந்த நற்குணமும் தேவாலய மக்களிடம் இல்லையென்ற நம்பிக்கை பள்ளிக்கூட நாட்களிலிருந்தே அவளிடம் இருந்தது. அது வீட்டின் நல்லிணக்கத்தில் ஒரு அவசியமான முரண்பாடாக இருந்தது. அதை அவர்கள் சேதமில்லாமல் கடந்துசென்றார்கள். ஆனால் அவளுடைய கணவர், அவருடையதாக மட்டுமின்றி அவளுடையதாகவும் இருந்த, அனைத்தையும் கடந்துசென்ற அந்தரங்கத்தில் தலையிடும் அளவுக்குப் பாதிரியாரை அனுமதித்திருக்கிறார்.

“இதற்கு நீங்கள் தெருவில் போகும் பாம்பாட்டியிடம் சொல்லியிருக்கலாம்” என்றாள்.

அவளைப் பொறுத்தவரை அதுதான் எல்லை. கணவர் தன்னுடைய தவத்தை முடிப்பதற்குள் தனது மானம் கிசுகிசுப்பால் சந்திக்கு வந்துவிடுமென்று உறுதியாக நினைத்த அவளுக்கு, துரோகத்தின் அநீதியையும் கோபத்தையும் அவமானத்தையும்விட, கிசுகிசுப்பு ஏற்படுத்திய அவமான உணர்ச்சி தாங்க முடியாததாக இருந்தது. அதிலும் கேவலமாக, த்தூ, ஒரு கறுப்பினப் பெண்ணோடு. முலாட்டா என்று அவர் திருத்தினார். ஆனால் அப்போது எல்லாத் துல்லியமும் காணாமல் போனது. அவள் முடித்துக்கொண்டாள்.

“அதே உறைதான். இப்போதுதான் புரிகிறது. அது கறுப்பினப் பெண்ணின் வாசனை.”

அது நடந்தது ஒரு திங்கட்கிழமையில். வெள்ளிக்கிழமை இரவு ஏழு மணிக்கு, தன்னிடமும் தனது கணவரிடமும் கேள்வி கேட்பதைத் தவிர்ப்பதற்காக மெல்லிய துணியால் மூடிய முகத்தோடும் வளர்ப்பு மகளின் துணையோடும், ஒற்றை ட்ரங்குப் பெட்டியை மட்டும் எடுத்துக்கொண்டு தனியாக, ஃபெர்மினா தாஸா சான் குவான் த லா சியேநகாவிலிருந்து புறப்படும் வழக்கமான சிறிய கப்பலில் புறப்பட்டாள். இறுதி

முடிவை எடுப்பதற்கு முன்னால் சிந்திப்பதற்குப் போதுமான நேரத்தோடு, ஃப்ளோரஸ் த மரியா கிராமத்திலிருந்த மாமன் மகள் ஹில்டப்ராண்டா சான்சேஸின் பண்ணை வீட்டிற்கு அவள் போய்விடுவது என்று முடிவெடுத்த, களைப்படையச் செய்த மூன்றுநாள் பேச்சு வார்த்தைக்குப் பிறகு இருவருக்கும் ஏற்பட்ட உடன்படிக்கையின்படி டாக்டர் குவெனல் உர்பினோ துறைமுகத்திற்குப் போகவில்லை. உண்மையான காரணங்களை அறியாத குழந்தைகள், நீண்டகாலமாக விரும்பி பலமுறை தள்ளிப்போன பயணம் என்று அதை நினைத்துக் கொண்டார்கள். ஃபெர்மினா தாஸா காணாமல் போனதைப் பற்றி ஃப்ளோரென்டினோ அரிஸாவுக்கு எந்தத் துப்பும் கிடைக்கவில்லை என்றால் அதற்குக் காரணம் உண்மையில் எந்தத் துப்பும் இல்லை என்பதுதானே தவிர, அவனிடம் உறுதிப்படுத்திக்கொள்ளும் வழிமுறைகள் இல்லாததால் அல்ல. தன்னுடைய துரோக உலகில் யாரும் தவறான ஊகங்களைச் செய்யவிடக் கூடாது என்பதற்காக அவற்றை ஏற்பாடுசெய்த டாக்டர் உர்பினோ, அத்தனை சிறப்பாகச் செய்திருந்தார். கோபம் தணிந்ததும் வீட்டிற்குத் திரும்பிவிடுவாள் என்பதில் அவருக்கு எந்த விதமான சந்தேகமும் இல்லை. ஆனால் கோபம் எப்போதும் தீரப்போவதில்லை என்பதில் அவள் உறுதியாக இருந்தாள்.

இருந்தாலும்கூட, அந்த அதிகப்படியான உறுதிப்பாடு ஏக்கத்தின் விளைவாக இருந்த அளவுக்கு மனக்கசப்பின் விளைவாக இருக்கவில்லை என்பதை விரைவிலேயே அவள் அறிந்துகொண்டாள். தேனிலவுப் பயணத்திற்குப் பிறகு, பத்து நாட்கள் கடல் பயணமாக இருந்தபோதிலும், பலமுறை ஐரோப்பவிற்குப் பயணம் செய்துள்ள அவள், மகிழ்ச்சியாக இருப்பதற்குத் தேவையான நேரத்தைச் சேமித்துக்கொண்டு அதைச் செய்திருக்கிறாள். அவள் உலகத்தை அறிந்துகொண்டாள், மாற்று வழிகளில் வாழவும் சிந்திக்கவும் கற்றுக்கொண்டாள் என்றாலும், பலூன் பயணத்தின் விரக்திக்குப் பிறகு சான் குவான் த லா சியேநகாவிற்குத் திரும்பி வந்ததில்லை. மாமன் மகள் ஹில்டெப்ராண்டாவின் மாகாணத்திற்குத் திரும்பியது தாமதமானதாக இருந்தாலும் அவளுக்கு ஏதோவொரு மீட்சியாக இருந்தது. பேரழிவாகிப்போன திருமணத்திற்கான அவளுடைய எதிர்வினை அல்ல அது. அதற்கு முன்பே எழுந்த எண்ணம்தான். அதனால், தனது பதின் பருவத்து ஆசைகளை மீட்டெடுக்கும் எண்ணமே துரதிர்ஷ்டத்திலிருந்து அவளுக்கு ஆறுதல் அளித்தது.

சான் குவான் த லா சியேநகாவில் தனது வளர்ப்பு மகளுடன் இறங்கியபோதே, தன்னுடைய குணத்தின் மிகுதியான கையிருப்பு களைத் பயன்படுத்திய அவள், அனைத்து எச்சரிக்கைகளுக்கும்

மாறாக நகரத்தைப் புரிந்துகொண்டாள். மீட்பர் உயிரை விட்ட கட்டில் ஒரு குழந்தையின் கட்டிலைப் போல மிகவும் சிறியது என்று கேள்விப்பட்டதை உறுதிப்படுத்திக்கொள்ள, அவள் செல்ல விரும்பிய சான் பெட்ரோ அலாகான்றினோவுக்கு ரயில் புறப்பட இருந்தபோது, அவளுடைய வருகையைப் பற்றித் தெரிவிக்கப்பட்டிருந்த நகரத்தின் சிவில் மற்றும் ராணுவத் தலைவர் தன்னுடைய அலுவலக விக்டோரியா வண்டியில் அவளை அழைத்துச்சென்றார். பிறகு, பிற்பகல் இரண்டு மணிக்கு, சோம்பலிலிருந்த தன்னுடைய பிரம்மாண்டமான நரகத்தை மறுபடியும் பார்த்தாள். குப்பைகள் நிறைந்த குட்டைகளோடு கடற்கரைகளைப் போலக் காட்சியளித்த தெருக்களை அவள் மறுபடியும் பார்த்தாள். புதிதாகத் திருமணமான அவளுடைய தாயார் பணக்கார வீட்டுப் பெண்களுக்குக் கற்பித்த, அதன் நிழலான அரங்குகளில் அதே தயக்கமான சோகமான பியானோ பயிற்சிகளை இரக்கமில்லாமல் மறுபடி மறுபடி வாசித்த, நுழைவாயிலில் செதுக்கப்பட்ட குலமரபு அடையாளக் கேடயங்களோடும் ஜன்னல்களின் வெண்கல வேலைப்பாடு களோடும் இருந்த போர்த்துக்கீசிய மாளிகைகளை அவள் மறுபடியும் பார்த்தாள். ஒற்றை மரம்கூட இல்லாமல் வெறிச்சோடிய சோடியம் நைட்ரேட் கட்டிகள் எரிந்த சதுக்கத்தையும் நின்றபடி தூங்கும் குதிரைகளோடு சவ ஊர்வல மூடாக்கு வண்டிகளின் வரிசையையும், சான் பெட்ரோ அலெகான்றினோவின் மஞ்சள் ரயிலையும், அதை நினைத்துப் பார்க்கும் சக்தி அவளுக்கு இல்லாதபோது, பல ஆண்டுகளுக்குப் பிறகு ஆல்வரோ பிறக்கப்போகும் படுக்கையறையின் ஜன்னலையும் பச்சைக் கல் பதித்த வளைவுகளின் நடைபாதையோடும் மடாலய வாயிலோடும், மிக அழகாக, பெரிய தேவாலயத்தின் மூலையி லிருந்த மிகப்பெரிய வீட்டையும் அவள் பார்த்தாள். வானத்திலும் பூமியிலும் நம்பிக்கை இல்லாமல் தேடிக்கொண்டிருந்த அத்தை எஸ்கோலாஸ்டிகாவைப் பற்றி நினைத்துப்பார்த்தாள். அவளைப் பற்றி நினைத்தபோது, தன்னுடைய பள்ளியின் நன்றியற்ற ஆண்டுகளை நினைவுகூர்ந்தபோது சில சமயங்களில் அரிதாக நடந்ததைப் போல, பூங்காவின் பாதாம் மரத்தடியில் எழுத்தர் உடையிலும் வசனப் புத்தகத்தோடும் ஃப்ளோரென்டினோ அரிஸாவைப் பற்றி நினைத்துக்கொண்டாள். கடிதம் ஏதாவது வரக்கூடும் என்பதால் வாசலில் தூங்கிக்கொண்டிருந்த உலகம் முழுவதிலுமிருந்து வந்த வேசிகளோடு, விபச்சார விடுதிகளின் தெருவையும் பன்றிகளின் பண்ணையையும் தவிர அவள் நினைத்த இடத்தில் வேறெதுவும் இல்லை என்பதால், பலமுறை சுற்றிவந்தும் தனது குடும்பத்தின் பழைய வீட்டை அடையாளம் காண முடியவில்லை. அது அவளுடைய ஊராக இருக்கவில்லை.

பயணத்தின் தொடக்கத்திலிருந்தே, தெரியாத இடத்தில் தன்னை யாராவது அடையாளம் கண்டுகொள்வார்களோ என்ற அச்சத்தால் இல்லாமல், ரயில் நிலையம்முதல் கல்லறைவரை எல்லா இடங்களிலும் அவள் பார்த்த வெயிலில் வீங்கிக் கிடந்த உடல்களால், ஃபெர்மினா தாஸா தனது முகத்தின் கீழ்ப்பாதியை முக்காட்டால் மூடியிருந்தாள். சதுக்கத்தின் சிவில் மற்றும் ராணுவத் தலைவர் அவளிடம் சொன்னார்: “இதுதான் காலரா.” வெந்த பிணங்களின் வாயில் வெள்ளைக் கட்டிகளைப் பார்த்திருந்ததால் அது அவளுக்கும் தெரியும் என்றாலும், பலூன் காலத்தில் பார்த்ததைப் போல யாரும் பின்னங்கழுத்தில் துப்பாக்கியால் சுடப்பட்டிருக்கவில்லை என்பதைக் கவனித்தாள்.

“அது சரி. கடவுளும் தனது முறைகளை மேம்படுத்திக் கொள்கிறார்” என்றார் அந்த அலுவலர்.

சான் குவான் த லா சியேநகாவிலிருந்து சான் பெட்ரோ அலெகான்றினோ பழைய தொழிற்சாலைவரையிலான தூரம் ஒன்பது மைல்தான் என்றாலும், ஓட்டுநர் வழக்கமான பயணிகளின் நண்பராக இருந்ததாலும் வாழைப்பழக் கம்பெனியின் கோல்ஃப் மைதானங்கள் வழியாகக் காலாற நடந்து வரவும், மலைகளிலிருந்து பாய்ந்துவரும் தெளிவான, உறைந்த ஆற்றில் ஆண்கள் நிர்வாணமாகக் குளித்துவரவும், பசியை உணர்ந்தபோது மேய்ச்சல் நிலங்களில் சுற்றிக்கொண்டிருந்த மாடுகளிடம் பால் கறக்க இறங்கவும் அவ்வப்போது நிறுத்தச் சொல்லி அவரைக் கேட்டுக்கொண்டதாலும் மஞ்சள் ரயில் ஒருநாள் முழுவதும் எடுத்துக்கொண்டது. எல் லிபரேடர் அவருடைய அந்திமத் தொங்குப் படுக்கையை எந்தப் புளியமரத்தில் தொங்கவிட்டார் என்பதைப் பார்த்து வியக்கவும் அவர் இறந்த படுக்கை அப்படிப்பட்ட புகழ்பெற்ற மனிதருக்கு மட்டுமல்ல, ஏழுமாதக் குழந்தைக்குக்கூட மிகச் சிறியது என்பதைச் சோதித்துப் பார்க்கவும் அச்சத்தோடு வந்துசேர்ந்த ஃபெர்மினா தாஸாவுக்கு அரிதாகவே நேரம் கிடைத்தது. இருந்தாலும், அனைத்தும் அறிந்தவராகத் தெரிந்த மற்றொரு பார்வையாளர், தேசத் தந்தையைத் தரையில் கிடந்து சாகவிட்டார்கள் என்பதுதான் உண்மை என்பதால், கட்டில் பொய்யான நினைவுச் சின்னம் என்றார். தனது வீட்டிலிருந்து வெளியேறியதிலிருந்து தான் பார்த்தவையாலும் கேட்டவையாலும் மிகவும் மனம் சோர்ந்திருந்த ஃபெர்மினா தாஸா, எஞ்சிய பயணத்தில் ஆசைப்பட்ட அளவுக்கு முந்தைய பயணத்தின் நினைவில் திளைக்காமல், தனது ஏக்கத்தின் நகரங்களின் வழியாகச் செல்வதைத் தவிர்த்தாள். அந்த வகையில் அவற்றையும் தன்னையும் ஏமாற்றத்திலிருந்து காப்பாற்றினாள். ஏமாற்றத்திலிருந்து தப்பித்துச்சென்ற

குறுக்கு வழிகளில் துருத்திகள் ஒலிப்பதைக் கேட்டாள், சேவல் சண்டையின் கூச்சல்களையும், சண்டைகளைப் போலவே களியாட்டத்தையும் குறிக்கும் துப்பாக்கி சுடும் சத்தத்தையும் கேட்டாள். ஊரைக் கடப்பதைத் தவிர வேறு வழி இல்லாதபோது, முன்பு இருந்ததைப் போலத் தன் நினைவைத் தூண்டிக்கொள்ள முகத்தை முக்காடு போட்டு மூடிக்கொண்டாள்.

ஒருநாள் இரவு, கடந்த காலத்தைப் பெரிதும் தவிர்த்து விட்டு, மாமன் மகள் ஹில்டெப்ராண்டாவின் பண்ணைக்கு வந்த அவள், வாசலில் காத்திருந்த அவளைக் கண்டபோது கிட்டத்தட்ட மயக்கமே வந்துவிட்டது. உண்மையில் தன்னைக் கண்ணாடியில் பார்த்ததைப்போல இருந்தது. பருத்தும் நலிந்துமிருந்த அவள், நம்பிக்கை இல்லாமல் இப்போதும் அவள் நேசித்த மனிதனுக்குப் பிறக்காத, அவளை வெறித்தனமாகக் காதலித்த, வெறுப்பின்றி அவள் திருமணம் செய்துகொண்ட நல்ல ஓய்வூதியத்திலிருந்த ராணுவத்தானுக்குப் பிறந்த கட்டுக்கடங்காத பிள்ளைகளின் பொறுப்பைச் சுமந்துகொண்டிருந்தாள். ஆனால் சிதைவடைந்த உடலுக்குள் அவள் அப்படியேதான் இருந்தாள். வயல்வெளி யோடும் நல்ல நினைவுகளோடும் சில நாட்களில் ஃபெர்மினா தாஸா அதிர்ச்சியிலிருந்து மீண்டாள் என்றாலும், அந்த வயதில் மாட்டுவண்டிகளில் நின்றுகொண்டும் கோரஸ் பாடிக்கொண்டும் பள்ளத்தாக்கின் அடிவாரத்திலிருந்த மிஷன் தேவாலயத்திற்குச் சென்ற அவர்களுடைய அம்மாக்களைப் போல, நன்றாக உடையணிந்த அழகான பெண்களாகவும் அற்புதமான குதிரை வீரர்களாகவுமிருந்த, அவளுடைய அந்தக் கால அடங்காப்பிடாரிக் கூட்டாளிகளின் பேரக் குழந்தைகளோடு ஞாயிற்றுக்கிழமைப் பிரார்த்தனைக்குச் சென்றதைத் தவிர, பண்ணையை விட்டு எங்கும் போகவில்லை. தனக்குப் பிடிக்குமென்று நினைக்காததால் முந்தைய பயணத்தில் ஃப்ளோரெஸ் த மரியாவுக்குச் செல்லவில்லை என்றாலும் அதன் வழியாகச் சென்றபோது அதைப் பார்த்ததும் ஈர்க்கப் பட்டாள். அவளுடைய துரதிர்ஷ்டமோ அல்லது அந்த நகரத்தின் துரதிர்ஷ்டமோ, தெரிந்துகொள்வதற்கு முன்பு கற்பனை செய்திருந்தபடி மட்டும்தான் நினைவில் இருந்ததே தவிர, உண்மையில் எப்படி இருந்தது என்பதைப் பிறகு அவளால் நினைவுகூர முடியவில்லை.

ரியோஹாச்சாவின் பேராயரிடமிருந்து தகவல் கிடைத்த பிறகு, அவளைப் பார்க்கச் செல்ல முடிவெடுத்தார் டாக்டர் குவெனல் உர்பினோ. அகந்தையைக் கடக்கும் வழி தெரியாததால் தான் தன்னுடைய மனைவி திரும்பி வருவது தாமதமாகிறதே தவிர, அவள் விரும்பாததால் அல்ல என்பது அவருடைய முடிவு. அதனால், மனைவியின் ஏக்கம் தலைகீழாக மாறிவிட்டது

என்பதைத் தெளிவுபடுத்திய ஹில்டெப்ராண்டாவுடனான கடிதப் போக்குவரத்திற்குப் பிறகு, அவளுக்குத் தெரிவிக்காமல் அவர் சென்றார். தனது வீட்டைப் பற்றி மட்டும்தான் இப்போது அவள் சிந்தித்தாள். காலை பதினொரு மணிக்குச் சமையலறை யில் ஃபெர்மினா தாஸா கத்திரிக்காயை வைத்துச் சமையல் செய்துகொண்டிருந்தபோது, பணியாளர்களின் கூச்சலும் குதிரைகளின் கனைப்பும் வானத்தை நோக்கிச் சுட்ட துப்பாக்கிச் சத்தமும் பிறகு நடைபாதையில் உறுதியான காலடிச் சத்தமும் ஆண் குரலும் ஒலித்தன.

"அழைக்கப்படுவதைவிட, உரிய நேரத்தில் வந்துசேர்வது முக்கியமானது" என்றது அந்தக் குரல்.

மகிழ்ச்சியால் தன் உயிர் போய்விடும் என்று நினைத்தாள். அதைப் பற்றி யோசிக்க நேரமில்லாமல், எப்படியோ கையைக் கழுவிக்கொண்டு, மதிய உணவுக்கு வரப்போவது யாரென்று சொல்லாமல் ஹில்டெப்ராண்டா அவளிடம் செய்யச் சொன்ன கேடுகெட்ட கத்திரிக்காயால், தான் இன்னும் குளிக்கவில்லை என்பதை நினைத்துக்கொண்டும் வெயிலால் தோலுரிந்த முகத்தோடு தான் மிகவும் வயதானவளாகவும் அசிங்கமாகவும் இருப்பதாக நினைத்துக்கொண்டும் அடடா, தன்னை இந்த நிலையில் பார்த்ததும் அவர் வந்ததற்காக வருத்தப்படுவாரே என்று நினைத்துக்கொண்டும் முணுமுணுத்தாள்: "நன்றி கடவுளே, நன்றி! நீங்கள் எவ்வளவு நல்லவர்!" ஆனால் மேலாடையில் கைகளை முடிந்தவரை துடைத்துக்கொண்டு, முடிந்தவரை தோற்றத்தைச் சரிசெய்துகொண்டு, படபடத்த இதயத்தைக் கட்டுப்படுத்த அவளுடைய உடன்பிறந்த அகந்தையை முழுவதும் வரவழைத்துக் கொண்டு நிமிர்ந்த தலையோடும் தெளிவான பார்வையோடும் போருக்குத் தயாரான மூக்கோடும் அவளுடைய இனிமையான மான் நடையோடும் வீடு திரும்பும் மகத்தான நிவாரணத்திற்காகத் தலைவிதிக்கு நன்றி உடையவளாகவும் நிச்சயமாக அவர் நினைத்ததைப் போல சுலபமாக இல்லை யென்றாலும் நிச்சயமாக அவரோடு மகிழ்ச்சியாக இருந்தாள் என்பதால் அவரைச் சந்திக்கச் சென்றாள். ஆனாலும் வாழ்க்கையைக் கசப்பாக்கிய துன்பங்களுக்காக மௌனமாக அவரைக் குற்றம்சாட்டும் தீர்மானத்தோடும் இருந்தாள்.

கடவுளின் கேலியென்று ட்ரான்சிட்டோ அரிஸா சொல்லி யிருக்கக்கூடிய சாத்தியமில்லாத அந்தத் தற்செயலான நிகழ்வு, ஃபெர்மினா தாஸா தொலைந்து கிட்டத்தட்ட இரண்டு ஆண்டுகளுக்குப் பிறகு நடந்தது. சினிமாவின் கண்டுபிடிப்பு ஃப்ளோரென்டினோ அரிஸாவைப் பெரிதாக ஈர்த்துவிட வில்லை என்றாலும், கவிஞர் காப்ரியேல் த'னுன்சியோ எழுதிய

உரையாடல்களால் புகழ்பெற்றிருந்த, ‘கரீபியா’ என்னும் திரைப்படத்தின் கண்கவர் முதல்காட்சிக்கு லியோனா காஸியானி அவனை அழைத்துச் சென்றபோது மறுக்காமல் சென்றான். சில இரவுகளில் திரையில் ஊமைக் காதல்களைவிட நட்சத்திரங்களின் பிரகாசம் அதிகமாக ரசிக்கப்பட்ட தோன் கலிலியோ தாகோந்தேவின் திறந்தவெளி முற்றம் முக்கியமான வாடிக்கையாளர்களால் நிரம்பியிருந்தது. ஒரு நூலில் ஆடிய ஆன்மாவோடு லியோனா காஸியானி கதைப்போக்கைக் கூர்ந்து கவனித்தாள். மறுபுறம், நாடகத்தின் அதீதமான கணத்தால் ஃப்ளோரென்டினோ அரிஸா தூக்கத்தில் தலையாட்டினான். அவனுக்குப் பின்னாலிருந்து ஒலித்த பெண்ணின் குரல், அவனுடைய எண்ணத்தை யூகித்ததைப்போல இருந்தது.

“கடவுளே! இது வலியைவிடக் கொடுமையானது!”

இருட்டிலிருந்த இருக்கைகளில் படக்கருவியின் மழை பொழியும் சத்தம் மட்டுமே கேட்டுக்கொண்டிருந்ததாலும் பியானோ இசையோடு ஊமைப்படங்களை மெருகூட்டுவது இன்னும் அங்கு வழக்கத்திற்கு வரவில்லை என்பதாலும் ஒருவேளை இருட்டில் அவளுடைய குரல் எதிரொலித்ததால் ஏற்பட்ட தயக்கத்தாலும் அதை மட்டும்தான் அவள் சொன்னாள். மிகக் கடினமான சூழ்நிலைகளைத் தவிர மற்ற நேரங்களில் ஃப்ளோரென்டினோ அரிஸா கடவுளை நினைப்பதில்லை என்றாலும், இந்த முறை முழு மனதோடு அவருக்கு நன்றி சொன்னான். ஒரு மாலை நேரத்தில் தனிமைப் பூங்காவின் மஞ்சள் இலைகளின் பாதையில் அவன் கேட்டதிலிருந்து அவனுடைய ஆன்மாவில் சுமந்த அந்த அடங்கிய உலோகக் குரலை பூமிக்கு இருபதடிக்குக் கீழிருந்துகூட உடனடியாக அடையாளம் கண்டிருப்பான்: “இப்போது போய்விடு, நான் சொல்லும்வரை திரும்பி வராதே.” தவிர்க்க முடியாத கணவரோடு தன்னுடைய இருக்கைக்குப் பின்னால் அவள் உட்கார்ந்திருப்பதைத் தெரிந்துகொண்டான். இதமாகவும் சீராகவும் இருந்த அவளுடைய சுவாசத்தை உணர்ந்தான், அவளுடைய சுவாசக் காற்றின் ஆரோக்கியத்தால் சுத்திகரிக்கப் பட்ட காற்றைக் காதலோடு உள்ளிழுத்தான். மினெர்வா[6] அங்கியில் முதல் குழந்தையின் கருவால் வளைந்திருந்த அடிவயிற்றோடு அவளுடைய பிரகாசமான, மகிழ்ச்சியான பருவத்தை மறுபடியும் கற்பனை செய்தானே தவிர, கடந்த சில மாதங்களின் விரக்தியில் அவளைப் பற்றிக் கற்பனை செய்ததைப் போல, மரணத்தின் அந்துப்பூச்சிகளால் அவள் தாக்கப்படுவதாக

---

6. காதல், அறிவு, வணிகம், போர் ஆகியவற்றுக்கான ரோமானியப் பெண் தெய்வம்.

உணரவில்லை. திரையில் நிரம்பி வழிந்த வரலாற்றுப் பேரழிவு களை முற்றிலும் மறந்து, திரும்பிப் பார்க்காமல் அவளைப் பார்ப்பதைப் போலக் கற்பனைசெய்தான். தனது உள்ளத்திலிருந்து மறுபடியும் திரும்பிவந்த பாதாம் வாசனைத் திரவியத்தின் சுவாசத்தில் மகிழ்ச்சியடைந்த அவன், வாழ்க்கையின் காதல்களைவிட அவர்களுடைய காதல்கள் குறைவாகக் காயப்படுத்த சினிமாப் பெண்கள் எப்படிக் காதலிக்க வேண்டும் என்பதைப் பற்றி அவள் என்ன நினைக்கிறாள் எனத் தெரிந்து கொள்ள ஆவலாக இருந்தான். முடிவதற்குச் சற்று முன்னதாக, மகிழ்ச்சியின் மின்னலோடு, அவ்வளவு நேசித்த ஒருத்தியோடு, அத்தனை நெருக்கமாக, அவ்வளவு நேரம் ஒருபோதும் இருந்த தில்லை என்பதைத் திடீரென்று உணர்ந்தான்.

அரங்கில் விளக்குகள் எரிந்தபோது மற்றவர்கள் எழுவதற் காகக் காத்திருந்தான். பிறகு அவசரப்படாமல் எழுந்து, நிகழ்ச்சியின்போது எப்போதும் கழற்றிவிடும் உடுப்பின் பொத்தான்களைப் போட்டுகொண்டே கவனமின்றித் திரும்பி, மிகவும் நெருக்கத்தில் சந்தித்துக் கொண்ட அந்த நால்வரும், அவர்களில் சிலருக்கு அதில் விருப்பம் இருந்திருக்காது என்றாலும், ஒருவருக்கொருவர் முகமன் கூறிக்கொள்ள வேண்டி யிருந்தது. நன்றாகத் தெரிந்த லியோனா காஸியானியை முதலில் வாழ்த்திய குவெனல் உர்பினோ, தன்னுடைய வழக்கமான மரியாதையோடு ஃப்ளோரென்டினோ அரிஸாவின் கையைக் குலுக்கினார். அவர்கள் இருவருக்கும் மரியாதையான, மரியாதையைத் தவிர வேறெதுவுமில்லாத புன்னகையைக் கொடுத்தாள் என்றாலும், எப்படி இருந்தாலும், அவர்கள் யாரென்று தெரிந்த, அவர்களைப் பலமுறை பார்த்திருந்த ஒருவரின் புன்னகை என்பதால், அவர்களை அறிமுகப்படுத்த வேண்டியிருக்கவில்லை. லியோனா காஸியானி தனது முலாட்டா வசீகரத்துடன் பதிலளித்தாள். அவளைப் பார்த்ததால் வியப்படைந்த ஃப்ளோரென்டினோ அரிஸாவுக்கு என்ன செய்வதென்று தெரியவில்லை.

அவள் வேறொருத்தியாக இருந்தாள். நாகரிகத்தின் எந்தவொரு பயங்கரமான நோயின் அறிகுறியோ வேறெதுவுமோ அவளுடைய முகத்தில் இல்லாமலிருந்தது என்றாலும், உடலின் சிறப்பான காலத்தின் எடையையும் மெலிவையும் அது இன்னமும் தக்கவைத்திருந்தது என்றாலும், கடந்த இரண்டு வருடங்கள் அவளுக்கு மோசமாக வாழ்ந்த பத்து வருடங்களின் கடுமையோடு கடந்திருப்பது வெளிப்படையாகத் தெரிந்தது. கன்னங்களில் இறக்கையான வளைவோடு விழுந்த அவளுடைய குட்டையான கூந்தல் பொருத்தமாக இருந்தது என்றாலும் அது தேன் நிறத்தில் இல்லாமல் அலுமினிய நிறத்தில் இருந்தது.

அழகான ஈட்டியைப் போன்ற கண்கள் பாட்டியின் கண்ணாடி களுக்குப் பின்னால் பாதி வாழ்க்கையின் ஒளியை இழந்து விட்டன. சினிமாவை விட்டு வெளியேறிய கூட்டத்தின் மத்தியில் கணவரின் கையிலிருந்து விலகிச் சென்றதைப் பார்த்த ஃப்ளோரென்டினோ அரிஸாவுக்கு, பொது இடத்தில் ஏழை களின் சல்லாத் துணியோடும், வீட்டில் அணியும் சாதாரணச் செருப்புகளோடும் அவள் இருந்தது ஆச்சரியமாக இருந்தது. ஆனால் வெளியேறுவதற்குச் சரியான வழியைக் காட்ட அவளுடைய கணவர் கையைப் பிடித்து இழுக்க வேண்டி யிருந்ததும், இருந்தும் உயரத்தைத் தவறாகக் கணித்ததால் வாசல்படியில் அவள் விழப்போனதும்தான் அவனை மிகவும் பாதித்தது.

வயதின் அந்தப் பின்னடைவுகளை நன்கு உணரும் அளவுக்கு ஃப்ளோரென்டினோ அரிஸா நுண்ணுணர்வு கொண்டிருந்தான். இன்னமும் இளம் வயதாக இருந்தபோதே, தெருவைக் கடக்க உதவிக்கொண்ட வயதான தம்பதிகளைக் கவனிக்க பூங்காக் களில் கவிதை படிப்பதை நிறுத்திவிடுவான். அவை தனது சொந்த முதுமையின் விதிகளைப் பார்க்க அவனுக்கு உதவிய வாழ்க்கைப் பாடங்கள். சினிமாவில் அன்றிரவு டாக்டர் குவெனல் உர்பினோவின் வயதிற்கு, ஆண்கள் ஒருவிதமான இலையுதிர்கால இளமையோடு மலர்ந்தார்கள். முதல் நரையோடு மிகவும் கண்ணியமாகத் தோன்றினார்கள். குறிப்பாக இளம் பெண்களின் பார்வையில் நகைச்சுவையும் கவர்ச்சியும் கொண்டவர்களாக மாறினார்கள். அதேவேளையில் தங்களுடைய வாடிப்போன மனைவிகள் தங்களது நிழலின்மீதே தடுமாறி விழாமலிருக்க அவர்களின் கையைப் பிடித்துக்கொள்ள வேண்டியிருந்தது. இருந்தாலும், சில ஆண்டுகளுக்குப் பிறகு, உடலோடும் ஆன்மா வோடும் இழிவான முதுமையின் சரிவில் கணவர்கள் திடீரென்று விழுந்தார்கள், அப்போது நடைபாதையில் குறுக்கே கிடந்த அந்த மூட்டை செத்துப்போன பிச்சைக்காரன் என்றும், தெருவின் நடுவில் குட்டை இருக்கிறது என்றும், இரண்டு படிகள் அல்ல மூன்று படிகள் என்பதை நன்றாகக் கவனிக்க வேண்டும் என்றும், ஆணென்ற கர்வத்தைப் புண்படுத்தாமலிருக்கக் காதுகளில் கிசுகிசுத்து, பார்வையிழந்த பிச்சைக்காரர்களைப் போலக் கையைப்பிடித்து அழைத்துப்போக வேண்டியிருந்ததும், வாழ்க்கையின் கடைசி நதியில் ஒரே இறங்குதுறை என்பதைப் போலத் தெருவைக் கடக்க மிகுந்த சிரமத்தோடு அவர்களுக்கு உதவுவதும் அவர்களுடைய நிலையான மனைவிகள்தான். அந்தப் பிம்பத்தில் பலமுறை தன்னைப் பார்த்திருந்த ஃப்ளோரென்டினோ அரிஸா, ஒரு பெண்ணின் கையால் வழிநடத்தப்பட வேண்டிய வயதின் இழிவைப் போல மரணத்திற்கு ஒருபோதும் அந்த

அளவுக்குப் பயப்படவில்லை. அந்த நாளில், அந்த நாளில் மட்டும்தான், ஃபெர்மினா தாஸா மீதான ஆசையை விட்டுவிட வேண்டுமென்று அவனுக்குத் தெரிந்திருந்தது.

அந்தச் சந்திப்பு தூக்கத்தில் அவனைத் திடுக்கிட வைத்தது. லியோனா காஸியானியோடு வண்டியில் செல்வதற்குப் பதிலாக, கற்களில் அவர்களுடைய பாத அடிகள் குதிரைகளின் குளம்பொலியைப் போல எதிரொலித்த பழைய நகரத்தின் வழியாக அவளோடு நடந்து சென்றான். குரல்களின் துணுக்கு களும் படுக்கையறை ரகசியங்களும் பேயின் ஒலிகளால் பெரிதாக்கப்பட்ட காதலின் விசும்பல்களும் உறங்கிக் கிடந்த சந்துகளில் மல்லிகையின் சூடான வாசனையும் திறந்திருந்த பால்கனிகள் வழியாக அவ்வப்போது கசிந்தன. மறுபடியும், ஃபெர்மினா தாஸா மீதான தன்னுடைய அடக்கிவைத்த காதலை லியோனா காஸியானியிடம் வெளிப்படுத்தாமலிருக்கத் தன்னுடைய முழுப் பலத்தையும் ஃப்ளோரென்டினோ அரிஸா பயன்படுத்த வேண்டியிருந்தது. வயதான காதலர்களைப் போல அவசரமில்லாமல் காதலித்துக்கொண்டும், அவள் கரீபியாவின் அழகைப் பற்றியும் அவன் தன்னுடைய சொந்த துரதிர்ஷ்டத்தைப் பற்றியும் சிந்தித்துக்கொண்டும், அளவான அடிகளோடு சேர்ந்து நடந்தார்கள். சுங்கவரிச் சதுக்கத்தில் பால்கனியில் பாடிக்கொண்டிருந்த ஒருவரின் பாடல் சங்கிலித் தொடர் போன்ற எதிரோலிகளால் அந்த இடம் முழுவதும் எதிரொலித்தது. 'நான் கடலின் பேரலைகளைக் கடந்தபோது' என்ற பாடல் அது. சாந்தோஸ் த பியெத்ரா தெருவில், அவளுடைய வீட்டின் முன்பு விடைகொடுக்க வேண்டியிருந்தபோது, பிராந்தி சாப்பிட அழைக்க மாட்டாயா என்று ஃப்ளோரென்டினோ அரிஸா லியோனா காஸியானியிடம் கேட்டான். இதுபோன்ற சூழ்நிலையில் அவன் அப்படிக் கேட்பது இது இரண்டாவது முறை. முதலில், பத்து வருடங்களுக்கு முன்பு, "இந்த நேரத்திற்கு மேலே சென்றால் நிரந்தரமாகத் தங்கிவிட வேண்டும்" என்று அவனிடம் சொன்னாள். அவன் மேலே செல்லவில்லை. ஆனால் இப்போது எப்படி இருந்தாலும் அவன் மேலே சென்றிருப்பான், பிறகு தன்னுடைய வார்த்தையை மீற வேண்டி யிருந்தாலும்கூட. இருந்தாலும், லியோனா காஸியானி வாக்குறுதி கொடுக்காமல் அவனை மேலே வருமாறு அழைத்தாள்.

பிறப்பதற்கு முன்பே அணைந்துவிட்ட காதலின் சரணாலயத்தில், அதை எதிர்பார்க்காதபோது, அப்படித்தான் அதை எதிர்கொண்டான். அவளுடைய பெற்றோர் இறந்து விட்டனர். ஒரே சகோதரன் குராசோவில் பொருள் ஈட்டினான். குடும்பத்தின் பழைய வீட்டில் அவள் தனியாக வசித்துவந்தாள். பல ஆண்டுகளுக்கு முன்பு, அவளைத் தனது காதலியாக

மாற்றிவிடும் நம்பிக்கையை அவன் இன்னமும் கைவிடாத காலத்தில், அவளுடைய பெற்றோரின் சம்மதத்தோடு ஞாயிற்றுக் கிழமைகளில் அவளைப் பார்க்கும் வழக்கம் கொண்டிருந்த ஃப்ளோரென்டினோ அரிஸா, சில சமயங்களில் இரவு வெகுநேரம்வரை தங்கியிருந்து, தனது வீட்டைப் போல நினைக்குமளவுக்கு அதன் ஏற்பாடுகளுக்கு ஏராளமான பங்களிப்பைச் செய்திருக்கிறான். இருந்தாலும், அன்றிரவு சினிமாவிற்குப் பிறகு, வரவேற்பறையிலிருந்து தன்னுடைய நினைவுகள் அழிக்கப்பட்டிருக்கும் உணர்வு ஏற்பட்டது. அறைக்கலன்கள் இடம் மாற்றப்பட்டிருந்தன. சுவர்களில் வேறு படங்கள் தொங்கிக்கொண்டிருந்தன. அவன் இருந்ததே இல்லை என்று உறுதியாக நிலைநாட்டுவதற்காக வேண்டுமென்றே இத்தனை இரக்கமற்ற மாற்றங்கள் செய்யப்பட்டிருப்பதாக அவன் நினைத்தான். பூனைக்கு அவனை அடையாளம் தெரிய வில்லை. மறதியின் கொடூரத்தால் திடுக்கிட்ட அவன், "அதற்கு என் நினைவே இல்லை" என்றான். ஆனால் அவள் பிராந்தி பரிமாறியபோது அவனுக்கு முதுகைக் காட்டிக்கொண்டு, அதுதான் அவனுடைய கவலையாக இருக்குமென்றால் அமைதியாகத் தூங்கலாம், ஏனென்றால் பூனைகள் யாரையும் நினைவில் வைத்திருக்காது என்று அவள் பதிலளித்தாள்.

மிகவும் நெருக்கமாக சோபாவில் சாய்ந்துகொண்டு, தங்களைப் பற்றியும் கழுதை வண்டியில் எப்போதென்று யாருக்கும் தெரியாத பிற்பகலில் சந்தித்துக்கொண்டதற்கு முன்பு எப்படி இருந்தோம் என்பதைப் பற்றியும் பேசிக்கொண்டிருந்தார்கள். அடுத்தடுத்து இருந்த அலுவலகங்களில் அவர்களுடைய வாழ்க்கையைக் கழித்தும், அதுவரை தினசரி வேலையைத் தவிர வேறெதையும் அவர்கள் பேசிக்கொண்டதில்லை. பேசிக் கொண்டிருந்தபோது அவளுடைய தொடையில் கைவைத்த ஃப்ளோரென்டினோ அரிஸா, தேர்ந்த வசியக்காரனின் மென்மை யான தொடுதலோடு அவளை வருடத் தொடங்கினான். பதிலுக்கு அவள் மரியாதைக்காகச் சிறிய அசைவைக்கூட செய்ய வில்லை என்றாலும் அதை அனுமதித்தாள். அவன் மேலும் முன்னேற முயன்றபோது துழாவிக்கொண்டிருந்த கையை எடுத்து உள்ளங்கையில் முத்தம் கொடுத்தாள்.

"ஒழுங்காக இருந்துகொள். நான் தேடும் ஆண் நீ இல்லை என்பதை வெகுநாட்களுக்கு முன்பே உணர்ந்துகொண்டேன்" என்றாள்.

அவள் மிகவும் இளமையாக இருந்தபோது, வலிமையான திறமையான ஒருவன், அவனுடைய முகத்தையே அவள் பார்த்ததில்லை, படித்துறையில் திடீரென்று தள்ளி, நகத்தால்

கீறி உடைகளைக் கிழித்து நிர்வாணமாக்கி அவசரமாகவும் வெறித்தனமாகவும் உறவு கொண்டான். உடல் முழுவதும் காயங்களோடு கற்களின் மீது கிடந்த அவள், அவனுடன் உறவில் திளைத்தபடி அவன் கைகளில் இறக்க வேண்டும் என்பதற்காக அந்த மனிதன் என்றென்றும் அங்கேயே இருக்க வேண்டும் என்று விரும்பியிருப்பாள். அவனுடைய முகத்தைப் பார்த்த தில்லை, குரலைக் கேட்டதில்லை என்றாலும் அவனுடைய உருவத்தையும் உடலளவையும் அவன் காதல்செய்த விதத்தை யும் கொண்டு ஆயிரம் பேருக்கு மத்தியில் அடையாளம் கண்டுகொள்ள முடியுமென்று உறுதியாக நம்பினாள். அப்போதி லிருந்து, கேட்க விரும்பும் அனைவரிடமும் அவள் சொன்னாள்: "அக்டோபர் மாதம் பதினைந்தாம் தேதி இரவு பதினொன்றரை மணிக்கு, மூழ்கியவர்களின் படித்துறையில் ஏழைக் கறுப்பினத் தெருப்பெண்ணைப் பலாத்காரம் செய்த பெரிய, வலிமையான ஒருவரை ஒருவேளை நீங்கள் அறிந்திருந்தால், என்னை எங்கே பார்க்கலாமென்று அவரிடம் சொல்லுங்கள்." பழக்கத்தின் காரணமாகவே அதைச் சொன்ன அவள் எத்தனையோ பேரிடம் அதைச் சொன்ன பிறகு தன் நம்பிக்கையை இழந்துவிட்டாள். இரவில் கப்பல் விடைபெற்றுச் செல்லும் சத்தத்தைப் போல அந்தக்கதையைப்பலமுறைகேட்டிருக்கிறான் ஃப்ளோரென்டினோ அரிஸா. அதிகாலை மணி இரண்டு அடித்தபோது அவர்கள் ஆளுக்கு மூன்று பிராந்தி குடித்திருந்தார்கள். அவள் காத்துக் கொண்டிருந்த மனிதன் அவனில்லை என்பது நிச்சயமாக, அவனுக்குத் தெரியும். அதைத் தெரிந்துகொள்வதில் அவன் மகிழ்ச்சியடைந்தான். புறப்பட்டுச் செல்லும்போது "அருமை, லியோனா. நாம் புலியைக் கொன்றுவிட்டோம்" என்றான்.

அன்றிரவு முடிவுக்கு வந்தது அது மட்டுமல்ல. ஃபெர்மினா தாஸாவும் சாகக்கூடியவள்தான், அதனால் கணவனுக்கு முன்பே அவள் இறந்துவிடக்கூடும் என்ற நினைத்துப்பார்க்க முடியாத சந்தேகத்தை அவனுக்குள் விதைத்ததால், காசநோய்க் கூடாரத்தைப் பற்றிய பொல்லாத பொய் அவனுடைய தூக்கத்தைக் கெடுத்துவிட்டது. ஆனால் திரையரங்கத்திலிருந்து வெளியேறும் இடத்தில் அவள் தடுமாறியதைக் கண்டபோது, முதலில் இறக்கப்போவது அவர்தான் அவளல்ல என்ற திடீர் எண்ணத்தோடு, பள்ளத்தை நோக்கித் தானாக மேலுமொரு அடி எடுத்துவைத்தான். யதார்த்தத்தை அடிப்படையாகக் கொண்டது என்பதால் அது மிகவும் பயமுறுத்தும் சகுனங்களில் ஒன்றாக இருந்தது. மகிழ்ச்சியான நம்பிக்கைகளின், சலனமற்ற காத்திருப்பின் காலங்கள் பின்னால் கிடந்தன என்றாலும், கற்பனையான நோய்களின் ஆழம் தெரியாத கடலையும் தூக்கமில்லாத அதிகாலையில் கழித்த சொட்டுச் சொட்டான

சிறுநீரையும் மாலை நேரத்தின் தினசரி மரணத்தையும் தவிர, அடிவானத்தில் வேறெதுவும் ஒளிரவில்லை. முன்பு அவனுடைய விசுவாசமான கூட்டாளிகளைவிட அவனுக்கு உடந்தையாக இருந்த நாளின் ஒவ்வொரு கணமும் அவனுக்கு எதிராகச் சதிசெய்யத் தொடங்கியதை நினைத்துப் பார்த்தான். சில ஆண்டுகளுக்கு முன்பு, கெடுவாய்ப்பின் பயங்கரத்தால் ஒடுங்கிய இதயத்தோடு, ஒரு சாகசச் சந்திப்பிற்குச் சென்ற அவன், தாழ்ப்பாளில்லாத கதவையும் அவன் சத்தமின்றி நுழைவதற்காக எண்ணெய் விடப்பட்ட கீல்களையும் பார்த்தான் என்றாலும், உதவிகரமான ஒரு அந்நியப் பெண்ணின் படுக்கையில் செத்துப் போனால் ஏற்படக்கூடிய ஈடுகட்ட முடியாத இழப்பின் அச்சத்தால், கடைசிக் கணத்தில் வருந்தினான். அதனால், ஏமாற்றத்தின் பெருமூச்சுக்கூட இல்லாமல் ஒரு நூற்றாண்டி லிருந்து அடுத்த நூற்றாண்டுவரை அவளுக்காகக் காத்திருந்த, பூமியில் அவன் மிகவும் நேசித்த பெண்ணுக்கு, மரணத்தின் மறுகரைக்குப் பாதுகாப்பாகப் போய்ச்சேர அவனுக்கு உதவுவதற்கும் சந்திரனின் கல்லறை மேடுகளும் காற்றில் பறந்த பாப்பிப் படுக்கைகளும் நிறைந்த தெருவின் வழியாக அவனுடைய கையைப் பிடித்து அழைத்துச் செல்லவும் நேரமிருக்காது என்று நினைப்பது நியாயமானது.

உண்மை என்னவென்றால், தன்னுடைய காலத்தின் அளவுகோலின்படி, ஃப்ளோரென்டினோ அரிஸா முதுமையின் வரம்பைக் கடந்திருந்தார். அவர் மிகச் சிறப்பாக நிறைவு செய்திருந்த ஐம்பத்தாறு வயதை, அவை காதலின் ஆண்டுகளாக இருந்ததால், சிறப்பாக வாழ்ந்தவையாகவும் கருதினார். ஆனால் தன் வயதிற்கு இளமையாகத் தோற்றமளிக்கும் அந்தக் காலத்தின் எந்த ஆணும், அப்படி இருந்தாலோ அல்லது அப்படி நம்பினாலோ, கேலிக்கு ஆளாகியிருக்க மாட்டார்கள் அல்லது கடந்த நூற்றாண்டின் அவமதிப்பால் இன்னும் ரகசியமாக அழுவதை வெட்கமில்லாமல் ஒப்புக்கொள்ளத் துணிய மாட்டார்கள். இளமையாக இருப்பதற்கு அதுவொரு மோசமான காலகட்டம். ஒவ்வொரு வயதுக்கும் ஒரு உடையணியும் முறை இருந்தது என்றாலும் முதுமையின் முறை இளமைப் பருவம் முடிந்தவுடன் தொடங்கிக் கல்லறைவரை நீடித்தது. வயது என்பதற்கு மேல், அது ஒரு சமூகக் கண்ணியம். இளைஞர்கள் தங்களுடைய பாட்டனார்களைப் போல உடையணிந்தார்கள். முதிராத பருவத்திலேயே கண்ணாடி அணிந்து மிகவும் மரியாதைக்கு உரியவர்களாக மாறினார்கள். முப்பதுகளிலேயே கைத்தடியை வைத்துக்கொள்வது மிகவும் பொருத்தமாக இருந்தது. பெண்களுக்கு இரண்டு காலகட்டங்கள் மட்டும்தான் இருந்தன: இருபத்திரண்டு வயதைத் தாண்டாத திருமண வயதும் நிரந்தரமாக ஒண்டிக்கட்டையாக இருக்கும்

வயதும். இவர்கள் பின்தங்கிப் போனவர்கள். தனது வயதை வாழ்ந்த ஆண்டுகளால் அல்லாமல், இறப்பதற்கு மிச்சமிருக்கும் காலத்தால் கணக்கிடப்படும் தனித்துவமான பிறவிகள். மற்றவர்கள், திருமணமானவர்கள், தாய்மார்கள், விதவைகள், பாட்டிகள்.

மாறாக, ஃப்ளோரென்டினோ அரிஸா சிறு வயதிலிருந்தே வயதானவராகத் தோற்றமளிக்கும் விசித்திரமான அதிர்ஷ்டம் தனக்கு இருந்தது என்பதை அறிந்திருந்தும், முதுமையின் கண்ணிகளைக் கடுமையான பொறுப்பற்ற முறையில் எதிர்கொண்டான். தொடக்கத்தில் அதுவொரு தேவையாக இருந்தது. ட்ரான்சிட்டோ அரிஸா, தன்னுடைய தந்தை குப்பையில் போடத் தீர்மானித்த துணிகளைப் பிரித்துத் தன் மகனுக்கு ஏற்றபடி தைத்துக் கொடுப்பார்; அதனால் உட்காரும்போது தரையில் இழுத்த கோட்டுகளோடும், பருத்தியைத் திணித்துச் சிறியதாக்க வேண்டி இருந்ததையும் தாண்டி, காதுவரை மறைத்த பாதிரியார் தொப்பிகளோடும் தொடக்கப் பள்ளிக்குச் சென்றான். ஐந்து வயதிலிருந்தே கிட்டப் பார்வைக் கண்ணாடியைப் பயன்படுத்தியதாலும், குதிரை முடிகளைப்போல மிருதுவாகவும் அடர்த்தியாகவும் இருந்த அவனுடைய தாயின் கறுப்பு முடியைக் கொண்டிருந்ததாலும், அவன் தோற்றம் எதையும் தெளிவாக்கவில்லை. அதிர்ஷ்டவசமாக, இடைவெளியே இல்லாமல் அடுத்தடுத்து நடந்த பல உள்நாட்டுப் போர்களால் ஏராளமான அரசாங்கச் சீர்கேடுகளுக்குப் பிறகு, பள்ளியின் தர அளவுகோல்கள் முன்பைவிடத் தாராளமானவையாக இருந்தன. பொதுப் பள்ளிகளில் பிறப்பிலும் சமூக நிலைமைகளிலும் குழப்பம் நிலவியது. இன்னும் முழுமையான வளர்ச்சியடையாத குழந்தைகள், நிச்சயமற்ற போர்களில் வென்ற கிளர்ச்சி அதிகாரிகளின் அடையாள முத்திரைகளோடும் சீருடைகளோடும் பெல்ட்களில் தெளிவாகத் தெரிந்த அவர்களுடைய சட்டப்பூர்வமான ஆயுதங்களோடும், சாலைத் தடுப்பின் வெடிமருந்து வாசனையோடு வகுப்பிற்கு வந்தார்கள். விளையாட்டு மைதானங்களில் தகராறு வரும்போது துப்பாக்கியால் சுட்டுக்கொண்டார்கள், தேர்வுகளில் மோசமான மதிப்பெண்களைப் பெற்றால் ஆசிரியர்களை மிரட்டினார்கள். மதபோதனை வகுப்பில், கடவுள் பழமைவாதக் கட்சியின் முழுமையான உறுப்பினர் என்று சொன்னதற்காக, லா சாலே பள்ளியில் ஆண்டு ஓய்வுபெற்ற போராளிகளின் கர்னலான மூன்றாம் ஆண்டு மாணவன் ஒருவன் சகோ. குவான் எரேமிட்டாவை சுட்டுக் கொன்றான்.

இன்னொருபுறம், பழங்கால இளவரசர்களைப் போல உடையணிந்து திரிந்த சீரழிந்த பெரிய குடும்பங்களின் குழந்தைகளும், வெறுங்காலில் நடந்த பிற ஏழைக் குழந்தைகளும்

இருந்தார்கள். எல்லாப் பகுதிகளிலிருந்தும் வந்த மிக அபூர்வங்களுக்கு மத்தியில், ஃப்ளோரென்டினோ அரிஸா அபூர்வமானவனாக இருந்தான் என்றாலும் கவனத்தை அதிகம் ஈர்க்குமளவுக்கு இல்லை. தெருவில் அவனைப் பார்த்து யாரோ கத்தியதைக் கேட்டதுதான் மிகவும் கஷ்டமாக இருந்தது. "இவங்க மூஞ்சிக்கும், இவங்க பவிசுக்கும் எது கிடைத்தாலும் போதாது" என்று எப்படி இருந்தாலும், தேவையால் சுமத்தப்பட்ட அந்த உடை, அப்போதிலிருந்தும் அவருடைய வாழ்நாள் முழுவதும், அவரது புதிரான இயல்புக்கும் அமைதியான தன்மைக்கும் மிகப் பொருத்தமானதாக இருந்தது. சி.எஃப்.சி. நிறுவனத்தில் முக்கியமான முதல் பதவி கொடுக்கப்பட்டபோது, கிறிஸ்துவின் மதிப்பிற்குரிய வயதான முப்பத்துமூன்று வயதில் இறந்துபோன, வயதான மனிதராகத் தன் நினைவிலிருந்த, தனது தந்தையின் பாணியில் தனக்கான உடைகளைத் தைத்துக்கொண்டார். அதனால், தான் இருந்ததைவிட அதிக வயதானவராகவே ஃப்ளோரென்டினோ அரிஸா எப்போதும் தோன்றினார். அப்பட்டமான உண்மைகளை அவரிடம் கூறிய, அவரை விட்டு விரைவாகக் கடந்துவிட்ட காதலியான, ஓயாமல் பேசும் ப்ரீகிடா ஜூலெட்டா, நிர்வாணமாக இருபது வயது குறைவாகத் தெரிவதால், முதல் நாளிலிருந்தே ஆடையைக் கழற்றும்போது அதிகம் பிடித்திருப்பதாகச் சொன்னாள். இருந்தாலும், வேறுவகையில் உடுத்துவதை அவருடைய தனிப்பட்ட விருப்பம் அனுமதிக்காததாலும், அவரை விட்டுத் தனது அரைக்கால் சட்டையையும் கப்பல் அறையில் வேலைசெய்யும் பையனின் தொப்பியையும் அலமாரியிலிருந்து மறுபடியும் எடுத்தால் தவிர, இருபது வயதில் இளைஞனைப் போல உடுத்துவது எப்படி என்று யாருக்கும் தெரியாததாலும், அதை எப்படி நிவர்த்தி செய்வது என்பது ஃப்ளோரென்டினோ அரிஸாவுக்குத் தெரியவில்லை. தன்னுடைய காலத்தின் முதுமை என்ற கருத்திலிருந்து அவரால் தப்பிக்கவும் முடியவில்லை. அதனால், சினிமாவிலிருந்து வெளியில் வந்த ஃபெர்மினா தாஸா தடுமாறியதைப் பார்த்தபோது, அவருடைய கொடூரமான காதல் போருக்குப் பரிகாரம் இல்லாமல் வேசிக்குப் பிறந்த மரணம் தன்னை வெல்லப்போகிறது என்ற பீதியின் இடியால் அதிர்ந்துபோனது எதிர்பார்க்கக் கூடியதுதான்.

அதுவரை, ஃபெர்னான்டோ அரிஸா மேற்கொண்ட பெரிய போர், தலை வழுக்கைக்கு எதிராக நடத்தியதுதான். கையில் கிடைத்ததையெல்லாம் கொண்டு நடத்திய அந்தப் போரில் அவன் மோசமாகத் தோற்றார். சீப்பில் சிக்கிய முதல் முடிகளைக் கண்டதிலிருந்து, அதன் வேதனையை அனுபவிக்காதவர்களால் கற்பனைசெய்ய முடியாத நரகத்தில் தள்ளப்பட்டதாக

உணர்ந்தார். பல காலமாகப் போராடினார். தலையின் ஒவ்வொரு அங்குலத்தையும் கொடூரமான அழிவிலிருந்து பாதுகாக்க மேற்கொள்ளாத தியாகமோ, ஏற்றுக்கொள்ளாத நம்பிக்கையோ, முயற்சிசெய்து பார்க்காத மருந்தோ, களிம்போ இல்லை. முடி வளர்ச்சி, பயிர்ச் சுழற்சி முறைகளோடு நேரடித் தொடர்புடையது என்று கேள்விப்பட்டதால், விவசாயத்திற்கான பிரிஸ்டல்[7] பஞ்சாங்கக் குறிப்புகளை மனப்பாடமாகக் கற்றுக்கொண்டார். கம்பீரமான வழுக்கையராக இருந்த, தன்னுடைய வழக்கமான சிகையலங்கார நிபுணரைக் கைவிட்டுவிட்டு, சந்திரன் வளர்பிறையில் நுழையும்போது மட்டும் முடிவெட்டும் அண்மையில் வந்திருந்த வெளிநாட்டானை வைத்துக்கொண்டார். புதிய சிகையலங்கார நிபுணர் தனக்கு உண்மையில் வளமான கை இருப்பதைக் காட்டத் தொடங்கிய போது, அறியாப் பெண்களைக் கெடுத்ததற்காகப் பல்வேறு ஆண்டிலியக் காவல் துறையினரால் தேடப்படுபவன் அவன் என்பது தெரியவந்தது, அவன் சங்கிலியில் கட்டி இழுத்துச் செல்லப்பட்டான்.

தவறாமல் பலனளித்த மருந்தைப் பயன்படுத்துவதற்கு முன்னும் பின்னும் என்பதாக முதலில் முலாம்பழம்போல மொட்டைத் தலையோடும் அடுத்து சிங்கத்தைவிட அதிக முடியோடும் தோற்றமளிக்கும் ஒரே மனிதனின் இரண்டு படங்களை ஒன்றாக வெளியிட்டிருந்த கரீபியப் படுகைச் செய்தித் தாள்களில் அவர் கண்ட வழுக்கை ஆண்களுக்கான அத்தனை விளம்பரங்களையும் வெட்டியெடுத்து வைத்திருந்தார் ஃப்ளோரென்டினோ அரிஸா. ஆறு வருடங்களுக்குப் பிறகு, பாட்டில்களில் குறிப்பிடப்பட்டிருந்த மாற்றுகளையும் சேர்த்து, நூற்று எழுபத்து இரண்டு முறைகளை முயற்சித்திருந்தார். இருட்டில் பளபளப்பாக ஒளிர்ந்ததால் மார்டினிக் தீவின் புனிதர்களால் துருவவொளித் தோல்நோய் என்று பெயரிடப்பட்ட, நமைச்சலும் துர்நாற்றமும் கொண்ட, மண்டையோட்டின் தோல் அரிப்பு மட்டும்தான் அவருக்குக் கிடைத்தது. கடைசியாக, பொதுச் சந்தையில் கூவி விற்கப்பட்ட அத்தனை இந்திய மூலிகைகளையும் எழுத்தர்களின் வாயிலில் விற்கப்பட்ட அத்தனைக் கீழ்த்திசை மருந்துகளையும் குறிப்பிட்ட மந்திரங்களையும் நாடினார் என்றாலும், மோசடியை உணர்ந்தபோது துறவியின் மொட்டைத் தலைதான் இருந்தது. பூஜ்ஜிய ஆண்டில்[8], ஆயிரம் நாள் உள்நாட்டுப் போர் நாட்டை ரத்தக் களறி

7. 1832 முதல் வெளியிடப்பட்ட தென்னமெரிக்க நாடுகளில் புகழ்பெற்றிருந்த பஞ்சாங்கம். வானியல் சார்ந்த, புவியியல் சார்ந்த, சோதிடம் சார்ந்த கணிப்புகளைக் கொண்டிருந்தது.

8. 1900.

ஆக்கியபோது, அளவெடுத்த இயற்கை முடி டோப்பாக்களைத் தயாரித்த இத்தாலியர் ஒருவர் நகரத்தின் வழியாகச் சென்றார். பெருந்தொகை செலவானது. மூன்று மாதப் பயன்பாட்டிற்குப் பிறகு தயாரிப்பாளர் எதற்கும் பொறுப்பேற்கவில்லை என்றாலும், சலனத்திற்கு அடிபணியாத வழுக்கை மனிதர்கள் யாருமில்லை. முதலில் வாங்கியவர்களில் ஃப்ளோரென்டினோ அரிஸாவும் ஒருவர். மனநிலை மாற்றங்களோடு சிலிர்த்து நிற்கும் என்று தானே அஞ்சிய, தன் சொந்த முடியைப் போலவே பொருத்த மாக இருந்த டோப்பாவை அணிந்து பார்த்தார் என்றாலும் இறந்துபோன மனிதனின் தலைமுடியைத் தலையில் சுமக்கும் யோசனையை அவனால் செரிக்க முடியவில்லை. வழுக்கை யின் தீவிரம் நரைமுடியின் நிறத்தைத் தெரிந்துகொள்ள நேரம் கொடுக்கவில்லை என்பதுதான் அவருக்கு ஆறுதலாக இருந்தது. ஒருநாள், அலுவலகத்தை விட்டு அவர் வெளியேறு வதைப் பார்த்தபோது வழக்கத்தைவிட அதிக உற்சாகத்தோடு அவரை அணைத்த படகுத் துறையின் மகிழ்ச்சியான குடிகாரர் ஒருவர், அவரது தொப்பியைக் கழற்றி, மண்டையில் சத்தமாக முத்தம் கொடுத்தார். “தெய்வீகப் பந்து” என்று கூச்சலிட்டதைக் கேட்டுப் பணியாளர்கள் கேலியாகச் சிரித்தார்கள்.

நாற்பத்தெட்டு வயதில், அன்றிரவு, பக்கங்களிலும் பின்மண்டையிலும் மிச்சமிருந்த கொஞ்சநஞ்ச முடிகளையும் வெட்டிக்கொண்டு, முழுவழுக்கையாகத் தனது விதியை முழுமையாக ஏற்றுக்கொண்டார். அந்த அளவுக்கு, ஒவ்வொரு நாள் காலையிலும் குளிப்பதற்கு முன்பாகக் கன்னத்தை மட்டு மில்லாமல் முடிகள் முளைக்கத் தொடங்கிய மண்டையோட்டின் பகுதிகளையும்கூட நுரையால் நிரப்பி, அனைத்தையும் சவரக்கத்தியால் குழந்தையின் பிட்டங்களைப்போல ஆக்கி விடுவார். அதுவரை, அநாகரிகமாகத் தோன்றிய நிர்வாணத்தைப் போன்றதொரு உணர்வை வழுக்கை கொடுத்ததால், அலுவலகத்திற்கு உள்ளும்கூட அவன் தொப்பியைக் கழற்றிய தில்லை. தன்னுடைய வழுக்கையை முழுமையாக உள்வாங்கி ஒப்புக்கொண்டபோது, ஆண்மைக்குரிய நற்பண்புகளுக்கு வழுக்கையே காரணம் என்று கூறப்பட்டதை வழுக்கை மனிதர்களின் கற்பனைகள் என்பதைத் தவிர வேறில்லை என்று நிராகரித்தார். பிறகு வலது பக்கத்தின் நீண்ட முடிகளை மண்டையைச் சுற்றிச் சீவிக்கொள்ளும் புதிய வழக்கத்தை ஏற்படுத்திக்கொண்டார். அதை மறுபடியும் கைவிடவில்லை. ஆனால், உள்ளூரில் ஆமைத்தொப்பி என்று அழைக்கப்பட்ட வைக்கோல் தொப்பியை விரும்பி அணிவது வழக்கமான பிறகும், அதே இறுதிச் சடங்குப் பாணியில் தொப்பியை எப்போதும் பயன்படுத்திவந்தார்.

சாதாரணத் தொற்று நோயைக் குணப்படுத்தப் பற்களைப் பிடுங்க முடிவெடுத்த நடமாடும் பல் மருத்துவரின் தவறால்தான் பற்களை இழந்தாரே தவிர, இயற்கைப் பேரழிவின் காரண மாக அல்ல. இடைவிடாத பல் வலியையும் தாண்டி, அவற்றைத் தாங்கிக்கொள்ள முடியாமல் போகும்வரை, காலால் இயக்கப் படும் துளையிடும் கருவியின் அச்சத்தால் பல் மருத்துவரிடம் போவதைத் தவிர்த்தார் ஃப்ளோரென்டினோ அரிஸா. நினைவின் மூடுபனியில் கிட்டத்தட்ட மறைந்துபோன மற்றொரு காலத்தைச் சேர்ந்ததாகத் தோன்றியதால், பக்கத்து அறையில் ஆற்றுப்படுத்த முடியாத முனகல்களை இரவெல்லாம் கேட்டு ஃப்ளோரென்டினோவின் தாய் பயந்துபோனாள். என்றாலும், அவருடைய காதல் எங்கே வலிக்கிறது என்று பார்க்க அவரை வாயைத் திறக்கச் செய்தபோது, அவர் படுத்த படுக்கையாகக் கிடப்பதைக் கண்டாள்.

நதிக்கரை நகரங்களில் பயங்கரத்தின் நடமாடும் முகவரைப் போன்ற தோற்றத்தில், சிப்பந்தியின் சேணப்பைகளில் முழுமை யான பல் வைத்திய அலமாரியோடு ஆற்றுப் படகுகளில் பயணம்செய்த ஜோத்பூர் காலணிகளும் சவாரி உடைகளும் அணிந்த கறுப்பு அரக்கர் டாக்டர் ஃப்ரான்சிஸ் அடோனேவிடம் சிற்றப்பா பன்னிரண்டாம் லூயி அவரை அனுப்பினார். வாய்க்குள் ஒருமுறை பார்த்ததோடு புதிய விபத்துகளிலிருந்து காப்பாற்றுவதற்காக ஃப்ளோரென்டினோ அரிஸாவின் கடைவாய்ப் பற்கள்வரை ஆரோக்கியமான பற்களையும் பிடுங்கி விட அவர் முடிவெடுத்தார். வழக்கை சிகிச்சைக்கு மாறாக, மயக்க மருந்து இல்லாமல் படுகொலை செய்வதைப் பற்றிய இயல்பான அச்சத்தைத் தவிர, அந்தக் கழுதை வைத்தியம் அவனுக்கு எந்தக் கவலையையும் கொடுக்கவில்லை. முதலாவதாக தன்னுடைய இரண்டு தாடைகளையும் வெளியிலெடுத்து அவற்றை மேசையில் தனியாகப் பேசிக்கொண்டிருக்க விட்ட, திருவிழாச் சந்தை மந்திரவாதியின் நினைவு அவனுடைய குழந்தைப் பருவ ஏக்கங்களில் ஒன்றாக இருந்ததாலும், இரண்டாவதாக, காதல் வலியைப் போலவே கிட்டத்தட்ட அதே அளவுக்கு, அதே அளவுக் கொடுமையோடு சிறுவயதி லிருந்தே அவரைத் துன்புறுத்திய பல் வலிக்கு முற்றுப்புள்ளி வைத்ததாலும், போலிப் பற்களைக் கட்டிக்கொள்ளும் யோசனையைக்கூட அவர் வெறுக்கவில்லை. கந்தகம் சேர்த்து வல்கனைஸ் செய்யப்பட்ட ரப்பரின் கடுமையான வாசனை அடித்தாலும், தனது தோற்றம் எலும்பியல் மருத்துவப் புன்னகை யோடு சுத்தமாக இருக்கும் என்று அவர் நம்பியதால், அது வழுக்கையைப்போல முதுமையின் தந்திரமான அடியாகவும் அவருக்குத் தோன்றவில்லை. எனவே டாக்டர் அடோனேவின்

பழுக்கக் காய்ச்சிய இடுக்கிக்கு எதிர்ப்பு இல்லாமல் அடிபணிந்த அவன், சுமை தூக்கும் கழுதையின் அமைதியோடு சிகிச்சையைத் தாங்கிக்கொண்டார்.

தனது உடம்பில் அறுவை செய்யப்பட்டதைப் போல சிகிச்சையின் விவரங்களைக் கவனித்துக்கொண்டார் சிற்றப்பா பன்னிரண்டாம் லூயி. பெல் காந்தோ[9] மீதான அவரது வெறித்தனமான காதல் காரணமாகவும், லா மக்தலேனா ஆற்றின் வழியாக அவருடைய ஆரம்பப் பயணங்களில் செய்து கொண்ட ஒப்பந்தத்தாலும் போலிப் பற்கள்மீது அவருக்குத் தனிப்பட்ட ஆர்வமிருந்தது. ஒரு பௌர்ணமி இரவில், கமர்ரா துறைமுகத்தின் நுழைவு வாயிலில், கப்பல் தளபதியின் தளத்திலிருந்து, நேப்பிள் நகரக் காதல் பாடல்களைப் பாடி வனத்திலிருக்கும் விலங்குகளை எழுப்பும் திறமை தனக்கு இருப்பதாக ஜெர்மானிய நில அளவையாளர் ஒருவரோடு பந்தயம் கட்டினார். கிட்டத்தட்ட அவர் வெற்றி பெறவில்லை. சதுப்பு நில நாரைகளின் சிறகடிப்பும் முதலைகளின் வால்களின் துடிப்பும் வறண்ட நிலத்தின் மீது குதிக்க முயன்ற கெண்டை மீன்களின் பயங்கரமும் ஆற்றின் இருட்டில் உணரப்பட்டன என்றாலும், உச்சஸ்தாயியில், பாடலின் சக்தியால் பாடகரின் ரத்த நாளங்கள் வெடித்துவிடும் என்ற அச்சம் எழுந்தபோது, அவருடைய இறுதி மூச்சோடு பொய்ப்பற்கள் வாயிலிருந்து விழுந்து, தண்ணீரில் மூழ்கின.

அவருக்கு அவசரமான மாற்றுப் பொய்ப்பற்களைச் செய்துகொண்டிருந்தபோது, டெனெரிஃப் துறைமுகத்தில் கப்பல் மூன்று நாட்கள் தாமதிக்க வேண்டியிருந்தது. அவை மிகவும் பொருத்தமாக இருந்தன. ஆனால் மறுவழிப் பயணத்தில், முந்தைய பற்களை இழந்தது எப்படி என்பதைத் தளபதிக்கு விளக்க முயன்ற சிற்றப்பா பன்னிரண்டாம் லூயி, வனத்தின் சூடான காற்றை நுரையீரல் முழுவதும் நிரப்பிக்கொண்டு, தன்னால் முடிந்த அளவு உச்ச ஸ்தாயியில், கப்பலின் பாதையை இமைக்காமல் பார்த்தபடி வெயில் காய்ந்த முதலைகளை அச்சுறுத்தும் முயற்சி யில் கடைசி மூச்சுவரை தாக்குப் பிடித்துப் பாடியபோது, புதிய பற்களும் நீரோட்டத்தில் விழுந்து மூழ்கின. அப்போதிலிருந்து வீட்டின் வெவ்வேறு இடங்களில், மேசை இழுப்பறையில், கம்பெனியின் மூன்று கப்பல்கள் ஒவ்வொன்றிலும் ஒன்று என்று பல்செட்டுகளை எல்லா இடங்களிலும் வைத்திருந்தார். மேலும், ஒரு சுற்றுலா மதிய உணவில் பன்றி இறைச்சியைச் சாப்பிட முயன்றபோது ஒன்றை உடைத்துவிட்டதால், வீட்டிற்கு

9. ‘நல்லிசை’: இத்தாலியில் உருவாகிப் பதினெட்டாம் நூற்றாண்டிலும் பத்தொன்பதாம் நூற்றாண்டின் தொடக்கத்திலும் ஐரோப்பியா முழுவதிலும் புகழ்பெற்றிருந்த வாய்ப்பாட்டு.

வெளியே சாப்பிடும்போது தன்னுடைய பாக்கெட்டில் சிறிய இருமல் மருந்துப் பெட்டியில் மாற்றுப் பல்செட்டை எடுத்துச் செல்வார். தன்னுடைய அண்ணன் மகன் அதைப் போன்ற அதிர்ச்சிகளுக்கு ஆளாக நேரிடும் என்ற அச்சத்தில் சிற்றப்பா பன்னிரண்டாம் லூயி, ஒரே நேரத்தில் இரண்டு பல்செட்டு களைச் செய்யச்சொல்லி டாக்டர் அடோனேவுக்குக் கட்டளை யிட்டார். அலுவலகத்தில் தினசரி பயன்படுத்த மலிவான பொருட்களால் செய்யப்பட்ட ஒன்றும், ஞாயிற்றுக்கிழமை களுக்கும் திருவிழா நாட்களுக்கும் புன்னகைக்கும் பல்லில் கூடுதலான யதார்த்த உணர்வைக் கொடுத்த ஒரு துண்டுத் தங்கத்துடன் மற்றொன்றும். இறுதியாக, திருவிழா மணிகள் ஒலித்த குருத்தோலை ஞாயிறன்று, குறைபாடுகளற்ற புன்னகையால் தனக்குப் பதிலாக வேறொருவர் உலகத்தில் தன்னுடைய இடத்தைப் பிடித்துக்கொண்டார் என்ற உணர்வைக் கொடுத்த புதிய அடையாளத்தோடு தெருவிற்குத் திரும்பினார் ஃப்ளோரென்டினோ அரிஸா.

அது அவருடைய தாயார் இறந்துவிட்ட காலகட்டம். ஃப்ளோரென்டினோ அரிஸா வீட்டில் தனியாக இருந்தார். அந்தத் தெருவுக்குப் பெயர் தந்த பல ஜன்னல்கள் திரைச் சீலை களுக்குப் பின்னாலிருந்த ஏராளமான கண்களைப் பற்றிச் சிந்திக்கவைத்தாலும்கூட, அந்தத் தெரு விவேகமுள்ளதாக இருந்ததால், அவருடைய வகைக் காதலுக்குப் போதுமான மூலையாக அது இருந்தது. ஆனால் ஃபெர்மினா தாஸா மகிழ்ச்சியாக இருப்பதற்காக, அவள் மட்டுமே மகிழ்ச்சியாக இருப்பதற்காகத்தான் இவையனைத்தும் செய்யப்பட்டன, அதனால் மற்ற காதல்களால் வீட்டைக் கெடுப்பதற்கு முன்பு, தன்னுடைய மிகுந்த பலனளிக்கும் ஆண்டுகளில் பல நல்ல வாய்ப்புகளை ஃப்ளோரென்டினோ அரிஸா இழக்க விரும்பி னார். நல்ல வாய்ப்பாக, சி.எஃப்.சி.யில் ஏறிய ஒவ்வொரு படியும் புதிய சலுகைகளை, அனைத்துக்கும் மேலாக ரகசியச் சலுகைகளைக் குறித்தது. அவற்றில் அவருக்கு மிகவும் பயனுள்ளதாக இருந்தது காவலர்களின் உடந்தையோடு, இரவு நேரத்திலோ அல்லது ஞாயிற்றுக்கிழமைகளிலோ விடுமுறை நாட்களிலோ அலுவலகத்தைப் பயன்படுத்துவதற்கான வாய்ப்பு. ஒருமுறை முதன்மைத் துணைத்தலைவராக இருந்தபோது, அவர் நாற்காலியிலும் அவள் அவன்மீது கால்களை விரித்து உட்கார்ந்துகொண்டும், ஞாயிற்றுக்கிழமை பணிப்பெண்களில் ஒருத்தியோடு அவசரக் காதல் செய்துகொண்டிருந்தபோது, திடீரென்று கதவு திறந்தது. தவறான அலுவலகத்திற்குள் நுழைந்ததைப் போலத் தலையை நீட்டிய சிற்றப்பா பன்னிரண்டாம் லூயி, பயந்துபோன அண்ணன் மகனைக் கண்ணாடி வழியாகப்

பார்த்துக்கொண்டு நின்றார். "கருமம்! உன் தந்தையைப் போலவே தவறுசெய்கிறாய்" என்றார், எந்த அதிர்ச்சியும் இல்லாமல். கதவை மறுபடியும் மூடுவதற்கு முன்பு, வெற்றிடத்தை வெறித்த கண்களோடு சொன்னார்: "பெண்ணே! நீ வருத்தப்படாமல் தொடர்ந்து செய். சத்தியமாக நான் உன் முகத்தைப் பார்க்க வில்லை."

அதைப் பற்றி மறுபடியும் பேசவில்லை என்றாலும், அதற்கு அடுத்த வாரம் ஃப்ளோரென்டினோ அரிஸாவின் அலுவலகத்தில் வேலைசெய்ய முடியவில்லை. கூரையில் விசிறியைப் பொருத்த மின்சார ஊழியர்கள் திங்கட்கிழமையன்று திடீரென்று நுழைந்தார்கள். முன்னறிவிப்பு இல்லாமல் நுழைந்த பூட்டுத் தொழிலாளிகள், உள்ளிருந்து தாழ் போட்டுக் கொள்வதற்காகத் தாழ்ப்பாளைப் போருக்குப் போவதைப் போலச் சத்தத்தோடு பொருத்தினார்கள். தச்சர்கள் ஏனென்று சொல்லாமல் அளவெடுத்தார்கள், சுவரின் நிறத்தோடு பொருந்துகிறதா என்று பார்க்கத் திரைச்சீலை தைப்பவர்கள் முரட்டுத் துணியின் மாதிரிகளைக் கொண்டுவந்தார்கள். அடுத்த வாரம் ஒரு டியோனிசிய[10] பூப்போட்ட ஒரு இரட்டை சோபாவைக் கதவு வழியாக நுழைக்க முடியவில்லை என்பதால் ஜன்னல் வழியாகக் கொண்டுவர வேண்டியிருந்தது. தற்செயலாகத் தோன்றாத முரட்டுத்தனத்தோடு, எதிர்பாராத நேரங்களில் வேலை செய்தார்கள், எதிர்ப்புத் தெரிவித்த அனைவருக்கும் ஒரே பதில்தான்: தலைமையகத்தின் உத்தரவுப்படி. அத்தகைய குறுக்கீடு, தன்னுடைய தறிகெட்ட காதல்களைக் கவனித்த சிற்றப்பாவின் கருணையா அல்லது தனது தவறான நடத்தையை எதிர்கொள்ளவைக்கும் அவருடைய வழியா என்பது ஃப்ளோரென்டினோ அரிஸாவுக்குத் தெரிய வில்லை. நடந்தது அவருக்குப் புரியவில்லை. அவரது அண்ணன் மகன் பெரும்பாலான ஆண்களிடமிருந்து வேறுபட்ட வழக்கங்களை வைத்திருக்கிறான் என்ற வார்த்தை அவரை எட்டியதாலும், அது அவனைத் தனது வாரிசாக ஆக்குவதற்குத் தடையாக இருந்தது வேதனைப்படுத்தியதாலும், சிற்றப்பா பன்னிரண்டாம் லூயிதான் அவனை ஊக்கப்படுத்தினார்.

தனது சகோதரரைப் போல இல்லாமல், அறுபது ஆண்டுகள் நீடித்த நிலையான திருமண வாழ்க்கையைக் கொண்டிருந்த லியோ பன்னிரண்டாம் லூயி ஞாயிற்றுக்கிழமைகளில் வேலை செய்வதில்லை என்பதில் பெருமைப்பட்டுக்கொள்வார்.

---

10. கிரேக்கப் புராணங்களின்படி, ஜீயஸின் மகன் டியோனிசஸ் மதுவிற்கும் நடனத்திற்கும் கொண்டாட்டத்திற்குமான தெய்வம். அவருடைய இன்னொரு மகனான அப்போலோ இசைக்கும் கவிதைக்கும் அறிவார்ந்த சிந்தனைக்குமான தெய்வம்.

நான்கு மகன்களையும் ஒரு மகளையும் பெற்ற அவர், அவர்கள் அனைவரையும் தனது ராஜ்ஜியத்தின் வாரிசுகளாகத் தயார்செய்ய விரும்பினார், ஆனால் அவருடைய காலத்தின் நாவல்களில் வழக்கமாகப் பயன்படுத்தப்பட்ட தற்செயல் நிகழ்வுகளில் ஒன்றை வாழ்க்கை அவருக்குக் கொடுத்தது என்றாலும், நிஜ வாழ்க்கையில் யாரும் நம்பவில்லை: தலைமைப் பதவிக்கு உயர்ந்துகொண்டிருந்தபோதே ஒருவர் பின் ஒருவராக நான்கு மகன்களும் இறந்துவிட்டார்கள். நதித் தொழிலுக்குத் தொடர்பில்லாமல் வளர்ந்த மகள், ஐம்பது மீட்டர் உயரத்தில் ஜன்னலிலிருந்து படகுகளைப் பார்த்தபடி இறக்க விரும்பி னாள். இத்தனை தற்செயல்கள் ஒன்றாக நடப்பதற்கு எதையோ செய்தது, அவரது விசித்திரத் தோற்றத்தோடும் காட்டேரிக் குடையோடும் ஃப்ளோரென்டினோ அரிஸாதான் என்ற கருத்தை நம்புகிறவர்களும் இல்லாமல் போகவில்லை.

மருத்துவரின் பரிந்துரையை ஏற்றுத் தனது விருப்பத்திற்கு மாறாகச் சிற்றப்பா ஓய்வுபெற்றபோது, ஃப்ளோரென்டினோ அரிஸா ஞாயிற்றுக்கிழமையின் காதல்களை விருப்பத்தோடு தியாகம்செய்யத் தொடங்கினார். முதல் ஓட்டுநரின் கையை முறிக்கும் அளவுக்குப் பின்னோக்கி அடித்த முடுக்கியைக் கொண்ட, நகரத்தில் தோற்றமளித்த முதல் கார்களில் ஒன்றில், சிற்றப்பாவின் கிராமத்து ஓய்வு இல்லத்திற்கு அவரோடு சென்றார். ஆஸ்ட்ரோமேலியா என்ற லில்லி மலர்கள் பூத்த மாடியிலிருந்து மாலை நேரங்களில் பனிபடர்ந்த மலைமுகடுகளைப் பார்க்க முடிந்த பழைய அடிமைகளின் பண்ணையில், அனைத்தி லிருந்தும் விலகி கடலுக்குப் பக்கத்தில், பட்டு நூலால் தனது பெயர் பொறிக்கப்பட்ட தொங்குப் படுக்கையில் படுத்திருந்த அந்த முதியவரோடு பல மணிநேரம் பேசிக்கொண்டிருந்தார். ஃப்ளோரென்டினோ அரிஸாவுக்கும் அவருடைய சிற்றப்பா வுக்கும் நதிப் போக்குவரத்தைத் தவிர வேறெதையும் பேசுவது கடினமாக இருந்தது. மெதுவான மாலை நேரங்களிலும் தொடர்ந்த பேச்சுக்களில் மரணமும் கண்ணுக்குத் தெரியாத விருந்தாளி யாக எப்போதும் இருந்தது. ஐரோப்பியக் கூட்டமைப்புகளுடன் தொடர்புடைய உள்நாட்டு வணிகர்களின் கைகளுக்கு நதிப் போக்குவரத்து சென்றுவிடக் கூடாது என்பது சிற்றப்பா பன்னிரண்டாம் லூயிக்கு அடிக்கடி ஏற்படும் கவலையாக இருந்தது. "இது எப்போதும் மட்டாகோங்கோக்களின் (கடலோடிகள்) வணிகமாகவே இருந்துவருகிறது. கச்சாக்கோக்கள் (உள்நாட்டுவாசிகள்) அதைப் பிடித்துக்கொண்டால், அவர்கள் ஜெர்மானியர்களுக்குத் திருப்பிக் கொடுத்துவிடுவார்கள்" என்றார். பொருத்தமற்றதாக இருந்தாலும்கூட, அவருடைய கவலை அவர் திரும்பத் திரும்பச் சொல்ல விரும்பும் அரசியல்

நம்பிக்கையோடு ஒத்துப்போனது: "எனக்கு நூறு வயது முடியப் போகிறது. பிரபஞ்சத்தில் நட்சத்திரங்களின் நிலை உள்ளிட்ட அத்தனையும் மாறுவதைப் பார்த்திருக்கிறேன் என்றாலும், இந்த நாட்டில் இதுவரை எந்த மாற்றத்தையும் நான் பார்க்க வில்லை. ஒவ்வொரு மூன்று மாதத்திற்கும் இங்கே புதிய போர்களும் புதிய சட்டங்களும் புதிய அரசியல் சட்டங்களும் உருவாக்கப்படுகின்றன என்றாலும், நாம் தொடர்ந்து அடிமைத்தனத்தில்தான் இருந்துவருகிறோம்" என்றார்.

கூட்டாட்சியின் தோல்விக்கு அனைத்துத் தீமைகளையும் காரணம் காட்டிய அவருடைய மேசோனிக் சகோதரர்களுக்கு, அவர் இப்படிப் பதிலளிப்பது வழக்கம்: "76ஆம் ஆண்டுப் போரில், இருபதாண்டுகளுக்கு முந்தைய ஆயிரம் நாள் போர் மறைந்துவிட்டது." அரசியல் அலட்சியத்தின் முழுமையான எல்லையிலிருந்த ஃப்ளோரென்டினோ அரிஸா, கடலின் சத்தத்தைக் கேட்பவரைப் போல அடிக்கடி எழுந்த அந்தக் கூக்குரல்களைக் கேட்டுக்கொண்டிருந்தார். அவரது அரசியல் கொள்கைக்கு எதிராக இருந்ததைப் போலவே நிறுவனத்தின் கொள்கைக்கும் கடுமையான எதிரியாக இருந்தார். சிற்றப்பாவின் அளவுகோலுக்கு எதிராக, எப்போதும் பேரழிவின் விளிம்பில் இருப்பதாகத் தோன்றும் நதிப் போக்குவரத்தின் பின்தங்கிய நிலையை, தொண்ணூற்று ஒன்பது ஆண்டுகளுக்கும் ஒரு நாளுக்கும் தேசிய காங்கிரசால் கரீபிய நதிக் கம்பெனிக்கு வழங்கப்பட்ட நீராவிக் கப்பல் ஏகபோகத்தைத் தன்னிச்சை யாகக் கைவிடுவதன் மூலம்தான் சரிசெய்ய முடியுமென்று கருதினான். "தனது அராஜகக் கற்பனைகளால் எனது பெயர் கொண்ட லியோனா உன் தலையில் இந்த யோசனைகளைத் திணித்திருக்கிறாள்" என்று எதிர்த்தார் சிற்றப்பா. அது பாதி யளவுக்கு உண்மைதான். அவருடைய மிதமிஞ்சிய தனிப்பட்ட லட்சியத்தோடு உன்னதமான திறமையைக் கெடுத்துக் கொண்ட, ஜெர்மானிய கமோடோர் குவான் பி எல்பரிஸின் அனுபவத்தில் தனது காரணங்களை அமைத்துக்கொண்டார் ஃப்ளோரென்டினோ அரிஸா. அவர் ஏற்றுக்கொண்ட யதார்த்தத் திற்கு அப்பாற்பட்ட கடமைகள்தான் எல்பர்சின் தோல்விக்குக் காரணமாக இருக்க முடியுமே தவிர அவருடைய சலுகைகளால் அல்ல என்று சிற்றப்பா நினைத்தார். ஆற்றுப் போக்குவரத்து, துறைமுக வசதிகள், அணுகுவதற்கான தரைவழிப் பாதைகள், போக்குவரத்துச் சாதனங்கள் ஆகியவற்றைப் பராமரிக்கும் பொறுப்பை ஏற்றுக்கொண்ட எல்பர்ஸ், தேசியப் புவியியலின் பொறுப்பையே ஏற்றுக்கொள்வதைப் போல இருந்தது. அதிபர் சிமோன் பொலிவரின் கடுமையான எதிர்ப்பு சிரிப்பதற்கானது அல்ல என்று அவர் சொன்னார்.

பெரும்பாலான வணிகக் கூட்டாளிகள் அந்தத் தகராறு களை இரு தரப்பினரும் அவரவரது நியாயமான காரணத்தைக் கொண்டிருந்த தாம்பத்தியத் தகராறுகளைப் போல எடுத்துக் கொண்டார்கள். முதியவரின் பிடிவாதம் அவர்களுக்கு இயல்பாகத் தோன்றியது என்றால், ஏகபோகத்தைத் துறப்பது, உலகெங்கிலுமுள்ள சக்தி வாய்ந்த எதிரிகளுக்கு எதிராக, வீரதீரக் காலத்தில் அவரும் அவருடைய சகோதரர்களும் தனியாகப் போராடிய வரலாற்றுப் போரின் வெற்றிக் கோப்பைகளைக் குப்பையில் எறிவதைப் போல அவருக்குத் தோன்றியிருக்க வேண்டுமென்ற காரணத்தால்தானே தவிர, வழக்கமாக மிகச் சுலபமாகச் சொல்வதைப்போல, முதுமை அவரை முன்பைவிடத் தொலைநோக்குக் குறைந்தவராக மாற்றிவிட்ட காரணத்தால் அல்ல. அதனால் அதன் சட்டப்பூர்வமான அழிவுக்கு முன்பாக உரிமைகளை யாரும் தொட முடியாது என்பதால்தான் அவற்றை இறுகப் பற்றிக்கொண்டபோது அவரை யாரும் எதிர்க்கவில்லை. ஆனால் திடீரென்று, பண்ணையின் பிற்பகல் தியானத்தில் ஃப்ளோரென்டினோ அரிஸா ஆயுதங்களை ஒப்படைத்தபோது, தனது மரணத்திற்கு முன்பு அதைச் செய்யக் கூடாது என்ற ஒரே கௌரவமான நிபந்தனையோடு, சிற்றப்பா பன்னிரண்டாம் லூயி நூற்றாண்டுகாலச் சிறப்புரிமையைத் துறக்க ஒப்புக்கொண்டார்.

அவர் கடைசியாகச் செய்தது அதுதான். அதற்குப் பிறகு அவர் தொழிலைப் பற்றி மறுபடியும் பேசவில்லை, ஆலோசனை கேட்கக்கூட அனுமதிக்கவில்லை, அவருடைய அற்புதமான ஏகாதிபத்தியத் தலைமுடியின் ஒற்றைக் கற்றையையோ, அவருடைய தெளிவின் ஒற்றை அணுவையோகூட இழக்க வில்லை என்றாலும், தனக்கு இரக்கம் காட்டும் யாரும் தன்னைப் பார்த்துவிடாதபடி தன்னால் முடிந்த அனைத்தையும் செய்தார். விருந்தினர்களை வரவேற்பதைத் தவிர மற்ற நேரங்களில் அவர் அணிந்துகொள்ளாத இரண்டு பொய்ப்பல் செட்டோடு ஒரு கிளாஸ் போரிக் அமிலத் தண்ணீரையும் ஒரு குண்டான் சூடான கறுப்புக் காப்பியையும் பணிப்பெண்கள் எப்போதும் வைத்திருந்த சிறிய மேஜையை அடுத்திருந்த, வியன்னாவின் ஆடும் நாற்காலியில் மெதுவாக ஆடிக்கொண்டும், மொட்டை மாடியிலிருந்து நிரந்தரமாகப் படர்ந்திருந்த பனியைப் பார்த்துக் கொண்டும் நாட்கள் கடந்தன. மிகச்சில நண்பர்களை மட்டுமே பார்த்தார். நதிப் போக்குவரத்திற்கு மிகத் தொலைவான கடந்த காலத்தைப் பற்றி மட்டுமே பேசினார். இருந்தாலும், அவருக்கு ஒரு புது விஷயம் இருந்தது: ஃப்ளோரென்டினோ அரிஸா திருமணம் செய்துகொள்ள வேண்டுமென்ற ஆசை. எப்போதும் ஒரே வகையில், அதைப் பலமுறை அவர் வெளிப்படுத்தியிருக்கிறார்:

“எனக்கு ஐம்பது வயது குறைவாக இருந்திருந்தால், எனது பெயரைக்கொண்டவளான லியோனாவை நான் மணந்திருப்பேன். அவளைவிடச் சிறந்த மனைவியை என்னால் கற்பனைசெய்ய முடியாது.”

எதிர்பாராத இந்த நிலைமையால் தனது பல ஆண்டுக்கால உழைப்பு கடைசி நிமிடத்தில் வீணாகிவிடுமோ என்ற யோசனை யால் நடுங்கினார் ஃப்ளோரென்டினோ அரிஸா. ஃபெர்மினா தாஸாவைத் தோற்பதற்குப் பதிலாக அனைத்தையும் துறந்து, தூக்கி எறிந்துவிட்டு, உயிரை விட்டுவிட விரும்பியிருப்பார். அதிர்ஷ்டவசமாக, சிற்றப்பா பன்னிரண்டாம் லூயி அதை வலியுறுத்தவில்லை. தொண்ணூற்று இரண்டு வயதானபோது, தனது அண்ணன் மகனை ஒரே வாரிசாக அங்கீகரித்துவிட்டு, நிறுவனத்திலிருந்து ஓய்வு பெற்றுக்கொண்டார்.

ஆறு மாதங்களுக்குப் பிறகு, பங்குதாரர்களின் ஒருமித்த ஆதரவோடு, இயக்குநர்கள் குழுவின் தலைவராகவும் பொது மேலாளராகவும் நியமிக்கப்பட்டார் ஃப்ளோரென்டினோ அரிஸா. அவர் பதவியேற்றுக்கொண்ட நாளில், ஒரு கோப்பை ஷாம்பெய்ன் மதுவோடு கொண்டாடிய பிறகு, ஆடும் நாற்காலி யிலிருந்து எழாமல் பேசுவதற்காக மன்னிப்பு கேட்டுக்கொண்ட ஓய்வுபெற்ற வயதான சிங்கம், பெரிதும் இரங்கல் பாடலைப் போலத் தோன்றிய சிற்றுரையை நிகழ்த்தினார். இரண்டு தெய்வீக மான நிகழ்வுகளோடு தனது வாழ்க்கையின் தொடக்கமும் இறுதியும் நிகழ்கின்றன என்றார். முதலாவது, தனது மரணத்தை நோக்கிய மகிழ்ச்சியற்ற பயணத்தின்போது, டுர்பாகோ நகரத்தில், லிபரேட்டர் அவருடைய கைகளால் தன்னைச் சுமந்து சென்றது; அடுத்தது, வழியில் குறுக்கிட்ட அனைத்துத் தடைகளையும் கடந்து, அவருடைய நிறுவனத்திற்குத் தகுதியான வாரிசைக் கண்டு பிடித்தது. அந்த நாடகத்திற்கு மேலும் நாடகத்தனத்தைக் கூட்ட முயன்று சிற்றப்பா தன் உரையை இப்படி முடித்தார்: “எத்தனையோ இறுதிச் சடங்குகளில் பாடியிருந்தும் என்னுடைய இறுதிச் சடங்கில் பாட முடியாது என்பதுதான் இந்த வாழ்க்கை யிலிருந்து போகும்போது நான் கொண்டுபோகும் ஒரே ஏமாற்றம்.” கடைசி வார்த்தையாக, டோஸ்காவின்[11] ‘வாழ்க்கைக்குப் பிரியாவிடை’ பாடலைப் பாடினார். அவருக்கு மிகவும் பிடித்த மான முறையில், இன்னமும் உறுதி குலையாத குரலில், இசைக் கருவிகள் இல்லாமல் அதைப் பாடினார். ஃப்ளோரென்டினோ அரிஸா நெகிழ்ச்சியடைந்தார் என்றாலும், அவருக்கு நன்றி தெரிவித்த குரலின் நடுக்கத்தில் அதைக் காட்டிக்கொள்ளவில்லை. ஃபெர்மினா தாஸாவின் நிழலில் தனது தலைவிதியை ஏற்கும்

11. விக்டோரியன் சார்டூ என்பவர் எழுதி, ரோம் நகரில் அரங்கேற்றப்பட்ட புகழ்பெற்ற ஆபரா.

தருணத்தில் உயிரோடும் நல்ல ஆரோக்கியத்தோடும் இருக்க வேண்டும் என்ற கடுமையான உறுதியைத் தவிர வேறெந்தக் காரணமும் இல்லாமல் உச்சத்தை எட்டிய அவர், வாழ்க்கையில் நினைத்ததையும் செய்ததையும் விரும்பியபடியே நிகழ்த்தினார்.

இருந்தாலும், லியோனா காஸியானி அவருக்குக் கொடுத்த விருந்தில் அன்றிரவு அவளுடைய நினைவு மட்டுமே அவரோடு செல்லவில்லை. அனைவரது நினைவுகளும் அவரோடு சென்றன: நிலவில் தங்கக் கொம்புகளோடு கணவன் தூங்கிய அதே தலையணையில் இன்னும் தலை சாய்த்த பெண்களைப் போல, அவர்கள்மீது நடப்பட்ட ரோஜாக்களின் ஊடாக அவரை நினைத்தபடி, கல்லறைகளில் உறங்கிய அத்தனை பேரும். எப்போதும்போலப் பயந்திருந்ததால், விரும்பிய ஒருவர் கிடைக்காததற்கு எல்லோரோடும் ஒரே நேரத்தில் இருக்க விரும்பினார். தன்னுடைய மிகக் கடினமான காலகட்டங்களிலும் மோசமான கணங்களிலும்கூட, அத்தனை காலக் கணக்கற்ற காதலிகளோடும், எவ்வளவு பலவீனமானதாக இருந்தாலும், ஏதோவொரு தொடர்பு இருந்தது. எப்போதும் அவர்களுடைய வாழ்க்கையின் போக்கைத் தொடர்ந்து கவனித்துக்கொண் டிருந்தார்.

எனவே, எல்லோரையும்விடப் பழைய காதலியும் அவருடைய பிரம்மச்சாரியக் கோப்பையைக் கொண்டு சென்றவளும் முதல் நாளைப் போலவே இன்னமும் காயப்படுத்தும் நினைவுக்கு உரியவளுமான ரோசால்பாவை அன்றிரவு நினைத்துக்கொண்டார். மஸ்லின் அங்கியும் நீண்ட பட்டு நாடாக்களுடன் தொப்பியும் அணிந்துகொண்டு, கப்பல் தண்டவாளத்தில் குழந்தையின் தூளியை ஆட்டியவளைக் கண்களை மூடியபடியே அவரால் பார்க்க முடிந்தது. அவர் தேடுவது அவளைத்தானா என்று தெரியாமல், அவள் எங்கிருக்கிறாள் என்றுகூடத் தெரியாமல் அவளைத் தேடிச் செல்வதற்குப் பல வருடங்களில் பலமுறை எல்லா வகையிலும் தயாராக இருந்திருக்கிறார் என்றாலும், ஆர்க்கிட் காடுகளின் ஏதோவொரு பகுதியில் கண்டுபிடித்துவிட முடியுமென்று உறுதியாக நம்பினார். ஒவ்வொரு முறையும், கடைசி நேரத்தின் உண்மையான அசௌகரியத்தாலோ அல்லது அவரது விருப்பத்தின் அகாலமான தோல்வியாலோ, கப்பலின் படிக்கட்டுப் பலகையை உயர்த்தப்போகும் நேரத்தில் பயணம் ஒத்திப் போனது. எப்போதும் ஃபெர்மினா தாஸாவோடு தொடர்புடைய ஏதோவொரு காரணத்தால் அது நடந்தது.

வீட்டில் நுழையவிட்டது ட்ரான்சிட்டோ அரிஸாதானே தவிர தானல்ல என்றாலும், ஜன்னல்களின் தெருவிலிருந்த

தாய்வீட்டைத் தன்னோடு சேர்ந்து மாசுபடுத்திய நாசரேத்தின் விதவையை நினைவுகூர்ந்தார். படுக்கையில் அத்தனை மந்தமாக இருந்தாலும், ஃபெர்மினா தாஸாவுக்கு மாற்று என்பதைப் போலப் போதுமான மென்மையை வெளிப்படுத்தியவளாக இருந்ததால், மற்றவர்களைக் காட்டிலும் அவளுடன் அவருக்கு அதிகப் புரிதல் இருந்தது. ஆனால் அவளுடைய மென்மையின் சக்தியைக் காட்டிலும் அடக்க முடியாத அலைந்து திரியும் பூனையின் இயல்புதான், அவர்கள் இருவரையும் துரோகத்தில் தள்ளியது. துரோகம்தான் என்றாலும் விசுவாசமற்றதல்ல என்ற அவருடைய காலாட்படைப் பொன்மொழியின் தயவால், கிட்டத்தட்ட முப்பது வருடங்களாக இடையிட்ட காதலர்களாக இருந்தார்கள். மேலும், ஃப்ளோரென்டினோ அரிஸா முகம் கொடுத்தது அவளுக்கு மட்டும்தான். அவள் இறந்து விட்டாள், அவளுக்கு இலவச அடக்கம் நடைபெறவிருக்கிறது என்ற தகவல் கிடைத்தபோது, தனியாக இறுதிச் சடங்கில் கலந்துகொண்டு, தனது சொந்தச் செலவில் அடக்கம் செய்தார்.

மற்ற விதவைக் காதலிகளையும் அவர் நினைவுகூர்ந்தார். இரண்டு முறை விதவையானதால், இருவருடைய விதவை என்று அறியப்பட்ட, உயிர் பிழைத்திருந்தவர்களில் மிகவும் மூத்தவளான ப்ரூடென்சியா பிட்ரேவையும் நினைத்துக் கொண்டார். பொத்தான்களை மறுபடியும் தைத்துக் கொடுக்கும் வரை தன் வீட்டிலேயே இருக்க வேண்டும் என்பதற்காக அவருடைய ஆடைகளின் பொத்தான்களைப் பிய்த்த, அன்பான அரேய்யானோவின் விதவையான மற்றொரு ப்ரூடென்சியாவைப் பற்றியும் நினைவுகூர்ந்தார். தன்னுடையது இல்லையென்றால் யாருடையதாகவும் இருக்கக் கூடாது என்பதற்காக, தூங்கிக்கொண்டிருந்தபோது அவருடைய ஆணுறுப்பைச் செடி வெட்டும் கத்திரியால் வெட்டப்போன, அவரை வெறித்தனமாகக் காதலித்த, ஜூனிகாவின் விதவையான ஜோசஃபா பற்றியும் நினைத்துப் பார்த்தார்.

தங்கத் தொடைகளுக்கிடையில் ஆண் குரலாக ஒலித்த வயலின் செல்லோவில், அனைத்து வகையான இசைகளிலும் அழகான தொகுப்புகளை வாசித்தபடி, தாயார் உலகத்தில் பெற்றுப் போட்ட கோலத்தில், தன்னுடைய வீட்டு மாடியில் நிலவொளியில் இரவுகளை அவரோடு கழிக்கவும் இசைப் பள்ளியில் வில்கருவிகளைக் கற்பிக்கவும் ஆறு மாதங்கள் வந்திருந்த, அனைவரையும்விட மிகவும் விரும்பப்பட்டவளும் தற்காலிகமானவளுமான ஆஞ்செலஸ் அல்ஃபாரோவை நினைத்துக்கொண்டார். முதல் நிலவொளி இரவிலிருந்து, ஆரம்பக் காதலர்களின் மூர்க்கத்தனமான காதலோடு

இருவரும் இதயங்களை நொறுக்கிக்கொண்டார்கள். ஆனால் மறதிக் கொடியைப் பறக்கவிட்டிருந்த அட்லாண்டிக் கப்பலில், அவளுடைய மென்மையான உடலுறவோடும் பாவப்பட்ட வயலின் செல்லோவோடும், வந்ததைப் போலவே திரும்பிச் சென்றாள் ஆஞ்செலஸ் அல்ஃபாரோ. கவிதைத் திருவிழாவின் பாடல்களைப் போல, தனிமையாகவும் சோகமாகவும், அடிவானத்தில் ஒற்றைப் புறாவைப் போல நிலா ஒளிரும் மாடியில் அவளிடமிருந்து எஞ்சியது வெள்ளைக் கைக்குட்டை யுடன் விடைபெற்ற அறிகுறிகள் மட்டும்தான். அவளோடு, ஃப்ளோரென்டினோ அரிஸா ஏற்கெனவே பலமுறை அனுபவித்ததைத் தன்னை அறியாமலேயே கற்றுக்கொண்டார். யாருக்கும் துரோகம் செய்யாமல், அனைவரிடமிருந்தும் அதே வலியோடு, ஒரே நேரத்தில் பலரைக் காதலிக்கலாம் என்பதை அவளிடமிருந்து அறிந்துகொண்டார். துறைமுகக் கூட்டத்தின் நடுவில் தனியாக, கோபத்தின் தாக்குதலில் தனக்குள், "வேசிகளின் ஹோட்டலைவிட இதயத்தில் அதிக அறைகள் உள்ளன" என்று சொல்லிக்கொண்டார். பிரியாவிடைகளின் வலியால் அவர் கண்ணீரில் குளித்தார். இருந்தாலும், அடிவானக் கோட்டில் கப்பல் முழுவதுமாக மறைவதற்குள், ஃபெர்மினா தாஸாவின் நினைவு மறுபடியும் அதன் முழுமையான இடத்தைப் பிடித்துக்கொண்டது.

முந்தைய வாரம் அவளுடைய வீட்டிற்கு வெளியே கடந்து சென்றாலும், யாரோ வீட்டில் நுழைந்திருக்கிறார்கள் என்பதைக் காட்டும் ஆரஞ்சு விளக்கு குளியலறை ஜன்னலில் அவரை எச்சரித்ததால் நுழைய முடியாத, ஆண்ட்ரியா வரோனை நினைத்துக்கொண்டார். யாரோ ஆணோ பெண்ணோ. ஏனென்றால் காதல் கோளாறுகளில் ஆண்ட்ரியா வரோன் அப்படிப்பட்ட நுணுக்கங்களில் நிற்பதில்லை. பட்டியலில் இருந்தவர்களில் அவள் மட்டும்தான் உடலைவைத்து வாழ்க்கையை நடத்தினாள் என்றாலும், தொழில் மேலாளர் இல்லாமல் தன் விருப்பப்படி நிர்வகித்தாள். அவளுடைய சிறப்பான காலத்தில், "அனைவருக்குமான எங்கள் பெண்" என்ற பட்டப் பெயரை அவளுக்குப் பெற்றுத்தந்த, ரகசிய அரண்மனை யின் வேசியாகப் புகழ்பெற்ற வாழ்க்கையை வாழ்ந்தாள். கவர்னர்களையும் அட்மிரல்களையும் பைத்தியமாக்கினாள். தாங்கள் நம்பிய அளவுக்கு ஆயுதப் போராளிகளாகவும் சொல்வீரர்களாகவும் புகழ்பெற்றவர்களாக இல்லாதவர்களை யும், உண்மையிலேயே அப்படி இருந்தவர்களையும்கூடத் தன்னுடைய தோள்மீது சாய்ந்து அழவைத்துப் பார்த்தாள். மாறாக, நகரத்திற்கு இரண்டு சாதாரண வருகைகளுக்கு நடுவில் அவசரமான அரை மணிநேரச் சேவைக்கு, ஜனாதிபதி ரஃபேல் ரெய்ஸ் உண்மையில் ஒரு நாள்கூட அவள் வேலைசெய்யாத

கருவூல அமைச்சகத்தில் சிறந்த சேவைக்காக வாழ்நாள் ஓய்வூதியத்தை வழங்கினார் என்பதும் உண்மைதான். உடலால் முடிந்தவரை இன்பத்தின் பரிசுகளைப் பகிர்ந்தளித்த அவளது முறையற்ற நடத்தை பொதுத்தளத்தில் இருந்தாலும், அவதூறால் அதிக இழப்பைச் சந்திக்கப்போவது அவளல்ல நாம்தான் என்பதைத் தெரிந்துவைத்திருந்த அவளுடைய புகழ்பெற்ற கூட்டாளிகள் அவளைத் தங்கள் உயிரைப் போலப் பாதுகாத்ததால், அவளுக்கு எதிரான உறுதியான ஆதாரத்தை யாராலும் காட்ட முடியவில்லை. பணம் தருவதில்லை என்ற தனது புனிதமான கொள்கையை ஃப்ளோரென்டினோ அரிஸா அவளுக்காக மீறியிருக்கிறார், தனது கணவனோடுகூட அதை இலவசமாகச் செய்வதில்லை என்ற தன்னுடைய கொள்கையை அவளும் மீறியிருக்கிறாள். ஒவ்வொரு முறைக்கும் அடையாள விலையாக ஒரு பைசாவை ஒப்புக்கொண்ட அவர்கள், எழுத்தர்களின் வாயிலில் எந்தவொரு அதிசயமான வெளிநாட்டுப் பொருளையும் வாங்குமளவுக்கு உண்டியலில் போட்டுவைத்தார்களே தவிர, அவர் கையில் கொடுக்கவுமில்லை; அவள் வாங்கவுமில்லை. மலச்சிக்கலுக்கு அவர் பயன்படுத்திய எனிமாக்களுக்கு வித்தியாசமான சிற்றின்பத்தைச் சேர்த்த அவள், காதலுக்குள் இன்னும் கூடுதலான காதலைக் கண்டு பிடிக்கும் முயற்சியில் அவற்றைப் பகிர்ந்துகொள்ளவும் வெறித்தன மான மாலை நேரங்களில் அவற்றை ஒன்றாகப் பயன்படுத்தவும் அவரைச் சம்மதிக்கவைத்தாள்.

சித்தம் கலங்கிய மற்ற பெண்களைப் பைத்தியமாக்கி விடாமலிருக்க, தனிமைப்படுத்த வேண்டிய அளவுக்கு அத்தனை மூர்க்கத்தனமான ஆபாசக் கிழட்டுக் கவிதைகளைப் பாடிக்கொண்டு, டிவினா பாஸ்தோரா கருணை இல்லத்தில் தனது கடைசி நாட்களைக் கழித்த, ஒருதுளிக் கசப்பை அவரைச் சுவைக்க வைத்தவளான வஞ்சகி சாரா நோரிகா, சவாலான பல சந்திப்புகளுக்கிடையில் தனக்கு வாய்த்த அதிர்ஷ்டம் என்று கருதினார். இருந்தாலும், சி.எஃப்.சி. நிறுவனத்தின் முழுப்பொறுப்பையும் ஏற்றுக்கொண்ட பிறகு, ஃபெர்மினா தாஸாவுக்கு மாற்றாக யாரையாவது முயன்றுபார்க்க நேரமோ, போதுமான ஆர்வமோ அவரிடம் இல்லை. அவள் ஈடில்லாதவள் என்பது அவருக்குத் தெரியும். கொஞ்சம் கொஞ்சமாக, ஏற்கெனவே பழகியவர்களிடம் போவதை வழக்கமாக்கிக்கொண்ட அவர், அவருக்கு அவர்கள் சேவைசெய்யும் வரையிலும், அவரால் முடிந்தவரையிலும், அவர்கள் உயிரோடு இருக்கும் வரையிலும், அவர்களோடு தூங்கினார். பெந்தகோஸ்தே ஞாயிறன்று குவெனல் உர்பினோ இறந்தபோது, அவரைக் காதல் பைத்தியமாக்க அதுவரை யாரிடமும் இல்லாத அனைத்தையும் கொண்டிருந்த

பதினான்கு வயதுகூட நிரம்பாத ஒருத்தி, ஒருத்தி மட்டுமே, அவருக்கு எஞ்சி இருந்தாள்.

அவளுடைய பெயர் அமேரிக்கா விகுன்யா. புவர்த்தோ பாத்ரே என்ற துறைமுக நகரத்திலிருந்து இரண்டாண்டு களுக்கு முன்பு வந்த அவள், அங்கீகரிக்கப்பட்ட ரத்த உறவுகொண்டிருந்த தன்னுடைய பாதுகாவலரான ஃப்ளோரென்டினோ அரிஸாவிடம் அவளுடைய குடும்பத்தின ரால் ஒப்படைக்கப்பட்டாள். அவளது பாயோடும் பொம்மைப் பெட்டியைப் போலத் தோன்றிய சிறிய தகரப்பெட்டியோடும், உயர்கல்வி படிப்பதற்கான அரசு உதவியோடும் அவள் அனுப்பப்பட்டிருந்தாள். தங்கப் பின்னல்களோடும் வெள்ளை பூட்ஸ்களோடும் படகிலிருந்து இறங்கியதிலிருந்தே, பல ஞாயிற்றுக்கிழமைப் பிற்பகல்களில் ஒன்றாகத் தூங்கப் போகிறோம் என்ற பயங்கரமான உள்ளுணர்வு அவருக்கு இருந்தது. முழங்காலில் தொடக்கப் பள்ளியின் கீறல்களோடும் பற்களில் கட்டிய கம்பிகளோடும், அவள் எல்லா வகையிலும் இன்னும் குழந்தையாகவே இருந்தாள் என்றாலும், விரைவில் எப்படிப்பட்ட பெண்ணாக இருக்கப்போகிறாள் என்பதை உடனடியாகக் கற்பனை செய்து பார்த்த அவர், ஒரு நெடிய ஆண்டின் சனிக்கிழமைகளில் சர்க்கஸ்களோடும் குழந்தைகளின் மாலைப் பொழுதுகளோடும் ஞாயிற்றுக்கிழமைகளில் ஐஸ்கிரீம்களோடும் அவளுடைய அன்பையும் நம்பிக்கையை யும் பெற்று அவளைத் தனக்கேற்ப வளர்த்து, கனிவான தாத்தாவின் மென்மையான நுணுக்கத்தோடு தன்னுடைய ரகசியப் படுகொலைக் கூடத்தை நோக்கிக் கையைப் பிடித்து அழைத்துச்சென்றார். அவளுக்கு உடனடியாகச் சொர்க்கத்தின் கதவுகள் திறந்துகொண்டன. அவளை ஆனந்தத்தில் மிதக்கவைத்த பூவாக வெடித்தது, வார இறுதி நாட்களைத் தவறவிடக் கூடாது என்பதற்காக எப்போதும் வகுப்பில் முதலிடத்தில் இருந்ததால், அவளுடைய படிப்பில் பயனுள்ள ஊக்கியாகவும் இருந்தது. அவருக்கு முதுமையின் உறைவிடத்தில் மிகவும் அடைக்கலமான மூலையாக இருந்தது. அத்தனை வருடங்களின் கணக்குப்பார்த்த காதலுக்குப் பிறகு, அப்பாவித்தனத்தின் மென்மையான சுவை புதுப்பிக்கும் வக்கிரத்தின் வசீகரத்தைப் பெற்றிருந்தது.

அவர்கள் முழுமையாக ஒத்துப்போனார்கள். எதிலும் வியப்படையாத மரியாதைக்குரிய மனிதனின் வழிகாட்டுதலில் வாழ்க்கையைக் கண்டுபிடிக்க விரும்பும் பெண்ணாக இருந்த அவள், அப்படியே நடந்துகொண்டாள். கிழட்டுக் காதலனாக ஆகிவிடக் கூடாது என மிகவும் அஞ்சியிருந்த அவர் அப்படியே ஆகிவிட்டிருந்தார். வயதால் மட்டுமின்றிப் பள்ளிச் சீருடையாலும் பின்னலாலும் அவளுடைய மலையக

நடையாலும் கணிக்க முடியாத ஆணவக் குணத்தாலும்கூட, அசாதாரணமான ஒற்றுமை இருந்தபோதிலும் அவர் ஃபெர்மினா தாஸாவோடு அவளை ஒருபோதும் அடையாளப்படுத்த வில்லை. மேலும், அவருடைய காதல் பிச்சைக்கு நல்ல ஊக்கியாக இருந்த மாற்றீடு என்ற யோசனையே முற்றிலும் அழிந்துவிட்டது. அவள் எப்படி இருந்தாளோ அப்படியே அவளை விரும்பினார். அந்திக்கால மகிழ்ச்சிகளின் காய்ச்சலோடு அவள் இருந்தபடியே அவளைக் காதலிப்பதில் நிறைவடைந்தார். தற்செயலான கர்ப்பத்திற்கு எதிராகத் தீவிரமான முன்னெச்சரிக்கைகளை அவளோடு மட்டும்தான் எடுத்தார். அரை டஜன் சந்திப்பு களுக்குப் பிறகு, ஞாயிற்றுக்கிழமை மாலைப் பொழுதைத் தவிர இருவருக்கும் வேறு கனவுகள் இல்லாமல் போனது.

அவர் மட்டும்தான் உறைவிடப் பள்ளியிலிருந்து அவளை வெளியில் அழைத்துச்செல்லும் உரிமைபெற்றவர் என்பதால், ஆர்.சி.சி. நிறுவனத்தின் ஆறு சிலிண்டர் ஹட்சனில்[12] அவளைத் தேடிப்போவார். பள்ளிச் சீருடையின் மாலுமித் தொப்பியைக் காற்று அடித்துக்கொண்டு போகாமலிருக்க இரண்டு கைகளாலும் அதைப் பிடித்தபடி, மூச்சுவிடாமல் சிரித்துக்கொண்டிருந்த அவளும், இருண்ட தொப்பியோடு அவரும், வெயிலடிக்காத மாலை நேரங்களின் சில வேளைகளில் கடற்கரையில் சுற்றுவதற்காக வண்டியின் மூடாக்கை அகற்றி விடுவார்கள். முதுமை தொற்றிக்கொள்ளக்கூடியது என்பதால், பாதுகாவலரோடு தேவைக்கு அதிகமாகச் சுற்றக் கூடாது, அவர் ருசித்த எதையும் சாப்பிடவும் கூடாது, அவருடைய மூச்சுக்குப் பக்கத்தில் போகவும் கூடாது என்று யாரோ அவளிடம் சொன்னார்கள். ஆனால் அவள் அதைப் பொருட்படுத்தவில்லை. அவர்களுடைய உறவுமுறை அனைவருக்கும் தெரிந்ததாக இருந்ததாலும், அவர்களுடைய அதீதமான வயது வேறுபாடு சந்தேகங்களிலிருந்து அவர்களைப் பாதுகாத்ததாலும், தங்களைப் பற்றி மற்றவர்கள் என்ன நினைப்பார்கள் என்பதில் அலட்சிய மாக இருந்தார்கள்.

பெந்தகோஸ்தே ஞாயிறன்று அவர்கள் உறவுகொண்டு முடித்தபோது, மாலை நான்கு மணிக்கு ஆலயத்தில் சாவுமணி ஒலிக்கத் தொடங்கியது. ஃப்ளோரென்டினோ அரிஸா இதயத்தின் துடிப்பை அடக்கிக்கொள்ள வேண்டியிருந்தது. அவருடைய இளமைக் காலத்தில், சாவுமணிச் சடங்குச் செலவும் உடல் அடக்கச் செலவில் சேர்க்கப்பட்டிருந்தது. பரம ஏழைகளுக்கு மட்டும் விலக்கு அளிக்கப்பட்டிருந்தது. ஆனால் கடைசிப் போருக்குப் பிறகு, இரண்டு நூற்றாண்டுகளின் இணைப்புப்

---

12. 1910 வாக்கில் கார் உற்பத்தியில் பிரபலமாக இருந்த அமெரிக்க நிறுவனம்.

பாலத்தில், பழமைவாத ஆட்சி காலனித்துவப் பழக்கவழக்கங் களை மீண்டும் நிலைநிறுத்தியதால், ஆடம்பரமான இறுதிச் சடங்குகள் பெரும் பணக்காரர்களுக்கு மட்டுமே கட்டுப்படி யாகக் கூடியவையாக இருந்தன. பேராயர் எர்கோல் டி லூனா இறந்தபோது, ஒன்பது நாட்களுக்கு இரவும் பகலும் ஓயாமல் மாகாணத்தின் அனைத்து ஆலயங்களிலும் சாவுமணி அடிக்கப்பட்டது. அது பொதுமக்களுக்குப் பெரும் வேதனையாக இருந்ததால், இறுதிச் சடங்குகளில் சாவுமணி அடிப்பதற்கான தேவையை நீக்கிய அடுத்துவந்த பேராயர், மிகவும் புகழ்பெற்றவர்களின் மரணத்திற்கு மட்டுமே அதை ஒதுக்கிவைத்தார். அதனால்தான், பெந்தகோஸ்தே ஞாயிறன்று மாலை நான்கு மணிக்குத் தேவாலயச் சாவுமணியின் சத்தத்தைக் கேட்டபோது, ஃப்ளோரென்டினோ அரிஸா, தன்னுடைய இழந்த இளமையின் பேய் வருகை தந்திருப்பதாக உணர்ந்தார். ஆறுமாதக் கர்ப்பிணியாக ஃபெர்மினா தாஸா திருப்பலி யிலிருந்து வெளியேறியதைப் பார்த்த ஞாயிற்றுக்கிழமையிலிருந்து அத்தனை அத்தனை ஆண்டுகளாக அவர் அந்த அளவுக்கு ஏங்கிய சாவுமணியாக அது இருக்குமென்று அவர் நினைத்துக்கூடப் பார்க்கவில்லை.

“அடடா! தேவாலயத்தில் சாவுமணி அடிக்க வேண்டு மென்றால் அவர் மிகப்பெரிய திமிங்கலமாக இருக்க வேண்டும்” என்றார் இருட்டில். முற்றிலும் நிர்வாணமாக இருந்த அமேரிக்கா லிகுன்யா எழுந்துகொண்டாள். “அது பெந்தகோஸ்தே திருநாளுக்காக இருக்கலாம்” என்றாள்.

தேவாலய விஷயங்களில் ஃப்ளோரென்டினோ அரிஸாவுக்கு எந்தப் பரிச்சயமும் இல்லை, அவருக்குத் தந்தி அறிவியலைக் கற்றுக்கொடுத்த, அவருக்கு என்ன ஆனது என்பதைப் பற்றிய எந்த உறுதியான தகவலும் கிடைக்காத ஜெர்மானியரோடு இசைக்குழுவில் வயலின் வாசித்த பிறகு, வழிபாட்டிற்குத் திரும்பவும் சென்றதும் இல்லை. ஆனால் மணிகள் ஒலித்தது பெந்தகோஸ்தேவுக்காக அல்ல என்பதைச் சந்தேகத்திற்கு இடமின்றி அறிந்திருந்தார். நகரத்தில் ஒரு துக்கம் இருப்பது உறுதி; அவர் அதை அறிவார். ஜெரெமியா த சேந்த் ஆமொர் தன்னுடைய புகைப்படக் கூடத்தில் இறந்துவிட்டதாகத் தெரிவிக்க அன்று காலையில் அவருடைய வீட்டிற்குக் கரீபிய அகதிகளின் குழு ஒன்று வந்திருந்தது. ஃப்ளோரென்டினோ அரிஸா அவருடைய நெருங்கிய நண்பராக இல்லாவிட்டாலும், கரீபிய அகதிகள் தங்களுடைய பொது நிகழ்ச்சிகளுக்கு, குறிப்பாக இறுதிச் சடங்குகளுக்கு, எப்போதும் அழைத்த சிலரில் அவரும் ஒருவர். ஆனால் தீவிர நாத்திகரும் அரசாங்கமே தேவையில்லை என்ற உறுதியான கொள்கை உடையவரும், மேலும் தனது

கையாலேயே உயிரை விட்டவருமான, ஜெரெமியா த சேந்த் ஆமொருக்காகச் சாவுமணி அடிக்கவில்லை என்பதில் அவர் உறுதியாக இருந்தார்.

“இல்லை. இப்படிச் சாவுமணி அடிக்க வேண்டுமென்றால் குறைந்தது கவர்னராக இருக்க வேண்டும்” என்றார்.

சரியாக மூடப்படாத பெர்சியத் திரையிலிருந்து விழுந்த ஒளிக்கற்றைகளால் கோடு வரையப்பட்ட வெளுத்த உடலோடு இருந்த அமேரிக்கா விகுன்யாவுக்கு, மரணத்தைப் பற்றிச் சிந்திக்குமளவுக்கு வயதாகவில்லை. தகித்துக்கொண்டிருந்த தகரக் கூரைமேல் உலாவிய பருந்துகளின் ஆலங்கட்டி மழைபோன்ற சத்தத்தை மறைக்க முடியாத சலசலப்பை ஏற்படுத்திய கத்தி விசிறியின் கீழ், மதிய உணவிற்குப் பிறகு காதல்செய்த இருவரும் பகல் தூக்கத்தின் தொடர்ச்சியாக ஒன்றாக நிர்வாண மாகப் படுத்திருந்தனர். தனது நெடிய வாழ்க்கையில் மற்ற பல சாதாரணப் பெண்களைக் காதலித்ததைப் போலவே ஃப்ளோரென்டினோ அரிஸா அவளையும் காதலித்தார் என்றாலும், அவள் உயர்நிலைப் பள்ளியை முடிக்கும்போது வயதாகிச் செத்திருப்பேன் என்று உறுதியாக நம்பியதால், மற்றவர்களைக் காதலித்ததைவிட மிகுந்த வேதனையோடு அவளைக் காதலித்தார்.

கப்பல்களைப் போல முந்தைய பூச்சின்மீதே மீண்டும் பலமுறை வர்ணம் தீட்டப்பட்ட மரப்பலகைச் சுவர்களோடு, அந்த அறை கப்பலின் தடுப்பறையைப் போலவே தோற்றமளித்தது என்றாலும், படுக்கையில் மின்விசிறி தொங்கினாலும்கூட, உலோகக் கூரையின் பிரதிபலிப்பால், மாலை நான்கு மணிக்கு ஆற்றுக் கப்பலின் தடுப்பறைகளில் இருப்பதைவிட வெப்பம் அதிகமாக இருந்தது. தனது முதுமைக்காலக் காதல்களுக்கு நல்ல பாதுகாப்பான அடைக்கலம் வேண்டும் என்பதைத் தவிர வேறு நோக்கங்களோ சாக்குப்போக்குகளோ இல்லாமல் ஆர்.சி.சி. நிறுவன அலுவலகத்தின் பின்புறத்தில் ஃப்ளோரென்டினோ அரிஸாவால் தரையில் கட்டப்பட்ட சிறிய அறைதானே தவிர, அது முறையான படுக்கையறை அல்ல. பணியாளர்களின் கூச்சல்களோடும் ஆற்றுத் துறைமுகத்தின் கிரேன்களின் உறுமல்களோடும் படித்துறையில் கப்பல்களின் முழக்கங்களோடும் சாதாரண நாட்களில் அங்கு தூங்குவது கடினம். இருந்தாலும், அந்தச் சிறுமிக்கு அது ஞாயிற்றுக்கிழமைகளின் சொர்க்கம்.

பெந்தகோஸ்தே நாளில், மூன்றாவது வேளை ஏஞ்சலஸ் வழிபாட்டிற்கு ஐந்து நிமிடத்திற்கு முன்பு, உறைவிடப் பள்ளிக்கு அவள் திரும்ப வேண்டிய நேரம்வரை ஒன்றாக இருக்க நினைத்தாலும், சாவுமணி ஜெரெமியா த சேந்த்

ஆமொரின் அடக்கத்திற்கு வருவதாக உறுதி அளித்திருந்ததை ஃப்ளோரென்டினோ அரிஸாவுக்கு நினைவுபடுத்தியதால், அவர் வழக்கத்தைவிட விரைவாக உடையணிந்தார். முன்பாக, எப்போதும்போல, காதல் செய்வதற்கு முன்பு அவிழ்த்துவிட்ட சிறுமியின் ஒற்றைச் சடையை அவரே பின்னிவிட்டு, அவள் எப்போதும் தவறாகவே கட்டிக்கொள்ளும் சீருடைக் காலணி களின் நாடாவைக் கட்ட அவளை மேஜையின்மீது உடகார வைத்தார். கெடுதல் செய்யாமல் அவர் அவளுக்கு உதவினார். அவளும் கடமை என்பதைப் போலத் தனக்கு உதவ அவருக்கு உதவினாள். முதல் சந்திப்பிலிருந்தே தங்களுடைய வயதைப் பற்றிய உணர்வை இழந்துவிட்ட இருவரும், இந்த வாழ்க்கையில் அத்தனை விஷயங்களை ஒருவரிடமிருந்து ஒருவர் மறைத்து விட்டதால் இனிப் பேசிக்கொள்ள எதுவுமில்லை என்றாகிவிட்ட தம்பதிகளின் நம்பிக்கையோடு ஒருவரை ஒருவர் நடத்தினார்கள்.

விடுமுறை நாளுக்காக அலுவலகங்கள் மூடப்பட்டு இருளில் கிடந்தன. அணைக்கப்பட்ட கொதிகலன்களோடு ஒரு கப்பல் மட்டும்தான் வெறிச்சோடிக் கிடந்த துறைமுகத்தில் இருந்தது. புழுக்கம் இந்த ஆண்டின் முதல் மழையை அறிவித்தது என்றாலும், காற்றின் தெளிவும் துறைமுகத்தின் ஞாயிற்றுக் கிழமை அமைதியும் தீங்கில்லாத மாதத்திற்கு உரியவையாகத் தோன்றின. அங்கிருந்து, தடுப்பறையின் மங்கலான வெளிச்சத்தை விட உலகம் மோசமானதாகத் தோன்றியது. யாருக்காக என்று தெரியாவிட்டாலும் சாவுமணி மிகுந்த வலியைக் கொடுத்தது. அடிமை வர்த்தகத்தின் அரிக்கப்பட்ட எடையின் எச்சங்களும் மற்ற இரும்புகளும் இன்னும் கிடந்த, ஸ்பானியர்களின் கறுப்பு அடிமைகளுக்கான துறைமுகமாகப் பயன்பட்ட உப்பள முற்றத்தில் ஃப்ளோரென்டினோ அரிஸாவும் அந்தச் சிறுமியும் இறங்கினார்கள். கிடங்குகளின் நிழலில் தங்களுக்காகக் காத்துக்கொண்டிருந்த காரில் ஏறி இருக்கையில் அமரும்வரை, தனது இருக்கையில் உட்கார்ந்து தூங்கிக்கொண்டிருந்த ஓட்டுநரை எழுப்பவில்லை. கோழிக்கம்பியால் வேலி கட்டியிருந்த கிடங்குகளுக்குப் பின்னால் திரும்பிய கார், வயது வந்தவர்கள் கிட்டத்தட்ட நிர்வாணமாகப் பந்து விளையாடிக்கொண்டிருந்த லாஸ் அனிமாஸ் வளைகுடாவின் பழைய சந்தைத் திடலைக் குறுக்காகக் கடந்து, சூடான புழுதியின் மேகத்தில் ஆற்றுத் துறைமுகத்திலிருந்து சென்றுவிட்டது. இறுதிச் சடங்குகள் ஜெரெமியா த சேந்த் ஆமொருக்கானதாக இருக்காது என்பதில் ஃப்ளோரென்டினோ அரிஸா உறுதியாக இருந்தார் என்றாலும், தொடந்து ஒலித்த சாவுமணி அவரைத் தயங்கவைத்தது. ஓட்டுநரின் தோளில் கையை வைத்து, யாருக்காக மணியடிக்கிறது என்று காதில் கத்திக் கேட்டார்.

“அந்த ஆட்டுத்தாடி டாக்டருக்குத்தான். அவருடைய பெயரென்ன?” என்றார் ஓட்டுநர்.

அவர் யாரைப்பற்றிப் பேசினார் என்பதைத் தெரிந்து கொள்ள ஃப்ளோரென்டினோ அரிஸா அதை யோசிக்க வேண்டியதில்லை. இருந்தாலும், அவர் எப்படி இறந்தார் என்று ஓட்டுநர் சொன்னபோது, நம்பத் தகுந்ததாகத் தோன்றாததால், திடீர் மாயை மறைந்துபோனது. ஒருவர் இறக்கும் முறையைப் போல அவருடைய ஆளுமையை ஒத்திருக்கக்கூடியது எதுவுமில்லை, அவர் நினைத்திருந்த மனிதருக்கு இதைவிடக் குறைவான எதுவும் பொருத்தமாக இருந்திருக்காது. ஆனால் அபத்தமாகத் தோன்றினாலும், அது அவர்தான். நகரத்தின் அதிகத் தகுதி வாய்ந்தவரும் மூத்த மருத்துவரும் மற்ற பல தகுதிகளுக்காக அதன் புகழ்பெற்ற மனிதர்களில் ஒருவருமான அவர், எண்பத்தொரு வயதில், கிளியைப் பிடிக்க முயன்ற போது மாமரக் கிளையிலிருந்து விழுந்து, நொறுங்கிய முதுகுத் தண்டோடு இறந்துவிட்டார்.

ஃபெர்மினா தாஸாவுக்குத் திருமணம் ஆனதிலிருந்து ஃப்ளோரென்டினோ அரிஸா செய்தவை அனைத்தும், இந்தச் செய்தியின் மீது அவருக்கு இருந்த நம்பிக்கையின் அடிப்படையில் அமைந்தவைதான். இருந்தாலும், நேரம் வந்தபோது, தன்னுடைய தூக்கமற்ற இரவுகளில் பலமுறை எதிர்பார்த்திருந்த வெற்றியின் பரபரப்பால் அதிர்ந்துபோகாத அவர், அச்சத்தால் தாக்கப்பட்டார். யாருக்காகவோ அடிக்கப்படும் சாவுமணி தனக்கானதாகவும் இருக்கலாம் என்ற அற்புதமான தெளிவு அவருக்கு ஏற்பட்டது. கல் பாவிய தெருக்களில் குலுங்கிய காரில் அவருக்குப் பக்கத்தில் உட்கார்ந்திருந்த அமேரிக்கா விகுன்யா, வெளிறிப்போன அவரைப் பார்த்துத் திடுக்கிட்டு, அவருக்கு என்ன ஆனது என்று கேட்டாள். தனது உறைந்துபோன கையால் அவளுடைய கையைப் பற்றிய ஃப்ளோரென்டினோ அரிஸா, “அய்யோ பெண்ணே, அதை உனக்குச் சொல்ல எனக்கு இன்னும் ஐம்பது வருடங்கள் தேவைப்படும்” என்று கிசுகிசுத்தார்.

ஜெரேமியா த சேந்த்–ஆமொர் அடக்கத்தை ஃப்ளோரென்டினோ அரிஸா மறந்துவிட்டார். அடுத்த சனிக்கிழமை அவளுக்காகத் திரும்பி வருவேன் என்ற அவசரமான வாக்குறுதியோடு உறைவிடப் பள்ளியின் வாசலில் சிறுமியை விட்டுவிட்டு, டாக்டர் குவெனல் உர்பினோவின் வீட்டிற்குப் போகும்படி ஓட்டுநருக்கு உத்தரவிட்டார். பக்கத்துத் தெருக்களில் மோட்டார் வண்டிகள், வாடகைக் கார்களின் நெரிசலையும் வீட்டின் முன்பு பார்வையாளர்களின் கூட்டத்தையும் எதிர்கொண்டார். விருந்து உச்சகட்டத்தில் இருந்தபோது

கெட்ட செய்தியைப் பெற்ற டாக்டர் ஒலிவெய்யாவின் விருந்தினர்கள் கூட்டமாக வந்திருந்தனர். நெரிசல் காரணமாக வீட்டிற்குள் செல்வது சுலபமாக இருக்கவில்லை என்றாலும், முக்கிய படுக்கையறைவரை வழி ஏற்படுத்திக்கொண்ட ஃப்ளோரென்டினோ அரிஸா, கதவை அடைத்துக்கொண்டிருந்த கும்பல்களின் மேல் ஏறிச் சென்று, குவெனல் உர்பினோவைப் பற்றி முதலில் கேள்விப்பட்டதிலிருந்து ஆசைப்பட்டதைப் போல, மரணத்தின் அவமானத்தில் உழன்ற அவரைத் திருமணப் படுக்கையில் பார்த்தார். அவருக்குப் பக்கத்தில், விருந்துக்காக அவள் அணிந்த அதே புதுமணப் பாட்டியின் உடையோடு இன்னமும் இருந்த ஃபெர்மினா தாஸா நினைவற்றும் சோர்வாகவும் இருந்தாள்.

அந்தப் பொறுப்பற்ற காதலுக்காக முற்றிலும் அர்ப்பணித்திருந்த தன்னுடைய இளமைக் காலத்திலிருந்தே, ஃப்ளோரென்டினோ அரிஸா அந்தத் தருணத்தின் அற்பமான விவரங்கள்வரை கணத்திருந்தார். வழிமுறைகளைப் பற்றி அதிகம் கவலைப்படாமல் அவளுக்காகப் பெயரையும் செல்வத்தையும் சம்பாதித்திருந்தார். அவருடைய காலத்தின் மற்ற ஆண்களுக்கு மிகவும் ஆடம்பரமாகத் தோன்றாத கடுமையோடு, அவளுக்காகத் தனது உடல்நிலையையும் தனிப்பட்ட தோற்றத்தையும் கவனித்துக்கொண்டார். இந்த உலகத்தில் யாருக்காவும் எதற்காகவும் யாரும் காத்திருக்க முடியாத அளவுக்கு இந்த நாளுக்காக, ஊக்கமற்ற ஒரு கணம்கூட இல்லாமல் அவர் காத்திருந்தார். கடைசியாக மரணம் அவர் சார்பாகத் தலையிட்டது என்ற ஆதாரம், அவருடைய நிரந்தரக் காதலின் நித்திய விசுவாசத்தின் உறுதிமொழியை, ஃபெர்மினா தாஸாவிடம் அவள் விதவையான முதல்நாள் இரவில் மறுபடியும் வலியுறுத்தத் தேவையான துணிச்சலை அவருக்குக் கொடுத்தது.

எப்படியென்றோ எப்போதென்றோ சிறு உணர்ச்சியும் இல்லாமல், அந்தச் சந்தர்ப்பம் மறுபடியும் கிடைக்காது என்ற அச்சத்தில் அவசரப்பட்டு யோசிக்காமல் செய்தது என்ற தனது மனசாட்சியை அவர் மறுக்கவில்லை. இந்த அளவுக்கு மிருகத்தனமில்லாத முறையில் அதைச் செய்ய விரும்பியிருந்தார். பலமுறை கற்பனை செய்தும் பார்த்திருக்கிறார் என்றாலும், அதிர்ஷ்டம் அதற்குமேல் இடம் கொடுக்கவில்லை. தானிருந்த அதே அதிர்ச்சியில் அவளை விட்டுச்சென்ற வேதனையோடு துக்க வீட்டை விட்டு வெளியேறினார் என்றாலும், இருவருடைய தலைவிதியிலும் அந்தக் காட்டுமிராண்டித்தனமான இரவு எப்போதும் எழுதப்பட்டிருந்ததாக உணர்ந்ததால், அதைத் தடுக்க அவரால் எதுவும் செய்ய முடியவில்லை.

காலரா காலத்தில் காதல்

அடுத்து வந்த இரண்டு வாரங்களில் ஒரு இரவில்கூட முழுமையாக அவரால் தூங்க முடியவில்லை. அவர் இல்லாமல் ஃபெர்மினா தாஸா எங்கே இருக்கப்போகிறாள், என்ன யோசித்துக்கொண்டிருப்பாள், அவளுடைய கைகளில் அவர் விட்டுச்சென்ற அதிர்ச்சியின் சுமையோடு வாழ்க்கையில் எஞ்சியிருந்த காலத்தில் என்ன செய்யப்போகிறாள் என்று விரக்தியோடு யோசித்துக்கொண்டிருந்தார். வயிற்றைப் பானையைப் போல ஊதவைத்த மலச்சிக்கலால் அவதிப்பட்ட அவர், எனிமாக்களைவிடவும் கடுமையான மருந்துகளை நாட வேண்டியிருந்தது. ஒரே நேரத்தில் தன்னைத் தாக்கிய முதுமையின் வலிகளைச் சிறு வயதிலிருந்தே அறிந்திருந்ததால், தன்னுடைய சமவயது நண்பர்களைவிட அவற்றை நன்றாகத் தாங்கிக்கொண்டார். ஒரு வாரம் இல்லாத நிலையில், புதன்கிழமை அலுவலகத்தில் வெளுத்தும் உற்சாகம் இல்லாமலும் தோன்றிய அவரை பார்த்த லியோனா காஸியானி அதிர்ச்சியடைந்தாள். ஆனால் அவர் அவளைச் சமாதானப்படுத்தினார். எப்போதும் போல மறுபடியும் தூக்கமின்மை, இதயத்திலிருந்த பல கசிவு களால் உண்மை வெளியில் வந்துவிடக் கூடாது என்பதற்காக மறுபடியும் பல்லைக் கடித்துக்கொண்டார். வெயிலைப் பற்றி யோசிக்க மழை அவருக்கு ஓய்வு கொடுக்கவில்லை. இரட்சிப்பின் பாதையைக் காட்டும் ரகசிய சமிக்ஞைகளை உணர முயற்சித்தபடி, மோசமாகச் சாப்பிட்டு, மோசமாகத் தூங்கி, எதிலும் கவனம் செலுத்தச் சக்தியற்று, இன்னுமொரு நனவற்ற வாரத்தைக் கழித்தார். ஆனால் வெள்ளிக் கிழமையிலிருந்து, புதிதாக எதுவும் நடக்கப்போவதில்லை, வாழ்க்கையில் அவர் செய்த அத்தனை யும் பயனற்றவை, தொடர வழி இல்லாதவை என்ற அறிவிப்பாக அவர் புரிந்துகொண்ட காரணமற்ற அமைதி அவரை ஆக்கிரமித்தது. அதுதான் முடிவு. இருந்தாலும், திங்களன்று அவர் ஜன்னல்களின் தெருவிலிருந்த தன்னுடைய வீட்டிற்கு வந்தபோது காலில் பட்ட, நடைபாதையில் தேங்கியிருந்த தண்ணீரில் மிதந்துகொண்டிருந்த கடிதத்தின் நனைந்த உறையின் மீது எழுதப்பட்டிருந்த, வாழ்க்கையின் அத்தனை மாற்றங்களாலும் மாற்ற முடியாத அகங்காரமான கையெழுத்தை உடனடியாக அடையாளம் கண்டுகொண்ட அவர், முதல் துடிப்பிலேயே இதயம் அவருக்கு அனைத்தையும் சொல்லி முடித்துவிட்டதால், வாடிப்போன கார்டேனியா மலர்களின் வாசனையைக்கூட உணர்ந்ததாக நினைத்தார்: அரை நூற்றாண்டுக்கும் மேலாக, ஒரு நிமிடம்கூட ஓய்வில்லாமல், அவர் காத்திருந்த கடிதம் அது.

6

கண் மூடித்தனமான கோபத்தால் தூண்டப்பட்ட அவளுடைய அந்தக் கடிதம், ஃப்ளோரென்டினோ அரிஸாவால் காதல் கடிதமாகப் புரிந்துகொள்ளப்படும் என்று அவளால் நினைத்துப்பார்க்க முடியவில்லை. தன்னால் முடிந்த அளவு கோபத்தையும் குரூரமான வார்த்தைகளையும் இன்னும் அநியாயமாக, மிகவும் புண்படுத்தும் அவதூறுகளையும் அவன்மீது கொட்டியிருந்தாள். இருந்தாலும் குற்றத்தின் அளவிற்கு முன்னால் அவை அற்பமானவையாக அவளுக்குத் தோன்றியது. இரண்டு வாரக் கசப்பான பேயோட்டத்தின் கடைசிச் செயலாக இருந்த அத்துடன் தன்னுடைய புதிய நிலையோடு சமரச ஒப்பந்தம் செய்துகொள்ள முயற்சித்தாள். சந்தேக மில்லாமல் அவளை மகிழ்ச்சியாக வைத்திருந்த, அடிமைத்தனத்தின் அரை நூற்றாண்டுக் காலத்தில் கைவிட வேண்டியிருந்த அனைத்தையும் மீட்டெடுத்து மறுபடியும் அவள் தானாகவே இருக்க விரும்பினாள் என்றாலும், அவளுடைய கணவர் இறந்ததும் அவளுடைய அடையாளத்தின் எச்சங்களைக்கூட விட்டுவைக்கவில்லை. ஒரு நாள் தொடங்கி அடுத்த நாள் முடிவதற்குள் பெரியதாக வும் தனிமையாகவும் மாறிவிட்ட விசித்திரமான வீட்டில், பேயாக அலைந்து திரிந்த அவள் அதிகம் செத்தது யாரென்று யோசித்தாள்: இறந்துவிட்டவரா அல்லது தங்கிவிட்டவளா?

இருண்ட நடுக்கடலில் தனியாக விட்டுச் சென்ற கணவனின் மேலிருந்த ஆழமான வெறுப்புணர்வை அவளால் கடந்துபோக முடிய வில்லை. அவருடையவை ஒவ்வொன்றும் அவளை அழவைத்தது: தலையணைக்கு அடியிலிருந்த பைஜாமா, நோயாளியின் செருப்புகளைப் போல எப்போதும் தோன்றும் செருப்புகள், தூங்குவதற்காகத் தலைசீவியபோது கண்ணாடியின் பின்புறத்தில்

ஆடைகள் களைந்த அவருடைய உருவத்தின் நினைவு, மரணத் திற்குப் பிறகும் நெடுநேரம் அவளுடைய தோலில் நிலைத்திருந்த அவரது தோலின் வாசனை. அவரிடம் சொல்ல மறந்த ஏதோவொன்று நினைவுக்கு வந்ததால், அவள் எதைச் செய்தாலும் அதை நடுவில் நிறுத்திவிட்டு நெற்றியில் தட்டிக்கொண்டாள். அவர் மட்டுமே அவளுக்குப் பதிலளிக்கக்கூடிய பல அன்றாடக் கேள்விகள் ஒவ்வொரு கணத்திலும் அவள் மனதில் தோன்றின. ஒருமுறை அவளால் நினைத்துப்பார்க்க முடியாத ஒன்றை அவளிடம் சொன்னார்: கால்கள் அகற்றப்பட்டவர்கள் வலிகளையும் பிடிப்புகளையும் கூச்சத்தையும் இல்லாத காலில் உணர்வார்கள். அவர் இல்லாமல் அவளும் அப்படித்தான் உணர்ந்தாள், அவர் இல்லாத இடத்தில் அவருடைய இருப்பை உணர்ந்தாள்.

விதவையாக அவள் கண்விழித்த முதல் நாள் காலையில் தூக்கத்தைத் தொடர மிகவும் வசதியான நிலையைத் தேடி, இன்னமும் கண்களைத் திறக்காமல் படுக்கையில் புரண்டு கொண்டிருந்தாள். அவளைப் பொருத்தவரை அவர் இறந்தது அந்தக் கணத்தில்தான். முதல்முறையாக வீட்டிற்கு வெளியே அவர் இரவைக் கழித்ததை அவள் அப்போதுதான் உணர்ந்தாள். இதே எண்ணம் அவளுக்கு மேஜையின் முன் அமரும்போதும் தோன்றியது. அவள் தனியாகத்தான் இருந்தாள் என்றாலும் தனியாக இருப்பதால் அப்படித் தோன்றவில்லை; உயிரோடு இல்லாத ஒருவரோடு சேர்ந்து சாப்பிடுவது போன்ற எண்ணம் வந்ததால் அப்படித் தோன்றியது. மறுபடியும் மேஜையில் உட்கார்ந்து சாப்பிட நியூ ஆர்லியன்சிலிருந்து தனது மகள் ஓஃபேலியா, தன்னுடைய கணவரோடும் மூன்று மகள்களோடும் வந்துசேரக் காத்திருந்தாள். அது தாழ்வாரத்தில் போட்டிருந்த மிகச்சிறிய, தற்காலிக மேஜைதானே தவிர, வழக்கமானது அல்ல. அதுவரை வழக்கமான உணவு எதையும் சாப்பிடவில்லை. எந்த நேரமாக இருந்தாலும், பசி எடுத்தபோது சமையலறைக்குச் சென்று, அடுப்பின் முன்னால் நின்றபடி, தட்டில் போட்டுக் கொள்ளாமல், பாத்திரத்திலிருந்தே முள்கரண்டியால் எடுத்து, அவளை நன்றாகப் புரிந்துகொண்ட, அவர்களோடு மட்டுமே இயல்பாக உணர்ந்த வேலைக்காரப் பெண்களோடு பேசியபடி, எல்லாவற்றிலிருந்தும் கொஞ்சம் கொஞ்சம் சாப்பிடுவாள். இருந்தாலும், அவள் எந்த அளவுக்கு முயற்சி செய்தாலும், இறந்துபோன கணவனின் இருப்பை அவளால் தவிர்க்க முடிய வில்லை. எங்கு போனாலும் எங்கு திரும்பினாலும் என்ன செய்தாலும் அவரை நினைவூட்டும் அவருடைய பொருள் ஏதாவதொன்று தட்டுப்படும். அவருக்காகத் துக்கப்படுவது நேர்மையாகவும் நியாயமாகவும் அவளுக்குத் தோன்றினாலும்,

துக்கத்தில் மூழ்கிவிடாமல் இருப்பதற்குத் தன்னால் முடிந்த அனைத்தையும் செய்யவும் விரும்பினாள். அதனால், அவர் இல்லாமல் தொடர்ந்து வாழ ஒரே வழியாக அவளுக்குத் தோன்றிய, இறந்த கணவரை நினைவூட்டும் அனைத்தையும் வீட்டை விட்டு அகற்றுவது என்ற கடுமையான முடிவை எடுத்தாள்.

அதுவொரு அழிப்புச் சடங்கு. மகன் தன்னுடைய நூலகத்தை எடுத்துக்கொண்டு போக ஒப்புக்கொண்டான். திருமணத்தின் போது தன்னிடம் இல்லாத தையலறையை அவனுடைய அலுவலக அறையில் அமைத்துக்கொள்ள முடிவு செய்தாள். மகள், நியூ ஆர்லியன்ஸின் பழங்காலப் பொருட்களின் ஏலத்திற்குப் பொருத்தமான மேஜை நாற்காலிகளையும் மற்ற மரச்சாமன்களையும் கொண்டுபோவாள். தேனிலவுப் பயணத்தில் ஃபெர்மினா தாஸா வாங்கிய பொருட்கள் ஏற்கெனவே பழங்கால நினைவுச் சின்னங்களாக மாறிவிட்டன என்பதை அறிந்து அவள் எந்த விதத்திலும் மகிழ்ச்சி அடையவில்லை என்றாலும், அவையனைத்தும் அவளுக்கு நிம்மதியைக் கொடுத்தன. அந்த நாட்களில் அவளுக்குத் துணையாக இருக்க வந்த நெருங்கிய நண்பர்களும் அண்டை வீட்டுக்காரர்களும் வேலைக்காரப் பெண்களும் அதிர்ச்சியில் வாயடைத்துப்போகும் விதத்தில் வீட்டிற்குப் பின்னால் காலி இடத்தில் தீமூட்டி, அதில் இறந்த கணவரை நினைவூட்டும் அனைத்துப் பொருட்களை யும் எரித்துவிட்டாள். கடந்த நூற்றாண்டிலிருந்து நகரத்தில் காட்சியளித்த மிகவும் விலையுயர்ந்த, நேர்த்தியான ஆடைகள், மிகச் சிறந்த காலணிகள், அவருடைய உருவப் படங்களைவிட அசலாக அவரைப் போலத் தோன்றிய தொப்பிகள், செத்துப் போகுமுன் கடைசி முறையாக அவர் எழுந்துவந்த பிற்பகல் தூக்கத்தின் ஆடும் நாற்காலி, அவரது வாழ்க்கையோடு பிணைக்கப்பட்டு அவருடைய அடையாளத்தின் அங்கமாகிவிட்ட ஏராளமான பொருட்கள். வெளிச்சத்திற்கு இடைவெளி இல்லாத தேக்குமரப் பெட்டியின் இருட்டில் அடைத்து வைக்காமல், தகனம் செய்துவிட வேண்டுமென்ற தனது விருப்பத்தை அவர் பலமுறை அவளிடம் வெளிப்படுத்தி யிருந்ததால், சுகாதாரத்திற்காக மட்டுமின்றித் தனது கணவர் அதை அங்கீகரித்திருப்பார் என்ற முழுமையான உறுதியோடு, சந்தேகத்தின் நிழல்கூட இல்லாமல் அவள் அதைச் செய்தாள். அவருடைய மதம் அதைத் தடுத்தது. பேராயரின் கருத்தைச் சோதிக்கத் துணிந்தார். திட்டவட்டமான மறுப்பே அதற்குப் பதிலாகக் கிடைத்தது. தகன மேடைகளை அமைப்பதால் கிடைக்கும் வசதியைப் பற்றி குவெனல் உர்பினோவைத் தவிர வேறு யாரும் சிந்திக்காததாலும் கத்தோலிக்கத்தைத் தவிர பிற மதங்களின் பயன்பாட்டிற்காகக்கூட அவற்றை அனுமதிக்கத்

தேவாலயம் மறுத்ததாலும், அது முழுமையான மாயைதான். முதலில் ஏற்பட்ட சில மணிநேரக் குழப்பத்திற்கு இடையிலும்கூடத் தனது கணவரின் அந்தப் பயங்கரத்தை மறக்காத ஃபெர்மினா தாஸா, சவப்பெட்டியில் வெளிச்சத்திற்காக இடைவெளியின் ஆறுதலை அவருக்கு விட்டுவைக்கத் தச்சருக்கு உத்தரவிட மறக்கவில்லை.

எப்படி இருந்தாலும், அதுவொரு பயனற்ற நாசம்தான். இறந்துபோன கணவரின் நினைவு, நாட்கள் கடந்ததால் அழியாததைப் போலவே நெருப்பாலும் அழியாததாக இருந்ததை ஃபெர்மினா தாஸா மிக விரைவிலேயே உணர்ந்துகொண்டாள். அதைவிட மோசமாக அவருடைய உடைகளைக் கொளுத்திய பிறகு அவள் அவரை எவ்வளவு நேசித்தாள் என்று ஏங்கவைத்தது. அனைத்துக்கும் மேலாக அவளை மிகவும் தொந்தரவு செய்தது, எழுந்தபோது அவர் எழுப்பிய சத்தங்கள். அந்த நினைவுகள் துக்கத்தின் சதுப்பு நிலத்திலிருந்து வெளியேற அவளுக்கு உதவின. அனைத்துக்கும் மேலாக, இறக்கவில்லை என்பதைப் போலத் தனது கணவரை நினைத்துக்கொண்டு வாழ்க்கையைத் தொடர உறுதிபடத் தீர்மானித்தாள். தினமும் காலையில் எழும்போது கடினமாக இருக்குமென்பது அவளுக்குத் தெரியும் என்றாலும், அது படிப்படியாகக் குறையும்.

மூன்றாவது வாரத்தின் முடிவில், அவள் முதல் வெளிச்சங்களைப் பார்க்கத் தொடங்கினாள். ஆனால் வெளிச்சம் அதிகரித்துத் தெளிவடைந்தபோது, ஒரு நொடிகூட அமைதியாக இருக்கவிடாத அவளுடைய வாழ்க்கையில் குறுக்கிட்ட பேய் ஒன்று இருப்பதை உணர்ந்துகொண்டாள். அவனைப் பற்றி நினைக்காமல் இருக்க முடியாத அளவுக்குத் தொந்தரவு செய்த, பொருத்தமற்ற முட்டாள்த்தனமான போக்குக்கொண்ட, மார்பில் தாங்கிய தொப்பியும் மரணதண்டனை நிறைவேற்றுபவரின் மேலங்கியும் அணிந்த வெறுக்கத்தக்க பேய்தானே தவிர, சுவிசேஷகர்களின் பூங்காவில் அவளைப் பின்தொடர்ந்த, முதுமையடைந்த பிறகு அவளிடம் ஒருவிதமான மென்மையைத் தூண்டிய பரிதாபத்திற்குரிய பேய் அல்ல. அவள் பதினெட்டு வயதில் நிராகரித்ததிலிருந்து, காலப்போக்கில் பெரிதாக வளரக்கூடிய வெறுப்பின் விதையை அவனுக்குள் விதைத்துவிட்டதாக அவள் உறுதியாக நம்பினாள். ஒவ்வொரு கணமும் அந்த வெறுப்போடு எண்ணிக்கொண்டிருந்த அவள், பேய் அருகிலிருந்தபோது அதைக் காற்றில் உணர்ந்தாள். அதன் பார்வையே அவளைக் கலங்கடித்தது. அவனோடு பழக இயல்பான வழியைக் கண்டுபிடிக்க முடியாத அளவுக்கு அது அவளைப் பயமுறுத்தியது. இறந்துபோன கணவனின் பூக்கள் வீட்டில் இன்னும் மணந்துகொண்டிருந்தபோதே, தன்னுடைய

காதலை அவன் மீண்டும் வலியுறுத்திய இரவில், அந்த முரட்டுத்தனம் பழி வாங்குவதற்கான தீய நோக்கத்தின் முதல்படி அல்ல என்பதை, அவளால் நம்ப முடியவில்லை.

அவனுடைய விடாப்பிடியான நினைவு அவளது கோபத்தை அதிகரித்தது. அவனைப் பற்றி நினைத்தபடி எழுந்த பிறகு, அடக்கம்செய்த அடுத்த நாள் முழுவதும், விருப்பத்தின் எளிய சைகையோடு, அவனைத் தனது நினைவிலிருந்து அழித்து விட்டாள். ஆனால் அவளுடைய கோபம் திரும்பிவந்தது. அவனை மறக்க வேண்டுமென்ற ஆசைதான் நினைத்துக் கொள்ள வலிமையான தூண்டுகோல் என்பதை விரைவிலேயே உணர்ந்துகொண்டாள். பிறகு, ஏக்கத்தால் வெல்லப்பட்டு, முதல்முறையாக அந்த உண்மையற்ற காதலின் மாயையான காலங்களை நினைத்துப்பார்க்கத் துணிந்தாள். அப்போதைய சிறு பூங்கா, உடைந்த பாதாம் மரங்கள், அவளை அவன் நேசித்த இருக்கை இவற்றில் எதுவும் அப்போது இருந்ததைப் போல இப்போது இருக்காது என்பதால், அவை எப்படி இருந்தன என்று நினைத்துப்பார்க்க முயன்றாள். அவை அனைத்தும் மாறிவிட்டன, மஞ்சள் நிற இலைகளின் கம்பளத்துடன் இருந்த மரங்கள் அகற்றப்பட்டுவிட்டன. தலை துண்டிக்கப்பட்ட மாவீரனின் சிலை இருந்த இடத்தில், அந்தப் பகுதியின் மின்சாரக் கட்டுப்பாட்டுக் கருவிகளைப் பொருத்தியிருந்த ஆடம்பர மான பீடத்தின் மீது, பெயரில்லாமல், தேதி இல்லாமல், நியாயப்படுத்தும் காரணங்கள் இல்லாமல், முழுச் சீருடையிலிருந்த இன்னொரு சிலை நிறுவப்பட்டிருந்தது. பல வருடங்களுக்கு முன்பு கடைசியாக விற்கப்பட்ட அவளுடைய வீடு மாகாண அரசாங்கத்தின் கைகளுக்கிடையில் முழுமையாக உடைந்து விழுந்தது. அப்போது இருந்ததைப் போல ஃப்ளோரென்டினோ அரிஸாவைக் கற்பனை செய்வது அவளுக்குச் சுலபமானதாக இல்லை, அதை விடவும் அந்துப்பூச்சி தின்ற புழுவாக, மழையில் மிகவும் ஆதரவற்ற நிலையிலிருந்த, அந்த வாய் பேசாத சிறுவன், அவளுடைய நிலைமையை எந்த வகையிலும் பொருட்படுத்தாம லும் அவளுடைய துக்கத்தைக் கொஞ்சம்கூட மதிக்காமலும் அவள் முன்னால் நின்றதையும் அவளை மூச்சுத் திணறவைத்த அவமதிப்பின் தீயால் அவளுடைய ஆன்மாவை வாட்டியதையும் நம்புவது அவளுக்குச் சுலபமானதாக இருக்கவில்லை.

மிஸ் லிஞ்ச்சின் கெட்ட நேரத்திலிருந்து விடுபடுவதற்காகச் சென்றிருந்த ஃப்ளோரெஸ் த மரியா பண்ணையிலிருந்து திரும்பிய கொஞ்ச காலத்திற்குப் பிறகு ஃபெர்மினா தாஸாவைப் பார்க்க வந்திருந்தாள் அவளுடைய மாமன் மகள் ஹில்டெப்ராண்டா சான்சேஸ். தன் தந்தையைப் போலவே ராணுவத்தில் கர்னலாக இருந்தாலும், சான் குவான் த லா

சியேநகாவில் வாழைத்தோட்டத் தொழிலாளர்களைப் படுகொலைசெய்த இழிவான செயலால் அவரால் நிராகரிக்கப் பட்ட மூத்த மகனோடு வந்திருந்த அவள், மகிழ்ச்சியான, உடல் பருத்த, வயதானவளாக இருந்தாள். பலமுறை சந்தித்திருக்கும் இரண்டு உறவினர்களும் சந்திக்கும் நேரத்திற்காக எப்போதும் மணிக்கணக்கில் ஏங்கினார்கள். அவளுடைய கடைசி வருகையின்போது, முன் எப்போதையும்விட ஏக்கத்துடன் இருந்த ஹில்டெப்ராண்டா, முதுமையின் சுமையால் மிகவும் பாதிக்கப்பட்டிருந்தாள். ஏக்கத்தைச் சிறப்பாகக் கொண்டாட, இளைஞனாக இருந்த குவெனல் உர்பினோ விருப்பமுள்ள ஃபெர்மினா தாஸாவைக் கவிழ்த்த மாலைப்பொழுதில் பெல்ஜியப் புகைப்படக் கலைஞர் எடுத்த பழங்காலப் பெண்ணின் உடையிலிருந்த அவர்களுடைய புகைப்படத்தின் நகலைக் கொண்டு வந்தாள். ஃபெர்மினா தாஸாவின் நகல் தொலைந்து விட்டது, ஹில்டெப்ராண்டாவின் நகல் கிட்டத்தட்டக் கண்ணுக்குத் தெரியாததாக இருந்தது என்றாலும், இருவரும் ஏமாற்றத்தின் மூடுபனி வழியாக அடையாளம் கண்டு கொண்டார்கள். மீண்டும் எப்போதும் திரும்ப முடியாத இளமையோடும் அழகோடும் இருந்தார்கள்.

அவருடைய விதியோடு தனது விதியை அடையாளம் கண்டதால் ஹில்டெப்ராண்டாவுக்கு, ஃப்ளோரென்டினோ அரிஸாவைப் பற்றிப் பேசாமல் இருப்பது சாத்தியமற்றது. தன்னுடைய முதல் தந்தியை அனுப்பிய நாளில் இருந்ததைப் போல அவரை நினைத்துக்கொண்ட அவளால் மறதிக்குத் தண்டிக்கப்பட்ட சோகமான சிறுபறவையின் நினைவைத் தன் இதயத்திலிருந்து அகற்ற முடியவில்லை. அவரோடு பேசாமல், ஆனால் பலமுறை அவரைப் பார்த்திருக்கும் ஃபெர்மினா தாஸாவால், அவர்தான் தனது முதல் காதலன் என்பதை நினைத்துப்பார்க்க முடியவில்லை. நகரத்தில் நடந்த முக்கியமான செய்திகள் அத்தனையும் உடனடியாகவோ தாமதமாகவோ அவளை வந்தடைந்ததைப் போல, அவரைப் பற்றிய செய்தி களும் எப்போதும் வந்தன. அவருக்குப் பல்வேறு பழக்கங்கள் இருப்பதால் திருமணம் செய்துகொள்ளவில்லை என்று சொல்லப்பட்டது என்றாலும், ஒருபுறம் வதந்திகளை அவள் சட்டைசெய்வதில்லை என்பதாலும் மற்றொருபுறம் சந்தேகத்திற்கு அப்பாற்பட்ட பல ஆண்களைப் பற்றியும் அப்படித்தான் பேசிக்கொண்டார்கள் என்பதாலும், அதிலும் அவள் கவனம் செலுத்தவில்லை. மாறாக, ஃப்ளோரென்டினோ அரிஸா தனது துறவி உடையிலும் அரிய களிம்புகளிலும் பிடிவாதமாக இருந்ததும், வாழ்க்கையில் மிகவும் கௌரவமான, அற்புதமான வழி திறந்த பிறகும் அவர் புதிராகவே இருந்துவந்ததும் அவளுக்கு

விசித்திரமாகத் தோன்றியது. அது அவர்தான் என்பதை அவளால் நம்பவே முடியவில்லை, "பாவப்பட்டவர். எவ்வளவு கஷ்டப்பட்டிருப்பாரோ!" என்று ஹில்டெப்ராண்டா பெருமூச்சு விட்டபோது அவளுக்கு வியப்பாக இருந்தது. பல காலமாக அவள் வலி இல்லாமல் அவரைப் பார்த்துக்கொண்டிருப்பதால் இருக்கலாம். அவர் துடைத்து அழிக்கப்பட்ட நிழல்.

இருந்தாலும், ஃப்ளோரெஸ் த மரியாவிலிருந்து அவள் திரும்பிய காலகட்டத்தில், திரையரங்கில் அவரைச் சந்தித்த இரவில், அவளது இதயத்தில் ஏதோ அதிசயம் நடந்தது. அவர் ஒரு பெண்ணோடு இருந்தது, அதிலும் ஒரு கறுப்பினப் பெண்ணோடு இருந்தது அவளுக்கு ஆச்சரியமாக இல்லை. அவர் உடலை நன்றாக வைத்திருந்ததும் மிகவும் எளிமையாக நடந்துகொண்டதும் அவளுக்கு வியப்பளித்தது. தனது அந்தரங்க வாழ்க்கையில் மிஸ் லிஞ்ச் ஏற்படுத்திய குழப்பமான ஊடுருவலுக்குப் பிறகு ஒருவேளை மாறியது அவரல்ல, அது தானாக இருக்கலாம் என்று அவளுக்கு நினைக்கத் தோன்றவில்லை. அப்போதிலிருந்தும், இருபது ஆண்டுகளுக்கும் மேலாகவும், அதிக இரக்கமுள்ள கண்களோடு அவரைப் பார்த்தாள். அவளுடைய கணவனின் திருவிழிப்புச் சடங்கு நடந்த இரவில், அவர் அங்கே இருந்தது அவளுக்குப் புரிந்துகொள்ளக்கூடியதாக இருந்ததோடு, கோபத்தின் இயல்பான முடிவாக, மன்னித்து மறந்துவிடும் செயலாகவும் அவள் அதைப் புரிந்துகொண்டாள். அதனால்தான், ஃப்ளோரென்டினோ அரிஸாவுக்கும் அவளுக்கும் நம்பிக்கையைத் தவிர வாழ்க்கையில் வேறெதுவும் இல்லாத வயதில், அவளைப் பொறுத்தவரை எப்போதுமே இல்லாத காதலின் நாடகத்தனமான வலியுறுத்தல், மிகவும் எதிர்பாராததாக இருந்தது.

அவளுடைய கணவரின் அடையாள தகனத்திற்குப் பிறகும் அப்படியே இருந்த முதல் தாக்கத்தின் கொடூரமான ஆத்திரம், மேலும் வளர்ந்து கிளைவிட்டபோது அதைக் கட்டுப்படுத்தும் சக்தி குறைவாக இருந்ததை அவள் உணர்ந்தாள். அதைவிட மோசம், இறந்தவரின் நினைவுகளை அமைதிப்படுத்த முடிந்த நினைவின் இடைவெளிகள், ஃப்ளோரென்டினோ அரிஸாவின் நினைவுகள் புதைக்கப்பட்டிருந்த பாப்பிப் புல்வெளியால் கொஞ்சம் கொஞ்சமாக ஆனால் தவிர்க்க முடியாத வகையில் ஆக்கிரமிக்கப்பட்டன. எனவே, அவரை விரும்பாமலேயே நினைத்துக்கொண்டிருந்தவள், அவரைப் பற்றி எந்த அளவுக்கு நினைத்தாளோ அந்த அளவுக்கு அதிகமாகக் கோபப்பட்டாள். எந்த அளவுக்கு அதிகமாகக் கோபப்பட்டாளோ அந்த அளவுக்கு அதிகமாக, அறிவை மூழ்கடித்துத் தாங்க முடியாமல் போகும்வரை நினைத்தாள். பிறகு இறந்த கணவரின் மேஜையில்

அமர்ந்து, தன்னுடைய நீண்ட ஆயுளில் மிகவும் தகுதியற்ற செயலைத் தெரிந்தே செய்த நிம்மதியை அவளுக்குக் கொடுத்த, அத்தனை அவமானங்களும் கேவலமான ஆத்திரமூட்டல்களும் நிரம்பிய, அறிவுக்குப் பொருந்தாத மூன்று பக்கக் கடிதத்தை ஃப்ளோரென்டினோ அரிஸாவுக்கு எழுதினாள்.

ஃப்ளோரென்டினோ அரிஸாவுக்கும் அந்த மூன்று வாரங்கள் வேதனை நிறைந்தவையாக இருந்தன. ஃபெர்மினா தாஸாவின் மீதான காதலை மீண்டும் வலியுறுத்திய இரவில், மாலை நேர வெள்ளத்தால் சேதமடைந்த தெருக்களில் இலக்கில்லாமல் அலைந்தார். அரை நூற்றாண்டுக்கும் மேலாக அதன் முற்றுகையை எதிர்த்த பிறகு, தான் அவர் கொன்ற புலியின் தோலை என்ன செய்யப்போகிறோம் என்று திகிலோடு நினைத்துப்பார்த்தார். கடுமையான வெள்ளத்தால் நகரம் அவசர நிலையில் இருந்தது. சில வீடுகளிலிருந்த அரைநிர்வாண ஆண்களும் பெண்களும் பெருவெள்ளத்திலிருந்து கடவுள் விரும்பியதைக் காப்பாற்ற முயன்றுகொண்டிருந்தார்கள். அவர்கள் ஒவ்வொருவரது பேரழிவிற்கும் தனக்கும் ஏதோ தொடர்பு இருக்கிறது என்ற எண்ணம் ஃப்ளோரென்டினோ அரிஸாவுக்கு ஏற்பட்டது. ஆனால் காற்று அடக்கமாக இருந்தது, கரீபிய நட்சத்திரங்களும் தத்தமது இடங்களில் அமைதியாக இருந்தன. திடீரென்று, மற்ற குரல்களின் மௌனத்தில், பல ஆண்டுகளுக்கு முன்பு, அதே இடத்தில், அதே நேரத்தில் அவரும் லியோனா காஸியானியும் கேட்ட ஆண் குரலை ஃப்ளோரென்டினோ அரிஸா அடையாளம் தெரிந்து கொண்டார்: "கண்ணீரில் குளித்தபடி பாலத்திலிருந்து திரும்பிவந்தேன்." அந்த இரவுக்கும் அவருக்கும் மட்டுமே, மரணத்தோடு சம்மந்தப்பட்ட எதையோ, ஏதோவொரு வகையில் கொண்ட பாடல்.

ட்ரான்சிட்டோ அரிஸாவின் காகிதப் பூக்களால் அலங்கரிக்கப்பட்ட கேலி ராணியின் தலையும், புத்திசாலித்தன மான வார்த்தைகளும் அப்போது தேவைப்பட்டதைப் போல அவருக்கு எப்போதும் தேவைப்படவில்லை. பேரழிவின் விளிம்பில் இருக்கும்போதெல்லாம், அவருக்கு ஒரு பெண்ணின் பாதுகாப்பு தேவைப்பட்டது. அவரால் அதைத் தவிர்க்க முடியாது. அதனால், எட்டக்கூடியவர்களின் திசையில் தேடிக்கொண்டு எஸ்குவேலா நார்மல்[1] வழியாகச் சென்ற அவர், அமேரிக்கா விகுன்யாவின் படுக்கையறை ஜன்னல்களின் நீண்ட வரிசையில் விளக்கு எரிவதைக் கண்டார். இன்னும் குழந்தைத்தனமான பிடிவாதத்தின் வாசனையோடு, குழந்தைகளுக்கு அணிவிக்கப் படும் டயப்பருக்கு நடுவில் கனவின் கதகதப்போடு இருந்த அவளை, விடியற்காலை இரண்டு மணிக்கு அழைத்துப்போகும்

---

1. சாதாரணப் பள்ளி என்று பொருள்படும்.

தாத்தாவின் பைத்தியக்காரத்தனத்தைத் தவிர்க்க அவர் பெரும் முயற்சிசெய்ய வேண்டியிருந்தது.

நகரத்தின் மற்றொரு பக்கத்தில் தனியாகவும் சுதந்திரமாகவும் இருந்த லியோனா காஸியானி, அதிகாலை இரண்டு மணிக்கோ, மூன்று மணிக்கோ, எந்த நேரத்திலும் எந்தச் சூழ்நிலையிலும் அவருக்குத் தேவையான அன்பை, பரிவைக் கொடுக்க, எந்தச் சந்தேகமும் இல்லாமல் தயாராக இருந்தாள். அவரது தூக்கமற்ற இரவுகளின் பாழ்பட்ட நிலத்தில் அவளுடைய கதவைத் தட்டியது முதல்முறையாக இருக்காது என்றாலும், அவர்கள் ஒருவரை ஒருவர் மிகவும் நேசித்ததையும் காரணம் எதையும் சொல்லாமல் அவளுடைய மடியில் சாய்த்து அழுமளவுக்கு அவள் புத்திசாலி என்பதையும் அறிந்திருந்தார். நீண்ட யோசனைக்குப் பிறகு, வெறிச்சோடிய நகரத்தில் தூக்கத்தில் நடந்தபோது, ப்ரூடென்சியா பிட்ரேவைவிட யாரோடும் சிறப்பாக இருக்க முடியாது என்று அவருக்குத் தோன்றியது. அவள் இரட்டை விதவை. அவரைவிடப் பத்து வயது இளையவள். முந்தைய நூற்றாண்டிலிருந்தே ஒருவரையொருவர் அறிந்தவர்களாக இருந்த அவர்கள், பார்வையைப் பாதி இழத்துவிட்டதால் தன்னைப் பார்க்கக் கூடாது என்று அவள் வலியுறுத்தியதால், சந்திப்பதை நிறுத்திக்கொண்டார்கள், உண்மையாகவே அவள் பலவீனத்தின் விளிம்பில் இருந்தாள். அவளை நினைத்த உடனே ஜன்னல் களின் தெருவிற்குத் திரும்பிய ஃப்ளோரென்டினோ அரிஸா, ஒரு ஊறுகாய் ஜாடியையும் இரண்டு ‘போர்ட்[2]’ பாட்டில்களை யும் சந்தைப் பையில் எடுத்துக்கொண்டு, அவள் வழக்கமான வீட்டில்தான் இருக்கிறாளா, தனியாக இருக்கிறாளா, உயிரோடு இருக்கிறாளா என்பதுகூடத் தெரியாமல் அவளைப் பார்க்கச் சென்றார்.

இளமையாக இல்லாவிட்டாலும் இன்னும் இளமையாக இருப்பதாக அவர் நினைத்துக்கொண்டிருந்த காலத்தில் பயன்படுத்திய கதவைச் சுரண்டும் சங்கேதக் குறிப்பை மறந்து விடாத ப்ரூடென்சியா பித்ரே, கேள்வி கேட்காமல் கதவைத் திறந்தாள். தெரு இருட்டாக இருந்தது. கறுப்பு உடையோடும் கடினமான தொப்பியோடும் கையில் தொங்கிய வெளவால் குடையோடும் அவர் கண்ணில் படும்படி இல்லை, முழு வெளிச்சத்தில் இருந்தாலொழிய அவரைப் பார்க்க அவளுக்கும் கண்ணில்லை என்றாலும், கண்ணாடியின் உலோகச் சட்டகத்தில் ஒளிர்ந்த விளக்கின் ஒளியில் அவரை அடையாளம் கண்டுகொண்டாள். இன்னும் ரத்தம் தோய்ந்த கைகளோடு இருந்த கொலைகாரனைப் போலத் தோன்றினார். “போக்கற்ற அநாதைக்கு அடைக்கலம்” என்றார்.

---

2. போர்ச்சுகல் நாட்டில் தயாராகும் இனிப்பான சிவப்புத் திராட்சை மது.

எதையாவது சொல்ல வேண்டும் என்பதற்காக, அவரால் அதைத்தான் சொல்ல முடிந்தது. கடைசியாகப் பார்த்ததற்குப் பிறகு அவளுக்கு எந்த அளவுக்கு வயதாகிவிட்டது என்று வியப்படைந்த அவர், அவளும் தன்னை அப்படித்தான் பார்க்கிறாள் என்பதை உணர்ந்தார். ஆனாலும், ஒரு கணத்திற்குப் பிறகு, ஆரம்பத் தாக்குதலிலிருந்து விடுபட்டு, வாழ்க்கை ஒருவருக்குக் கொடுத்த மரண அடிகளை அடுத்தவர் பார்ப்பது குறைந்து, நாம் முதலில் சந்தித்தபோது இருந்ததைப்போல ஒருவருக்கொருவர் மீண்டும் இளமையாகத் தோன்றுவோம் என்று நினைத்துத் தன்னைத்தானே சமாதானப்படுத்திக்கொண்டார். "சாவு வீட்டிற்குப் போவதைப் போல இருக்கிறாய்" என்றாள் அவள்.

அப்படித்தான் இருந்தார். பேராயர் த லூனாவின் மரணத்திற்குப் பிறகு பார்த்த மிக நெரிசலான, ஆடம்பரமான ஊர்வலத்தைப் பார்த்துக்கொண்டு, நகரத்தின் பெரும்பகுதி மக்களைப் போலவே அவளும், பதினொரு மணிமுதல் ஜன்னலில்தான் இருந்தாள். பூமியை நடுங்கச்செய்த பீரங்கி முழக்கங்களும் போர்ப் பறைகளின் பொருந்தாத வாசிப்புகளும், முந்தைய நாளிலிருந்தே சாவுமணி அடித்துக்கொண்டிருந்த அனைத்துத் தேவாலயங்களின் மணியோசைக்கு மேல் இறுதி ஊர்வலப் பாடல்களின் தொந்தரவும் பகல் தூக்கத்திலிருந்து அவளை எழுப்பிவிட்டன. அணிவகுப்புச் சீருடை அணிந்த குதிரைப் படை வீரர்களையும் மதச் சமூகங்களையும் மாணவர்களையும் கண்ணுக்குத் தெரியாத அதிகாரிகளின் நீளமான கறுப்பு லிமோசின் கார்களையும் இறகுத் தொப்பிகளும் தங்க அலங்காரங்களும் கொண்ட குதிரை வண்டிகளையும் பழைய பீரங்கி வண்டியில் கொடியால் போர்த்தப்பட்ட மஞ்சள் சவப்பெட்டியையும் கடைசியாக, மலர் வளையங்களைக் கொண்டுபோகப் பராமரிக்கப்பட்டுவந்த பழைய திறந்த விக்டோரியா வண்டிகளின் வரிசையையும் பால்கனியிலிருந்து பார்த்துக்கொண்டிருந்தாள். நண்பகலுக்குச் சற்றுப் பிறகு, ப்ரூடென்சியா பித்ரேவின் பால்கனியை முற்றிலும் கடக்கும் முன்பே, பிரளயம் ஏற்பட்டபோது ஊர்வலம் கூட்ட நெரிசலாகச் சிதறியது.

"எவ்வளவு அபத்தமான மரணம்" என்றாள் அவள்.

"மரணத்திற்கு அபத்த உணர்ச்சி ஏது, அதுவும் நம்முடைய வயதில்" என்றார் வருத்தத்தோடு.

பாதி வானத்தை நிரப்பிய ஒளிவட்டத்தோடு இருந்த நிலாவையும் அடிவானத்தில் கப்பல்களின் விளக்குகளிலிருந்து வந்த வண்ண வண்ண ஒளிகளையும் பார்த்துக்கொண்டும் புயலுக்குப் பிறகு வீசிய இதமான, வாசனையான தென்றலை

அனுபவித்துக்கொண்டும் விரிந்த கடலைப் பார்த்திருந்த மொட்டை மாடியில் அவர்கள் உட்கார்ந்திருந்தார்கள். திராட்சை மதுவைக் குடித்துக்கொண்டும் சமையலறையில் மலை ரொட்டியிலிருந்து ப்ரூடென்சியா பித்ரே வெட்டியெடுத்த துண்டுகளின் மீது ஊறுகாய் தடவிச் சாப்பிட்டுக்கொண்டும் இருந்தார்கள். முப்பத்தைந்து வயதில் குழந்தை இல்லாமல் விதவையாகிவிட்ட பிறகு, பல இரவுகளில் அப்படித்தான் வாழ்ந்தார்கள். மணிக்கணக்கில்தான் வாடகை என்றாலும், தன்னோடு வர விரும்பும் எந்த ஆணையும் அவள் வரவேற்ற காலகட்டத்தில் அவளைச் சந்தித்தார் ஃப்ளோரென்டினோ அரிஸா. சாத்தியமாகத் தோன்றியதைவிட மிகவும் தீவிரமான, நீடித்த உறவை ஏற்படுத்திக்கொண்டார்கள்.

அவள் அதைப் பற்றிக் குறிப்பைக்கூடக் காட்டாவிட்டாலும், அவரை இரண்டாவதாகத் திருமணம் செய்துகொள்ளத் தன்னுடைய ஆன்மாவைப் பிசாசுக்கு விற்க வேண்டும் என்றாலும் விற்றிருப்பாள். அவருடைய அற்பத்தனத்திற்கும் வயதாவதற்கு முன்பே கிழவனாகிவிட்ட முட்டாள்தனத்திற்கும் அவரது வெறித்தனமான ஒழுங்கிற்கும் எதையும் கொடுக்காமல் அனைத்தையும் கேட்கும் ஆசைக்கும் அடிபணிவது சுலபமல்ல என்பது தெரிந்திருந்தது என்றாலும், அந்த அளவுக்குக் காதல் தேவைப்பட்ட இன்னொரு ஆண் உலகத்தில் இருக்க முடியாது என்பதால் அதற்கு ஈடாக அவரைவிடச் சிறப்பாகத் துணையிருக்க அனுமதித்தவரும் யாருமில்லை. எனவே அந்த அளவுக்கு நழுவிக்கொள்பவரும் யாருமில்லை. ஃபெர்மினா தாஸாவுக்காகத் தன்னைச் சுதந்திரமாக வைத்துக்கொள்ள வேண்டுமென்ற அவரது உறுதியில் குறுக்கிடும் புள்ளிவரையில் அந்தக் காதல் எந்தப் பிரச்சினையும் இல்லாமல் முன்னேறியது. இருந்தாலும், மூன்று மாதங்கள் ஊரில் தங்கி, அடுத்த மூன்று மாதங்கள் பயணத்திலிருந்த வணிக முகவரோடு ப்ரூடென்சிய பித்ரே மறுமணம் செய்துகொள்ளத் தேவையானவற்றை அவர் ஏற்பாடு செய்தார். அவர்களுக்கு ஒரு மகளும் நான்கு மகன்களும் பிறந்த பிறகும்கூட அவர்களுடைய காதல் பல ஆண்டுகளுக்கு நீடித்தது. அந்தக் குழந்தைகளில் ஒன்று, ஃப்ளோரென்டினோ அரிஸாவுக்குப் பிறந்தது என்று அவள் சத்தியம் செய்தாள்.

இளமைக் காலத்திலிருந்தே தூக்கமற்ற இரவுகளைப் பகிர்ந்து கொள்ளப் பழகியிருந்ததால், நேரத்தைப் பற்றிக் கவலைப் படாமல் பேசிக்கொண்டிருந்த அவர்களுக்கு, முதுமையின் தூக்கமற்ற இரவுகளில் இழப்பதற்கு ஒன்றுமில்லை. கிட்டத்தட்ட எப்போதும் இரண்டாவது கோப்பையைத் தாண்டியதில்லை என்றாலும், மூன்றாவது கோப்பைக்குப் பிறகு ஃப்ளோரென்டினோ அரிஸாவால் மூச்சுவிட முடியவில்லை. அவருக்கு வியர்த்துக்

கொட்டியது, இரண்டு கணவர்களை இழந்தவள் அவர்கள் இருவரும் நிர்வாணமாகவே ஒருவரையொருவர் நன்கு அறிந்திருந்தார்கள் என்பதால் அவர் விரும்பினால் அவருடைய மேலங்கி, சட்டை, பேண்ட் என அனைத்தையும் ஒன்றுவிடாமல் கழற்றச் சொன்னாள். நீ செய்தால் நானும் செய்வேன் என்றார். ஆனால் அவள் விரும்பவில்லை: சிலகாலம் முன்பு தன்னை அலமாரியின் கண்ணாடியில் பார்த்துக்கொண்ட அவள், அவரையோ அல்லது வேறு யாரையுமோ தன்னை நிர்வாணமாகப் பார்க்க அனுமதிக்கும் துணிச்சல் தனக்கு இல்லை என்பதை உடனடியாகப் புரிந்துகொண்டாள்.

நான்கு கோப்பைக்குப் பிறகும் அடங்காத பெருமித நிலையிலிருந்த ஃப்ளோரென்டினோ அரிஸா, கடந்த காலத்தைப் பற்றி, நீண்ட காலமாகத் தனது தனிப்பட்ட கருப்பொருளாக இருந்த கடந்தகாலத்தின் நல்ல நினைவுகளைப் பற்றி, பேசிக் கொண்டே இருந்தார். துயரத்தைப் போக்கும் ரகசிய வழியைக் கடந்த காலத்திலிருந்து கண்டுபிடிக்கும் தவிப்பில் இருந்தார். பேச்சின் வழியே தன் ஆன்மாவை வெளிப்படுத்துவது அவருக்குத் தேவையானதாக இருந்திருக்கலாம். அடிவானத்தில் முதல் மினுமினுப்பைக் கண்டபோது, அவர் மறைமுகமான அணுகுமுறையை முயற்சித்தார். சாதாரணமாகத் தோன்றும் வகையில் கேட்டார்: "உன்னைப் போன்ற வயதுடைய விதவை திருமணம் செய்துகொள்ள முன்வந்தால் என்ன செய்வாய்?" கிழவியின் சுருக்கம் விழுந்த சிரிப்போடு சிரித்த அவள், பதிலுக்குக் கேட்டாள்: "உர்பினோவின் விதவையைப் பற்றிப் பேசுகிறீர்களா?"

பெண்கள், மற்ற யாரையும்விடக் குறிப்பாக ப்ரூடென்சியா பித்ரே, கேள்விகளைக் காட்டிலும் கேள்விகளில் மறைந்திருக்கும் அர்த்தத்தைப் பற்றி அதிகம் சிந்திக்கிறார்கள் என்பதை மறக்கக் கூடாத நேரத்தில் மறந்துவிடுவார் ஃப்ளோரென்டினோ அரிஸா. அவளுடைய நடுங்கவைத்த, குறிவைத்த தாக்குதலால் பயந்து, பின் கதவு வழியாக நழுவினார்: "உனக்காகத்தான் சொன்னேன்." அவள் மறுபடியும் சிரித்தாள்: "இந்தக் கேலியெல்லாம் உன் மானங்கெட்ட அம்மாவிடம் வைத்துக்கொள். அவள் ஆன்மா சாந்தியடையட்டும்" என்றாள். பலகாலம் அவளைப் பார்க்காமல் இருந்த பிறகு, பிராந்தி குடிக்கவும் ஊறுகாயோடு மலை ரொட்டியைச் சாப்பிடவும் மட்டுமே அவரோ, வேறு எந்த ஆணுமோ விடியற்காலை மூன்று மணிக்குத் தன்னை எழுப்பி யிருக்க மாட்டார்கள் என்பதை அறிந்திருந்ததால், சொல்ல வந்ததைச் சொல்லும்படி அவரை வலியுறுத்தினாள். "அழுவதற்கு யாரையாவது தேடும்போதுதான் அதைச் செய்வார்கள்" என்றாள். தோல்வியில் பின்வாங்கினார் ஃப்ளோரென்டினோ அரிஸா. "இந்த ஒருமுறை தவறு செய்துவிட்டாய். இன்றிரவு எனது

நோக்கம் பாடிக்கொண்டிருப்பதுதான்" என்றார் அவர். "அப்படி யானால் பாடுவோம்" என்றாள் அவள்.

பிரபலமான பாடலை நல்ல குரலில் பாடத் தொடங்கினாள்: ரமோனா, நீயில்லாமல் என்னால் வாழவே முடியாது. நிலவின் மறுபக்கத்தை அறிந்ததற்கான ஏராளமான ஆதாரங்களை அவருக்குக் கொடுத்த பெண்ணோடு தடைசெய்யப்பட்ட விளையாட்டுக்களை விளையாடத் துணியாததால், அதுவே இரவின் முடிவாக இருந்தது. ஐந்து மணித் திருப்பலியில் இருட்டின் விதவைகள் அணிவகுத்த அவருடைய இளமைக்காலத் தெருவிற்கு, ஜூன் மாதத்தின் கடைசி டாலியா மலர்கள் அருகியிருந்த வேறொரு நகரத்திற்குச் சென்றார். ஆனால் இப்போது அவரால் தாங்க முடியாத கண்ணீரைப் பார்த்துவிடக் கூடாது என்பதற்காக நடைபாதையை மாற்றியது அவர்தானே தவிர, அந்த விதவைகள் அல்ல, அவர் நினைத்ததைப் போல, நள்ளிரவின் கண்ணீர் அல்ல, ஐம்பத்தோரு வருடங்கள், ஒன்பது மாதங்கள், நான்கு நாட்களாக அவரைத் திணறடித்துக்கொண்டிருந்த வேறொரு கண்ணீர்.

எங்கே என்று தெரியாமல் பளபளத்த ஜன்னல் முன்னால் கண் விழித்தபோது, அவர் நேரக்கணக்கை மறந்துவிட்டார். வேலைக்காரக் குழந்தைகளோடு தோட்டத்தில் பந்து விளையாடிய அமேரிக்கா விகுன்யாவின் குரல் அவரை நனவுக்குக் கொண்டுவந்தது. அது அவருடைய தாயின் கட்டில். தனிமை அவரை வாட்டிய சில சமயங்களில் அதை அதிகம் உணராமலிருக்க வழக்கமாக உறங்கிய, படுக்கையை அப்படியே பாதுகாத்து வைத்திருந்த தாயின் கட்டில். டான் சான்ச்சோ விடுதியின் பெரிய கண்ணாடி படுக்கையின் முன்பாக இருந்தது. கண்விழிக்கும்போது அந்தக் கண்ணாடியின் ஆழங்களில் ஃபெர்மினா தாஸா பிரதிபலிப்பதைப் பார்ப்பதற்காகவே அதை அங்கு வைத்திருந்தார். அன்றுதான் அமேரிக்கா விகுன்யாவை உறைவிடப் பள்ளியிலிருந்து வீட்டிற்கு ஓட்டுநர் அழைத்து வருவார் என்பதால் அன்று சனிக்கிழமை என்பது அவருக்குத் தெரிந்தது. ஃபெர்மினா தாஸாவின் கோபமான முகத்தால் குழப்பமான கனவோடு, தூங்க முடியாது என்று கனவு கண்டபடி, தன்னையறியாமல் தூங்கிவிட்டதை அவர் உணர்ந்தார். அடுத்த அடி என்னவாக இருக்க வேண்டுமென்று நினைத்துக்கொண்டே குளித்து, சிறந்த ஆடைகளை மெதுவாக அணிந்து, நறுமணம் பூசி, கூரான வெள்ளை மீசைக்கு மெழுகு தடவி, படுக்கையறையை விட்டு வெளிவந்தபோது, எத்தனையோ சனிக்கிழமைகளில் அவரைச் சிலிர்க்கவைத்த அழகோடு பந்தைக் காற்றில் பிடித்தாள் என்றாலும், அன்று காலையில் அவருக்குச் சிறிதும் சங்கடத்தை ஏற்படுத்தாத, சீருடையிலிருந்த அழகான படைப்பை

இரண்டாவது மாடியின் தாழ்வாரத்திலிருந்து பார்த்தார். உடன் வருகிறேன் என்று சைகை செய்தவளிடம், காரில் ஏற்றுவதற்கு முன்பு தேவையில்லாமல் சொன்னார்: "இன்றைக்கு நாம் வழக்கமான விஷயங்களைச் செய்யப்போவதில்லை." கூரையில் தொங்கிய பெரிய மின்விசிறிகளின் கீழ் குழந்தைகளுடன் ஐஸ்கிரீம் சாப்பிட்ட பெற்றோரால் அந்த நேரத்தில் நிறைந்திருந்த அமெரிக்கானா ஐஸ்கிரீம் கடைக்கு அவளை அழைத்துச் சென்றார். அவளுக்குப் பிடித்த, மாயாஜாலப் புகையை வெளியிட்டதால் அதிகம் விற்பனையான, பெரிய கோப்பையில் ஒவ்வொரு நிறத்திற்கும் ஒவ்வொன்றாகப் பல அடுக்குகளைக் கொண்ட ஐஸ்கிரீமை வாங்கச் சொன்னாள். கோப்பையின் அடிப்பகுதியை எட்ட நீளமான கையோடு இருந்த கரண்டியால் அவள் ஐஸ்கிரீமைச் சாப்பிட்டுக்கொண்டிருந்த நேரத்தில், எதுவும் பேசாமல் அந்தச் சிறுமியைப் பார்த்தபடி, கறுப்புக் காப்பியைக் குடித்தார் ஃப்ளோரென்டினோ அரிஸா. அவள்மீது வைத்த பார்வையை அகற்றாமல், திடீரென்று அவளிடம் சொன்னார்: "நான் திருமணம் செய்துகொள்ளப்போகிறேன்".

காற்றில் கரண்டியைப் பிடித்த அவள், நிச்சயமற்ற மினுமினுப் போடு அவருடைய கண்களைப் பார்த்தாள் என்றாலும், உடனே சமாளித்துக்கொண்டு சிரித்தாள். "அது பொய். வயதானவர்கள் திருமணம் செய்துகொள்ள மாட்டார்கள்" என்றாள்.

இனி அவர் தனது காதலன் அல்ல பாதுகாவலர் என்ற எண்ணத்திற்கு அவள் பழக வேண்டும் என்பதற்காகத் திறந்த காரில் பலமுறை நகரத்தைச் சுற்றிய பிறகு, உறைவிடப் பள்ளிக்குக் கொண்டுபோகப் பலவகையான இனிப்புகளை வாயிலில் வாங்கிக்கொண்டு, அப்போதுதான் வந்திருந்த சர்க்கஸின் கூண்டில் அடைக்கப்பட்டிருந்த விலங்குகளைப் பார்த்துவிட்டு, படகுத் துறையிலிருந்த வறுத்த மீன் கடையில் மதிய உணவைச் சாப்பிட்டுவிட்டு, பூங்காவின் பொம்மைகளை ஒன்றாகச் சேர்ந்து பார்த்த பிறகு, விடாப்பிடியாகப் பெய்த அடை மழையில், அன்று மாலை ஏஞ்சலஸ் என்ற இடத்திலிருந்த உறைவிடப் பள்ளியில் விட்டுவிட்டுச் சென்றார். முந்தைய வாரத்திலிருந்து இருவரது வயதையும் அவர் முழுமையாக உணர்ந்துகொண்டதால், ஞாயிற்றுக்கிழமை அவள் தன்னுடைய தோழிகளோடு சுற்றப்போக விரும்பியபோது காரை அனுப்பினார் என்றாலும் அவளைப் பார்க்க விரும்பவில்லை. அன்றிரவு ஃபெர்மினா தாஸாவுக்கு மன்னிப்புக் கடிதம் எழுத வேண்டும் என்று முடிவெடுத்தாலும், சரணடையக் கூடாது என்பதற்காகவே, அதை மறுநாளுக்கு ஒத்திவைத்தார். சரியாக மூன்று வார ஆவலின் முடிவில், திங்களன்று, மழையில் நனைந்தபடி வீட்டிற்குள் நுழைந்தபோது, அவளுடைய கடிதத்தைக் கண்டார்.

அப்போது இரவு எட்டு ஆகியிருந்தது. படுக்கையறைக்குச் செல்ல ஃப்ளோரென்டினோ அரிஸாவுக்கு வழிகாட்ட அணையாத விளக்கைத் தாழ்வாரத்தில் வைத்துவிட்டு, இரண்டு வேலைக்காரப் பெண்களும் படுக்கப் போய்விட்டார்கள். சாப்பாட்டு அறை மேசையில் தன்னுடைய அற்பமான, சாதுவான உணவு இருப்பதை அறிந்திருந்தார் என்றாலும், எப்படியோ சாப்பிட்ட அத்தனை நாட்களுக்குப் பிறகு வந்த பசியும் கடிதத்தின் அதிர்ச்சியில் மறைந்துவிட்டது. ஈரமான கடிதத்தைப் படுக்கையில் வைத்துவிட்டு, இரவு மேஜையில் மெழுகுவர்த்தியை ஏற்றிவைத்து, சாந்தமடையத் தனக்கேயுரிய சாதனம் என்ற போலியான அமைதியோடு, நனைந்துபோன மேலங்கியைக் கழற்றி நாற்காலியின் பின்புறத்தில் தொங்கவிட்டு, இடுப்புத் துணியை அவிழ்த்து அதை அழகாக மடித்து மேலங்கியின் மேலே வைத்து, கறுப்புப் பட்டு நாடாவையும் உலகத்தில் வழக்கத்தில் இல்லாமல் போய்விட்ட செல்லுலாய்ட் காலரையும் கழற்றி, இடுப்புவரை சட்டையின் பொத்தான்களைக் கழற்றிவிட்டு, சுலபமாகச் சுவாசிக்க இரும்புப் பெல்ட்டைத் தளர்த்திக்கொண்டு, கடைசியாகத் தொப்பியைக் கழற்றி அதை ஜன்னலில் காயவைத்தார். கடிதம் எங்கே இருக்கிறது என்பது தெரியாததால் திடீரென்று நடுங்கினார், கட்டிலின் மேல் அதை வைத்ததே நினைவில்லாததால், அதைக் கண்டுபிடித்தபோது ஆச்சரியப்படும் அளவுக்கு அவருடைய பதற்றம் இருந்தது. அதைத் திறப்பதற்கு முன்பு, தன்னுடைய பெயர் எழுதப்பட்ட மை அழிந்துவிடாமலிருக்கக் கவனமாகக் கைக்குட்டையால் உறையை உலர்த்திய அவர், அப்படிச் செய்தபோது இந்த ரகசியம் இரண்டு பேருக்கு இடையில் பகிர்ந்துகொள்ளப்பட்டதல்ல என்பதை உணர்ந்தார். தன்னுடைய கணவர் இறந்து மூன்று வாரங்கள்கூட முடியாத நிலையில், தனது உலகத்திற்கு அந்நியமான ஒருவருக்கு உர்பினோவின் விதவை கடிதம் எழுதியிருக்கிறாள். அதைத் தபாலில் அனுப்ப முடியாத அளவுக்கு அத்தனை அவசரத்தோடும் கையில் கொடுக்காமல் அநாமதேயத் துண்டுச் சீட்டைப் போலக் கதவுக்கடியில் தள்ளிவிட உத்தரவிட்ட ரகசியத்தோடும் அனுப்பியிருக்கிறாள். கடிதத்தைக் கொண்டுவந்தது யாராக இருந்தாலும் அவர்களுடைய கவனத்தை ஈர்த்திருக்கும் என்பதால், குறைந்தது மூன்று பேருக்காவது அது தெரிந்திருக்கும் என்பதை உணர்ந்தார். தண்ணீரில் பசை கரைந்துவிட்டதால், உறையைக் கிழிக்க வேண்டியிருக்கவில்லை என்றாலும், கடிதம் நனையாமல்தான் இருந்தது: கணவரின் முதலெழுத்துகளால் கையெழுத்து இடப்பட்டிருந்த, தலைப்பில்லாத அடர்த்தியான மூன்று பக்கங்கள்.

அதன் உள்ளடக்கத்தைவிடத் தொனியில் அதிக ஆர்வத்தோடு, படுக்கையில் உட்கார்ந்தபடி அவசர அவசரமாக

ஒருமுறை அதைப் படித்த அவர், இரண்டாவது பக்கத்திற்குப் போகும் முன்பே, அது தான் எதிர்பார்த்த அவமதிப்புகளின் கடிதம்தான் என்பதை அறிந்துகொண்டார். அதை மெழுகுவர்த்தி வெளிச்சத்தில் திறந்துவைத்தார், தனது காலணிகளையும் ஈரமான காலுறைகளையும் கழற்றினார், கதவு அருகிலிருந்த சுவிட்சில் விளக்கை அணைத்தார். கடைசியாக ஆட்டு மீசையை அணிந்துகொண்டு பேண்ட், சட்டையைக் கழற்றாமல், படிப்பதற்குச் சாய்ந்துகொள்ளப் பயன்பட்ட இரண்டு பெரிய தலையணைகளில் தலையை வைத்துப் படுத்துக்கொண்டார். மறைந்திருந்த அவளுடைய நோக்கங்கள் எதுவும் வெளிவராமல் இருக்கக் கூடாது என்பதற்காக ஒவ்வொரு எழுத்தையும் ஆராய்ந்தபடி, இந்த முறை ஒவ்வொரு எழுத்தாகக் கடிதத்தை மறுபடியும் படித்தார். பிறகு எழுதப்பட்ட வார்த்தைகள் அவற்றின் பொருளை இழக்கத் தொடங்கும் அளவுக்குத் தனக்குள் முழுவதும் நிரம்பும்வரை, அதை மறுபடியும் நான்கு முறை படித்தார். கடைசியாக இரவு மேசையின் இழுப்பறையில் உறை இல்லாமல் அதை வைத்துவிட்டு, கழுத்தில் கைகளைப் பிணைத்தபடி மல்லாந்து படுத்துக்கொண்ட அவர், செத்தவனை விடவும் செத்தவனாக, மூச்சுக்கூட விடாமல், இமைக்காமல், கண்ணாடியில் அவள் பிடித்திருந்த இடத்தை விட்டுப் பார்வையை அகற்றாமல் நான்கு மணிநேரம் கிடந்தார். சரியாக நள்ளிரவில் சமையலறைக்குச் சென்ற அவர் ஒரு தெர்மோஸ் கச்சா எண்ணெய் போன்ற கெட்டியான காப்பியைத் தயாரித்துக்கொண்டு, இரவு மேஜையில் அதற்காக எப்போதும் தயாராக இருக்கும் போரிக் அமிலத் தண்ணீர்க் குடுவையில் போலிப் பல்செட்டைப் போட்டுவிட்டு, ஒரு மிடறு காப்பி குடிப்பதற்காக அடிக்கடி செய்த கணநேர அசைவுகளோடு, இன்னொரு நிரப்பிய தெர்மோசோடு, சாய்ந்திருக்கும் பளிங்குச் சிலைபோல அதேநிலையில் மறுபடியும் படுத்துக்கொண்டார். ஆறு மணிக்கு வேலைக்காரி வரும்வரை அப்படியே கிடந்தார்.

அந்த நேரத்தில், தன்னுடைய அடுத்த அடி ஒவ்வொன்றும் என்னவாக இருக்கப்போகிறது என்பதை ஃப்ளோரென்டினோ அரிஸா அறிந்திருந்தார். தன்னுடைய நோக்கத்தின் தீவிரத்தை யும் ஃபெர்மினா தாஸாவின் குணத்தையும் அறிந்திருந்ததால், உண்மையில் இன்னும் மோசமாக இருந்திருக்கக்கூடிய நியாயமில்லாத குற்றச்சாட்டுகளைத் தெளிவுபடுத்த அவர் கவலைப்படவும் இல்லை. அவமானங்கள் அவரைக் காயப்படுத்த வும் இல்லை. அந்தக் கடிதமே அதற்குப் பதிலளிக்கும் அவருடைய உரிமையை அங்கீகரித்தது, வாய்ப்பைக் கொடுத்தது என்பது மட்டும்தான் அவருக்கு ஆர்வமூட்டுவதாக இருந்தது. சொல்லப்போனால், அவர் பதிலளித்தாக வேண்டும் என அது

கோரியது. எனவே வாழ்க்கை எங்கே போக வேண்டுமென்று அவர் விரும்பினாரோ அந்த எல்லையில் அது இப்போது இருந்தது. மற்றவை அனைத்தும் அவரைப் பொறுத்தே இருந்தன. அரை நூற்றாண்டுக்கும் மேலான அவருடைய தனிப்பட்ட நரகம் இன்னும் பல நிரந்தரமற்ற சோதனைகளை அவருக்குக் கொடுக்கும் என்ற உறுதியான நம்பிக்கை கொண்டிருந்த அவர், அவை இறுதியானவை என்பதால், முந்தைய அனைத்தையும்விட அதிக ஆர்வத்தோடும் அதிக வலியோடும் அதிகக் காதலோடும் அவற்றை எதிர்கொள்ளத் தயாராக இருந்தார்.

ஃபெர்மினா தாஸாவின் கடிதத்தைப் பெற்ற ஐந்து நாட்களுக்குப் பிறகு அவர் தன்னுடைய அலுவலகத்திற்குச் சென்றபோது, அதன் அமைதியைவிடக் குறைவாகக் கவனிக்கப்படுவதாகிவிட்ட மழைபோன்ற ஓசையை எழுப்பும் தட்டச்சுப் பொறிகளின் வழக்கமற்ற திடீரென்ற வெற்றிடத்தில் மிதந்துகொண்டிருப்பதை உணர்ந்தார். அதுவொரு இடைவேளை. சத்தம் மறுபடியும் தொடங்கியபோது லியோனா காஸியானியின் அலுவலகத்தை எட்டிப் பார்த்த ஃப்ளோரென்டினோ அரிஸா, மனித எந்திரத்தைப் போல அவளுடைய விரல்நுனிக்குக் கட்டுப்பட்ட பொறியின் முன்னால் அவள் உட்கார்ந்திருப்பதைப் பார்த்தார். தன்னை யாரோ கவனிப்பதை உணர்ந்த அவள், தன்னுடைய ஒளி வீசும் அற்புதமான புன்னகையோடு கதவை நோக்கித் திரும்பினாள் என்றாலும் அந்தப் பத்தி முடியும்வரை தட்டச்சு செய்வதை நிறுத்தவில்லை.

“என் ஆன்மாவின் சிங்கமே, எனக்கு ஒன்றைச் சொல். இதில் எழுதிய ஒரு காதல் கடிதம் வந்தால் உனக்கு எப்படி இருக்கும்?” என்று கேட்டார் ஃப்ளோரென்டினோ அரிஸா. எதைக் கண்டும் வியப்படையாத நிலையை எட்டியிருந்த அவளுடைய சைகை, நியாயமான ஆச்சரியமாக இருந்தது. “ஆஹா! அது எனக்குத் தோன்றவில்லையே” என்று கத்தினாள்.

அதே காரணத்தால் அவளிடம் வேறு பதிலில்லை. அதுவரை அதைப் பற்றி யோசித்திருக்காத ஃப்ளோரென்டினோ அரிஸா, முழுமையான சோதனையில் இறங்கிவிட முடிவு செய்தார். பணியாளர்களின் அன்பான கேலிகளுக்கு மத்தியில், அலுவலகத் தட்டச்சுப் பொறிகளில் ஒன்றை வீட்டிற்குக் கொண்டுசென்றார். “கிழட்டுக் கிளி பேசக் கற்றுக்கொள்ளாது.” எந்தப் புதுமையிலும் ஆர்வமாக இருந்த லியோனா காஸியானி, வீட்டிலேயே அவருக்குத் தட்டச்சுப் பாடங்களைக் கற்றுக் கொடுக்க முன்வந்தாள். ஆனால், வாசிக்கத் தொடங்கக் குறைந்தது ஒரு வருடமும், தொழில்முறையான இசைக்குழுவில் ஏற்கப்பட ஐந்து வருடமும், நன்றாக வாசிக்க வாழ்நாள் முழுவதும் தினசரி ஆறு மணிநேரப் பயிற்சியும் தேவைப்படும் என்ற

எச்சரிக்கையோடு, லோட்டோரியோ துகுத் அவருக்கு வயலின் வாசிக்கக் கற்றுத்தர விரும்பிய காலத்திலிருந்தே அவர் முறையான பயிற்சிக்கு எதிரானவராக இருந்தார். இருந்தாலும், தன்னுடைய தாயைப் பார்வையற்றவர்களுக்கான வயலினை வாங்கவைத்த அவர், லோட்டாரியோ துகுத் கற்றுத் தந்த ஐந்து அடிப்படை விதிகளுடன் ஒரு வருடத்திற்குள்ளாகவே தேவாலய இசைக்குழு வில் வாசிக்கவும் காற்றின் திசைக்கேற்ப ஏழைகளின் கல்லறை யிலிருந்து ஃபெர்மினா தாஸாவுக்கு செரெனேட் பாடல்களை இசைக்கவும் துணிந்தார். வயலினைப் போன்ற மிகக்கடுமையான ஒன்றை இருபது வயதில் வாசிக்க முடியுமென்றால், தட்டச்சுப் பொறியைப் போன்ற ஒற்றை விரல் கருவியை எழுபத்தாறு வயதில் ஏன் இயக்க முடியாது என்று அவர் நினைத்தார்.

அப்படித்தான் இருந்தது. விசைப்பலகையில் எழுத்துகளின் இடத்தை அறிந்துகொள்ள மூன்று நாட்களும், எழுதிக் கொண்டே சிந்திக்கக் கற்றுக்கொள்ள இன்னும் ஆறு நாட்களும், நூற்றுக்கணக்கான தாள்களைக் கிழித்துப் போட்ட பிறகு தவறில்லாமல் முதல் கடிதத்தை எழுதி முடிக்க மேலும் மூன்று நாட்களும் தேவைப்பட்டன. செல்வி என்றவொரு புனிதமான தலைப்பை அதற்குக் கொடுத்த அவர், இளமைக் காலத்தில் தன்னுடைய வாசனைக் கடிதங்களில் செய்ததைப் போலவே தனது முதலெழுத்துக்களைப் பதித்துக் கையெழுத்திட்டார். அண்மையில் விதவையான ஒருவருக்கு அனுப்பும் கடிதத்தில் சடங்கு முறையாக இருந்த துக்கத்தின் அடையாளம் கொண்ட உறையில், பின்புறத்தில் அனுப்புநர் பெயரில்லாமல் அதைத் தபாலில் அனுப்பினார்.

அவர் எப்போதோ எழுதிய மற்ற கடிதங்களோடு எந்தத் தொடர்புமில்லாத ஆறு பக்கக் கடிதம் அது. காதலின் தொடக்கக் காலத்தின் தொனியோ, நடையோ, சொல்லாட்சியின் சுவாசமோ அதிலில்லை, ஒரு கார்டேனியாவின் மென்மையான வாசனையே வெடிப்பாகத் தோன்றுமளவுக்கு அதன் வாதங்கள் அத்தனை அறிவுபூர்வமானவையாகவும் நன்றாக அளவெடுத்தவை யாகவும் இருந்தன. ஒரு வகையில், அது அவரால் எப்போதும் எழுத முடியாத வணிகக் கடிதங்களுக்கு நெருக்கமான பிரதியாக இருந்தது. பல ஆண்டுகளுக்குப் பிறகு, பொறிகளைப் பயன்படுத்தித் தனிப்பட்ட கடிதங்களை எழுதுவது கிட்டத்தட்டக் கேவலப்படுத்துவதாகக் கருதப்பட்டது என்றாலும், நாகரிக வளர்ச்சி பற்றிய கையேடுகளில் தட்டச்சுப் பொறிகளைத் தனிப்பட்ட காரணங்களுக்காக வீடுகளில் பயன்படுத்துவதற்கான நெறிமுறைகள் இல்லாததால், அப்போது வரையிலும் தட்டச்சுப் பொறி அலுவலக விலங்காகவே இருந்தது. அது துணிச்சலான நவீனத்துவமாகத் தோன்றியது. ஃபெர்மினா தாஸா அதை

அப்படித்தான் புரிந்துகொண்டிருக்க வேண்டும். நாற்பதுக்கும் அதிகமான கடிதங்களை ஃப்ளோரென்டினோ அரிஸாவிடமிருந்து பெற்றுக்கொண்ட பிறகு, அவருக்கு எழுதிய இரண்டாவது கடிதத்தில் எழுத இரும்புப் பேனாவைவிடச் சிறந்ததாக எதுவும் இல்லாததால் தன்னுடைய கையெழுத்தின் போதாமைக்கு மன்னிப்புக் கோரி அவள் தன் கடிதத்தைத் தொடங்கியிருந்தாள்.

அவள் தனக்கு அனுப்பிய மிகப்பெரிய கடிதத்தைக்கூடக் குறிப்பிடாத ஃப்ளோரென்டினோ அரிஸா, கடந்தகாலக் காதல்களைப் பற்றியோ, வெறும் கடந்தகாலத்தைப் பற்றியோ எதையும் குறிப்பிடாமல், முதலிலிருந்தே சொக்கவைக்கும் தனித்துவமான முறையைக் கையாள நினைத்தார். எல்லாவற்றையும் அழித்துவிட்டுப் புதிய கணக்கைத் தொடங்குவதே அவர் எண்ணம். ஒருசமயம் அவர் காதலர்களின் கையேட்டிற்குத் துணைப்பாடமாக எழுத நினைத்திருந்த, ஆண்களுக்கும் பெண்களுக்கும் இடையிலான உறவுகளைப் பற்றிய அவருடைய கருத்துக்கள், அனுபவங்களின் அடிப்படையில், வாழ்க்கையைப் பற்றிய விரிவான தியானமாக இருந்தது. உண்மையில் அது காதலின் ஆவணம் என்பது அதிகமாகக் கவனிக்கப்படக் கூடாது என்பதற்காக, முதியவரின் நினைவுக் குறிப்புகளாக, பெரிய மனிதரின் பாணியில் இப்போது அதை மறைத்தார். முன்னதாக, விளக்கில் போட்டுக் கொளுத்துவதைவிடவும் அமைதியாகப் படிக்க அதிக நேரம் எடுத்துக்கொண்ட, பழைய பாணிக் கடிதங்கள் பலவற்றை எழுதினார். எந்தவொரு வழக்கமான கவனக்குறைவும் ஏக்கத்தின் மிக மெல்லிய சிறுகுறிப்பும் கடந்த காலத்தின் கசப்பை அவளுடைய இதயத்தில் தூண்டிவிடும் என்பதை அறிந்திருந்த அவர், முதல் கடிதத்தைத் திறக்கத் துணிவதற்குள் நூறு கடிதங்களைத் திருப்பி அனுப்பிவிடுவாள் என்று கணித்திருந்தாலும், ஒருமுறைகூட அப்படி நடக்கக் கூடாது என்று விரும்பினார். எனவே, இறுதிப் போரைப் போலக் கடைசி விவரம்வரை திட்டமிட்டார். ஏற்கெனவே முழுமையான வாழ்க்கையை நிறைவாக வாழ்ந்து முடித்துவிட்ட பெண்ணிடம் புதிய ஆர்வங்களையும் புதிய தந்திரங்களையும் புதிய நம்பிக்கைகளையும் எழுப்ப எல்லாமே வித்தியாசமானதாக இருக்க வேண்டும். அசலாக அவளுடையது அல்ல என்றாலும் வேறு யாரையும்விட அதிகமாக அவளுக்குச் சொந்தமாகிவிட்ட வர்க்கத்தின் பாரபட்சக் குப்பைகளை வீசி எறியத் தேவையான துணிச்சலைக் கொடுக்கும் சக்தியுள்ள கட்டற்ற மாயையாக அது இருக்க வேண்டும். காதல் என்பது உன்னதமான நிலை எதையும் அடைவதற்கான வழியல்ல; அதுவே முதலும் முடிவுமானது என்று நினைப்பதற்கு அவளுக்குக் கற்றுக்கொடுப்பதாக அந்தக் கடிதம் இருக்க வேண்டும்.

கடிதம் திரும்பி வராமல் இருந்தாலே போதும் என்பதால், உடனடியான பதிலை எதிர்பார்க்காத அறிவு அவரிடம் இருந்தது. அது மட்டுமல்ல, திரும்பி வராமல் எத்தனை நாட்கள் கழிந்ததோ அந்த அளவுக்குப் பதிலின் நம்பிக்கையும் அதிகரித்ததால், நாட்கள் செல்லச் செல்லப் பதற்றம் கூடிக்கொண்டே போனதற்கு இடையில், அடுத்தடுத்த கடிதங்களும் திரும்பி வரவில்லை. அவருடைய விரல்களின் திறமைக்கு ஏற்பக் கடிதங்களின் எண்ணிக்கையும் அதிகரிக்கத் தொடங்கியது. முதலில் வாரத்திற்கு ஒன்றும், பிறகு இரண்டும், கடைசியில் தினசரியும். வெளியில் சொல்லிவிடக்கூடிய ஒருவரிடம் கொடுத்தனுப்பவோ, ஒருவருக்கே கடிதம் அனுப்பிக்கொண்டிருப்பதைத் தபால் அலுவலகத்தில் தினசரி யாராவது பார்த்துவிட இடம் கொடுக்கும் அபாயத்தை எதிர்கொள்ளவோ வேண்டியிருக்காததால், நிறுவனத் தலைவராக அவர் உயர்ந்த காலத்திலிருந்து கடிதப் போக்குவரத்தில் ஏற்பட்டிருந்த முன்னேற்றத்தால் மகிழ்ச்சி யடைந்தார். மாதம் முழுவதிற்கும் தேவையான முத்திரை களை வாங்கிவரப் பணியாளரை அனுப்புவதும், பிறகு பழைய நகரத்தில் வெவ்வேறு இடங்களில் வைக்கப்பட்டிருந்த மூன்று அஞ்சல் பெட்டிகளில் ஒன்றில் கடிதத்தை நுழைத்துவிடுவதும் எளிதாக இருந்தது. விரைவிலேயே அந்தச் சடங்கை அவர் தனது அன்றாட வழக்கத்தோடு சேர்த்துக்கொண்டார்: தூக்கம் வராத இரவுகளைக் கடிதமெழுதப் பயன்படுத்திய அவர், அடுத்த நாள் அலுவலகத்திற்குப் போகும் வழியில், சதுக்கத்திலிருந்த அஞ்சல் பெட்டி முன்பு ஓட்டுநரை ஒரு நிமிடம் நிற்கச் சொல்லிவிட்டு, கடிதத்தைப் போடத் தானே இறங்கிப் போவார். மழை கொட்டிய ஒருநாள் காலை நேரத்தில் முயன்றதைப் போல, அவருக்காக ஓட்டுநர் அதைச் செய்வதை ஒருபோதும் அனுமதிக்காத அவர், இயல்பாகத் தெரிய வேண்டும் என்பதற்காகச் சில நேரங்களில், முன்னெச்சரிக்கைக்காக ஒரு கடிதத்திற்குப் பதிலாக ஒரே நேரத்தில் பல கடிதங்களை அனுப்புவார். ஒவ்வொரு மாத முடிவிலும் அமேரிக்கா விகுன்யாவின் நடத்தை, மனநிலை, ஆரோக்கியம், அவளுடைய படிப்பில் ஏற்பட்டுள்ள முன்னேற்றம் ஆகியவற்றைப் பற்றிய தன்னுடைய தனிப்பட்ட எண்ணங்களை அவளுடைய பெற்றோருக்கு அனுப்பிய ஆசிரியரின் அறிக்கையைத் தவிர, அவர் யாரோடும் தனிப்பட்ட கடிதப் பரிமாற்றம் வைத்துக்கொண்டதில்லை என்பதால், கூடுதலான கடிதங்கள் ஃப்ளோரென்டினோ அரிஸா தனக்குத்தானே அனுப்பிக்கொண்ட வெற்றுத் தாள்கள் என்பது நிச்சயமாக ஓட்டுநருக்குத் தெரியாது.

கடிதங்களில் ஒருவிதமான தொடர்ச்சி இருப்பதை ஃபெர்மினா தாஸா உணராமல் போய்விடுவாளோ என்ற அச்சத்தால், முதல் மாதத்தின் இறுதியிலிருந்து செய்தித்தாள்களின்

தொடர்களில் குறிப்பிடுவதைப் போல, கடிதங்களுக்கு எண்களைக் கொடுக்கவும் முந்தைய கடிதங்களின் சுருக்கக் குறிப்போடு தலைப்புக் கொடுக்கவும் தொடங்கினார். மேலும், அவற்றை அன்றாடம் அனுப்பியபோது, துக்கத்தின் குறியீடுகளைக் கொண்ட உறைகளுக்குப் பதிலாகப் பெரிய வெள்ளை உறை களைப் பயன்படுத்தத் தொடங்கியபோது, அது அவற்றுக்கு வணிகக் கடிதங்களின் முகமற்ற தோற்றத்தைக் கொடுத்தது. தொடங்கியபோது, தன்னால் வகுக்க முடிந்த ஒரே தனித்துவமான வழியோடு நேரத்தை வீணடிப்பதற்கான ஆதாரம் கிடைக்கும் வரையிலாவது, தனது பொறுமையைப் பெரிய சோதனைக்கு உட்படுத்திக்கொள்ள அவர் தயாராக இருந்தார். நிச்சயமாக, இளமைக் காலத்தின் எதிர்பார்ப்புகளால் அவருக்கு ஏற்பட்ட அனைத்துவிதமான துன்பங்களும் இல்லாமல், அப்போதைக்குச் சாதகமான காற்றோடு மட்டும் சென்றுகொண்டிருந்த நதிக்கப்பல் நிறுவனத்தில் சிந்திக்கவோ செயல்படுத்தவோ எதுவுமில்லாமல், உயிரோடு இருப்பேன் என்றும், நாளைய தனது மனிதத் திறமைகளை முழுமையாகக் கையாளும் உறுதியான நம்பிக்கையோடும், உடனடியாகவோ தாமதமாகவோ துணைக்கு யாருமற்ற விதவையின் ஏக்கங்களுக்கு அவருக்காகப் பாலத்தைத் திறந்து வைப்பதைத் தவிர வேறு வழியில்லை என்பதை ஃபெர்மினா தாஸா ஏற்றுக்கொள்வாள் என்ற உறுதியோடும், சிமெண்ட்டால் செய்யப்பட்ட முதியவரின் பிடிவாதத்தோடு மட்டுமே அவர் காத்திருந்தார்.

இத்தனைக்கும் இடையில், அவர் தன்னுடைய வழக்கமான வாழ்க்கையையும் தொடர்ந்தார். வாங்கியதிலிருந்தே அதன் உரிமையாளராகவும் எஜமானியாகவும் அவர் கருதி வந்தவளின் சாதகமான பதிலை எதிர்பார்த்து, அவளுக்கு ஏற்ற விதத்தில் வீட்டை மாற்றுவதற்காக இரண்டாவது புனரமைப்பைத் தொடங்கினார். ப்ரூடென்சியா பிட்ரோவுக்கு உறுதியளித்தபடி, யாருமற்ற இரவுகளில் மட்டுமில்லாமல், பட்டப்பகலிலும் கதவுகள் திறந்திருந்த நிலையிலும் வயதின் அழிவுகளுக்கிடை யிலும் காதலிப்பதை அவளுக்குக் காட்ட, அவளை மறுபடியும் பலமுறை சந்தித்தார். குளியலறை விளக்கு அணைந்ததைப் பார்க்கும்வரை ஆன்றியா வரோன் வீட்டின் வழியாகச் சென்று கொண்டிருந்த அவர், தான் முனைப்போடு இருக்கும்வரைதான் உடலும் முனைப்போடு இருக்கும் என்ற அதுவரை மறுக்கப் படாத தன்னுடைய இன்னொரு மூடநம்பிக்கைக்கு இணங்க, உடலுறவு கொள்ளும் பழக்கத்தை இழக்காமல் இருக்கத்தான், அவளுடைய படுக்கையில் மூர்க்கமாக நடந்துகொள்ள முயன்றார்.

அமேரிக்கா விகுன்யாவுடனான உறவின் நிலைதான் அவருடைய ஒரே தடுமாற்றமாக இருந்தது. சனிக்கிழமை

காலை பத்து மணிக்கு அவளை உறைவிடப் பள்ளியிலிருந்து அழைத்துவருமாறு ஓட்டுநருக்குத் திரும்பவும் உத்தரவிட்டார் என்றாலும், வார இறுதியில் அவளோடு என்ன செய்வது என்று அவருக்குப் புரியவில்லை. முதல்முறையாக அவளைக் கவனித்துக் கொள்ளவில்லை. மாற்றத்தை அவள் வெறுத்தாள். முதல் முறையாக அவர் அழைத்துச் சென்றதிலிருந்து அவள் எப்போதும் செல்ல விரும்பிய, அவருடைய அலுவலகத்திற்குப் பின்னாலிருந்த மறைவான சொர்க்கத்திற்கு அழைத்துக்கொண்டு போகாமலிருக்க, மதியத் திரைப்படங்களுக்கோ, குழந்தைகளின் விளையாட்டு மைதான இசை நிகழ்ச்சிகளுக்கோ, தொண்டு நிறுவனப் பரிசுச் சீட்டுக் குலுக்கல்களுக்கோ, அல்லது பள்ளித் தோழிகளோடு அவள் போவதற்காக அவர் கண்டுபிடித்த ஞாயிற்றுக்கிழமை நிகழ்ச்சிகளுக்கோ அழைத்துச் செல்ல, அவளை வேலைக்காரப் பெண்களிடம் ஒப்படைத்தார். பெண்கள் மூன்றே நாட்களில் பெரியவர்களாகிவிடுவார்கள் என்பதையும், அவர் அவளை புவர்த்தோ பாத்ரேவில் மோட்டார் படகிலேற்றி மூன்று வருடங்கள் கடந்துவிட்டன என்பதையும் புதிய மாயையின் மயக்கத்தி லிருந்த அவர் உணரவில்லை. அதை இனிமையாக்க அவர் எவ்வளவோ முயன்றாலும், மாற்றம் அவளுக்குக் கொடூரமான தாக இருந்தது, ஆனால் அதற்கான காரணத்தை அவளால் உணர்ந்துகொள்ள முடியவில்லை. அவளிடம் உண்மையை வெளிப்படுத்தி, திருமணம் செய்துகொள்ள இருப்பதாக ஐஸ்கிரீம் பார்லரில் சொன்ன அன்று, அவள் அதிர்ச்சியால் தாக்கப்பட்டாள் என்றாலும், அபத்தமான சாத்தியமாக அவளுக்குத் தோன்றியதால் அதை முற்றிலுமாக மறந்து விட்டாள். இருந்தாலும்கூட, அவர் தன்னைவிட அறுபது வயது மூத்தவரைப் போல இல்லாமல் அறுபது வயது இளையவரைப் போல, விளக்க முடியாத ஏய்ப்புகளோடு, அது உண்மைதான் என்பதைப் போல நடந்துகொள்கிறார் என்பதை வெகுவிரைவிலேயே அவள் புரிந்துகொண்டாள்.

ஒரு சனிக்கிழமை மாலையில், தன்னுடைய படுக்கை யறையில் அவள் தட்டச்சு செய்ய முயன்றதைப் பார்த்தார் ஃப்ளோரென்டினோ அரிஸா. பள்ளியில் தட்டச்சைக் கற்றுக் கொண்டதால், அவள் அதை நன்றாகவே செய்தாள். அரைப் பக்கத்திற்கும் அதிகமாக அடித்திருந்தாள் என்றாலும், அவளுடைய எண்ணத்தைக் காட்டும் வாக்கியத்தைக் குறிப்பிட்ட இடங்களில் சுலபமாகப் பிரித்தறிய முடிந்தது. அவள் எழுதியதைப் படிக்க அவளது தோள்மீது சாய்ந்தார் ஃப்ளோரென்டினோ அரிஸா. அவருடைய ஆண் உடலின் சீரற்ற மூச்சுக் காற்றும், உடையில் வீசிய அவருடைய தலையணையின் அதே வாசனையும் அவளைத் தொந்தரவுசெய்தன. முதலில் கரடிக்குட்டிக்குச் சிறிய

காலணிகள், அப்புறம் நாய்க்குட்டிக்கு இந்தச் சிறிய சட்டை, அப்புறம் முயல்குட்டிக்குப் பூப்போட்ட இந்த ஜட்டி, இப்போது அப்பாவின் செல்லக் குருவிக் குஞ்சுக்கு ஒரு முத்தம் என்பதாகக் குழந்தைத்தனமான தந்திரங்களோடு ஒவ்வொரு ஆடையாகக் களைந்து அவர் நிர்வாணமாக்கிய புதிய சிறுமியாக அவள் இப்போது இல்லை. இப்போது அவள் தன் விருப்பத்திற்குச் செயல்படக்கூடிய, முழுமையாக வளர்ந்த பெண். வலதுகையின் ஒற்றை விரலால் தட்டச்சு செய்துகொண்டிருந்த அவள், இடதுகை யால் அவருடைய காலைத் துழாவினாள், தேடினாள். அதைக் கண்டுபிடித்தாள், அது உயிர்பெற்று எழுவதை உணர்ந்தாள், வருடினாள். அதன் ஏக்கத்தின் பெருமூச்சு அவளுக்குக் கேட்டது. கிழவனின் மூச்சு சீரற்றதாகவும் திணறலாகவும் மாறியது. அவள் அவரை உணர்ந்தாள். அந்தப் புள்ளியிலிருந்து அவர் தனது கட்டுப்பாட்டை இழப்பார், அவருடைய சிந்தனை குலையும், அவளுடைய தயவில் கிடப்பார், இறுதிப் புள்ளியை எட்டாத வரை திரும்பும் பாதையை அவரால் கண்டுபிடிக்க முடியாது. தெருவில் பார்வையிழந்த ஏழைக்கு உதவுவதைப் போல, அவள்தான் அவரைக் கையைப் பிடித்துப் படுக்கைக்கு அழைத்துச்சென்றாள், வஞ்சகமான மென்மையோடு அணுஅணு வாக அவரைச் சிதைத்தாள். அவருடைய சுவைக்கு உப்பு சேர்த்தாள், வாசனை மிளகு, ஒரு பல் பூண்டு, நறுக்கிய வெங்காயம், எலுமிச்சைச் சாறு, கறிவேப்பிலை சேர்த்துத் தயாராகும்வரை சரியான சூட்டில் பாத்திரத்தில் அடுப்பில் ஏற்றினாள். வீட்டில் யாருமில்லை. மொத்த உலகமுமே அவர்கள் இருவருக்கும்தான். வேலைக்காரப் பெண்கள் வெளியே சென்றுவிட்டனர், வீட்டைப் புனரமைக்கும் வேலையைக் கொத்தனார்களும் தச்சர்களும் சனிக்கிழமைகளில் செய்வதில்லை. ஆனால் பரவசத்தில் பாதாளத்தின் விளிம்பிலிருந்து வெளியில் வந்து, அவளுடைய கையை விலக்கி, எழுந்து உட்கார்ந்த அவர், நடுங்கும் குரலில் சொன்னார்: "கவனமாக இரு, நம்மிடம் ஆணுறை இல்லை."

அவள் நீண்ட நேரம் படுக்கையில் மல்லாந்து படுத்து யோசித்துக்கொண்டிருந்தாள். நினைத்ததைவிட ஒரு மணிநேரம் முன்னதாகவே உறைவிடப் பள்ளிக்குத் திரும்பியபோது, அவள் அழக்கூட விரும்பவில்லை. பதுங்கியிருந்து வாழ்க்கையைப் புரட்டிப்போட்ட மோசமான வேசியின் தடயங்களைக் கண்டுபிடிக்கத் தனது மோப்ப சக்தியையும் நகங்களையும் கூர்தீட்டிக்கொண்டாள். மாறாக, ஃப்ளோரென்டினோ அரிஸா ஆண்கள் செய்யும் ஒரு தவறை மறுபடியும் செய்தார். தனது நோக்கங்கள் பலனளிக்காது என்று அவள் முடிவுசெய்து விட்டதாகவும் அதை மறந்துவிட அவள் தீர்மானித்துவிட்ட தாகவும் நினைத்தார்.

அவர் தனது போக்கில் இருந்தார். ஆறு மாதகால முடிவில், எந்தவொரு சிறு அறிகுறியும் இல்லாமல், புதுவகையான தூக்கமில்லாத பாலைவனத்தில் தொலைந்து, விடியும்வரை படுக்கையில் புரண்டுகொண்டிருந்தார். அப்பாவித்தனமான தோற்றத்தால் முதல் கடிதத்தைத் திறந்துவிட்ட ஃபெர்மினா தாஸா, வெகுகாலத்திற்கு முந்தைய மற்றக் கடிதங்களின் பழக்கப்பட்ட முதலெழுத்துக்களைப் பார்த்து, அதைக் கிழித்துப் போடக்கூட மெனக்கெடாமல் குப்பைகளின் தீயில் போட்டுவிட்டாள் என்று நினைத்தார். இறுதிக் காலம்வரை இப்படியே, அவர் தனது எழுத்துத் தியானத்தின் முடிவை எட்டிக்கொண்டிருந்தபோது, அடுத்துவந்த கடிதங்களைத் திறந்துகூடப் பார்க்காமல் அதையே செய்வதற்கு உறையைப் பார்ப்பதே போதுமானதாக இருக்கும் என நினைத்தார். எந்த வண்ணத்தில் எழுதப்பட்டிருக்கின்றன என்பதைக்கூடத் தெரிந்துகொள்ளாமல் ஆறு மாதங்களாகத் தினமும் வந்து கொண்டிருக்கும் கடிதங்கள் பற்றிய ஆர்வத்தைக் கட்டுப்படுத்திக் கொள்ளும் திறமையுள்ள பெண் இருக்கிறாள் என்று அவர் நம்பவில்லை. ஆனால் அப்படியொருத்தி இருந்தால், அது அவளாகத்தான் இருக்க முடியும்.

முதுமைக் காலம் கிடைமட்டமான நீரோட்டமல்ல, அது நினைவுகள் வடிந்த உடைந்த தொட்டி என்பதை ஃப்ளோரென்டினோ அரிஸா உணர்ந்தார். அவருடைய புத்திக்கூர்மை மழுங்கிக்கொண்டிருந்தது. லா மாங்கா மாளிகையைப் பல நாட்களுக்குச் சுற்றிவந்த பிறகு, துக்கத்தால் அடைக்கப்பட்டிருந்த கதவைச் சிறுபிள்ளைத்தனமான முறையால் உடைக்க முடியாது என்பதைப் புரிந்துகொண்டார். ஒருநாள் காலையில், தொலைபேசி அடைவுப் புத்தகத்தில் ஒரு எண்ணைத் தேடிக்கொண்டிருந்தபோது, யதேச்சையாக அவளுடைய எண்ணை எதிர்கொண்டார். அழைத்தார். பலமுறை மணியடித்த பிறகு, "ஹலோ" என்று பதிலளித்த அவளுடைய தீவிரமான, கிசுகிசுப்பான குரலை அடையாளம் கண்டுகொண்டார். பேசாமல் வைத்துவிட்டார் என்றாலும், எட்ட முடியாத அந்தக் குரலின் எல்லையற்ற தூரம் அவருடைய மன உறுதியைக் குலைத்தது.

அந்தக் காலகட்டத்தில் தன்னுடைய பிறந்தநாளைக் கொண்டாடிய லியோனா காஸியானி சிறிய நண்பர்களின் கூட்டத்தை வீட்டிற்கு அழைத்தாள். கவனம் சிதறியிருந்த ஃப்ளோரென்டினோ அரிஸா, தக்காளிச் சட்டினியைத் தன்மேல் சிந்திக்கொண்டார். டம்ளர் தண்ணீரில் கைக்குட்டையின் முனையை நனைத்து அவருடைய மடியைத் துடைத்துவிட்ட அவள், இன்னும் பெரியதொரு விபத்து நடக்காமலிருக்க, அதை அவருடைய கழுத்தைச் சுற்றிக் கட்டிவிட்டாள். அவர்

வயதான குழந்தையைப் போல இருந்தார். சாப்பிட்டபோது கண்ணில் நீர் வடிந்ததால், கைக்குட்டையால் துடைத்துக்கொள்ள அவர் பலமுறை கண்ணாடியைக் கழற்றியதைக் கவனித்தாள். காப்பிக்கான நேரத்தில் கையில் கோப்பையோடு தூங்கிவிட்ட அவரை எழுப்பாமல், அவரிடமிருந்து கோப்பையை எடுக்க முயற்சித்தாள் என்றாலும், அவர் வெட்கத்தோடு பதிலளித்தார்: "பார்வைக்கு ஓய்வு கொடுத்தேன்." அவருடைய முதுமை எந்த அளவுக்குத் தெரியத் தொடங்கிவிட்டது என்று வியந்தபடி படுக்கச்சென்றாள் லியோனா காஸியானி.

குவெனல் உர்பினோவின் முதலாவது நினைவு நாளில், தேவாலயத்தில் நினைவுத் திருப்பலிக்கான அழைப்புக் குறிப்புகளை அவருடைய குடும்பம் அனுப்பியது. அந்தச் சமயத்தில், பதிலுக்கு எந்த விதமான அறிகுறியையும் பெறாமல் தனது நூற்று முப்பத்து இரண்டாவது எண்ணிட்ட கடிதத்தை அனுப்பியிருந்த ஃப்ளோரென்டினோ அரிஸா, அதனால் உந்தப்பட்டு, அழைக்கப்படவில்லை என்றாலும் திருப்பலியில் கலந்துகொள்ளும் துணிச்சலான முடிவுக்குவந்தார். உணர்ச்சியைக் காட்டிலும் பகட்டு தூக்கலாக இருந்த சமுதாய நிகழ்வாக அது இருந்தது. வாழ்க்கைத் தகுதிக்காவும் பரம்பரைக்காகவும் ஒதுக்கப்பட்டிருந்த முதல் வரிசை இருக்கைகளின் பின்புறத்தில், உரிமையாளரின் பெயரோடு செப்புத் தகடுகள் இருந்தன. ஃபெர்மினா தாஸா தன்னைப் பார்க்காமல் கடந்துபோக முடியாத இடத்தில் உட்கார்ந்துகொள்ள வேண்டும் என்பதற்காக முதல் அழைப்பாளர்களுக்கு நடுவில் ஃப்ளோரென்டினோ அரிஸா வந்துசேர்ந்தார். ஒதுக்கப்பட்ட இருக்கைகளுக்கு அடுத்ததாக மைய நடைபாதையை ஒட்டிய இருக்கைகள் சிறந்தவையாக இருக்குமென்று நினைத்தார் என்றாலும், அங்கு வருகை அதிகமாக இருந்ததால் அவருக்கு இடம் கிடைக்கவில்லை, ஏழை உறவினர்களுக்கான நடைபாதையில்தான் உட்கார வேண்டியிருந்தது. அங்கிருந்து, பேராயரின் அங்கியைப் போலக் கழுத்திலிருந்து கால்விரல்கள்வரை தொடர்ச்சியான பொத்தான்களோடு, அலங்காரம் எதுவுமற்ற, மணிக்கட்டுவரை நீண்ட கறுப்பு வெல்வெட் உடையும், மற்ற விதவைகளும், அந்த நிலைக்காக ஏங்கிய மேலும் பல பெண்களும் அணிந்திருந்த முக்காட்டுத் தொப்பிக்குப் பதிலாகக் காத்தலான் சரிகைத் துணியும் அணிந்து, ஃபெர்மினா தாஸா தனது மகனின் கையைப் பிடித்தபடி நுழைவதைக் கண்டார். திறந்திருந்த அவளுடைய முகம் பளிங்காகப் பிரகாசித்தது. மையப் பகுதியின் பிரம்மாண்டமான சரவிளக்குகளில் ஈட்டியைப் போன்ற அவளுடைய கண்கள் தனக்கேயுரிய உயிர்ப்புடன் இருந்தன. மகனைவிட வயதானவளாகத் தோன்றாத அளவுக்கு அத்தனை

ஆணவத்தோடும் தன்னம்பிக்கையோடும் நேராகவும் நடந்து வந்தாள். நின்றுகொண்டிருந்த ஃப்ளோரென்டினோ அரிஸா, அவரும் அவளும் இருப்பது வெறும் ஏழடிக்கும் குறைவான இடைவெளியில் அல்ல; வெவ்வேறு காலகட்டங்களில் என்பதை உணர்ந்ததால் ஏற்பட்ட தலைச் சுற்றலைச் சமாளிக்க நாற்காலியின் முதுகை விரல்களால் பிடித்தபடி ஆசுவாசப் படுத்திக்கொண்டார்.

ஆபராவில் கலந்துகொண்ட அதே நேர்த்தியோடு, பிரதான பலிபீடத்திற்கு முன்பாக இருந்த குடும்பத்தின் இருக்கையில், கிட்டத்தட்ட முழுநேரமும் நின்றபடியே சடங்குகளில் கலந்து கொண்டாள் ஃபெர்மினா தாஸா. ஆனால் இறுதியில் வழிபாட்டு விதிமுறைகளை மீறிய அவள், அப்போதைய வழக்கப்படி, புதுப்பிக்கப்பட்ட இரங்கலை ஏற்றுக்கொள்ளத் தனது இடத்தில் காத்திருக்காமல், ஒவ்வொரு அழைப்பாளருக்கும் நன்றி தெரிவிக்க வழிசெய்துகொண்டாள். அவளுடைய குணத் திற்குப் பொருத்தமாக இருந்த புத்துணர்ச்சியூட்டும் குறியீடு அது. ஒவ்வொருவராக வணங்கியபடி இறுதியாக ஏழை உறவினர் களின் இருக்கைவரை வந்த அவள், தெரிந்தவர்கள் யாரும் விடுபட்டுவிடக் கூடாது என்பதற்காகச் சுற்றும்முற்றும் பார்த்தாள். அப்போது ஒரு மாயக்காற்று தனது மையத்தி லிருந்து தன்னைத் தூக்கிக்கொண்டு போவதாக உணர்ந்தார் ஃப்ளோரென்டினோ அரிஸா. அவள் அவரைப் பார்த்துவிட்டாள். சமுதாயத்தில் அனைத்தையும் செய்த அதே உறுதியோடு உடன் வந்தவர்களிடமிருந்து விலகி வந்து, இனிமையான புன்னகை யோடு அவருக்குக் கைகொடுத்த ஃபெர்மினா தாஸா அவரிடம் சொன்னாள்: "வருகை தந்ததற்கு நன்றி."

கடிதங்களைப் பெற்றுக்கொண்டதோடு மட்டுமல்லாமல் மிகுந்த ஆர்வத்தோடு அவள் அவற்றைப் படித்திருந்தாள். அவற்றில் வாழ்க்கையைத் தொடருவதற்கான ஆழமான, அறிவுபூர்வ மான காரணங்களை அவள் கண்டாள். முதல் கடிதத்தைப் பெற்றுக்கொண்டபோது, மேசையிலிருந்த அவள், மகளோடு காலை உணவைச் சாப்பிட்டுக்கொண்டிருந்தாள். தட்டச்சு செய்திருந்ததால் ஏற்பட்ட ஆர்வத்தில் அதைத் திறந்தாள். கையெழுத்தின் முதலெழுத்தை அடையாளம் கண்டுகொண்டதும் அவளுடைய முகம் திடீரெனச் சிவந்தது. ஆனால் உடனடியாகச் சுதாரித்துக்கொண்ட அவள் கடிதத்தை மேலங்கியின் பாக்கெட்டில் வைத்துக்கொண்டாள். "அரசாங்கத்திடமிருந்து வந்த இரங்கல்" என்றாள். மகள், "எல்லாம் ஏற்கெனவே வந்து விட்டதே" என்று வியப்படைந்தாள். அவள் அசையவில்லை: "இது இன்னும் ஒன்று." மகளின் கேள்விகளிலிருந்து விலகி, பிறகு கடிதத்தை எரித்துவிடுவதுதான் அவளுடைய நோக்கமாக

இருந்தது என்றாலும், அதற்கு முன்பு ஒருமுறை பார்வையைச் செலுத்தும் ஆர்வத்தை அவளால் கட்டுப்படுத்திக்கொள்ள முடிய வில்லை. அனுப்பிய தருணத்திலிருந்து மனதை அழுத்தத் தொடங்கிய தன்னுடைய அவமதிப்புக் கடிதத்திற்குத் தகுதியான பதிலை எதிர்பார்த்தாள் என்றாலும், கம்பீரமான துதியி லிருந்தும் முதல் பத்தியின் நோக்கங்களிலிருந்தும் உலகில் ஏதோ மாற்றம் ஏற்பட்டுவிட்டதைப் புரிந்துகொண்டாள். மிகவும் ஆர்வத்தைக் கிளறியதால், அதை எரித்துவிடுவதற்கு முன்பாக அமைதியாகப் படிப்பதற்காகப் படுக்கைக்குச் சென்று தாழிட்டுக் கொண்ட அவள், அதை மூச்சுவிடாமல் மூன்று முறை படித்தாள்.

அது வாழ்க்கை, காதல், முதுமை, இறப்பு ஆகியவற்றைப் பற்றிய தியானமாக இருந்தது. அவை இரவுப் பறவைகள் போல அவளது தலையைச் சுற்றி அடிக்கடி படபடத்தன என்றாலும், பிடிக்க முயன்றபோது இறகுத் துளிகளாக மாறி உதிர்ந்த யோசனைகளாக மாறின. தானே சொல்ல விரும்பியதைப் போல நேர்த்தியாகவும் எளிமையாகவும் அங்கே இருந்த அவற்றைப் பற்றிய தன்னுடைய கருத்துக்களைக் கணவரோடு பகிர்ந்து கொள்ள விரும்பினாள். தூங்கப் போவதற்கு முன்பு அன்றைய நாளின் சில நிகழ்வுகளைப் பற்றிப் பேசிக்கொண்டிருக்கும் கணவர் உயிரோடு இல்லையே என்று மீண்டும் ஒருமுறை வேதனைப் பட்டாள். அந்த வகையில் அவருடைய இளமைப் பருவத்தின் வெறித்தனமான குறிப்புகளுக்கோ, வாழ்க்கையின் அவருடைய இருளான நடத்தைக்கோ எந்த வகையிலும் பொருந்தாத புதிய தெளிவோடு அறியப்படாத ஃப்ளோரென்டினோ அரிஸாவை அவளுக்குத் தெரியவந்தது. அதற்கும் மேலாக, அவை பரிசுத்த ஆவியால் ஈர்க்கப்பட்டவனாக அத்தை எஸ்கோலாஸ்டிகாவிற்குத் தோன்றிய ஒருவனின் வார்த்தைகள். அந்த எண்ணம் முதல் முறையைப் போலவே அவளை அச்சுறுத்தியது. எப்படி இருந்தாலும், புத்திசாலிக் கிழவனின் அந்தக் கடிதம் கடந்த காலத்தைத் துடைக்கும் உன்னதமான வழியே தவிர, துக்க இரவின் பொறுப்பற்றதனத்தை வலியுறுத்தும் முயற்சியல்ல என்ற உறுதி அவளுடைய மனதை அமைதிப்படுத்த மிகவும் உதவியது.

அடுத்து வந்த கடிதங்கள் அவளை முழுமையாகச் சமாதானப் படுத்தின. அவற்றை எரித்தபோது கலைக்க முடியாத குற்ற உணர்ச்சி அவளிடம் படிந்தாலும், அதிகரித்துக்கொண்டே இருந்த ஆர்வத்தோடு அவற்றைப் படித்த பிறகு எப்படியும் எரித்துவிடுவாள். ஆகவே, இலக்கமிட்டுப் பெறத் தொடங்கிய போது அவற்றை அழிக்காமல் இருப்பதை எதிர்பார்க்கிறார் என்பதற்கான தார்மீக நியாயத்தைக் கண்டாள். மனித இனத்திற்கே பயன்தரக் கூடியதாக அவளுக்குத் தோன்றிய ஒன்றை இழக்கக் கூடாது என்பதற்காக ஃப்ளோரென்டினோ அரிஸாவிடம்

அவற்றைத் திருப்பித் தரும் சந்தர்ப்பத்திற்காகக் காத்திருந்தாளே தவிர, தனக்காக அவற்றைப் பாதுகாத்து வைத்துக்கொள்வது ஆரம்ப கட்டத்தில் அவளது நோக்கமாக இல்லை. ஆண்டு முழுவதும் மூன்று அல்லது நான்கு நாட்களுக்கு ஒருமுறை கடிதங்கள் வந்துகொண்டே இருந்ததும், காலம் கடந்துவிட்டதும், அவளுடைய தன்மானம் எழுத அனுமதிக்காத கடிதத்தில் அனைத்தையும் விளக்கிக்கொண்டிருக்காமல், அவள் இழைக்க விரும்பாத அவமதிப்பாகத் தோன்றாமல் அவற்றை எப்படித் திருப்பித் தருவது என்று தெரியாததும்தான் கடினமானதாக இருந்தது.

விதவைத்தனத்திற்குப் பழகிக்கொள்ள அந்த முதல் ஆண்டு அவளுக்குப் போதுமானதாக இருந்தது. கணவனின் தூய்மையான நினைவுகள் அவளுடைய அன்றாட நடவடிக்கைகளிலும் அந்தரங்கமான எண்ணங்களிலும் மிகச் சாதாரண நோக்கங்களிலும் முட்டுக்கட்டையாக இருப்பது நின்று, அவளைத் தடுக்காமல் வழிநடத்திய கண்காணிக்கும் இருப்பாக மாறியது. உண்மையிலேயே அவளுக்குத் தேவைப்பட்ட சமயங்களில், அருவமாக இல்லாமல் எலும்பும் சதையுமாக அவரை எதிர்கொண்டாள். அவர் அவளைக் காதலித்த அதே பொருத்தமில்லாத முத்தங்களோடும் மென்மையான வார்த்தைகளோடும் அவரைக் காதலிக்க வேண்டிய சோர்வடையவைக்கும் சடங்குகளும் ஆணாதிக்கக் கோரிக்கைகளும் ஆடம்பரமான விருப்பங்களும் இல்லாமல், ஆனால் உயிரோடு அவர் இன்னும் அங்குதான் இருக்கிறார் என்ற உறுதியால் அவள் ஊக்கமடைந்தாள். உண்மையில் அவருக்கு எப்போதும் கிடைக்காத, தனது பொதுவாழ்க்கைக்கு ஆதரவாகத் தோன்றிய பாதுகாப்பை அவளிடம் கண்டடைய விரும்பிய அவசரத்தை, அவருடைய காதலின் ஏக்கத்தைப் புரிந்து கொண்டாள் என்பதால், உயிரோடிருந்த காலத்தைவிட இப்போதுதான் அவரை நன்றாகப் புரிந்துகொண்டாள். விரக்தியின் உச்சத்தில் ஒருநாள் அவரைப் பார்த்துக் கத்தினாள்: “நான் எந்த அளவுக்கு மகிழ்ச்சி இல்லாமல் இருக்கிறேன் என்பதை நீங்கள் உணரவில்லை.” தனக்கே உரிய பாணியில் கண்ணாடியைக் கழற்றிய அவர், அசையாமல், தனது குழந்தைத்தனமான கண்களின் தெளிவான நீரால் அவளை மூழ்கடித்து, தன்னுடைய தாங்க முடியாத ஞானத்தின் முழுச் சுமையையும் அவள்மீது வீசினார்: “மகிழ்ச்சியல்ல; நிலைத்திருப்பதுதான் நல்ல திருமணத்தில் முக்கியமானது என்பதை எப்போதும் நினைவில் வைத்துக்கொள்.” அந்த வாக்கியம் அவர்கள் இருவருக்கும் பல மகிழ்ச்சியான தருணங்களைக் கொடுத்த காந்தக் கல்லே தவிர, அந்த நேரத்தில் அவள் கற்பித்துக்கொண்ட மோசமான அச்சுறுத்தலைத் தன்னுள்

கொண்டதல்ல என்பதை தன்னுடைய விதவை வாழ்க்கையின் முதல் தனிமையிலிருந்தே அவள் புரிந்துகொண்டாள்.

உலகம் முழுவதும் மேற்கொண்ட பல்வேறு பயணங்களில், புதுமையால் அவளுடைய கவனத்தை ஈர்த்த அனைத்தையும் வாங்கினாள் ஃபேர்மினா தாஸா. தன்னுடைய கணவர் ஒவ்வொன்றுக்கும் காரண காரியம் கற்பிப்பதில் மகிழ்ச்சி யடைகிறார் என்று அவளுக்குத் தோன்றிய உள்ளுணர்வால் அவள் அவற்றை அவள் விரும்பினாள். ரோமின், பாரிஸின், லண்டனின் அல்லது வானளாவிய கட்டிடங்கள் வளரத் தொடங்கிய பரபரப்பான நியூயார்க்கின் சார்ல்ஸ்டனின் காட்சி ஜன்னல்களில், அவற்றை உற்பத்திசெய்த சூழலில் இருந்த போது அவை அழகாகவும் பயனுள்ளவையாகவும் இருந்தன. ஆனால், நிழலிலேயே தொண்ணூறு டிகிரியை எட்டுமிடத்தில், கவிதைப் போர்களோடும் பன்றி இறைச்சித் துண்டுகளோடும் ஸ்ட்ராஸ்ஸின் வால்ட்ஸ் சோதனையை அவற்றால் தாங்க முடியவில்லை. அவளுடைய உள்ளூர் உலகத்தைச் சேர்ந்த யாராவது ஒருமுறை அவற்றைப் பார்த்த கணத்தைத் தவிர தங்கத்தில் அவற்றின் விலைக்குப் பெறாதவை என்றாலும், உலகின் புத்தம்புது அதிசயங்களின் தலைவியாகவும் உரிமை யாளராகவும், கனவுச் சவப்பெட்டிகளைப் போன்ற செப்பு முனைகளோடும் பூட்டுக்களோடும், முலாம் பூசப்பட்ட உலோகத்தால் செய்த, பெரிய, உயரமான அரை டஜன் பெட்டிகளோடு அவள் திரும்பிவந்தாள். மற்றவர்கள் ஒருமுறை அவற்றைப் பார்க்க வேண்டும் என்பதற்காக, அதற்காகவே அவை வாங்கப்பட்டிருக்கக்கூடும். வயதாகத் தொடங்குவதற்கு நீண்ட காலத்திற்கு முன்பிருந்தே பொதுமக்கள் மத்தியில் தனது பொதுபிம்பத்தின் போலித்தனத்தை அறிந்திருந்த அவள், வீட்டில் அடிக்கடி இப்படிச் சொல்வதைக் கேட்கலாம்: “ஒதுங்கக்கூட இடமில்லாமல் போய்விட்டதால் அத்தனை சில்லரைச் சாமான்களையும் தூக்கிப்போட வேண்டும்.” காலி செய்யப்பட்ட இடங்கள் மறுபடியும் நிரப்ப மட்டுமே பயன்படும் என்பதை அறிந்திருந்ததால், அவளுடைய பயனில்லாத நோக்கங்களைக் கேலிசெய்வார் டாக்டர் உர்பினோ. ஆனால், கதவின் கைப்பிடிகளில் தொங்கிய சட்டைகள் அல்லது சமையலறை அலமாரிகளில் திணித்து வைத்திருந்த குளிர்காலக் கோட்டுகள் போன்ற, உண்மையிலேயே எதற்காவது பயன்படக்கூடிய எந்தப் பொருளுக்கும் இடமில்லை, மேலும் ஒரு பொருளுக்குக்கூட இடமில்லை என்பதால், அவள் வலியுறுத்தினாள். அப்படித்தான் ஒருநாள் காலையில் மிகுந்த உற்சாகத்துடன் எழுந்து அலமாரி களை உடைத்து, டிரங்குப் பெட்டிகளைக் காலிசெய்து, மாடங்களைக் குலைத்துப் போட்ட அவள், நாகரிகமாக

இருந்தபோது போட்டுக்கொள்ள வாய்ப்பு இல்லாததால் எப்போதும் பயன்படுத்தாத தொப்பிகளோடும் மகாராணிகள் முடிசூட்டிக் கொள்ளப் பயன்படுத்திய காலணியை நகலெடுத்து ஐரோப்பியக் கலைஞர்கள் செய்ததும் கறுப்பினப் பெண்கள் வீட்டில் நடப்பதற்காகச் சந்தையில் வாங்குபவற்றைப் போலவே இருந்ததால் மேட்டுக்குடிப் பெண்களால் வெறுக்கப்பட்டது மான காலணிகளோடும் அடிக்கடி கண்ணில்படாத ஆடை களின் குவியல்களோடும் போர்க்களத்தின் களேபரத்தை ஏற்படுத்தினாள். உட்புற மொட்டைமாடி காலை நேரம் முழுவதும் அவசரகால நிலையில் இருந்தது. அந்துப்பூச்சி உருண்டை களின் கடுமையான வாசனையால் வீட்டில் மூச்சுவிடச் சிரமம் ஏற்பட்டது. ஆனால் கடைசியில் போட்டுக் கொளுத்தத் தரையில் வீசப்பட்ட அத்தனை பட்டுத் துணிகளுக்கும் எஞ்சிய ஜரிகைப்பூத் துணிகளுக்கும் அலங்காரப் பொருட்களுக்கும் நீல நரி வால்களுக்கும் அவள் பரிதாபப்பட்டதால் சில மணிநேரங் களில் அமைதி திரும்பியது.

“சாப்பிடக்கூட ஒன்றுமில்லாத மக்கள் பலர் இருக்கும்போது அதை எரிப்பது பாவம்” என்றாள்.

அப்படித்தான், விடுவிக்கப்பட்ட இடங்கள், அவர் சொன்னதைப் போல, ஒருகணம் வாழ்ந்து அலமாரிகளில் உயிரை விடச் சென்ற பொருட்களால் மறுபடியும் நிரம்பத் தொடங்கியபோது, தங்களுடைய செல்வாக்கான இடங்களி லிருந்து கழிக்கப்பட்ட பொருள்களின் சேமிப்புக் கிடங்காக மாறியிருந்த பழைய குதிரைத் தொழுவத்திற்கு இடம் மாறியதைத் தவிர வேறொன்றும் செய்யாமல் எரிப்பது ஒத்தி வைக்கப்பட்டது. அடுத்த முறை எரிப்பதுவரை நிரந்தரமாக ஒத்திவைக்கப்பட்டது. “பயனில்லை என்றாலும் தூக்கி வீசவும் முடியாத பொருட்களை என்ன செய்வது என்று கண்டுபிடிக்க வேண்டும்” என்றாள். அப்படித்தான் இருந்தது. கண்காணாத இடத்தில் கொண்டுபோய்ப் போடும்வரை, மனிதர்களை இடம் மாற்றி, அவர்களை மூலையில் தள்ளிவிட்டு, வாழ்க்கைக்கான இடங்களைப் பிடித்துக்கொள்ளும் பொருள்களின் வேகத்தைக் கண்டு அவள் அச்சப்பட்டாள். நேர்த்தியாகத் தோன்ற வேண்டும் என்பதற்காக ஃபெர்மினா தாஸா தனக்கென்ற ஆற்ற முடியாத முறையைக் கொண்டிருந்தாளே தவிர, மற்றவர்கள் நம்பியதைப் போல உண்மையில் அவள் அவ்வளவு நேர்த்தியாக இல்லை. ஒழுங்கின்மையை மறைத்துவைத்தாள். குவெனல் உர்பினோ இறந்த நாளில் அவருடைய உடலைக் கிடத்த, அவரது படிப்பறையில் பாதியைக் காலிசெய்து அவர்களுடைய படுக்கை யறையில் பொருட்களைக் குவித்துவைக்க வேண்டியிருந்தது.

மரணம் வீட்டின் வழியாகக் கடந்துசென்றது தீர்வைக் கொடுத்தது. ஒருமுறை கணவரின் உடைகளை எரித்துப்பார்த்த பிறகு, அதனால் தன்னுடைய நாடித்துடிப்பு அதிரவில்லை என்பதை உணர்ந்த ஃபெர்மினா தாஸா, பணக்காரர்களின் பொறாமையைப் பற்றியோ பட்டினியால் உயிரைவிடும் ஏழைகளின் எதிர்த் தாக்குதலைப் பற்றியோ கவலைப்படாமல், பழையதோ புதியதோ, அனைத்தையும் தூக்கிப்போட்டு, அதே உத்வேகத்தோடு எரிப்பதைத் தொடர்ந்தாள். கடைசியாக, துரதிர்ஷ்டத்தின் எந்த அடையாளமும் எஞ்சியிருக்காத வகையில் மாமரத்தை வேரோடு வெட்டிச் சாய்த்துவிட்டு, கிளியை நகரத்தின் புதிய அருங்காட்சியகத்திற்கு அன்பளிப்பாகக் கொடுத்துவிட்டாள். அதற்குப் பிறகுதான் அவள் எப்போதும் கனவு கண்டபடி, பெரியதாக, வசதியானதாக, தனக்கானதாக இருக்கக்கூடிய, வீட்டில் தன் விருப்பப்படி மூச்சுவிட முடிந்தது.

மூன்று மாதங்கள் அவளுடன் இருந்த மகள் ஓஃபேலியா நியூ ஆர்லியன்சுக்குத் திரும்பிச் சென்றாள். ஞாயிற்றுக்கிழமைகளில் மதிய உணவிற்குத் தனது குடும்பத்தை அழைத்துவந்த மகன், வார நாட்களில் முடிந்தபோதெல்லாம் வந்தான். துக்கத்தின் நெருக்கடியைக் கடந்துவந்த பிறகு, வந்துபோகத் தொடங்கிய ஃபெர்மினா தாஸாவின் நெருக்கமான தோழிகள், வெறுமையான உள்முற்றத்தின் முன்பு சீட்டு விளையாடினார்கள். புதுமையான சமையல் குறிப்புகளை முயற்சித்துப் பார்த்தார்கள். அவள் இல்லாதபோதும் தொடர்ந்து இருந்துவந்த திருப்தியடையாத உலகத்தின் ரகசிய வாழ்க்கையைப் பற்றிய கடைசித் தகவல்வரை அவளிடம் கொண்டுவந்து சேர்த்தார்கள். அவர்களில் மிகவும் உறுதியாக இருந்த, எப்போதும் அவளோடு நல்ல நட்பைப் பேணிவந்த பழங்காலப் பிரபுத்துவக் குடும்பத்தைச் சேர்ந்த லுக்ரேசியா டெல் ரியால் டெல் ஓபிஸ்போ, குவெனல் உர்பினோ வின் மரணத்திற்குப் பிறகு அவளுக்கு மிகவும் நெருக்கமாக ஆனாள். மூட்டு வலியால் விறைத்து, தன்னுடைய மோசமான வாழ்க்கைக்கு வருந்திய லுக்ரேசியா அவளுக்கு நல்ல தோழியாக இருந்ததோடு, நகரத்தில் உருவாகிய மக்களுக்கான, மதம் சாராத திட்டங்களைப் பற்றியும் அவளோடு ஆலோசித்தாள். அது கணவனின் பாதுகாக்கப்பட்ட நிழலாக இல்லாமல், தன்னளவிலேயே பயனுள்ளவளாகத் தன்னால் இருக்க முடியும் என்று அவளை உணரவைத்தது. என்றாலும் அப்போது தன் சொந்தப் பெயரால் அழைக்கப்படாததால் முன்பைக் காட்டிலும் அவள் அவரோடு நெருக்கமாக அடையாளப்படுத்தப்பட்டாள். உர்பினோவின் விதவையாக அவள் அறியப்பட்டாள்.

நம்ப முடியாததாக இருந்தாலும் கணவரின் முதல் நினைவு நாள் நெருங்கியபோது அமைதியான, குளிர்ச்சியான,

நிழலான சூழலில் நுழைவதாக ஃபெர்மினா தாஸா உணர்ந்தாள். மீட்சியற்றவளின் பூந்தோட்டமாக அது இருந்தது. அப்போதும், பல ஆண்டுகளுக்குப் பிறகும், ஃப்ளோரென்டினோ அரிஸா எழுதிய தியானங்கள் மன அமைதியை மீட்டெடுக்க அவளுக்கு எந்த அளவுக்கு உதவின என்பதை அவள் அதிகம் உணர வில்லை. அவளுடைய அனுபவங்களுக்குப் பயன்பட்ட அந்தத் தியானங்கள்தான் தனது சொந்த வாழ்க்கையைப் புரிந்து கொள்ளவும் முதுமையின் திட்டங்களுக்காக அமைதியாகக் காத்திருக்கவும் அவளை அனுமதித்தன. ஃப்ளோரென்டினோ அரிஸாவின் ஊக்கமளிக்கும் கடிதங்களின் பலனாகத் தானும் கடந்தகால நினைவுகளை அழிக்கத் தயாராக இருப்பதை அவருக்குப் புரியவைப்பதற்கான ஒரு தெய்வாதீனமான வாய்ப்பாக நினைவு நாள் திருப்பலிச் சந்திப்பு அமைந்தது.

இரண்டு நாட்களுக்குப் பிறகு உறையின் பின்புறத்தில் தெளிவாக எழுதப்பட்ட அனுப்புநரின் முழுப்பெயரோடு, முத்திரைத் தாளில், அழகான கையெழுத்தில் அவரிடமிருந்து தனித்துவமான கடிதமொன்று அவளுக்கு வந்தது; முதல் கடிதங்களின் சித்திரம்போன்ற எழுத்துகளும் கவிதை நடை யும் இருந்தாலும், தேவாலயத்தில் வாழ்த்திய மரியாதைக்கு நன்றியுணர்வைக் காட்டும் எளிய பத்தியில் அவை பயன் படுத்தப்பட்டிருந்தன. அதைப் படித்த பிறகு பல நாட்களுக்குத் தூண்டப்பட்ட ஏக்கத்தோடும் அத்தனை தெளிவான மனசாட்சியோடும் சிந்தித்துக்கொண்டிருந்த ஃபெர்மினா தாஸா, அடுத்த வியாழக்கிழமை லுக்ரேசியாவிடம், ஏனென்று சொல்லாமல், தற்செயலாகக் கேட்பதைப் போல நதிப்படகு களின் உரிமையாளரான ஃப்ளோரென்டினோ அரிஸாவைத் தெரியுமா என்று கேட்டாள். ஆமாம் என்று பதிலளித்தாள் லுக்ரேசியா. "அலைந்து திரியும் சுக்குபஸ்[3] போலத் தெரிகிறது" என்றாள். அத்தனை நல்ல ஆட்டக்காரராக இருந்தும் இதுவரை பெண்ணென்றால் என்னவென்றே தெரியாதவர் என்றும், தனக்குப் பிடித்த சிறுவர்களை இரவில் அழைத்துச் செல்வதற்காகக் கப்பல் துறையில் ரகசியமான அலுவலகம் ஒன்றை வைத்திருக்கிறார் என்றும் புழக்கத்திலிருந்த கிசுகிசுப்பைத் திரும்பச் சொன்னாள். அந்தக் கதையைத் தனக்கு நினைவு தெரிந்த நாளிலிருந்தே கேட்டுக்கொண்டிருந்த ஃபெர்மினா தாஸா அதை நம்பவுமில்லை; அதற்கு முக்கியத்துவம் கொடுக்கவு மில்லை. ஆனால், ஒரு காலத்தில் விசித்திரமான சுவைகளைக் கொண்டவள் என்று பேசப்பட்ட லுக்ரேசியா உறுதியாக மறுபடியும் சொல்லியதைக் கேட்டபோது, விஷயங்களை அதனதன் இடத்தில் வைக்க வேண்டும் என்ற உந்துதலை

---

3. சுக்குபஸ்: தூங்கும் ஆணுடன் வன்புணர்வு செய்யும் பெண் பேய்; மோகினி.

அவளால் தடுக்க முடியவில்லை. தனக்குச் சிறு வயதிலிருந்தே ஃப்ளோரென்டினோ அரிஸாவைத் தெரியும் என்று அவளிடம் சொன்னாள். ஜன்னல்களின் தெருவில் அவருடைய தாயார் பொத்தான் கடை வைத்திருந்தாள் என்பதையும் உள்நாட்டுப் போர்களின்போது பிரித்து அவசரகாலப் பஞ்சாக விற்பதற்காகப் பழைய போர்வைகளையும் சட்டைகளையும் வாங்கினாள் என்பதையும் நினைவூட்டினாள். “அவர் தனது உழைப்பால் வளர்ந்தவர், நேர்மையான மனிதர்” என்று உறுதியோடு தன் பேச்சை முடித்தாள். அவள் அத்தனை ஆவேசப்பட்டதால், லுக்ரேசியா தான் சொன்னதைத் திரும்பப் பெற்றாள். “நிறைவாகவும் முடிவாகவும், என்னைப் பற்றியும் அப்படித்தான் சொல்கிறார்கள்” என்றாள். ஃபெர்மினா தாஸாவுக்குத் தனது வாழ்க்கையில் நிழலாக மட்டுமே இருந்த ஒருவரை அந்த அளவுக்கு உணர்ச்சிவசப்பட்டுக் காப்பாற்றுவது ஏன் என்று தன்னைத் தானே கேட்டுக்கொள்ளும் ஆர்வம் இல்லை. அவரைப் பற்றியே நினைத்துக்கொண்டிருந்தாள், குறிப்பாக அவரிடமிருந்து புதிய கடிதம் இல்லாமல் தபால் வந்தபோது. வேலைக்காரப் பெண்களில் ஒருத்தி எச்சரிக்கையான கிசுகிசுப்போடு தூக்கத்திலிருந்த அவளை எழுப்பியபோது, இரண்டு வாரங்கள் அமைதியாகக் கடந்திருந்தன. “அம்மா, ஃப்ளோரென்டினோ வந்திருக்கிறார்” என்றாள்.

அவர்தான் வந்திருந்தார். பீதிதான் ஃபெர்மினா தாஸாவின் முதல் எதிர்வினையாக இருந்தது. வேண்டாமே என்றும் சரியான நேரத்தில் இன்னொரு நாள் வரலாமே என்றும் யாரையும் பார்க்கும் நிலையில் நான் இல்லையே என்றும் பேசுவதற்கு ஒன்றுமில்லையே என்றும் யோசித்தாள். ஆனால் உடனடியாகச் சமாளித்துக்கொண்ட அவள், அவரை வரவேற்கத் தயாராகி வருவதற்குள் வரவேற்பறையில் உட்காரவைத்துக் காப்பி கொடுக்க உத்தரவிட்டாள். மூன்று மணிச் சூரியனின் கொளுத்தும் நரக வெயிலில், தெரு வாசலில் காத்திருந்தார் ஃப்ளோரென்டினோ அரிஸா. ஆனாலும் சூழ்நிலையைத் தனது கட்டுப்பாட்டில் வைத்திருந்தார். இணக்கமான வகையில் ஏதேனும் காரணம் சொல்லித் தன்னை வரவேற்காமல் இருக்கக்கூடிய சூழலுக்கும் தயாராக இருந்தார். அந்த உறுதி அவரை அமைதியாக இருக்க வைத்தது. ஆனால் அவளுடைய செய்தியின் தீர்க்கம் அவரது எலும்பின் அடியாழம்வரை உலுக்கியது. வரவேற்பறையின் குளிர்ச்சியான நிழலில் நுழைந்தபோது வலிக்கும் நுரையின் வெடிப்போடு திடீரென்று அவருடைய இதயம் நிரம்பியதால், தான் அனுபவித்த அதிசயத்தைப் பற்றி நினைத்துப்பார்க்க அவருக்கு நேரமில்லை. தன்னுடைய முதல் காதல் கடிதத்தின்மீது விழுந்த பறவை எச்சத்தின் சபிக்கப்பட்ட நினைவின் முற்றுகையில் சிக்கிய அவர் மூச்சு விடாமல் உட்கார்ந்தார். நியாயமற்ற

அந்த அசம்பாவிதத்தைத் தவிர, அந்தக் கணத்தில் எந்தத் துரதிர்ஷ்டத்தையும் ஏற்றுக்கொள்ளத் தீர்மானித்து, நடுக்கத்தின் முதல் தாக்கம் கடந்து செல்லும்போது இருட்டில் அசையாமல் இருந்தார்.

அவர் தன்னை நன்கு அறிந்திருந்தார். அவருக்குப் பிறவியிலிருந்தே மலச்சிக்கல் இருந்தபோதும், நெடிய பல ஆண்டுகளில் வயிறு மூன்று அல்லது நான்கு முறை மட்டுமே பொது இடத்தில் துரோகம் செய்தது; மூன்று அல்லது நான்கு முறை அவர் அடிபணிய வேண்டியிருந்தது. அப்படிப்பட்ட சந்தர்ப்பங்களிலும் அதைப் போன்ற மற்ற அத்தனை அவசரங் களிலும் மட்டுமே அவர் கேலியாக அடிக்கடி சொல்ல விரும்பிய வாக்கியத்தின் உண்மையை உணர்ந்தார்: "நான் தெய்வத்தை நம்பவில்லை என்றாலும் எனக்குக் கடவுளைப் பற்றிய அச்சம் இருக்கிறது." அதைச் சந்தேகப்பட நேரமில்லை: நினைவிலிருக்கும் பிரார்த்தனைகளைச் சொல்ல முயன்றார் என்றாலும் ஒன்றுகூட நினைவுக்கு வரவில்லை. சிறுவனாக இருந்தபோது, இன்னொரு சிறுவன் பறவையைக் கல்லால் அடிக்கச் சில மந்திர வார்த்தைகளைக் கற்றுக்கொடுத்தான்: "பட்டுடு பட்டுடு, படாமப்போனா துப்பாக்கியால சுட்டுடு சுட்டுடு." புது சுண்டுவில்லோடு முதல்முறையாக வேட்டைக்குப் போனபோது அதை உபயோகித்துப் பார்த்தார். பறவை அடிபட்டு விழுந்தது. குழப்பமான முறையில் ஒன்றோடொன்று தொடர்பு இருப்பதாக நினைத்த அவர், பிரார்த்தனையின் வெறியோடு சூத்திரத்தைத் திரும்பத் திரும்பச் சொன்னார் என்றாலும், அது அதே பலனைக் கொடுக்கவில்லை. கம்பிச் சுருளைப்போல முறுக்கிக்கொண்ட சிறுகுடல் அவரை இருக்கை யிலிருந்து எழுப்பியது. வலியும் அடர்த்தியும் படிப்படியாகக் கூடிய வயிற்றின் நுரை புலம்பலை வெளிப்படுத்தியது. அது உறைந்த வியர்வையில் அவரை மூடியது. காப்பி கொண்டுவந்த வேலைக்காரி அவர் செத்துக்கொண்டிருப்பதைப் போல இருந்ததைப் பாத்து அதிர்ச்சியடைந்தாள். "வெக்கையாக இருக்கிறது" என்று பெருமூச்சு விட்டார். அவரை அமைதிப்படுத்து வதாக நினைத்து ஜன்னலைத் திறந்தாள் என்றாலும் பிற்பகல் வெயில் அவளுடைய முகத்தைத் தாக்கியதால், அதை மறுபடியும் மூட வேண்டியிருந்தது. நிழலில் கிட்டத்தட்ட கண்ணுக்குத் தெரியாமல் ஃபெர்மினா தாஸா தோன்றியபோது, மேலும் ஒரு நிமிடம்கூடத் தாங்க முடியாது என்பதைப் புரிந்துகொண்ட அவர், அப்படிப்பட்ட நிலையில் அவளைப் பார்க்க அஞ்சினார். "மேலங்கியைக் கழற்றிவிடலாமே" என்றாள் அவரிடம்.

கொடூரமாகச் சிறுகுடல் முறுக்கியதைவிட, அது எழுப்பும் பொருமல் சத்தம் அவளுடைய காதுகளை எட்டும் என்ற

எண்ணம் அவருக்கு அதிக வலியைக் கொடுத்தது. ஆனால் வேண்டாமென்று சொல்வதற்கே சிரமப்பட்டு ஒருகணம் தாக்குப்பிடித்த அவரால், எப்போது பார்க்க வரலாம் என்று மட்டும்தான் கேட்க முடிந்தது. நின்றுகொண்டிருந்த அவள், திகைப்படைந்தவளாக அவரிடம் சொன்னாள்: “அதுதான் ஏற்கெனவே வந்துவிட்டீர்களே.” வெப்பம் குறைவாக இருக்கும் முற்றத்தின் மொட்டை மாடிக்கு அவரை அழைத்தாள். பரிதாபத்தின் பெருமூச்சைப் போல அவளுக்குத் தோன்றிய குரலோடு அவர் மறுத்தார்.

“தயவுசெய்து கேட்கிறேன், நாளைக்கு வைத்துக்கொள்வோம்” என்றார்.

நாளை, லுக்ரேசியா தவறாமல் வருகைதரும் நாளான வியாழக்கிழமை என்பதை நினைத்துப்பார்த்த அவள், அவருக்கு மறுக்க முடியாத தீர்வைக் கொடுத்தாள்: “நாளை மறுநாள் ஐந்து மணிக்கு.” அதற்கு நன்றி தெரிவித்த ஃப்ளோரென்டினோ அரிஸா தொப்பியோடு அவசரமாக விடைபெற்று, காப்பியைச் சுவைத்துக்கூடப் பார்க்காமல் சென்றுவிட்டார். காரின் புகைபோக்கிச் சத்தம் தெருக்கோடியில் மறையும்வரை என்ன நடந்தது என்றுகூடப் புரியாமல், கூடத்தின் மையத்தில் அவள் குழம்பி நின்றாள். அப்போது பின்னிருக்கையில் அதிக வலியை ஏற்படுத்தாத நிலையைத் தேடிய ஃப்ளோரென்டினோ அரிஸா, கண்களை மூடி, தசைகளைத் தளர்த்தி, உடலின் விருப்பத்திற்குச் சரணடைந்தார். மறுபடியும் பிறந்ததைப் போல இருந்தது. தன்னுடைய அத்தனை காலச் சேவைக்குப் பிறகு எதைக் கண்டும் வியப்படையாத ஓட்டுநர், சலனமற்று இருந்தார். ஆனால் வீட்டின் கதவை அவருக்குத் திறந்துவிட்டபோது, “கவனமாக இருங்கள் தோன் ஃப்ளோரோ, இது காலராபோலத் தெரிகிறது” என்றார்.

ஆனால் அது அவருக்கு வழக்கமாக ஏற்படும் உபாதைதான். வெள்ளிக்கிழமை மாலை சரியாக ஐந்துமணிக்குப் பணிப்பெண் அவரை வரவேற்பறையின் இருட்டின் வழியாக மொட்டை மாடியின் முற்றத்திற்கு அழைத்துச்சென்றாள். அங்கே இரண்டு பேருக்காகப் போடப்பட்டிருந்த சிறிய மேசையின் பக்கத்தில் ஃபெர்மினா தாஸாவைப் பார்த்தபோது ஃப்ளோரென்டினோ அரிஸா கடவுளுக்கு நன்றி சொன்னார். தேநீர், சாக்லெட் அல்லது காப்பி எது வேண்டும் என்று கேட்டாள். நல்ல சூடான, அடர்த்தியான காப்பி வேண்டும் என்று கேட்டார் ஃப்ளோரென்டினோ அரிஸா. அவருக்கு அதைக் கொண்டு வரும்படி பணிப்பெண்ணுக்கு உத்தரவிட்ட அவள், எனக்கு வழக்கம்போல என்றாள். வழக்கம்போல என்பது, தூக்கத்திற்குப் பிறகு அவளுடைய உற்சாகத்தைக் கூட்டிய பலவகையான

கீழ்த்திசைத் தேயிலைகளை நன்றாகச் சேர்த்த கஷாயம். அவர் காப்பிக் கோப்பையையும் அவள் தேநீர்க் குடுவையையும் காலிசெய்தபோது, இருவரும் பல தலைப்புகளை முயற்சித்தும், அந்த முயற்சிகளைக் கைவிட்டிருந்தார்கள். அதையெல்லாம் பேசியது அவற்றின் மீது இருந்த ஆர்வத்தால் அல்ல; அவரோ அவளோ தொடத் துணியாத மற்ற விஷயங்கள்பற்றிப் பேசுவதைத் தவிர்ப்பதற்காக. கல்லறைப் பூக்களின் வாசனை இன்னமும் வீசிய வீட்டின் சதுரங்கக் கட்டமிட்ட மொட்டை மாடியில் தங்களுடைய இளமைக் காலத்திலிருந்து வெகு தூரம் வந்துவிட்ட அவர்கள் இருவரும் இப்போது என்ன செய்துகொண்டிருக்கி றோம் என்பது புரியாத மிரட்சியில் இருந்தார்கள். அரை நூற்றாண்டிற்குப் பிறகு அமைதியாகப் பார்த்துக்கொண்டிருக்க அவ்வளவு நெருக்கமாகவும் போதுமான கால அவகாசத்தோடும் முதல்முறையாக ஒருவர் முன்பு ஒருவர் இருந்த அவர்கள் இருவரும் ஒருவரை ஒருவர் பார்த்தபடி இருந்தார்கள். தாங்கள் எப்படி இருக்கிறோம். என்பதை அவர்கள் கண்டார்கள். அவர்கள் இருவரும் மரணம் நெருங்கிவரும் முதியவர்கள். நிலையற்ற கடந்த காலத்தின் நினைவுகளைத் தவிர அவர்களுக்கென்று பொதுவாக எதுவும் இல்லை. அந்தக் காலம் அவர்களுடைய தல்ல. மறைந்துபோன, அவர்களுடைய பேரக்குழந்தைகளாக இருந்திருக்கக்கூடிய இளம் பருவத்தினருக்குச் சொந்தமானது. தனது கனவின் நிஜமற்ற தன்மையை ஒருவழியாக அவர் உணருவார் என்றும் அது அவருடைய பொருத்தமற்ற தன்மை யிலிருந்து அவரை விடுவிக்கும் என்றும் அவள் நினைத்தாள்.

சங்கடமான மௌனங்களையும் விரும்பத்தகாத விஷயங்களையும் தவிர்க்க, நதிக்கப்பல்களைப் பற்றிய பொதுவான கேள்விகளை அவள் கேட்டாள். உரிமையாளராக இருந்தும், பல காலத்திற்கு முன்பு நிறுவனத்தோடு எந்தத் தொடர்பும் இல்லாத காலத்தில், அதுவும் ஒரே ஒருமுறை மட்டும்தான் அவர் பயணம் செய்திருக்கிறார் என்பது அவளுக்குப் பொய்யாகத் தோன்றியது. காரணம் அவளுக்குத் தெரியவில்லை. அவளிடம் அதைச் சொல்ல முடிந்திருக்கும் என்றால் அதற்காக அவர் தனது ஆன்மாவையே கொடுத்திருப்பார். அவளுக்கும் நதியைத் தெரியாது. ஆண்டீலியக் காற்றின் மீது ஒவ்வாமை கொண்டிருந்த அவளது கணவர் உயரத்தால் இதயத்திற்குக் கெடுதல், நிமோனியா ஆபத்து, மக்களின் போலித்தனம், மையவாதத்தின் அநீதிகள் எனப் பல்வேறு வாதங்களால் அதை மறைத்துக்கொண்டார். அப்படித்தான் அவர்கள் பாதி உலகத்தை அறிந்திருந்தார்கள் என்றாலும், தங்கள் நாட்டை அறியவில்லை. இப்போதெல்லாம், அலுமினிய வெட்டுக்கிளியைப் போல, இரண்டு விமானிகள், ஆறு பயணிகள், கடிதப் பைகளுடன், மக்தலேனா படுகையில்

ஜங்கர்ஸ் கடல் விமானம் ஊர் ஊராகப் பறந்துகொண்டிருக்கிறது. “அது காற்றில் மிதக்கும் சவப்பெட்டியைப் போன்றது” என்றார். ஃப்ளோரென்டினோ அரிஸா. எவ்வித நடுக்கமும் இல்லாமல் முதல் பலூன் சவாரியில் சென்றவள் என்றாலும், தான் அப்படிப்பட்ட சாகசத்திற்குத் துணிந்தவள் என்பதை அவளால் நம்பவே முடியவில்லை. “எல்லாம் மாறிவிட்டன” என்றாள். தான் மாறிவிட்டதாகவும், பயணமுறைகள் அல்ல என்றும் சொல்ல விரும்பினாள்.

சில நேரங்களில் விமானங்களின் சத்தம் அவளுக்கு வியப்பாக இருந்தது. லிபரேட்டரின் நூற்றாண்டு நினைவு நாளில், குட்டிக்கரணச் சாகசங்களைச் செய்தபடி தாழ்வாகப் பறந்த அவற்றைப் பார்த்திருக்கிறாள். அவற்றில் பெரிய பருந்தைப் போலக் கறுப்பு நிறத்திலிருந்த ஒன்று லா மாங்கா வீட்டுக் கூரைகளில் உரசியபடி பறந்தது. பக்கத்திலிருந்த மரத்தில் இறக்கைத் துண்டை விட்டுச்சென்று, மின்சார வயர்களில் தொங்கியது. ஆனாலும், விமானங்களின் இருப்பை ஃபெர்மினா தாஸா இன்னமும் உள்வாங்கிக்கொள்ளவில்லை. படிப்படியாகப் பெருகிய சுற்றுலாப் படகுகளையும் மீன்பிடிப் படகுகளையும் ரோந்துப் படகுகள் விரட்டிய பிறகு கடல் விமானங்கள் தரையிறங்கிய மன்சானிலோ குடாவிற்குச் செல்ல வேண்டுமென்ற ஆர்வம்கூட அண்மைக் காலங்களில் அவளுக்கு ஏற்பட்டதில்லை. வயது காரணமாக, சார்லஸ் லிண்ட்பெர்க்[4] நல்லெண்ண விமானப் பயணத்தில் வந்தபோது, ரோஜாப் பூக்களோடு அவரை வரவேற்கத் தேர்ந்தெடுக்கப்பட்ட அவளுக்கு, மேலெழும்ப உதவிசெய்ய இரண்டு மெக்கானிக்குகள் வாலைப் பிடித்துத் தள்ளிவிட்ட, நசுங்கிய தகரத்தின் தோற்றம் கொண்ட சாதனத்திற்குள், அவ்வளவு அழகான, சிவந்த, பெரிய மனிதர் எப்படி ஏறினார் என்பது விளங்கவில்லை. அப்படியொன்றும் பெரியதாக இல்லாத சில விமானங்களில் எட்டுப் பேரை ஏற்றிச் செல்லலாம் என்ற யோசனையே அவளது மண்டையில் ஏறவில்லை. மாறாக, கடலின் கப்பல்களைப் போல ஆடாதவை என்பதால் ஆற்றுக் கப்பல்கள் இனிமையானவை என்றாலும் மணல் திட்டுகள், கொள்ளையர்களின் தாக்குதல்கள் போன்ற மற்ற கடுமையான ஆபத்துகளைக் கொண்டவை என்று அவள் கேள்விப்பட்டிருக்கிறாள்.

இவையெல்லாம் பழங்காலக் கற்பனைகள் என்பதை அவளுக்கு விளக்கினார் ஃப்ளோரென்டினோ அரிஸா. இன்றைய கப்பல்கள் நாட்டிய அரங்கத்தையும் மின்விசிறிகள், தனிக்

4. 1927இல் முதல்முறையாக நியூயார்க் நகரத்திலிருந்து பாரிஸ் நகரம்வரை இடையில் நிற்காமல் 5,800 கிமீ தூரத்தை பறந்து சாதனை படைத்த அமெரிக்க ராணுவ விமானி.

குளியலறைகள் ஆகியவற்றோடு ஹோட்டல் அறைகளைப் போல ஆடம்பரமான மிகப்பெரிய தடுப்பறைகளையும் கொண்டவை. அதோடு கடந்த உள்நாட்டுப் போருக்குப் பிறகு ஆயுதத் தாக்குதல்கள் எதுவும் இல்லை. இந்த முன்னேற்றங்களெல்லாம் மற்ற எதையும்விட, அவர் போராடிய போக்குவரத்துச் சுதந்திரத்தின் காரணமாக ஏற்பட்ட போட்டியால் தூண்டப் பட்டவை என்ற தனிப்பட்ட வெற்றியின் திருப்தியோடு, மேலும் அவளுக்கு விளக்கினார். முன்பைப் போல, ஒற்றை நிறுவனத் திற்குப் பதிலாக மிகவும் சுறுசுறுப்பான, வளமான மூன்று நிறுவனங்கள் இருந்தன. இருந்தாலும், விமானப் போக்குவரத்தின் வேகமான முன்னேற்றம் அனைவருக்கும் உண்மையான ஆபத்தாக இருக்கிறது என்றார். அவரை அவள் தேற்ற முயன்றாள். இயற்கைக்கு எதிரானதாகத் தோன்றும் சாதனத்தில் நுழைய விரும்பும் பைத்தியக்காரர்கள் அதிகமில்லை என்பதால், கப்பல்கள் எப்போதுமே இருக்கும் என்றாள். கடைசியாக, தன்னுடைய கடிதங்களைப் பற்றி அவளைப் பேசவைக்கும் முயற்சியில், போக்குவரத்தில் ஏற்பட்டுள்ள முன்னேற்றங்களைப் பற்றியும், அதைப் போலவே விநியோகத்தில் ஏற்பட்டுள்ள முன்னேற்றங் களைப் பற்றியும் பேசினார் ஃப்ளோரென்டினோ அரிஸா. ஆனால் அதில் அவர் வெற்றிபெறவில்லை.

சற்று நேரத்துக்குப் பிறகு சந்தர்ப்பம் தானாக வந்தது. தந்தி விநியோகத்தின் அதே அமைப்பைப் பயன்படுத்தி அண்மையில் உருவாக்கப்பட்ட சிறப்பு நகர்ப்புற அஞ்சல் வழியாக அந்தக் கணத்தில் பெறப்பட்ட கடிதத்தை ஃபெர்மினா தாஸாவிடம் கொடுப்பதற்காகப் பணிப்பெண் குறுக்கிட்டபோது, அந்த விஷயத்திலிருந்து வெகுதூரம் சென்றிருந்தனர். வழக்கம்போலவே, தன்னுடைய வெள்ளெழுத்துக் கண்ணாடியை அவளால் கண்டுபிடிக்க முடியவில்லை. ஃப்ளோரென்டினோ அரிஸா அமைதியாக இருந்தார். "அது தேவைப்படாது. அந்தக் கடிதம் என்னுடையதுதான்" என்றார்.

ஆமாம். தோல்வியடைந்த முதல் வருகையின் அவமானத் திலிருந்து விடுபட முடியாத பயங்கரமான மனச் சோர்வில், முந்தைய நாள் அதை எழுதியிருந்தார். அதில் முன் அனுமதி இல்லாமல் அவளைப் பார்க்க விரும்பிய அபத்தத்திற்காக மன்னிப்புக் கேட்டிருந்த அவர், திரும்பும் எண்ணத்தைக் கைவிட்டிருந்தார். மறுயோசனை இல்லாமல் அதைத் தபால் பெட்டியில் போட்டுவிட்டார், யோசித்தபோது அதைத் திரும்பப்பெற ஏற்கெனவே தாமதமாகிவிட்டது. இருந்தாலும், ஃபெர்மினா தாஸாவிடம் கடிதத்தைப் படிக்காமலிருக்கும் உதவியைக் கோருவதைத் தவிர, பல்வேறு விளக்கங்கள் தேவை யில்லை என்று அவருக்குத் தோன்றியது.

“அது சரி. கடிதங்கள் அவற்றை எழுதியவருக்குத்தான் சொந்தமானவை. இல்லையா?” என்றாள்.

உறுதியானதொரு அடியை அவர் எடுத்துவைத்தார்.

“அப்படித்தான். அதனால்தான் பிரியும்போது அது முதலில் திருப்பித் தரப்படுகிறது” என்றார்.

அவருடைய மறைமுக நோக்கத்தைப் புறக்கணித்து விட்டுக் கடிதத்தைத் திருப்பிக் கொடுத்தாள்: “மற்ற கடிதங்கள் எனக்கு மிகவும் உதவியாக இருந்த காரணத்தால், அதைப் படிக்க முடியவில்லை என்பது வருத்தமாக இருக்கிறது.” அவர் எதிர்பார்த்ததைவிடவும் தன்னியல்பாக அவள் அதைச் சொல்லிவிட்டதால் வியப்படைந்த அவர் ஆழமாக மூச்சு விட்டார். “அதை அறிந்து நான் எவ்வளவு மகிழ்ச்சியடைகிறேன் என்பதைக் கற்பனைசெய்ய முடியாது” என்றார். ஆனால் அவள் தலைப்பை மாற்றினாள். மாலை முழுவதும் அதை அவரால் மறுபடியும் தொட முடியவில்லை.

ஆறு மணிக்குப் பிறகு வீட்டின் விளக்குகளை ஏற்றத் தொடங்கியபோது விடைபெற்றுக்கொண்டார். இருபது வயதில் ஃபெர்மினா தாஸாவின் நிலையில்லாத குணத்தையும் எதிர்பார்க்க முடியாத எதிர்வினைகளையும் மறக்காத காரணத்தாலும், மாறிவிட்டாள் என்று நினைக்கக் காரணங்கள் இல்லாததாலும், மிகவும் பாதுகாப்பாக உணர்ந்தார் என்றாலும் அதிகப் பிரமைகள் இல்லாமல் இருந்தார். அதனால் நேர்மை யான பணிவோடு நான் இன்னொரு நாள் மறுபடியும் வரலாமா என்று கேட்கத் துணிந்த அவருக்குக் கிடைத்த பதில், அவரை மீண்டும் வியப்பில் ஆழ்த்தியது.

“எப்போது வேண்டுமென்றாலும் வரலாம். கிட்டத்தட்ட எப்போதுமே நான் தனியாகத்தான் இருக்கிறேன்” என்றாள்.

நான்கு நாட்களுக்குப் பிறகு, செவ்வாய்க்கிழமையன்று, முன்கூட்டியே தெரிவிக்காமல் அவர் திரும்பி வந்தபோது, அவருடைய கடிதங்கள் எந்த அளவுக்கு உதவிகரமாக இருந்தன என்பதைச் சொல்ல அவள் தேநீர் பறிமாறக்கூடக் காத்திருக்க வில்லை. தான் எழுத விரும்பிய புத்தகத்தின் சில பக்கங்களே தவிர, கறாரான அர்த்தத்தில் அவை கடிதங்களல்ல என்றார் அவர். அப்படித்தான் அவளும் அதைப் புரிந்துகொண்டாள். அதனால்தான், அவற்றுக்கு நல்ல கதியை அவர் வழங்குவதற்காக, அவர் அதைத் தவறாக எடுத்துக்கொள்ளவில்லை என்றால், அவற்றை அவரிடமே திருப்பித்தர நினைத்தாள். தான் வாழ்ந்துவந்த கடினமான கட்டத்தில் அவை தனக்குச் செய்த நன்மைகளைப் பற்றிப் பேசிக்கொண்டிருந்தாள். அத்தனை

உற்சாகத்தோடும் நன்றியுணர்வோடும் கிட்டத்தட்ட பாசத்தோடும் பேசிக்கொண்டிருந்தாள் என்பதால், உறுதியான ஒற்றை அடிக்கும் கூடுதலாகப் போகத் துணிந்தார் ஃப்ளோரென்டினோ அரிஸா. அது ஒரு குட்டிக்கரணம்.

“முன்பெல்லாம் ஒருமையில்தான் பேசிக்கொள்வோம்” என்றார்.

முன்பெல்லாம் என்பது தடைசெய்யப்பட்ட வார்த்தை. கடந்த காலத்தின் கற்பனைத் தேவதை தன் தலைக்கு மேல் கடந்துபோவதை உணர்ந்த அவள், அதைத் தவிர்க்க முயன்றாள். ஆனால் அவர் இன்னும் ஆழமாகப் போனார்: “அதாவது, நமது பழைய கடிதங்களில்” என்றார். அதைக் கேட்டு வருத்த மடைத்த அவள் தன் வருத்தத்தை அவர் கவனிக்காமலிருக்கத் தீவிரமாக முயற்சிசெய்ய வேண்டியிருந்தது. ஆனால் அதை உணர்ந்துகொண்டார். இளமைக் காலத்தில் இருந்ததைப் போலவே அத்தனை கோபத்தோடு இருக்கிறாள் என்றாலும் இனிமையோடு இருக்கக் கற்றுக்கொண்டாள் என்பதைத் தடுமாற்றம் அவருக்குக் கற்றுக்கொடுத்தாலும், அதிக சாதுரியத் தோடு தொடர வேண்டும் என்பதைப் புரிந்துகொண்டார்.

“இந்தக் கடிதங்கள் எல்லாம் வேறு வகையானவை என்று சொல்ல வந்தேன்” என்றார்.

“உலகத்தில் எல்லாமே மாறிவிட்டன” என்றாள் அவள்.

“நான் மாறவில்லை. நீங்கள்?” என்றார் அவர்.

தன்னுடைய இரண்டாவது கோப்பைத் தேநீரோடு பாதி யிலிருந்த அவள், பல இக்கட்டுகளைக் கடந்துவந்த கண்களோடு அவரை உற்றுப் பார்த்தாள்.

“எல்லாம் ஒன்றுதான். எனக்கு எழுபத்திரண்டு வயது முடிந்துவிட்டது” என்றாள்.

ஃப்ளோரென்டினோ அரிஸாவின் இதயத்தின் நடுவில் அடி விழுந்தது. அம்பின் வேகத்தோடும் துல்லியத்தோடும் பதில் கொடுக்க விரும்பினார் என்றாலும் வயதின் சுமை அவரை வென்றது. அத்தனை குறுகிய உரையாடலில் அத்தனை சோர்வாக அவர் உணர்ந்ததில்லை. அவருடைய இதயம் வலித்தது. ஒவ்வொரு அடியும் உலோகத்தின் அதிர்வோடு ரத்த நாளங்களில் எதிரொலித்தது. அதற்கு மேல் பேச முடியாத அளவுக்கு அழ வேண்டுமென்ற ஆசை அவசரமாக எழுந்தது. பயனற்ற சோகமான கிழவராகத் தன்னை உணர்ந்தார். அபசகுனங்கள் நிறைந்த அமைதியில் இரண்டாவது கோப்பையை முடித்தார்கள். கடிதங்களின் கோப்பைக் கொண்டுவரும்படி பணிப்பெண்ணிடம் சொன்னபோதுதான் அவள் மறுபடியும் பேசினாள். கடிதங்களின்

நகல் தன்னிடம் இருப்பதால், அவற்றை அவளே வைத்துக்கொள்ள வேண்டுமென்று கிட்டத்தட்ட கேட்டுவிட இருந்தார் என்றாலும் அந்த முன்னெச்சரிக்கை கேவலமானதாகத் தோன்றுமென்று நினைத்தார். பேசுவதற்கு அதற்கு மேல் ஒன்றுமில்லை. விடை பெறும் முன்பாக, இன்னொரு செவ்வாய்க்கிழமை அதே நேரத்தில் திரும்பி வருவதைப் பற்றிக் குறிப்பிட்டார். அந்த அளவுக்கு இணங்கிப்போக வேண்டுமா என்று அவள் யோசித்தாள்.

"இத்தனை முறை வந்து பார்ப்பதால் பலனென்ன என்று எனக்குத் தெரியவில்லை" என்றாள்.

"இனி எதுவும் இருக்குமென்று நானும் நினைக்கவில்லை" என்றார் அவர்.

அதனால் அடுத்த செவ்வாய்க்கிழமை ஐந்து மணிக்கு மறுபடியும் வந்த அவர், பிறகு இரண்டாவது மாத இறுதியில் வாராந்திர வருகைகள் இருவருடைய வழக்கங்களில் சேர்ந்து விட்ட காரணத்தால், ஒவ்வொரு செவ்வாய்க்கிழமையிலும் முன்கூட்டியே தெரிவிக்கும் வழக்கம் இல்லாமல் வரத் தொடங்கினார். தேநீருக்கு ஆங்கில பிஸ்கட்டுகளையும் கஷ்கொட்டை மிட்டாய்களையும் கிரேக்க ஆலிவ்களையும் அட்லாண்டிக் கப்பல்களில் கிடைக்கும் வரவேற்பறைச் சிற்றுண்டிகளையும் கொண்டுவருவார் ஃப்ளோரென்டினோ அரிஸா. ஒரு செவ்வாய்க்கிழமை, எழுத்தர்களின் வாயிலில் நடந்த அஞ்சலட்டை ஏலத்தில் பதினைந்து காசுகளுக்கு வாங்கிய, அரை நூற்றாண்டுக்கு முன்பு பெல்ஜியப் புகைப்படக் கலைஞர் எடுத்த, ஹில்டெப்ராண்டாவும் அவளுமிருந்த புகைப்படத்தின் நகலைக் கொண்டுவந்தார். காதலின் அதிசயம் என்பதைத் தவிர, அது எப்படி அங்கு போனது, அது எப்படி அவர் கண்ணில் பட்டது என்பதை ஃபெர்மினா தாஸாவால் புரிந்துகொள்ள முடியவில்லை. ஒருநாள் காலையில் அவருடைய தோட்டத்தின் ரோஜாப் பூக்களைப் பறித்துக்கொண்டிருந்தபோது, அடுத்த சந்திப்பின்போது அதிலொன்றை ஃபெர்மினா தாஸாவுக்குக் கொண்டுசெல்ல வேண்டுமென்ற ஆசையை ஃப்ளோரென்டினோ அரிஸாவால் கட்டுப்படுத்திக்கொள்ள முடியவில்லை. அவள் அண்மையில் விதவையானவள் என்பதால் பூக்களின் மொழியில் அது கடினமான சிக்கலாக இருந்தது. தகிக்கும் ஆசையின் சின்னமான ஒற்றைச் சிவப்பு ரோஜா, அவளுடைய துக்கத்தைப் பாதிக்கும். மற்றொரு மொழியில் அதிர்ஷ்டத்தின் மலர்களாக இருந்த மஞ்சள் ரோஜாக்கள், வழக்கமான சொல்லாடலில் பொறாமையின் வெளிப்பாடுகள். துருக்கியின் கறுப்பு ரோஜாக்கள் மிகவும் பொருத்தமானவை என்று ஒருமுறை கேள்விப்பட்டிருக்கிறார் என்றாலும் அவற்றைத் தன்னுடைய தோட்டத்தின்

தட்பவெட்பத்திற்குப் பழக்கப்படுத்த முடியவில்லை. அதைப் பற்றிய நீண்ட யோசனைக்குப் பிறகு, சாதுவாகவும் ஊமை யாகவும் இருந்த வெள்ளை ரோஜாவோடு சோதனைக்குத் தயாரானார். அவை ஒன்றும் சொல்வதில்லை. கடைசி நிமிடத்தில், ஃபெர்மினா தாஸா சந்தேகப்பட்டு அவற்றைத் தவறாகப் புரிந்து கொள்ளலாம் என்பதால், முட்களை அகற்றினார்.

மறைவான நோக்கங்களில்லாத பரிசாக அது வரவேற்பைப் பெற்றது. அதனால் செவ்வாய்க்கிழமைகளின் சடங்கு செழுமை யடைந்தது. அவர் வெள்ளை ரோஜாவோடு வரும்போது தேநீர் மேசையின் நடுவில் தண்ணீரோடு குவளை ஏற்கெனவே தயாராக இருக்குமளவுக்குப் போனது. ஏதோவொரு செவ்வாய்க் கிழமையன்று, ரோஜாவை வைத்தபோது, சாதாரணமாகத் தோன்றும் விதத்தில் சொன்னார்:

"நம்முடைய காலத்தில் கமேலியாக்களைத்தான் அணிவார்கள், ரோஜாக்களை அல்ல."

"அது சரிதான் என்றாலும், உங்களுக்கே தெரியுமே, அதன் நோக்கம் வேறு" என்றாள் அவள்.

எப்போதும் அப்படித்தான். அவர் முன்னேற முயன்றபோது, அவள் வழியை மறித்தாள். ஆனால் இந்தச் சந்தர்ப்பத்தில், சரியான நேரத்தில் பதிலளித்தபோதும், வெட்கத்தைக் காட்டிக் கொள்ளாமலிருக்க அவள் முகத்தைத் திருப்பிக்கொள்ள வேண்டியிருந்ததால், இலக்கைத் தாக்கிவிட்டதை உணர்ந்தார் ஃப்ளோரென்டினோ அரிஸா. அவளுடைய விரக்தியை அவளுக்கு எதிராகவே திருப்பிய அபத்தத்தோடும் தனக்கான உயிர்ப்போடும் இருந்த இளமையான, தகிக்கும் வெட்கம். கடுமை குறைவான மற்ற விஷயங்களை நோக்கித் திருப்பிவிடுவதில் கவனமாக இருந்தார் ஃப்ளோரென்டினோ அரிஸா. ஆனால் தன்னுடைய நிலையை அவர் கண்டுபிடித்துவிட்டார் என்பதை அவள் தெரிந்துகொள்ளும் அளவுக்கு அவருடைய மென்மை மிகவும் வெளிப்படையாகத் தெரிந்தது. அது அவளுடைய கோபத்தை அதிகரித்தது. அதுவொரு மோசமான செவ்வாய்க்கிழமையானது. திரும்பி வர வேண்டாம் என்று அவரிடம் கேட்டுக்கொள்ளும் நிலையில் அவள் இருந்தாள் என்றாலும், அவர்கள் இருவருடைய வயதிலும் சூழ்நிலையிலும் காதலர்களின் சண்டை என்ற எண்ணமே அவளுக்குக் கேலிக்குரியதாகத் தோன்றியது. அது அவளுக்கு மேலும் சிரிப்பை வரவழைத்தது. அடுத்த செவ்வாய்க்கிழமை ஃப்ளோரென்டினோ அரிஸா ரோஜாவைக் குவளையில் வைத்தபோது, தனது மனசாட்சியை ஆய்வுசெய்த அவள், முந்தைய வார மனக்கசப்பின் சிறுதுளிகூடத் தன்னிடம் இல்லை என்பதை உணர்ந்து மகிழ்ச்சியடைந்தாள்.

சில சமயங்களில் தற்செயலாக வந்ததைப் போலத் தோன்றிய அவளுடைய மகன் டாக்டர் உர்பினோ தாஸாவும் அவருடைய மனைவியும் சீட்டு விளையாடிக்கொண்டு அங்கேயே தங்கியதால், விரைவிலேயே சந்திப்புகள் சங்கடமான குடும்பச் சூழலை அடையத் தொடங்கின. ஃப்ளோரென்டினோ அரிஸாவுக்கு விளையாடத் தெரியாது என்றாலும் ஒரே அமர்வில் அவருக்குக் கற்றுக்கொடுத்தாள் ஃபெர்மினா தாஸா. அவர்கள் இருவரும் அடுத்த செவ்வாய்க்கிழமைப் போட்டிக்கு உர்பினோ தாஸா தம்பதியருக்கு எழுத்து மூலம் சவால் விடுத்தனர். அந்த விளையாட்டுக்கள் மிகவும் இனிமையாக இருந்ததால் அவருடைய வருகைகளைப் போலவே அவையும் விரைவில் முறைப்படுத்தப்பட்டன. ஒவ்வொருவரின் பங்களிப்புக்கும் முறைகள் வகுக்கப்பட்டன. டாக்டர் உர்பினோ தாஸாவும் சிறந்த இனிப்பு வியாபாரியான அவருடைய மனைவியும் ஒவ்வொரு முறையும் தனித்துவமான அற்புதமான கேக்குகளைக் கொண்டுவந்தார்கள். ஃப்ளோரென்டினோ அரிஸா ஐரோப்பியக் கப்பல்களில் எதிர்கொண்ட புதுமையான பண்டங்களைத் தொடர்ந்து கொண்டுவந்தார். ஒவ்வொரு வாரமும் அவர்களுக்குப் புதிய வியப்பைக் கொடுக்கும் வழியைக் கண்டறிந்தாள் ஃபெர்மினா தாஸா. ஒவ்வொரு மாதமும் மூன்றாவது செவ்வாய்க் கிழமையன்று போட்டிகள் நடைபெற்றன, பணத்தைப் பந்தயம் கட்டவில்லை என்றாலும் அடுத்த ஆட்டத்திற்கான சிறப்புப் பங்களிப்பு தோல்வியடைந்தவர்மீது விதிக்கப்பட்டது.

டாக்டர் உர்பினோ தாஸா தன்னுடைய பொதுப் பிம்பத்தோடு பொருந்தக்கூடியவராக இருந்தார். சொற்ப வளங்களும் விகாரமான வழக்கங்களும் கொண்டவராகவும் மகிழ்ச்சியாலோ வெறுப்பாலோ ஏற்பட்ட திடீர் இழுப்புவாதத் தால் அவதிப்படுபவராகவும் தன்னுடைய மன வலிமையைப் பற்றி அச்சப்படும் அளவுக்குப் பொருத்தமில்லாமல் வெட்கப்படுபவராகவும் இருந்தார். ஆனால் சந்தேகத்திற்கு இடமில்லாமல், முதல் சந்திப்பிலேயே மிகவும் கவனிக்கத் தக்க வகையில், ஃப்ளோரென்டினோ அரிஸா மிகவும் அஞ்சியதைப் போல, அவர் நல்ல மனிதர். மறுபுறம் அவரது மனைவி, அவருடைய நேர்த்திக்கு இன்னும் கொஞ்சம் மனிதத் தன்மையைக் கொடுத்தாள். அடித்தட்டு மக்களின் தீப்பொறியோடும் துடிப்போடும் துல்லியத்தோடும் கலகலப்பாக இருந்தாள். சீட்டு விளையாட இதைவிடச் சிறந்த ஜோடி கிடைக்குமென்று ஆசைப்பட முடியாது. ஃப்ளோரென்டினோ அரிஸாவின் தீராத காதலின் தேவை, குடும்பத்தில் இருப்பதைப் போன்ற மாயையால் நிரம்பி வழிந்தது.

ஒருநாள் இரவு வீட்டிலிருந்து அவர்கள் இருவரும் புறப்பட்டபோது, மதிய உணவிற்கு அழைத்தார் டாக்டர் உர்பினோ தாஸா. "நாளைக் காலை சரியாகப் பன்னிரண்டரை மணிக்கு, சோஷியல் கிளப்பில்" என்றார். அது விஷம் கலந்த மதுவோடு பறிமாறப்பப்பட நேர்த்தியானதொரு விருந்து. பல காரணங்களுக்காக சோஷியல் கிளப்பில் நுழைய அனுமதி மறுக்கப்படும். அவற்றில் முக்கியமான ஒன்று திருமணத்திற்கு வெளியில் பிறப்பது. அப்படிப்பட்ட எரிச்சலூட்டும் அனுபவங்கள் சிற்றப்பா பன்னிரண்டாம் லூயிக்கும் உண்டு. அதன் ஸ்தாபன உறுப்பினர் ஒருவரின் அழைப்பில் மேஜையில் உட்கார்ந்திருந்தபோது வெளியேற்றப்பட்ட அவமானத்தால் ஃப்ளோரென்டினோ அரிஸாவும் பாதிக்கப்பட்டிருக்கிறார். நதி வணிகத்தில் சிரமமான உதவிகளை ஃப்ளோரென்டினோ அரிஸாவிடமிருந்து பெற்றிருந்த அவருக்கு, இன்னொரு இடத்திற்கு ஃப்ளோரென்டினோவை சாப்பிட அழைத்துச் செல்வதைத் தவிர வேறு வழியில்லை.

"விதிமுறைகளை உருவாக்கும் நாங்கள் அவற்றைக் கடைப்பிடிக்க மிகவும் கடமைப்பட்டவர்கள்" என்று அவரிடம் சொன்னார்.

இருப்பினும், டாக்டர் உர்பினோ தாஸாவின் அழைப்பை ஏற்று அந்த ஆபத்தை எதிர்கொள்ளத் தயாரான ஃப்ளோரென்டினோ அரிஸாவைச் சிறப்பு விருந்தினர்களுக்கான தங்கப் புத்தகத்தில் கையெழுத்திடும்படி கிளப் நிர்வாகம் கேட்கவில்லை, சிறப்பான முறையில் அவர் வரவேற்கப்பட்டார். அடக்கமான தொனியில் பரிமாறப்பட்ட, அவர்களிருவர் மட்டுமே சாப்பிட்ட மதிய உணவு, சுருக்கமானதாக இருந்தது. அந்தச் சந்திப்பைக் குறித்து முந்தைய நாள் மாலையிலிருந்து ஃப்ளோரென்டினோ அரிஸாவைக் கவலைப்படவைத்த அச்சம், பசியைத் தூண்டுவதற்காக முதலில் சாப்பிட்ட ஒரு கோப்பை திராட்சை மதுவோடு தணிந்தது. டாக்டர் உர்பினோ தாஸா தன்னுடைய தாயைப் பற்றி அவரோடு பேச விரும்பினார். அவர் ஃப்ளோரென்டினோ அரிஸாவிடம் சொன்னதிலிருந்து, அவள் அவரைப் பற்றிப் பேசியிருக்கிறாள் என்பதைப் புரிந்துகொண்டார். அதற்கு மேலும் வியப்பானது ஒன்றும் இருந்தது. அவள் அவருக்காகப் பொய் சொல்லியிருக்கிறாள். அவர்கள் சிறு வயதிலிருந்தே நண்பர்கள் என்றும் சான் குவான் த லா சியேநகாவிலிருந்து வந்ததிலிருந்து ஒன்றாக விளையாடுவார்கள் என்றும் தனது முதல் வாசிப்புகளை அவர்தான் தொடங்கிவைத்தார் என்றும் அதனால் பழைய நன்றியுணர்வைப் பாதுகாப்பதாகவும் அவரிடம் சொல்லியிருந்தாள்.

ட்ரான்சிட்டோ அரிஸா புகழ்பெற்ற ஆசிரியையாக இருந்ததால், பள்ளியை விட்டுத் திரும்பும்போது, அவளோடு பூத்தையல் அதிசயங்களைச் செய்தபடி பொத்தான் கடையில் அடிக்கடி பல மணிநேரம் செலவிடுவாள் என்றும், அதே அளவுக்கு அடிக்கடி ஃப்ளோரென்டினோ அரிஸாவைப் பார்க்காமல் இருந்ததற்குக் காரணம் அவர்களுடைய வாழ்க்கைப் பாதைகள் மாறுபட்டிருந்ததுதானே தவிர தன்னுடைய சொந்த விருப்பத்தால் அல்ல என்றும் அவரிடம் சொல்லியிருந்தாள்.

அவருடைய நோக்கத்தின் மையத்திற்கு வரும் முன்பு, முதுமையைப் பற்றியே சுற்றிச் சுற்றி வந்தார் டாக்டர் உர்பினோ தாஸா. முதியவர்களின் சுமை இல்லாவிட்டால் உலகம் வேகமாக முன்னேறும் என்று அவர் நினைத்தார். "போருக்குச் செல்லும் ராணுவத்தைப் போல மனித குலம் மெதுவாக நடப்பவர்களின் வேகத்தில்தான் செல்கிறது" என்றார். அதிக மனிதாபிமானமுள்ள, அதனால் முதுமையின் திகிலூட்டும் தனிமையிலிருந்தும் துன்பங்களிலிருந்தும் அவமானத்தி லிருந்தும் அவர்களைக் காப்பாற்ற, தங்களைத் தாங்களே பார்த்துக்கொள்ள முடியாதபோது விளிம்பிலிருந்த நகரங்களில் மனிதப் பிறவிகள் தனிமைப்படுத்தப்படும் நாகரிகமடைந்த எதிர்காலம் உருவாகும் என்று அவர் கருதினார். அவரைப் பொறுத்தவரை, மருத்துவக் கண்ணோட்டத்தில், அறுபது வயது எல்லையாக இருக்கலாம். ஆனால் கருணை அந்த அளவை எட்டும்வரையிலும், அடுத்துவரும் தலைமுறைகளோடு ஏற்படும் இயல்பான முரண்பாடுகளிலிருந்து பாதுகாப்பாக, விருப்பு வெறுப்புகளையும் வழக்கங்களையும் துயரங்களையும் பகிர்ந்துகொண்டு முதியவர்கள் ஒருவருக்கொருவர் ஆறுதலாக இருக்கும் முதியோர் இல்லங்கள்தான் ஒரே தீர்வு. "முதியவர்களோடு முதியவர்களாக இருக்கும்போது வயது தெரியாது" என்றார். அதைவிடச் சிறப்பாக, கணவனை இழந்த வாழ்வின் தனிமையில் தனது தாய்க்கு நல்ல துணையாக இருந்ததற்காக ஃப்ளோரென்டினோ அரிஸாவுக்கு நன்றி சொல்ல விரும்பிய டாக்டர் உர்பினோ தாஸா, தனது தாயின் வயோதிக மனநிலையைப் பொறுத்துக்கொள்ள வேண்டுமென்றும், அனைவரின் வசதிக்காகவும் அவர்கள் இருவரின் நன்மைக் காகவும் தொடர்ந்து அதைச் செய்ய வேண்டுமென்றும் அவரிடம் மன்றாடினார். சந்திப்பின் தீர்வால் நிம்மதியடைந்தார் ஃப்ளோரென்டினோ அரிஸா. "நிம்மதியாக இருங்கள். இப்போது மட்டுமல்ல, நீங்கள் பிறப்பதற்கு வெகுகாலத்திற்கு முன்பிருந்தே நான் அவளைவிட நான்கு வயது மூத்தவன்" என்றார் அவரிடம். பிறகு சிறிய முரண்பாட்டோடு தன்னை வெளிப்படுத்திக்கொள்ளும் ஆசைக்கு இடம் கொடுத்தார்.

"வருங்காலச் சமூகத்தில், மதிய உணவுக்கு அந்தூரியப் பூச்செண்டை எனக்காகவும் அவளுக்காகவும் கல்லறைக்குத்தான் நீங்கள் கொண்டுவர வேண்டியிருக்கும்" என்று முடித்தார்.

தன்னுடைய தீர்க்கதரிசனத்தின் சிரமத்தை அதுவரை கவனிக்காத டாக்டர் உர்பினோ தாஸா, அதை மேலும் குழப்புவதில் முடிந்த விளக்கங்களின் பள்ளத்தாக்கில் விழுந்தார். ஆனால் அதிலிருந்து வெளியேற ஃப்ளோரென்டினோ அரிஸா அவருக்கு உதவினார். தவிர்க்க முடியாத சமூகத் தேவையைப் பூர்த்திசெய்ய, டாக்டர் உர்பினோ தாஸாவுடன் அதைப் போன்றதொரு சந்திப்பு விரைவிலோ தாமதமாகவோ நடக்கத்தான் போகிறது என்பதை அறிந்திருந்ததால், பிரகாசமாக இருந்தார். அவருடைய தாயைக் கைப்பிடிப்பதற்கான முறையான கோரிக்கையை முன்வைப்பதற்கான சந்திப்பாக அது இருக்கும் என்று நினைத்திருந்தார். அந்தக் காரணத்திற்காக மட்டுமில்லாமல், அந்தத் தவிர்க்க இயலாத கோரிக்கை எந்த அளவுக்குச் சுலபமானதாகவும் வரவேற்பைப் பெறுவதாகவும் இருக்கப்போகிறது என்பதைக் காட்டியதால், மதிய உணவு மிகவும் ஊக்கமளிப்பதாக இருந்தது. ஃபெர்மினா தாஸாவின் சம்மதத்தோடு இருந்திருந்தால், எந்தச் சந்தர்ப்பமும் அதைவிடச் சாதகமாக இருந்திருக்க முடியாது. மேலும், அந்த வரலாற்றுச் சிறப்புமிக்க மதிய உணவில் அவர்கள் அதை விவாதித்த பிறகு, கோரிக்கை என்னும் சம்பிரதாயம் தேவையற்றதாக இருந்தது.

முதல்முறையாக இடறிவிழும்போது முதுமை தொடங்குகிறது என்றும் இரண்டாவது முறையாக இடறிவிழும்போது மரணம் தொடங்குகிறது என்றும் எப்போதும் நினைத்திருந்த ஃப்ளோரென்டினோ அரிஸா, இளமையாக இருந்தபோதுகூடத் தனிக் கவனத்தோடுதான் படிகளில் ஏறி இறங்குவார். செங்குத்தாகவும் குறுகலான இடத்திலும் இருந்ததால் எல்லாப் படிக்கட்டுகளையும்விட அவருடைய அலுவலகப் படிக்கட்டுகள்தான் அதிக ஆபத்தானவை என்று அவருக்குத் தோன்றியது. கால்களை இழுக்காமலிருக்க சிரமப்பட வேண்டியிருந்ததற்குப் பல காலத்திற்கு முன்பிருந்தே படிகளை நன்றாகப் பார்த்துக்கொண்டும் கைப்பிடிகளை இரண்டு கைகளாலும் பிடித்துக்கொண்டும்தான் ஏறுவார். அதற்குப் பதிலாக ஆபத்துக் குறைவான படிக்கட்டை அமைக்கப் பலமுறை அவரிடம் பரிந்துரை செய்யப்பட்டது என்றாலும், அது முதுமைக்கான சலுகையாக அவருக்குத் தோன்றியதால், முடிவு அடுத்த மாதத்திற்கென்று எப்போதும் நிறுத்திவைக்கப்பட்டது. வருடங்கள் செல்லச் செல்ல ஏறுவதற்குத் தாமதமானது என்றால், அது அவர் படிப்படியாக அதிகக் கவனத்தோடு ஏறியதால்தானே தவிர ஏறுவது அவருக்குக் கடினமாக இருந்ததால் அல்ல என்று

அவசரமாக விளக்கமளிப்பார். இருந்தாலும், டாக்டர் உர்பினோ தாஸாவோடு மதிய உணவிலிருந்து திரும்பிய மாலையில், பசியைத் தூண்ட ஒரு கப் பிராந்தியும் சாப்பாட்டோடு அரைக் கோப்பை சிவப்பு ஒயினும் குடித்த பிறகு, அனைத்துக்கும் மேலாக வெற்றிகரமான உரையாடலுக்குப் பிறகு, இடது கணுக்காலை மடித்த அத்தனை இளமையான நடன பாவத்தோடு மூன்றாவது படியை எட்ட முயன்ற அவர், பின்பக்கமாக விழுந்தார். அதிசயமாக உயிர் போகவில்லை. ஒரே பெண்ணை அத்தனை காலமாக அந்த அளவுக்கு நேசித்த இரண்டு ஆண்கள், ஒருவருட இடைவெளியில் அதே வகையில் மரணமடைவது வாழ்க்கையின் தர்க்கத்தில் சாத்தியமில்லை என்ற காரணத்தால், விழுந்த தருணத்தில், அந்தத் தடுமாற்றத்தால் சாகப்போவதில்லை என்று நினைத்துக்கொள்ளப் போதுமான அளவுக்கு அவருக்குத் தெளிவு இருந்தது. அவர் நினைத்தது சரிதான். பாதத்திலிருந்து கெண்டைக்கால்வரை மாவுக்கட்டுப் போட்டுக் கட்டிலில் அசையாமல் இருக்கச் சொன்னார்கள் என்றாலும், விழுவதற்கு முன்பு இருந்ததைவிட அவர் அதிக உயிர்ப்போடு இருந்தார். அறுபது நாட்களுக்குச் சிகிச்சையில் இருக்க வேண்டும் என்று மருத்துவர் உத்தரவிட்டபோது, அப்படிப்பட்ட அதிர்ஷ்டக் கேட்டை அவரால் நம்ப முடியவில்லை.

"வேண்டாம் டாக்டர்" என்று கெஞ்சினார். "எனது இரண்டு மாதங்கள் உங்களுடைய பத்து வருடங்களைப் போன்றது."

சிலையாக இருந்த காலை இரண்டு கைகளாலும் பிடித்துக்கொண்டு எழுந்திருக்கப் பலமுறை அவர் முயன்றார் என்றாலும், நிதர்சனம் எப்போதும் அவரைத் தோற்கடித்தது. ஆனால் இன்னமும் வலி தீராத கணுக்காலோடும் ஆறாத முதுகுப் புண்ணோடும் கடைசியாக அவர் மறுபடியும் நடந்த போது, தெய்வாதீனமான வீழ்ச்சியோடு விதி அவருடைய விடாமுயற்சிக்குப் பரிசளித்தது என்பதை நம்புவதற்கு அவருக்கு நிறையக் காரணங்கள் இருந்தன.

முதல் திங்கள்கிழமைதான் அவருடைய மோசமான நாள். வலி குறைந்திருந்தது, மருத்துவரின் கணிப்பும் ஊக்கமளிப்பதாக இருந்தது என்றாலும், நான்கு மாதங்களில் முதல்முறையாக, அடுத்த நாள் மாலையில் ஃபெர்மினா தாஸாவைப் பார்க்கப் போவதில்லை என்ற தவிர்க்க முடியாத விதியை அவர் ஏற்க மறுத்தார். அதையும் தாண்டி, கையறு நிலையில் பகல் தூக்கத் திற்குப் பிறகு யதார்த்தத்திற்கு அடிபணிந்த அவர், அவளுக்கு மன்னிப்புக் குறிப்பொன்றை எழுதினார். வாசனைத் தாளிலும் இருட்டில் படிப்பதற்கான மையைக் கொண்டும் கையால் அதை எழுதிய அவர், அவளுடைய அனுதாபத்தைத் தூண்டும்

முயற்சியில் விபத்தின் தீவிரத்தை வெட்கமின்றி நாடகமாக்கினார். மிகவும் உணர்ச்சிவசப்பட்டும் மிகுந்த பரிவோடும் என்றாலும், காதலின் உச்சத்திலிருந்த நாட்களில் எழுதியதைப் போலவே, ஒரு வார்த்தைகூடக் கூடுதலாகவோ குறைவாகவோ இல்லாமல் இரண்டு நாட்களுக்குப் பிறகு அவருக்குப் பதிலளித்தாள். இரண்டாவது முறையாக அவள் அவருக்குப் பதிலளித்தபோது, செவ்வாய்க்கிழமைகளின் கமுக்கமான உரையாடல்களைக் காட்டிலும் அதிக தூரம் போவது என்று முடிவெடுத்திருந்த அவர், நிறுவனத்தின் அன்றாட அலுவல்களைக் கண்காணிக்கும் சாக்கில் படுக்கைக்குப் பக்கத்தில் தொலைபேசியை நிறுவச் செய்தார். முதலில் அழைத்ததிலிருந்தே நினைவில் வைத்திருந்த மூன்றிலக்க எண்ணுக்கு இணைப்பைத் தருமாறு தொலைபேசி ஆபரேட்டரிடம் கேட்டுக்கொண்டார். தூரத்தின் மர்மத்தால் பதற்றமடைந்த முணுமுணுப்பாக ஒலித்த குரல், இன்னொரு குரலை அடையாளம் கண்டு பதிலளித்த நேசத்தின் குரல், வழக்கமான மூன்று வாழ்த்து வாக்கியங்களுக்குப் பிறகு விடைபெற்றுக்கொண்டது. அவளுடைய அலட்சியத்தால் அமைதியை இழந்தார் ஃப்ளோரென்டினோ அரிஸா. மறுபடியும் தொடங்கிய இடத்திலேயே அவர்கள் இருந்தார்கள்.

இருந்தாலும், இரண்டு நாட்களுக்குப் பிறகு, இனிமேல் அவளை அழைக்க வேண்டாமென்று அவரைக் கேட்டுக்கொண்ட கடிதம் ஃபெர்மினா தாஸாவிடமிருந்து வந்தது. அவளுடைய காரணங்கள் நியாயமாக இருந்தன. நகரத்தில் மிகச்சில தொலைபேசிகளே இருந்தன என்பதால் வாடிக்கையாளர்கள் ஒவ்வொருவரையும், அவர்களுடைய வாழ்க்கையையும், அவர்களுடைய அதிசயங்களையும் அறிந்திருந்த ஆபரேட்டர் வழியாகத்தான் தொடர்புகொள்ள முடிந்தது. அவர்கள் வீட்டில் இல்லாவிட்டாலும் பரவாயில்லை. எங்கே இருந்தாலும் தொடர்புகொள்வாள். அத்தனை திறமைக்கு மாற்றாக, உரையாடல்களில் உடனிருப்பாள். தனிப்பட்ட வாழ்க்கையின் ரகசியங்களையும் மிகவும் பாதுகாக்கப்பட்ட நாடகங்களையும் கண்டுபிடிப்பாள். உரையாடலின்போது தனது கருத்தைச் சொல்ல இடைமறிப்பதும் உணர்ச்சிகளை அமைதிப்படுத்துவதும் அதிசயமானதல்ல. இன்னொரு புறம், தன்னுடைய மகன்களை சோஷியல் கிளப்பில் சேர்த்துக் கொள்ளாததற்கு உரிமையாளரின் பதிலடியாக, எந்த விதமான சிந்தனையும் இல்லாமலும் முதல் பெயரைக் குறிப்பிட்டும், பெரிய பெயர் கொண்ட குடும்பங்களை இழிவுபடுத்துவதையே நோக்கமாகக் கொண்ட மாலைத் தினசரியான, லா ஜஸ்டிசியா அந்த வருடம்தான் தொடங்கப்பட்டிருந்தது. தன்னுடைய வாழ்க்கை தூய்மையானதாக இருந்ததையும் தாண்டி,

நெருக்கமான நண்பர்களிடம்கூடச் சொன்னது அல்லது செய்தது அனைத்தைப் பற்றியும் எப்போதையும்விட இப்போது ஃபெர்மினா தாஸா மிகவும் கவனமாக இருந்தாள். அதனால் காலவரிசையற்ற கடிதங்களின் இழையால் ஃப்ளோரென்டினோ அரிஸாவோடு தொடர்ந்து இணைந்திருந்தாள். அவர் தன்னுடைய காலையும் படுக்கையின் தண்டனையையும் அனைத்தையும் மறந்துவிடுமளவுக்குக் கடிதங்கள் வருவதும் போவதுமான பரிமாற்றம் தீவிரமானதும் நெருக்கமானதுமான நிலையை அடைந்தன. நோயாளிகளின் உணவுக்கு மருத்துவமனைகளில் பயன்படுத்தப்படும் சிறிய மேஜையில் எழுதுவதில் அவர் முழுமையாகத் தன்னை அர்ப்பணித்துக்கொண்டார்.

முந்தைய கடிதங்களில் செய்ததைப் போலத் தங்களுடைய வாழ்க்கையைப் பற்றிய கருத்துக்களை மறுபடியும் பறிமாறிக் கொண்டார்கள்; நீ, நான் என்று ஒருமையில் அழைத்துக் கொண்டார்கள் என்றாலும் மீண்டும் அதிகப்படியான வேகத்தில் செல்ல முயன்றார் ஃப்ளோரென்டினோ அரிஸா. ஒரு கமேலியா மலரில் முள்ளால் அவளுடைய பெயரை எழுதி, அதை ஒரு கடிதத்தில் அனுப்பினார். இரண்டு நாட்களுக்குப் பிறகு எந்தவிதக் கருத்தும் இல்லாமல் அது திரும்பி வந்தது. ஃபெர்மினா தாஸாவால் அதைத் தவிர்க்க முடியவில்லை. இவையனைத்தும் சிறுபிள்ளைத்தனமாக அவளுக்குத் தோன்றியது. முக்கியமாக சுவிஷேசப் பூங்காவில் அவர்களுடைய மாலைநேர சோகக் கவிதைகளையும் பள்ளி செல்லும் வழியில் கடிதங்களை மறைத்துவைத்த இடங்களையும் பாதாம் மரத்தடியில் எம்ப்ராய்டரி வகுப்புகளையும் நினைத்துப்பார்க்க ஃப்ளோரென்டினோ அரிஸா வலியுறுத்தினார். வேதனை நிரம்பிய மனதுடன், இதர சில்லறை விஷயங்களுக்கு நடுவில் ஒரு சாதாரணமான கேள்வியின் மூலம் அவள் அவரைக் கண்டித்தாள்; இல்லாததைப் பற்றிப் பேச வேண்டுமென்று ஏன் வலியுறுத்துகிறீர்கள்? பிறகு இயற்கையாக முதுமையடைய விடாத பயனற்ற பிடிவாதத்திற்காக அவரைக் கண்டித்தாள். அவளைப் பொறுத்தவரை, அவருடைய அவசரத்திற்கும் கடந்த காலத்தைத்தூண்டியதால் தொடர்ச்சியான பின்னடைவுகளுக்கும் அதுதான் காரணம். விதவை வாழ்வைச் சமாளிக்கத் தனக்கு அந்த அளவுக்குத் துணையாக இருந்த சிந்தனைகளை உருவாக்கும் திறமைசாலியான ஒருவர், தனது சொந்த வாழ்க்கையில் அவற்றைப் பயன்படுத்த முயன்றபோது அந்தச் சிறுபிள்ளைத்தனமான வழியில் எப்படிச் சிக்கிக்கொண்டார் என்பது அவளுக்குப் புரியவில்லை.

அவர்களுடைய பாத்திரங்கள் தலைகீழாக மாறின. இப்போது அவள்தான், பொறுப்பற்ற அவசரத்தால் அவரால் புரிந்து கொள்ள முடியாத வாசகத்தோடு, எதிர்காலத்தைப் பார்க்க

அவருக்குப் புதிய ஊக்கத்தைக் கொடுக்க முயன்றாள். காலம் கனியட்டும், அது என்ன கொண்டுவருகிறது என்று பார்ப்போம் என்று சொன்னாள். அவளைப் போல அத்தனை சிறந்த மாணவராக அவர் எப்போதும் இருந்ததில்லை என்பதால். எங்கும் போகவிடாத வலுக்கட்டாயம், ஒவ்வொரு நாளும் உறுதியாகத் தெளிவடைந்த காலத்தின் ஓட்டம், அவளைப் பார்க்க வேண்டுமென்ற வெறித்தனமான ஆசை அனைத்தும் விழுவதைப் பற்றிய அவருடைய அச்சம் எதிர்பார்த்ததைவிடத் துல்லியமாகவும் சோகமாகவும் இருந்ததை அவருக்குக் காட்டியது. முதல்முறையாக மரணத்தின் யதார்த்தத்தை அறிவார்ந்த முறையில் சிந்திக்கத் தொடங்கினார்.

குளிக்கவும் இரண்டு நாட்களுக்கு ஒருமுறை உடைமாற்றிக் கொள்ளவும் எனிமாவைப் பயன்படுத்தவும் மூத்திரச் சட்டியைப் பிடித்துக்கொள்ளவும் முதுகுப் புண்ணுக்கு ஆர்னிகா ஒத்தடம் கொடுக்கவும் அசையாமல் கிடந்ததால் மற்ற மோசமான நோய்கள் வராமலிருக்க மருத்துவரின் ஆலோசனைப்படி மசாஜ் செய்யவும் லியோனா காஸியானி அவருக்கு உதவினாள். அந்த வருடம் டிசம்பரில் ஆசிரியர் பட்டம் பெற இருந்த அமேரிக்கா விகுன்யா, சனி–ஞாயிறுகளில் அவளை விடுவித்தாள். ஓரளவுக்குத் தனது மனசாட்சியை அமைதிப்படுத்தவும் அனைத்திற்கும் மேலாக எப்படி முன்வைப்பதென்று அவளுக்குத் தெரியாத கண்டனங்களையோ அல்லது அதற்கு அவர் கொடுக்க வேண்டிய விளக்கங்களையோ எதிர்கொள்ள வேண்டாம் என்பதற் காக, நதிக்கப்பல் நிறுவனத்தின் செலவில் உயர்படிப்புக்கு அலபாமாவுக்கு அனுப்புவதாக அவளுக்கு உறுதியளித்தார். அவள் தன்னை எந்த அளவுக்கு நேசிக்கிறாள் என்பதை அவர் ஒருபோதும் நினைத்துப் பார்க்காததால், உறைவிடப் பள்ளி யின் தூக்கமில்லாத இரவுகளிலும் அவர் இல்லாத வார இறுதி நாட்களிலும் அவரில்லாத வாழ்க்கையிலும் அவள் எந்த அளவுக்குச் சிரமப்பட்டாள் என்று அவர் ஒருபோதும் கற்பனை செய்து பார்க்கவில்லை. வழக்கமாக முதல் இடம் பெற்றுவந்த அவள் கடைசி இடத்திற்குச் சென்றுவிட்டாள் என்பதையும் கடைசித் தேர்வுகளில் தோல்வியடையும் நிலையில் இருக்கிறாள் என்பதையும் கல்லூரியின் அதிகாரப்பூர்வமான கடிதத்தால் தெரிந்துகொண்டார். பாதுகாவலராகத் தனது கடமையில் தவறினார். அவர் மறைக்க முயன்ற குற்ற உணர்ச்சியால் தடுக்கப் பட்டு அதைப் பற்றி அமேரிக்கா விகுன்யாவின் பெற்றோரிடம் ஒன்றும் தெரிவிக்கவுமில்லை. தனது தோல்வியில் அவரைச் சிக்கவைத்துவிடுவாள் என்ற நியாயமான அச்சத்தால் அவளோடு அவர் எதையும் பேசவுமில்லை. அதனால் விஷயங்களை இருந்தது இருந்தபடியே விட்டுவிட்டார். மரணம் தீர்த்துவிடும் என்ற

நம்பிக்கையில், அதை உணராமல், தனது பிரச்சினைகளை ஒத்திவைக்கத் தொடங்கினார்.

எந்த அளவுக்குக் மாறிவிட்டாரென்று ஃப்ளோரென்டினோ அரிஸாவைக் கவனித்துக்கொண்ட இரண்டு பெண்கள் மட்டுமல்ல, அவரே தன்னைப் பற்றி வியப்படைந்தார். வீட்டின் பிரதான படிக்கட்டுகளுக்குப் பின்னால், உடையோடும் நின்ற நிலையிலும், தன்னுடைய வேலைக்காரியைத் தாக்கி, பிலிப்பைன்ஸ் சேவலைவிடக் குறைவான நேரத்தில் கர்ப்பவதி யாக்கிப் பத்து ஆண்டுகள்கூட ஆகியிருக்காது. அவளுக்கு முத்தம்கூடக் கொடுக்காத ஞாயிற்றுக்கிழமைகளின் பகுதிநேரக் காதலன்தான் அவளுடைய அவமானத்திற்குக் காரணமானவன் என்று சத்தியம் செய்ய அவளுக்கு வசதியான ஒரு வீட்டை அன்பளிப்பாகக் கொடுக்க வேண்டியிருந்தது. அருமையாகக் கரும்பு வெட்டும் அவளுடைய தந்தையும் மாமாக்களும் அவர்களைத் திருமணம் செய்துகொள்ளக் கட்டாயப்படுத்தி னார்கள். அவரைக் காதலால் நடுங்கவைத்த இரண்டு பெண்கள், தாங்கள் இப்போது முன்னும் பின்னும் தட்டிப் பார்த்து, மேலும் கீழும் சோப்புப் போட்டு, எகிப்துத் துவாலைகளால் துவட்டிவிட்டு, முழு உடலுக்கும் மசாஜ் செய்தும் வெட்கப் பெருமூச்சுக்கூட விடாதவர் அதே ஆள்தான் என்பது சாத்தியமானதாகத் தோன்றவில்லை. அவருடைய பசியின்மைக்கு ஒவ்வொருவருக்கும் வெவ்வேறு விளக்கம் இருந்தது. லியோனா காஸியானி அவை மரணத்தின் முன்னுரைகள் என்று நினைத்தாள். தடயத்தை அவிழ்க்க முடியாத ரகசியத் தோற்றத்தை அதற்குக் காரணம் சொன்னாள் அமேரிக்கா விகுன்யா. அவருக்கு மட்டும்தான் உண்மை தெரியும். அதற்கு முறையான பெயர் இருந்தது. எப்படி இருந்தாலும், அது நியாயமற்றது. அவ்வளவு நன்றாக அவருக்குப் பணிவிடை செய்ததால் அவரைவிட அவர்கள் அதிகம் துன்பப்பட்டனர்.

ஃப்ளோரென்டினோ அரிஸாவின் வருகைக்காக எந்த அளவுக்கு ஏங்குகிறோம் என்பதை உணர்ந்துகொள்ள ஃபெர்மினா தாஸாவுக்கு மூன்று செவ்வாய்க்கிழமைகளே போதுமானதாக இருந்தன. காலம் கணவனின் வழக்கங்களி லிருந்து அவளை விலக்கிய நிலையில், அதை இன்னும் சிறப்பாகத் தனது வழக்கமான நண்பர்களோடு கழித்தாள். எதற்கும் குறையாத காது வலியைக் காட்டுவதற்காகப் பனாமா சென்றிருந்த லுக்ரேசியா டெல் ரியல் ஒபிஸ்போ, ஒரு மாதத்திற்குப் பிறகு மிகவும் நிம்மதியாகத் திரும்பிவந்தாள் என்றாலும் அவள் காதில் வைத்துக்கொண்ட எக்காளத்தால்[5] முன்பிருந்ததைவிடக்

5. பதினேழாம் நூற்றாண்டில் தொடங்கி வழக்கத்திலிருந்த காது கேளாதவர்கள் பயன்படுத்திய புனல் வடிவக் கருவி

குறைவாகத்தான் கேட்டது. ஃபெர்மினா தாஸாதான் அவளுடைய கேள்விகளும் பதில்களும் கொடுத்த குழப்பத்தைப் பெரிதும் பொறுத்துக்கொண்ட தோழி. கிட்டத்தட்ட எந்த நேரத்திலும் அவள் அங்கு தோன்றாத நாளே இல்லை என்ற அளவுக்கு அது லுக்ரேசியாவைத் தூண்டியது. ஆனால் ஃப்ளோரென்டினோ அரிஸாவின் மயக்கும் மாலைப் பொழுதுகளை ஃபெர்மினா தாஸாவால் யாரைக் கொண்டும் நிரப்ப முடியவில்லை.

அவர் நம்ப வலியுறுத்தியதைப் போல, கடந்த கால நினைவுகள் எதிர்காலத்தை மீட்டெடுக்கவில்லை. அதற்கு மாறாக, இருபது வயதின் காய்ச்சல் கொந்தளிப்பு மிகவும் உன்னதமாகவும் அழகாகவும் இருந்தது என்றாலும் அது காதல் அல்ல என்று ஃபெர்மினா தாஸா எப்போதும் கொண்டிருந்த உறுதியை அது வலுப்படுத்தியது. அவளிடமிருந்த முரட்டுத்தனமான வெளிப்படைத்தன்மையைத் தாண்டி, நேரிலோ கடிதம் வாயிலாகவோ தன்னைக் காட்டிக்கொள்ளும் எண்ணமும் அவளுக்கு இல்லை; கடந்த காலத்தை மீட்பதற்கான வெறித்தனமான வலியுறுத்தல் அவருடைய நோக்கத்திற்கு எந்த அளவுக்குத் தீங்கு விளைவித்தது, அவருடைய கவித்துவமான பொய்கள் அவரை எப்படி மதிப்பிழக்கச்செய்தன, அவருடைய எழுதப்பட்ட தியானங்களின் ஆறுதலின் அற்புதத்தைத் தெரிந்துகொண்ட பிறகு அவரது கடிதங்களின் உணர்வுகள் எவ்வளவு பொய்யானவை என்பதை அவருக்குச் சொல்லவும் அவளுக்கு மனம் வரவில்லை. அவருடைய பழைய கடிதங்களின் எந்தவொரு வரியோ அல்லது அவளுடைய வெறுக்கத்தக்க இளமையின் எந்தவொரு தருணமோ, அவர் இல்லாததால் செவ்வாய்க்கிழமைகளின் மாலை நேரங்கள் சலிப்படையச் செய்வதாகவும் தனிமையானதாகவும் நீண்டுகொண்டே செல்வதாகவும் இருக்க முடியுமென்று அவளுக்கு உணர்த்தவில்லை.

அவளுடைய கணவர் ஏதோவொரு திருமண நாளில் அவளுக்குப் பரிசளித்ததும் நகரத்திற்கு முதலில் வந்தது என்பதால் இருவரும் அருங்காட்சியகத்திற்குக் கொடுக்க நினைத்ததுமான ரேடியோலாவை, குதிரைத் தொழுவத்திற்கு அவள் அனுப்பிவைத்தாள். அவர்களுடைய குடும்பப் பெயர் கொண்ட ஒரு விதவையால் இறந்தவரின் நினைவைப் புண்படுத்தாமல், தனிப்பட்ட முறையில்கூட, எந்தவிதமான இசையையும் கேட்க முடியவில்லை என்பதால், தனது துக்கத்தின் நிழலில் அதை மறுபடியும் பயன்படுத்த வேண்டாமென்று முடிவெடுத்தாள். ஆனால் கைவிட்ட மூன்றாவது செவ்வாய்க்கிழமைக்குப் பிறகு, முன்பு செய்ததைப் போல, ரியோபாம்பா நிலையத்தின் உணர்ச்சிப்பூர்வமான பாடல்களை ரசிப்பதற்காக இல்லாமல்,சாண்டியாகோ த க்யூபாவின் கண்ணீர்க்

கதைகளால் தன்னுடைய ஓய்வுநேரத்தை நிரப்பிக்கொள்ள, அதை மறுபடியும் வரவேற்பறைக்குக் கொண்டுவரச் செய்தாள். திருமணப் பயணத்திலிருந்து அவளுடைய கணவன் மிகவும் கவனத்தோடு ஏற்படுத்தியிருந்த வாசிப்புப் பழக்கத்தை மகள் பிறந்ததும் மறக்கத் தொடங்கிய அவள், படிப்படியாகப் பார்வையில் ஏற்பட்ட சோர்வால், கண்ணாடி எங்கே இருக்கிறது என்பதுகூடத் தெரியாமல் பல மாதங்களைக் கழிக்குமளவுக்கு அதை முற்றிலும் மறந்துவிட்டாள் என்பதால், அதுவும் நல்ல யோசனைதான்.

ஒவ்வொரு நாளும் தொடரும் அத்தியாயங்களை ஆவலோடு எதிர்பார்க்கும் அளவுக்கு, சாண்டியாகோ த கியூபாவின் வானொலிக் கண்ணீர்க் கதைகளை மிகவும் விரும்பினாள். உலகத்தில் என்ன நடக்கிறது என்பதைத் தெரிந்துகொள்ள அவ்வப்போது செய்திகளைக் கேட்ட அவள், வீட்டில் தனியாக இருந்த சில நேரங்களில் தொலைதூர, தெளிவான சாந்தோ டூமிங்கோவின் மெரெங்கையும் புவர்டோ ரிகோவின் ப்ளெனாஸ் இசையையும் ஒலியை மிகவும் குறைத்து வைத்துக்கொண்டு கேட்பாள். ஒருநாள் இரவு அடையாளம் தெரியாததொரு நிலையத்திலிருந்து பக்கத்து வீட்டிலிருந்து ஒலிபரப்பாவதைப் போன்ற தெளிவோடும் சத்தத்தோடும் திடீரென்று அலறியபோது, தன் இதயத்தை உடைக்கும் செய்தியைக் கேட்டாள்: நாற்பது வருடங்களுக்குப் பிறகு தங்களுடைய தேனிலவை அதே இடத்தில் மறுபடியும் கொண்டாடிய வயதான தம்பதியினர், அவர்களிடமிருந்த பணத்தைத் திருடுவதற்காக, சவாரிக்கு அழைத்துச்சென்ற படகோட்டியால் துடுப்பால் அடித்துக் கொல்லப்பட்டனர். பதினான்கு டாலர்களுக்காக நடந்த கொலை அது. லுக்ரேசிய டெல் ரியால் உள்ளூர்ச் செய்தித்தாளில் வெளியாகியிருந்த முழுக்கதையையும் அவளிடம் சொன்னபோது அதன் விளைவு இன்னும் மோசமாக இருந்தது. அடித்துக் கொல்லப்பட்ட முதியோரில், பெண்ணுக்கு எழுபத்தெட்டு வயது. ஆணுக்கு எண்பத்து நான்கு வயது. அவர்களிருவரும் கடந்த நாற்பது ஆண்டுகளாக விடுமுறை நாட்களை ஒன்றாகக் கழித்த ரகசியக் காதலர்கள் என்றாலும், இருவருக்கும் பெரிய குடும்பங்களோடு நிலையான, மகிழ்ச்சியான, மதிக்கத்தக்க திருமண வாழ்க்கை இருந்ததைக் காவல் துறையினர் கண்டுபிடித்தனர். வானொலியின் கண்ணீர்க் கதைகளுக்கு ஒருபோதும் அழாத ஃபெர்மினா தாஸா, இந்தக் கதையைக் கேட்டுத் தொண்டையை அடைத்த கண்ணீர்ப் பெருக்கைக் கட்டுப்படுத்திக்கொள்ள வேண்டியிருந்தது. தன்னுடைய அடுத்த கடிதத்தில், எந்தக் கருத்தும் சொல்லாமல் அந்தச் செய்தியோடு செய்தித்தாளைக் கத்தரித்து அனுப்பினார் ஃப்ளோரென்டினோ அரிஸா.

அது ஃபெர்மினா தாஸா அடக்கிக்கொள்ளப்போகும் கடைசிக் கண்ணீர் அல்ல. லுக்ரேசியா டெல் ரியால் டெல் ஓபிஸ்போவுக்கும் டாக்டர் குவெனல் உர்பினோவுக்கும் இடையில் இருந்ததாகச் சொல்லப்படும் ரகசியக் காதலை, முதல் பக்கத்தில் கொட்டை எழுத்துகளில் நாயகர்களின் புகைப்படங்களோடு லா ஜஸ்டீஸியா வெளியிட்டபோது, ஃப்ளோரென்டினோ அரிஸா அறுபது நாள் தனிமையை முடித்திருக்கவில்லை. எப்படி, எத்தனை முறை என்பதைப் போன்ற தொடர்பின் விவரங்களைப் பற்றியும் தன்னுடைய கரும்புத் தோட்டத்தில் வேலைசெய்த கறுப்பர்களோடு குதத்தில் உறவுகொண்டு அனுபவித்த அவளுடைய கணவன் இவர்களுடைய உறவைக் கண்டுகொள்ளாமல் இருந்ததைப் பற்றியுமான ஊகங்கள் அதில் இடம்பெற்றிருந்தன. ரத்தச் சிவப்பு வண்ணத்தில் கொட்டை எழுத்துக்களில் அச்சிடப்பட்டிருந்த கதை அழிந்துகொண்டிருந்த உள்ளூர்ப் பிரபுத்துவத்தின்மீது பேரழிவின் இடியைப் போல இறங்கியது. இருந்தாலும், அதில் ஒற்றை வரிகூட உண்மையில்லை. திருமணமாகாமல் இருந்த காலத்திலிருந்தே நெருக்கமான நண்பர்களாக இருந்த குவெனல் உர்பினோவும் லுக்ரேசியா டெல் ரியாலும் திருமணத்திற்குப் பிறகும் அப்படியே தொடர்ந்தார்கள் என்றாலும், அவர்கள் ஒருபோதும் காதலர்களாக இருந்ததில்லை. எப்படி இருந்தாலும், அந்தச் செய்தி முந்தைய வாரம் சோஷியல் கிளப்பின் தலைவராகத் தேர்ந்தெடுக்கப்பட்ட லுக்ரேசியா டெல் ரியாலின் கணவருக்குக் கெடுதல் செய்வதாக இருந்ததே தவிர, எல்லோரும் ஒருமனதாகப் போற்றிய டாக்டர் குவெனல் உர்பினோவைக் களங்கப்படுத்தும் நோக்கம் கொண்டதாகத் தெரியவில்லை. அந்த அவதூறு சில மணிநேரங்களிலேயே அடக்கப்பட்டுவிட்டது. ஆனால் லுக்ரேசியா டெல் ரியால் தன்னைப் பார்க்க மீண்டும் வரவில்லை என்பதை, குற்றத்தை ஒப்புக்கொண்டதாகப் புரிந்துகொண்டாள் ஃபெர்மினா தாஸா.

ஃபெர்மினா தாஸாவும் தன்னுடைய வர்க்கத்திற்குரிய ஆபத்துகளிலிருந்து பாதுகாப்பாக இல்லை என்பது மிக விரைவிலேயே தெளிவாயிற்று. அவளுடைய ஒரே பலவீனமான பக்கமான அவளுடைய தந்தையின் தொழிலைத் தாக்கி அவளுக்கு எதிராகப் பொங்கி எழுந்தது லா ஜஸ்டீஸியா. வலுக்கட்டாயமாக அவர் நாடு கடத்தப்பட்டபோது கலா பிளாசிடியா அவளிடம் சொன்னபடி, அவருடைய நிழலான வர்த்தகத்தின் ஒரு பகுதி அவளுக்குத் தெரியவந்தது. பிறகு, கவர்னரோடு நடத்திய நேர்காணலுக்குப் பிறகு டாக்டர் உர்பினோ அதை உறுதிப்படுத்தியபோது, தன்னுடைய தந்தை அவதூறுக்குப் பலியாகிவிட்டார் என்று உறுதியாக நம்பினாள். உண்மை

என்னவென்றால், சுவிஷேசப் பூங்காவிலுள்ள வீட்டைச் சோதனை யிடும் ஆணையோடு வந்த இரண்டு அரசு அலுவலர்கள், தாங்கள் தேடியது கிடைக்காததால் மூலைமுடுக்கெல்லாம் தேடிவிட்டு, கடைசியில் ஃபெர்மினா தாஸாவின் பழைய படுக்கையறையிலிருந்த கண்ணாடிக் கதவு கொண்ட அலமாரியைத் திறக்க உத்தரவிட்டனர். யாரையும் எச்சரிக்க வழியில்லாமல் வீட்டில் தனியாக இருந்த கலா ப்ளாசிடியா, தன்னிடம் சாவி இல்லையென்று சாக்குப்போக்குச் சொல்லி அதைத் திறக்க மறுத்தாள். இதற்கிடையில் துப்பாக்கிக் கட்டை யால் கதவுகளின் கண்ணாடியை உடைத்த அலுவலர்களில் ஒருவர், கண்ணாடிக்கும் மரத்திற்கும் நடுவில் நூறு டாலர் கள்ள நோட்டுகள் அடைத்து வைத்திருந்த இடத்தைக் கண்டுபிடித்தார். ஒரு பரந்த சர்வதேச நடவடிக்கையின் கடைசிக் கண்ணியைப் போல, லொரென்ஸோ தாஸா வரையிலும் அவர்களைக் கொண்டுவந்த துப்புச் சங்கிலியின் கடைசிப் புள்ளி அதுதான். அசல் தாளின் முத்திரைகள் நோட்டுகளில் இருந்ததால், அதுவொரு திறமையான மோசடிதான். மந்திரம்போலத் தோன்றிய ரசாயனச் செயல்முறையால் ஒரு டாலர் நோட்டுகளை அழித்து விட்டு, அந்த இடத்தில் நூறு டாலர் என்று அச்சிட்டிருந்தார்கள். மகளின் திருமணத்திற்குப் பிறகுதான் அந்த அலமாரி வாங்கப் பட்டது என்று குற்றம்சாட்டிய லொரென்ஸோ தாஸா, மறைத்து வைக்கப்பட்ட நோட்டுகளோடு அந்த அலமாரி வீட்டிற்கு வந்திருக்க வேண்டும் என்றார். ஆனால் ஃபெர்மினா தாஸா பள்ளிக்கூடத்திற்குச் சென்ற காலத்திலிருந்தே அது அங்கே இருந்தது என்பதைக் காவலர்கள் உறுதிப்படுத்தினர். அவரைத் தவிர வேறு யாரும் கள்ளத்தனமான செல்வத்தைக் கண்ணாடிக்குப் பின்னால் மறைத்து வைத்திருக்க முடியாது. ஊழலை மறைக்கத் தனது மாமனாரை அவருடைய இடத்திற்குத் திருப்பி அனுப்பி விடுவதாக ஆளுநரிடம் உறுதியளித்தபோது, டாக்டர் உர்பினோ தனது மனைவியிடம் சொன்ன ஒரே விஷயம் அதுதான். ஆனால் அந்தத் தினசரி இன்னும் ஏராளமான விஷயங்களைச் சொல்லியிருந்தது.

முந்தைய நூற்றாண்டின் ஏராளமான உள்நாட்டுப் போர்களில் ஒன்றின்போது, தாராளவாத அதிபர் அக்கிலியோ பார்ராவின் அரசாங்கத்திற்கும், ஃபிரான்ஸ் நாட்டுக் கொடியை ஏந்திய கப்பலான செயிண்ட் அண்ட்வான் வணிகக் குழுவோடு பல மாதங்கள் இங்கு தங்கியிருந்து, குழப்பமானதொரு ஆயுத ஒப்பந்தத்தை இறுதிசெய்ய முயன்ற போலந்து நாட்டைச் சேர்ந்த ஜோசப் கே கோர்செனியோவ்ஸ்கி என்பவருக்குமிடையே, லொரென்ஸோ தாஸா இடைத்தரகராக இருந்தார். அடையாளச் சான்றிதழ்களோடும் முறையான ரசீதுகளோடும் முத்திரைத்

தங்கத்தைக் கொடுத்து, அரசுக் கணக்கில் அவரிடமிருந்து ஆயுதங்களை வாங்கிக்கொண்ட லொரென்ஸோ தாஸாவோடு, பிற்காலத்தில் ஜோசப் கான்ராட் என்ற பெயரில் உலகப் புகழ்பெற்ற கோர்செனியோவ்ஸ்கி எப்படித் தொடர்பு கொண்டார் என்பது தெரியவில்லை. ஒரு அசாத்தியமான தாக்குதலில் ஆயுதங்கள் தொலைந்துவிட்டதாக அறிவித்த லொரென்ஸோ தாஸா, அரசுக்கு எதிரான போரில் ஈடுபட்டிருந்த பழமைவாதிகளுக்கு இரண்டு மடங்கு விலைக்கு அவற்றை விற்றுவிட்டார் என்றது செய்தித்தாள் கட்டுரை.

ஜெனெரல் ரஃபேல் ரெய்ஸ் கடற்படையை நிறுவிய காலத்தில் லொரென்ஸோ தாஸா ஆங்கில ராணுவத்திடமிருந்து உபரிக் காலணிகளை மிகக் குறைந்த விலைக்கு வாங்கியதாகவும், அந்த ஒரு செயலின் மூலமாக ஆறே மாதங்களில் தனது சொத்தை இரட்டித்துக்கொண்டதாகவும் லா ஜஸ்டிஸியா தெரிவித்தது. அந்தச் செய்தித்தாளின்படி, இந்தத் துறைமுகத் திற்குச் சரக்கு வந்துசேர்ந்தபோது, வலது கால் காலணிகள் மட்டுமே வந்திருந்ததால் லொரென்ஸோ தாஸா அதைப் பெற்றுக் கொள்ள மறுத்துவிட்டார் என்றாலும், அப்போதைய சட்டங்களின்படி சுங்கத்துறை அதை ஏலத்தில் விட்டபோது தனி ஆளாகக் கலந்துகொண்ட அவர்,நூறு காசுகள் அடையாளத் தொகைக்கு வாங்கிக்கொண்டார். அதே காலகட்டத்தில், ரியோஹாச்சா சுங்கத்தில் வந்துசேர்ந்த இடது கால் காலணிகளை அவருடைய கூட்டாளிகளில் ஒருவர் அதே முறையில் வாங்கி னார். ஒன்று சேர்த்தவுடன், உர்பினோ த லா காயே குடும்பத்தின் அரசியல் உறவைப் பயன்படுத்திக் காலணிகளைப் புதிய கடற்படைக்கு இரண்டாயிரம் சதவீத லாபத்திற்கு விற்றுவிட்டார்.

நெடுங்காலமாகப் புகைபிடிப்பவர்களுக்குக்கூடத் தெரியாதபடி திறமையான முறையில், கத்தரித்த காகிதத்தோடு இறக்குமதி செய்யப்பட்ட புகையிலையை நுட்பமாகக் கலக்கும் லாபகரமான தொழிலைச் செய்தது அம்பலமானதால்தான், கடந்த நூற்றாண்டின் இறுதியில் லொரென்ஸோ தாஸா சான் குவான் த லா சியேநகாவை விட்டுப் போனாரே தவிர, அவர் சொல்லிக்கொள்ள விரும்பியதைப்போல, தன்னுடைய மகளின் எதிர்காலத்திற்காக வாய்ப்புகளைத் தேடிச் செல்ல வில்லை என்று சொல்லி முடிந்திருந்தது லா ஜஸ்டிஸின் தகவல். முந்தைய நூற்றாண்டின் இறுதியில் பனாமாவிலிருந்து சீனர்களைச் சட்ட விரோதமாகக் கடத்துவதை லாபகரமான தொழிலாகக் கொண்டிருந்த சர்வதேச ரகசிய அமைப்போடு அவருக்கிருந்த தொடர்புகளும் வெளியிடப்பட்டிருந்தன. அவருடைய நற்பெயரை மோசமாகக் கெடுத்த சந்தேகத்திற்குரிய

கழுதை வியாபாரம் மட்டும்தான் அவர் ஈடுபட்டதிலேயே நேர்மையான தொழிலாகத் தெரிந்தது.

படுக்கையிலிருந்து எழுந்தபோது, முதல்முறையாகக் குடைக்குப் பதில் கைத்தடியை ஏந்தியபடி முதுகில் தணலோடு ஃப்ளோரென்டினோ அரிஸா முதலில் பயணம் செய்தது ஃபெர்மினா தாஸாவின் வீட்டிற்குத்தான். வாழ வேண்டுமென்ற ஆசையைப் பறித்துவிட்ட மனக்கசப்போடும் வயதின் தாக்கத்திற்கு ஆளாகிச் சுருங்கிய தோலோடும் அவள் யாரோ போலத் தெரிந்தாள். தனிமையில் இருந்தபோது இரண்டு முறை ஃப்ளோரென்டினோ அரிஸாவைப் பார்க்கச் சென்ற டாக்டர் உர்பினோ தாஸா, *லா ஜஸ்டீஸியாவின்* செய்திகளால் தன்னுடைய தாயாருக்கு ஏற்பட்டிருந்த கலக்கத்தைப் பற்றிச் சொல்லியிருந்தார். அவள் செத்துப்போனவரோடு சண்டையிட்டாள். அவரைப் பார்த்துக் கத்த விரும்பிய அவச்சொற்களைச் சவப்பெட்டிக்குள் அவரால் கேட்க முடியாது என்ற எண்ணம் அவளைப் பைத்தியமாக்கியதால், ஒவ்வொரு மாதமும் ஒரு ஞாயிற்றுக்கிழமையன்று சமாதிக்குப் போகும் வழக்கத்தைக் கைவிட்டாள். தோழியின் துரோகத்தாலும் கணவனின் விசுவாசமின்மையாலும் கண்மூடித்தனமான கோபத்தைத் தூண்டியது முதல் கட்டுரை. லுக்ரேசியா டெல் ரியால் தன்னுடைய படுக்கையைக் கடந்துசென்ற பலருக்கு மத்தியில் குறைந்தபட்சம் உண்மையான ஒரு ஆணாவது இருந்தான் என்ற ஆறுதலைப் பெறட்டுமென்று அவளிடம் சொல்லக்கூடிய அனைவரிடமும் சொல்லி அனுப்பினாள். லொரென்ஸோ தாஸாவைப் பற்றிய கட்டுரையிலிருந்து அவளை அதிகம் பாதித்தது எது, அந்தக் கட்டுரையா அல்லது தந்தையின் உண்மையான அடையாளத்தைத் தாமதமாகத் தெரிந்துகொண்டதா என்பதைத் தெரிந்துகொள்ள முடியவில்லை. ஆனால் இரண்டில் ஒன்றோ அல்லது இரண்டுமோ அவளை நிர்மூலமாக்கியது. அவளுடைய முகத்துக்கு மெருகேற்றிய எஃகு நிறத்திலிருந்த அவளுடைய தலைமுடி, சோளத்தின் மஞ்சள் பஞ்சைப் போல இப்போது தெரிந்தது. சிறுத்தையின் அழகான கண்கள், கோபத்தின் ஜொலிப்போடுகூட முந்தைய பிரகாசத்தைப் பெறவில்லை. அவளுடைய ஒவ்வொரு அசைவிலும் வாழ வேண்டியதில்லை என்ற அவளது முடிவு தெரிந்தது. குளியலறைக்குள் சாத்திக்கொண்டோ அல்லது வேறெந்த வகையிலோ புகைக்கும் பழக்கத்தை வெகுகாலத்திற்கு முன்பே கைவிட்டிருந்தாள் என்றாலும், முதல்முறையாக வெளிப்படையாகவும் கட்டுக்கடங்காத கொந்தளிப்போடும் மறுபடியும் புகைக்கத் தொடங்கிய அவள், முதலில் எப்போதும் அவளுக்குப் பிடித்தபடி தானே சுருட்டிய சிகரெட்டையும், பிறகு சுருட்டுவதற்கான

நேரமோ பொறுமையோ இல்லாததால் சந்தையில் கிடைக்கும் சாதாரண சிகரெட்டுகளையும் புகைத்தாள். ஃப்ளோரென்டினோ அரிஸாவைத் தவிர வேறு யாராக இருந்தாலும், நடக்க முடியாதவராகவும் கழுதையின் தோலைப் போலப் புண்ணான முதுகோடும் இருந்த அவரைப் போன்ற முதியவருக்கும், மரணத்தைத் தவிர வேறெந்த மகிழ்ச்சிக்காகவும் ஏங்காத பெண்ணுக்கும் என்ன எதிர்காலம் இருக்க முடியுமென்று யோசித்திருப்பார்கள். ஆனால் அவர் அப்படியில்லை. ஃபெர்மினா தாஸாவின் துரதிர்ஷ்டம் அவளைப் பெரியவளாக்கியதாக வும் ஆத்திரம் அவளை அலங்கரித்ததாகவும் உலகத்தின் மீது அவளுக்கிருந்த கோபம் அவளுடைய இருபது வயதுப் பிடிவாத குணத்தை மீட்டெடுத்ததாகவும் அவருக்குத் தோன்றியதால், பேரழிவின் இடிபாடுகளுக்கிடையிலிருந்து நம்பிக்கையின் ஒளியை மீட்டார்.

அவதூறான கட்டுரைகளின் விளைவாக, பத்திரிகைகளின் தார்மீகப் பொறுப்பைப் பற்றியும் மற்றவர்களுக்குத் தர வேண்டிய மரியாதையைப் பற்றியும் முன்மாதிரியான கடிதத்தை ஃப்ளோரென்டினோ அரிஸா *லா ஜஸ்டிஸ்* நாளேட்டிற்கு அனுப்பினார் என்பதால், அவரிடம் நன்றிபாராட்ட அவளுக்குப் புதியதொரு காரணம் கிடைத்தது. அந்தப் பத்திரிகையில் வெளியிடப்படவில்லை என்றாலும், கரீபியக் கடலோரப் பகுதி யின் பழமையானதும் பொறுப்பானதுமான *வணிகத் தினசரி*க்கு அவர் அனுப்பிய நகலை அது முதல் பக்கத்தில் வெளியிட்டது. ஜூபிடர் என்ற புனைபெயரில் கையெழுத்திட்டிருந்த அது, மாகாணத்தின் புகழ்பெற்ற எழுத்தாளர்களில் யாரோ எழுதிய தாகச் சொல்லுமளவுக்கு விளக்கத்தோடும் கூர்மையாகவும் சிறப்பாகவும் எழுதப்பட்டிருந்தது. கடலின் நடுவில் ஒலித்த ஒற்றைக் குரலாக இருந்தாலும், அது அடியாழம் வரையிலும் நெடுந்தொலைவு வரையிலும் கேட்டது. ஃப்ளோரென்டினோ அரிஸாவின் சில யோசனைகளையும் அவருடைய தார்மீகச் சிந்தனைகளிலிருந்து ஒரு வாக்கியத்தையும் அந்தக் கட்டுரையில் அடையாளம் கண்டுகொண்டதால், யாரும் அதைச் சொல்லாம லேயே எழுதியது யாரென்பது ஃபெர்மினா தாஸாவுக்குத் தெரிந்துவிட்டது. அதனால் தன்னுடைய தனிமையின் குழப்பத்தில் பசுமையான பாசத்தோடு அவரை வரவேற்றாள். அதே காலகட்டத்தில்தான் ஜன்னல்களின் தெருவில் படுக்கையறை யில் ஒரு சனிக்கிழமை மாலை நேரத்தில் தனிமையாக உணர்ந்த அமேரிக்கா விகுன்யா, சாவி இல்லாத அலமாரியில் தட்டச்சு செய்யப்பட்ட ஃப்ளோரென்டினோ அரிஸாவின் தியானங்களின் பிரதிகளையும் ஃபெர்மினா தாஸாவின் கையால் எழுதிய கடிதங்களையும் தற்செயலாகக் கண்டுபிடித்தாள்.

தன்னுடைய தாயாரை மிகவும் ஊக்கப்படுத்திய சந்திப்புகள் மறுபடியும் தொடங்கியதில் மகிழ்ச்சியடைந்தார் டாக்டர் உர்பினோ தாஸா. அதற்கு மாறாக, ஃபெர்மினா தாஸா சிறப்பான தார்மீகத் தகுதிகள் ஏதும் இல்லாத ஒருவரோடு விசித்திரமான நட்பைப் பேணுகிறார் என்பது தெரியவந்ததும், நியூ ஆர்லியான்சிலிருந்து பழங்களை ஏற்றிவந்த கப்பலில் திரும்பிவந்தாள் அவருடைய தங்கை ஓஃபேலியா. ஃப்ளோரென்டினோ அரிஸா வீட்டிற்குள் புழங்கிய சகஜத்தன்மையையும், குசுகுசுப்புப் பேச்சோடும் காதலர்களின் ஊடல்களோடும் இரவு வெகுநேரம்வரை நடைபெற்ற சந்திப்புகளையும் தெரிந்துகொண்டபோது, முதல் வாரத்திலிருந்தே அவளுடைய எச்சரிக்கை உணர்வு நெருக்கடி நிலையை எட்டியது. தனிமையிலிருந்த இரண்டு முதியவர்களின் ஆரோக்கியமான உறவாக டாக்டர் உர்பினோ தாஸாவுக்குத் தோன்றிய அது, அவளைப் பொறுத்தவரை ரகசியக் காமத்தின் தீய வடிவமாக இருந்தது. ஓஃபேலியா உர்பினோ எப்போதுமே அப்படித்தான். தந்தைவழிப் பாட்டியான தோன்யா ப்ளாங்காவைப் போலவே இருந்தாள். தவறான எண்ணங்களின் தயவில், அவளைப் போலவே தனிச்சிறப்போடும் அவளைப் போலவே அகந்தையோடும் பாட்டியைப் போலவே வாழ்ந்தாள். எண்பது வயதில் என்ன, ஐந்து வயதில்கூட ஆணுக்கும் பெண்ணுக்கும் இடையில் களங்கமற்ற நட்பை அவளால் நினைத்துப்பார்க்க முடியாது. சகோதரனோடு ஏற்பட்ட கடுமையான தகராறில், தாய்க்கு ஆறுதல் சொல்ல விதவையின் கட்டிலில் ஃப்ளோரென்டினோ அரிஸா ஏறிக்கொள்ளாதது மட்டும்தான் மிச்சம் என்றாள். எப்போதுமே அவள் முன்னால் துணிச்சல் இல்லாத டாக்டர் உர்பினோ தாஸா, அவளை எதிர்க்கத் துணியவில்லை என்றாலும், அவருடைய மனைவி எந்த வயதிலும் வரும் காதலை அமைதியான நியாயத்தோடு பரிந்து பேசினாள். பொறுமையை இழந்தாள் ஓஃபேலியா.

"நமது வயதிற்கே காதல் கேவலமானது, ஆனால் அவர்களுடைய வயதிற்கு அசிங்கம்" என்று அவளிடம் கத்தினாள்.

ஃப்ளோரென்டினோ அரிஸாவை வீட்டை விட்டு விரட்ட வேண்டும் என்பதில் ஓஃபேலியா உறுதியாக இருந்தாள். அது ஃபெர்மினா தாஸாவின் காதுகளை எட்டியது. வேலைக்காரிகளுக்குக் கேட்காமல் பேச விரும்பியதால் வழக்கம்போல அவளைப் படுக்கையறைக்கு அழைத்த அவள், அவளுடைய குற்றச்சாட்டுகளை மறுபடியும் சொல்லச் சொன்னாள். ஓஃபேலியா குற்றச்சாட்டுகளின் மீது தேன் தடவவில்லை. வக்கிரமானவர் என்று பெயர் பெற்ற ஃப்ளோரென்டினோ அரிஸாவின் புகழை அறியாதவர்

யாருமில்லை என்றவள் அவர் தவறான உறவைத் தொடர்கிறார் என்றாள். லொரென்ஸோ தாஸாவின் தவறான செயல்களை யும் குவெனல் உர்பினோவின் அப்பாவித்தனமான சாகசங்களையும்விட இந்த உறவு குடும்பத்தின் நல்லபெயரைக் கெடுக்கும் என்றும் உறுதியாக நம்பினாள் ஓஃபேலியா. கண் கொட்டாமலும் ஒரு வார்த்தைகூடப் பேசாமலும் ஃபெர்மினா தாஸா அதைக் கேட்டுக்கொண்டிருந்தாள் என்றாலும் கேட்டு முடித்தபிறகு அவள் வேறொருத்தியாக மாறியிருந்தாள். மீண்டும் துடிப்புள்ளவளாக மாறினாள்.

“இந்த அளவுக்குத் துணிந்ததற்கும் தவறாக நினைத்த தற்கும் உன் தோலை உரிக்கும் சக்தி இல்லாதது மட்டும்தான் எனக்குத் துக்கமாக இருக்கிறது என்றாலும், இப்போதே நீ இந்த வீட்டை விட்டுப் போய்விடு, நான் உயிரோடு இருக்கும்வரை திரும்பவும் கால் வைக்காதே. என் தாய்மீது சத்தியம்” என்றாள்.

அவளை அமைதிப்படுத்தக்கூடிய எந்த சக்தியும் அங்கே இல்லை. இத்தனைக்கும் இடையில், சகோதரனின் வீட்டில் வசிக்கப்போன ஓஃபேலியா, அங்கிருந்து மேலிடத்தூதுவர்களோடு எல்லா விதமான வேண்டுகோள்களையும் அனுப்பினாள். ஆனால் பலனில்லை. மகனின் மத்தியஸ்தமோ நண்பர்களின் தலையீடோ ஃபெர்மினாவின் உறுதியை உடைக்க முடிய வில்லை. கடைசியாக, அவளோடு எப்போதும் பாமரத்தனமான உடன்பாடு கொண்டிருந்த மருமகளுக்கு, இளமைக் காலத்தின் கவித்துவமான வார்த்தைகளில் தன்னுடைய ரகசியத்தைப் பகிர்ந்துகொண்டாள். “ஒரு நூற்றாண்டுக்கு முன்பு, நாங்கள் மிகவும் இளையவர்களாக இருந்ததால் வாழ்க்கை எங்களைச் சிதைத்தது. இப்போது எங்களுக்கு மிகவும் வயதாகிவிட்டதால் மீண்டும் அதையே செய்ய விரும்புகிறார்கள்.” ஒரு சிகரெட்டின் அடிக்கட்டையால் அடுத்ததைப் பற்றவைத்தபடி, தன்னுடைய உள்ளத்தைத் தின்ற விஷத்தை வெளியேற்றினாள்.

“அவர்கள் ஒழிந்துபோகட்டும். விதவைகளாகிய எங்களுக்கு ஏதாவது சாதகம் இருக்குமென்றால், அது இனி எங்களுக்கு உத்தரவிட யாருமில்லை என்பதுதான்.”

செய்வதற்கு ஒன்றுமில்லை. இறுதியாக எல்லா வழிகளும் தீர்ந்துவிட்டதாக நம்பியபோது, ஓஃபேலியா நியூ ஆர்லியன்சுக்குத் திரும்பிச் சென்றாள். பலமுறை வேண்டுகோள் வைத்த பிறகு ஃபெர்மினா தாஸா அவளுக்கு விடைகொடுத்து அனுப்ப ஒப்புக்கொண்டாலும், அவளை வீட்டிற்குள் நுழைய அனுமதிக்க வில்லை. அனுமதிக்க மாட்டேன் என்று அவள் தாயின் மீது சத்தியம் செய்திருந்தாள். இருள்சூழ்ந்த அந்த நாட்களில் தூய்மையானதாக அவளுக்கு எஞ்சியிருந்தது அது ஒன்றுதான்.

தொடக்க காலச் சந்திப்புகள் சிலவற்றின்போது, தனது கப்பல்களைப் பற்றிப் பேசிக்கொண்டிருந்த ஃப்ளோரென்டினோ அரிஸா, ஆற்றில் ஓய்வாகப் பயணம்செய்ய ஃபெர்மினா தாஸாவுக்கு முறையான அழைப்பு விடுத்திருந்தார். மேலும் ஒருநாள் ரயில் பயணத்தோடு, அவர்களுடைய தலைமுறையைச் சேர்ந்த பெரும்பாலான கரீபியர்கள் அழைத்ததைப் போலவே அவர்களும், முந்தைய நூற்றாண்டுவரை அதன் பெயராக இருந்த "சாண்டா ஃபே" என்று அழைத்த குடியரசின் தலைநகருக்குச் செல்லலாம். ஆனால் கணவனின் அபிப்ராயங்களைத் தக்கவைத்திருந்த அவள், ஐந்து மணித் திருப்பலியைத் தவிர வேறு எதற்காகவும் பெண்கள் தங்கள் வீட்டை விட்டு வெளியில் வராத, ஐஸ்கிரீம் பார்லரிலோ பொது அலுவலகங்களிலோ அவர்களால் நுழைய முடியாத, அவள் கேள்விப்பட்டதைப் போலச் சாலைகளில் எல்லா நேரங்களிலும் இறுதிச்சடங்கால் போக்குவரத்து நெரிசல் நிலவிய, தொடக்க காலத்திலிருந்தே தூறிக்கொண்டிருந்த, உறைந்துபோன இருண்ட நகரத்தைத் தெரிந்துகொள்ள விரும்பவில்லை. பாரிஸைவிட மோசமானது என்று அந்நகரத்தை அவள் கருதினாள். மாறாக, ஆற்றின்மேல் வலுவான ஈர்ப்பை உணர்ந்த அவள், கடற்கரையில் வெயில் காய்ந்த முதலைகளைப் பார்க்க விரும்பினாள், பெண்களைப் போல அழும் கடற்பசுக்களால் இரவின் நடுவில் எழுப்பிவிடப்படு வதை விரும்பினாலும், அவளுடைய வயதிற்கு, அதிலும் தனியாகவும் விதவையாகவும் இருக்கும்போது, அத்தகைய கடினமான பயணம் சாத்தியமற்றதாகத் தோன்றியது.

கணவர் இல்லாமல் வாழ்க்கையைத் தொடர அவள் முடிவு செய்தபோது மறுபடியும் தன் அழைப்பை வலியுறுத்தினார் ஃப்ளோரென்டினோ அரிஸா. இப்போது அதற்கு வாய்ப்பிருப்ப தாக அவளுக்குத் தோன்றியது. ஆனால் மகளுடன் சண்டையிட்ட பிறகு, தன்னுடைய தந்தைக்கு நேர்ந்த அவமானங்களாலும் இறந்த கணவருக்கு எதிரான காழ்ப்புணர்ச்சியாலும் பலகால மாக அவளுடைய நெருக்கமான தோழியாக இருந்த லுக்ரேசியா டெல் ரியாலின் பாசாங்குத்தனமான முகஸ்துதிகளின் கோபத்தா லும் கசந்துபோயிருந்த அவள், தன்னுடைய வீட்டிலிருப்பதே அதிகம்தான் என்று நினைத்தாள். ஒருநாள் மாலையில், உலகத்திலிருந்த அத்தனை தழைகளையும் போட்டுக் காய்ச்சிய கஷாயத்தைக் குடித்தபோது, அவளுடைய துரதிர்ஷ்டத்தின் மரம் மறுபடியும் துளிர்விடாத முற்றத்திலிருந்து சதுப்பு நிலத்தை நோக்கிப் பார்த்தாள்.

"இந்த வீட்டை விட்டு வெளியேறி, போய்க்கொண்டே, போய்க்கொண்டே, போய்க்கொண்டே இருக்க வேண்டும், திரும்பி வரவே கூடாது என்றுதான் விரும்புகிறேன்" என்றாள்.

"கப்பலில் போ" என்றார் ஃப்ளோரென்டினோ அரிஸா. சிந்தனையோடு அவரைப் பார்த்தாள் ஃபெர்மினா தாஸா "அதையும்தான் பார்க்கலாமே" என்றாள்.

அதைச் சொல்வதற்கு ஒரு கணம் முன்புவரை அவளுக்கு அந்த யோசனையே தோன்றவில்லை. ஆனாலும் அவள் செய்ய வேண்டியிருந்ததெல்லாம் அது நிஜமாகவே நடக்கும் என்ற சாத்தியத்தை ஏற்றுக்கொள்வது மட்டுமே. அதையறிந்த மகனும் மருமகளும் மகிழ்ச்சியடைந்தனர். தனது கப்பல்களில் ஃபெர்மினா தாஸா கௌரவ விருந்தினராக இருப்பாரென்றும் நேர்த்தியான சேவைகளோடு தன்னுடைய சொந்த வீட்டைப் போல அவளுக்காக அறையொன்று ஏற்பாடு செய்யப்படும் என்றும் அவளுடைய நலனுக்கும் பாதுகாப்புக்கும் கப்பலின் தளபதியே பொறுப்பேற்பார் என்றும் ஃப்ளோரென்டினோ அரிஸா உடனடியாகத் தெரிவித்தார். அவளை உற்சாகப்படுத்த வழியின் வரைபடங்களையும் உக்கிரமான மாலை நேரங்களின் அஞ்சலட்டைகளையும் லா மக்தலானாவின் பழமை மாறாத சொர்க்கத்தைப் பற்றிய கவிதைகளின் சிறப்பால் பயணிகளாக ஆனவர்களால் அல்லது புகழ்பெற்ற பயணிகளால் எழுதப்பட்ட கவிதைகளையும் கொண்டுவந்தார். நல்ல மனநிலையில் இருந்தபோது அவள் அவற்றைப் புரட்டிக்கொண்டிருந்தாள்.

"ஒரு குழந்தையைப் போல நீ என்னைக் கெஞ்ச வேண்டிய தில்லை" என்றாள் அவரிடம். "நான் போகிறேனென்றால் அது நான் முடிவு செய்ததால்தானே தவிர, நிலப்பரப்பின் மீதுள்ள ஆர்வத்தால் அல்ல."

தன்னுடைய மனைவி உடன் வருவாளென்று மகன் சொன்னபோது, சட்டென்று இடைமறித்தாள்: "என்னை யாரும் கவனித்துக்கொள்ளத் தேவைப்படாத அளவுக்கு எனக்கு வயதாகிவிட்டது." பயணத்தின் விவரங்களைத் தானே ஒழுங்குபடுத்திக்கொண்டாள். எட்டு நாட்கள் போகவும் ஐந்து நாட்கள் திரும்பி வரவும் அவசியமான பொருட்களைத் தவிர வேறெதுவும் இல்லாமல் வாழ்வது என்ற யோசனையே மிகப்பெரிய நிம்மதியைக் கொடுத்தது. அரை டஜன் பருத்தி ஆடைகளையும் ஒய்வறை ஒப்பனைப் பொருட்களையும் ஏறவும் இறங்கவும் ஒரு ஜோடிக் காலணிகளையும் பயணத்திற்கு வீட்டில் தயாரிக்கப்பட்ட செருப்புகளையும் தவிர வேறெதுவும் இல்லை. அவளுடைய வாழ்நாள் கனவு இது.

1824ஆம் ஆண்டு ஜனவரி மாதத்தில், நதிக்கப்பல் போக்குவரத்தின் நிறுவனர் தளபதி குவான் பெர்னார்டோ எல்பர்ஸ், மக்தலேனா நதியில் பயணம்செய்த முதல் நீராவிக் கப்பலான ஃபிடிலிட்டி என்ற பெயரிடப்பட்டிருந்த நாற்பது

குதிரைத்திறன் கொண்ட பழைய உடைசலைக் கொடியசைத்துத் தொடக்கிவைத்தார். ஒரு நூற்றாண்டிற்குப் பிறகு, ஒரு ஜூலை மாதம் ஏழாம் தேதி மாலை ஆறு மணிக்கு, ஃபெர்மினா தாஸாவின் முதல் ஆற்றுப் பயணத்தில் அவளை அழைத்துச் செல்லும் கப்பலில் ஏற்றிவிட, டாக்டர் உர்பினோ தாஸாவும் அவருடைய மனைவியும் உடன்வந்தனர். உள்ளூர்க் கப்பல் தளத்தில் கட்டப்பட்ட முதல் கப்பலுக்குத் தன்னுடைய புகழ்பெற்ற முன்னோடியின் நினைவாக ஃப்ளோரென்டினோ அரிஸா நியூ ஃபிடிலிட்டி எனப் பெயரிட்டிருந்தார். அவற்றிற்கு வைக்கப்பட்டிருந்த அவர்கள் இருவருக்குமே அத்தனை முக்கியத்துவம் வாய்ந்த அந்தப் பெயர், உண்மையில் தற்செயல் நிகழ்வுதானே தவிர, ஃப்ளோரென்டினோ அரிஸாவின் நாள்பட்ட காதல்வாதத்தின் மேலுமொரு வெளிப்பாடு அல்ல என்று ஃபெர்மினா தாஸாவால் நம்ப முடியவில்லை.

எப்படி இருந்தாலும் பழையதோ புதியதோ, மற்ற நதிக் கப்பல்களைப் போல இல்லாமல், கேப்டனின் அறையை ஒட்டிய விசாலமான, வசதியான கூடுதல் அறை ஒன்றைக் கொண்டதாக இருந்தது நியூ ஃபிடிலிட்டி. கண்கவர் வண்ணங் களில் மூங்கில் அறைக்கலன்களோடு வரவேற்பறையும் முற்றிலும் சீனக் கலைப்பொருட்களால் அலங்கரிக்கப்பட்ட இரட்டைப் படுக்கையறையும் குளியல் தொட்டியோடும் தூவாலைக் குழாயோடும் குளியலறையும் கப்பலின் முன்புறத்தையும் இரண்டு பக்கங்களையும் முழுமையாகப் பார்க்குமளவுக்கு விசாலமான, ஃபெர்ன் செடிகள் தொங்கிய மூடப்பட்ட வராண்டாவும் நிரந்தரமான வசந்தகால வெப்பநிலையிலும் வெளிப்புறச் சத்தங்களிலிருந்து பாதுகாத்த அமைதியான குளிரூட்டும் அமைப்பும் கொண்டிருந்தது. இதுவரை மூன்று குடியரசுத் தலைவர்கள் பயணம் செய்திருப்பதால் குடியரசுத் தலைவர் அறை என்று அறியப்பட்ட அந்தச் சொகுசு அறை, சிறப்பு விருந்தினர்களுக்காகவும் உயர்மட்ட அதிகாரிகளுக்காக வும் ஒதுக்கப்பட்டிருந்ததே தவிர, எந்த வணிக நோக்கத்திற் காகவும் அல்ல. கரீபிய நதிப் போக்குவரத்துக் கழகத்தின் தலைவராக நியமிக்கப்பட்டதும் பொதுமக்களிடம் மதிப்பைப் பெறும் நோக்கத்தில் ஃப்ளோரென்டினோ அரிஸா அதைக் கட்டவைத்தார் என்றாலும், உடனடியாகவோ தாமதமாகவோ ஃபெர்மினா தாஸாவோடு தன்னுடைய திருமணப் பயணத்தின் இன்பகரமான புகலிடமாக இருக்குமென்ற அந்தரங்கமான நம்பிக்கையோடுதான் அதைச் செய்தார்.

உண்மையில் அந்த நாள் வந்தபோது, அவள் எஜமானி யாகவும் உரிமையாளராகவும் குடியரசுத் தலைவரின் அறையை எடுத்துக்கொண்டாள். கப்பலின் கேப்டன் ஷாம்பெய்ன்

மதுவோடும் புகைப்பதனமிட்ட சால்மன் மீனோடும் டாக்டர் உர்பினோ தாஸா, அவருடைய மனைவி, ஃப்ளோரென்டினோ தாஸா ஆகியோருக்குக் கப்பல் தளத்தில் மரியாதை செய்தார். டியகோ சாமரிடானோ என்ற பெயரைக்கொண்ட அவர், காலணியின் நுனியிலிருந்து தொப்பிவரை சி.எஃப்.சியின் முத்திரை தங்க இழைகளால் பூவேலை செய்யப்பட்ட, முற்றிலும் சரியான வெள்ளை லினன் சீருடை அணிந்தவராகவும் மற்ற ஆற்றுத் தளபதிகளைப் போலவே இலவம்பஞ்சு மரத்தைப் போன்ற பருத்த உடல்வாகும் குழப்பமான குரலும் ரோமானியத் திருச்சபை உறுப்பினரின் நடத்தையும் கொண்டவராக இருந்தார்.

இரவு ஏழு மணிக்குக் கிளம்புவதற்கான முதல் சமிக்ஞை ஒலித்தபோது, ஃபெர்மினா தாஸா தன்னுடைய இடது காதிற்குள் கூர்மையான வலியோடு அது எதிரொலிப்பதை உணர்ந்தாள். முதல் நாள் இரவு கெட்ட சகுனங்களோடு விளங்கிக்கொள்ள முடியாத கனவுகளைக் கண்டாள். அந்தக் காலத்தில் லா மாங்காவின் கல்லறை என்று அழைக்கப்பட்ட குருமடத்தின் அருகிலிருந்த இடுகாட்டிற்கு அதிகாலையில் அழைத்துப்போகச் சொன்ன அவள், இறந்துபோன கணவரோடு சமரசம் செய்து கொண்டாள். அவருடைய சமாதியின் முன்பாக நின்று கொண்டு, தனக்குள் அடக்கி வைத்திருந்த தன்னுடைய நியாய மான கண்டனங்களைத் தெரிவித்தாள். பிறகு அவரிடம் பயண விவரங்களைச் சொல்லிவிட்டு விடைபெற்றாள். களைக்கவைக்கும் விடைபெறும் சடங்குகளைத் தவிர்ப்பதற்காக, ஐரோப்பியப் பயணங்களின்போது எப்போதும் செய்ததைப் போல, வேறு யாரிடமும் சொல்லிக்கொள்ளவில்லை. அவளுடைய எத்தனையோ பயணங்களை மேற்கொண்டிருந்தும் இதுதான் முதல் பயணம் என்பதைப்போல உணர்ந்தாள். நாட்கள் நெருங்க நெருங்க அவளுடைய பதற்றம் அதிகரித்தது. கப்பலில் ஏறியதும், கைவிடப்பட்டதாகவும் சோகமாகவும் உணர்ந்த அவள், அழுவதற்காகத் தனிமையில் இருக்க விரும்பினாள்.

இறுதி அறிவிப்பு ஒலித்தபோது, நாடகத்தனமில்லாமல் அவளிடமிருந்து டாக்டர் உர்பினோ தாஸாவும் அவரது மனைவியும் விடைபெற்றனர். ஃப்ளோரென்டினோ அரிஸா இறங்கும் பாலத்திற்கு அவர்களோடு சென்றார். தனது மனைவியை அடுத்துத் தொடர்ந்து செல்ல அவருக்கு வழிவிட முயன்ற டாக்டர் உர்பினோ தாஸா, அப்போதுதான் ஃப்ளோரென்டினோ அரிஸாவும் பயணம் செய்கிறார் என்பதை உணர்ந்தார். டாக்டர் உர்பினோ தாஸாவால் தன்னுடைய திகைப்பை மறைத்துக் கொள்ள முடியவில்லை. “ஆனால் நாம் இதைப் பற்றிப் பேசிக் கொள்ளவில்லையே” என்றார்.

தன்னுடைய நோக்கம் தெளிவாக வெளிப்படும் வகையில் தனது அறையின் சாவியைக் காட்டினார் ஃப்ளோரென்டினோ அரிஸா. பொதுவான தளத்தில் சாதாரண தடுப்பறை அது. ஆனால் அது குற்றமில்லாதவர் என்பதை நிரூபிக்கப் போதுமான ஆதாரமாக டாக்டர் உர்பினோ தாஸாவுக்குத் தோன்றவில்லை. அவருடைய திகைப்பிற்கு ஆதரவான புள்ளியைத் தேடி, தண்ணீரில் மூழ்குபவனின் பார்வையோடு மனைவியின் பக்கம் திரும்பினார். அவளுடைய கண்கள் பனிக்கட்டியைப் போல உறைந்திருந்தன. அவள் மிகவும் தாழ்ந்த குரலில், கடுமையாகக் கேட்டாள்: "நீயுமா?" ஆமாம். அவரும்தான். தன் சகோதரி ஓஃபேலியாவைப் போலவே, காதலுக்கு அநாகரிகமாகத் தோன்றத் தொடங்கும் வயது என்று ஒன்று இருப்பதாக நினைத்திருந்தார். ஆனால் உடனே சுதாரித்துக்கொண்ட அவர், நன்றியுணர்வுக்குப் பதில் விலகியிருக்கும் உணர்வை வெளிப்படுத்தும் வகையில் கைகுலுக்கி ஃப்ளோரென்டினோ அரிஸாவிடமிருந்து விடைபெற்றார்.

அவர்கள் இறங்குவதை வரவேற்பறையின் கம்பித் தடுப்பிலிருந்து பார்த்தார் ஃப்ளோரென்டினோ அரிஸா. அவர் எதிர்பார்த்ததையும் விரும்பியதையும் போலவே, காரில் ஏறும் முன்பு திரும்பிப்பார்த்த டாக்டர் உர்பினோ தாஸாவுக்கும் அவரது மனைவிக்கும் கையசைத்து விடைகொடுத்தார். அவர்களும் பதிலுக்குக் கையசைத்தனர். சரக்கு முனையத்தின் புழுதியில் கார் மறையும்வரை கம்பித் தடுப்பில் இருந்த பிறகு, கப்பல் தளபதியின் தனிப்பட்ட உணவு அறையில் முதல் நாள் இரவு விருந்திற்குப் பொருத்தமான உடைகளை அணிந்து கொள்ளத் தன்னுடைய அறைக்குச் சென்றார்.

தளபதி டியகோ சாமரிடானோ நதியில் அவருடைய நாற்பது வருடத்தின் சுவையான கதைகளோடு சுவையூட்டிய அந்த இரவு அற்புதமானதாக இருந்தது என்றாலும், மகிழ்ச்சியாக இருப்பதாகக் காட்டிக்கொள்ள ஃபெர்மினா தாஸா பெரும் முயற்சிசெய்ய வேண்டியிருந்தது. எட்டு மணிக்குக் கடைசி எச்சரிக்கை விடப்பட்டு, பார்வையாளர்களைக் கீழே இறக்கி விட்டுப் படிக்கட்டுகள் உயர்த்தப்பட்ட பிறகும் கேப்டன் சாப்பிட்டு முடித்துப் பொறியை இயக்கக் கட்டளை பிறப்பிக்கும் வரையிலும் கப்பல் புறப்படவில்லை. மீனவர்களின் அசைந்தாடும் விளக்குகளும் கண்ணுக்குத் தெரியாத குழாய்களும் நிறைந்த சதுப்பு நிலங்களின் வழியாக, விரிகுடாவை விட்டுக் கப்பல் வெளியேறும்வரை, நகரத்தின் விளக்குகளை அடையாளம்காணும் விளையாட்டை விளையாடிக்கொண்டிருந்த ஆரவாரமான பயணிகள் சூழ, பொது அறையின் பக்கக் கம்பியின் மீது சாய்ந்திருந்த

ஃபெர்மினா தாஸாவும் ஃப்ளோரென்டினோ அரிஸாவும், இறுதியாக மக்தலேனா பெருநதியின் திறந்த வெளியில் ஆழ்ந்த பெருமூச்சு விட்டார்கள். பிறகு ஒரு பிரபலமான பாடலோடு கச்சேரி அதிரடியாகத் தொடங்கியபோது, பயணிகள் மத்தியில் மகிழ்ச்சியின் ஆரவாரம் எழுந்தது. கூட்டம் ஆடத் தொடங்கியது.

ஃபெர்மினா தாஸா தடுப்பறையில் தஞ்சமடைய விரும்பினாள். இரவு முழுவதும் ஒரு வார்த்தைகூடப் பேசாத ஃபெர்மினா தாஸா, தனது யோசனைகளில் மூழ்கியிருக்கட்டும் என்று ஃப்ளோரென்டினோ அரிஸா விட்டுவிட்டார். அறை வாசலில் விடைபெற்றுக்கொள்ள மட்டும்தான் குறுக்கிட்டார் என்றாலும் தனக்குத் தூக்கம் வரவில்லை என்றும் சற்றே குளிர்ச்சியாக இருக்கிறது என்றும் சொன்ன ஃபெர்மினா தாஸா, மாடத்தின் ஒதுக்குப்புறத்திலிருந்தபடி நதியைப் பார்த்துக் கொண்டு சிறிது நேரம் இருவரும் உட்கார்ந்திருக்கலாமே என்றாள். இரண்டு பிரம்பு நாற்காலிகளை இழுத்துக்கொண்டு வந்து தடுப்புக் கம்பிக்குப் பக்கத்தில் போட்டு, விளக்குகளை அணைத்துவிட்டு, அவளுடைய தோள்மீது கம்பளிப் போர்வையைப் போர்த்திவிட்ட ஃப்ளோரென்டினோ அரிஸா, அவளுக்குப் பக்கத்தில் உட்கார்ந்துகொண்டார். அவர் அவளுக்குப் பரிசாகக் கொண்டுவந்த சிறிய பெட்டியிலிருந்து ஒரு சிகரெட்டை வியக்கத்தக்க திறமையோடு சுருட்டி, ஒன்றும் பேசாமல், நெருப்பை வைத்து மெதுவாகப் புகைத்த அவள், மேலும் இரண்டை அடுத்தடுத்துச் சுருட்டி, நிறுத்தாமல் புகைத்துக்கொண்டிருந்தாள். இரண்டு ஃப்ளாஸ்க் கறுப்புக் காப்பியை மெதுவாகக் குடித்தார் ஃப்ளோரென்டினோ அரிஸா.

நகரத்தின் பிரகாசம் அடிவானத்தில் மறைந்துவிட்டது. இருண்ட மாடத்திலிருந்து பார்த்தபோது, முழுநிலவில் இரு கரைகளின் புல்வெளிகளும் மென்மையாகவும் அமைதி யாகவும் ஓடிய நதியும் ஒளிரும் சமவெளியாக மாறியிருந்தன. ஆங்காங்கே, கப்பல் கொதிகலன்களுக்கான மரம் விற்கப்படும் என்ற அறிவிப்போடு பெரிய அடுப்புகளையொட்டி வைக்கோல் வேய்ந்த குடிசைகள் காணப்பட்டன. ஆற்றின் தரிசனம், ஃப்ளோரென்டினோ அரிஸா தக்கவைத்திருந்த அவருடைய இளமைக் காலப் பயணத்தின் மங்கலான நினைவுகளுக்கு நேற்று நடந்ததைப் போன்ற மின்னல் ஒளியில் புத்துயிர் கொடுத்தது. ஃபெர்மினா தாஸாவை உற்சாகப்படுத்தலாம் என்று நினைத்து, அவற்றில் சிலவற்றை அவளிடம் சொன்னார் என்றாலும் அவள் புகைபிடித்துக்கொண்டு வேறொரு உலகத்தில் இருந்தாள். அவளை அவளுடைய நினைவுகளோடு தனித்திருக்க விட்டுவிட்டுத் தனது நினைவுகளைக் கைவிட்ட ஃப்ளோரென்டினோ அரிஸா, இதற்கிடையில் பெட்டி தீர்ந்துபோகும்வரை, சிகரெட்டுகளைச்

சுருட்டி, பற்றவைத்து அவளிடம் கொடுத்துக்கொண்டிருந்தார். நள்ளிரவுக்குப் பிறகு இசை நின்றது. பயணிகளின் சலசலப்பு அடங்கித் தூக்கக் கிசுகிசுப்புகளில் கரைந்தது. பார்வை மாடத்தின் நிழலில் தனித்திருந்த இரண்டு இதயங்கள் கப்பலின் மூச்சுத் திணறலோடு இசைந்து துடித்தன.

நீண்ட நேரத்திற்குப் பிறகு, ஆற்றின் பிரகாசத்தால் ஃபெர்மினா தாஸாவைப் பார்த்த ஃப்ளோரென்டினோ அரிஸா, மங்கலான நீலநிற ஒளியால் மென்மையடைந்த சிலையின் உருவத்தோடு, ஆவியைப் போலத் தோன்றிய அவள், அமைதியாக அழுதுகொண்டிருக்கிறாள் என்பதை உணர்ந்துகொண்டார். ஆனால் அவள் விரும்பியபடி கண்ணீர் வற்றும்வரை காத்திருப்பதற்கு அல்லது அவளுக்கு ஆறுதல் தருவதற்குப் பதிலாக, அவர் பீதியடைந்தார்.

"தனியாக இருக்க விரும்புகிறாயா?" என்று கேட்டார். "தனியாக இருக்க வேண்டுமென்றால் உன்னை உள்ளே வரச் சொல்லியிருக்க மாட்டேன்" என்றாள் அவள்.

உறைந்துபோயிருந்த விரல்களை இருட்டில் நீட்டி, இன்னொரு கரத்தை இருட்டில் துழாவிய அவர், அது தனக்காகக் காத்திருப்பதைக் கண்டார். வயதான எலும்புகளின் இரண்டு கரங்களே தவிர, தொடுவதற்கு முன்பு அவர்கள் கற்பனை செய்துவைத்திருந்த கரம் அல்ல என்பதை, ஒரே கணத்தில் உணர்ந்துகொள்ளுமளவுக்கு அவர்கள் இருவரும் தெளிவாக இருந்தனர். ஆனால் அடுத்த ஒரு கணத்தில் அவர்கள் கற்பனை செய்தவையாகவே அவை இருந்தன. இறந்த கணவரைப் பற்றி, அவர் உயிரோடு இருப்பதைப் போல, நிகழ்காலத்தில் அவள் பேசத் தொடங்கியபோது, கண்ணியத்துடன், பெருந்தன்மை யுடன், வாழ வேண்டும் என்ற அடக்க முடியாத ஆசைகளுடன், உடையவன் இல்லாமல் போய்விட்ட காதலை என்ன செய்வது என்ற கேள்வியை, அவள் தன்னைத்தானே கேட்டுக்கொள்ளும் நேரம் அவளுக்கும் வந்துவிட்டது என்பதை அந்தக் கணத்தில் தெரிந்துகொண்டார் ஃப்ளோரென்டினோ அரிஸா.

தனது கைமீது வைத்திருந்த அவரது கையை விடாமலிருக்க புகைப்பதை நிறுத்தினாள் ஃபெர்மினா தாஸா. புரிந்துகொள்ள வேண்டும் என்ற ஏக்கத்தில் அவள் தொலைந்துபோயிருந்தாள். தனது கணவனைவிடச் சிறந்த ஒரு கணவனை நினைத்துப் பார்க்க முடியாது – இருந்தாலும் தனது வாழ்க்கையை நினைத்துப்பார்க்கும்போது திருப்தியைவிட அதிகமான பின்னடைவுகளையும், பரஸ்பரம் தவறான புரிதல்கள் பலவற்றையும், பயனில்லாத சண்டைகளையும், தீர்க்கப்படாத வெறுப்புகளையும் அவள் கண்டாள். திடீரென்று பெருமூச்சு

விட்டாள். "உண்மையில் அது காதலா இல்லையா என்று தெரியாமல், இத்தனை சண்டைகளுக்கு மத்தியில், இத்தனை வருடங்களாக மகிழ்ச்சியாக இருந்தது எப்படி என்பது வியப்பாக இருக்கிறது" என்றாள். பாரத்தை அவிழ்த்துக் கொட்டிக் முடித்தபோது, யாரோ சந்திரனை அணைத்திருந்தார்கள். கப்பல் வேட்டையாடும் ஒரு பெரிய விலங்குபோல ஒவ்வொரு அடியாக எடுத்துவைத்து முன்னேறிக்கொண்டிருந்தது. ஃபெர்மினா தாஸா கவலையிலிருந்து மீண்டிருந்தாள். "நீ இப்போது போகலாம்" என்றாள்.

அவளது கையை அழுத்தி, அவள் பக்கம் சாய்ந்த ஃப்ளோரென்டினோ அரிஸா, அவளது கன்னத்தில் முத்தமிட முயன்றார். ஆனால், தனது கரகரத்த மென்மையான குரலில் அவள் அதைத் தட்டிக் கழித்தாள். "இப்போது வேண்டாம். என்மீது பழைய வாசனை வீசுகிறது" என்றாள்.

இருட்டில் அவர் வெளியேறும் சத்தத்தைக் கேட்டாள். படிகளில் அவரது காலடி ஓசையைக் கேட்டாள். அடுத்த நாள்வரை விட்டுவிட்டுச் சென்றதைக் கேட்டுக்கொண்டிருந்தாள். மற்றொரு சிகரெட்டைப் பற்றவைத்த ஃபெர்மினா தாஸா, அதைப் புகைத்துக் கொண்டிருந்தபோது அப்பழுக்கற்ற கைத்தறி உடையில், தொழில் நேர்த்தி, திகைப்பூட்டும் அனுதாபம், உத்தியோகபூர்வமான காதல் ஆகியவற்றோடு, கடந்த காலத்தின் மற்றொரு படகிலிருந்து தனது வெள்ளைத் தொப்பியை அசைத்து விடைபெற்ற டாக்டர் குவெனல் உர்பினோவைப் பார்த்தாள். "ஆண்களாகிய நாங்கள் பாரபட்சங்களின் பரிதாபகரமான அடிமைகள்" என்று அவர் ஒருமுறை அவளிடம் சொல்லியிருந்தார். "ஆனால், ஒரு பெண் ஒரு ஆணுடன் படுக்க முடிவு செய்துவிட்டால், அவள் தாண்டிக் குதிக்க முடியாத தள்ள முடியாத வலிமையோ, அடிப்படையில் எல்லைமீறிப் போக முடியாத தார்மீகச் சிந்தனையோ இல்லை. மதிக்கத் தகுந்த கடவுளும் இல்லை." விடியும்வரை அசையாமல் கிடந்த ஃபெர்மினா தாஸா, ஏக்கத்தின் ஒரு சிறிய பொறியைக்கூட இப்போது அவளிடம் எழுப்பாத நினைவுக்கு உரிய சிறிய சுவிஷேசப் பூங்காவின் கைவிடப்பட்ட காவலாளியாக அல்லாமல், இப்போது இருப்பதைப் போல வயதாகியும் முடமாகவும் ஆனால் உண்மையாக இருந்த ஃப்ளோரென்டினோ அரிஸாவை நினைத்துக் கொண்டிருந்தாள். தன் கைக்கு எட்டும் தூரத்தில் எப்போதும் இருந்த மனிதனை எப்படி அடையாளம் கண்டுகொள்வது என்று அவளுக்குத் தெரியவில்லை. மூச்சுத் திணறிய கப்பல் முதல் ரோஜாக்களின் பிரகாசத்தை நோக்கி அவளை இழுத்துச் சென்றபோது,

கடவுளிடம் அவள் வேண்டிக்கொண்டதெல்லாம், மறுநாள் மீண்டும் எப்படித் தொடங்குவது என்று ஃப்ளோரென்டினோ அரிஸாவுக்குத் தெரிந்திருக்க வேண்டும் என்பதைத்தான்.

தன் விருப்பப்படி தூங்க விடுமாறு பணியாளரிடம் அறிவுறுத்தியிருந்த ஃபெர்மினா தாஸா, கண்விழித்தபோது இரவு மேசையில் இன்னுமும் பனித்துளியோடு, புதிதான, ஒரு வெள்ளை ரோஜாவுடன் ஒரு பூக்குவளை இருந்தது. அத்துடன் அவளிடமிருந்து விடைபெற்றதிலிருந்து ஃப்ளோரென்டினோ அரிஸாவால் எழுத முடிந்த அளவு பக்கங்களைக் கொண்ட ஒரு கடிதமும் இருந்தது. முந்தைய இரவிலிருந்தே அவரை மூழ்கடித்த மனநிலையை வெளிப்படுத்துவதைத் தவிர வேறொன்றும் செய்யாத, அமைதியான கடிதம் அது. மற்ற கடிதங்களைப் போலவே கவித்துவமானது, அனைத்தையும் போலவே சொல்லாட்சி கொண்டது என்றாலும், அது யதார்த்தத்தில் ஊன்றியிருந்தது. வெட்கமின்றித் துடிக்கும் இதயத்தால் எழுந்த சங்கடத்துடன் அதைப்படித்தாள் ஃபெர்மினா தாஸா. கப்பல் எப்படி ஓடுகிறது என்பதை அவர்களுக்குக் காட்டுவதற்காகக் கேப்டன் அவர்களுக்காகக் காத்திருக்கிறார் என்பதால், தயாரானவுடன் பணியாளரிடம் தெரிவிக்க வேண்டும் என்ற கோரிக்கையுடன் அது முடிந்திருந்தது.

குளித்து முடித்து, சோப்பின் பூ வாசனையுடன், விதவையின் மென்மையான சாம்பல் நிற எளிய உடையோடு, பதினோரு மணிக்குத் தயாராக இருந்த அவள், இரவின் புயலிலிருந்து முழுமையாக மீண்டிருந்தாள். கேப்டனின் தனிப்பட்ட சேவையில் இருந்த, தூய்மையான வெள்ளை ஆடை உடுத்தியிருந்த பணியாளரிடம் அளவான காலை உணவைக் கொண்டுவரச் சொன்னாள் என்றாலும், அவளைத் தேடிவரச் சொல்லி யாருக்கும் செய்தி அனுப்பவில்லை. மேகமற்ற வானத்தைக் கண்டு திகைத்தபடி தனியாக ஏறிய அவள், காமாண்ட் போஸ்டில் இருந்த கேப்டனுடன் ஃப்ளோரென்டினோ அரிஸா பேசிக்கொண்டிருப்பதைக் கண்டாள். அப்போது அவள் வேறு கண்களுடன் அவரைப் பார்த்தாள் என்பதால் மட்டுமில்லாமல், உண்மையிலேயே அவர் மாறியிருந்ததால் வேறுபட்டுத் தெரிந்தார். வாழ்நாள் முழுவதும் அணிந்திருந்த இறுதிச் சடங்கு உடைகளுக்குப் பதிலாக, அவரது அடையாள எழுத்துகள் எம்ப்ராய்டரி செய்யப்பட்ட பாக்கெட்டும், குட்டையான கையும் திறந்த காலரும் கொண்ட சட்டையும் பேண்ட்டும், மிக வசதியான வெள்ளைக் காலணிகளும் அணிந்திருந்தார். வெள்ளை நிறத்தில் இருந்த ஒரு ஸ்காட்டிஷ் தொப்பியும், கிட்டப் பார்வைக்கு அவர் நிரந்தரமாக அணிந்த கண்ணாடியின் மீது

கழற்றிக்கொள்ளும் வகையில் பொருத்தப்பட்டிருந்த கறுப்புக் கண்ணாடியையும் அணிந்திருந்தார். சூப்பில் விழுந்த ஈயைப் போல முதல் பார்வையிலேயே ஃபெர்மினா தாஸா கவனித்து விட்ட, அதிகம் பயன்படுத்தப்பட்ட, பழுப்புத் தோல் பெல்ட்டைத் தவிர, மற்றவை அனைத்துமே முதல்முறையாகப் பயன்படுத்தப் பட்டவை என்பதும் பயணத்திற்காகவே வாங்கப்பட்டவை என்பதும் வெளிப்படையாகத் தெரிந்தது. மிகவும் வெளிப்படை யான முறையில் அவளுக்கென்றே உடையணிந்திருந்த அவரை, அப்படிப் பார்த்ததும் முகத்தில் ஏறிய தணல் சிவப்பைத் தடுக்க முடியவில்லை. காலை வணக்கம் சொன்னபோது அவளுக்கு வெட்கமாக இருந்தது, அவளது வெட்கத்தைப் பார்த்து அவருக்கு மேலும் வெட்கமாக இருந்தது. காதலர்களைப் போல நடந்துகொள்கிறோம் என்ற உணர்வு அவர்கள் இருவரையும் மேலும் வெட்கப்படவைத்தது, வெட்கப்படுகிறோம் என்ற உணர்வு, இரக்கத்தின் நடுக்கத்தோடு கேப்டன் சமாரிடானோ கவனிக்கும் புள்ளிவரை வெட்கப்படுவதில் அவர்களைக் கொண்டு சேர்த்தது. கப்பலின் பொதுவான இயக்கத்தையும் அதைக் கட்டுப்படுத்தும் விதங்களையும் இரண்டு மணிநேரத் திற்கு விளக்கி அவர்களைச் சிக்கலிலிருந்து அவர் விடுவித்தார். அடிவானம்வரை பரவியிருக்கும் வறண்ட மணல்பரப்பிற்கு இடையே கரைகள் இல்லாத ஆற்றில் மிக மெதுவாகப் பயணம் செய்தனர். ஆனால் முகத்துவாரத்தின் கலங்கிய நீரைப் போல இல்லாமல், இங்கே தண்ணீர் மெதுவாகவும் தெளிவாகவும் இருந்தது, இரக்கமற்ற வெயிலில் உலோகத்தைப் போல மின்னியது. அது மணல் திட்டுகள் நிறைந்த டெல்டா என்று நினைத்தாள் ஃபெர்மினா தாஸா. "ஆறு இவ்வளவுதான் எஞ்சியிருக்கிறது" என்று கேப்டன் அவர்களிடம் சொன்னார்.

மாற்றங்களைக் கண்டு ஃப்ளோரென்டினோ அரிஸாவுக்கு ஏற்பட்ட வியப்பு, அடுத்த நாள் பயணம் மேலும் கடினமான தாக மாறியபோது இன்னும் கூடியது. உலகின் மிகப் பெரிய நதிகளில் ஒன்றான மக்தலேனாவின் தாய்நதி நினைவின் மாயை மட்டுமே என்பதை உணர்ந்தார். ஐம்பது ஆண்டுகால அறிவற்ற காடழிப்பு நதியை எப்படி அழித்தது என்பதைக் கேப்டன் சமாரிட்டானோ அவர்களுக்கு விளக்கினார். தனது முதல் பயணத்தில் ஃப்ளோரென்டினோ அரிஸாவை ஒடுக்கிய மிகப்பெரிய மரங்களின் சிக்கலான காட்டைக் கப்பல்களின் கொதிகலன்கள் விழுங்கிவிட்டன. ஃபெர்மினா தாஸா தனது கனவு விலங்குகளைப் பார்க்கப் போவதில்லை.நியூ ஆர்லியன்சின் தோல் பதனிடும் தொழிற்சாலைகளின் வேட்டைக்காரர்கள், பட்டாம்பூச்சிகளைத் திடுக்கிட வைப்பதற்காகக் கரையோரப் பள்ளத்தாக்குகளில் மணிக்கணக்கில் வாயைத் திறந்து வைத்துக்

கொண்டு இறந்துவிட்டதாகப் பாசாங்கு செய்த முதலைகளைக் கொன்றழித்துவிட்டார்கள்; இலைகளே அற்றுவிட்டதால் கிளிகள் தங்கள் கூச்சலுடனும் குரங்குகள் தங்கள் வெறித்தன மான கூக்குரலுடனும் இறந்துகொண்டிருந்தன. மணல்பரப்பில் ஆதரவற்ற பெண்ணின் குரலில் அழுதுகொண்டு, குட்டிகளுக்குப் பாலூட்டும் பெரிய தனங்களைக் கொண்ட கடற்பசுக்கள், பொழுதுபோக்கு வேட்டைக்காரர்களின் கவசத் தோட்டாக் களால் அழிக்கப்பட்ட ஒரு விலங்கினம்.

விலங்குகளின் ராஜ்ஜியத்தில் ஆணினம் இல்லாத ஒரே பெண்ணினம் என்ற புராணக் கதையை உண்மையென்று அவர் நம்பியதாலும், ஏதோ ஒரு வரம்புமீறிய காதலுக்காகத் தண்டிக்கப்பட்ட பெண்கள் என்று அவருக்குத் தோன்றிய தாலும், கடற்பசுக்கள்மீது தாய்மைக்கு ஒப்பான பாசத்தைக் கொண்டிருந்தார் கேப்டன் சமாரிடானோ. கப்பலிலிருந்து சுடுவதைத் தடைசெய்யும் சட்டங்கள் இருந்தபோதும், அப்படிச் சுடுவது வழக்கத்தில் இருந்தது. அந்த வழக்கத்தை அவர் எப்போதும் எதிர்த்து வந்திருக்கிறார். தனது ஆவணங்களை ஒழுங்காக வைத்திருந்த ஒரு வட கரோலினா வேட்டைக்காரன், அவரது கட்டளையை மீறித் தனது ஸ்பிரிங்ஃபீல்ட் துப்பாக்கியைக் கொண்டு துல்லியமாகச் சுட்டு ஒரு தாய்க் கடற்பசுவின் மண்டையை உடைத்துவிட்டான். வலியால் பைத்தியமாகி விட்ட குட்டி விழுந்த உடல்மீது ஓலமிட்டு அழுதது. அநாதை யாக்கப்பட்ட விலங்கைக் கவனித்துக்கொள்வதற்காகக் கப்பலில் ஏற்றவைத்த கேப்டன், ஆளரவமற்ற கடற்கரையில் கொல்லப்பட்ட தாயின் உடலோடு வேட்டைக்காரனை விட்டுவிட்டார். ராஜதந்திர எதிர்ப்புகள் காரணமாக இந்தச் செயலுக்காக அவர் ஆறு மாதங்கள் சிறையில் இருந்தார். மாலுமி உரிமத்தை இழக்கும் நிலையில் இருந்தபோதும், எத்தனை முறை தேவைப்பட்டாலும் அப்படியே மீண்டும் செய்யத் தயாரான மனநிலையுடன் சிறையிலிருந்து வெளியில் வந்தார். இருந்தாலும், அது ஒரு வரலாற்று முக்கியத்துவம் வாய்ந்த அத்தியாயமாக இருந்தது. அரிய விலங்குகளின் சான் நிகோலஸ் டி லாஸ் பர்ராங்காஸ் பூங்காவில் வளர்க்கப்பட்டு, பல ஆண்டுகள் உயிரோடு இருந்த அநாதைக் கடற்பசுதான், ஆற்றில் கடைசியாகத் தென்பட்டது. “ஒவ்வொரு முறை நான் அந்தக் கரையைக் கடக்கும்போதும், அந்த கிரிங்கோ என் கப்பலில் மீண்டும் ஏற வேண்டும், நான் மீண்டும் அவனை விட்டுவிட்டு வர வேண்டும் என்று கடவுளை வேண்டிக்கொள்கிறேன்” என்றார்.

ஃபெர்மினா தாஸாவுக்குக் கேப்டன்மீது அன்பு எதுவும் இருந்ததில்லை என்றாலும் அவர் சொன்னதைக் கேட்டதும் மென்மையான இதயம் கொண்ட அந்த ராட்சசன்பால்

மிகவும் ஈர்க்கப்பட்டாள். அன்று காலைமுதல் அவருக்குத் தனது இதயத்தில் ஒரு பிரத்யேகமான இடத்தைத் தந்தாள். பயணம் இப்போதுதான் தொடங்கியிருக்கிறது. அவள் எடுத்த முடிவு சரிதான் என்பதை உணர்ந்துகொள்ள நிறைய வாய்ப்புகள் கிடைக்கும்.

மதிய உணவுக்கான நேரம்வரை ஃபெர்மினா தாஸாவும் ஃப்ளோரென்டினோ அரிஸாவும் கேப்டனின் தளத்தில் இருந்தனர். அதற்குச் சிறிது நேரத்திற்குப் பிறகு, சில ஆண்டுகளுக்கு முன்புவரை நிரந்தரமான திருவிழாவைக் கொண்டிருந்ததும், இப்போது ஆளரவமற்ற தெருக்களின் பாழடைந்த துறைமுகமாக இருந்ததுமான கால்மார் நகரத்தைக் கடந்தனர். கப்பலிலிருந்து பார்க்கும்போது ஒரு கைக்குட்டையால் சமிக்ஞை செய்த வெள்ளை உடையணிந்த பெண் ஒருத்தி மட்டுமே தெரிந்தாள். மிகவும் துன்பப்பட்டதாகத் தோன்றிய அவளை ஏற்றிக் கொள்ளாதது ஏன் என்று ஃபெர்மினா தாஸாவுக்குப் புரிய வில்லை, ஆனால் அது அடுத்த கரையின் ஆபத்தான சுழல்களை நோக்கிக் கப்பல்களைத் திருப்புவதற்காகப் பொய்யான சமிக்ஞைகளைச் செய்யும் கடலில் மூழ்கிய பெண்ணின் ஆவி என்று கேப்டன் அவளுக்கு விளக்கினார். பகல் வெளிச்சத்தில் தெளிவாக, அவளுடைய எல்லா விவரங்களையும் தெளிவாகப் பார்க்கும் அளவுக்கு அவளை மிகவும் நெருங்கிச் சென்றார்கள். அவள் உண்மையில் இல்லை என்பதில் சந்தேகமில்லை என்றாலும், ஃபெர்மினா தாஸாவுக்கு அவளது முகம் நன்கு அறிமுகமானததாகத் தோன்றியது.

அது ஒரு நீண்ட, வெக்கையான நாள். மதிய உணவுக்குப் பிறகு, தவிர்க்க முடியாத பகல் தூக்கத்திற்காக ஃபெர்மினா தாஸா அறைக்குத் திரும்பினாள் என்றாலும், பழைய பள்ளத்தாக்கிற்கு மேலே சிறிது தூரத்தில் கடந்துசென்ற மற்றொரு சி.எஃப்.சி. கப்பலோடு வழக்கமான வாழ்த்துக்களைப் பறிமாறிக்கொண்டபோது மிகவும் தீவிரமாகியிருந்த காது வலியால் அவள் நன்றாகத் தூங்கவில்லை. கேபின் இல்லாத பயணிகளில் பெரும்பாலானோர் நள்ளிரவில் தூங்குவதுபோலத் தூங்கிய பிரதான அறையில், உட்கார்ந்தபடியே உடனடியாகத் தூங்கிப் போன ஃப்ளோரென்டினோ அரிஸா, ரோசால்பா ஏறுவதைப் பார்த்த இடத்திற்கு மிக அருகில், அவளோடு கனவு கண்டார். முந்தைய நூற்றாண்டைச் சேர்ந்த மொம்போஸ்[6] உடையில் அவள் தனியாகப் பயணித்துக்கொண்டிருந்தாள், கூரையிலிருந்து தொங்கிக்கொண்டிருந்த பிரம்புக் கூடைக்குள் மதிய உறக்கத்தில் இருந்தது சிறுவனல்ல, அவள்தான். மிகவும்

6. வட கொலம்பியாவில் உள்ள ஒரு நகரம்.

புதிரானதாகவும் நம் மகிழ்ச்சிக்குரியதாகவும் இருந்த அந்தக் கனவின் நினைவு கேப்டனோடும் மற்ற இரண்டு நண்பர்களோடும் டோமினோஸ் விளையாடிக்கொண்டிருந்தபோது, மாலை முழுவதும் மனதில் தங்கியிருந்தது.

பொழுது விழுந்தபோது வெப்பம் தணிந்து, கப்பல் புத்துயிர் பெற்றது. புதிதாகக் குளித்துவிட்டுச் சுத்தமான உடையில், மயக்கத்திலிருந்து எழுந்ததைப் போல வெளிவந்த பயணிகள், ஏளனக் கைத்தட்டல்களுக்கு இடையே சாக்ரிஸ்டன்[7] மணியை ஒலித்தபடி, ஒரு முனையிலிருந்து மற்றொரு முனைக்கு, தளம் முழுவதும் ஓடிக்கொண்டிருந்த ஒரு பணியாளரால், சரியாக ஐந்து மணிக்கு என்று அறிவிக்கப்பட்டிருந்த சாப்பாட்டை எதிர்பார்த்து அறையில் இருந்த பிரம்பு நாற்காலிகளில் உட்கார்ந்துகொண்டனர். சாப்பிட்டுக்கொண்டிருந்தபோதே ஃபாண்டாங்கோ[8] இசையுடன் தொடங்கிய கச்சேரியும் நடனமும் நள்ளிரவுவரை தொடர்ந்தது.

காது வலி காரணமாகச் சாப்பிட விரும்பாத ஃபெர்மினா தாஸா, அடுக்கிவைக்கப்பட்ட கட்டைகளைத் தவிர வேறெதுவும் இல்லாத வெற்றுப் பள்ளத்தாக்கிலிருந்து ஏற்றப்பட்ட கொதிகலன்களுக்கான விறகுகளின் முதல் சுமையையும் அந்த வேலையைக் கவனித்துக்கொண்ட மிகவும் வயதான ஒருவரையும் கண்டாள். பல காத தூரத்திற்கு யாரும் இருப்பதாகத் தெரியவில்லை. ஐரோப்பாவின் கடல் பாதைகளில் நினைத்துப் பார்க்க முடியாத, சலிப்பான நிறுத்தமாக ஃபெர்மினா தாஸாவுக்கு இருந்த அது, குளிரூட்டப்பட்ட மாடத்தின் உள்ளிருந்தும் உணரும் அளவுக்குச் சூடாக இருந்தது. ஆனால் கப்பல் மீண்டும் புறப்பட்டபோது காட்டின் உள்ளிருந்து வாசனையான புதிய காற்று வீசியது. இசை மேலும் உயிரோட்டம் கொண்டதாக மாறியது. ஒரே ஒரு வீட்டின், ஒரே ஒரு ஜன்னலில், ஒரே ஒரு விளக்கு மட்டுமே எரிந்த சிடியோ நுவோ நகரத்தின் துறைமுக அலுவலகம் சரக்கோ பயணிகளோ இருப்பதற்கான சமிக்ஞையைத் தரவில்லை என்பதால் அங்கே நிறகாமலேயே கப்பல் கடந்துசென்றது.

கேபின் கதவைத் தட்டாமல் தன்னைப் பார்க்க ஃப்ளோரென்டினோ அரிஸா என்ன உத்திகளைக் கையாளப் போகிறார் என்று மாலை நேரம் முழுவதும் ஃபெர்மினா தாஸா யோசித்துக்கொண்டிருந்தாள். சாதாரணமாகத் தோன்றும் வகையில் அவரைச் சந்திக்கலாம் என்ற நம்பிக்கையோடு

---

7. கிறிஸ்தவக் கோயிலிலுள்ள புனிதப் பொருட்களைக் காப்பவர்

8. வேகமாக வாசிக்கப்படும் கித்தாருக்கு ஏற்ப கையடக்கமான தாளக்கருவிகளை இசைத்தபடி சுழன்றாடும் நுட்பமான பாரம்பரிய ஸ்பானிஷ் நடனம்; காதல்வயப்பட்ட இணைகளுக்கானது.

தாழ்வாரத்திற்குப் போன அவள், வெகுதூரம் நடக்க வேண்டி யிருக்கவில்லை. சுவிஷேசகர்களின் குட்டிப் பூங்காவில் இருந்ததைப் போலவே அமைதியாகவும் சோகமாகவும் தாழ்வாரத்தின் ஒரு பெஞ்சில் உட்கார்ந்திருந்த ஃப்ளோரென்டினோ அரிஸா, அவளை எப்படிப் பார்க்கப் போவது என்று இரண்டு மணிநேரத் திற்கும் மேலாக யோசித்துக்கொண்டிருந்தார். இருவருக்குமே தெரிந்த போலித்தனத்தோடு ஒரே மாதிரியான ஆச்சரியத்தைக் காட்டிய இருவரும், இளைஞர்கள் நிரம்பியிருந்த முதல் வகுப்பு தளத்தில் சேர்ந்து நடந்தார்கள். அந்த இளைஞர்கள் விடுமுறை களின் கடைசிப் பொழுதில் ஒருவிதமான பதற்றத்துடன் சோர்ந்துபோயிருந்த பெரும்பாலும் கொந்தளிப்பான மாணவர்கள் அவர்கள். உணவகத்தில், ஃப்ளோரென்டினோ அரிஸாவும் ஃபெர்மினா தாஸாவும், கவுண்ட்டர் முன்னால் மாணவர்களைப் போல உட்கார்ந்து பாட்டில் குளிர்பானத்தைக் குடித்தார்கள், அவள் திடீரென்று ஒரு பயங்கரமான சூழ்நிலையில் தன்னைக் கண்டாள். "என்ன கொடுமை!" என்றாள். ஏன் அப்படிச் சொல்கிறாய் என்று கேட்டார் ஃப்ளோரென்டினோ அரிஸா. "அப்பாவி முதியவர்கள்" என்றாள் அவள் "படகில் அநியாய மாக அடித்துக் கொல்லப்பட்டவர்கள்."

இருண்ட பார்வை மாடத்தில் சீரற்ற நீண்ட உரையாட லுக்குப் பிறகு இசை நின்றபோது இருவரும் தூங்கப் போனார்கள். நிலவு இல்லை, வானம் மேகமூட்டமாக இருந்தது. அடிவானத்தில் இடி இல்லாமல் வெடித்த மின்னல், அவர்களை ஒரு கணம் ஒளிரச் செய்தது. ஃப்ளோரென்டினோ அரிஸா அவளுக்காகச் சிகரெட்டுகளைச் சுருட்டினார். அவளுடைய காது வலி, சில சமயங்களில் தணிந்தாலும் ஆற்றின் ஆழத்தை அளக்க மெதுவாகச் சென்றபோதோ, தூங்கும் நகரத்தின் முன்பாகக் கடந்த போதோ, மற்றொரு கப்பலைக் கடந்தபோதோ, படகு ஒலி எழுப்பியபோது மீண்டும் தீவிரமடைந்ததால் அவதிப்பட்ட ஃபெர்மினா தாஸா நான்கிற்கு மேல் புகைக்கவில்லை. கவிதைத் திருவிழாக்களிலும், பலூன் விமானத்திலும், சைக்கிள் போட்டியிலும் மிகுந்த ஏக்கத்தோடு அவளைப் பார்த்துக் கொண்டிருந்ததையும், அவளைப் பார்ப்பதற்காக ஆண்டு முழுவதும் பொது விடுமுறையை மிகுந்த ஆர்வத்துடன் எதிர் பார்த்துக்கொண்டிருந்ததையும் அவளிடம் சொன்னார். அவளும் அவரை அங்கே பார்த்திருக்கிறாள் என்றாலும் தன்னைப் பார்க்கத்தான் அவர் அங்கே வந்திருக்கிறார் என்று நினைத்துக்கூடப் பார்த்ததில்லை. இருந்தாலும், ஒரு வருடத்திற்கு முன்பு அவரது கடிதத்தைப் படித்தபோது, கவிதைத் திருவிழாவில் அவர் ஏன் போட்டியிடவில்லை என்று ஆச்சரியப்பட்டிருக்கிறாள். அவர் வெற்றிபெற்றிருப்பார்

என்பதில் சந்தேகமே இல்லை. ஃப்ளோரென்டினோ அரிஸா அவளிடம் பொய் சொன்னார். அவளுக்கான கவிதைகளை அவளுக்காக மட்டுமே எழுதியதாகவும் அவற்றை அவர் மட்டுமே படித்ததாகவும் சொன்னார். இப்போது அவருடைய கையை இருட்டில் தேடியது அவள்தான். அது அவரை வியப்பில் ஆழ்த்தியதே தவிர, முந்தைய இரவு தனது கை எதிர் பார்த்துக் காத்திருந்ததைப் போல, அவரது கை எதிர்பார்த்துக் காத்திருக்காததைக் கண்டாள். ஃப்ளோரென்டினோ அரிஸாவின் இதயம் உறைந்துபோனது. "பெண்கள் எவ்வளவு விசித்திரமானவர்கள்" என்றார்.

ஒரு இளம் புறாவின் ஆழ்ந்த சிரிப்பைப் போல வாய்விட்டுச் சிரித்த அவள், படகின் முதியவர்களைப் பற்றி மீண்டும் நினைத்துக்கொண்டாள். அந்தக் காட்சி அவளை எப்போதும் துரத்தும். ஆனால் அவள் வாழ்க்கையில் அரிதாக இருந்ததைப் போல எல்லாக் குற்றங்களிலிருந்தும் விடுபட்டு, அமைதியாகவும் நன்றாகவும் உணர்ந்ததால், அன்றிரவு அதைப் பொறுத்துக் கொள்ள முடிந்தது. தனது கையினுள் வியர்த்துக்கொண்டிருந்த அவரது கையோடு, அமைதியாக, விடியும்வரை அப்படியே இருந்திருப்பாள். ஆனால் காது வலியைத் தாங்கிக்கொள்ள முடியவில்லை. இசை ஓய்ந்து, கூடத்தில் படுக்கைகளைத் தொங்கவிட்டுக்கொண்டிருந்த சாதாரணப் பயணிகளின் சலசலப்பும் நின்றபோது, அவரோடு இருக்க வேண்டும் என்ற ஆசையைவிட அவளது வலி வலிமையானது என்பதைப் புரிந்துகொண்டாள். அவரிடம் சொன்னால்தான் நிம்மதி கிடைக்கும் என்று அவளுக்குத் தெரியும் என்றாலும், அவர் கவலைப்படக் கூடாது என்பதற்காக அதைச் சொல்லாமல் தவிர்த்தாள். வாழ்க்கை முழுவதும் அவரோடு வாழ்ந்திருந்தது போல அவரை அறிந்துகொண்ட உணர்வு அப்போது ஏற்பட்டதால், வலியைப் போக்க உதவுமென்றால் கப்பலைத் துறைமுகத்திற்குத் திரும்பிச்செல்ல உத்தரவு கொடுக்கும் சக்தி அவருக்கு இருப்பதாக அவள் நம்பினாள்.

இதுபோன்ற சம்பவங்கள் அன்றிரவு நடக்கும் என்று கணித்திருந்த ஃப்ளோரென்டினோ அரிஸா, விலகிக்கொண்டார். தடுப்பறை வாசலில் இருந்தபோது ஒரு முத்தத்துடன் விடைபெற முயற்சி செய்தார். ஆனால் அவள் இடது கன்னத்தைக் காட்டி னாள். திணறிய மூச்சோடு வலியுறுத்திய அவருக்கு, பள்ளிக் காலத்தில் அவர் அறிந்திருக்காத ஒரு பசப்புத்தனத்தோடு மற்றொரு கன்னத்தைக் காட்டினாள். பிறகு இரண்டாவது முறை வலியுறுத்தலால், உதடுகளில் அதைப் பெற்றுக்கொண்டாள், அவளது திருமண நாள் இரவுமுதல் மறந்துவிட்ட சிரிப்பில் மூச்சுத் திணறவைத்த ஆழமான நடுக்கத்தோடு அதைப்

பெற்றுக்கொண்டாள். "கடவுளே! கப்பலில் நான் எந்த அளவுக்குப் பைத்தியமாகிவிட்டேன்!" என்றாள்.

ஃப்ளோரென்டினோ அரிஸா நடுங்கினார். அவள் சொன்னதைப் போல, உண்மையிலேயே, அவளிடம் வயதின் புளிப்பு நாற்றம் இருந்தது. இருந்தாலும், தூங்கும் தொங்குப் படுக்கைகளினூடாகப் பாதையை ஏற்படுத்திக்கொண்டு, தனது அறையை நோக்கி நடந்தபோது, நான்கு வயது அதிகம் எனபதைத் தவிர, தன்மீதும் அதே நாற்றம் இருந்திருக்க வேண்டும், அவளும் அதே உணர்ச்சியோடு அதை உணர்ந்திருக்க வேண்டும் என்ற யோசனையில் தன்னைத்தானே சமாதானப் படுத்திக்கொண்டார். தனது பழைய காதலிகளின் மீது அவர் உணர்ந்திருந்ததும், அவர்மீது அந்தப் பெண்கள் உணர்ந்திருந்தது மான, மனித நொதிகளின் நாற்றம் அது. எதையும் தன்னோடு மறைத்து வைத்துக்கொள்ளாத நாசரேத்தின் விதவை, பச்சையாக அவரிடம் சொன்னாள்: "நாம் கோழிப்பண்ணைபோல நாறுகிறோம்." சமமாக இருந்ததால், அவர்கள் ஒருவரை ஒருவர் பொறுத்துக்கொண்டனர். "உன் நாற்றத்திற்கு ஈடாக என் நாற்றம்." மாறாக, அவரிடம் தாய்மை உணர்வைத் தூண்டிய டயபர் நாற்றம் அடித்த அமேரிக்கா விகுன்யாவைப் பலமுறை கவனித்துக்கொண்டார் என்றாலும், தனது பச்சையான வயோதிக நாற்றத்தை அவளால் தாங்கிக்கொள்ள முடிய வில்லை என்ற எண்ணத்தால் கவலைப்பட்டார். ஆனால் அதெல்லாம் பழைய காலத்தைச் சேர்ந்தவை. முக்கியமான விஷயம் என்னவென்றால், தந்திக் கவுண்ட்டரில் தனது பிரசங்கப் புத்தகத்தை அத்தை எஸ்கோலாஸ்டிகா விட்டுச்சென்ற அந்த மாலைப் பொழுதிலிருந்து முதல்முறையாக, அந்த இரவில் இருந்தது போன்ற ஒரு மகிழ்ச்சியை ஃப்ளோரென்டினோ அரிஸா உணர்ந்ததில்லை. அவரை அச்சுறுத்தும் அளவுக்கு அது தீவிரமானது.

ஜாம்ப்ரானோ துறைமுகத்தில் கப்பலின் கணக்காளர் ஒரு அவசரத் தந்தியைக் கொடுப்பதற்காகக் காலை ஐந்து மணிக்கு அவரை எழுப்பியபோதுதான் உறங்கத் தொடங்கியிருந்தார். முந்தைய நாள் தேதியுடன் லியோனா காஸினியால் கையொப்பம் இடப்பட்டிருந்த அது, அதன் திகில் அனைத்தையும் ஒரே வரியில் கொண்டிருந்தது: *தெரியாத ஏதோ காரணத்தால் அமேரிக்கா விகுன்யா நேற்று இறந்துவிட்டாள்.* காலை பதினோரு மணியளவில், தந்தி ஆபரேட்டராக இருந்த காலத்திலிருந்து இயக்காத ஒலிபரப்புக் கருவியைத் தானே இயக்கிய லியோனா காஸினியுடனான தந்தி உரையாடல் மூலம் விவரங்களைத் தெரிந்துகொண்டார். இறுதித் தேர்வில் தோல்வியுற்றதால் கொடிய மனச்சோர்வினால் பீடிக்கப்பட்டிருந்த அமேரிக்கா

விகுன்யா, பள்ளி மருத்துவமனையிலிருந்து திருடிய ஒரு பாட்டில் லாடனத்தைக் குடித்திருக்கிறாள். அந்தச் செய்தி முழுமையானதல்ல என்பதை ஃப்ளோரென்டினோ அரிஸா தனது ஆன்மாவின் ஆழத்தில் அறிந்திருந்தார். ஆனால் தனது முடிவிற்கு யாரையும் குறை சொல்ல அனுமதிக்கும் விளக்கக் குறிப்பு எதையும் அமேரிக்கா விகுன்யா விட்டுச் சென்றிருக்க வில்லை. லியோனா காஸினியிடமிருந்து தகவலை அறிந்த குடும்பம், புவர்ட்டொ பாத்ரேவிலிருந்து அந்த நேரத்தில் வந்துகொண்டிருந்தார்கள். அன்று மாலை ஐந்து மணிக்கு அடக்கம் நடைபெறும். ஃப்ளோரென்டினோ அரிஸா மூச்சு விட்டார். தொடர்ந்து உயிரோடு இருப்பதற்கு அவரால் செய்ய முடிந்ததெல்லாம், அந்த நினைவு தன்னைத் துன்புறுத்த அனுமதிக்காமல் இருப்பதுதான். அதைத் தன் நினைவிலிருந்து அழித்தார் என்றாலும் ஒரு பழைய வடுவின் திடீர் வலியைப் போல, வெளிப்படையான காரணம் இல்லாமல், திடீரென்று அவள் உயிர்த்தெழுவதைத் தனது எஞ்சியிருந்த வாழ்நாள் முழுவதும் அவ்வப்போது உணர்ந்துகொண்டிருந்தார்.

அடுத்துவந்த நாட்கள் வெக்கையாகவும், முடிவற்று நீள்பவையாகவும் இருந்தன. மேலும் மேலும் குறுகிக்கொண்டே போன ஆறு, கலங்கிப் போயிருந்தது. முதல் பயணத்தில் ஃப்ளோரென்டினோ அரிஸாவை வியப்பில் ஆழ்த்திய பிரம்மாண்டமான மரங்களின் பின்னலுக்குப் பதிலாக, கடும் வறட்சிக் காலத்திலும் தொடர்ந்து வெள்ளத்தில் மூழ்கிக் கிடந்த தெருக்களைக் கொண்ட, தெய்வத்தால் கைவிடப்பட்ட நகரங்களின் இடிபாடுகளும் கப்பல்களின் கொதிகலன்களால் விழுங்கப்பட்ட காடுகளின் கழிவுகளும், சாம்பல் பூத்த சமவெளிகளும் இருந்தன. இரவு நேரங்களில் கடலை நோக்கி மிதந்து சென்ற இறந்த உடல்களின் குமட்டல் துர்நாற்றத்தால் எழுப்பப்பட்டார்களே தவிர, கடற்கரையிலிருந்து பாடும் கடற்பசுக்களின் மோகினிப் பாடல்களால் அல்ல. இங்கே போர்களோ கொள்ளை நோய்களோ தொடரவில்லை என்றாலும் வீங்கிய உடல்கள் தொடர்ந்து மிதந்து சென்றன. "அவர்கள் தற்செயலாக நீரில் மூழ்கியவர்கள் என்று பயணிகளுக்குச் சொல்ல வேண்டும் என்று எங்களுக்கு உத்தரவு கிடைத்துள்ளது" என்று ஒருமுறை நிதானமாகச் சொன்னார் கேப்டன். ஒரு காலத்தில், நண்பகலின் எரிச்சலில் அதிகரித்த கிளிகளின் கூச்சலுக்கும் மறைவான குரங்குகளின் சேட்டைகளுக்கும் பதிலாக, பாழடைந்த பூமியின் பரந்த அமைதி மட்டுமே நிலவியது.

விறகு வெட்டுவதற்கான மிகச்சில இடங்களும் ஒன்றுக் கொன்று மிகவும் தொலைவில் இருந்ததால், பயணத்தின் நான்காவது நாளில் எரிபொருள் கிடைக்காமல் நியூ ஃபிடலிட்டி

கப்பல் நின்றுபோனது. சிதறிக் கிடந்த கடைசி மரங்களைத் தேடி அதன் குழுவினர் சாம்பல் சதுப்பு நிலத்திற்குள் நுழைந்த போது கிட்டதட்ட ஒரு வாரத்திற்குக் கப்பல் நிறுத்திவைக்கப் பட்டிருந்தது. வேறு யாருமே அங்கு இல்லை. நிலத்தின் எஜமானர்களின் கொடூரத்திலிருந்து தப்பி, கண்ணுக்குத் தெரியாத காலராவிலிருந்து தப்பி, அரசாங்கங்கள் கவனத்தைச் சிதறடிக்கும் ஆணைகளால் மறைக்க வலியுறுத்திய மறைந்திருக் கும் போர்களிலிருந்து தப்பி, மரம் வெட்டுபவர்கள் தங்களது பாதைகளைக் கைவிட்டனர். இத்தனைக்கும் நடுவில், சலிப்படைந்த பயணிகள் நீச்சல் போட்டிகள் நடத்தினர், வேட்டையாட ஏற்பாடு செய்தனர். உயிருள்ள உடும்புகளுடன் திரும்பிய அவர்கள், அதன் வயிற்றைத் திறந்து, கப்பலின் கம்பிப் தடுப்பில் கோத்துக் காயவைத்த, மென்மையான, கண்ணாடி போன்ற அதன் முட்டைகளைக் கொத்தாக வெளியில் எடுத்த பிறகு, பெரிய ஊசிகளால் அதை மீண்டும் தைத்தார்கள். பயணங்களின் பாதையைப் பின்தொடர்ந்த பக்கத்து ஊர்களின் ஏழை விபச்சாரிகள், இசையுடனும் மதுபானங்களுடனும் வந்து கரையின் சரிவுகளில் இருந்த கூடாரங்களை மேம்படுத்தி, கரை ஒதுங்கிய கப்பலின் முன்பு களியாட்டத்தில் ஈடுபட்டனர்.

நதியின் ஆபத்தான நிலை குறித்த அறிக்கைகளை, ஃப்ளோரென்டினோ அரிஸா பெற்று வந்தார். தலைவராவதற்கு வெகு காலத்திற்கு முன்பிருந்தே சி.எஃப்.சியின் என்றாலும், அவர் அவற்றைப் படித்ததில்லை. “கவலைப்பட வேண்டாம், விறகுகள் தீர்ந்துபோவதற்கு முன்பே, பெட்ரோலில் இயங்கும் கப்பல்கள் வந்துவிடும்” என அவர் தன் கூட்டாளிகளுக்கு உறுதியளித்தார். ஃபெர்மினா தாஸாவின் மேலிருந்த வேட்கையால் சிந்தனை மங்கி இருந்ததால் அதைப் பற்றி யோசிக்காத அவர், உண்மையை உணர்ந்தபோது வேறொரு புதிய நதியைக் கொண்டுவருவதைத் தவிர செய்வதற்கு ஒன்றுமில்லை என்பதை உணர்ந்தார். நன்றாகத் தண்ணீர் ஓடிய காலங்களில்கூட இரவில் தூங்குவதற்கு நங்கூரமிட வேண்டியிருந்தது, பிறகு உயிரோடு இருப்பதுகூடத் தாங்க முடியாததாகிவிட்டது. அறைகளின் துர்நாற்றத்தை விட்டுவிட்டுத் தளங்களில் நடந்தபடி இரவைக் கழித்த பெரும்பாலான பயணிகள், குறிப்பாக ஐரோப்பியர்கள், இடைவிடாமல் வியர்வையைத் துடைத்த அதே துண்டால் எல்லா வகையான பூச்சிகளையும் விரட்டி இரவில் பூச்சிகள் கடித்ததால் காலையில் உடலெல்லாம் தடித்து, களைத்துப் போயிருந்தார்கள். பத்தொன்பதாம் நூற்றாண்டின் முற்பகுதியின் ஆங்கிலப் பயணி ஒருவர், ஐம்பது நாட்கள்வரை நீடித்த பாய்மரப் படகிலும் கோவேறு கழுதைமீதும் மேற்கொண்ட பயணத்தைக் குறிப்பிட்டு இப்படி எழுதியிருந்தார்: “ஒரு மனிதன் மேற்கொள்ளக்கூடிய யாத்திரைகளிலேயே

மிகவும் வசதி அற்றதும், மோசமானதுமானதும் இதுதான்." நீராவிப் பயணத்தின் முதல் எண்பது ஆண்டுகளில் நிலவரம் இப்படி இல்லை. பிறகு கடைசிப் பட்டாம்பூச்சிகளை முதலைகள் சாப்பிட்டு, தாய்வழிக் கடற்பசுக்கள் காணாமல் போய், கிளிகளும் குரங்குகளும் நகரங்களும் இல்லை என்று ஆனபோது அதுவே யதார்த்தமாக ஆனது. கிராமங்களும் எல்லாம் முடிந்துவிட்டது.

"பிரச்சினை இல்லை" என்று சிரித்தார் கேப்டன், "சில வருடங்களில் வறண்ட ஆற்றுப் படுகையில் சொகுசுக் கார்களில் பயணம் செய்வோம்."

ஃபெர்மினா தாஸாவும் ஃப்ளோரென்டினோ தாஸாவும் முதல் மூன்று நாட்களுக்கு மூடிய பார்வை மாடத்தின் மென்மையான நீரூற்றால் பாதுகாக்கப்பட்டிருந்தார்கள் என்றாலும், விறகுப் பற்றாக்குறை ஏற்பட்டு, குளிர்பதன அமைப்பு செயலிழக்கத் தொடங்கியபோது, குடியரசுத் தலைவர் அறை நீராவிப் பாத்திரமாக மாறியது. திறந்திருந்த ஜன்னல்கள் வழியாக நுழைந்த நதிக்காற்றால் உயிர் பிழைத்த அவள், கப்பல் நங்கூரமிட்டிருந்தபோது பூச்சிக்கொல்லி உருண்டை பயனற்றதாகிவிட்டதால், ஒரு துண்டால் கொசுக்களை விரட்டினாள். திரும்பவும் தாங்க முடியாததாகிவிட்ட காதுவலி, ஒருநாள் காலையில் எழுந்தவுடன், ஒரு சில்வண்டின் பாடலைப் போல், திடீரென்று முழுவதுமாக நின்றுபோனது. ஆனால் ஃப்ளோரென்டினோ அரிஸா இடது பக்கத்திலிருந்து அவளிடம் பேசியபோது, அவர் பேசியதைக் கேட்கத் தலையைத் திருப்ப வேண்டியிருந்த அன்றைய இரவுவரை, இடது காதின் கேட்கும் சக்தியை இழந்துவிட்டதை அவள் உணரவில்லை. வயதின் நிவர்த்திசெய்ய முடியாத குறைபாடுகளில் இதுவும் ஒன்று என்று ஏற்றுக்கொண்ட அவள், அதைப் பற்றி யாரிடமும் சொல்லவில்லை.

இதையெல்லாம் மீறி, கப்பலின் தாமதம் அவர்களுக்கு ஒரு தெய்வாதீனமான விபத்தாக இருந்தது. ஃப்ளோரென்டினோ அரிஸா அதை மீண்டும் ஒருமுறை படித்தார்: "பேரிடரில்தான் காதல் மிகப் பெரிதாக வளர்ந்து, உன்னதமாக ஆகிறது." குடியரசுத் தலைவர் அறையின் ஈரப்பதம், அவர்கள் கேள்வி இல்லாமல் காதலித்துக்கொள்வதைச் சுலபமாக்கிய ஒரு போலியான சோம்பலில் மூழ்கடித்தது. கம்பித் தடுப்பின் சாய்வு நாற்காலியில் கைகளைப் பிடித்துக்கொண்டும், நிதானமாக முத்தமிட்டுக்கொண்டும், உற்சாகத்தின் தடை இல்லாமல் வருடல்களின் போதையை அனுபவித்துக்கொண்டும், கற்பனை செய்ய முடியாத அளவுக்கு நெடுநேரம் வாழ்ந்தார்கள். மயக்கத்தின் மூன்றாவது இரவில், தனது உறவுப் பெண்

ஹில்டெப்ராண்டாவின் கும்பலுடன் ரகசியமாகவும், பிறகு திருமணமாகி, குழந்தைகளைப் பெற்ற பிறகு, கடன் வாங்கிய உலகின் நண்பர்களுடன் கதவை மூடிக்கொண்டும் குடித்த அனிசெட்[9] பாட்டிலுடன் அவருக்காகக் காத்திருந்தாள். அதிகப்படியான தெளிவோடு தனது தலைவிதியைப் பற்றிச் சிந்திக்காமல் இருக்க அவளுக்குக் கொஞ்சம் திகைப்பு தேவைப் பட்டது என்றாலும், அது இறுதிக் கட்டத்தில் அவளுக்குத் தைரியத்தைக் கொடுப்பதற்காகத்தான் என்று நினைத்தார் ஃப்ளோரென்டினோ அரிஸா. அந்த மாயையால் உற்சாகமடைந்த அவர், அவளது வாடிய கழுத்தையும், உலோகக் கம்பிக் கவசம் பூண்ட மார்பையும், தேய்ந்துபோன எலும்பு இடுப்பையும், வயதான மானின் கால்களையும் விரல் நுனிகளால் ஆராயத் துணிந்தார். கண்களை மூடிக்கொண்டு நடுக்கமில்லாமல், புகைத்துக்கொண்டும் இடைவெளி விட்டுக் குடித்துக்கொண்டும் மகிழ்ச்சியோடு அவள் அதை ஏற்றுக்கொண்டாள். இறுதியில், வருடல்கள் அவளது வயிற்றுக்கு நழுவிச் சென்றபோது, அதற்கு முன்பே இதயத்தில் போதுமான அளவு அனிசெட் இருந்தது.

"அதைச் செய்யத்தான் வேண்டுமென்றால், செய்துவிடுவோம்" என்றாள். "ஆனால் வளர்ந்த மனிதர்களைப் போலச் செய்வோம்."

படுக்கையறைக்கு அவரை அழைத்துச் சென்றவள், விளக்குகள் எரிந்துகொண்டிருந்தபோதே பொய்யான அடக்கம் இல்லாமல் உடைகளைக் களையத் தொடங்கினாள். திரும்பவும் தான் கொன்ற புலியின் தோலை என்ன செய்வது என்று தெரியாமல், கட்டுப்பாட்டை மீட்டெடுக்க முயன்றவராக, படுக்கையில் மல்லாந்து கிடந்தார் ஃப்ளோரென்டினோ அரிஸா. அவள் அவரிடம் "பார்க்காதே" என்றாள். கூரையிலிருந்து பார்வையை அகற்றாத அவர் ஏன் என்று கேட்டார். "ஏனென்றால் உனக்குப் பிடிக்காது" என்றாள் அவள்.

பிறகு அவர் அவளைப் பார்த்தார், அவர் கற்பனை செய்ததைப் போலவே அவள் இடுப்புவரை நிர்வாணமாக இருப்பதைக் கண்டார். சுருங்கிய தோள்களையும், தொங்கிய மார்புகளையும், வெளுத்தும் உறைந்தும் இருந்த தோலுடன் விலா எலும்பு வரிசையையும் கொண்டு ஒரு தவளையைப் போல இருந்தாள். கழற்றிய மேலாடையால் மார்பை மூடிக்கொண்டு, விளக்கை அணைத்தாள். பிறகு எழுந்து உட்கார்ந்து, இருட்டில் ஆடைகளை அவிழ்க்கத் தொடங்கிய அவர், கழற்றிய ஒவ்வொன்றையும் அவள்மீது வீசிக் கொண்டிருந்தார், சிரிப்பால் செத்துக்கொண்டிருந்த அவள் அவற்றை அவர்மீது திருப்பி வீசினாள்.

---

9. பெருஞ்சீரகத்தைக் கொண்டு தயாரித்த மது.

குடிப்பழக்கத்தை விட்டுவிட்ட அவர் மேலும் மேலும் மயக்கமடைந்துகொண்டிருந்தபோது, அவர்கள் நீண்ட நேரம் மல்லாந்து படுத்துக்கொண்டிருந்தார்கள், கிட்டத்தட்ட சோகமாக அவள் அமைதியாக இருந்தாள் என்றாலும், அனிசெட்டைக் கையில் எடுக்கும்போது எப்போதும்போல அர்த்தமில்லாமல் சிரிக்கக் கூடாது என்று வேண்டிக்கொண்டாள். நேரத்தைக் கடத்தப் பேசிக்கொண்டிருந்தார்கள். மரணத்திற்காகக் காத்திருக்கவே அவர்களுக்கு நேரமில்லை என்று நினைப்பதுதான் நியாயம் என்கிற நிலையில், கரை ஒதுங்கிய கப்பலின் இருண்ட அறையில் நிர்வாணமாக இருக்கச் சாத்தியமில்லாத வாய்ப்பைப் பற்றியும், தங்களது மாறுபட்ட வாழ்க்கையைப் பற்றியும், தங்களைப் பற்றியும் அவர்கள் பேசிக்கொண்டிருந்தார்கள். ஒரு விஷயம் நடப்பதற்கு முன்பே அனைவருக்கும் தெரிந்துவிடும் அந்த நகரத்தில், அவருக்கென்று ஒரே ஒரு பெண்ணாவது இருக்கிறாள் என்று யாரும் சொல்லிக் கேள்விப்பட்டதே இல்லை. மிகவும் சாதாரணமான முறையில் அவள் பேச, அவரோ சிறிதும் தயக்கமின்றி, உறுதியான குரலில் பதிலளித்தார்:

“உனக்காகத்தான் இன்னமும் பிரம்மச்சாரியாக இருக்கிறேன்.”

அது உண்மையாகவே இருந்தாலும் எப்படியும் அவள் நம்பியிருக்க மாட்டாள். ஏனென்றால், அவரது காதல் கடிதங்கள் இதைப் போன்ற சொற்றொடர்களைக் கொண்டவை; எழுதப்பட்ட அற்புதமான விதத்தைக் காட்டிலும் அவற்றின் பொருளுக்காகவே முக்கியத்துவம் கொண்டவை. ஆனால் அதைச் சொன்ன துடிப்பான விதம் அவளுக்குப் பிடித்திருந்தது. ஃப்ளோரென்டினோ அரிஸா எப்போதும் தன்னைத்தானே கேட்கத் துணிந்திருக்காத கேள்விகளைக் கேட்டுக்கொள்ளத் துணிந்தார். திருமணத்திற்கு வெளியே அவள் எத்தகைய ரகசிய வாழ்க்கையை வாழ்ந்திருந்தாள் என்று கேட்டுக்கொண்டார். ரகசிய சாகசங்களில் பெண்களும் ஆண்களுக்குச் சமமானவர்கள்தான் என்பதை அவர் அறிந்திருந்ததால், எதுவும் அவரை வியப்படையச் செய்திருக்காது. அதே உத்திகள், அதே திடீர் உத்வேகங்கள், அதே வருத்தமில்லாத துரோகங்கள். ஆனால் அவளைக் கேட்காதது நல்லதுதான். தேவாலயத்துடனான அவளது உறவு ஏற்கெனவே மோசமாகச் சேதமடைந்திருந்த நேரத்தில், தானாகத் தேடிப் போகாதவளிடம் பாவ மன்னிப்புக்கான வாக்குமூலம் கேட்கும் பாதிரியார் கணவருக்கு எப்போதாவது துரோகம் செய்திருக்கிறாயா என்று கேட்டார். அதற்குப் பதில் சொல்லாமல், அவரிடம் விடைபெற்றுக் கொள்ளாமல் எழுந்து சென்ற அவள், அதற்குப் பிறகு வாக்குமூலம் கொடுக்க அவரிடமோ வேறு யாரிடமோ மீண்டும் சென்றதே இல்லை. ஃப்ளோரென்டினோ

அரிஸாவின் விவேகத்திற்கு எதிர்பாராத வெகுமதி கிடைத்தது. இருட்டில் கையை நீட்டிய அவள், அவரது வயிறு, பக்கவாட்டுகள், கிட்டத்தட்ட முடிகளே இல்லாத அடிவயிறு அனைத்தையும் வருடினாள். "குழந்தையின் தோல்போல இருக்கிறது" என்றாள். பிறகு அவள் இறுதி அடியை எடுத்துவைத்தாள்: இல்லாத இடத்தில் அதைத் தேடிய அவள், மாயைகள் இன்றி மீண்டும் தேடி, அது கவசம் இல்லாமல் இருப்பதைக் கண்டாள்.

"செத்துப் போய்க் கிடக்கிறது" என்றார் அவர்.

தொடக்கத்திலிருந்தே, எல்லோரிடமும் முதல்முறை எப்போதும் அப்படித்தான் அவருக்கு நேர்ந்தது. எனவே அந்தப் பேயுடன் அவர் வாழக் கற்றுக்கொண்டார். அதுதான் முதல் முறை என்பதைப் போல, ஒவ்வொரு முறையும் அவர் மீண்டும் கற்றுக்கொள்ள வேண்டியிருந்தது. அவளது கையை எடுத்துத் தனது மார்பில் வைத்துக்கொண்டார்: அவரது அயராத பழைய இதயம் கிட்டத்தட்டத் தோலின் மேற்பரப்பில் பருவ வயதின் சக்தியோடும் அவசரத்தோடும் ஒழுங்கற்றும் துடிப்பதை ஃபெர்மினா தாஸா உணர்ந்தாள். "அதிகப்படியான காதலைப் போலவே இல்லாத காதலும் இதயத்திற்குக் கேடானதுதான்" என்றார். ஆனால் அதை அவர் முழுமனதோடு சொல்லவில்லை. வெட்கப்பட்டு, தன்மீதே கோபப்பட்ட அவர், தனது தோல்விக்கு அவளைக் குறைசொல்ல ஒரு காரணத்திற்காக ஏங்கினார். அதை அறிந்த அவள், கொடூரத்தில் திளைத்த ஒரு மென்மையான பூனையைப் போல, தடுக்கும் சக்தியற்ற அவரது உடலைக் கேலியான வருடல்களால் தூண்டத் தொடங்கினாள். தியாக மனநிலையைத் தாங்கிக் கொள்ள முடியாத அவர் தன் தடுப்பறைக்குத் திரும்பும்வரை அவள் அதைச் செய்துகொண்டிருந்தாள். தனது காதலில் நம்பிக்கை கொண்டு, விடியும்வரையிலும் அவரைப் பற்றியே நினைத்துக் கொண்டிருந்த அவளை, மெதுவான அலைகளில் அனிசெட் அவளை விட்டுச் சென்றதற்கு இடையில், கோபம் கொண்டிருந்த அவர் இனி ஒருபோதும் திரும்பிவர மாட்டார் என்ற கவலை ஆக்கிரமித்துக்கொண்டது.

ஆனால், வழக்கமில்லாத நேரமான காலை பதினோரு மணிக்கு, புதுப்பிக்கப்பட்டும் புத்துணர்ச்சியோடும், அதே நாளில் திரும்பிவந்த அவர், ஒருவிதமான பகட்டோடு அவள் முன்பு ஆடையைக் கழற்றினார். இருட்டில் கற்பனை செய்திருந்ததைப் போலவே இருந்த அவரை, முழு வெளிச்சத்தில் பார்த்து அவள் மகிழ்ச்சியடைந்தாள். அடிவயிற்றிலும் அக்குளிலும் இங்கொன்றும் அங்கொன்றுமாகத் தளர்வான சிலவற்றைத் தவிர முடியே இல்லாத, திறந்த குடையைப் போன்ற இறுக்கமான, தெளிவான, கருத்த தோல் கொண்ட வயது தெரியாத மனிதராக

இருந்தார். அதிகபட்ச எச்சரிக்கையோடு இருந்த அவர், தனக்குத் தானே தைரியம் கொடுத்துக்கொள்ளப் போரின் வெற்றிக் கோப்பையைப் போல ஆயுதத்தைக் காட்டிக்கொண்டிருந்தாரே தவிர, அதைப் பார்க்க அனுமதித்தது தற்செயலானதல்ல என்பதை அவள் உணர்ந்துகொண்டாள். அதிகாலைத் தென்றல் வீசத் தொடங்கியபோது அணிந்துகொண்ட இரவு உடையை அவிழ்க்கக்கூட அவளுக்கு நேரம் கொடுக்காத, அவரது அனுபவம் இல்லாதவனின் அவசரம் அவளை நேசத்தால் நடுங்க வைத்தது. ஆனால் இதுபோன்ற சந்தர்ப்பங்களில் நேசத்தையும் காதலையும் வேறுபடுத்துவது சுலபமானதாக இல்லாததால், அது அவளைத் தொந்தரவு செய்யவில்லை. எல்லாம் முடிந்த பிறகு அவள் வெறுமையை உணர்ந்தாள்.

இருபது வருடங்களுக்கும் அதிகமான இடைவெளிக்குப் பிறகு உடலுறவு கொண்ட அவள், அத்தனை நீண்ட இடை வெளிக்குப் பிறகு, தனது வயதில் அது எப்படி இருக்கும் என்பதை உணரும் ஆர்வத்தில் அதைச் செய்திருந்தாள். ஆனால், அவளது உடலும் அதை விரும்புகிறதா என்பதை அறிந்து கொள்ள அவர் நேரம் கொடுக்கவில்லை. அது விரைவானதாகவும் சோகமானதாகவும் இருந்தது, நாம் இப்போது அனைத்தையும் சிதைத்துவிட்டோம் என்று அவள் நினைத்தாள். ஆனால் அது தவறு. இருவருக்கும் ஏமாற்றமாக இருந்தாலும், தனது விகாரத்திற்காக அவரது வருத்தத்தையும், அனிசெட்டின் பைத்தியத்திற்காக அவளது வருத்தத்தையும் தாண்டி, அடுத்து வந்த நாட்களில் அவர்கள் ஒரு கணம்கூட ஒருவரை ஒருவர் பிரியவில்லை. சாப்பிடுவதற்கு மட்டுமே அவர்கள் அறையை விட்டு வெளியே சென்றனர். தனது கப்பலில் பாதுகாக்க விரும்பும் எந்த மர்மத்தையும் உள்ளுணர்வால் கண்டுபிடித்துவிடும் கேப்டன் சமாரிடானோ, தினமும் காலையில் அவர்களுக்கு ஒரு வெள்ளை ரோஜாவை அனுப்பிவைத்தார், அவர்களுக்காகத் தனது காலத்தின் பழைய பாடல்களை இசைக்கச்செய்தார், உணர்ச்சியைத் தூண்டும் பொருட்களுடன் கூடிய பதார்த்தங் களை வேடிக்கையாகச் செய்யவைத்தார். அவர்கள் தேடாமலேயே உத்வேகம் வந்தபோது, வெகு காலம்வரை மீண்டும் உறவு கொள்ள அவர்கள் முயற்சிக்கவில்லை. ஒன்றாக இருக்கும் எளிய மகிழ்ச்சியே அவர்களுக்குப் போதுமானதாக இருந்தது.

பதினோரு நாட்கள் பயணத்தின் முடிவில், மதிய உணவுக்குப் பிறகு அவர்கள் இறுதித் துறைமுகமான லா டோராடாவைச் சென்றடைவார்கள் என்று கேப்டனின் குறிப்பு தெரிவிக்காமல் இருந்திருந்தால், அவர்கள் அறையை விட்டு வெளியேற நினைத்திருக்கவே மாட்டார்கள். அறையிலிருந்து வெளிறிய சூரிய வெளிச்சத்தில் வீடுகளின் முகப்பைப் பார்த்த

ஃபெர்மினா தாஸாவும் ஃப்ளோரென்டினோ அரிஸாவும், அந்த நகரத்தின் பெயருக்கான காரணத்தை விளங்கிக்கொண்டதாக நினைத்தார்கள், ஆனால் தெருக்களில் தார் கொதிப்பதைப் பார்த்து, கொதிகலனைப் போல மூச்சுத் திணறவைத்த வெப்பத்தை உணர்ந்தபோது பெயருக்கான காராணம் தெளிவாக விளங்காததைப் போலத் தோன்றியது. மேலும், கப்பல் அங்கு நிற்கவில்லை; சாண்டா ஃபே ரயில் பாதையின் முனைய நிலையம் அமைந்துள்ள எதிர்க் கரையில் நின்றது.

பயணிகள் இறங்கியவுடன் அவர்கள் தங்குமிடத்தை விட்டு வெளியேறினார்கள். ஃபெர்மினா தாஸா காலியான அறையில் பாதிப்பில்லாத நல்ல காற்றை சுவாசித்தாள். ஒரு பொம்மையைப் போலத் தோற்றமளித்த ரயில் பெட்டிகளில் தங்கள் உடைமைகளைக் கூச்சலுடன் அடையாளம் கண்டு கொண்டிருந்த கூட்டத்தைத் தடுப்புக்குள்ளிருந்து இருவரும் பார்த்துக்கொண்டிருந்தனர். தூசி நிறைந்த வெப்ப அலைக்குப் பொருத்தமில்லாத முந்தைய நூற்றாண்டின் தொப்பிகளையும் நார்டிக் கோட்டுகளையும் அணிந்தவர்கள், குறிப்பாகப் பெண்கள், அவர்கள் ஐரோப்பாவிலிருந்து வந்தவர்கள் என்று நினைக்கலாம். சிலர் தங்கள் தலைமுடியை, வெயிலில் உதிரத் தொடங்கிய அழகான உருளைக்கிழங்குப் பூக்களால் அலங்கரித்திருந்தனர். கனவுபோன்ற சவானா வழியாக ஒருநாள் ரயில் பயணத்திற்குப் பிறகு ஆண்டியன் சமவெளியை வந்தடைந்த அவர்களுக்கு, கரீபியாவுக்கான உடைகளை மாற்றிக்கொள்ள இன்னும் நேரம் கிடைக்கவில்லை.

சந்தையின் சலசலப்புகளுக்கு நடுவே, ஆற்ற முடியாத தோற்றம் கொண்ட ஒரு வயோதிகர் தனது பிச்சைக்காரனின் கோட்டுப் பாக்கெட்டிலிருந்து கோழிக் குஞ்சுகளை வெளியில் எடுத்தார். அவரைவிடத் தடித்தும் உயரமாகவும் இருந்த ஒருவருக்குச் சொந்தமான கிழிந்து தொங்கிய மேலங்கியுடன், கூட்டத்தின் நடுவே வழி ஏற்படுத்திக்கொண்டு அவர் திடீரென்று தோன்றினார். தனது தொப்பியைக் கழற்றி, யாராவது நாணயத்தை விட்டெறிய விரும்பலாம் என்பதால் படித்துறையில் அதை நிமிர்த்திவைத்த அவர், தனது விரல்களுக்கிடையில் பெருகுவதைப்போலத் தோன்றிய வெளுத்த, மென்மையான குஞ்சுகளைத் தனது பாக்கெட்டிலிருந்து கைநிறைய வெளியில் எடுத்து விடத் தொடங்கினார். ஒரு நொடியில், தங்களைக் கவனிக்காமல் மிதித்த அவசரப் பயணிகளுக்கிடையில், எல்லாப் பக்கமும் ஓடிய அமைதியற்ற குஞ்சுகள் கீச்சிடும் கம்பளமாகத் தோன்றியது அந்தப் படித்துறை. தான் மட்டுமே அதைப் பார்த்துக் கொண்டிருந்ததால், தனக்கு மரியாதை செய்யும் விதமாக நிகழ்த்தப்பட்ட அந்த அற்புதமான காட்சியைக் கண்டு மயங்கிய

ஃபெர்மினா தாஸா, திரும்பும் பயணத்திற்கான பயணிகள் ஏறத் தொடங்கியது எப்போது என்பதை உணரவில்லை. கொண்டாட்டம் முடிந்துவிட்டது. வந்தவர்களில், சமீப காலம்வரை அவளது துக்கத்தில் பங்குகொண்ட நண்பர்களில் சிலரையும், பரிச்சயமான பல முகங்களையும் பார்க்க முடிந்தது. அவள் மீண்டும் கேபினில் தஞ்சமடைந்துகொள்ள விரைந்தாள். திகைத்துப்போயிருந்த அவளை எதிர்கொண்டார் ஃப்ளோரென்டினோ அரிஸா. கணவர் இறந்த மிகக் குறுகிய காலத்தில், ஒரு உல்லாசப் பயணத்தில் தனக்குத் தெரிந்தவர்களின் கண்ணில் படுவதைக் காட்டிலும் உயிரை விட்டுவிட விரும்பினாள். அவளது அவநம்பிக்கையால் மிகவும் பாதிக்கப்பட்ட ஃப்ளோரென்டினோ அரிஸா, அறையின் சிறையைத் தவிர, அவளைப் பாதுகாக்கும் வேறு வழியைப் பற்றி யோசிப்பதாக உறுதியளித்தார்.

தனிச் சாப்பாட்டு அறையில் அவர்கள் இரவு உணவைச் சாப்பிட்டுக் கொண்டிருந்தபோது அவருக்குத் திடீரென்று அந்த யோசனை தோன்றியது. ஃப்ளோரென்டினோ அரிஸாவுடன் விவாதிக்க விரும்பிய ஒரு பிரச்சினையைப் பற்றி நீண்டகாலமாகக் கேப்டன் கவலைப்பட்டுக்கொண்டிருந்தார். ஆனால் "இந்தச் சிக்கல்களை என்னைவிட லியோனா காஸியானைச் சிறப்பாகக் கையாள்வார்" என்ற தனது வழக்கமான வாதத்தால் அதை அவர் தவிர்த்துவந்தார். இருந்தாலும், இந்தமுறை அவர் சொல்வதைக் கேட்டார். சிக்கல் என்னவென்றால், போகும்போது சரக்குகளை ஏற்றிச்சென்ற கப்பல்கள், திரும்பும்போது காலியாக வந்தன; பயணிகள் விஷயத்தில் இதற்கு நேர்மாறாக நடந்தது. "அதிகப் பணம் கொடுக்கும், சாப்பாடு கேட்காது என்பது சரக்குகளின் அனுகூலம்" என்றார். வெவ்வேறு வாடகை விகிதங்களை நிறுவுவதன் சாதகத்தைப் பற்றி இரண்டு ஆண்களுக்கிடையில் நடைபெற்ற சூடான விவாதத்தால் சலிப்படைந்திருந்த ஃபெர்மினா தாஸா, விருப்பமில்லாமல் சாப்பிட்டாள். ஆனால் ஒரு முடிவுக்கு வந்துவிட்ட ஃப்ளோரென்டினோ அரிஸா, காப்பாற்றும் யோசனையின் அறிவிப்பாகக் கேப்டனுக்குத் தோன்றிய ஒரு கேள்வியை அப்போதுதான் எழுப்பினார். "அனுமானமாகக் கேட்கிறேன், சரக்கோ பயணிகளோ இல்லாமல், எந்தத் துறைமுகத்தையும் தொடாமல், எதுவுமே இல்லாமல் நேரடியாகப் பயணம் செய்ய முடியுமா?" என்று கேட்டார்.

அனுமானத்தில் மட்டும்தான் அது சாத்தியம் என்றார் கேப்டன். சி.எஃப்.சி.க்கு வணிகக் கடமைகள் இருந்தன என்பது வேறு யாரையும்விட ஃப்ளோரென்டினோ அரிஸாவுக்கு நன்றாகத் தெரியும். சரக்கு ஒப்பந்தங்களும் பயணிகள் ஒப்பந்தங்களும்

அஞ்சல் ஒப்பந்தங்களும் இன்னும் பலவும் இருந்தன. அவற்றில் பெரும்பாலானவை தவிர்க்க முடியாதவை. கப்பலில் காலரா பாதித்த நோயாளி என்பதுதான் இவை அனைத்தையும் தாண்டிச் செல்ல வழிவகுக்கும் ஒரே வழி. தனிமைப்படுத்திக்கொண்டதாக அறிவித்துக்கொள்ளும் கப்பல், மஞ்சள் கொடியை ஏற்றிக்கொண்டு, அவசர கதியில் பயணிக்கும். சுகாதார அதிகாரிகள் பின்னர் பொதுவான வயிற்றுப் போக்கு என்று அவசரமாகச் சான்றளிக்க மருத்துவர்களைக் கட்டாயப்படுத்தினார்கள் என்றாலும், ஆற்றில் ஏற்பட்ட காலரா நோய் காரணமாக கேப்டன் சமாரிடானோ பலமுறை அதைச் செய்ய வேண்டியிருந்தது. மேலும், நதியின் வரலாற்றில் பலமுறை, முறையற்ற தேடல்களைத் தடுக்கவும், விரும்பத்தகாத பயணிகளை ஏற்றிச் செல்வதைத் தவிர்க்கவும், வரி ஏய்ப்புக்காகவும் கொள்ளை நோயின் மஞ்சள் கொடி உயர்த்தப்பட்டிருக்கிறது. ஃப்ளோரென்டினோ அரிஸா மேஜைக்கு அடியில் ஃபெர்மினா தாஸாவின் கையைப் பற்றினார்.

“சரி, அப்படியே செய்வோம்” என்றார்.

கேப்டன் ஆச்சரியப்பட்டார் என்றாலும், உடனடியாக ஒரு கிழட்டு நரியின் உள்ளுணர்வோடு, அவர் அனைத்தையும் தெளிவாகக் கண்டார்.

“நான் இந்தக் கப்பலுக்கு உத்தரவிடுகிறேன், ஆனால் நீங்கள் எங்களுக்கு உத்தரவிடுகிறீர்கள்” என்றார். “நீங்கள் உண்மையாகவே அப்படிச் சொல்வதாக இருந்தால், எழுத்துப்பூர்வமாக உத்தரவிடுங்கள், நாம் இப்போதே புறப்படுவோம்”.

தன் முடிவில் தீவிரமாக இருந்த ஃப்ளோரென்டினோ அரிஸா, உத்தரவில் கையெழுத்திட்டார். சுகாதார அதிகாரிகளின் மகிழ்ச்சியான கூற்றுகளைத் தாண்டி, இறுதியாகவும் முடிவாகவும், காலராக் காலம் முடிந்துவிடவில்லை என்பது எல்லோருக்கும் தெரிந்ததுதான். கப்பலைப் பொறுத்தவரை எந்தப் பிரச்சினையும் இல்லை. ஏற்றப்பட்ட கொஞ்ச சரக்குகள் இன்னொரு கப்பலுக்கு மாற்றப்பட்டன. பயணிகளிடம் இயந்திரக் கோளாறு இருப்பதாகச் சொல்லப்பட்டது. அன்று காலையே மற்றொரு நிறுவனத்தின் கப்பலில் ஏற்றி அவர்கள் அனுப்பப்பட்டனர். ஒழுக்கக்கேடான, கண்ணியமில்லாத, பல காரணங்களுக்காக இப்படிப்பட்ட காரியங்கள் செய்யப்பட்டிருக்கின்றன என்றால், காதலுக்காக அதை ஏன் செய்யக் கூடாது என்று ஃப்ளோரென்டினோ அரிஸா கருதினார். கேப்டன் அவரிடம் வேண்டிக்கொண்டதெல்லாம், பயணத்தில் அவருடன் சேர்ந்திருக்கும் ஒருவரை ஏற்றிக்கொள்வதற்காக, நரே துறைமுகத்தில் ஒரு நிறுத்தம் மட்டும்தான். அவரும் தன் இதயத்தில் ஒரு ரகசியத்தை வைத்திருந்தார்.

அப்படித்தான் நியூ ஃபிடலிட்டி சரக்கோ பயணிகளோ இல்லாமல், கொடிக் கம்பத்தில் காலராவின் மஞ்சள் கொடி மகிழ்ச்சியோடு பறக்க, அடுத்த நாள் விடியற்காலையில் புறப்பட்டது. அந்தி சாயும் நேரத்தில், கேப்டனைவிட மிகவும் உயரமான, வலிமையான, அசாதாரண அழகு கொண்ட, ஒரு பெண்ணை நரே துறைமுகத்தில் ஏற்றிக்கொண்டனர். தாடி மட்டும் இருந்தால் அவளை சர்க்கஸில் சேர்த்துவிடலாம் என்பதுபோல இருந்தாள். அவள் பெயர் ஜெனாய்டா நெவெஸ், ஆனால் கேப்டன் அவளை "எனது எனெர்க்யூமெனா"[10] என்று அழைத்தார். அவள் அவருடைய பழைய கூட்டாளி. மகிழ்ச்சியின் சூறாவளியால் துரத்தப்பட்டுக் கப்பலில் ஏறும் அவளை ஒரு துறைமுகத்தில் ஏற்றி அடுத்த துறைமுகத்தில் விட்டுவிட்டுப் போகும் வழக்கத்தை அவர் கொண்டிருந்தார். என்விகாடோவிலிருந்து வந்த தொடர்வண்டி பழைய கழுதைப் பாதையில் ஏற முடியாமல் ஏறிக்கொண்டிருந்ததைப் பார்த்தபோது ரோசால்பாவின் நினைவு ஃப்ளோரென்டினோ அரிஸாவுக்குள் மீண்டும் வந்தது. மரணத்தின் சோகமான அந்த இடத்தில் பெய்துகொண்டிருந்த அமேசானிய மழை, அவ்வப்போது நின்றபடி பயணம் முழுவதும் தொடர்ந்து கொண்டிருந்தது. ஆனால் யாரும் அதைப் பற்றிக் கவலைப்பட வில்லை: மிதக்கும் கொண்டாட்டத்திற்கென ஒரு கூரை இருந்தது. அன்றிரவு, கொண்டாட்டத்திற்குத் தனது பங்களிப்பாக, குழுவினரின் ஆரவாரத்திற்கிடையே, சமையலறைக்குச் சென்ற ஃபெர்மினா தாஸா, தானே உருவாக்கிய ஒரு உணவை அனைவருக்கும் தயாரித்தாள். அதற்கு ஃப்ளோரென்டினோ அரிஸா 'காதலின் கத்திரிக்காய்' என்று பெயரிட்டார்.

பகலில் சீட்டு விளையாடினார்கள், வயிறு வெடிக்கச் சாப்பிட்டார்கள், அவர்களைச் சோர்வடையச் செய்த தாறுமாறான குட்டித் தூக்கங்களைப் போட்டார்கள். பொழுது இறங்கியதும் கச்சேரி நடத்தினார்கள். திகட்டும் அளவைத் தாண்டி சல்மோன் மீனோடு அனிசெட் குடித்தார்கள். பயணம் முழுவதும் நடந்ததைப் போலவே அந்த வாரத்திலும், தலைப்பகுதியிலிருந்து விரைந்து வந்த வெள்ளத்தால் மேம்பட்ட சாதகமான நீரோட்டத்தாலும், கப்பல் எடை குறைந்திருந்த தாலும் வேகமான பயணமாக அது இருந்தது. காலராவை விரட்ட பீரங்கிக் குண்டுகளை நல்லுணர்வுடன் வீசிய சில கிராமங்களின் மக்கள் சோகமான முழக்கத்துடன் அவர்களுக்கு நன்றி தெரிவித்தார்கள். வழியில் கடந்த எல்லா நிறுவனங்களின் கப்பல்களும் இரங்கல் சமிக்ஞைகளை அனுப்பின. மெர்சிடிஸ்

---

10. காட்டுப் பெண்.

பிறந்த மகாங்குவே நகரத்தில், எஞ்சியிருந்த பயணத்திற்கான விறகுகளை ஏற்றிக்கொண்டனர்.

ஆரோக்கியமான காதுக்குள் கப்பலின் சைரன் கேட்கத் தொடங்கியபோது ஃபெர்மினா தாஸா பயந்தாள் என்றாலும், அனிசெட்டின் இரண்டாவது நாளில் இரண்டு காதுகளும் நன்றாகக் கேட்டன. ரோஜாக்கள் முன்பைவிட அதிக வாசனை வீசுவதையும், விடியற்காலையில் பறவைகள் முன்பைவிட மிக நன்றாகப் பாடுவதையும், கடவுள் ஒரு கடற்பசுவை உண்டாக்கி, தன்னை எழுப்புவதற்காகவே தமலாமேக் கடற்கரையில் வைத்ததையும் அவள் கண்டுகொண்டாள். அந்தப் பாடலைக் கேட்டுக் கப்பலைத் திருப்பினார் கேப்டன். மிகப்பெரிய கடற்பசு மார்பில் தனது குட்டிக்குப் பாலூட்டுவதைப் பார்த்தார்கள். எப்படி அந்த அளவுக்கு இருவரும் நன்றாகப் பழகினோம் என்பதை ஃப்ளோரென்டினோவோ, ஃபெர்மினாவோ உணரவில்லை. அவர் எனிமாக்களைப் பொருத்திக்கொள்ள அவள் உதவினாள். தூங்கும்போது கண்ணாடியில் விட்டுச்சென்ற அவரது பொய்ப் பற்களைத் துலக்குவதற்காக அவள் அவருக்கு முன்பே எழுந்தாள். படிக்கவும், சரிசெய்யவும் அவருக்குப் பயன்பட்டன என்பதால், தவறவிட்ட கண்ணாடியின் சிக்கலைத் தீர்த்தாள். ஒருநாள் காலையில் எழுந்தபோது, இருட்டில் அவர் சட்டையின் பொத்தானைக் கட்டிக்கொண்டிருப்பதைப் பார்த்த அவள், இரண்டு மனைவிகள் தேவை என்ற வழக்கமான வாக்கியத்தை அவர் மீண்டும் சொல்வதற்குள் அவசரமாக அதைச் செய்ய விரைந்தாள். அவரிடமிருந்து அவளுக்குத் தேவைப்பட்டதெல்லாம் முதுகு வலிக்கான கப்பை வைப்பதுதான்.

தன் பங்கிற்கு, ஆர்க்கெஸ்ட்ரா வயலின் மூலம் ஏக்கத்தைக் கிளறிய ஃப்ளோரென்டினோ அரிஸாவால், “முடிசூட்டப்பட்ட தேவதை” வால்ட்ஸ் பாடல்களை அவளுக்காக அரை நாளில் வாசிக்க முடிந்தது. அவரைக் கட்டாயப்படுத்தி நிறுத்தும்வரை மணிக்கணக்கில் வாசித்துக்கொண்டிருந்தார். தன் வாழ்க்கையில் முதல் முறையாக, ஒருநாள் இரவு, படகோட்டியால் அடித்துக் கொல்லப்பட்ட படகில் இருந்த முதியவர்களின் நினைவால், கோபத்தால் அல்லாமல் வலியால் நிரம்பிய கண்ணீரோடு திடீரென்று விழித்தெழுந்தாள் ஃபெர்மினா தாஸா. மறுபுறம் இடைவிடாத மழை அவளை அசைக்கவில்லை, ஒருவேளை பாரிசும் அவள் நினைத்ததைப் போல அவ்வளவு இருண்டதாக இருந்திருக்காது, சாண்டா ஃபேயும் தெருவில் இத்தனை இறுதிச் சடங்குகளைச் செய்திருக்காது என்று மிகத் தாமதமாக நினைத்துக்கொண்டாள். அடிவானத்தில் ஃப்ளோரென்டினோ

அரிஸாவுடன் எதிர்காலப் பயணங்களைப் பற்றிய கனவு எழுந்தது. சமூகக் கடமைகள் இல்லாத, பல பெட்டிகள் இல்லாத, பைத்தியக்காரத்தனமான பயணங்கள். காதல் பயணங்கள்.

காகித மாலைகளுடனும் வண்ண விளக்குகளுடனும், வருகைக்கு முந்தைய நாள் மாலையில் ஒரு பெரிய விருந்து வைத்தார்கள். பொழுது சாயும் வேளையில் வானம் வெளுத்தது. அந்தக் காலங்களில் இதயத்தைப் பிளக்கத் தொடங்கியிருந்த தொடக்ககால பொலேரோவுக்கு,[11] கேப்டனும் ஜெனாய்டாவும் மிகவும் நெருங்கி ஆடத் தொடங்கினார்கள். தனது ரகசிய வால்ட்ஸ் பாடலுக்கு ஆடலாம் என்று ஃப்ளோரென்டினோ அரிஸா ஃபெர்மினா தாஸாவிடம் சொல்லத் துணிந்தார். ஆனால் அவள் மறுத்துவிட்டாள். இருந்தாலும், இரவு முழுவதும் தனது தலைக்கும் கால்களுக்கும் ஓய்வு தராமல் வைத்திருந்த ஃபெர்மினா தாஸா, பொலிரோவின் இருளில் கேப்டன் தனது மென்மையான காட்டுப் பெண்ணுடன் இணைந்துகொண்ட போது, உட்கார்ந்துகொண்டே தன்னையறியாமல் அவள் நடனமாடிய தருணம்கூட இருந்தது. படிக்கட்டுகளில் ஏற உதவ வேண்டிய அளவுக்கு அதிகமாக அனிசெட் குடித்த அவளைக் கண்ணீருடன் அவதிப்படவைத்த சிரிப்பின் தாக்குதல் எல்லோரையும் பதறச்செய்தது. இருந்தாலும், கேபினின் வாசனைத் திரவியச் சோலையில் அதைக் கட்டுப்படுத்த முடிந்தபோது, அந்தப் பைத்தியக்காரத்தனமான பயணத்தின் மிகச்சிறந்த நினைவாக அவளது நினைவில் நிலைத்திருக்கப் போகும், அனுபவமுள்ள தாத்தா பாட்டிகளின், அமைதியான முழுமையான உறவை மேற்கொண்டார்கள். கேப்டனும் ஜெனைடாவும் நினைத்ததற்கு மாறாக, அவர்கள் புதிதாகத் திருமணமானவர்கள்போல உணரவில்லை; தாமதமான காதலர்களைப் போலவும் இல்லை. அவர்கள் திருமண வாழ்க்கையின் கடினமான சோதனையைத் தாண்டி, அதிகத் திருப்பங்கள் இல்லாமல் காதலின் மையப் புள்ளியை அடைந்ததுபோலிருந்தது. உணர்ச்சியின் பொறிகளுக்கு அப்பால், மாயைகளின் மிருகத்தனமான கேலிகளுக்கும் ஏமாற்றங்களின் அதிசயங்களுக்கும் அப்பால், வாழ்க்கை குறித்த விழிப்புணர்வு கொண்ட வயதான தம்பதிகளைப் போல அமைதியாகக் கடந்துசென்றனர். காதலுக்கும் மிக அப்பால் அவர்கள் சென்றார்கள். எந்த நேரத்திலும் எந்த இடத்திலும் காதல், காதல்தான் என்றாலும், மரணத்துக்கு எந்த அளவுக்கு நெருக்கமாக இருக்கிறதோ அந்த அளவுக்கு அது அடர்த்தியானது

---

11. 19ஆம் நூற்றாண்டின் பிற்பகுதியில் கிழக்கு கியூபாவில் உருவான இசை வடிவம்.

என்பதை உணர்ந்துகொள்ளப் போதுமான அளவுக்கு வாழ்ந்து விட்டார்கள்.

ஆறு மணிக்கு எழுந்தார்கள். அவளுக்கு அனிசெட் வாசனையோடு கூடிய தலைவலி இருந்தது. மரத்திலிருந்து விழுந்தபோது இருந்ததைக் காட்டிலும் இளமையாகவும் பருமனாகவும் திரும்பி வந்துவிட்ட டாக்டர் குவெனல் உர்பினோ, ஆடும் நாற்காலியில் உட்கார்ந்து வீட்டு வாசலில் அவளுக்காகக் காத்திருக்கிறார் என்ற எண்ணத்தால் திகைத்த இதயத்தோடு இருந்தாள். திரும்பிச் செல்லும் காலம் நெருங்கி விட்டதால்தான் இப்படித் தோன்றுகிறதே தவிர, அனிசெட்டின் விளைவால் அல்ல என்பதை உணர்ந்துகொள்ளும் அளவுக்குப் போதுமான தெளிவோடு அவள் இருந்தாள்.

“செத்துப் போவதுபோல் இருக்கப்போகிறது” என்றாள்.

வீடு திரும்பும் பயணத்தின் தொடக்கத்திலிருந்தே அவரை நிம்மதியாக இருக்கவிடாத சிந்தனையின் முன்னறிவிப்பு அது என்பதால் ஃப்ளோரென்டினோ அரிஸா திகைப்படைந்தார். கேபினுக்குப் பதில் வேறொரு வீட்டில் இருப்பதையும், கப்பலில் சாப்பிடாமல் வேறு விதத்தில் சாப்பிடுவதையும் என்றென்றும் அவர்களுக்கு அந்நியமாக இருக்கப்போகும் ஒரு வாழ்க்கையில் இணைத்துக்கொள்வதையும் அவர்கள் இருவராலும் நினைத்துக்கூடப் பார்க்க முடியவில்லை. உண்மையில் அது செத்துப்போவதைப் போலத்தான் இருந்தது. அவரால் தூங்க முடியவில்லை. இரண்டு கைகளையும் கழுத்துக்குப் பின்னால் கட்டிக்கொண்டு, கட்டிலில் மல்லாந்து படுத்திருந்தார். குறிப்பிட்ட ஒரு தருணத்தில், அமேரிக்கா விகுன்யாவின் துக்கம் அவரை வலியால் துடிக்கவைத்தது. உண்மையை அவரால் மேலும் தள்ளிப்போட முடியவில்லை. குளியலறையில் தாழிட்டுக் கொண்ட அவர், அவசரமில்லாமல், கடைசித் துளிக் கண்ணீர் உள்ளவரை, மனம்போல அழுதார். அப்போதுதான், அவளை எந்த அளவுக்கு நேசித்தோம் என்பதை ஒப்புக்கொள்ளும் துணிச்சல் அவருக்கு வந்தது.

இறங்குவதற்காக உடையணிந்து முடித்து அவர்கள் எழுந்துகொண்டபோது, பழைய ஸ்பானிஷ் பாதையின் சதுப்பு நிலங்களையும், குறுகிய கால்வாய்களையும் கடந்து, வளைகுடாவின் பயனற்றுப்போன எண்ணெய்க் குளங்களுக்கும் கப்பலின் சிதைவுகளுக்கும் இடையில் சென்றுகொண்டிருந்தார்கள். வைஸ்ராய் நகரத்தின் தங்கக் குவிமாடங்களின் மேல் பிரகாசமான வியாழன் எழுந்தது என்றாலும், உடும்புகளால் கேவலப்படுத்தப்பட்ட அதன் கோட்டையின் ஆணவத்தையும், அதன் மகிமையின் துர்நாற்றத்தையும் வராண்டாவில் நின்று

கொண்டிருந்த ஃபெர்மினா தாஸாவால் தாங்கிக்கொள்ள முடியவில்லை. நிஜ வாழ்க்கையின் திகில் அது. அவரோ, அவளோ, அதைப் பற்றி எதுவும் பேசிக்கொள்ளவில்லை என்றாலும், அவ்வளவு எளிதாக விட்டுக் கொடுத்துவிடும் சக்தி இருப்பதாக இருவருமே உணரவில்லை.

சாப்பாட்டு அறையில் அவர்கள் கேப்டனைச் சந்தித்தார்கள். தனது வழக்கமான நேர்த்திக்குப் பொருந்தாத ஒழுங்கற்ற நிலையில் அவர் இருந்தார். சவரம் செய்துகொள்ளாமல், தூக்கமில்லாததால் சிவந்த கண்களோடு, முந்தைய இரவின் வியர்த்த ஆடையோடு, அனிசெட் ஏப்பத்தால் குழறிய பேச்சோடு காணப்பட்டார். ஜெனாய்டா தூங்கிக்கொண்டிருந்தாள். துறைமுகத்தின் சுகாதார ரோந்துப் படகு கப்பலை நிறுத்த உத்தரவிட்டபோது, அமைதியாகக் காலை உணவைச் சாப்பிடத் தொடங்கியிருந்தனர்.

ஆயுதம் ஏந்திய ரோந்துப் படையினரின் கேள்விகளுக்குக் கட்டளை மையத்திலிருந்து உரத்த குரலில் பதிலளித்தார் கேப்டன். கப்பலில் எந்த வகைத் தொற்றுநோயைக் கொண்டு வந்திருக்கிறார்கள், எத்தனை பயணிகள் வந்திருக்கிறார்கள், எத்தனை பேர் நோய்வாய்ப்பட்டிருக்கிறார்கள், புதிய தொற்றுக்கான வாய்ப்பு என்ன என்பதைத் தெரிந்துகொள்ள ரோந்துப் படையினர் விரும்பினார்கள். மூன்று பயணிகளை மட்டுமே ஏற்றிக்கொண்டு வந்திருப்பதாகவும், அவர்கள் மூவருக்குமே காலரா இருப்பதாகவும் ஆனால் அவர்களைத் தனிமைப்படுத்தி வைத்திருப்பதாகவும் கேப்டன் பதிலளித்தார். லா டோராடாவில் ஏற இருந்தவர்களோ, இருபத்தேழு பேர் கொண்ட குழுவினரோ அவர்களுடன் எந்தத் தொடர்பும் கொள்ள வில்லை என்றார். ஆனால் திருப்தியடையாத ரோந்துப் படையின் தளபதி, கப்பலைத் தனிமைப்படுத்தப்படுவதற்கான ஆவணங்கள் தயாரிக்கப்படும்வரை வளைகுடாவை விட்டு வெளியேறி, மதியம் இரண்டு மணிவரையிலும் லாஸ் மெர்சிடிஸ் உப்பங்கழியில் காத்திருக்கும்படி உத்தரவிட்டார். வண்டிக்காரனின் வெடிக் குசு விட்ட கேப்டன், கப்பலைத் திருப்பவும், சதுப்பு நிலத்திற்குத் திரும்பிச் செல்லவும் கையை அசைத்துச் சமிக்ஞை செய்து மாலுமிக்குக் கட்டளையிட்டார்.

மேசையிலிருந்துஃபெர்மினா தாஸாவும் ஃப்ளோரென்டினோ அரிஸாவும் எல்லாவற்றையும் கேட்டுக்கொண்டிருந்தார்கள், ஆனால் கேப்டன் அதைப் பொருட்படுத்தவில்லை. நதிக்கப்பல் கேப்டன்களின் பிரசித்தி பெற்ற நற்பெயருக்குக் காரணமான ஆசார விதிமுறைகளை மீறும் விதத்தில், மோசமான குணத்தைக் காட்டும் வகையில், அவர் அமைதியாகச் சாப்பிட்டார்.

கத்தி முனையில் நான்கு பொரித்த முட்டைகளை உடைத்து, அதைப் பச்சை வாழைப்பழத் துண்டுகளுடன் தட்டில் வைத்து, முழுவதுமாக எடுத்து வாயில் போட்டவர், காட்டுமிராண்டித் தனமான மகிழ்ச்சியுடன் மென்று தின்றார். ஃபெர்மினா தாஸாவும் ஃப்ளோரென்டினோ அரிஸாவும், இறுதி மதிப்பெண்கள் வாசிக்கப்படுவதற்காகப் பள்ளிக்கூடப் பெஞ்சில் காத்திருப்பதைப் போல, ஒன்றும் சொல்லாமல் அவரைப் பார்த்துக்கொண்டிருந்தனர். சுகாதார ரோந்துப் படையினருடன் நடந்த உரையாடலின்போது ஒரு வார்த்தைகூட அவர்கள் பரிமாறிக் கொள்ளவில்லை, அவர்களது வாழ்க்கை என்னவாகப் போகிறது என்பதைப் பற்றி சிறு யோசனையும் இல்லை என்றாலும், கேப்டன் அவர்களைப் பற்றித்தான் யோசிக்கிறார் என்பதை இருவரும் அறிந்திருந்தார்கள். அவரது நெற்றிச் சுருக்கத்தின் துடிப்பில் அவர்களால் அதைக் காண முடிந்தது.

அவர் முட்டைகளையும் வறுத்த உருளைக்கிழங்குத் தட்டுகளையும் பால் சேர்த்த காப்பிக் குவளைகளையும் விழுங்கிக் கொண்டிருந்தபோது, அமைதியான கொதிகலன்களுடன் விரிகுடாவை விட்டு வெளியேறிய கப்பல், பெரிய இதய வடிவ இலைகளையும் ஊதா நிறப் பூக்களையும் கொண்ட நதித் தாமரையான, வெங்காயத் தாமரைப் படுக்கை வழியாகக் கால்வாய்களில் வழி ஏற்படுத்திக்கொண்டு, உப்பங்கழிக்குத் திரும்பியது. திருட்டுத்தனமான வேட்டைக்காரர்களின் வெடிகுண்டுகளால் கொல்லப்பட்டுப் பக்கவாட்டில் மிதந்த மீன்களின் உலகத்தால் தண்ணீரின் நிறம் மாறியிருந்தது, நிலப்பறவைகளும் நீர்ப்பறவைகளும் உலோகக் கூச்சல்களோடு அவர்கள்மீது வட்டமிட்டுப் பறந்தன. பறவைகளின் சத்தத்தோடு ஜன்னல்கள் வழியாகக் கரீபியக் காற்று உள்ளே நுழைந்தது. ஃபெர்மினா தாஸா தனது சுதந்திர இச்சையின் ஒழுங்கற்ற இதயத் துடிப்புகளை ரத்தத்தில் உணர்ந்தாள். வலப்பக்கத்தில் குழம்பியும் சிறுத்தும் இருந்த மக்தலேனா பெருநதியின் முகத்துவாரம் உலகின் மறுபக்கம்வரை விரிந்திருந்தது.

தட்டுகளில் சாப்பிட எதுவும் மிச்சமில்லாதபோது, மேஜைத்துணியின் மூலையில் உதடுகளைத் துடைத்துக்கொண்ட கேப்டன், நதிக்கப்பல் கேப்டன்களின் நயமான பேச்சின் பெருமைக்கு முற்றுப்புள்ளி வைத்த மோசமான வார்த்தைகளில் பேசினார். தனது கோபத்தைச் சமாளிக்கத்தான் அப்படிச் செய்தாரே தவிர, அவர்களிடமோ மற்ற யாரிடமோ அப்படிப் பேசவில்லை. நாகரிகமற்ற வசைகளைச் சரமாகப் பொழிந்த பிறகுதான் ஒரு விஷயம் அவருக்குப் புரிந்தது. காலராவை அறிவிக்கும் கொடியால் ஏற்பட்ட சிக்கலிலிருந்து எப்படி

வெளியே வருவது என்று தனக்குத் தெரியவில்லை என்பதை உணர்ந்துகொண்டார்.

அவர் கூறுவதைக் கண் இமைக்காமல் கேட்டுக்கொண்டிருந்தார் ஃப்ளோரென்டினோ அரிஸா. பிறகு கடற்படைத் திசைகாட்டியின் நாற்கரத்தின் முழு வட்டத்தில் ஜன்னல் வழியாகப் பார்த்தார். தெளிவான அடிவானம், ஒரு மேகம்கூட இல்லாத டிசம்பர் மாத வானம். என்றென்றும் பயணித்துக் கொண்டிருப்பதற்கான நீர்.

“மீண்டும் ஒருமுறை போய்க்கொண்டே, போய்க் கொண்டே, போய்க்கொண்டே இருப்போம், லா டோராடாவரை” என்றார் அவர்.

பரிசுத்த ஆவியின் கிருபையால் ஒளிரும் அவருடைய பண்டைய குரலை அடையாளம் கண்டுகொண்டதால் நடுங்கிய ஃபெர்மினா தாஸா, கேப்டனைப் பார்த்து, அதுதான் இலக்கு என்றாள். ஆனால் ஃப்ளோரென்டினோ அரிஸாவின் உத்வேகத்தின் மகத்தான ஆற்றலால் திகைத்துப்போயிருந்த கேப்டன், அவளைப் பார்க்கவில்லை.

“உண்மையாகத்தான் சொல்கிறீர்களா?” என்று கேட்டார் கேப்டன்.

“நான் பிறந்ததிலிருந்தே, உண்மையில் நான் என்ன சொல்ல விரும்புகிறேனோ அதைத் தவிர வேறு எதையும் சொன்ன தில்லை” என்றார் ஃப்ளோரென்டினோ அரிஸா.

ஃபெர்மினா தாஸாவைப் பார்த்த கேப்டன், அவளது கண் இமைகளில் குளிர்கால உறைபனியின் முதல் காட்சிகளைக் கண்டார். பிறகு அவர் ஃப்ளோரென்டினோ அரிஸாவையும், அவரது வெல்ல முடியாத ஆற்றலையும், அச்சமற்ற காதலையும் பார்த்த அவர், மரணத்தைவிட எல்லையில்லாதது வாழ்க்கைதான் என்று தாமதமாகத் தனக்குத் தோன்றிய எண்ணத்தால் திக்குமுக்காடிப் போனார்.

“போய்க்கொண்டும் வந்துகொண்டும் இருக்கும் இந்த மோசமான காரியத்தை இன்னும் எத்தனை காலத்திற்குச் செய்துகொண்டிருக்கப் போகிறோம்?” என்று கேட்டார்.

அதற்கான பதிலை ஐம்பத்து மூன்று வருடங்கள், ஏழு மாதங்கள், பதினொரு நாட்கள் இரவும் பகலுமாகத் தயாராக வைத்திருந்தார் ஃப்ளோரென்டினோ அரிஸா.

“என்றென்றைக்குமாக” என்றார்.